இந்த நாவல் பற்றி

எனக்கு இந்நாவலின் வாசிப்பு ஒரு மாயக்கவர்ச்சியைத் தந்தது.

– அ. முத்துலிங்கம்

வாழ்க்கை கற்றுக் கொடுப்பதைக் விடவும் அதிகம் மரணம் கற்றுக் கொடுத்துவிடுகிறது. இந்த நாவலின் கதைப்போக்கிலும் மரணம் தான் வலிமையானதொரு கற்றுத்தருதலை உருவாக்கு கிறது.

– எஸ். ராமகிருஷ்ணன்

முன்கூட்டி உணர்தல்... என் தமக்கையின் உடலில் தீப்பற்றிய போது தொலைவிடத்தில் உறங்கிக்கொண்டிருந்த என் தந்தையார் உடல் பதறியதும், என் முப்பத்தெட்டாம் வயதில் என் தாயார் மரணம் சம்பவிக்கும் என்று வள்ளுவன் சொன்னதை அவள் சொன்னதும் இப்படி எனக்கான படைப்பை எண்ணத் தூண்டியது இந்நாவல்.

– சிவசு

இந்த நாவலில் பெருமளவில் வியாபித்திருக்கும் அங்கஹீனம் எனப்படும் உறுப்பின்மையை ஒரு பிரதியாக்க உத்தியாகப் புரிந்து கொள்ள உதவுகிறது.

– எஸ். சண்முகம்

இலக்கிய இரட்டைகள் எனப்படும் இலக்கிய நுட்பத்தின் அடிப்படையில் 'கோதிக் நாவல்' வகையினத்தைப்போன்று கற்பனாவாதமும் மாயமும் கூடுவிட்டுப்பாய்தலும் எழுதப் பட்டுள்ள நாவலே வார்ஸாவில் ஒரு கடவுள்

– ஜமாலன்

சந்திரனுக்கு ஸ்மரனை தப்புமிடம் நாவலில் தர்க்க நிகழ்வின் இலக்கணம் தப்பும் இடமாகவும் இருக்கிறது.

– நாகார்ஜுனன்

நேர்கோட்டில் போகாமல் திடீர்திடீரென வேறு இடங்களில் இருந்து கதை தொடர்கிறது.

–விஷ்ணு குமாரன்

வார்ஸாவில் ஒரு கடவுள்

தமிழவன்

அடையாளம்

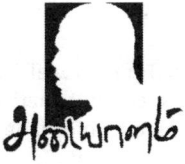

முதல் அடையாளம் பதிப்பு 2017
© தமிழவன்
வெளியீடு: அடையாளம், 1205/1 கருப்பூர் சாலை, புத்தாநத்தம் 621310,
திருச்சி மாவட்டம், இந்தியா, தொலைபேசி: 04332 273444
நூல் வடிவம்: த பாபிரஸ், அச்சாக்கம்: அடையாளம் பிரஸ், இந்தியா
ISBN 978 81 7720 272 4
விலை: ₹ 390

Vaarsaavil oru kadavul is a Tamil Novel by Tamilavan, Published by Adaiyaalam, 1205/1 Karupur Road, Puthanatham 621310, Thiruchirappalli District, Tamilnadu, India, email: info@adaiyaalam.net

வார்ஸா பல்கலைக்கழகத்தின்
ஆசியவியல் துறையில்
என்னிடம் படித்த
எல்லா மாணவ மாணவியருக்கும்
அத்துறையின் என் அன்புக்குரிய
எல்லா ஆசிரிய ஆசிரியைகளுக்கும்...

ஒரு வார்த்தை

மூன்றே முக்கால் ஆண்டுகள் வார்ஸாவில் வாழ்ந்தபோது, இந்தியாவில் உள்ள பலதையும் இழந்து கொண்டிருக்கிறோமே என்ற நினைவு எழுந்தது. அப்போது (2005) ஆறுமாத காலத்தில் இந்த நாவலை எழுதினேன். அதுவரை படிக்கக் கிடைக்காத பல நாட்டு கிளாஸிக் நாவல்களை எல்லாம் படித்துக்கொண்டிருந்தேன். அவற்றின் தாக்கம் இந்த நாவலில் இருக்கலாம்.

தமிழ் நாவல், ஒரு குறுகிய கலாச்சார வட்டத்தைத் தாண்டி வாசகரோடு உறவுகொள்ள வேண்டிய காலத்தின் தேவைக்கு இந்த நாவல் ஒரு சாட்சி என்று கருதுகிறேன்.

தோழர் தேவராசன், இந்நாவல் பிரதி உருவாக்கத்தில் செய்த உதவியை மறக்கமுடியாது. துணைவி லிண்டாகிறிஸ்டியும் பிரதியை உருவாக்க பெரிதும் உதவினார். இந்தப் பதிப்பு உருவாக்கத்தில் உதவிய என்னுடைய மாணவர்களுக்கும் வெளியிடும் அடையாளம் பதிப்புக்குழுவினருக்கும் நன்றி

தமிழவன்

வார்ஸாவில்
ஒரு கடவுள்

1

வியன்னா விமான நிலையத்தை வியப்பாக பார்த்து, நான் உள்ளே போனபோது அவர்களின் நேரம் காலை மணி 7.15.

நாலாபக்கமும் பனிமூட்டம் போட்ட வானம் விமான நிலையக் கண்ணாடி வழியே தெரிந்தது. எங்கும் சூரிய வெளிச்சமே இல்லாத சாம்பல் நிறத்தின் ஆக்கிரமிப்பு. மனது ஏனோ மகிழ்ச்சியடைய வில்லை. இதற்கு முந்தி பயணம் செய்த விமானத்தில் சரியாகத் தூங்காததும் பயணக்களைப்பும் வேறு சேர்ந்துகொண்டன.

ஆங்காங்கே 'ஆஸ்காங்க் வியன்' (AUSGANG WIEN) என்றும் ஆங்கிலத்தில் 'எக்ஸிட் வியன்னா' (EXIT VIENNA) அதாவது வியன்னா வுக்குள் போகும் வழி என்றும் எழுதப்பட்டிருந்தது.

பல்வேறு ஆஸ்டிரிய விமானங்களில் வந்த விமானப் பணிப் பெண்கள் வெள்ளை வெளேரென, டக்டக் என்று உயர்ந்த குதிகால் மிதியடிகளால் ஒலியெழுப்பியபடி நடந்து போய்க்கொண்டிருந்தனர். கால் மூட்டுவரை சிவப்பு ஆடைகளுடனும் சிவப்பு பெல்ட்டு களுடனும் சிவப்புக் கைப்பைகளுடனும் அவர்கள் நடந்தது அழகாக இருந்தது.

வியன்னாவில் ஒரு மணி நேரம் நான் காத்திருக்க வேண்டும். அதன் பிறகுதான் வார்ஸா விமானம் வரும். என் வேலையின் பொருட்டு வார்ஸாவில் ஒரு வருடம் தங்கும் நோக்கோடு கிளம்பி வந்திருக்கிறேன்.

தூரத்தில் விமானம் ஓடும் தரை ஓரளவு பனி நீங்கித் தெளிவான போது, அருகில் சிலைபோன்று நின்றிருந்த விமான நிலையப் பணிப்பெண்ணிடம், 'வார்ஸா விமானம் எப்போது?' எனக் கேட்டேன். அவள் கல்போல் இறுகினாள். சிலை, கல்லாகி விட்டது! நான் கேட்கவேண்டியது அடுத்த மேசை என்பதை அவள் கூறும் விதம் இது. அடுத்த மேசை... ம்... கடுமையான வேலைப் பங்கீடு. நான் அடுத்த மேசைமுன் வீற்றிருந்த பெண்ணை நோக்கி

நகர்ந்தேன்.

அந்தப் பணிப்பெண் இளமையானவள். என் வார்ஸா விமானம் 1 மணி 25 நிமிடம் கழித்துதானாம் - சிரிக்கிறாள்.

வார்ஸாவுக்கு விமானம் 25 பேருடன் கிளம்பியபோது, மஞ்சந்தா என்ற சீக்கியர் என்னுடன் இந்தியில் பேசுகிறார். நான் இந்தி மொழி தெரியாது என்கிறேன். 'வார்ஸாவில் உள்ள ஸ்டேடியம் என்ற இடத்தில் துணி வியாபாரம் செய்கிறேன்' என்று தன்னை அறிமுகப்படுத்தினார். எனக்கு எல்லாம் புதிதாக இருந்தன. அப்படியா என்று கேட்டுக்கொண்டிருந்தேன். 'இந்த நவம்பர் மாதம் வார்ஸா மிகவும் குளிராக இருக்கும்' என்று கூறி, எனக்கு இந்தத் தகவல்கள் தேவை என்பதுபோல் சொல்லிக்கொண்டே இருந்தார் மஞ்சந்தா. அப்போது வார்ஸா பற்றி ஏதும் தெரியா தென்பதால் கவனமாகக் கேட்டுக்கொண்டிருந்தேன்.

விமானம் ஏதோ ஓர் அதிர்வுடன் ஒலி எழுப்பியபடி போய்க் கொண்டிருந்தது. மிகச்சிறிய விமானமாகையால் இப்படிப் போகிறதென்று நினைத்துக்கொண்டேன். இடதுபக்கம் இரண்டு இருக்கைகளும், வலதுபக்கம் இரண்டு இருக்கைகளும் கொண்ட சிறிய விமானம். இடையில் விமானப் பணிப்பெண்கள் போய்வர சிறிய இடைவெளி. சாப்பாட்டு ட்ராலி இடையில் வந்தால் ஒருவர், ட்ராலி கடப்பதுவரை 'சீட்டு'களுக்கிடையில் நசுங்கியபடி நிற்க வேண்டும்.

வார்ஸாவுக்குச் செல்லும் விமானம் நின்ற இடத்தில் சென்று ஏற, கொஞ்சதூரம் விமான நிலையத்தில் நடக்க வேண்டும். அப்போது அதற்குள் குளிர் என்னைப் பாதித்ததால், கையில் தயாராக வைத்திருந்த குளிராடையை இழுத்துப் போர்த்திக்கொண்டே விமானத்துக்குள் சென்று அமர்ந்தேன். இதைப் பார்த்த வலது பக்கத்து வெள்ளைக்காரப் பெண்மணி முறுவலித்தபடியே பேச்சுக் கொடுத்தார்:

'*யு லுக் ஸோ, ஹாண்ட்சம் அண்ட் யங்! உங்கள் வயதைத் தெரிந்து கொள்ளலாமா?*'

எனக்குச் சற்று வெட்கமாக இருந்தது. சரி, இப்படிக் கேட்பது அவர்கள் பழக்கம் போலும் என்று கருதி அடக்கமாகப் பதிலிறுத்தேன்.

'ஃபார்ட்டி ஸிக்ஸ்.'

‘நோ யு லுக் தர்ட்டி...’ என்று சிரிப்போ சிரிப்பென்று சிரித்தார்.

‘முதன்முறையாக உலகின் இந்தப் பகுதியில் பயணம் செய்கிறீர்களா?’ என்று அடுத்ததாகக் கேட்டார்.

‘ஆமாம்’ என்றேன்.

‘இப்போது உங்கள் குளிராடையை நீங்கள் நீக்கிக் கொள்ளலாம். உங்கள் உடல்நலம் பாதிக்காது. வெளியில் போகும் போது ஆடையை அணிவது எவ்வளவு முக்கியமோ, அந்தளவு முக்கியம் வெப்பமூட்டப்பட்டிருக்கும் இடத்தில் வந்தவுடன் ஆடையை எடுத்துவிடுவதும்’ என்று புன்முறுவலுடன் கூறினார். இந்த வகை அறிவு எனக்குக் கிடையாது என்றும், இந்தியாவின் தென் பகுதியிலிருந்து அதாவது வருடத்தில் பன்னிரண்டு மாதம் வெயில் அடிக்கும் பகுதியிலிருந்து வருகிற நபர் என்றும் கொஞ்சம் அதிகமான விபரத்தை அவரிடம் சொன்னேன்.

அப்படியா என்றோ, தென்பகுதியில் உங்கள் ஊரின் பெயர் என்ன என்றோ ஏதும் கேட்காமல் தலையை மட்டும் ஆட்டி அதே புன்முறுவலுடன் அமர்ந்து, இலேசாக காதுகளில் பாய ஆரம்பித் திருக்கும் இசையைக் கேட்கிறார் என்று நான் நினைக்குமாறு அமர்ந்தார் அந்தப் பெண்மணி.

மஞ்சந்தா தொடர்ந்து பேசினார். வார்ஸாவின் வியாபார நிலைமை, அது அதிகம் செல்வச் செழிப்புள்ள நாடல்ல என்பது, அவருடைய வியாபாரத்தை இரண்டு சீக்கிய நண்பர்கள் கவனித்துவரும் விபரம், இந்த மக்கள் நம்மைத் தொந்தரவு செய்யும் குணமுள்ளவர்கள் அல்ல, நாம் இந்தியாவில் ஒருவரை ஒருவர் தெரியாதவர்கள், ஆனால், வேறு ஒரு நாட்டில் வரும்போது நமக்குள் ஓர் ஒட்டுறவு வந்துவிடும் மாயம், வார்ஸாவில் தனக்குள்ள பிரச்சினையில் தலையாயது நீர் இல்லாமல் காலைக் கடன்கள் செய்யவேண்டி இருப்பது, வார்ஸாவில் உள்ள வெள்ளைக்காரர் பற்றி அவரது முதல் மனைவியான கௌருக்குத் தெரிந்தால் நடக்கும் விபரீதம், தன்னுடைய ஆங்கிலம் பள்ளியில் படித்ததல்ல, பத்தாம் வகுப்புப் படிக்கும்போது பிந்திரன்வாலேயின் இயக்கத்தில் சேர்ந்து கெட்டுக் குட்டிச்சுவர் ஆனது... இப்படிப் பேசிக் கொண்டே வந்தவர், ‘எந்த உதவி வேண்டுமானாலும் கேளுங்கள். இரண்டு மாதங்கள் இங்கு இருப்பேன்’ என்று மஞ்சள் படிந்த அவரது விஸிட்டிங் கார்டை கொடுத்தார். மறக்காமல் அந்தக் கார்டில் ஓர் எண்ணை எழுதினார். ‘டெலிபோன் பண்ணுங்கள்.

எப்படியும் ஓராண்டு இருக்கப் போகிறீர்கள்' என்று மிகவும் அன்புடன் பேசிய மஞ்சந்தா, வலதுபக்கத்திலிருந்து என்னிடம் பேச அவ்வப்போது திரும்பிய வெள்ளைக்காரப் பெண்மணிக்கு அதிகம் வாய்ப்புக் கொடுக்க விரும்பவில்லை.

'ஸ்நாக்' கொடுத்துவிட்டு ட்ராலியை மீண்டும் தள்ளிக்கொண்டு போன விமானப் பணிப்பெண் என் தலையில் ட்ராலியால் தட்டிக் கொண்டு போனார். அவர் மன்னிப்புக் கேட்கவில்லை என்பதை நான் உணர்ந்தபோது, எனது வலது பக்கத்துப் பெண்மணி, 'ம்... இளம்பெண்களுக்கு நாகரீகம் இல்லை...' என்றார்.

நான் ஒரு வெளிநாட்டுப் பயணியின் நாகரிகத்துடன் 'பரவா யில்லை' என்று புன்முறுவல் காட்ட, அவர் திடீரென்று ஏதோ நினைத்தவராய் அவரது விஸிட்டிங் கார்டை எடுத்துக் கொடுத்தார். நான் ஒரு நாகரிகத்துக்காக என் பழைய விஸிட்டிங் கார்டைக் கொடுக்கலாமா என யோசித்தாலும், ஏனோ கொடுக்கவில்லை.

அவரும் நானும் அதிகம் பேசாவிட்டாலும் ஏர்போர்ட்டின் பயணிகள் வெளியேறும் பகுதியில் என்னை நோக்கித் திரும்பி 'நமஸ்கார்' என்று கூறிவிட்டு மறைந்தார். என்னை வந்து அழைப்ப தாகக் கூறிய இந்திய நண்பரின் முகம் தெரிகிறதா என்று கூடி யிருந்த வெள்ளைக்கார முகங்களுக்கிடையில் தேடலானேன்.

அப்போது ஒரு சம்பவம் நிகழ்ந்தது. ஏன், எதற்கு என்று இன்று வரை புரிந்துகொள்ள முடியாததாக இருக்கும் அந்தச் சம்பவம், மனித நிகழ்வுகள் தர்க்கத்திற்கு அப்பாற்பட்டவை என்ற ஓர் உண்மையை மட்டும் மறுபடியும் சொன்னது.

திடீரென்று மயக்கமுறுவது போல் நான் உணர்ந்தேன் ஒரு மூலையில் என்னுடைய பெரிய 23 கிலோ கறுப்புப் பையைச் சாய்த்து வைத்துவிட்டுத் தரையில் அமர்ந்தேன். விழுந்து தலை அடிபட்டுவிடக்கூடாது என்ற ஏதோ ஒரு குரல் எனக்குள்ளிருந்து எழுந்தது. அதன்பிறகு என்ன நடந்தது என்று தெரியாது.

அப்புறம் டாக்ஸியில் அமர்ந்து இருப்பது போன்ற உணர்வு. கைகளில் இருந்து தொடங்கி நெஞ்சுக்குள் ஏறுவதுபோல் பட, மீண்டும் பழைய பிரக்ஞை உயிர்பெற்றது. என்னை அழைக்க வந்த சிவநேசம், 'என்ன ஆச்சு?' என்று கேட்டபடி அமர்ந்திருக்கிறார். 'தெரியல' என்று நான் கூற, அவர் 'சரி அப்புறம் பேசுவோம்' என்று சொல்லி சைகை காட்ட, நானும் 'சரி' என்றபோதே, வெளியி லிருந்து பனிமூடிய குளிர், டாக்ஸியின் டிரைவர் பக்கத்தில்

திறந்திருக்கும் ஜன்னல் வழி முகத்தில் வீசியது. உடனே மீண்டும் புத்துணர்ச்சி ஏற்பட்டுப் பழையதுபோல் உற்சாகமாகிறேன்.

டாக்ஸி திடீரென்று 'எல்' போல் திரும்பி ஒரு பெரிய கட்டடத்தின் முன் போய் நின்றது. கட்டடத்தின் உள்ளே பழைய பூவேலைப் பாடுகள் கொண்ட ஒரு திரை தொங்க, அதற்கு மேல்பகுதியில் தங்கமுலாம் பூசிய போலிஷ்மொழி எழுத்துக்கள் பளிச்சிட்டன.

சிவநேசம் பல ஆண்டுகளாய் போலந்தில் வசிக்கிறார். 'நீங்கள் தங்கும் இடம் வந்துவிட்டது' என்று கூறி, டாக்ஸியில் முன்பக்கம் எட்டிப் பார்த்துவிட்டு, மீட்டரில் தெரிந்த தொகையை அவனிடம் நீட்டுகிறார். என்னை நோக்கிச் சிரித்தபடி டாக்ஸி கதவைத் திறக்கும்போது, என் குளிர் ஆடையை நான் அணிந்துகொண்டே இறங்க வேண்டுமென்று வெளியில் நின்றபடி சைகை செய்கிறார்.

நான் குளிர் ஆடை அணிந்தபடியே இறங்கும்போது, சற்று ஆபாசமாக இருப்பது போல் உணர்கிறேன். பெட்டியை அவரே எடுத்து, ஹோட்டலின் மூடிய கண்ணாடிக் கதவுகளை உள்ளே தள்ளினார். ஹோட்டல் கார்ப்பெட்டின் மேல் இருவரும் நடக்கிறோம்.

'ஏன் எனக்கு இப்படி ஆனதென்று தெரியவில்லை' என்கிறேன் சிவநேசத்திடம்.

'எல்லாம் அப்புறம் பேசிக்கொள்வோம். உங்களுக்கு உடனடி ஓய்வு வேண்டும்' எனச் சிரித்தபடியே, எனக்கு ஒதுக்கப்பட்ட அறைக்கு என்னை அழைத்துப் போகிறார்.

பிறகு அடுத்த மூன்று நாட்கள், எனக்கு இருந்த வேலைகளில் மூழ்கியதாலோ என்னவோ ஏதும் நினைவில்லாமல் இருந்தேன். நான்காம் நாள் காலை, இன்று ஓய்வெடுக்கும் நாள், வேலை ஏதும் இல்லை என்று நினைத்தவாறே படுக்கையில் புரண்டபடி கிடக்கையில், மீண்டும் ஒரு வேகத்தில் நினைவுச்சுழியில் பேய்க்காற்று அடித்தது. ஏன் மயக்கம் ஏற்பட்டது என்று நினைக்க லானேன். அஃத நினைவு என்னை நிம்மதியிழக்க வைக்கும் என்று நினைத்தாலும், அந்தளவு ஓர் பயங்கர உபாதையாய் என் உள்ளுணர்வில் அது பதியும் என்று அறியவில்லை. கடந்த மூன்று நாட்களும் நான் என்ன செய்த போதும், யாரைச் சந்தித்தபோதும் அந்த நினைவே இயக்கியது போல் உணர்ந்தேன். என்றாலும், நான் செய்யவேண்டுமென்று நினைத்த எந்தச் செயலும் அதனால் பாதிக்கப்படவில்லை. அதிகம் மது குடித்துவிட்டுக் காலையில்

ஒருதலைவலியுடன் எழும்புவது போல், மூன்று நாட்களும் உணர்ந்தேன். இனிமேல் வாழ்வில் என்றும் நீக்கமுடியாத ஒரு வெறுமை வந்து சூழ்ந்துவிட்டது என்பதுபோல், அந்த நினைவு அடிமனதில் இம்சித்தது.

இன்று நான்காம் நாள் என்பது உள்ளுணர்வில் மீண்டும் மீண்டும் எழுகிறது. இன்னும் விளக்கமாகக் கூறுவது என்றால், என் பழைய சரித்திரம், மண்டைக்குள்ளிருந்து முழுவதும் ராட்சச உறிஞ்சியால் உறிஞ்சி நீக்கப்பட்டது போல் உணரலானேன். இது, சற்று வியப்பும் மாயமும் கொண்டது என்பது எனக்கு விளங்கியது. உயரிய மிருதுவான படுக்கையின் மொழுமொழுத் தன்மையைக் கைகளில் ஸ்பரிசித்தபடி அரைத் தூக்கமும் அரை நினைவும் மயங்கிய நினைவுத்திரையில், ஒரு வடு மட்டும் இனி என்றும் நீங்காமல் நிலைக்கப்போகிறது என்று எண்ணினேன். என் மனம் இனி என்றும் இதை மறக்க வழியில்லாமல் அறிந்துகொண்டது என்பது மட்டும் தெளிவாகிறது. மேசையில் அறையைச் சுத்தம் செய்யவந்த பெண் வைத்துவிட்டுப்போன அழகிய மலர்கள் அப்படியே உயரமான கூம்புவடிவமான ‘வாஸி’ல் இருக்கின்றன. உடலை மூடிய ஃபெதர் நிறைந்த மெத்தென்ற போர்வை நீங்கியதும் குளிர் லேசாக உடலில் புகுகிறது. மீண்டும் போர்வையை மூடியபடி கண்களை மூட, அந்த மயக்கம் பற்றிய வலி நீலநிறத் திரவம் போல் நினைவில் பரவுகிறது! ஆனால், அது வெகுநேரம் நீடிக்கவில்லை.

தொலைபேசி மணி அடித்தது. சட்டென, எங்குக் கேட்கிற ஒலி இது என்று சரியாக இனங்காண முடியாமல் நினைவு பரிதவிப்புக் குள்ளானது. சில விநாடிகள்தான்! திடீரென்று நான், வார்ஸாவில் படுத்துக் கொண்டிருக்கிறேன் என்ற நினைவு வந்ததும் துள்ளி எழுந்து, தொலைபேசியில்,

‘எஸ்... சந்திரன்...’ என்று கூறினேன்.

யாராக இருக்கும்? சிவநேசமோ என்று நினைக்கையில், போலிஷ் மொழியில் கேட்ட ஒரு குரல் தடுமாற வைத்தது. மீண்டும் ஒருமுறை,

‘சந்திரன் ஹியர்...’ என்றேன்.

போனை வைத்திருப்பவருடைய மூச்சு கேட்டது. ஆனால், யாரும் பேசவில்லை. மொழி தெரியாமல் தடுமாறுகிறார்களோ? ஹோட்டல் போனாக இருக்க முடியாது. எல்லோரும் ஹோட்டலில்

ஆங்கிலம் பேசுகிறார்கள் என்று எண்ணியபடி காதிலிருந்து ஒலிவாங்கியை எடுக்காமல் இருந்தபோது போன் துண்டிக்கப் பட்டது. மிகவும் மர்மமான சம்பவங்கள் தொடங்குகின்றனவோ?

அதன்பிறகு படுக்கையில் படுத்துக்கொண்டிருக்கும் மனநிலை யிலிருந்து விடுபட்டேன். எழுந்து குளியலறைக்குள் சென்று அங்கு அதிகம் ஒளியுடன் காணப்பட்ட தெளிவான கண்ணாடியில் முகத்தைப் பார்த்தேன். பல நாட்கள் காய்ச்சலில் படுத்துக் கிடந்தவன் போல இருந்தது. ஒருமுறை ஷேவ் செய்து கொண்டால் சரியாகிவிடும் என்று நினைத்துக்கொண்டு டூத் பிரஷ்ஷை எடுத்து பேஸ்டை அமுக்கி, பல் விளக்க ஆரம்பித்தேன். ஷேவ் செய்து பின் ஷவரில் நன்றாகக் குளித்துவிட்டு வெள்ளைநிறத் துண்டால் தலையைத் துவட்டியபோது பரவாயில்லை என்ற உணர்வு எழுந்தது.

மீண்டும் போன் ஒலி. ஏதோ ஓர் அவசரம் என்னை அறியாமல் உந்தித்தள்ள, ஓடிச்சென்று ரிசீவரைத் தூக்கினேன்.

'ஹலோ, ஆர் யு சந்திரன் ஃப்ரம் இன்டியா?'

'எஸ். மே ஐ நோ ஹூ...?' என்று நான் வாக்கியத்தை முடிக்கும் முன்,

'இது ஹோட்டல்... உங்களுக்காக லௌஞ்சில் யாரோ காத்திருக் கிறார்கள்.' போன் வைக்கப்பட்டது.

'மே ஐ நோ...' என்று மீண்டும் கேட்கப்போன நான், ஏதோ தோன்ற 'சரி...' என்று போனை வைத்துவிட்டு பிளேசரை எடுத்து அணிந்தபடி லிஃப்டின்வழி கீழிறங்கினேன். லிஃப்ட் பெரிய ஹோட்டல்களுக்கு உரிய முறையில் இருந்தது. தரையில் பச்சை கார்ப்பெட் போடப்பட்டிருந்தது. 'இந்த ஊரில் நம்மைத் தெரிந்தவர்கள் யாராக இருக்கும்?' என்று எண்ணியபடியே இறங்கி, ஹோட்டல் வரவேற்பறை இருக்கும் திசை நோக்கி நடந்தேன்.

வரவேற்பறையில் ஓர் இளம்பெண். என்னுடைய ஆசிய முகத்தைப் பார்த்ததும் 'நமஸ்கார்' என்று தடுமாறியபடி கூறிக் கொண்டு இரண்டு கைகளையும் இணைத்து முகத்துக்கு நேராகக் கொண்டுபோனாள். இந்திய முறையில் தனக்கு வணக்கம் செய்யத் தெரியும் என்று காட்டியபடி எழுந்து நின்றாள்.

உண்மையிலேயே தடுமாறினேன். 'யார் இந்த அழகிய யூரோப்பிய இளம்பெண்?' என்று நினைத்தபடியே அவளை

நோக்கிக் கருஞ்சிவப்பு கார்ப்பெட்டில் நடக்க ஆரம்பித்தேன். ஹோட்டல் மிக அழகியதாக இருந்ததுபோலவே விஸ்தீரணம் கொண்டதாகவும் இருந்தது. கோட் அணிந்து அழகிய 'டை'யுடன் ஆட்கள் அங்குமிங்கும் நடந்துகொண்டிருந்தனர். எல்லாம் ஐரோப்பிய முகங்கள். நேர்த்தியாகத் தலையை வாரி நன்கு உடை உடுத்தியவர்கள். வரவேற்பறையில் சிகரெட் பிடித்தபடி பலர் ஆணும் பெண்ணுமாய் அமர்ந்து எதையோ சிரத்தையாய் பேசிக் கொண்டும், சிலர் குறிப்பேடுகளில் எழுதிக்கொண்டும், இன்னும் சிலர் சீரியஸான முகத்துடன் சர்ச்சித்துக்கொண்டும் அமர்ந்து இருந்தனர்.

என்னை நோக்கி கைகுவித்த பெண், நான் அருகில் சென்றதும் பக்கத்துச் இருக்கையில் அமரும்படி கைகாட்டியபடி தனது சிகரெட்டை ஆஷ் ட்ரேயில் தட்டினாள். மால்பரோ சிகரெட் பாக்கட்டை என்னிடம் நீட்டினாள்.

'இப்போது வேண்டாம்' என்று சைகைகாட்டிவிட்டு, அவளோடு பேச்சுக் கொடுத்தேன்.

'என்னை யார் என்றோ, எதற்கு வந்தேன் என்றோ கேட்காதபடி உரையாட வேண்டும் என்று உங்களை ஆயிரம் நமஸ்காரங்களோடு கேட்டுக்கொள்கிறேன்' என்றாள்.

எனக்குச் சற்று குழப்பமாக இருந்தது. அப்போதுதான் அது வரை காலை உணவு சாப்பிடாதது நினைவுக்கு வந்தது. சற்று வியப்பாகவும், ஒரு ஹாஸ்ய உணர்வை ஏற்படுத்துவதாகவும் இருந்தது.

'நான் காலை உணவு இன்னும் சாப்பிடவில்லை' என்றேன்.

'உங்களுக்கு ஆட்சேபனை இல்லை என்றால் நீங்களும் என்னோடு சாப்பிடலாம்' என்று கூறி எழுந்தேன். தனது நீளமான வெள்ளை நிற விரல்களால் சிகரெட்டை ட்ரேயில் தட்டிவிட்டு,

'தேவையில்லை. நாம் இருவரும் சேர்ந்து வேறு இடத்தில் சாப்பிடுவதில் உங்களுக்கு ஆட்சேபனை இல்லைதானே?' என்று கேட்டாள். ஆங்கிலத்தோடு போலிஷ் மொழியும் இணைந்து வந்தது.

அவளைப் பார்த்தேன். 'என் ஆங்கிலம் அவ்வளவு போதாது' என்றாள் தொடர்ந்து.

'நான் யார் என்று தெரியாமல் எப்படி வருவது என்று யோசிப்பீர்

களானால், முதலில் உங்களிடம் மன்னிப்புக் கேட்கிறேன். இப்படி உங்களை...'

அப்போது என்னை அறியாமல் என் வாய், 'அதற்கொன்று மில்லை. நான் வருகிறேன்' என்றது. அது எனக்கே சற்று வியப்பாக இருந்தது.

அவள் உண்மையிலேயே மிகவும் சந்தோஷப்பட்டாள் என்பதை அவளது குதூகலம் காட்டியது. சிறு பெண் போலச் சிரித்தாள். இருபத்து நான்கு அல்லது இருபத்தைந்து வயது இருக்கும். நல்ல உயரம். அழகிய முகம். முடி கருமையும் தங்கநிறமும் கொண்டது. ஒல்லியான தேகம்.

அவளைப் பின்தொடர்ந்தேன். அப்போது நேற்றுக் காலையில் பார்த்த கனவு ஞாபகத்துக்கு வந்தது. அதில் வந்ததும் ஒரு பெண்தான்.

சற்று யோசித்தபோது, இவள்தான் அவள் என்று எண்ணம் ஏற்பட்டது. இருண்ட வீட்டின் இருண்ட கதவு வழி எட்டிப் பார்க்கிற சோகம் ததும்பிய முகம்கொண்ட பெண். அவள் முகம், இரண்டாம் உலகப்போர் பற்றிப் பின்னணி உடைய கறுப்பு வெள்ளை ஐரோப்பியப் படங்களில் மழை வழியும் நேரத்தில் பூட்ஸ் கால்கள் ஒலியெழுப்ப கதவு வழி பார்க்கும் முகம். ஆனால், படத்தில் காணமுடியாத அழகும் இளமையும் பொங்கித் ததும்பும் உயிர்த்துடிப்புகொண்ட முகம் இது! அந்த முகத்தில் இப்படித் திடீரென ஒரு சரித்திரப் பின்னணி தெரிந்தது. அது நம்பமுடியாத தாகவும் இப்பெண்ணுக்கு ஒரு நம்பகத்தன்மையை அளிக்கக் கூடியதாகவும் இருந்தது. இவள் ஒரு கற்பனைப் பாத்திரம் அல்ல என்றும், உயிருடன் கண்முன்பே என்னால் தொட்டுப்பார்க்கத் தக்க முறையில் வந்துகொண்டிருப்பவள் என்னும் எண்ணமும் வந்தது.

என் வலதுபக்கத்தில் அமர்ந்து காரை ஓட்டிக்கொண்டிருக்கும் அப்பெண் என்னைத் திரும்பிப் பார்க்காமல் காரை ஓட்டிக் கொண்டு போனாள். புதிய டயோட்டா கொரல்லி. மிகவும் பணக்கார யுவதி போலும். நேற்று கனவில் வந்த முகத்தைக் கொண்ட ஒரு பெண் இன்று காலையில் ஹோட்டல் சிப்பந்தியின் மூலம் போனில் அழைத்து சரியாக 9.30 மணிக்கு, எனக்குத் தெரியாத போலிஷ் பெயர்கொண்ட ஒரு தெருவில் அழைத்துக்கொண்டு போகிறாள். இதை நினைத்தபோது, கடந்த ஒரு வருடமாக என்னுடன்

தொடர்புகொண்டிருக்கிற சைவ சித்தாந்த அறிஞரும், நாடி ஜோஸ்யத்தில் தேர்ச்சிபெற்ற அறிவு கொண்டவரும், நண்பருமான சிவநேசம் சொல்வதுபோல் 'விதி' என்று (ஆங்கிலத்தில் 'பேட்' என தப்பான உச்சரிப்புடன் சொல்வார்) கூறுவதன்றி வேறு என்ன சொல்வது?

எதிர்பார்க்காத நேரத்தில், கருநீல கவர் போடப்பட்ட கார் ஸ்டீரிங்கில் வலது கையின் இரண்டு நீள விரல்களை வைத்தபடி (ஒரு சிக்னலில் கார் நின்றபோது) என்னைப் பார்த்து,

'அன்னா மாலினோவ்ஸ்கா' என்றாள்.

'அப்படியென்றால்...?'

'என் பெயர்' என்று சொல்லிவிட்டு, அமைதியாக காரை ஓட்டிக்கொண்டிருந்தாள். சற்று நேரத்துக்கு முந்தி என்னுடன் பேசியது இவளல்ல என்பதுபோல! இன்னொரு விஷயத்தையும் சட்டென என் மூளை உணர்த்தியது. அதாவது இரண்டு உலகப் போர்களால் ஹாஸ்ய உணர்வு அற்றுவிட்ட முகம் இது.

வலது புறமும் இடது புறமுமாக இருந்த தெருவைப் பார்த்தபடி அமர்ந்திருந்தேன். ஐரோப்பாவில், பெரும்பாலும் எல்லா நகரங்களிலும் தெருக்கள் இப்படித்தான் இருக்கின்றன. அமைப்பைப் பற்றிச் சொல்கிறேன். பெட்டிக்கடைகள் போல் சில கடைகள், ஜெராக்ஸ் கடைகள், போட்டோ ஸ்டுடியோக்கள், சிறு நாடக அரங்குகள். கடிகாரங்களைச் சிறுசிறு விளக்குகள் மூலம் அலங்கரித்த கடைகள், மொபைல் போன் வியாபாரம் செய்யும் கடைகள், ஷூக்கடைகள், குளிர்கால ஆடைகளை அழகாக ஹாங்கரில் தொங்கவிட்டிருக்கும் கடைகள், இடையிடையே கோட்டுகள் மாட்டிய ஆண், பிளாஸ்டர் 'டார்ஸோ'க்கள் போன்றன நிற்கும் கண்ணாடி போட்ட கடைகள், புகையூட்டப்பட்ட மீனை அடுக்கி வைத்திருக்கும் கடைகள், இதுவரை பார்த்திராத உபகரணங்களுடன் காணப்படும் ஆண்கள் மற்றும் பெண்களுக்கான முடி திருத்தகங்கள்.. இப்படி.. இப்படி.. என் கவனம் தொடர்ந்து இரு பக்கங்களிலும் மாறி மாறிச் சென்று கொண்டிருக்க, இப்போதும் பேச ஏதும் இல்லாதவள் போல, காரை எந்திரத்தனமாக ஓட்டிக் கொண்டிருந்தாள் அன்னா மாலினோவ்ஸ்கா.

அடுத்த ஸிக்னல் வந்தது. 'ஆபிஸ் டிப்போ' என்ற ஒரு பெரிய கட்டடம் முழுவதும் கண்ணாடி ஜன்னல்களுடன் காணப்பட்டது. ஆங்கிலப் பெயராக இருக்கிறதே என்று நினைத்துக்கொண்டு

இலேசாக இடது புறமாகத் திரும்பி அவளைப் பார்க்க, அவள் கடைக்கண் வழியாக என்னைக் கவனித்துக்கொண்டிருக்கிறாள். சற்று மிரண்டேன் என்றே கூறலாம். ஏனோ என் தேகத்துக்குள் இன்னும் பய உணர்வு இருக்கிறது என்று நிரூபித்துக்கொள்ளும் தருணமாக சந்தோஷப்பட்டுக் கொண்டிருந்த போது கார் சட்டென வலதுபுறமாகத் திரும்பி, நிறைய கார்கள் நிறுத்தப்பட்ட கார் பார்க்கிங்கில் போய் நின்றது.

அவள் என் முன்னால் நடந்தாள். நான் தொடர்ந்து வருகிறேனா என்றுகூட பார்க்காமல், ஓரிடத்தில் தானாகத் திறந்த கண்ணாடிக் கதவுகளைத் தாண்டி நடந்துகொண்டிருந்தாள். பல லிஃப்டு பொத்தான்களை அமுக்கினாள். அப்போது தேவையின்றி ஏற்கெனவே கேள்விப்பட்ட ஒரு போலிஷ் ஜோக் நினைவுக்கு வந்தது. 'மேலே போக லிஃப்ட் கதவைத் திறந்தேன். படி இருந்தது.' இந்த ஜோக்கைக் கேட்கும் பல இந்தியர்களைப் போல எனக்கும் சிரிப்பு வரவில்லை. என் முன்னால் ஓர் அழகிய இளம் பெண்ணின் பின்பகுதியைத் தேடியபோது தூரத்தில் ஏற்கெனவே எனக்காகக் காத்திருக்கும் அன்னா மாலினோவ்ஸ்கா என்னைப் பார்த்துச் சிரித்தாள்.

பின்பு, 'நீங்கள் ஒரு வித்தியாசமான இந்தியன்' என்று கூறியபடி 'ரெஸ்டாரண்ட்' என்று எழுதப்பட்ட அழகிய கட்டிடத்திற்குள் என்னைப் போகும்படி சைகை செய்தபடியே தனது குளிராடை யையும் தொப்பியையும் நீக்கினாள். அப்போது குளிராடையை எடுக்கவேண்டிய தருணம் இது என்பதை நானும் உணர்ந்தேன். குளிராடையை ஓரளவுக்கு கஷ்டத்துடன் நீக்கி, தொப்பி என்று தலையில் பதித்து அமுக்கி வைத்திருந்த பொதி போன்ற உல்லன் தலைப்பாகையை அகற்றினேன்.

'ஏன் என்று கேட்பீர்கள்' என்றாள்.

'ஏன்?' என்றேன்.

'நீங்கள் வித்தியாசமான இந்தியன் என்றேனே...'

'ஓ! அதைக் குறிப்பிடுகிறீர்களா?' என்றேன்.

ஆனாலும் உண்மையைச் சொல்வதென்றால், அவள் எதற்காக அப்படிச் சொல்கிறாள் என்ற முழு அறிவு எனக்கு இருந்தது என்றும் கூறமுடியாதுதான்.

'இது ஒருவேளை என் மயக்கத்தின் தொடர்விளைவாகக்கூட

இருக்கலாம்' என வாய் வரை வந்த வாக்கியத்தை ஏதோ ஓர் மர்ம எச்சரிக்கை உணர்வு வந்து தலைநீட்ட நிறுத்திக்கொண்டேன்.

தலையில் தொப்பியுடனும் பணியாள் யூனிபாரத்துடனும் காட்சி தந்த ஒருவன் வந்து குனிய, அவளே எனக்காக ஆர்டர் கொடுத்தாள். சற்றுநேரம் கழித்து இரண்டு முட்டை கொஞ்சம் பிரெட், ஜாம், சீஸ், கத்தி மற்றும் ஃபோர்க்குடன் வந்த வெயிட்டரைப் பார்த்தேன்.

என்னோடு வந்த இவள் சற்று முரட்டுக்குணம் கொண்டவளாக இருக்கவேண்டும் என நினைத்துக்கொண்டேன்.

'நீங்கள் பதில் ஒன்றும் சொல்லவில்லையே' என்றாள், தனது நீண்ட விரல்களின் முனையில் தெரியும் அழகான நகத்தில் பூசப் பட்டிருந்த தோல்வர்ண நெயில் பாலிஷைப் பார்த்தபடி. அவள் குரலில் ஓரளவு மிருதுத்தன்மை தென்பட்டது. இப்போது அவள் என்ன பதில் எதிர்பார்க்கிறாள் என்பது திடீரென்று புரிந்தது.

'எதற்காக என்னை வித்தியாசமான இந்தியன் என்று சொல் கிறீர்கள்?' என்றேன். முட்டையை உடைத்து அதன் ஓட்டை ஒரு ஓரத்தில் இருந்த பிளேட்டில் வைத்தாள். அச்செயல் அவள் என்னுடன் அந்நியோன்யமாக இருக்க விரும்புகிறாள் என்பதை உறுதிப்படுத்திற்று. அப்போதுதான் அவள் வேறு ஏதும் சாப்பிடாமல் அமர்ந்திருப்பதைக் கவனித்தேன்.

'இது நியாயமல்ல' என்றேன். தொடர்ந்து, 'நீங்கள் ஏதும் சாப்பிட வில்லையே' என்றேன் நிஜமான கரிசனையுடன்.

'நான் கப்புச்சியோவுக்கு ஆர்டர் கொடுத்திருக்கிறேன்.. குடிக்க மட்டும். ப்ரேக் பாஸ்ட் வீட்டில் முடித்துவிட்டுத்தான் உங்கள் ஹோட்டலுக்கு வந்தேன். காலையில் பாட்டியுடன் பிரேக் ஃபாஸ்ட் சாப்பிடாவிட்டால் அவள் மூன்று நாள் என்னுடன் பேசமாட்டாள்' என புன்முறுவல் செய்தாள். ஒரு மௌனம் எங்கள் இடையில் பரவுவதை உணர்ந்து இப்போது நான் பதில் சொல்ல வேண்டிய முறை என்று நினைத்தேன்.

'ஒரு புதிய நாட்டில் முன்பின் தெரியாத அழகான யுவதி ஒருத்தி உயரிய ஹோட்டல் ஒன்றில் எதிர்பாராத நேரத்தில் தோன்றி, எந்த அறிமுகமும் செய்து கொள்ளாமல் அழைக்கிறாள். அவளுடன் எந்தக் கேள்வியுமின்றி புறப்பட்ட ஒருத்தனை வித்தியாசமானவன் என்று நீங்கள் வர்ணிப்பதைப் புரிந்து கொள்ள அதீத திறமை ஏதும் வேண்டாம்.'

பதிலாக ஒரு புதிய புன்முறுவல் மட்டும் வெளிவந்தது அவளுடைய இதழ்க் கடையிலிருந்து. அத்துடன் அவளது பச்சை நிற மயக்கும் விழிகள் என்னைத் துளைப்பது போல் ஆழமாய் வேகத்துடன் புகுந்து பார்த்ததையும் கண்டுகொண்டேன். அவளது நீளமான விரல்கள் சேரும் மணிக்கட்டில் இளம்பச்சை இரத்த நாளங்கள் ஓடின. அவளது கழுத்தைப் பார்த்தேன். ஒரு பெருமூச்சு அவளிடமிருந்து புறப்பட்டது. அந்த மூச்சுக்காற்று என் உடலில் பட வாய்ப்பிருந்தால், அது மிகுந்த சூடுகொண்டது தானா என்று சோதிக்க வேண்டும் என்று நினைத்துக் கொண்டேன்.

அப்போது என்னைப் பார்த்து அவள்,

'மிஸ்டர் சந்திரன்' என்று கூறிவிட்டு அமைதியானாள்.

நான் ஓரளவு அதிர்ச்சி அடைந்தாலும், காட்டிக்கொள்ள வேண்டாம் என மனதில் ஓர் உள் குரல் கட்டளையிட்டது. அதனால் ஏதும் பேசாமல், முடிந்த மட்டும் உணர்வுகளைக் கட்டுப் படுத்தியபடி அமர்ந்திருந்தேன். அவள் இயல்பாக என்னைப் பார்த்துப் பேச ஆரம்பித்தாள்.

'மிஸ்டர் சந்திரன்...' என்று தொடங்கியவள், தயங்கினாள். பின்பு எதையோ யோசித்தபடி தலையை இடது மற்றும் வலது பக்கமாகச் சரித்துவிட்டுச் சொல்ல வந்ததைத் தொடர்ந்தாள்.

'நான் பல்கலைக்கழகத்தில் ஆங்கில இலக்கியம் முதுகலை இரண்டாம் ஆண்டு படித்தேன். அதே நேரத்தில் தத்துவமும் படித்தேன். திடீரென அவை பிடிக்காமல் ஓவியத்துக்குப் போய் விட்டேன்.'

'ஹா வொண்டர்ஃபுல்! திரைப்பட இயக்குநர் ஸந்நுசிகூட இலக்கியமும் தத்துவமும் படித்தார் அல்லது பிஸிக்ஸூம் தத்துவமும்...?'

திடீரென்று ஓர் ஒளிப்பிரவாகம் அவள் கண்களில் அலையாய் பாய்ந்தது,

'உங்களுக்கும் ஸந்நுசி பிடிக்குமா...? ஓ! கடவுளே... யு ஆர் கிரேட்!' வலது கையால் தலைக்கும் இடது தோளுக்கும் வலது தோளுக்கும் உள்ளங்கை குவித்த விரல்களைக் கொண்டு போனாள். தலையைக் குனிந்தாள்.

'ஆர் யு எ காத்தலிக்...?'

ஆமாம் என்பதுபோல் தலையை இலேசாக அசைத்துவிட்டு,

புன்முறுவலுடன் பாசம் பொங்கிய பார்வையைச் செலுத்தியபடியே அமர்ந்திருந்தாள். அதன்பிறகு ஒருமுறை என்னைப் பார்த்தாலும் ஏதும் பேசவில்லை. அப்போது வெயிட்டர் வந்து தலையைக் குனிந்தபடி நின்று அவளிடம் ஏதோ போலிஷில் கேட்க, அவள் என்னைப் பார்த்தாள்.

'எது வேண்டுமானாலும் சாப்பிடுங்கள்.'

'ஏதும் வேண்டாம். ஆனால், நான்தான் பணம் செலுத்துவேன்...'

'இன்று வேண்டாம்' என்று கூறி, அவளே பணம் கொடுத்தாள்.

பிறகு நாங்கள் ரெஸ்டாரண்டிலிருந்து வெளியே நடக்க ஆரம்பித்தோம். என்னை அடிக்கடி உற்று நோக்கினாளேயன்றி எதுவும் பேசவில்லை. கார் நின்ற இடத்துக்கு சற்றுத் தொலைவில் வரும்போதே, ரிமோட் கண்ட்ரோலால் காரைத் திறந்தாள். காரின் மஞ்சள் ஒளி மிளிர்ந்தது. நாங்கள் ஏறிக்கொள்ள, காரை லாவகமாக பின்னால் எடுத்து, மீண்டும் ஏதோ ஒரு ரோட்டில் திருப்பி ஓட்ட ஆரம்பித்தாள்.

ஸந்நுசி பற்றிப் பேசலாம் என்று எண்ணிய என் உள் உணர்வுக்கு, தடை விதிக்க வேண்டாம் என்று நினைத்துக் கொண்டு கேட்டேன்:

'ஸந்நுசியினுடைய படங்களை எல்லாம் மூல மொழியில் பார்த்திருக்கிறீர்களா?'

'கிறிஸ்தோப் ஸந்நுசி படங்களைப் பார்த்ததில்லை' என்று, காரை ஓட்டிக்கொண்டிருந்தாள்.

'பார்த்ததில்லையா?'

'அவர் என் அங்கிள், என் அம்மாவின் ஒன்றுவிட்ட தம்பி.'

இதனால் ஒரே நேரத்தில் ஏமாற்றமும் சந்தோஷமும் ஏற்பட்டது. எனக்கு மிகவும் பிடித்த ஒரு போலிஷ் திரைப்பட இயக்குநரை, திரைப்படங்களின் மூலமாக அறியாமலிருக்கிறாரே என்று ஏமாற்றமும், எனக்கு மிகவும் பிடித்த ஒரு திரைப்பட இயக்குநர், என்னுடன் மிக அருகில் அமர்ந்திருக்கும் அழகிய பெண்ணின் இரத்தத்தில் இருக்கிறார் என்று சந்தோஷமும் அடைந்தேன். 'எனக்கு மூளையிலும் உங்களுக்கு இரத்தத்திலும்' என்று ஒரு வாக்கியம் திடீரென்று என் மனதில் உற்பத்தியாகி, அதேகணம் என் மனதுக்குள்ளேயே மரித்தது. என் மனதைத் திறந்து அறிந்துகொண்டவள் போல என்னைப் பார்த்தாள் அன்னா மாலினோவ்ஸ்கா.

14

அந்தப் பார்வைக்கு எந்தப் பதிலும் கூறத் தேவையில்லை என்பதுபோல் அமர்ந்திருந்தேன். சற்று நேரத்தில் கார் நான் தங்கியிருந்த ஹோட்டலில் வந்து நின்றது.

அடுத்த சில நாட்களில் நடந்த சம்பவங்கள் எல்லாம் உப்பு சப்பு இல்லாதவை. இவ்வளவு பெரிய ஹோட்டலில் தங்குவது வியர்த்தம் என்று நான் நினைத்திருந்தது போலவே என்னை வரவழைத்தவர்களும் நம்பியதால், ஓர் அப்பார்ட்மெண்டுக்கு மாற்றப்பட்டேன். அதுவும் மிக அழகிய இடம்தான். ஆனால் ஹோட்டல் போலன்றி ஓரளவு நகரின் ஓரத்தில் இருந்தது. வாடகை சற்றுக் குறைவாக இருக்கலாம் என்று யூகித்துக்கொண்டேன். மற்றபடி இந்த அப்பார்ட்மென்ட் என்னைப் போன்ற தனி மனிதனுக்கு ஒருவகையில் தேவையில்லாதது போலவே ஆடம்பரம் கூடியது என்றும் கூறலாம். இன்னொரு விஷயம், அமானுஷ்ய மான, விளக்கத்திற்குட்படாத திடீர் மயக்கத்தையும், எதற்கென்று கூறாமல் வந்துசென்ற பெண்ணையும் மறந்துவிட்டு, ஒரு வாரம் என் சம்பந்தப்பட்ட வேலைகளில் முழுதுமாக என்னை மறந்து விட்டேன்.

மற்றவர்கள் எப்படியோ, என்னுடைய உணவை என் கைப்பட சமைப்பதில்தான் எனக்கு ஆனந்தம். அதனால், எனக்குப் பிடித்த ஓரிரு இந்திய உணவு வகைகளை மிக எளிமை யாகச் சமைத்துச் சாப்பிடுவது சாத்தியப்பட்டதால், போலந்து புதிய நாடாக இருந்தாலும் அது எந்தத் தொந்தரவும் தரவில்லை. புதிய அப்பார்ட் மென்டில் தனியான விஸ்தீரணம் கூடிய சமையல் அறையில், போதிய பாத்திரங்கள், பிரஸ் செய்யப்பட்ட மரத்தால் அழகான முறையில் செய்யப்பட்ட கீழறைகளில் வேண்டிய அளவு அடுக்கப் பட்டிருந்ததால், நான் போய் மார்க்கெட்டைத் தேடவோ, பாத்திரம் வாங்கவோ தேவை இருக்கவில்லை.

ஓரிருமுறை சிவநேசம் என்னைத் தொலைபேசியில் விசாரித்துக் கொண்டார். அவரிடம் இருந்த திரைப்பட டிவிடிகளைக் கொண்டு போய் என் ஆபீசில் கொடுத்துவிட முடியுமா என்று கேட்டேன். சில இந்தியும் தமிழும் இருப்பதாகக் கூறினார்.

ஒரு வாரம் சாமான்யமாகக் கடந்ததால், வார இறுதியில் ஊரைச் சுற்றிப் பார்க்கலாம் என்று நினைத்துக்கொண்டு அலுவலக வேலை களை என்னைப்போல பல்வேறு நாடுகளிலிருந்து வந்திருந்த பிற நண்பர்களோடு பெரும்பாலும் முடித்துவிட்டேன். என்னுடன்

வந்திருக்கும் கல்கத்தா நண்பர் அஸ்வகோஷ் முகர்ஜி என் அப்பார்ட்மென்டுக்கு அருகிலேயே தங்கியிருந்ததால், அவருடன் தொலைபேசியில் தொடர்பு கொள்ளலாம் என்று நினைத்து ரிசிவரை எடுக்க கைநீட்டினேன். அப்போது பார்த்து எனக்கு ஒரு தொலைபேசி அழைப்புவர, முகர்ஜியேதான் என்று நினைத்துக் கொண்டு கைநீட்டி ரிசீவரை எடுக்க, நான் நினைத்ததற்கு மாறாக ஒரு பெண்ணின் குரல் கேட்டது.

'மிஸ்டர் சந்திரன்?'

'ஆமாம். நீங்கள்?'

'என் பெயரைச் சொன்னால் உங்களால் அடையாளம் காண முடியாது. உங்களைச் சந்திக்க முடியுமா?'

இந்தப் பெண்ணிடம் எப்படி என்னை உனக்குத் தெரியும் என்றோ, நீ யார் என்றோ எப்படிக் கேட்பது என்று நினைத்துக் கொண்டு,

'சந்திக்க முடியும். ஆனால், இன்று நான் அலுவலகத்திலிருந்து புறப்படுகிற நேரம். என் நண்பனிடம் ஏற்கெனவே அவனுடன் வீட்டுக்கு வருவதாகக் கூறி, வரச் சொல்லிவிட்டேன். உங்களுக்கு அவசரமாக என்னைச் சந்திக்கவேண்டிய காரியமா?'

'வேண்டாம். நன்றி.' சட்டென்று மறுமுனை துண்டிக்கப் பட்டது. அது எனக்கு ஏமாற்றமாக இருந்தது. யார் இவர்கள் எல்லாம் என்ற கேள்வி வந்தாலும், ஏனோ மனதில் இவை அபூர்வமாக நடக்கிற காரியங்கள் என்றோ, நான் எச்சரிக்கையாக இருக்கவேண்டும் என்றோ எந்தப் பெரிய உணர்வும் ஏற்பட வில்லை. சர்வசாதாரணம் என்றும் தோன்ற வில்லை. நேற்று நடந்தது இன்னும் வியப்பானது.

இரவு ஒரு சினிமாவை வீடியோவில் போட்டுப் பார்த்து விட்டுத் தூங்குவதற்குச் சற்று பிந்திவிட, அந்நேரம் பார்த்து சிவநேசத் திடமிருந்து போன்வந்தது. அச்சடையாளமாக அவர்தான் என்று துல்லியமாக எனக்குத் தெரிந்ததால் ஹலோ சிவநேசம் என்று அழைத்தேன். பிறகு, போன் சட்டென்று கட் ஆகிவிட்டது.

மறுநாள் ஆபீசிலிருந்து லஞ்ச் சாப்பிட போய்விட்டு வந்து சிவநேசத்துக்குப் போன் செய்து, 'நேற்று அவ்வளவு பிந்தைய இரவில் எதற்குப் போன் செய்தீர்கள்?' என்று கேட்டேன். 'நான் வழக்கமாக 9.30-க்குப் பிறகு தூங்கப் போய்விடுவேனே! எத்தனை

மணி?' என்று அவர் கேட்க, நான் '11.30' என்று கூற, 'சாத்தியமே இல்லை. அது என் 'கால்' அல்ல. வேறு யாரோ.. அல்லது ஒரு கனவாக இருக்கலாம். தூக்கக் கலக்கத்தில் அப்படித் தெரியும்' என்றார் சிவநேசம்.

ஒன்றும் புரியவில்லை. அதுபோல இப்போது பேசிய பெண்மணியின் பெயரைக் கேட்டிருக்க வேண்டும் என்று தோன்றுகிறது. அன்று வந்த இளம்பெண் அல்ல இவர் என்பதும் தெளிவாகத் தெரிந்தது. அவளது குரலை என்றும் நான் மறக்கக் கூடியவன் அல்ல. இது மத்திய வயது கொண்ட பெண். போலிஷ் சாயலில்லாத ஆங்கிலத்தில் கேட்டாள். சற்றுநேரங்கூட அவளுடன் பேசிப் பார்த்திருக்கலாம் என்று தோன்றியது. ஆனாலும் இது போன்ற சம்பவங்கள் இந்தியாவில் நடந்திருந்தால் அதன் மர்மத் தன்மையை உடனடியாக விடுபட வைக்கும் என் உத்வேகம், இங்குக் குறைந்துவிட்டதோ என்று தோன்றுகிறது. போன வாரம் முழுவதும் வடக்கிலிருந்து என்று நான் நினைத்திருக்கும் திசை யிலிருந்து, தெற்கு என்று நினைத்திருக்கும் திசையை நோக்கி சூரியன் பனிமூடிய வானம் வழி போவதைப் பார்த்து அதிசயித்தேன். என் திசை உணர்வு செயலிழந்து போனதை ஆச்சரியத்துடன் உள்வாங்கிக் கொண்டேன்.

முகர்ஜியை என் வீட்டுக்கு ஒரு பர்லாங் தூரத்திற்கு முன்பே இறக்கிவிட்ட ஆபீஸ் காரின் டிரைவர் மீண்டும் காரை ஓட்டி அடுத்த தெருவில் இருக்கும் என் வீட்டின் கேட்டின் முன் என்னை இறக்கிவிட்டான். போகையில், 'தோவிஜேனியா' என்று போலிஷில் வணக்கம் கூறிக் காரின் பின்கதவை இறுக்கி அடித்து மூடிவிட்டுப் புறப்பட்டுப் போகிறான். என் காம்பவுண்டின் கதவைத் திறந்து வீட்டுக் கதவையும் திறந்து உள்ளே புகுமுன்பு, காம்பவுண்டைச் சுற்றிக் காணப்பட்ட புல்வெளியில் பனி விழுந்துகொண்டிருப்பது கவர்கிறது. ஓடிச்சென்று முகத்தை வான்நோக்கி உயர்த்தி, பனியை உணர்ந்துபார்த்துவிட்டு, சற்று நேரம் நிமிர்ந்துநின்று மகிழ்கிறேன். இது ஏதேதோ நினைவுகளை கிளர்த்துகிறது.

வீட்டுக்குள் வந்ததும் அழகிய வீடு கவர்கிறது. ஷூக்களைக் களைந்துவிட்டு, மிக அழகிய மார்பிளால் ஆன தரை, வாஷ்பேசின் முதலியவை கொண்ட குளியலறையில் போய்க் கதவைத் தாளிட்டேன். வெந்நீர் இருக்கும் சிவப்புவட்ட குறியிட்ட குழாயைத் திறந்து வெள்ளை வெளேர் என்று காணப்படும் வாஷ்பேசின்வழி

17

ஓடும் நீரை, கண்களைத் திறந்து அள்ளி அள்ளி வீசி முகத்தைக் கழுவினேன். சுவரோடு பதிந்திருந்த மின்சார 'டிரையரி'ல் சற்று நேரம் கைகளை நீட்ட, ஈரம் மாயமாய் போகிறது. சுவரில் சற்றுத் தள்ளித் தெரியும் டிஷ்யூ பேப்பர். ஹாங்கரில் தலைநீட்டியபடி தெரியும் மிருதுவான தாளை இழுத்துக் கைகளில் மீதமிருக்கும் நீரைத் துடைத்துக் கொண்டேன். கழுத்தை வெள்ளைத் துண்டால் சுற்றிவிட்டு வந்து, கெட்டிலை ஆன் செய்துவிட்டு அமர்ந்தேன். ஆடைகளைப் பெட்டி போன்ற அலமாரியின் ஹாங்கர்களில் மடித்துப்போட்ட நேரத்தில், கெட்டிலில் சிவப்புவிளக்கு மறைகிறது. மணிபோல் ஒலிக்கிற பீங்கானில் நீரை ஊற்றி, தேயிலை தூள் பையை முக்கிச்சாறை இறக்கி, ஓர் எலுமிச்சைத் துண்டையும் போட்டு சோபாவில் வந்து ஹாயாக அமர்ந்தேன். திடீரென ஏனோ எழுந்து நடந்தேன். எதற்கு எழுந்தேன் என்பது மறந்துபோக, அமர்ந்திருந்த இருக்கையில் பின்பக்கமாக நடந்துவந்து அமர்ந்தேன். இது நான் அவ்வப்போது செய்வது தான். இரண்டு தடவை, தேநீரின் மணத்தையும் கையில் வைத்திருந்த கப்பின் அழகையும் பார்த்தபடி உறிஞ்ச, மீண்டும் தொலைபேசி. உண்மையில் தொலைபேசி ஒலிக்கிறதா? இந்தியாவில் இருந்து பேசுவதற்கு முயல்கிறார்களோ என்ற எண்ணம் வருகிறது. இப்போது இந்தியாவில் என்ன நேரம்? போலந்துக்கும் இந்தியாவுக்கும் நான்கரை மணி நேரம் வித்தியாசம். அக்டோபருக்கு முன்பு என்றால், மூன்றரை மணி நேரம். இப்படி இரண்டுவித கடிகாரத்தைக்கொண்டிருக்கும் இந்த நாட்டில் இன்னும் ஓராண்டு தங்க வேண்டியிருக்கிறது.

அப்போது எதற்காக திடீரென்று அன்று மூர்ச்சை அடைந்தேன் என்று யோசிக்க ஆரம்பித்தேன். அது வெறும் மயக்கம் என்று தோன்றவில்லை. ஒருவித மரணம் அது!

ஏனோ சிவநேசம் அதுபற்றி என்னிடம் பேசத் தயங்கினார். நான் மயங்கிய நிலையில் எவ்வளவு நேரம் இருந்திருப்பேன்? பேச்சு மூச்சற்று சுவரோரம் சாய்ந்து வியர்வையுடன் கிடந்த என்னை, அவர் கைகள் தட்டி எழுப்புவது மட்டும் தெரிகிறது. அந்த அளவு, நான் ஓர் ஆழ்ந்த இருளுக்குள் ஆழ்த்தப்பட்டது எப்படி? அந்த இருள்தானோ ஒவ்வொருவரின் மரணமும்?

வழக்கமாய் ஒரு திரைப்படம் பார்த்துவிட்டேன் என்றால் நிம்மதியாகத் தூங்கி விடுவேன். சிறு வயதிலிருந்தே வந்த பழக்கம்!

இன்றும் ஏதோ ஒரு படத்தை வீடியோவில் பார்த்து முடித்ததும் தூக்கம் கண்களைக் கிறக்கியது. நல்ல தூக்கத்தில் ஆழ்ந்து போகிறேன். போலந்தில் கிடைக்கும் 'டின்னில்' உள்ள முழு பீரும் குடித்ததுகூட காரணம் என்று நினைத்துக்கொள்கிறேன்.

2

மறுநாள் சனிக்கிழமை.

அலுவலக வேலை இல்லை. ஓய்வெடுக்கலாம் என்று நினைத்து அதிக நேரம் படுக்கையில் கிடந்து சோம்பல் முறித்தேன். பின்பு எழுந்து அமர்ந்தபோது போன் ஒலித்தது.

'இந்த போன் என்ன ஒரே தொல்லையாகப் போய்விட்டதே!' என்று நினைத்துக்கொண்டு போய் தொலைபேசியை எடுத்தேன்.

'நமஸ்கார் மிஸ்டர் சந்திரன், நான்தான் வியன்னாவிலிருந்து விமானத்தில் உங்கள் வலது பக்கம் அமர்ந்துவந்த பெண்மணி.'

'ஹலோ... நீங்கள், என் பெயர்...?' தடுமாறினேன்.

'ஆச்சரியப் படாதீர்கள். உங்கள் பையில் தொங்கிய முகவரியையும் அலுவலக தொலைபேசி எண்ணையும் குறித்துக் கொண்டேன். அதனால் அலுவலகத்தில் நேற்றுத் தொடர்பு கொண்டு உங்கள் வீட்டுத் தொலைபேசி எண்ணையும் பெற்றுக் கொண்டு பேசுகிறேன்.'

'ஓ... அப்படியா? அப்படியென்றால், ஒரு பெண் என்னை ஹோட்டலில் தொடர்பு கொண்டாளே! அவள்... அவளுக்கும் உங்களுக்கும்...?'

'மிஸ்டர் சந்திரன், மன்னிக்கவும். ஏதேதோ பேசுகிறீர்கள். நான் ஓர் இந்தியா 'லவ்வர்.' இந்தியக் கலாச்சாரம் பற்றி அதிகம் அறிய ஆர்வம் கொண்டவள். ஓரளவு நூல்கள் மூலம் படித்திருக்கிறேன். இதுவரை யாரையும் சந்தித்ததில்லை. அதுதான் உங்களோடு பேசவேண்டும் என்று...! உங்களுக்கு ஆட்சேபணையில்லை என்று நம்புகிறேன். நீங்கள் சரி என்று சொன்னால், நான் உங்களை வார்ஸாவில் உங்களுக்குப் பிடித்த ஓரிடத்திற்கு அழைத்துப்போக முடியும்!'

'சரி.'

‘உங்கள் வீட்டு முகவரியைத் தந்தால்...’

‘எழுதிக்கொள்ளுங்கள். என் முகவரி... சந்திரன்...’

‘நான் ஆங்கிலத்தில் கொஞ்சம் வீக். சி ஃபார் சிலெ... ஹெச் ஃபார் ஹங்க்ரி...’

நான் முகவரியைக் கொடுத்ததும் டெலிபோன் வைக்கப்பட்ட ஒலி கேட்டது.

வார்ஸாவில் ‘வைஜெங்கி பார்க்’ என்ற இடத்தில், லிடியா க்ருப்ஸ்கயாவுடன் ஒரு கான்டீனில் ‘கிரீன் டீ’ அருந்திக் கொண்டிருந்தேன். அவர் வாயிலிருந்து கடகடவென வந்து கொண்டிருந்த விஷயங்கள் என்னை வியப்புக்குள்ளாக்கின.

‘நான் இந்தியா பற்றி அறிய ஒரு காரணம் இருக்கிறது’ என்று கூறிய லிடியாவுக்கு, சுமார் 40 வயதிருக்கும். சிறிய, ஒல்லியான தேகம். போலிஷ் நாட்டுப் பச்சைக் கண்கள்.

‘ஸோ, நீங்கள் தொலைபேசியில் சொன்ன தகவல்களையும் தாண்டி பல விஷயங்கள் இருக்கின்றன.’

‘இருக்கலாம்...’ என்று மௌனமாக என்னைப் பார்த்தார் லிடியா. ‘கேளுங்கள் சந்திரன். உங்களுக்கு முற்பிறப்பில் கண்டிப்பாக நம்பிக்கை இருக்கும்தானே? நாங்கள்தான் பல உன்னத விஷயங் களை இழந்துவிட்டோம். வெறும் மெட்டீரியலிசம். போதாக் குறைக்கு, கடந்த சுமார் நாற்பது ஆண்டுகளாக கம்யூனிச ஆட்சி. ‘மனித மனத்தின் அதீத ஆற்றல்களை நாங்கள் அழித்துவிட்டோம், உங்கள் நாடு அப்படி அல்ல’ என்பான் என் அண்ணன். சமஸ்கிருதம் நன்கு கற்றவன். ‘உங்கள் நாட்டில் உள்ள சாதாரண மனிதர்கள்கூட பெரிய தத்துவ விற்பன்னர்கள் போல மனநிலை கொண்டவர்கள். சாவை அடிப்படையாக வைத்தே நீங்கள் உங்கள் வாழ்க்கையை நிர்ணயிப்பவர்கள்’ என்பான் அவன். நான் என் அண்ணனுடைய பெரிய ரசிகை. ஓரளவு அவனுடைய அந்தரங்க செயலாளர் கூட...’ சற்று நேரம் நிறுத்திவிட்டு என் நெற்றியைப் பார்த்தார்.

நான் எச்சரிக்கையானேன். வந்திருப்பவர் சாதாரணமானவர் அல்ல என்று என் உள்ளுணர்வு எச்சரிக்க ஆரம்பித்தது. அப்போது இன்னொரு விஷயம் என்னை விழிப்புக்கொள்ள வைத்தது. அந்த விஷயம் இவ்வளவு தாமதமாக இப்போதுதான் மனதில் உதித்ததற்காக, என்னைச்சபிக்க ஆரம்பித்தேன். லிடியா சொன்னது போல விமான பயணத்திற்காக நான் பயன்படுத்திய பையில்

தொங்கிய அட்டையில் என் அலுவலக தொலைபேசி எண்ணை இணைத்திருக்கவில்லை. இவருக்கு என் வீட்டுத் தொலைபேசி எண் வேறுவிதமாகக் கிடைத்திருக்கிறது அல்லது ஏதோ ஒரு விசேஷ ஆற்றலைப் பெற்றிருக்கிறார். அதுபோல மரணத்தைப் பற்றிய என் நினைவு இவருக்கு எப்படித் தெரியும் என்ற எண்ணமும் தோன்றியது. அவர் தன் அண்ணனின் கூற்றாகச் சொன்ன சாவை அடிப்படையாக வைத்தே நீங்கள் உங்கள் வாழ்க்கையைப் பார்ப்பவர்கள் என்ற வாக்கியத்தின் மூலம் மறைமுகமாக நான் மூர்ச்சையானதையும் அதனை என் மரணம் என்று நினைத்த மரணத்தைப் பற்றிய என் நினைவையும் இவர் சுட்டிக்காட்டுகிறார். என் கண்களைப் பார்த்திருந்தாரானால், என்முன் அமர்ந்திருக்கும் இந்தப் பெண்ணைச் சாதாரணமானவள் என்று கருதியிருப்பேன். அவர் என் நெற்றியின் நடுப் பகுதியை வாசிக்கக் கற்றவர் என்ற எண்ணம் என்னை உஷாராக்கியது.

லிடியா தொடர்ந்தார். அவரது பிரவுன் நிற 'லெதர் பாகின்' வெள்ளிநிற கொளுத்துக்களில் வெளிச்சம் பட்டுத்தெறித்த ஒளி என் கண்களை ஆகர்ஷிக்க, அவர் தொடர்ந்து கூறியவற்றைக் கேட்கலானேன்.

'என் அண்ணன் உங்கள் ரிஷிகளைப் பற்றி நிறைய படித்தவன். பாலி மொழியும் நன்கு கற்றவன். கூடுவிட்டுக் கூடு பாயும் சித்தர் கலையைப் பற்றி ஆழ்ந்த அறிவு கொண்டவன். அந்த மாதிரி மேதையான அவன், ஒரு நாள் திடீரென இறந்து போனான். அப்போது போலந்தின் சாலிடாரிட்டி அரசியல், உச்சகட்டத்தில் இருந்தது. கம்யூனிஸ்டு உளவுப்பிரிவு கொன்று இருக்கலாம் என்று பல்கலைக்கழகத்தில் அவனுடைய நண்பர்களும் மாணவர்களும் சந்தேகப்பட்டனர். ஆனால், அவனது உடலை எங்கள் அம்மா பார்ப்பதற்காகக் கொண்டுவந்தனர். கார் மோதிய போது தலை அடிபட்டு இறந்ததாக எல்லோரும் கூறினாலும் நான் அதை நம்பவில்லை. எனக்கு என் அண்ணன், மனிதர்களின் நெற்றியை வாசிக்கும் ஒரு கலையைப் பற்றி சில மேலோட்டமான விஷயங் களைச் சொல்லிக் கொடுத்துள்ளான். அதுபற்றி மலையாள ஏட்டுப்பிரதி ஒன்றை அவன் வைத்திருந்தான். உண்மையைச் சொல்வதென்றால், அந்த ஏட்டுப்பிரதி, மலையாளமும் சமஸ் கிருதமும் கலந்த ஒன்று. மரணமுற்றபோது அண்ணனுக்கு 36 வயது. அண்ணன் பேரளவுக்கு உங்கள் ரிஷிகளைப் போல்தான் வாழ்க்கை நடத்திக்கொண் டிருந்தான். அவனுக்கு நிறைய இந்திய நண்பர்கள்

இருந்தனர். அவர்களோடு கடிதத்தொடர்பு வைத்திருந்தான். பலர் அவனுக்கு அரிய கையெழுத்துப் பிரதிகளையும், எந்திரங்கள் வரைந்த தகட்டுப் பாதுகாப்புக் கவசங்களையும் அனுப்பிக் கொண்டிருந்தார்கள். மனம்வழி பல இடங்களில் வாழ்ந்த ரிஷிகளோடு பேசிக்கொண்டிருப்பான் என்றுகூட எங்கள் வீட்டில் பேசிக்கொண் டிருப்போம். அது சாத்தியமா?' என்று நிறுத்திய லிடியா, இப்போது என் கண்களை உற்றுப்பார்க்க ஆரம்பித்தார்.

கால்சட்டை போட்ட கால்களில் ஒன்றை இன்னொன்றின் மீது தூக்கி வைத்து ஷூவை ஆட்டியபடி இருந்தார். இந்த மாதிரியான பேச்சுக்களில் நான் சுவாரஸ்யமற்றவனாக இருந்தேன். என் படிப்பும், தொழிலும், முன்னேறிக் கொண்டிருக்கும் நவீன எந்திர மயமும், கணினிமயமும் ஆன இந்தியாவுக்கு ஏற்றவகையில் என்னை மாற்றியிருந்தன. இந்த மாதிரியான பேச்சுக்கள், மேற்கத்தியர்களின் வெட்டிப்பேச்சு என்று நான் கல்லூரியில் படிக்கும்போதே யோசித்து முடிவுக்கு வந்தவன். எனினும், இங்கு என்முன் அமர்ந்திருக்கும் போலிஷ் பெண்மணியின் பேச்சில் ஏதோ ஒரு லயம் இருப்பது என்னைக் கவர்ந்தது. அவரது கண் களுக்குள் ஏதோ ஓர் உண்மையின் ஒளி சுடர்விட்டதுபோல் எனக்குப்பட்டது. அவர் பேசியவற்றில் மூடநம்பிக்கை சார்ந்த வாக்கியங்களைத் தாண்டி, ஒருவகையில் அவற்றுக்குப் புறம்பாய் ஓர் ஆற்றல் அந்தக் கண்களிலும் மூக்கிலும் மெல்லியதாக உதட்டுச்சாயம் பூசப்பட்ட சிறிய உதடுகளிலும் தென்பட்டதாக என் உள்மனம் கூறியது. அவை, அவரிடம் ஒரு எதிர்பார்ப்பையும் மாயத்தன்மையையும் எனக்குள் ஏற்படுத்தியிருந்தது. அவர் பேசப் பேச, அவரைப் பற்றிய அந்த மாயக்கவர்ச்சி எனக்குள் அதிகரிக்க ஆரம்பித்தது. அவரது கால்சட்டை சற்று உயர்ந்த துணியில் தைக்கப்பட்டிருந்தது. அணிந்த சட்டை இப்போது மார்புவரை திறந்து கிடந்தது. கழுத்தில் ஓரிரு கோடுகள் விழுந்திருந்தன. காதில் தொங்கிய அழகிய இரண்டு அங்குல நீளமான கம்பியின் முனையில், போலந்தின் புகழ்பெற்ற ஆம்பர்கல் பதிக்கப்பட்டு ஆடியது. இவை அவருக்குத் தனி சோபையையும் சொல்லமுடியாத அழகையும் கொடுத்ததாக நினைத்துக் கொண்டு அமர்ந்திருந்தேன். என்றாலும், அவரது அண்ணன் பற்றிய விவரிப்பு எனக்கு ஒரு விநோத மனிதனை அறிமுகப் படுத்தத் தவறவில்லை.

தூரத்தில் நிறைய ஆட்கள் போய்க்கொண்டிருந்தார்கள். அன்று

குளிர் இருந்தாலும் வெறிச்சிட்டிருந்தது. மழையோ பனியோ இல்லை. முந்திய நாள் இரவு முழுதும் பெய்த மழை காரணமாக இருக்கலாம். நாங்கள் அமர்ந்திருந்த இடத்தில் நிறைய நாற்காலி களாகத் தெரிந்தன. இல்லை. நடுவில் ஒரு மேசையும் நான்கு நாற்காலிகளும். இப்படி இப்படி நூற்றுக்கணக்கான மேசைகளைச் சுற்றிய நான்கு நாற்காலிகள் வீதம். மேசையில் ஒரு வெள்ளை விரிப்பும், அதன் நடுவில் ஒரு சிறு பூச்செடியுடன் கூடிய உயரமான ஃப்ளவர் வாஸும் இருந்தன. சிவப்புநிற ஆப்ரான் கட்டிய ஆண் சிப்பந்திகள் தலைமுடியை வெள்ளைநிற சதுர கைக்குட்டை போன்ற துணிகளால் கட்டியிருந்தனர். பெண் சிப்பந்திகள் பெரும்பாலும் கால்சட்டையும் வெள்ளைநிற சட்டையும் அணிந்து மேலே சிவப்பு ஆப்ரானை, கழுத்துவழி கட்டியிருந்தனர். பட்டன் வழி பிரா தெரிந்தது. அடிக்கடி அவர்களுக்குள் ஏதோ பேசி அழகாகச் சிரித்துக்கொண்டனர். சுமார் ஐந்நூறு கஸ்டமர்கள் கூடியிருந்த பெரிய ரெஸ்டாரன்ட் அது. பணிப்பெண்களின் பிராவின் கழுத்துப்பட்டி இவ்வளவு சுத்தமாக இருக்கிறதே என்று யோசித்துக் கொண்டு லிடியாவைப் பார்த்துச் சிரித்தேன்.

எனக்கு அவர் பேசிய பல விஷயங்களில் ஈடுபாடு இல்லா விட்டாலும், அவர் சொல்லும் பாணியும் அவரது சிரத்தையும் சொல்லும் விஷயங்களில் அவருக்கு இருந்த அசைக்கமுடியா நம்பிக்கையும் என்னை ஈர்த்தன. அவை என்னை எந்த வகையிலும் மாற்றாவிட்டாலும், அவரது ஆளுமையில் ஓர் ஆழ்ந்த தன்மை இருப்பதாகக் கருதலானேன்.

அப்புறம் எங்கள் பேச்சு ஓவியங்கள் பற்றித் திரும்பியது.

'நான் சிறுவயதில் மிகுந்த சிரத்தை கொண்ட ஓவிய மாணவி. பல ஓவியங்கள் என் வீட்டில் தொங்குகின்றன. அவற்றில் பல பரிசுகள் பெற்றவை.'

'ஓ! அப்படியா?'

'ஆனால் இப்போது, அதாவது வளர்ந்த பிற்பாடு என் ஓவிய ஈடுபாடு, ஏனோ மறைந்துவிட்டது. என் தொழிலில் மட்டுமே ஈடுபாடு கொண்ட ஒற்றைப் பரிமாண மனுஷியாக மாறிவிட்டேன்.'

'ஐ ஸி...' என்று புன்முறுவல் காட்டினேன். தரையைப் பார்த்த அவர், திடீரென என்னைப் பார்த்து உதட்டுச்சாயம் ஒட்டும்படி தனது சிறிய இதழ்களைக் குவித்துவிட்டுச் சொன்னார்:

‘உண்மையைச் சொல்வதென்றால், நான் விமானத்தின் இடது பக்க சீட்டில் பார்த்த அன்றைக்குச் சரியாக ஒரு வாரத்துக்கு முன்பே உங்களை கனவில் பார்த்துவிட்டேன்.’

நான் வியப்புடன் அவரைப் பார்த்தேன். 'கனவிலா?'

‘ஆம். அதே உயரம், அதே முகம், அதே நிறச்சட்டை, முக்கியமாய் அதே பை... அந்தப் பையில் தொங்கும் உங்கள் முகவரி அட்டை!’

என் முகவரி அட்டையில் என் அலுவலக தொலைபேசி எண் இல்லையே! எப்படி அந்தத் தொலைபேசி எண்ணை நீங்கள் தெரிந்து கொண்டிருக்க முடியும் என்று கேட்கத் தோன்றினாலும் ஏதும் கேட்காமல் அமைதியானேன்.

‘உங்களிடம் மட்டுமே இவையெல்லாம் சொல்கிறேன். இன்னொரு போலிஷ் நாட்டவர் என்றால், இவற்றை நான் சொல்லியிருக்கவே மாட்டேன் தெரியுமா? ஒன்றில் கத்தோலிக்க மதபக்தியில் ஊறிப்போன அந்த என் போலிஷ் நண்பர், என்னை ஒருவித பைத்தியம் முற்றிப்போன நபர் என்று கருதி, பைத்தியக் கார ஆஸ்பத்திரிக்குப் போன் செய்வார். அல்லது ஒரு நமுட்டுச் சிரிப்பு உதிர்ப்பார்.’

எனக்கும் இவற்றில் எல்லாம் நம்பிக்கையில்லை என்று சொல்லி, இந்தப் பெண்மணியின் நட்பை உதறித் தள்ளவோ, அவரது நம்பிக்கையை நான் அசைத்துக் காட்டவோ விரும்ப வில்லை. நான் இந்தியாவிலிருந்து வந்திருப்பதாலும் அவரது கனவில் ஏற்கெனவே அறிமுகம் செய்யப்பட்ட நபராக இருப்பதாலும், அவருக்கு இப்படி எல்லாம் பேச உரிமையிருக்கிறது என்று எண்ணினேன். வைஜெங்கி பார்க்கின் இடிந்த அரண்மனை யையும் அதன்முன்பு அழுக்குப் படிந்த தண்ணீரில் கிடக்கும் மீன்களையும் வாத்துக் களையும் பார்த்தபடி அமர்ந்தேன். அந்த அரண்மனையின் முன்பு நின்று கொண்டிருக்கும் அம்மணமான கிரேக்கத் தேவதை சிலையின் வாளிப்பான உடலை மீண்டும் மீண்டும் பார்த்தேன். ஏனோ அந்த பார்க்கில் எனக்குப் பிடித்த இடம், அந்த காலத்து அரசர்களும் அரசிகளும் கூடியிருந்து நாடகம் பார்த்த அந்த ‘ஆம்பி தியேட்டர்’ என்றுதான் கூறவேண்டும். பாதி உடைந்தபடி நின்ற தூண்கள் என்னோடு பழங்காலம் பற்றிப் பேசின என்று கருதினேன். அந்த விஷயத்தை, பாதி நிஜத்திலும் பாதி கற்பனையிலும் இப்போது என்முன் அமர்ந்திருந்த லிடியாவிடம் கூறியபோது

மிகுந்த குதூகலம் கொண்டு,

'எஸ்... எனக்குத் தெரியும்! உங்கள் இந்தியர்களின் புராதன நினைவுகள் அவ்வளவு பலமானவை. அவை எப்போதும் கிளர்ந்தெழும் வல்லமைகொண்டவை என்பது எனக்குத் தெரியும்' என்று கூறி, தரையைப் பார்த்தபடி மெதுவாக என்னுடன் நடந்துகொண்டிருந்தார். ரெஸ்டாரெண்டிலிருந்து சற்றுதூரம் வந்துவிட்டோம். என் முகத்தை லேசாகச் சரித்து அவரது முகத்தைப் பார்த்தேன். தான் சொல்வதில் அவருக்கு கிஞ்சித்தும் சந்தேகம் இருப்பதாகத் தெரியவில்லை.

'நானும் என் அண்ணனும் சிறு வயதில் ஒன்றாக விளையாடுவோம். என் அண்ணன்தான் என் உலகம். அவன்தான் எனக்கு எல்லாம். நாளெல்லாம் அவனை உற்றுப்பார்த்துக்கொண்டே இருப்பேன். அவன் முகம் அப்படி ஒரு கவர்ச்சி கொண்டது. பன்னிரெண்டோ பதின்மூன்றோ வயதில் பார்வைக் கோளாறுக்குக் கண்ணாடி போட்டிருந்தான் என்றார்கள். ஆரம்பத்தில் அவன் கத்தோலிக்க பாதிரியாக ஆக விரும்பினான். வார்ஸாவுக்குச் சற்று தூரத்தில் லுப்ளின் என்று ஓரிடம் இருக்கிறது. அங்கு, பாதிரிகளைப் பயிற்றுவிக்கும் பள்ளி ஒன்று உண்டு. அதில் படிக்க விரும்பிப் போனான். அவனுக்கும் எனக்கும் மிகவும் வயது வித்தியாசம். நான் பிறந்தபோது எனக்குப் பெயர் வைத்தது அவன்தான் என்று என் அம்மா அடிக்கடி சொல்வார். அப்பா அப்போது எங்களுடன் வசித்தார். அம்மாவை விவாகரத்துச் செய்யவில்லை. அது ஒரு தனிக்கதை. என் அப்பாவை நான் பார்த்ததில்லை...' என்று நிறுத்தி என் முகத்தைப் பார்த்தார் அல்லது நெற்றியைப் பார்த்தார். நான் சிரித்தேன்.

'இந்த ஐரோப்பியர்களே இப்படித்தான் என்று நினைத்துக் கொள்கிறீர்கள் அல்லவா?'

அவரது உதட்டுச் சாயத்தை இரு உதடுகளிலும் சமமாகப் பரப்புவதுபோல் அழுத்திப் பதித்துவிட்டு, என் முகத்தைப் பார்த்துச் சிரித்தார்.

நானும் சிரித்தேன். அவர் எதிர்பார்த்ததற்கு மாறாக நான் ஏதும் பதில் சொல்லவில்லை. அமைதியாக முகத்தில் எந்த உணர்வும் வெளிப்படாதபடி நடத்தேன். ஒரு மரத்திற்கு அடியில் நின்று அதைப்பற்றி ஓர் ஆசிரியை போல் விளக்கம் கூறினார். மீண்டும் நடக்க ஆரம்பித்தோம்.

சற்றுநேர மௌனத்திற்குப் பிறகு தொடர்ந்தார்:

‘சிறு வயதில் என் அண்ணன், பல விசேஷமான பண்புகளைக் கொண்டவனாக இருந்தான். மிகவும் அமைதியானவனாக இருந்ததுபோலவே, மிகவும் குறும்பானவனாகவும் இருந்தான். கணிதத்தில் மிகுந்த புலமையுள்ளவன் என்பதை, சிறிய வகுப்பி லேயே நிரூபித்தான். ஒருமுறை அவனுடைய ஆசிரியை ஒரு கணக்கைத் தவறாக எழுதியிருக்கிறார். என் அண்ணன் எப்படியோ அதைக் கண்டுபிடித்திருக்கிறான். உடனே ஆசிரியை என்ன நினைப்பாரோ, பிற மாணவர்கள் என்ன நினைப்பார்களோ என்று யோசிக்காமல், அவரை ‘மிஸ் மிஸ்’ என்று பலமுறை அழைத்து, அவர் தவறாகக் கணக்கைப் போடுகிறார் என்று சொல்லி அவர் மீண்டும் திருத்தியபிறகுதான் அமைதியும் சந்தோஷமும் அடைந் தானாம்’ என்று சொல்லிவிட்டு சிரித்தார். லிடியா சிறு குழந்தையாக இருந்தபோது எப்படிச் சிரித்து இருப்பாரோ அதே மனநிலையை மீண்டும் பெற்று விழுந்து விழுந்து சிரித்து ஓய்ந்தபோது, நான் அவரைச் சற்று வியப்பாகப் பார்த்தேன். இப்போது குட்டையான இன்னொரு வகை செடிகளுக்கருகில் நின்று முள்போல் காட்சி தந்த அந்த இறுகிய பச்சை இலை செடியைச் சற்றுநேரம் பார்த்தபடியும் யோசனையை எங்கோ படரவிட்டபடியும் பேசலானார் லிடியா.

‘என் அண்ணன் குழந்தையாக இருந்தபோது பிறர் தவறு களைக்கூட தனது தவறாக நினைக்கும் அவன் பண்பு, ஆசிரியர் களுக்கும் அவனது நண்பர்களுக்கும் வீட்டில் உள்ளவர்களுக்கும் துல்லியமாக விளங்க ஆரம்பித்தது. இன்னொரு சம்பவம்கூட என் நினைவுக்கு வருகிறது...’ என்று சொன்னவர், திடீரென்று என்முன் வந்து என்னை வழிமறிப்பது போல் நின்று பார்த்தார்.

‘மன்னிக்க வேண்டும். உங்களை இங்கே அழைத்துவந்து ஊரைச் சுற்றிக் காட்டுகிறேன் என்று கூறிவிட்டு, என் அண்ணனைப் பற்றிக் கூறி போர் அடிக்கிறேனா? மிகவும் மன்னிக்க வேண்டும். உங்களுக்கு நான் சொல்வது பிடிக்கவில்லை. அப்படித்தானே?’

மிகவும் வருத்தப்படுபவர் போல் நின்று, என் முகத்தைக் கூர்ந்து பார்த்தார்.

‘அப்படி ஒன்றும் இல்லை. நீங்களே ஏதோ ஒன்றைக் கற்பனை செய்து கொண்டு உங்களை வருத்திக்கொள்கிறீர்கள். உண்மையைச் சொல்லப் போனால், உங்கள் அண்ணன் மூலம் நான் போலந்து

நாட்டைப் பற்றியும் உங்கள் கலாச்சாரத்தில் இருக்கும் உள் விஷயங்களைப் பற்றியும் அறிய ஆரம்பித்துள்ளேன்...'

'ஓ.. அப்படியா, ரொம்ப சந்தோஷம்! நான் எப்போதும் இப்படித்தான்! சந்தேகமும், சுயவெறுப்பும், சுயஎள்ளலும் எல்லைமீறி போக, என்னையே துன்புறுத்திக்கொள்கிறவள்.'

இப்போது எனக்கு அந்தப் பெண்ணைப் பார்க்க, பரிதாபமாக இருந்தது. உடனே அவர் சுதாரித்துக்கொண்டு, முகத்தில் ஏறிய துயரச் சாயலை மிக வேகமாய் மாற்றிக்கொண்டார். பின்பு சொல்லிவந்ததைத் தொடராவிட்டால் நான் தவறாக எண்ணுவேன் என்று கருதிப் பேசுபவர் போல், இரண்டு மூன்று முறை என் முகத்தைப் பார்த்துப் பார்த்துச் சொல்ல ஆரம்பித்தார். இவ்வளவு உணர்ச்சிவசப்படுகிறவரா இவர் என்று நினைத்தபடி, அவர் பேசுவதைக் கவனிக்க ஆரம்பித்தேன்.

'என் அண்ணன் ஒருமுறை செய்த காரியத்தைப் பாருங்கள். எனக்கு எட்டாவது பிறந்தநாளுக்கு என் பாட்டி ஒரு பரிசு கொடுப்பதாக வாக்கு கொடுத்திருந்தார். அதன்படி ஒரு ஸ்டடி டேபிள் வாங்கிக் கொடுத்தார். நான் அதை காரில் கொண்டு வந்ததும் எனக்குக் கொடுக்கப்பட்டிருந்த தனி அறையைப் பூட்டி விட்டுப் பல மணிநேரம் செலவு செய்து அதே அறையைப் புத்தகம் முழுதும் எங்கே எப்படி அடுக்குவது, படுக்கை எங்கே போடுவது, ஸ்டடி டேபிள் எந்த மூலையில் போடுவது என்று எல்லாவற்றையும் என் விருப்பப்படி ஒழுங்கு செய்தேன். பின்பு, அந்த அறை மிக அழகாக இருக்கிறது என்று எண்ணியபடி அறையைப் பூட்டிக்கொண்டு இரவு பிரார்த்தனைக்குப் பாட்டி யுடன் போய் அமர்ந்தேன். பின்பு உணவு சாப்பிட்டோம். அதன் பின்புதான் நடந்த விஷயங்கள் உங்களுக்குச் சுவாரஸ்யம் தரத் தக்கவைகளாக இருக்கும்' என்று சொல்லிக்கொண்டு வந்ததை நிறுத்தி விட்டு, அருகில் வளர்ந்திருந்த ஒரு செடியின் அருகில் வந்து, 'இந்த மாதிரி செடி உங்கள் இந்தியாவில் உண்டா?' என்று ஒரு செடியைக் காட்டினார். அச்செடியில் இலைகளே இல்லை. ஆனால் கொழுகொழுவென்று உள்ளே யிருக்கும் பச்சை, தண்டுப் பகுதிகளில் தடித்திருப்பதன் மூலம் தெரிந்தது. எந்த நேரமும் வெடித்து இலைகள் வெளியே வந்துவிடுவதுபோல் அந்தச் செடி நின்றது. 'பனி விழும் பருவம் முழுதும் வெறும் குச்சிபோல் நிற்கும் இந்தச் செடிக்கு, மீண்டும் இந்தப் பருவம் மறைந்தவுடன் உயிர் வந்துவிடும்!'

நான் 'தொடருங்கள்' என்று கூறியபோது, உண்மையிலேயே சந்தோஷப்பட்டார் என்று அறிந்தேன்.

'பிறகு சாப்பாடு முடிந்தபிறகு எங்கள் குடும்பத்தினர் எல்லோரையும் - என் தாத்தா, பாட்டி, அம்மா, ஒரு தங்கை, ஒரு அக்கா, இந்த அண்ணன் அத்தனை பேரையும் - அழைத்துவந்து காட்டினேன். எல்லோரும் நான் அறையை அழகாக அமைத் திருக்கிறேன் என்று என்னைப் பாராட்டிவிட்டுப் போனார்கள். இனி, கவனியுங்கள். அடுத்து நடந்தது என்ன என்று சொல்கிறேன்...'

கூறியவர் வானத்தைப் பார்த்தார். வெளிச்சம் ஓரளவு மங்க ஆரம்பித்திருந்தது. பார்க்கின் மேடான ஒரு பகுதியில் அதிகமான படிகள் அமைந்திருந்த பகுதி அது. மெதுவாக அந்தப் படிகளில் ஏற ஆரம்பித்தோம்.

'நான் மகிழ்ச்சியுடன் புதிய முறையில் அடுக்கப்பட்ட புத்தகங்கள், புதிய திசைக்கு மாற்றப்பட்ட ஸ்டடி டேபிள், அதன்மீது வைத்த டேபிள் லாம்ப், புதிய கோணத்தில் போடப் பட்ட என் சிறிய படுக்கை என்று ஒவ்வொன்றையும் பல்வேறு கோணங்களில் நின்று பலமுறை ரசித்தேன். விளக்கை அணைத்து விட்டுத் தூங்கப் போனேன். நான் தூங்கும்போது அறையை அடைக்கக் கூடாது. எனக்கு வயது வந்த பிறகு அடைக்கலாம் என்பது என் தாத்தாவின் நிபந்தனை. அதனால்தான் என் அறையை அடைக்காமல், விளக்கை அணைத்துவிட்டுப் படுத்தேன். காலையில் பார்த்த போதுதான் இரவில் என்ன நடந்தது என்று புரிந்தது. எனக்கு உலகில் இல்லாத கோபம் வந்துவிட்டது. அறை முழுதும் மாறியிருக்கிறது. நான் மேற்குப் பக்கம் போட்ட ஸ்டடி டேபிள் கிழக்குப் பக்கத்தில் கிடக்கிறது. டேபிள் லாம்ப் இருந்த திசை மாறியிருக்கிறது. என் புத்தக அலமாரி வேறு ஒரு கோணத்தில். ஒருசில ஓவியங்கள் அறைச்சுவரில் புதிதாகத் தொங்குகின்றன. தரையில் வேறு நிறத்தில் உள்ள கார்ப்பெட் விரிக்கப்பட்டிருக்கிறது. எனக்குப் பிடித்த வர்ணங்கள் என்று நான் அமைத்திருந்தவை எல்லாம் மாறியுள்ளன. எனக்கு மஞ்சள் டேபிள் விரிப்பு பிடிக்கு மென்றால், அங்கு நான் கண்டது நீலம். எனக்கு இளஞ்சிவப்பு படுக்கை விரிப்பு பிடிக்கு மென்றால், அங்குக் கண்டது இளம்பச்சை. எனக்குச் சதுரமான ஸ்டடி டேபிளின் நாற்காலிகள் பிடிக்கும் ஆனால், அங்குக் கிடப்பது வட்ட வடிவம். இப்படி... இப்படி... எனக்கு வந்த கோபத்துக்கு அளவில்லை. உங்களுக்குக் கற்பனை பண்ணிப்

பார்க்க முடியும்தானே! ஒரு சிறு பெண்குழந்தை எவ்வாறு அன்று சின்னா பின்னப்படுத்தப்பட்டாள்...' சொல்லிவிட்டுச் சிறு புன்முறுவலுடன் நின்றவர், மீண்டும் வானத்தைப் பார்த்துவிட்டுத் தூரத்தில் எதையோ காண முடியாததைப் பார்ப்பதுபோல் பார்த்தபடி தொடர்ந்தார். நான் இடையில் புகுந்து சொன்னேன்:

'உங்க அண்ணன் இரவோடிரவாக வேலை மெனக்கட்டு வந்து நீங்கள் போட்ட எல்லாவற்றையும் மாற்றிப் போட்டு இருக்கிறார்.'

இப்படி நான் சொன்னதும் இருவரும் எங்களை மறந்தபடி சிரித்தோம். அவருடைய கதைசொல்லலில் நானும் இடைபுகுந்து இப்படித் தொடர்ந்தது லிடியாவுக்கு மிகவும் பிடித்திருந்தது. அதனால் அவர் மிகவும் மகிழ்ந்தார் என்பது அவருடைய நடவடிக்கைகளில் தெரிந்தது. என்னை அடிக்கடித் தொட்டார். பொதுவாக ஓர் இந்திய ஆண், ஒரு பெண் தொடுவதை வேறு அர்த்தத்தில் எடுப்பான். நான் அப்படி எடுக்காமல், அவர் மிகவும் சந்தோஷப் படுகிறார் என்று அவரை வெறித்தபடி பார்க்காமல், அவருக்குப் பாந்தமாக அவர் உடலோடு ஒட்டியபடி நடந்தேன். ஓரிருமுறை என் கைகளைக்கூட பிடித்துக்கொண்டு பேசலானார்.

'பாருங்கள்! அந்தச் சிறுவயதில் என் அண்ணன், அவன் உலகத்துக்குள் அவனுடைய சின்ன தங்கச்சி அடக்கம் என்று கருதியிருக்கிறான். அதன்பிறகு நான் ஏன் அவனைக் கலந் தாலோசிக்காமல், தன்னிச்சையாய் அன்று அறையை ஒழுங்கு படுத்தினேன். எந்தச்சாத்தான் என்னை அப்படிச்செய்யத்தூண்டியது என்று வருத்தப்பட்டிருக்கிறேன். அன்று படித்த பாடம், நான் என் அண்ணனுக்குள் அடக்கம் என்பது! எனக்கென்று ஒரு தனி வாழ்க்கையில்லை; எனக்கென்று ஆலோசனைகள் இல்லை; எனக்கென்று ரசனைகள், ரகசியங்கள், ஆசாபாசங்கள் ஏதும் இல்லை என்று அறிந்தேன். நான் பெரியவளானபோது, என் ஆடையில் விழுந்திருந்த இரத்தக்கறையைப் பார்த்து பயந்து போய், ஓடிப்போய் விழுந்தது அவனது மடியில். எல்லாமாக ஆகிப்போனான் என் அண்ணன்!'

திடீரென்று நிறுத்திவிட்டு என்னைப் பார்த்த லிடியா, நான் ஏதும் குறுக்கிட்டுப் பேசாததைக் கண்டு சற்றுநேரம் வலது காலில் அணிந்திருந்த முனைகூடிய ஷூவால் தரையைத் தட்டியபடி நடந்தார்.

'அதனால்தான் அவன் இறந்தபிறகு அவனாய் வாழ்ந்து

கொண்டிருக்கிறேன். அவன் இறக்கவில்லை என்று எனக்கு நானே நிரூபித்துக்கொள்வதில் தான் என் வாழ்க்கை அடங்கியிருக்கிறது. அவனது ஆசாபாசங்கள், தேடல்கள், அவனது வாழ்க்கையின் தொடர்ச்சியைச் சாத்தியப்படுத்துதல் இவற்றில் என் கடந்த காலமும் எதிர்காலமும் அடங்கியிருக்கின்றன.'

லிடியா எனக்கு எதிர்ப்பக்கத்தில் முகத்தைத் திருப்பிக் கொண்டார். பிரவுன் லெதர் பேக்கைத் திறந்து டிஷ்யூ பேப்பர்களை எடுக்கத் துளாவினார். அவரது குரல் கம்மியதைக் கேட்டபோது, நான் அவரது வியாகூலத்தை எனக்கும் அவருக்குமான உறவில் ஆழமாகப் பதிக்க விரும்பாததால், அவரைத் திரும்பிப் பார்க்க வில்லை. ஒருவேளை அவரது கண்களில் இருந்து அந்தக் கணத்தில் ஓரிரு சொட்டுக் கண்ணீர்த் துளிகள் வடிந்திருக்கலாம் என்று கருதினேன். ஆனால், அதனைக் கவனிக்காதவன் போல நடந்தேன். ஒரே ஒரு நாள் பழக்கத்தில் பல நாட்கள் பழகியவர் போல பேசி, உணர்ச்சிவசப்பட்டு, தன் வாழ்வின் அந்தரங்கங்களை இவ்வளவு வெளிப்படையாய் பேசிய வெளிநாட்டவர்களை நான் சந்தித்த தில்லை. இது அவரது நாடு. இந்த 'பார்க்' அவரது நாட்டின் வரலாற்றின் முக்கியமான பகுதி. அந்தத் தரையில் நடக்கும்போது இந்த உரிமை உணர்வு அவருக்குத் தோன்றியதால் இப்படிப் பேசுகிறார் என்று எண்ணினேன்.

தூரத்தில் ஷோபின் என்ற இசைஞானியின் உலகப் புகழ்பெற்ற, சிலை தெரிந்தது. அதன் அருகில் ஓர் இசை நிகழ்ச்சி நடந்து கொண்டிருந்தது. தலையைக் குனிந்தபடி ஷூவால் தரையைத் தட்டியபடி நடந்த லிடியாவின் வாயிலிருந்து அடுத்ததாக வந்த வாசகங்கள் அவர் அப்படி நினைக்கவில்லை என்பதைக் காட்டின.

'ஸாரி! ஒரே ஒரு நாள் பழக்கத்தில், என் வாழ்க்கையில் இப்படி தொடர்ந்து பாதுகாத்துக் கொண்டிருப்பதும் அந்தரங்கம் மிக்கதுமான பல விஷயங்களை உங்களிடம் சொல்லும்படி ஏன் என் உள்குரல் தூண்டியது? முக்கியமாய் உங்கள் நாடும் அதன் சரித்திரமும் நீங்கள் எப்படிப்பட்டவரோ எனக்குத் தெரியாது. என் அண்ணன் வாழ்ந்த பல முக்கியமான விஷயங்களின் பிரதி பலிப்பாய் உங்களைக் கருதினேன். அன்று கனவில் பார்த்த அதே முகத்தை வியன்னாவிலிருந்து வருகையில் விமானத்தில் பார்த்ததும், எனக்கு ஏதேதோ உணர்வுகள் தோன்றிவிட்டன. நாம் இருவரும் முற்பிறப்பில் சந்தித்திருக்கிறோம் என்றே நினைக்க

ஆரம்பித்துவிட்டேன். அன்று வீட்டுக்குப் போனதும் என்ன செய்தேன் தெரியுமா? என் அண்ணனுடைய சிறு வயது புகைப் படங்கள், கடிதங்கள், அவனுக்கு இந்திய நண்பர்கள் அனுப்பிய நினைவுப் பொருட்கள், ஓலைச்சுவடிகள் என்று நான் பாதுகாக்கும் அத்தனைப் பொருட்களையும் என்முன் வாரிப்போட்டு அழுஅழு வென்று அழுது தீர்த்தேன். சரி... ஏதேதோ பேசிக்கொண்டே போகிறேன். ஏதோ போலந்து நாட்டு பைத்தியக்கார ஆஸ்பத்திரி யிலிருந்து தப்பிவந்த ஒரு பிரகிருதியாய் என்னை நீங்கள் நினைக்க மாட்டீர்கள் என்று நம்புகிறேன்.'

ஏதோ ஒரு ஹாஸ்யத்தைச் சொன்னவர் போல மூக்கின் இரு பக்கச் சதையும் மேலேற சிரித்தார். கண்கள் மின்னின. ஒருகணம்! மீண்டும் சீரியஸாக தரையைப் பார்த்து அவர் நடக்க ஆரம்பிக்கும் போது நான் கூறினேன்.

'கண்டிப்பாக அப்படிக் கருதமாட்டேன். ஒருவேளை அப்படிக் கருதினாலும், உங்களை அழைத்து உங்களிடம் விஷயம் அப்படியா என்று தெளிவுபடுத்திவிட்டு, அதற்கப்புறம் தான் முடிவெடுப்பேன்' என்றேன். 'ஓ' என்று குறும்பான இளம்பெண் செய்வதுபோல் தரையில் அழுத்தமாக வலது கால் ஷூவின் குதிகாலை இடித்தார். இருவரும் கொஞ்சநேரம் மனம்விட்டுச் சிரித்தோம். அப்போது எதிரில் ஷோபின் இசை ஞானியின் சிலை வழக்கம்போல் முறுகி வளைந்தபடி நின்றிருந்தது. ஷோபின் சிலையில் ஏதோ ஒன்று என்னைக் கவர்ந்தது. அருகில் நடந்துகொண்டிருந்த இசைக் கச்சேரியும் ஜனக்கூட்டமும் ஒரு கிளர்ச்சியைத் தந்தது உண்மைதான் என்றாலும், இந்தச் சிலை இருந்ததால்தான் அந்தக் கச்சேரியும் அங்கிருந்து புறப்பட்ட ஒலி வெள்ளமும் அர்த்தம் பெற்றதுபோல் எனக்குப்பட்டன.

அந்த இளைஞர்களும் இளைஞிகளும் வயதான ஆண்களும் பெண்களும் என்று கூடியிருந்தவர்கள்கூட, அந்தச் சிலையின் முறுகி வளைந்து தெரியும், வளைந்து மேலேறும், வட்டத்தன்மை உருவாக்கிய உள்சக்தியின், மையத்தின், மாயவெளித் தோற்றமாய் தெரிந்தார்களே ஒழிய வேறு ஏதுமில்லை என்று மனது கூறியது.

சிலையை அருகில் சென்று நேராகப் பார்த்தேன். சிலையின் கண்கள் நான் பார்த்த திசைக்கு வலதுபுறமாய் திரும்பி தூரத்தில், மிகத் தூரத்தில், வானைக் கடந்து பார்த்தன. எதைப் பார்க்கிறார், அந்தச் சிலை வழி ஷோபின் என்று தெரியாது. தெரியாமையின்

நிதர்சன ரூபம்தான் இசை!

மூக்குக்கு நேர்மேல் ஒரு கற்றை முடிக்குவியல் எழுந்து நிற்பதாய் சீவப்பட்ட தலை. இடதுகையின் முட்டுக்குக் கீழ்ப்பாகம் சற்றுச் சமச்சீரற்றது போல் அதிகப் பருமனாகத் தென்பட்டது. முகத்தின் இடது கன்னத்தில் ஒளிபட்டுத் தெறிப்பது போல் சிலை வடிக்கப் பெற்றிருக்கிறது. அலை அலையாய் இடது கால்வழி, ஆடை காற்றில் இசையின் ஒழுங்கு போல் ஒன்றின் மீது ஒன்றாய், அடுக்கடுக்காய் தெரியும் மடிப்புகள். மிக நீளமான பாதங்கள். பாதங்களும் கால்களும் கைகளும் இடதுபுறமாய் பார்த்தபடி இருக்க, இடுப்புக்கு மேல் உடல் நேர் எதிர்ப்புறமான வலது பக்கத்தை நோக்கி முறுகித் திரும்ப, தலை பெரும்பாலும் வலதுபுற ஓரத்துக்குத் திரும்பியிருக்கிறது. கால்களுக்கு முற்றிலும் நேர் எதிர்ப்புறமான வலது திசையை, தலையால் எட்ட முடியவில்லை. இன்னொரு முக்கிய விஷயம்: சிலையை வடித்திருக்கிற சிற்பியின் நோக்கம்! ஷோபினுடைய தோளில் கிடக்கிற ஆடையும், அருகில் காணப்படுகிற மரமும் தலைக்குப் பின்புறம் இணைந்து, ஒரு பெரும்புயலில் அடித்துக்கொண்டு போகப்படுகிற தோற்றம். அந்தப் புயல், இசை!

மொத்தத்தில் அபூர்வமானதாக எனக்குப்பட்ட அந்தச்சிலையை மீண்டும் மீண்டும் பார்த்து, நான் என் மன ஏட்டில் பதித்துக் கொண்டிருப்பதைக் கவனித்த லிடியா, என்னளவுக்குச் சிலையில் ஆழ்ந்து ஈடுபடவில்லை. அவர் கண்கள் எங்கோ தூர வானத்தில் மேகங்கள் விலக, இடையில் தெரிந்த நீல வானத்தைப் பார்த்தன. திடீரென, 'போதும் இன்றைக்கு என் அண்ணன் கதை. இனி, நீங்கள் உங்களைப்பற்றிச் சொன்னால்தான் நான் உங்களோடு பேசுவேன்' என்று செல்லமாய் கோபப்படுவது போல அவரது ஆள்காட்டி விரலை என்னை நோக்கிக் காட்டிவிட்டு, பின்பு வலதுபுறமாய் நடந்துகொண்டிருந்த அவர், அனுசரணையாக என் வலதுகையின் கடைக்குட்டி விரலைப் பிடித்தார்.

சற்றுநேரம் மௌனமாக இருவரும் நடந்தோம். அவரது அண்ணன் பற்றிய நினைவு, என்னையும் அறியாமல் பிரக்ஞைக்குள் புகுந்தது. அது கிளப்பிய உணர்வலைகள், ஒவ்வொன்றாக என் மனதில் எழ ஆரம்பித்தன.

3

ஒவ்வொன்றாக லிடியாவிடம் சொல்ல ஆரம்பித்தேன்.

இப்படித்தான் ஒருவன் தன் வாழ்க்கையைப்பற்றி அறிமுகப் படுத்துவானா என்று எனக்குத் தெரியாது. ஆனால், லிடியாவிடம் நான் என்னைப்பற்றி அறிமுகப்படுத்தியது இப்படி:

'எனக்கு, எங்கோ தூரத்தில் நெருப்புப் பற்றிக்கொண்டு இருக் கிறதை அறியும் திறமை என் பன்னிரண்டாவது வயதிலிருந்து நின்று போனது' - இப்படிக் கூறி நிறுத்தினேன்.

'உங்கள் கதை இன்னும் சுவாரஸ்யமிக்கதாக இருக்கும் போலிருக்கிறதே!' என்று கூறி என்னைப் பார்த்தார் லிடியா.

'என் அம்மா ஒரு மங்கோலிய முகம் கொண்டவர். தென் இந்தியாவில் தமிழ் பேசும் ஒரு குக்கிராமத்தில் வாழும் நில உடைமையாளர்கள் என்று அழைக்கப்படும் ஒரு குடும்பம் என்னுடையது. என் தாத்தா இரண்டாம் உலக யுத்தத்தின் போது பர்மாவிலிருந்து புறப்படுகையில், வழியில் கிடைத்த பற்பல பொருட்களைக் கொண்டுவந்திருக்கிறார். பர்மாவிலுள்ள பொம்மைகள், சொக்கட்டான் ஆடும் மரப்பலகைகள்... இப்படி அப்போதுள்ள பர்மா சாமான்கள் பலதும். கூடவே, உயிருள்ள ஒரு நாய்க்குட்டியையும் தூக்கிக்கொண்டு வந்திருக்கிறார். அது என் அம்மா. ஆமாம்! என் அம்மாவுக்கு மூன்று வயது, என் தென்னிந்திய தாத்தா அவளைத் தூக்கிக்கொண்டு வந்தபோது!'

'ஓ காட்! அப்படியென்றால், உங்கள் தாத்தா உங்கள் அம்மாவின் அப்பா அல்ல?'

'இல்லை... யாரோ ஒரு புண்ணியவான்தான், என் அம்மா என்ற ஒரு பர்மியப் பெண்ணைத் தன் மகளாக ஒவ்வொரு நிமிடமும் பாதுகாத்து வளர்த்து வளர்த்து, எந்த வேறுபாடுமின்றிக் கண்காணித் துத் தன் மகளைப் போல் வரதட்சணையாகத் தனது நிலத்தில் ஒரு பகுதியைக் கொடுத்துத் தனது சாதியைச் சார்ந்த ஒருவருக்குத் திருமணமும் முடித்திருக்கிறார். அந்த வகையான ஒரு பர்மியப் பெண்ணுக்குப் பிறந்தவன்தான் நான்.'

'என்னது அந்த நெருப்புப்பற்றி அறியும் உங்கள் திறமை?' என்று என் சம்பந்தப்பட்ட இன்னொரு விஷயத்தை லிடியா ஞாபகப் படுத்த, அந்த விஷயத்துக்கு என் பேச்சு தாவியது.

'ஓ, அதா? எனக்குப் பரம்பரைச் சொத்தாக என் அம்மா வழியில் வந்து சேர்ந்தது. நெருப்புப் பற்றும் ஒரு ஞாபகம். என் அம்மா எங்கள் ஊரில் எங்கு நெருப்புப் பற்றி எரிந்தாலும், வீட்டில் சர்வ சாதாரணமாக அமர்ந்து வேலைபார்த்தபடியே, இத்தனை மைலில் இவ்வளவு புகையுடன், நெருப்புப் பற்றிக்கொண்டிருக்கிறது என்று சொல்லும் திறமைகொண்டிருந்தார். அவருடைய பன்னிரண்டாவது வயது வரை நெருப்புப் பற்றுவதற்கு நான்கு மணி நேரத்திற்கு முன்பே சொல்வார். அப்போதெல்லாம், அதாவது ஆயிரத்துத் தொள்ளாயிரத்து ஐம்பத்தேழில் அம்மாவுக்குப் பன்னிரண்டு வயது. யாராவது பெரியவர்கள் அம்மா சொல்வதைக் கேட்டு, கிராமத்தில் உள்ள ஒரு பண்ணை வேலைக்காரனை அழைத்து இன்ன இடத்தில் நெருப்புப் பற்றப்போகிறதென்று லஷ்மி (அம்மாவின் பர்மியப் பெயர் யாருக்கும் தெரியாது) சொல்கிறாள். அந்த இடத்தில் போய்ச் சொல்லிவிட்டு வா என்று சொல்லி அனுப்புவார்கள். அந்த வேலைக்காரன் விபரம் தெரியாதவனாக இருந்தால், சைக்கிளிலோ பஸ்ஸிலோ போய்ச் சொல்லிவிடலாம் என்று நினைத்து அந்த இடத்திற்குப் போய்ச் சேரும்முன் நெருப்பு எரிந்து, சாம்பல் மேடாகி, ஆட்கள் 'அய்யோ அய்யோ' என்று அடித்துக்கொண்டு இருப்பதைப் பார்ப்பான். ஆள் சேதம் இருந்தால், தன்னால் தான் அந்த ஆள் இறந்து போனதாய் எண்ணி இரண்டு நாள் சாப்பிடாமல் இருப்பாள் அம்மா. வேலைக்காரன் அந்தக் காட்சி மறப்பது வரை தனியாய் அலைந்துவிட்டு, மூன்றாம் நாள் ஏதோ சால்ஜாப்பு சொல்லிவிட்டு வேலைக்கு வருவான். வந்ததும் அவன் என் அம்மாவைப் பார்க்கும் பார்வையில், அம்மா தன்னைப் பற்றிய இரண்டுவித உணர்வுகளைப் பெற ஆரம்பித்தாள். தான் பயப் படக்கூடிய ஒரு சிறுமி; அதுபோல் தனக்குள் தன்னால் அடக்கிக் கொள்ள முடியாத ஒரு கதையிருக்கிறது என்று கருதுவாள்.

'அந்த அழகிய கிராமத்தில்தான் சிறுவயதில் நான் பிறந்து வளர்ந்தேன். நான்கு பக்கமும் இயற்கை வனப்புமிக்க அழகிய மலைகள். நடுவில் அதிகமான விவசாயப் பண்ணைகள். எப்படி என் அம்மா அந்தக் கிராமத்தில் காலத்தைக் கழித்தார் என்று எனக்குத் தெரியாது. அடிக்கடி என் தாத்தாவைப் (அவர் இன்னொரு ஊரில் வாழ்ந்துகொண்டிருந்தார்) பார்க்க நானும் அம்மாவும் போவோம்.

நான் ஓரளவு அப்பா போல் தோற்றத்தில் இருந்ததால், எனக்குத் தென்னிந்திய முகச்சாயல் இயற்கையாகவே வந்திருந்தது. ஆனால், அம்மா ஒருவித பர்மிய முகச்சாயலுடன்தான் இருந்தார். தென்னிந்தியாவில், குறிப்பாக தமிழ்நாடு என்று அழைக்கப்படும் மாநிலத்தில், முற்றிலும் மாறுபட்ட முகச்சாயலும் நிறமும் கொண்ட கிராம மக்களிடையே, தடித்த இமைகளும் ஓரளவுக்கு மூடிய கண்களின் தோற்றத்துடன் சிறிய குடமிளகாய் போன்ற வழுவழுப்புமிக்க மூக்குடனும் வட்டமான முகத்துடனும் மஞ்சள் நிறத்துடனும் என் அம்மா எல்லோராலும் திரும்பிப் பார்க்கத்தக்க ஒரு விசித்திரமான பெண்ணாய் வாழ்ந்தார். அவருடைய ஒரே ஒரு கேடயம், கிருஷ்ணசாமிக் கவுண்டரின் மகள் லஷ்மி என்ற அடையாளம்! என் தாத்தாவுக்கு இந்தப் பெண், பிற பெண்கள் போல் ஒரு மகள். அவருக்கு மொத்தம் ஐந்து மகள்களும் ஒரு மகனும். என் அம்மா அவருடைய நான்காவது பெண். அம்மாவுக்கு அடுத்த தங்கை, என் தாத்தாவுக்கு அவர் பர்மா வழி மலேசியாவிலிருந்து வந்த பின்பு பிறந்தார். அந்த ஐந்தாவது மகளும் லஷ்மி என்ற பர்மியப் பெண்ணும் இணைபிரியா சகோதரிகள். அதனால் என் அம்மாவுக்கு மனதளவில் தான் வேறுநாட்டவள், இனத்தவள் என்ற பேதமோ உணர்வோ எப்போதும் இருந்தது கிடையாது. பர்மிய மொழி எப்போதோ அம்மாவுக்கு மறந்து போனது. நினைவில்கூட ஏதும் எஞ்சாத வெறும் மூன்றாவது வயதில் தென்னிந்தியாவுக்கு வந்துவிட்டவர் அவர்'.

'டோன்ட் யூ திங்க் இட்ஸ் ஹாரிபிள்? இவரா உங்கள் அம்மா?'

'ஏன் பயங்கரமாகத் தெரிகிறதா?'

'இல்லை... சரித்திரம். மரபணு, வம்சம், ரத்தம்... இப்படி இப்படிச் சொல்லி இரண்டாம் உலக யுத்தத்திற்கு இடப்பட்ட அத்தனை தத்துவரீதியான அடிப்படைகளையும் தென்னிந்தியாவில் ஒரு மனிதர், மனித அன்பால் உந்தப்பட்டு ஒரு குழந்தை பரிதாபமாகச் சாகக்கூடாது என்ற ஒரே எண்ணத்தில் உதறி எறிந்திருக்கிறார்' என்று லிடியா கூறியபோது ஆச்சரியத்தை வெளிப்படுத்த, அவரின் உதடுகளில் கைகளை வைத்து என்னை உற்றுப்பார்த்தபடி வழக்கம் போல் வாயிதழ்கள் இரண்டையும் அழுத்தி ஒட்டி ஒட்டி இரண்டு முறைப் பதித்தார்.

'ஹாரிபிள்...' என்று மீண்டும் ஒருமுறை கூறிவிட்டு மேலே தொடருங்கள் என்பது போல், 'ம்' என்றார்.

35

'என் அம்மா மிகமிகச் சாது. நான் வளர்ந்தபோதுதான் அம்மாவின் மிகமிக வித்தியாசமான சரித்திரத்தை அறிந்து வியந்தேன். அதனோடு சேர்ந்து என் சரித்திரம் - என் ரத்தம் - தென்கிழக்காசியாவின் மொத்தப் பரப்பளவையும் பிரதிநிதித்துவப் படுத்தும் ஒன்று என்பதையும் அறிந்தேன். ஆனால், எந்தத் தமிழ்ப் பெண்ணையும் போல் கிராமத்து உச்சரிப்பில் அழகாகத் தமிழ் பேசிக் கலகலப்பாக இருக்கும் அம்மா, எங்கள் கிராமத்துப் பண்ணையார் வீட்டுப் பெண்களைப் போல் உடுத்துவார், பேசுவார், கைகால் அசைப்பார்.. முகம் மட்டும் இவர் வேறு என்று காட்டும். மற்றபடி அச்சடையாளம் ஒரு தென்னிந்திய மகள்தான். நான் சொன்னது போல் பன்னிரண்டாம் வயதுவரை எங்குத் தீ எரிந்தாலும் அம்மாவுக்குத் தெரியும்!'

'ஹா... ஒண்டர்ஃபுல்' என்று கூறி, தொடர்ந்து கவனித்தார்.

'எனக்கும் என் அம்மாவுக்கும் அவ்வளவு நெருக்கமான உறவு. என் ஒவ்வொரு உணர்வையும் அம்மா அறிவார். பள்ளிக்குப் போகும்போது பற்பல சம்பவங்கள்... பள்ளியிலிருந்து வந்ததும் 'அம்மா' என்று அழைத்தபடி அம்மாவின் அருகில் போகும் போதே...

'அந்தப் பையன் உன்னை அடித்துவிட்டான். நீ திரும்பி அடிக்காதே' என்பாள். உண்மையில் நானும் என் வகுப்பில் படிக்கும் என்னைவிட அதிகம் வளர்ந்த ஒரு பையனும் அன்றிலிருந்து பேசுவதில்லை என்று முடிவெடுக்கும்படியான சண்டை ஒன்று அன்று நடந்திருக்கும். அம்மாவுக்கு எப்படித் தெரியுமென்று நானும் கேட்க மாட்டேன்; அம்மாவும் சொல்ல மாட்டார். அந்தளவு எனக்கு என்ன நடந்தாலும் தெரிந்து கொள்ளும் ஓர் இரத்த உறவு சார்ந்த ரகசிய சமிக்ஞை எனக்கும் என் அம்மாவுக்கும் நடுவில் இருக்கும். நானும் என் அம்மாபோல பன்னிரண்டாம் வயதுவரை எங்கு தீயெரிந்தாலும் அறிந்து கொள்ளும் ஒருவகை அறிவைப் பெற்றதும் என் அம்மாவழி கொடுப்பினை என்றுதான் கூறவேண்டும்.' நான் கூறிவிட்டு அங்கே நிறுத்தினேன். ஒருவித ஆச்சரியத்தோடு பார்த்தார் லிடியா.

'லிடியா, ஆச்சரியப்படுவீர்களா! நான் நெருப்பாலும் நீராலும் செய்யப் பட்ட மனம் கொண்டவன் என்று சொன்னால்?' என்று கூறி லிடியாவின் கண்களை உற்றுப்பார்க்க, அவரது ஆச்சரியம் இன்னும் பன்மடங்கானது. நான் தொடர்ந்தேன்:

'என் அப்பாவுக்கும் ஒரு தனிப்பட்ட குணம் உண்டு. எங்கு நூற்றுக் கணக்கான அடி ஆழத்தில் நீர் இருந்தாலும் அவருக்குத் தெரியும்.'

'ஆங்!' என்று ஆச்சரியக்குரல் எழுப்பினார் லிடியா.

'ஆமா... நிலத்தில் எந்த இடத்தில் தண்ணீர் பாதை ஓடுகிறது. எந்த இடத்தில் தண்ணீர் இல்லை, வெறும் பாறையிருக்கிறது என்று என் அப்பா வழியில் பலருக்கு அந்த ரகசியம் தெரியும். அப்பாவின் அப்பா இருக்கும்வரை அந்த அப்பாவழி தாத்தா எந்த இடத்தில் கிணறு தோண்டவேண்டும் என்று கூறுகிறாரோ, அந்த இடத்தில் நீர் இருக்கும். அந்தத் தாத்தா இறந்த பிறகு என் அப்பா நாத்திக இயக்கத்தைச் சார்ந்தவராக இருந்ததால், இந்த மூட நம்பிக்கையை மக்கள் மத்தியில் பரப்பக்கூடாது என்று நீர் கண்டுபிடிக்கும் தனது அறிவைச் செயலிழக்க வைத்தார் என்று என் சிறுவயதில் கேள்விப் பட்டிருக்கிறேன். ஆனால், ஒரு சோதனை அப்பாவுக்கு வந்திருக் கிறது. அப்பாவும் (அப்பா ஒரு தொடக்கப்பள்ளி ஆசிரியராக வேலை பார்த்தவர்) அவரது நண்பர்களும் இளைஞர்களாக இருந்த போது ஒரு போர்வெல் கம்பெனி கிராமத்தின் பொதுச்சாலை ஓரத்தில் போர்வெல் போட பல இடங்களில் தோண்ட ஆரம்பித் திருக்கிறது. இரண்டு மூன்று இடங்களில் முயன்றிருக்கிறார்கள். எந்த இடத்தில் பெரிய இரும்புப் குழாய்களை இறக்கினாலும் குழாய்கள் கொஞ்சம் தூரம் போனவுடன் நிலத்தடி பாறைகள் எதிர்ப்படும். அதில் அதிகம் 'போர்' போட முடியாது. அது கம்பெனிக்குக் கட்டுப்படி ஆகாது. உடனே நிறுத்திவிட்டு வேறு இடத்தில் 'போர்' போட முயல்வார்கள். அங்கும் போர் போகாது. பாறை எதிர்ப்படும். தண்ணீர் கண்ணில்படாவிட்டால், கம்பெனிக்குப் பணம் கிடைக்காது. சில இடங்களில் இதுபோல் முயன்றபோது அங்குக் கம்பெனி சூப்பர்வைசர் வந்திருக்கிறார். கம்பெனிக்கு நஷ்டம் ஆகிறது என்று சூப்பர்வைசர் எல்லோரையும் கண்டித்து, இனி இந்த இடத்தில் போர் போட வேண்டாம் என்று நிறுத்தி யிருக்கிறார்கள். ஆனால், அந்தக் கிராமத்தில் நீர்தட்டுப்பாடு இருந்ததால் மக்கள், போர் போடாவிட்டால் போர்வெல் எந்திரத்தை அங்கிருந்து கொண்டுபோக முடியாதென்று தகராறு செய்திருக்கிறார்கள். சூப்பர்வைசருக்கு என்ன செய்வதென்று தெரியவில்லை. அப்போதுதான் சூப்பர்வைசர் என் அப்பா பற்றிக் கேள்விப்பட்டிருக்கிறார்.

'அய்யா... எங்கள் கிராமத்தில் ஒருத்தர் இருந்தார். அவர் எந்த இடத்தில் நீர் இருக்கிறதென்று சொன்னாலும், அந்த இடத்தில் தண்ணீர் கண்டிப்பாக இருக்கும்' என்ற கிராமத்தவர்களை, நகரத் திலிருந்து ஜீப்பில் வந்திருந்த சூப்பர் வைசர் ஆச்சரியத்தோடு பார்த்து, 'எவ்வளவு பணம் கேட்டாலும், எங்கள் கம்பெனி கொடுக்கத் தயாராக இருக்கிறது. அவரை அழைத்து வாருங்கள்' என்றார்.

'அய்யா, பெரியவர் இறந்துபோனார். அவரது மகன் பள்ளிக் கூடத்தில் ஆசிரியர். அவர் வரமாட்டார்' என்றனர்.

சூப்பர்வைசரே ஜீப்பை எடுத்துக்கொண்டு என் அப்பா இருந்த கிராமத்துக்கு வந்தார். வந்தவர் பள்ளியின் தலைமை ஆசிரியரிடம் போய், 'அய்யா! உங்கள் கிராமத்திற்கு போர்வெல் போட்டு மக்கள் தண்ணீர் குடிக்க உதவுவது உங்கள் கையில்தான் உள்ளது. நீங்கள் மனம் வைக்கவேண்டும்' என்று கேட்டிருக்கிறார்.

தலைமையாசிரியர் சூப்பர்வைசரை உட்காரவைத்துப் பக்கத்துக் கடையிலிருந்து டீ வரவைத்துக் கொடுத்து, 'நிதான மாகச் சொல்லுங்கள், என்ன விஷயம்?' என்று கேட்க, அவர் கடைசியாக இப்படிச் சொன்னாராம். 'ஐயா தலைமை ஆசிரியரே! உங்கள் பள்ளிக்கூடத்தில் ஓர் ஆசிரியர் இருக்கிறார். அவர் நினைத்தால் உங்கள் கிராமத்துக்கு நீர் கிடைக்கும். நீர் கொடுக்காமல் இருப்பது பஞ்சமா பாதகங்களில் பெரிய பாவம் என்று நம்முடைய நூல்கள் கூறும். இது மிகவும் படித்த உங்களுக்குத் தெரியாததல்ல.'

'சரி, சொல்லுங்கள். எந்த ஆசிரியர்?' என்று தலைமை ஆசிரியர் கேட்க, சூப்பர்வைசர் என் அப்பா பெயரைச் சொல்ல, 'ஓ செல்லமுத்துவா... இதோ நான் அழைக்கிறேன்' என்று தலைமை ஆசிரியர் என் அப்பாவை அழைத்துக் கேட்க, அப்பா பகுத்தறிவுக்கு ஒவ்வாத இந்தக் காரியத்தை தான் செய்யமுடியாது என்று மறுக்க, தலைமையாசிரியர் எல்லாவிதமான உபாயங்களையும் மேற்கொண் டிருக்கிறார். கடைசியாக, பள்ளிக்கூடத்திற்கு ஒரு டோனேஷன் தருவதாய் போர்வெல் கம்பெனி கூற, என் அப்பா 'இதுவரை செய்ததில்லை. ஆனால், எனக்கு அடிக்கடி கனவுகளில் எந்த இடத்தில் நீர் இருக்கிறதென்ற அறிவு ஏற்பட்டிருக்கிறது. நீங்கள் எல்லாம் இவ்வளவு சொல்வதால் முயல்கிறேன். முயல்கிறேன் என்றால், என் அப்பா செய்வதுபோல் அவரை நினைத்துக் கொண்டு அந்தச் சடங்குகளைச் செய்கிறேன். இது ஒரு 'முயற்சி'

என்று கூறி, தலைமையாசிரியரையும் அழைத்துக்கொண்டு போர்வெல் கம்பெனியின் சூப்பர்வைசரின் ஜீப்பில், போர்வெல் இயந்திரம் நின்றிருந்த இடத்திற்கு வந்திருக்கிறார்கள்.

அப்பா முதலில் இறந்துபோன தன் அப்பாவை நினைத்து வணங்கிவிட்டு, நிலத்தில் பல திசைகளிலும் நடந்தார். அதன்பின்பு கிளைத்து நின்ற செடியிலிருந்து ஓர் உலர்ந்திருந்த சிறு குச்சியை உடைத்தார். அந்தக் குச்சியின் இருபுறமும் கவர்விட்டுக் கிளைகள் இருந்தன. அந்தக் கிளையை ஓரளவு முனைகளை வெட்டிவிட்டுக் கீழே குனிந்தார். எதையோ உற்றுக் கேட்பவர் போல சற்றுநேரம் கண்களை மூடிவிட்டு எழுந்தவர், கைகளில் இருந்த இருபக்கக் கிளைவிட்ட குச்சியின் இரு கிளை முனைகளையும் அவரது இடது மற்றும் வலது உள்ளங்கை கெட்டியாக அழுத்த, குச்சி வேகமாகச் சுழல ஆரம்பித்தது. பின்பு கண்களைத் திறந்தபடி, 'இந்த இடத்தில் போர் போடுங்கள்' என்றார். அதே இடத்தில் போர் எந்திரம் வேகமாக போர் போட ஆரம்பித்தது. அப்பா சூப்பர்வைசரிடம், 'சரி நாங்கள் கிளம்புகிறோம். உங்கள் ஜீப்பில் என்னையும் தலைமை யாசிரியரையும் பள்ளியில் விட்டு விடுங்கள்' என்று கூற, கூட்ட மாகக் கூடிவிட்ட ஜனக்கூட்டத்தில் ஒருவர் அப்பாவிடம் உறுதியாக, 'எங்களுக்கு நீர் கிடைக்குமா ஐயா?' என்று கேட்க, அப்பா அழுத்தம் திருத்தமாக 'ஆமா' என்று கூற, ஜீப் பள்ளிக்கூடத்திற்குத் திரும்பியது. அதன்பின் சுமார் ஒரு மணி நேரம் கழித்து சூப்பர்வைசர் சந்தோஷமாக பள்ளிக்கூடத்துக்கு வந்தார். தலைமையாசிரியர் பள்ளிக்கூடத்துக்கு தாம் கொடுப்பதாகக் கூறிய செக்கைக் கொடுத்தார். இந்த மாதிரி சம்பவங்கள் எங்கள் ஊர்களில் சர்வ சாதாரணம்' என்று நான் கூறியபோது, லிடியா நம்பமுடியாத ஆச்சரியத்தோடு, 'ஆமா, பாம்புக்குப் பால் வார்க்கிற சமூக மல்லவா?' என்று சிரித்தபடியே ஆமோதித்தார்.

இப்போது நாங்கள் நடந்துகொண்டிருந்த இடத்தில், பார்க்கில் முன்பிருந்த வெளிச்சம் இல்லை. எங்கும் நிற்காது நாங்கள் நடந்து கொண்டிருந்தோம். எந்தத் திசை என்றும் எனக்குப் புரிய வில்லை. என் பொறுப்பை இன்னொருவர் வகிக்கிறார். அவர் எல்லா இடங் களுக்கும் என்னை அழைத்துச் செல்கிறார். எனக்கு என் மீதிருந்த பொறுப்பு இல்லாமலானது. லிடியா என்னை ஏறெடுத்துப் பார்க்காமல் நடந்துகொண்டு இருந்தார்.

நான் என் தாய் பற்றி நினைத்துக்கொண்டு இருந்தேன். என்

தாயின் அந்நியக் கலாச்சார வேர் என்னைத் திடீரென்று மெய்சிலிர்க்க வைத்தது. இரண்டு கலாச்சாரங்களை, அதன் பல்லாயிரக்கணக்கான ஆண்டுகளை, சரித்திரங்களை, ஒரு குழந்தை, அதுவும் பெண் குழந்தை எத்தனை அழகாகத் தாண்டிவிட்டிருக்கிறது! இரத்தம், பூர்வஜென்ம ஞாபகம், வம்ச சரித்திரம், மரபணு எல்லாம் பர்மியக் கலாச்சாரம். ஆனால், முற்றிலும் மாறுபட்ட மொழி, பேச்சு, சிந்தனை, பழக்க வழக்கங்கள், வாழ்க்கை... இது எப்படி எந்த முரண்பாடும் இல்லாமல் அமைந்தது? சுனாமி என்ற இந்துமகா சமுத்திர கடல் கொந்தளிப்புக்குள்ளான ஜனங்களுக்கு உதவி செய்வதற்காகச் சென்ற ஹெலிகாப்டரை நோக்கி ஆதிவாசி ஒருவரின் அம்பு கோபத்தோடு பாய்கிற இன்றைய காலக்கட்டத்தில், எந்தத் தொடர்புமற்ற இருவித இனங்களின் கலப்பை எந்த முணுமுணுப்பும் இல்லாமல் சாத்தியப்படுத்திய ஒரு குழந்தை, அதுவும் குழந்தையாக இருந்த ஒரே காரணத்தால் இந்த இரு இனங்களின் கலப்பு, ஒரு தென்னிந்தியனின் மனித அன்பின் அடிப்படையில் சாத்தியப்பட்டிருக்கிறது. 'ஆஷ்விஷ்' ஹலோ காஸ்ட்டில் மனித இன அழிப்பு ஐரோப்பாவின் நடுவிலிருந்த சிந்தனை ஒன்றின் மூலம் ஒரு பக்கம் உருவாகிறது. அதே சக்திகள் உருவாக்கிய இரண்டாம் உலகப்போரில் மலேசியா மற்றும் பர்மாவிலிருந்து நாடு திரும்பி, எந்த உடைமையும் இல்லாமல் உயிரைப் பாதுகாக்க, பல நாட்கள் இரவும் பகலுமாக உண்ண உணவில்லாமலும் உடுக்க உடையில்லாமலும் பிறந்த ஊரைப் பார்க்கவேண்டுமென்ற ஒரே உந்துதலோடு திரும்பிய என் தாத்தாவும் பாட்டியும், அவர்களின் உறவினர்கள் அக்கம்பக்கத் தவர்களும் என் மனக்கண் முன் வருகிறார்கள்.

ஐரோப்பாவின் நடுவில் இரண்டாம் உலக மகா யுத்தத்தைத் தன் நெஞ்சில் சுமந்துகொண்டிருக்கும் இந்தப் போலந்து நாட்டில் என் கால்கள் நடமாடும் இந்த வேளை, என் உயிரின் வேர்களில் ஒரு கிளர்ச்சி ஏற்படுகிறது. அந்தத் தென்னிந்தியத் தாத்தா என் பாட்டியிடம் அந்த மூன்று வயது பர்மியச் சிறுமியைத் தூக்கிக் கொடுக்காமல், ஒருவேளை போர் சாகடிக்க அனுமதித்திருந்தால், இன்று ஒரு மனிதனாகக் காட்சிதரும் நான் இல்லை. நான் என்கிற ஒரு நபரை, நான் பொருட்படுத்தவில்லை. என் இரத்தத்தில் ஓடுகிற இரண்டு மகா பேராறுகளான இரண்டு ஜன அடையாளங்களின் சங்கமம் எத்தகைய பெரிய விஷயம்? இந்த விஷயத்தைச் சாத்தியப்படுத்தியது, உயிருக்குப் பயந்து ஓடிய ஒரு தம்பதியின்

மத்தியில் எழுந்த ஒரு கடினமான உணர்வு; ஓர் அன்பு. தேச, கால, இன, அடையாள, மொழி, மதம் வேறுபாடுகள் கடந்த ஓர் உணர்வை அன்பு என்று அழைப்பது சரிதானென்றால்... என் உணர்வுகளின் கொந்தளிப்பைக் கண்ட லிடியா, பார்க்கின் பெரிய பரப்பளவில் இருவர் மட்டும் நடக்கும் சிறுபாதையில் நடந்தபடி என்னைப் பார்த்து 'என்ன?' என்று கேட்க, என் எண்ணங்கள் உடைப்பெடுத்துப் பாய்ந்தது போல் வெளிவரத் தொடங்கு கின்றன.

'லிடியா! இப்போது நீங்கள் நம்பாத அல்லது ஆச்சரியப் படுகிற நெருப்பு மற்றும் நீர் என்ற இரண்டு அம்சங்களின் எதிர்முரணில் ஜீவனம் பெற்ற என்னை உற்பத்தி செய்த அந்த மூன்று வயது சிறு பெண்குழந்தை, என்னை நிலைகுலைய வைக்கிறது. அந்த நினைப்புகள் என்னை அலைக்கழிப்பதில் இருந்து, என்னை நான் தடுத்து நிலையாக நிறுத்த முடியவில்லை. ஐ ஆம் வெரி ஸாரி. ஏதேதோ நினைத்தபடி உங்களோடு மௌனமாய் நடக்கிற என்னை மன்னியுங்கள்...' என்றேன்.

'பெரும்பாலும் நீங்கள் நினைப்பவற்றையே நானும் நினைத்துக் கொண்டு வருகிறேன் என்று கருதுகிறேன்' என்ற லிடியாவின் ஒளி பொருந்திய கண்களுக்கு முன், என் சஞ்சலத்தை எனக்கு மறைக்க சக்தியில்லாமலாகிறது.

'ஒரே நாள் பழக்கத்தில் எனக்கு அறிமுகமான உங்களோடு பேசுகிறேனே என்ற தயக்கத்தையும் மீறி என்னை என் தாயின் நினைவு துரத்துகிறது. உங்களுக்குத் தெரியுமா? என் அம்மாவின் குடும்பம் பர்மாவில் வாழ்ந்த அந்த காடுகளுக்கிடையில் இருந்த கிராமத்தில் யுத்தத்தில் ஈடுபட்டிருந்த ஆங்கில மற்றும் ஜப்பானிய அதிகாரிகள் செய்த கொடுமையைப் பற்றி? அதை விளக்க இந்தக் கதையைச் சொல்கிறேன். மிட்சுமிட்சு என்ற ஜப்பானிய உயர் மிலிட்டரி அதிகாரிக்கும், சுபாஷ் சந்திர போஸின் இந்திய தேசியப் படைக்கும் ஏற்பட்ட கூட்டு இணைப்புத்திட்டம் பற்றிய விவாதத்தில் நான் போகுமளவு, சரித்திரமோ மிலிட்டரி தந்திரம் பற்றியோ நான் பேச அறிவில்லாதவன். அதில் ஈடுபாடும் எனக்கு இல்லை.

'நடந்த விஷயங்கள் இவைதாம்! வான்சூயி என்பவள் மிலானயிர் என்ற கிராமத்தைச் சார்ந்தவள். ஓர் இளம்பெண். வயது இருபத்து மூன்று. பர்மிய இனப்பெண்களின் இமையும் கூரியபார்வையும் கொண்ட பருமனான பெண். அவளுக்கு மூக்கில் துவாரங்கள் இருக்கின்றன என்று நம்பமுடியாத அளவு கூர்மை யான, ஆனால்

அளவான அழகிய மூக்கு. வலது மற்றும் இடதுபுற கன்னத்தின் எலும்புகள் சற்று அதிகமாய் தடித்துத் தெரிந்தாலும், இரத்தம் கன்றித்தெரியும் காதுகள், பார்த்துக் கொண்டே இருக்கும்படியான அழகான வடிவத்துடன் உருண்ட தலையின் கருமையானதும் அடர்த்தியானதுமான கேசத்துடன் அவள் துள்ளலோடு நடந்து வருகையில் ('துள்ளாமல் நடக்கத் தெரியாது?' என்று அடிக்கடி அவளுடைய அம்மாவின் கண்டனத்துக்கு ஆளானவள்) யாரும் சொக்கித்தான் போவார்கள். அந்தப் பெண்மீது கண் வைத்திருக்கும் ஆங்கிலேய கர்னல் ஒருவன் பெயர் ஜான்சன் வைட்ஹெட். இந்தப் பெண்ணை எப்படியாவது அனுபவிக்க வேண்டுமென்று பல நாட்களாக நினைத்துக்கொண்டு இருந்தவன். உலகப்போரின் கொடூரமான விளைவுகள் இந்தியாவின் கிழக்குப் பகுதியை ஆக்கிரமிக்க ஆரம்பித்த நாட்கள். அத்தகைய நாட்களில் ஜான்சன் வைட்ஹெட், இந்தப் பர்மியப் பெண்ணை அடைவதையே நினைத்துக்கொண்டிருந்தான் என்று நான் சொன்னால் அதை நீங்கள் நம்புவீர்களோ என்னவோ!

'நடந்த விஷயங்கள் வேறு. ஆங்கிலப் படைகள் தங்கியிருந்த பாராக்கிற்கு சுமார் இரண்டு பர்லாங் தள்ளி ஒரு காடு இருந்தது. அந்தக் காட்டிற்கு நடுவில் ஒரு ஊர். சுமார் இருபத்தைந்து குடும்பங்கள். மண் வீடுகளும் குடிசைகளுமாக இருந்தன. அதுதான் வான்சூயியின் கிராமம். படிப்பறிவில்லாத ஜனங்கள் அவர்கள். பக்கத்தில் மேடான பகுதியின் தெரு. பள்ளிக்கூட மைதானத்தில் கூடாரம் போட்டுத் தங்கியிருந்த சோல்ஜர்களின் மத்தியில் இருந்த ஜான்சன் வைட்ஹெட் வான்சூயியைப் பலமுறை பார்த்திருக்கிறான்.

'அந்தக் கூடாரத்தில் எதிரிப்படைகள் தாக்குதல் நடத்துவதற்கு இரண்டு நாட்கள் முன்பு திடீரென்று மழை பெய்த நாளுக்கு மறுநாள் வானம் வெறிச்சென்று தெரிந்தது. பாராக்கின் வலது கோடியில் தனியான வசதிகளுடன் இருந்த கூடாரத்திலிருந்து, மாலையில் இலேசாக இருள் ஏற ஆரம்பித்த நேரம் சரியாக ஏழு முப்பது மணிக்கு விழுந்தடித்துக்கொண்டு ஓடிய பர்மிய இளம்பெண் வான்சூயி தான் என்பதைப் பலருக்கும் நம்ப முடியவில்லை. அப்படி வெறி பிடித்த பெண்போல் ஓடினாள் அவள். மறுநாள்தான் செய்தி எல்லோருக்கும் தெரிந்தது.

'ஜான்சன் வைட்ஹெட்டை, பக்கத்து ஊரில் இருந்த பெரிய

பாராக்கின் அதிக வசதிகள் கொண்ட மிலிட்டரி ஆஸ்பிட்டலுக்குக் கொண்டு போனார்கள். இரண்டு மிலிட்டரி ஜீப்புகளில் விநோத மான அந்த சிகிச்சைக்குத் தூக்கிப் போட்டுக்கொண்டு சென்றிருக் கிறார்கள். மிலிட்டரி ஆஸ்பத்திரியில் ஜான்சன் வைட் ஹெட்டை சிகிச்சைக்கு அழைத்துச் சென்றபோது அவனுக்கு என்ன நேர்ந்தது என்பதை ஆங்கில சோல்ஜர்களும் அதிகாரிகளும் முதலிலேயே ஊகித்திருக்க வேண்டும். ஆச்சரியத்துடனும் முகத்தில் பயத் துடனும் குப்பென அதிகமாகப் பாய்ந்த செந்நிற ரத்தத்தால் ஏற்பட்ட செம்மை வர்ணத்துடனும் குழம்பிப்போனார்கள் அவர்கள். என்றாலும் இந்திய, பர்மிய மற்றும் சைனர்களான பிற சோல்ஜர் களுக்கு சம்பவங்கள் உடனடியாகச் சென்று சேராத முறையில் பெட்டாலியன் உறவுமுறை அமைந்திருந்தது. இது காலனிய பிரிட்டிஷ் ராணுவத்தில் எதிர்பார்க்கக்கூடியதுதான்.

'ஆனால், மிலிட்டரி ராணுவ உயர்வகை பைக்குகள், இரண்டு பாட்டில் பார்மாலின் திரவத்துடனும் போதிய காட்டன், டிஞ்சர், போர்செப்ஸ், பிளாஸ்க்குகள் போன்றவற்றுடனும் சீறிப் பாய்ந்தது. எங்குப் போக என்று முதலில் யாருக்கும் தெரிய வில்லை. ஆனால் திடீரென்று வேறு ஒரு பாராக்கிலிருந்து ஜான்சன் வைட்ஹெட் கொண்டுவரப்பட்டதால்தான் இந்த இரண்டு பைக்குகள் புறப்பட வேண்டிய முகாந்திரம் வந்தது என்று ஆங்கில சோல்ஜர்கள் மூலமாக மற்ற சோல்ஜர்களுக்கும் செய்தி பரவ அதிக நேரம் பிடிக்கவில்லை. எது எப்படியோ ஜான்சன் தங்கியிருந்த பாராக், வான்சூயியின் கிராமமான மிலானயிருக்கு வெறும் இரண்டு பர்லாங் தூரத்தில் இருந்தது என்றால், ஜான்சனை சிகிச்சைக்கு அழைத்து வந்த ஆங்கிலேயர்களின் பெரிய பாராக் இரண்டு மைலுக்கும் குறைவாக இருக்கும் என்று சொல்லமுடியாது. ஆகையால் மிக வேகமாக, அதாவது முடிந்த இடங்களில் எல்லாம் 100 மைல் என்று ஸ்பீடோ மீட்டர் காட்டிய அந்த இரண்டு பைக்குகள் வான்சூயியின் கிராமமான மிலானயிருக்குப் போய்ச்சேர, அந்த ஆறடிக்குக் குறையாத உயரம் கொண்ட இரண்டு பைக் சவாரிக் காரர்களும் மிக அதிகநேரம் எடுக்கவேண்டிவந்தது. ஏனெனில், எல்லா இடங்களிலும் அதிக அளவில் ட்ரெஞ்சுகள் வெட்டப் பட்டிருந்தன.

'ஓரிடத்தில் தெரிந்த மணல் பாதையில், அங்குச்சரியான ரோடோ ஆள் நடமாடும் ஒற்றையடிப் பாதையோ இல்லாவிட்டாலும்,

வாலிப வயசைத் தாண்டிய மிலிட்டரி யூனிபார்ம் தரித்த ஒருவர் இன்னொருவர் பின்னால் அமர்ந்திருக்க, பைக்கை லாவகமாய் ஓட்டியபடி வந்து சுமார் நான்கு பர்லாங் தூரத்தில் மிலானயிர் என்று கருப்பு எழுத்தால் எழுதப்பட்ட ஒரு செதிலரித்த மூங்கில் கைகாட்டியை நம்பிப் போய்க்கொண்டிருந்தார்கள். போகிற வழி எங்கும் மூங்கில்கள் வானுயர வளர்ந்திருந்தன. ஓட்டிக்கொண்டு போகிறவரும் பைக்கில் பின்னால் அமர்ந்திருக்கிற வெள்ளைக் காரரும், மனம் பயபீதியில் ஆழ்ந்திருப்பதை அறிந்தாலும் தங்களுக்குப் பல ஆண்டுகளாகக் கொடுக்கப்பட்ட மிலிட்டரி பயிற்சியினால் எதுவும் கைமீறிப் போய்விடவில்லை என்று நினைத்தார்கள். ஆஸ்பத்திரியில் அனுமதிக்கப்பட்டிருக்கிற ஜான்சன் வைட்ஹெட்டை அவர்கள் அதிகம் கேள்விப்பட்டவர் களாயும் இல்லை. ஆனால் ஜான்சனுக்கு நடந்திருக்கும் காயம் பிரிட்டீஷாருக்கு அவமானகரமான ஒரு காயம் என்பதை மட்டும் அவர்கள் மனம் சடுதியில் புரிந்திருந்தது. பச்சைநிற மூங்கில்கள் வானுயரம் வளர்ந்து ஆடிக்கொண்டிருந்தன.

'ஓரளவு இருட்ட ஆரம்பித்திருந்த அந்த வேளையிலும் அவ்வூர் அழகாகத் தெரிந்தது. மணல்பாதையில் எல்லா இடங்களிலும் கல்லும் முள்ளும் காணப்பட்டன. மூங்கில் மரத்தில் இருந்து உதிர்ந்த மூங்கில் முளைகளும் மூங்கில் பூவும்கூட காய்ந்து கருப்பாகி உதிர்ந்திருந்தன. பல இடங்களில் மூங்கில்கள் பிளந்து துண்டுகள் சிதறிக்கிடந்தன. மூங்கிலின் முட்டுக்களுடன் வெட்டப்பட்ட சிதறல்களும் காணப்பட்டன. சமீபகாலங்களில் மூங்கில்கள் அதிகம் வெட்டப்படுகின்றன என்ற எண்ணத்துடன் பைக்கை சாத்தியப் பட்ட வரையில் மிக அதிக வேகமாய் ஓட்டவேண்டிய சந்தர்ப்பம் இது என்பதை அந்த இரண்டு பிரிட்டீஷ் மிலிட்டரி சோல்ஜர்களும் நன்கு அறிந்திருந்தனர். ஆனால் அவர்கள் சுமார் ஒரு மைல் கரடுமுரடான மணல்பாதையில் போன பிறகுதான் தெரிந்தது அந்தப் பாதை ஒரு பெரிய ஏரியில் போய் முடிகிறது என்பது. பின்னால் அமர்ந்திருந்தவன், கீழே இறங்கி வேகமாக ஓடி நீலமாகத் தெளிவாய் தெரிந்த மௌனமான ஏரியின் ஒரு கரையில் ஏறி யாராவது தெரிகிறார்களா என்று பார்த்தான். யாரும் இல்லாததால் வேறு ஏதும் செய்யத் தோன்றாமல் பைக்கில் அமர்ந் திருப்பவனைப் பார்க்க, அந்த மனிதன் திரும்பி வரும்படி சைகை காட்டினான். இடையில் தனது நீள மிலிட்டரி காலணியில் குத்திய மூங்கில் முள்ளை மெதுவாக இடது கையால் நீக்கிவிட்டு வேகமாய் வந்து

மீண்டும் பைக்கில் ஏற, அந்த பைக்கை ஓட்டி வந்தவன் வந்த அதே பாதையில் திரும்ப வேண்டியதற்காக, எரிச்சல் பட்டவாறே இன்னும் அதிக வேகமாக ஓட்டினான்.

வேறொரு மணல்பாதையில் இப்போது புறப்படுமுன் கையில் இருந்த சிறுதாளில் நீலப்பேனாவால் குறிக்கப்பட்டிருந்த மிலானயிர் என்ற பெயரை மீண்டும் உச்சரித்தபடி திசையைச் சரியாய் அடையாளம் காணமுடியாமைக்குத் தன்னைச் சபித்துக் கொண்டான். இந்த முறை தவறு செய்வதில்லை என்ற உறுதியுடன் காலால் 'கியரை' மாற்றிப் போட்டபடி 'த்ராட்டிலை' மிகுந்த ஒலி வரும்படி செய்ததால், அதிகப் புகையை அந்தப் பிராந்தியமெங்கும் பரப்பியவாறே அந்த பைக் ஓடியது. நான்கு குடிசைகள் ஒரே வரிசையில் இருந்த, அழுக்கும் பல நாட்களாக சகதியில் நனைந்த படி கிடக்கும் ஓலைப்பெட்டிகளும் சணல் கோணிப்பைகளும் காட்சி தந்த ஒரு கிராமத்தில் அந்த பைக் நின்றது. நின்றதும், மலேரியா கொசுக்கள் இந்த இரு பிரிட்டீஷ் சோல்ஜர்களையும் சூழ்ந்தன.

'இரண்டுமுறை வானத்தில் சுட்ட இந்த சோல்ஜர்கள், குடிசைக்குள் இருந்துவந்த இரண்டு பர்மிய ஆடை உடுத்திய முதியவர்களை பைக்கில் இருந்தபடியே காலால் உதைத்தனர். முன்பக்கம் இருந்தவன் பர்மிய பௌத்த மதத்தவனான அந்த உயரமான முதியவனை உதைக்க, பின்னால் இருந்தவன் குள்ளமான முதுகு வளைந்த அடுத்த பர்மியனை உதைத்தான். இருவரும் உதை வாங்கியதைப் பெரிதாய் பொருட்படுத்தாது எழுந்துவந்து தரையில் முழந்தாள் இட்டபடி தாங்கள் அடிமைகள் என்று அர்த்தம் வரும்படி இரண்டுமுறை தலையைக் குனிந்து, பின்பு இரு கைகளையும் நெஞ்சில் கட்டிக்கொண்டு அமர்ந்தார்கள்.

'வான்சூயி... வான்சூயி...' என்று மிகவும் உரத்த குரலில் சோல்ஜர்கள், ஆங்கிலம் பேசத்தெரியாத அந்த இரு முதியவர்களிடம் கத்தினார்கள். எந்த அடையாளமும் முதியவர்களுக்குப் புரியவில்லை.

அதிகநேரம் செலவு செய்து அந்த இரு முதியவர்களையும் இரு மரங்களில் கட்டி வைப்பதன் மூலம் வான்சூயியைக் கண்டு பிடிக்கிற சூழ்நிலையில் இல்லை என்பதை காட்டினார்கள் பிரிட்டீஷ் சோல்ஜர்கள். அந்த நான்கு குடிசைகளையும் தாண்டிப்போய் பார்த்தபோது, பயந்தபடி புதர்களுக்கிடையில் பர்மியப் பெண்களும்

குழந்தைகளும் ஒன்றாய்ச் சேர்ந்து ஒருவரை ஒருவர் கட்டிப் பிடித்துக்கொண்டு இருந்தனர். இதைப் பார்த்தபோது நிம்மதி அடைந்தனர் சோல்ஜர்கள்.

'வான்சூயி... வான்சூயி...' என்று தொடர்ந்து அந்தப் பிராந்தியமே நடுநடுங்கும்படி கத்திக்கொண்டு மிருகங்கள் போல் அங்கும் இங்கும் பாய்ந்து ஓடிக்கொண்டும், தரையில் பூட்ஸால் இடித்துக்கொண்டும் அலைந்த அவ்விருவரும் சொல்ல வந்ததை, மொழி தெரியாவிட்டாலும் அம்மக்கள் புரிந்துகொண்டனர்.

'வான்சூயி எங்கே? அவளைப் பிடித்து ஒப்படைத்துவிட்டால் உங்கள் யாரையும் ஒன்றும் செய்யமாட்டோம். எல்லோரும் உயிர் பிழைத்து இருப்பீர்கள். அவள் மட்டும் உடனே, எந்தத் தாமதமும் இல்லாமல் எங்களுக்கு அவசரமாய் வேண்டும்.'

'குடிசைகளின் முன்பக்கத்தில் வரிசையாய் நின்ற வயதான பெண்கள், சிறுவர்கள், இளம்பெண்கள் எல்லோரும் கையை விரித்தனர். வாயிதழ்களைப் பிதுக்கிக் காட்டினர். தலையை இங்கும் அங்கும் ஆட்டினர். அவர்களுக்கும் மொழி தேவை யிருக்க வில்லை. அவர்கள் தெளிவாகச் சொல்லிவிட்டார்கள். அவளைப் பற்றி எங்களுக்குத் தெரியாது. அம்மக்கள், வந்திருப்பவர்கள் கையில் கொண்டுவந்திருக்கும் பார்மாலின் பாட்டிலை மீண்டும் மீண்டும் பார்த்தனர். சோல்ஜர்கள் பைக்கில் ஏறுவதும் வண்டியை ஸ்டார்ட் செய்வதுமாக இருந்தனர். மீண்டும் இறங்கி கையால் ஓங்கி ஓங்கி அந்த இளம்பெண்களின் கூந்தலைப் பற்றி ஒரே இழுப்பாய் இழுத்து கிடந்த அழுக்கு மூட்டையில் வீசி எறிய, அப்பெண்கள் தூரத்தில் சணல் புதர்போல பச்சை பசேல் என முளைத்து முட்களுடன் நிற்கிற செடிகளில் போய் விழுந்தனர். ஓரிரு பெண்களின் சடை, தலையிலிருந்து இரத்தத்துடனும் தோலுடனும் பிய்ந்து தெறிக்கும் அளவு அந்த பிரிட்டீஷ் சோல்ஜர்கள் ஆக்ரோஷம் காட்டி இரண்டு கையாலும் இடது புறமாகவோ வலது புறமாகவோ அவர்களின் உடலைத் திருகி முடியைப் பிடித்து வீசி எறிந்தனர்.

'இந்த ஆக்ரோஷமான ஆட்டம் சற்றுநேரம் ஆடியும் எந்தப் பயனும் இல்லை. 'வான் சூயி... வான்சூயி... வான்சூயி...' அந்த பர்மியக் கிராமம் முழுதும் அந்தப் பெயர் எதிரொலித்தது. சற்றுநேரத்தில் பார்மாலின் திரவத்துடன் வந்ததுபோல் வெறும் கையுடன் திரும்பிய சோல்ஜர்கள் வண்டியில் புறப்பட்டபோது

தங்கள் வேதனை அத்துடன் தீர்ந்தது என்றுதான் அந்த பர்மியர்கள் நம்பினார்கள்.

'பார்மாலின் திரவத்துடனும் வெறுங்கையுடனும் திரும்பிய சோல்ஜர்களைக் கண்ட மிலிட்டரி ஆஸ்பத்திரி டாக்டர்களும் அதிகாரிகளும் கோபத்தின் உச்சிக்குப் போனார்கள். ஆனால், அவர்களில் ஒரு சிலர் சிரிக்கவும் செய்தனர்.

'பலன்? அன்று இரவு வான்சூயி வசித்த அந்தக் கிராமம் மிலானயிர் முழுதும் எரிந்து சாம்பலாயிற்று. இருபத்தைந்து வீடுகள் சாம்பல் பூதி ஆயின. படுக்கையிலிருந்து எழுந்து ஓடமுடியாத ஏழு முதியவர்கள் பொசுக்கப்பட்டனர். இரண்டு குழந்தைகள் கருகின.

'காரணம் வான்சூயி. அவளைக் கெடுக்க முயன்ற ஜான்சன் வைட்ஹெட்டை வாழ்நாள் முழுதும் தண்டித்துவிட்டாள். மெது மெதுவாகப் பரவிய அந்தச் செய்தியின் சாராம்சம் இது: பலமுறை அவளுக்காக முயற்சித்த ஜான்சன் வைட்ஹெட்டைப் பார்த்துப் பயப்படாத அந்தப் பெண் வான்சூயி, எந்த நேரமும் யுத்தம் அவர்கள் பகுதியில் பரவலாம் என்ற வதந்தி வந்த அன்று, அவனுக்குக்கீழ் பணியாற்றும் சோல்ஜர்களால் தூக்கிவரப்பட்டாள். தூக்கி வரப்பட்டவள் துணிந்துவிட்டாள்.

'ஜான்சன் அவளை அடையாமல் விடப்போவதில்லை என்பதை அறிந்த போது, அவனைப் பார்த்துச் சிரித்தபடி அவள் தனது ஆடைகளைத் தானே களைந்ததும் ஜான்சன் மிகவும் மகிழ்ந்து போனான்.

'பாராக்கில் தனது அறைக்கு வெளியில் காவலுக்கு நின்ற இரு சீன சோல்ஜர்களிடம் வான்சூயி சிரித்ததைப் பார்த்து மகிழ்ந்த ஜான்சன் வைட்ஹெட், 'இனி, காவல் நிற்க வேண்டாம். போய் விடுங்கள்' என்று கூறினான். அவ்வாறு அனுப்பியபிறகு சுமார் 10 நிமிடம் கழித்து ஒரு பயங்கர அலறல் அப்பிராந்தியத்தில் கேட்டது. அருகில் நின்றவர்கள் ஓடி வரும்முன் வான்சூயி தப்பி ஓடிப்போய் விட்டாள். அதன்பிறகு அவளை யாரும் எங்கும் கண்டுபிடிக்க முடியவில்லை. கண்டுபிடித்திருந்தால், ஜான்சனின் டாக்டர்கள் வான்சூயி தனது கொடூரமானதும் மாட்டின் பலம் கொண்டதுமான பற்களால் கடித்துத் துண்டுபண்ணிய அவனது ஆண்குறியின் மீதிப்பகுதியை வைத்துத் தைத்து, மீண்டும் அவனை ஆண்மை உடையவனாக ஆக்கியிருப்பார்கள்.

'இப்போது தெரிகிறதா? ஏன் அந்தக் கிராமத்தை எரித்த பிரிட்டிஷ்

சேனையில் சிலராவது, கோபம் கொண்டாலும் அடிக்கடி சிரித் தார்கள் என்று! சரி, நம் விஷயம் அந்தச் சரித்திரத்தோடு தொடர் புடையது. அந்த வீரப்பெண் வான் சூயியின் காரணமாக எரிந்த அந்த மிலானயிர் கிராமத்தின் வழி, ஏரியல் அட்டாக்குக்குப் பயந்த இந்தியர்கள், இரவுகளில் நடந்து இந்தியாவுக்கு வரும் வழியில் பார்த்ததுதான் ஒரு மூன்று வயதுக் குழந்தை. என் அம்மா.'

அமைதியாகக் கதையைக் கேட்டுக்கொண்டு இவ்வளவு நேரம் ஒரு வார்த்தை பேசாமல் இருந்த லிடியா, பார்க்கின் வெளியில் இருவரும் வந்து நிற்பதை உணர்ந்து புன்னகைத்தார். அப்போது மரங்களுக்கிடையில் அதிகமாக ஏறிய இருளில் அவர் முகத்தை எனக்குப் பார்க்க முடியவில்லை. இருவரும் அவரது காருக்குள் ஏறினோம். நான் சொன்ன கதையின் பயங்கரமும் குரூரமும் கலந்த நகைச்சுவை என்னை மிகவும் துன்புறுத்தியது. லிடியாவுடன் சகஜமாகப் பேச முடியவில்லை. காரில் பேசாமலே அமர்ந் திருந்தேன். ஓரிருமுறை இடதுபக்கமாக இருந்த என்னை நோக்கிச் சிரிக்க முயன்றாலும், நான் ஆழ்ந்த உணர்ச்சி பிரவாகத்தில் சிக்கியிருந்த நிலையைக் கவனித்ததாலோ என்னவோ அவரும் பேசாமல் காரை ஓட்டியபடி வந்தார்.

வார்ஸா இரவில் பார்ப்பதற்கு அழகாக இருக்கிறது. உணர்ச்சிக் கொந்தளிப்புடன் நான் இருந்ததற்கிடையில் என்னை அறியாமல் என் கண்கள் வழி வார்ஸா நகரின் ஒரு ஞாயிற்றுக்கிழமையின் இரவு என் உள் உணர்வில் கலக்க ஆரம்பித்தது. அதிக ஆட்கள் நடமாட்டமில்லை. ட்ராம்கள் அதிக ஆட்களின்றி அங்கும் இங்குமாக மேலே போடப்பட்ட எலக்ட்ரிக் கம்பிகள் இருக்கும் இடமெல்லாம் அலைந்துகொண்டிருப்பதாக நினைத்துக் கொண்டேன். ஒவ்வொரு ஸ்டாப்பிலும் போலிஷ் மொழியில் 'த்ராம் வாய்' என்று வழங்கப்படும் இந்தக் கூண்டுவண்டி போன்ற ட்ராமின் நீளமான பெட்டிகள் ஏதோ ஒருவித அர்த்தமற்ற தாளகதிக்கு உட்பட்டு ஓடின எனப்பட்டது. கட்டிடங்களின் கதவுகள் அடைக்கப்பட்டிந்தாலும் அவற்றில் காட்சிக்கு வைக்கப்பட்டிருந்த பொருள்கள், விளக்குகளில் அழகாகக் காணப்பட்டன. 'சூட்' அணிந்து பொம்மைகள் கழுத்தில் முழுவதும் மப்ளர்களால் சுற்றியபடியோ 'வின்டர் கோட்' அணிந்தோ காட்சி தந்தன. அப்படி அடுக்கடுக்காகக் கட்டிடங்கள் கடந்து போய்க்கொண்டிருப்பதைப் பார்த்துக் கொண்டிருப்பது அந்த நேரத்தில் எனக்குப் பொருத்தமான

செயலாகப்பட்டது. வேறுசில பரந்த பரப்பளவுகூடிய கடைகள் விளக்கொளியில் ஆட்களில்லா அறைகளில் அடுக்கப்பட்ட புத்தகங்களை அழகாகக் காட்டின. இந்த விடுமுறை நாட்கள் வார்ஸாவுக்கு ஒரு தனி அழகைக் கொடுக்கின்றன என்று நினைத்துக் கொண்டேன். செக்ஸ் ஷாப் என்று ஆங்காங்கே சில கடைகள் தென்பட்டன. ஆனால், எதிலும் இன்று ஆட்களின்றி எல்லாக் கடைகளும் வெறிச்சிட்டபடி காணப்படுவது ஒரு தனி அழகைக் கொடுத்ததாகக் கருதினேன்.

லிடியா காரை மெதுவாக ஓட்டியபோது, வெளியில் பார்த்து நான் வசிக்கும் வீட்டுக்கு வந்துவிட்டதை அறிந்தேன். காரை வீட்டின் ஓரமாக நிறுத்தினார் லிடியா.

இருவரும் வீட்டுக்குள் நுழைந்தோம். காரில் என்னை விட்டு விட்டு அப்படியே புறப்படுவார் என்று கருதியது தவறாக இருந்தது. நான் எதிர்பார்க்காவிட்டாலும் வீட்டு வாசலை நான் திறந்ததும், லிடியா உள்ளே மரக்கிளைகள் போல் பாலிஷ் போட்டு அழகாய் செய்யப்பட்டு நிறுத்திய ஸ்டாண்டில் ஆடையைக் கழற்றி ஆசுவாசமாய் போட்டுவிட்டு உள்ளே வந்தார். வெளி அறையில் அமரப்போனவரை உள்ளே இருக்கும் நீண்ட ஹாலில் போய் விளக்கு போட்டு அமரும்படி கூறி, விளக்கு ஸ்விட்ச் இருந்த இடத்தில் கை காட்டினேன். எல்லா பக்கமும் வெள்ளை நிறத்தில் விளக்கு வெளிச்சம் பரவியது. அது அழகாக இருந்தது என்பதை நான் கவனித்தேன்.

'லிடியா, ஏதாவது குடிக்கவோ சாப்பிடவோ வேண்டுமா?'

'நோ தாங்க்ஸ்.'

'உங்களை மிகவும் போர் அடித்துவிட்டேன்.'

'நாட் ரியலி.' மீண்டும் இரண்டு உதடுகளையும் பதித்து எடுத்தார். அச்செயலில் ஓர் அழகு மிளிர்வதைக் கவனித்தேன். ஆனால், அவர் முக பாவனையிலிருந்து என் பர்மியக் கதையை எப்படி எடுத்துக் கொண்டார் என்று புரிந்துகொள்ள முடியவில்லை. திடீரென்று என் நெற்றியை அவர் பார்த்த போது தடுமாறினேன். பின்பு சொன்னேன்:

'பயங்கரம் நிறைந்த ஒரு கதையைச் சொல்லிவிட்டேன்.'

'நோ ஹாரர். நீங்கள் சொன்ன கதையில் பிரிட்டீஷ் சோல் ஜர்கள் கோபம் கொண்டதுபோலவே நகைச்சுவை உணர்வும் அடைந்தார்கள் என்று சொன்ன விஷயத்தைப் பற்றியே நினைத்துக்

கொண்டுவந்தேன். ஆமாம். இவ்வளவு தத்ரூபமாக அந்த விஷயங்களை எப்படி உங்களால் சொல்ல முடிந்தது?'

'நோ ப்ராப்ளம்.. என் தாத்தாவும் பாட்டியும் உயிரோடு இருந்த காலம் வரை அந்தக் கதையை எல்லாரிடமும் சொல்லும்போது ஓரமாக நின்று கேட்பேன். அதனால் நான் சொன்ன விஷயங்கள் என் வாழ்வின் முக்கியச் சம்பவங்களாய் மாறிப் போய்விட்டன.'

'ஹாரிபிள்... ஜான்சன் வைட் ஹெட்டின் ஆண்உறுப்பை அந்தப் பெண் கடித்து எடுத்தது அவள் திட்டமிட்டுச் செய்த தென்று நினைக்கிறீர்களா?'

'ஓ! இந்தக் கேள்வி கேட்டதற்கு ரொம்ப நன்றி. தொடர்ந்து சில தகவல்களை நான் சொல்லியிருக்க வேண்டும். அந்தப் பெண் ஒரு ஆங்கிலேய எதிர்ப்பு சுதந்திரப் போராட்ட குழுவில் உள்ள சில இளைஞர்களோடு தொடர்பு கொண்டிருந்தாள். அவர்கள்தான் அவளை இந்த மாதிரி அந்த பிரிட்டீஷ்காரனை ஆண்குறியற்றவனாக ஆக்கும்படி தூண்டியவர்கள் என்று எங்கோ நான் படித்திருக்கிறேன். அவன் ஆண்குறி கடித்து நீக்கப்பட்டது போல் ஒரு வெள்ளைக்காரனைக் காதலித்ததற்காக வீட்டிலுள்ளவர்களால் கைவெட்டப்பட்ட ஓர் இளம் இந்தியப்பெண் பற்றிய கதை ஒன்றை ரூட்யாட் கிப்ளிங் எழுதியிருக்கிறார் என்ற ஞாபகம் எனக்கு வருகிறது.'

'ஒரு பெண்ணின் கையும் ஒரு ஆணின் குறியும்' என்று பதில் சொன்ன லிடியா, முகத்தை சீரியஸாக வைத்து எதையோ சிந்திப்பதுபோல் காணப்பட்டார். நான் 'ஒரு நிமிடம்' என்று கூறி கெட்டிலை ஆன் பண்ண, உடனே அதன் விளக்குத் தெரிந்தது. நீர் சூடாகும் ஓசை வர ஆரம்பிக்க, நான் சென்று லிடியாவிற்கு நேர் எதிர்திசையில் அமர்ந்தேன்.

அவனுடைய உறுப்பை அவள் கடித்த செயல், சக பிரிட்டீஷ்காரர்களிடம் ஹாஸ்ய உணர்வை எழுப்பியிருக்கிறது. லிடியாவின் கவனம் பிரிட்டீஷ்காரனின் அதிலே குவிந்திருப்பதை நினைத்த போது, என் மனதில் ஓர் வேடிக்கை தோன்றியது.

'ஆமாம். இதில் இரண்டு விஷயங்கள் உள்ளன. முதலாவது, பிரிட்டீஷ்காரர்களின் ஹாஸ்ய உணர்வு கடல் தாண்டியவுடன் போய்விடுவது துர்பாக்கியம் என்பதால், அந்த சோல்ஜர்கள் அப்போது வாய்விட்டுச் சிரிக்க ஓர் வாய்ப்பு என்று கருதி சிரித்திருக்க வேண்டும். இரண்டாவது, ஜான்சன் வைட் ஹெட்டின் பாலியல்

வக்கிரம் போயும் போயும் ஒரு பெண்ணின் வாயைக் குறிவைத்திருக்கிறது. அதனால்தான் அவளுக்கு அப்படிக் கடிப்பது சாத்தியமாகி இருக்கிறது. ஆகையால் மீண்டும் பிரிட்டீஷ் ஹாஸ்ய உணர்வுபெற இந்த மாதிரி ஓர் இளம் புரட்சிக்கார கிழக்கத்தியப் பெண் தேவைப்படுகிறாள்' என்றேன். 'ஹாரிபிள்' என்று சிரித்தாள் லிடியா. 'மன்னிக்கவும்' என்று கூறி, கொதித்த நீரை டம்ளரில் விட்டு இரண்டு கப் தேநீர் தயார் செய்து அவரிடம் ஒரு கப்பைக் கொடுத்தேன்.

'என்ன! தேநீர் மட்டும் கொடுத்து விரட்டி விடுகிறீர்கள். உணவு கொடுப்பீர்கள் என்றல்லவா நினைத்தேன்?' என்று லிடியா தமாஷ் செய்தார்.

பின்பு, 'தேநீர் தயார் செய்யும்போது, நீங்கள் நெருப்பாலும் நீராலும் செய்யப்பட்டவர் என்று நினைத்துக்கொண்டிருந்தேன்' என்றார்.

'ஓ... என் ஹாரர் ஸ்டோரி உங்களையும் மூட் அவுட் ஆக்கி விட்டது என்று நினைத்தேன்... நல்ல காலம், யு ஆர் ஆல்ரைட்!'

'எங்கள் சரித்திரத்திலும் இரண்டாம் உலகப்போரில் பயங்கரமான சேதம் நடந்திருக்கிறது' என்று கூறியவர், அவரது சிறிய உதடுகளை, வெள்ளை நிறத்தில் தங்க பார்டர் போட்ட கப்பில், மெதுவாகப் பதித்துத் தேநீரை உறிஞ்சினார்.

அவரது அதரங்கள் என்னை என்னவோ செய்தன.

நான் இப்படிச் சொன்னேன்: 'நான் ரசித்துக் கேட்ட உங்கள் அண்ணன் பற்றிய கதையை இடையில் நிறுத்திவிட்டு, என் மூலமாக ஒரு சரித்திரத்தை மிகவும் திறமையாக வெளியே கொண்டு வந்துவிட்டீர்கள். அதற்கு அர்த்தம் உங்கள் அண்ணன் பற்றிய ஓர் இந்தியனுக்குக் கவர்ச்சி தரும் கதையை, நான் தொடர்ந்து கேட்க விரும்பவில்லை என்பதல்ல.'

'என் அண்ணனின் கதையை சொல்வதற்கு உங்களைவிட சிறந்த இன்னொருவர் இப்போதைக்கு இல்லை என்பதை நன்கு அறிவேன். விரைவில் உங்களை மீண்டும் சந்தித்து அந்தக் கதையைத் தொடர்வேன்' என்றார் லிடியா.

சற்றுநேரத்தில் லிடியா புறப்பட்டார், கால்சட்டை அணிந்து செல்லும் அவரது உடம்பின் பின்புறத்தைப் பார்த்த நான், அவர் லாவகமாகக் குளிராடைகளை அணிந்து மெதுவாக, கையை

அசைத்துவிட்டுச் சென்றதைப் பார்த்தபடி நின்றுகொண்டிருந்தேன்.

வீடியோ டெக்கில் ஒரு திரைப்படத்தைப் பார்த்தபடியே சோபாவில் தலையைச் சாய்த்தேன்.

4

நீண்ட பாதை. பச்சைப் பசேல் என்று அலை அலையாகத் தெரியும் அழகிய புல்வெளி. தூரத்தில் கூகூ என்று புகையை ஊதியபடி மெதுவாகப் பாலத்தில் செல்லும் ரயில். வலதுபுறமும் இடது புறமும் குடைபோல் கத்தரித்து விடப்பட்டிருக்கும் ஐம்பது அடிக்கு ஒன்றாக வளர்ந்திருக்கும் செடிகள். அவற்றின் அடிப் பாகத்தில் கச்சிதமாகப் புல் வெட்டப்பட்டு வேர்ப்பகுதியில் உள்ள மண் கிளறப்பட்டு, அளவாக உரம் போடப்பட்டு நீர் ஊற்றியிருக்கும் அடையாளம்.

அந்தச் செடிகள் எல்லாம் பூத்திருக்கின்றன. சிறிய பூக்கள். வெள்ளையும் சிவப்புமாகப் பூவிதழ்கள். மஞ்சள் மகரந்தம் வெள்ளை நிற மிருதுவான காம்புகளில் இதழ்களுக்கு நடுவே அமைந்து வண்ணாத்திப் பூச்சிகளை ஈர்க்கின்றன. கறுப்பும் சிவப்புமான நீண்ட வாலையுடைய தும்பிகளும் இடையிடையே 'ஹம் ஹம்ம்ம்'மென்று மிக மெதுவான ஒசை எழுப்பியபடி இருக்கின்றன. வண்டுகள் ஒவ்வொரு பூவிலும் ஸ்பிரிங் போன்று வளைந்த நீண்ட தும்பிக்கைகளால் தேனைக் குடிப்பதும் காற்று வீசுகையில் பயந்து எழும்புவதுமாய் இருக்கின்றன. தூரத்தில் தெரியும் பாலத்தின் மீது எப்போதும் ஒரு ரயில் போய்க்கொண்டு இருக்கிறது. ரயில் பெட்டிகளில் நீலநிறம் பூசப்பட்டிருக்கிறது. நடுவில் மஞ்சளில் ஒரு கோடு, அதன் கீழ் ரயில்பெட்டியின் ஆண்களும் பெண்களுமாய் ஜன்னலில் கைகளை ஆட்டியபடி அமர்ந்திருக்கிறார்கள். பெண்களின் வளையல்களால் அடுக்கப் பட்ட முன்கைகள், உறுதி பொருந்திய வனப்புடன் கொழுகொழு வென்று காணப்படுகின்றன. அந்த முன்கைகளின் மூட்டுப்பகுதிக்கு அருகில் பொன் நிறத்தில் மிருதுவான முடி வளர்ந்திருக்கிறது. இயல்புக்கு அதிகமான முடி.

இடையிடையே அழகிய பாடலைப் பாடிக்கொண்டு என்

கைகளை மெதுவாகப் பிடித்தபடி ஓடுகிறாள் ஒரு பெண். அவளுடைய முகம் தெரியவில்லை என்றாலும், அவளும் நானும் ஓய்வே இல்லாமல் ஓடிக்கொண்டே இருக்கிறோம். அது விஜயா என்றே நினைத்துக்கொண்டு ஓடுகிறேன். வானம் நீலமாகத் தெரிகிறது. தும்பிகளின் ரீங்காரம் அதிகமாகக் கேட்கிறது. லேசாக மழை, தூறல் இடுகிறது. எனக்கு உற்சாகம். இடையிடை ஏதோ ஓர் இருண்ட சமையல் அறையில் அழகிய முகம் கொண்ட ஒரு இருபது வயதுப் பெண் தெரிகிறாள்.

'விஜயா, சந்தோஷமாக இருக்கிறாயா?'

'ஓ, எனக்கென்ன குறைச்சல் நீங்கள் இருக்கும்போது? கையை மட்டும் விடாதிருங்கள்.'

'அப்படியென்ன இருக்கிறது என் கையில்?' என்று கூறியபடி அவளது கைகளைப் பார்க்கிறேன். கை, அழகான நீண்ட சிறுமியினுடையது. எனக்கு எப்போதும் பிடித்த இளமையான குழந்தைத்தனமான மஞ்சள் பூசப்பட்ட கைகள்.

'எதுக்காக இப்படி மஞ்சளைக் குழைத்துப் பூசியிருக்கிறாய்?'

'அம்மாவைத்தான் கேட்கணும்.' விஜயாவின் சிறு சிணுங்கல் அழகாக இருக்கிறது. அவளது முகத்தைப் பார்க்கிறேன். மேல் உதட்டில் லேசாக மீசை முளைத்திருப்பது போல் தெரிகிறது. அந்த முடிக்குக்கீழ் ஆரஞ்சுச் சுளைபோல் மேலுதடு அளவாய் தடித்துக் காணப்படுகிறது. அது போல் இன்னொரு ஆரஞ்சுச் சுளை கீழுதட்டிலும். ஓடியபடியே கேட்டுக்கொண்டிருக்கும் பாடலை மறித்துக் கேட்கிறேன்.

'விஜயா..'

'ம்... என்ன?'

'இந்த இரண்டு ஆரஞ்சுச் சுளைகள் யார் தந்த கொடை?'

'எந்த ஆரஞ்சுச் சுளை?'

'எந்த' என்ற சொல்லின் கடைசி எழுத்தான 'த'வில் ஒரு கொஞ்சுதலுடன் கூடிய அழுத்தம். உதட்டில் சிரிப்பு கொப்பளிக்கிறது. நானும் சிரித்தபடியே,

'இந்த' என்று என் வாயிதழ்களை அவளது உதடுகளுக்கு அருகில் கொண்டுசெல்லப் போகையில்,

'சூ...' என்று வாயை வேறுபுறத்தில் திருப்பியபடியே வலது கை

53

பெருவிரலை நீட்டிப் பொய்க்கோபத்தில் சிணுங்கி, 'அம்மாகிட்டே சொல்லிக் கொடுப்பேன்' என்கிறாள்.

'ஒங்க அம்மா என்னை ஒண்ணும் செய்யமாட்டாங்க விஜயா' என்று சொல்கிறேன், சிறுபிள்ளைபோல.

இப்போது மஞ்சளாகப் பூத்து ஒவ்வொரு காற்றுக்கும் உதிர்ந்த படியே இருக்கும் சுரபுன்னை மரத்தினருகில் ஓடிக்கொண்டிருக்கிறோம். அவளது வலது கையும் எனது இடது கையும் பிணைந்து கிடக்கின்றன. மெதுவாக ஓடுகிறோம். ஜாகிங் ஓடுவதுபோல் ஓடிக்கொண்டிருக்கிறோம். பாடல் தொடர்கிறது. இசை ரம்மிய மாக இருக்கிறது. இப்போது சொல்கிறாள்:

'அதுதான் தெரிந்த விஷயம் ஆயிற்றே! உங்களை எங்கள் வீட்டில் எல்லோருக்கும் பிடிக்கும். நீங்கள் என்னைப் பெண்பார்க்க வந்தபோது, அம்மா சொன்ன வாசகம் என்ன தெரியுமா? 'என் மக பாக்கியம் செய்தவ. அந்த என் மருமகனோட முகத்தில் ஒரு அருள் தெரியுது. எனக்கு முக லட்சணம் பார்க்கத் தெரியும். என் புருஷன் என்னைப் பார்த்தபோதும் நான் சின்ன பெண்ணாக இருந்தாலும் அதைத்தான் சொன்னேன்.' எங்கள் அம்மா ஒருவருடைய முகத்தில் அருள் தெரிகிறது என்று சொன்னால், அதன்பிறகு அந்த நபருடைய குணத்தைச் சந்தேகிக்கத் தேவையில்லை. என் அம்மாவுக்கு நீங்கள் செல்லமான மருமகன்.'

நான் சிரிக்கிறேன். 'சிரிக்காதீங்க' என்கிறாள். நாங்கள் இருவரும் ஓடிக்கொண்டே இருக்கிறோம். ரயில் 'கூகூ' என்று கூவிக்கொண்டே போகிறது. வண்ணத்துப் பூச்சிகள் ஒவ்வொரு பூச்செடியிலும் காற்று மோதுகையில் பயந்து மேலெழும்பி விட்டு, காற்றுத் திசைமாறியதும் மீண்டும் 'ஹம்'மென்று ஒலியெழுப்பியபடி அமர்ந்து தேனைக் குடிக்கின்றன. வானம் நிர்மலமான நீல நிறமாகத் தெரிகிறது. விஜயாவின் மெல்லிய நீளமான தொடைகளில், ஜாகிங் செய்வதற்கான ஸ்போர்ட் கால்சட்டை ஒட்டியபடி தெரிகிறது. நீல நிறத்தில் மேலிருந்து கீழ் வரை சிவப்பும் வெள்ளையுமான இரு கோடுகளாய் சிவப்பு மற்றும் வெள்ளைத் துணியில் பார்டர் தைக்கப்பட்டிருக்கிறது. அவளது வெள்ளைநிற தொடைகளில் பதிந்து கிடக்கும் அந்த நீல கால்சட்டையும் சிவப்பு வெள்ளை பார்டரும் என் நினைவில் வர, ஒரு திரைப்படப் பாடலை அவள் காதுகளில், கேட்கும்படி முணுமுணுக்கிறேன். 'உன் தங்கநிற உடம்பில் இந்த அழகிய வர்ணங்கள் எந்தவித தொல்லையைத்

தருமோ என நான் அஞ்சுகிறேன்' என்பது பாடல் வரிகளின் அர்த்தம். முந்திய இரவில் எங்கள் படுக்கையில் வைத்து நான் பாடிய ஞாபகம் வருகிறது விஜயாவுக்கு.

இசைக்கு ஏற்ப ஓடிக்கொண்டே சொல்கிறாள்: 'மோசமான ஆண் நீங்கள். என் அம்மாவுக்குச் சரியான மருமகனைத் தேர்ந்தெடுக்கத் தெரியவில்லை. தவறான ஆளைப்பிடித்துவிட்டாள். போயும் போயும் இந்த முகத்தில் 'அருள்' இருக்கிறது என்று கண்டு பிடித்திருக்கிறாளே என் அம்மா.' வார்த்தைகள் என்னைக் குறை கண்டுபிடித்தாலும், விஜயா என் கையைப் பிடித்தபடி ஓடிக் கொண்டிருக்கிறாள். மரங்களின் வளமான இலைகள் காற்றில் ஆடுகின்றன. சுரபுன்னை மரத்தின் நீண்ட ஒரு கிளையில் கறுப்பு வெள்ளை குருவிகள் எங்கிருந்தோ வந்து ஒரே குவியலாக அமர்கின்றன. குருவிகளின் பளு தாங்காமல் கிளை சற்று தாழ்கிறது. குருவிகள் காலால் இறுகப் பற்றியிருந்தாலும் சுரபுன்னை மரத்தின் கிளை ஒடியவில்லை. நீண்ட கருப்புநிறமான அந்தக் கிளை வளைந்து கொடுக்கிறது. இப்போது நானும் என் இளம் மனைவி விஜயாவும் அந்தக் கிளை தாழ்ந்த சுரபுன்னை மரத்தின் கீழே ஓடப்போகின்றோம் என்று நினைக்கும் போது, தாழ்ந்த கிளையில் குருவிகள் தொங்கி ஊஞ்சலாடுவதைக் கவனித்த விஜயா, 'வேறு வழியில் செல்லலாம்' என்று என் கையைப் பிடித்து இழுத்துக் கொண்டு ஓடுகிறாள்.

'ஏன், அந்தச் சுரபுன்னையின் கீழே ஓடினால் என்ன?' என்று கேட்கிறேன்.

'ஊஹூம்... கூடாது.'

'ஏன்?'

'குருவிகள் பயப்படும்.' குழந்தை போன்ற அவள் முகம் பய உணர்வை வெளிப்படுத்துகிறது. அவளுக்கு என்னைவிட அதிக மான பறவைகளின் பெயர்களும், செடி கொடி மரங்களின் பெயர்களும் தெரியும்.

'சந்திரன்?' என்கிறாள். ஓடியபடியே பேசிக்கொண்டிருக்கிறோம். நானும் விஜயாவின் விருப்பப்படியே அவளைப் போலவே நீலவர்ண ஸ்போர்ட்ஸ் கால்சட்டையில் சிவப்பு வெள்ளையில் நீளவாக்கில் தைத்த பார்டர்கொண்ட ஆடையை அணிந்து ஓடுகிறேன். விஜயாவும் நீலபார்டர் போட்ட ஒரு டி-ஷர்ட்டை அணிந்து ஓடிக்கொண்டிருந்தாள். ஒரு வித்தியாசம்! அவளது

டி-ஷர்ட்டில் ஆங்காங்குச் சிறு பூக்கள் தைக்கப்பட்டிருந்தன. அவள் முகத்தைப் பார்ப்பதுபோல் அவள் இளம்மார்புகள் குலுங்குவதைப் பார்த்தேன். முதலில் கவனிக்காதவள் இரண்டு மூன்றுமுறை நான் அப்படிச் செய்ததும்,

'ஓ காட்...!' என்றபடி பொய்க்கோபத்துடன் என் கைகளை விட்டுவிட்டு முன்னால் ஓடினாள். என் வேகத்தைக் கூட்டினேன். என் அளவு ஓடமுடியாத விஜயா, இன்னும் வேகத்தைக் கூட்டினாள். நானும் வேகத்தைக் கூட்டினேன். நான் பார்க்கக் கூடாதென்று அவள் இன்னும் வேகத்தைக் கூட்ட, அவளால் ஓட முடியவில்லை. என்றாலும், நான் அவள் மார்பை பார்க்கக் கூடாது என்று, ஓரிடத்தில் அமர்ந்து மார்பை கால்முட்டில் புதைத்துக் குனிந்து உட்கார்ந்தாள். முகத்தில் கோபமான கோபம்! அருகில் சென்று வியர்வையை துடைத்துவிட்டேன். பொய்யாக அழுதாள்.

'ஐ வில் நாட் கம் வித் யு ஃபார் ஜாகிங் ஹியராப்டர்' என்றாள். கோபமாகப் பேசினாள் ஆங்கிலத்தில். ஆரம்பத்தில் ஊரில் படித்தாலும், பின்பு ஊட்டியில் உயரிய பள்ளிக்கூடம் ஒன்றில் ஆங்கில மீடியத்தில் படித்த அவளது ஆங்கிலம், நல்ல உச்சரிப்புடன் அழகாக இருக்கும். அந்த மாதிரி நேரத்தில் அவளது ஆரஞ்சு போன்ற இரு உதடுகளும் அஷ்டகோணத்தில் வளைவதைப் பார்த்து ரசிப்பேன்.

நானும் அவளைப்போல உதடுகளை வளைத்து 'ஐ வில் நாட் கம் வித் யு ஃபார் ஜாகிங் ஹியராப்டர்' என்றேன்.

'ஓ' என்று உண்மையிலேயே அழுதாள். எனக்கு தர்ம சங்கடம்.

'ஓ ஸாரி.. என் அன்பான விஜயா நூறு ஸாரி' என்றேன். என் முகம் இருண்டது. கண்கள் கலங்கின. நானும் தூரத்தில் போய் நின்றுகொண்டேன். சற்றுநேரம் எங்கள் இருவருக்கும் இடையில் மௌனம். முகத்தை முழங்காலில் புதைத்து அமர்ந்துகொண்டிருந்தாள். பின் மெதுவாக ஓர் ஓரமாக கண்களைத் திருப்பி,

'நூறு போதாது. ஆயிரம் ஸாரி சொல்லுங்க' என்று மெதுவாகச் சொல்லியபடி எழுந்து என் அருகில் வர நான், 'ஆயிரம் ஸாரி' என்றேன். அவள் பிருஷ்டபாகத்தைத் தட்டிக் கொடுத்தேன்.

இருவரும் மீண்டும் ஓட ஆரம்பித்தோம். 5 அடி 6 அங்குலம் உயரம் உள்ள அவள், மெதுவாக நடப்பதும் ஓடுவதுமாக இருந்தாள். அவளைப்போல நானும் சென்றேன்.

அந்தப் பச்சைப் பசேல் என்ற பெரிய மலைச்சரிவும், 'கூக்கூ' என்று புகையைக் கக்கியவண்ணம் பாலத்தின் மீது போய்க் கொண்டிருந்த நீலநிறப் பெட்டிகளைக்கொண்ட ரயிலும் மெதுவாய் மறைய ஆரம்பித்தன. இருள் சூழ ஆரம்பித்தது. இருளுக்கிடையில் மங்கலான புகைப்படங்கள் தொங்கவிடப்பட்ட பழங்கால, ஒட்டடை அடிக்கப்படாததும், சிலந்திவலைகளால் சூழப் பட்டதும், புகைபடிந்த ஓடுகள் வேயப்பட்ட கூரைகளுடைய வீட்டின் உள்ளறை ஒன்று தெரிய ஆரம்பித்தது. கிருஷ்ணன் படம் ஒன்று தெரிந்தது. கரும்பைக் கடித்தபடியும் சிரித்தபடியும் கொழுகொழுவென்று நிற்கும் நீலவண்ண கிருஷ்ணன் என்னைப் பார்த்து ஓரமாய் நமுட்டுச் சிரிப்பு சிரித்தவண்ணம் இருந்தான். இருமருங்கும் மரங்கள், ஒரேயடியாய் கொய்யா, வாழை, கமுகு, பலா மரங்கள். இந்த மரங்களின் நிழலால் அதிகம் பச்சை யாகி காட்சிதரும் புல் தரைகள். சில இடங்களில் நீர்கட்டி, பாசி பிடித்துக் காணப்படுகிறது. நானும் விஜயாவும் பாதையில் நடந்து கொண்டிருக்கிறோம்.

கட்டியாகவும் யானைகளின் காதுகள் போலவும் மடங்கியபடி நிற்கும் இலைகளை உடைய ஆலமரம் ஒன்று நிற்கிறது. அதிலிருந்து விழுதுகள் தரை நோக்கி வந்தபடி இருக்கின்றன. இந்த வகை விசித்திரமான மரங்கள் உலகில் எங்கெல்லாம் வளரும்? எந்தெந்த சீதோஷ்ண நிலையில் ஆலமரம் காணப்படும்? இவ்வளவு பெரிய இலைகள் வேறு எந்தெந்த மரங்களுக்கு உண்டு. வேர் மேலிருந்தும், கீழிருந்தும் புறப்படும் மரம். இந்த மரத்தைப் பார்த்திராதவர் களுக்கு ஒரு தத்துவத்தைப் போதிக்குமா? பரந்துகொண்டே செல்கிறது இந்த மரம். மரணமே இல்லையா இதற்கு? என் கேள்விகளை விஜயாவிடம் கேட்ட வண்ணம் நடக்கிறேன். அவள் பதில் சொல்லிக்கொண்டே வருகிறாள் என்பது மட்டும் தெரிகிறது. என்ன பதில் என்பது மனதில் பதிவாகவில்லை. அவள் இன்று ஷாம்பு போட்டுக் குளித்துள்ளாள். நீண்ட தலைமுடியை நன்கு சீவி கடைசி நுனியில் மட்டும் ஓரிரண்டு முடிப்புகளைப் போட்டு, மொத்த கேசம் காற்றில் பறக்காதபடி நடக்கிறாள்.

சதைப்பிடிப்பான பிருஷ்டப் பகுதியை அடிக்கடி பார்த்துக் கொண்டு அவள் பின்னால் நடக்கிறேன். காதில் ஒரு சிறிய கல்பதித்த கம்மல். கழுத்தில், தன் செல்வச் செழிப்பைக் காட்டி தங்க வடங்களைப் போட்டு நிறைக்காமல் மெலிதான பெரிய வளையம் போன்ற ஓர் ஆபரணத்தைப் போட்டிருக்கிறாள்.

ஆடைக்குள் தாலி, தனியான செயினில் மறைந்தபடி கிடக்கிறது என்று நினைத்துக் கொள்கிறேன். என்னோடு துள்ளித் துள்ளி நடந்தபடி வருகிறாள். தொடர்ந்து, இன்னும் இன்னும் என்று தொலைதூரத்திற்கு நடந்தபடி இருக்கிறோம். நீளமான பாதை மீண்டும் நீண்டுகொண்டே போகிறது. சூரியன் மிகமிகப் பிரகாசிக்கிற நாள் அது. ஒருவர் தோளில் ஒருவர் கை போட்டபடி மிகவும் மகிழ்ச்சியாக, இந்த உலகில் நாங்கள் இருவர் மட்டுமே பிறந்துள்ளோம் என்று நினைத்தபடி நடக்கிறோம். இறுதியாக நாங்கள் போய்ச் சேர்ந்த இடம் ஒரு சிறு குன்று. அத்துடன் பாதை நின்றுவிடுகிறது. அது விஜயாவின் குடும்பத்தினருக்குரிய நிலம். அந்தக் குன்றுகூட அவர்களுடைய சொத்துதான். அவள் ஒரு நிலச் சுவான்தாருடைய மகளாகப் பிறந்து எனக்கு வாழ்க்கைப்பட்டவள். குன்றில் நாங்கள் ஏற ஆரம்பித்தோம். ஆங்காங்கு அடர்த்தியாக அன்னாசிச் செடிகள் காணப்பட்டன. இந்தச் செடியைப் பார்ப்பதில் எனக்கொரு ஆனந்தம். என்னோடு சேர்ந்து விஜயாவும் அந்தச் செடிகளைப் பார்த்தபடி இருந்தாள். சுள்ளென்று எரிக்கும் சூரியனும் அன்னாசிச் செடிகளும் என் போதையைக் கூட்டின. வாள்போல் இருபக்கம் தள்ளியபடி முள்ளுடன் தண்டுப்பகுதியில் பருத்தும் போகப்போக கூர்மை யாகிப்போய் ஆணி போன்ற ஒரு முள்ளில் ஒவ்வொரு இலையும் முடியும் அமைப்பு என்னை வெகுவாகக் கவர்ந்தது.

'ரொம்ப தாங்க்ஸ் சந்திரன்.'

'எதுக்கு?' என்றேன் நான்.

'அன்னாசி செடியைக் கூட ரசிப்பதற்கு.'

'கிண்டலா?'

'நோ...' விஜயா முகம் சிவந்தது. 'வாட் டு யு மீன்?'

'ஸாரி விஜயா. உலகில் இருக்கிற ஒவ்வொரு பொருளிலும் ஓர் அழகு இருக்கிறது' என்றேன்.

'ஆமா! சந்திரன். பிலிவ் இட் ஆர் நாட், இப்படி நிதானமா உங்களோட நின்று பார்க்கும்போதுதான் அன்னாசிச் செடியின் அழகு எனக்குத் தெரிந்தது. அதுவும் சூரியன் பிரகாசித்ததால் அதன் அழகே தனி அழகு. சூரியனுக்குக் கதிர்கள் இருக்கு, அன்னாசிக்கும் கதிர்கள் இருக்கு. அந்த வாள் போன்ற இலைகளின் உறுதியும் வாளிப்பும் பளப்பளப்பும் தரும் ஒரு அர்த்தம், அன்னாசி இலை களுக்கு உயிர் இருக்கிறது என்று கூறுவது போலில்லையா?'

உண்மையாகவே விஜயா ஒரு போதைக்கு ஆளாகியிருந்தாள் என்று தோன்றியது. பின்பு மேலும் நடக்க ஆரம்பித்தோம். பலவிதமான செடிகளும் புற்களும் பூக்களும் அங்குத் தெரிந்த குன்றில் காணப்பட்டன. அது சற்று உயரமான பூமிப்பரப்பில் இருந்ததால் எனக்கு மூச்சு வாங்கியது. விஜயாவுக்கும் மூச்சு வாங்கியது. நிதானமாக ஏற ஆரம்பித்தோம். நாங்கள் இப்போது ஒரு பாறைக்கருகில் வந்து நின்றோம். விஜயா வியர்வை அரும்பும் முகத்துடன் என்னைப் பார்த்துக் கேட்டாள்:

'உள்ளே ஒரு குகையிருக்குது தெரியுமா? நான் சின்னப் பெண்ணாக இருக்கும்போது நாங்கள் உள்ளே போய் இருப்போம். பெரியவர்கள் பார்த்தால் இங்கே வரக்கூடாது என்று விரட்டுவார்கள். உங்களுக்குக் குகை பிடிக்குமா?'

எனக்கு மனதில் ஓர் உந்துதல் ஏற்பட்டது. 'சரி. போவோம் உள்ளே' என்றேன். விஜயா ஏதோ செய்யக் கூடாத ஒரு காரியத்தைச் செய்யும் உற்சாகம் பெற்றாள். ஓரளவு செடிகள் படர்ந்து மூடி யிருந்தது அந்தக் குகை. குகை வாசலில் சமஸ்கிருதத்தில் ஏதோ எழுதப்பட்டிருந்தது. எழுத்துக்கள் அழகாகச் செதுக்கப்பட்டிருந்தன. இரு உருவங்கள் வாசலைக் காவல் காத்துவரும்படி செதுக்கப் பட்டிருந்தன. அந்த அழகைப் பார்த்தபடி குகை வாசலுக்குள் சென்றோம்.

'ஏதாவது பாம்பு கீம்பு இருக்கக் கூடாது' என்றேன். விஜயா ஒரு செடியின் கிளையைக் கையில் வைத்திருந்தாள். எனக்கும் ஒரு கிளையைக் கொடுத்தாள்.

'இந்தச் செடியை வைத்திருந்தால் நம்மருகில் பாம்பு வராது' என்றாள்.

எங்களிருவருக்கும் ஒரு ரகசிய உணர்வும் போதையுணர்வும் சேர்ந்தாற் போல ஏற்பட்டன. குகைக்குள் ஒருவித வாசனை இருந்தது. அல்லது வெளியிலிருந்த வாசனைகளிலிருந்து விடுபட்ட உணர்வா அது! ஆனால், வெளியில் சுள்ளென்று அடித்துக் கொண்டிருந்த வெயிலின் இதமான உணர்வு குகைக்குள் நுழைந்ததும் மறைந்தது. தரையில் ஓரிரு இடங்களில் சுண்ணாம்பு தடவப்பட்டது போல் காணப்பட்டது. இன்னும் சில இடங்களில் ஏதேதோ படங்கள் வரையப்பட்டிருந்தன. சூரியனைப் போன்ற சந்கேதப் படம் ஒன்று ஓரிடத்தில் தரையில் செதுக்கப்பட்டிருந்தது. 'நாலுப் பக்கமும் பாறையாகக் காணப் பட்டதால் பாறையில் குடைந்து

குகை செய்திருக்கிறார்கள்' என்றேன். மெதுவாகக் குனிந்தும் சில இடங்களில் நிமிர்ந்தும் போய்க்கொண்டிருந்தோம். வளைந்து வளைந்து செல்லும்போது ஓர் உணர்வுகடந்த நிலை என்னைக் கவர்ந்திழுத்தது. விஜயாவைப் பார்த்தேன். அவளுக்கும் அத்தகைய ஓர் புதிய உணர்வு ஏற்பட்டிருக்க வேண்டுமென்று அவளது முகத்திலிருந்து தெரிந்தது. 'இந்த இடத்திலேயே செத்துப் போகலாம் போல் சந்தோஷமாக இருக்கிறது' என்றாள்.

அவள் விரலை என் விரலால் பற்றினேன்.

'ஸாரி சொல்லு.'

'ஸாரி!'

'நூறு தடவை சொல்லு.'

'நூறு தடவை ஸாரி.'

'இப்படியே காலமெல்லாம் எந்தப் பிரச்சினையும் இல்லாமல், யாருமில்லாமல் நாமிருவர் மட்டுமே இருக்க வேண்டும்.'

'ஆமா. எனக்கும் அப்படித்தான் தோன்றுகிறது. எனக்குச் சொல்ல வரல. உங்களுக்கு வார்த்தை இருக்கு. சொல்ல வருது' என்றாள்.

'இல்ல. உனக்குத்தான் இப்போ நாம் உணர்வதை ரொம்ப அழகாச் சொல்லத் தெரிந்திருக்கு.'

'என்ன சொல்லிட்டேன்?'

நான் அவள் சற்றுமுன்பு சொன்ன வாக்கியத்தைத் திருப்பிச் சொன்னேன். 'செத்துப்போகலாம் போல சந்தோஷமாக இருக்கிறது.' என்னைப் பார்த்தாள். இருவரும் ஒருவர் இடுப்பில் ஒருவர் கையைப் போட்டுக்கொண்டு இன்னும் இன்னும் என்று குகையின் உள்ளே போய்க்கொண்டிருந்தோம். அவள் உணர்ச்சிப் பிரவாகமாய் இருந்தாள். மேலும் மேலும் நடப்பதையே விரும்புகிறவள் போல் நடந்தாள். கண்களில் ஒரு விசேஷ ஒளி எங்கிருந்தோ வந்து பாய்ந்தது போல் பிரகாசம் கொண்டது. உயிரின் பிரகாசமோ? யாருமில்லாதபோது இரண்டு மனித உயிர்கள் ஒன்றை ஒன்று அணைக்கும்போது இரண்டு உயிர்களின் முழு ஆற்றலும் எழுந்து வெளிப்படுவதை நாங்கள் உணர்ந்தோம். அணைத்தபடி நின்றோம்.

'விஜயா' என்றேன்.

'ம்' என்றாள், ஆழ்ந்துபோன தூக்கத்திலிருந்து விழிப்புற்ற வளைப் போல். இப்போது நாங்கள் வந்த இடத்தில் சில படிகள்

காணப்பட்டன. படிகளில் இறங்கும்போது, எப்போதும் என் இதயத்தில் யாரோ தொட்டது போல் இருக்கும். அந்த உணர்வை விஜயாவிடம் நான் கூறியதும் வியந்து போனாள்.

'எனக்கும் அப்படித்தான் படுகிறது' என்றவள், சற்று தூரத்தில் வட்டவடிவமான தாமரை ஒன்று கீழே தரையாக அமைந்த பாறையில் செதுக்கப்பட்டிருந்ததைக் காட்டினாள். தாமரை வடிவத்தின் நடுவில் மொழுமொழுவென பாறை அழகாக வழித்து எடுக்கப்பட்டதுபோல் செதுக்கப்பட்டிருந்தது. அப்போது தான் நான்கு பக்கமும் பார்த்தேன். பதினொரு இருக்கைகள் இருந்தன. இருக்கைகள் சற்று மேடாகச் செதுக்கப்பட்டிருந்தன. நானும் விஜயாவும் நடுவில்போய் அமர்ந்தோம். இருளில் இருவரும் ஒருவரையொருவர் தொட்டோம்.

'ஒரே ஒருமுறைகூட தொடுங்கள். எவ்வளவு சந்தோஷமாக இருக்கிறேன் நான்' என்றாள். இருள் பூச்சிகள் ஒளிந்துகொண்டு இருந்தன. இரு உயிர்கள் அம்மணமாய் ஒன்றை இன்னொன்று அறிந்துகொண்டு கிடந்தன.

'இந்த இடம் பல ஆயிரம் வருஷங்களுக்கு முன்பு வாழ்க்கையின் ரகசியத்தை அறிய ரிஷிகள் பயன்படுத்திய இடம். ரகசியமான இடம். நாலா பக்கமும் லேசான வெளிச்சம், பாறைப் பிளவுகளில் இருந்து வந்துகொண்டு இருக்கும் அதீதமான இடம். சமூகத்திலிருந்து ஒதுங்கிய இடம். நல்லது கெட்டது, அழகு, அசிங்கம், சோகம், ஹாஸ்யம் இப்படிப்பட்ட பாகுபாடுகளுக்கு அப்பாற்பட்ட இந்த இடத்தில் என் குலத்தின் சிருஷ்டி நடக்கட்டும்.'

ஒரே அமைதி. அமைதிக்குப் பல பிரிவுகள் உள்ளன. பல வர்ணங்கள் உள்ளன. பல பாதைகள் உள்ளன. அமைதியின் ஆழம் அதிகரித்தது.

ஆடைகளை அணிந்துவிட்டு என் நெற்றியில் ஒரு முத்தம் பதித்தாள். 'புறப்படுங்கள்' என்றாள்.

குகைக்கு வெளியில் வந்தபோது விஜயா தலை குனிந் திருந்தாள். அவளது நெற்றிப் பொட்டு அழிந்திருந்தது. அதைச் சரிசெய்யச் சொன்னேன். ஓடத்தில் தண்ணீர் ஊறி ஓடிக் கொண்டிருந்தது. அங்குப் போய் கால் முட்டி போட்டு அமர்ந்தாள். தெளிந்த நீரை கண்ணாடியாய் நினைத்து, கேசத்தைச் சரி செய்தாள். நெற்றியில் பொட்டு வட்டமாக அமையும்படி ஓரங்களை அழித்து திருத்தினார்.

குகைக்கு வெளியில் வந்துவிட்டோம். 'குகையில் என்ன

ஞானோதயம் கிடைத்தது?' நான் சிரித்தபடி கேட்டேன். ஒரு மௌனம், எனக்குப் பதிலாகக் கிடைத்தது. திடீரென்று காற்றும் இருளும் நாங்கள் நின்ற இடத்தில் பரவ ஆரம்பித்தன.

என்ன என்று எனக்குச் சொல்லத் தெரியாத மாயம் சூழ்ந்தது. இருளுக்குள்ளிருந்து ஒரு புதிய பூமிப்பரப்பு விரிந்தது. புதிய இலைகள் கொண்ட பச்சைப் பட்டுப்போல் புல்வெளிக்கு நடுவில் செடிகள். ஒரு செடியில் பூத்த தாளால் செய்த பூ ஒன்று விஜயாவிடம் பேசியது. இந்த இயற்கையான செடியில் ஏன் செயற்கையான தாள் பூ பூக்க வேண்டும் என்று நான் கேட்கும் போது, பச்சையாய் ஓணான் ஒன்று வாயைப் பிளந்து அருகில் வந்த வண்ணமிருக்கிறது. அதற்கு ஓர் இலையைப் பறித்துக் கொடுத்த விஜயா அந்த ஓணான்மீது ஏறி புறப்பட ஆரம்பித்த போது, தூரத்தில் ஓர் ஒட்டகச் சிவிங்கி நின்று அவளை அழைக்க, பச்சை ஓணானிடம் 'அழாமல் இரு' என்று தடவிக் கொடுத்தபடி ஒட்டகச்சிவிங்கியின் முதுகில் ஏறிக் கொள்கிறாள். சிறு பள்ளிச்சிறுமியாய் இரட்டைச் சடையுடன் ஏறுகிறாள். பச்சையான புல்வெளியில் குறுக்கும் நெடுக்குமாய் பாதைகள் போகின்றன. தூரத்தில் வானம் அழகாகவும் பிரகாசமாகவும் தெரிகிறது.

நான் கட்டிலிலிருந்து விழித்தபோது, வார்ஸாவின் காலநிலை சற்றுப் பிரகாசமாகத் தெரிகிறது. இரவில் வீடியோ பிளேயரில் ஓடிய படம் நின்று இருக்கிறது. சோபாவிலேயே முழு இரவும் படுத்துத் தூங்கி முடித்திருக்கிறேன் என்று நினைத்தவண்ணம், இன்னும் எரிந்துகொண்டிருந்த மின்சார விளக்கை அணைத்தேன். பின்பு சென்று கெட்டிலை 'ஆன்' செய்தேன். தலை வலித்தது. எதற்கு இந்தத் தலைவேதனை என்று என்னையே கேட்டுக் கொண்டேன். சரியாகப் படுக்கையில் படுக்காததால் என்று ஒரு சமாதானம் தோன்றியது. ஒருவேளை காபி குடித்ததும் தலைவேதனை சரியாகி விடலாம் என்றும் நினைத்தேன்.

5

முன்பு ஹோட்டல் வரவேற்பறையில் அறிமுகமான அன்னா மாலினோவ்ஸ்காவும் நானும் இரண்டாவதுமுறை சந்தித்த போது, 'சந்திரன்! நான் உங்களை ஒரு பேட்டி எடுக்கப் போகிறேன்' என்றாள்

தடாலடியாக.

'எதுக்கு?' என்றேன்.

'எனக்குக் கொஞ்சம் பணம் கிடைப்பதை நீங்கள் அனுமதிக்க முடியாதா?'

'ஓ காட்! உன்னைப்பற்றி ஒன்றும் சொல்லாமல், நீ அழகாக இருப்பதால் இந்த இந்தியன் நீ சொல்வதுக்கெல்லாம் இளித்தபடி தலையாட்டத்தான் போகிறான் என்று நினைத்தால் நீ ஏமாறப் போகிறாய்' என்றேன். இவள் பெரிய பணக்காரி இல்லை என்று முதல் முதலாக ஓர் எண்ணம் வந்தது.

'என்னைப்பற்றி இதுவரை ஒன்றும் சொல்லாமல் உங்களைப் பின்தொடர்கிறேன் என்பது உண்மைதான். நான் அழகாக இருக்கிறேன் என்பதும் உண்மைதான்...' என்று ஒரு சிரிப்புச் சிரித்தாள்.

பின்பு தொடர்ந்தாள்: 'ஆனால் நீங்கள் இளிச்சவாயன் என்று நினைக்க வில்லை. அப்படி நினைத்திருந்தால், உங்களை மதித்து உங்கள் பேட்டியை ஒரு போலிஷ் பத்திரிகையோடு தொடர்பு கொண்டு வெளியிட ஏற்பாடு செய்வேனா? எனக்குக் கொஞ்சம் பணம் கிடைக்கும் என்பது உண்மைதான். அதற்காக, தெருவில் போகிற எல்லோரிடமும் பேட்டி எடுக்கப்போய் நிற்கிறேனா என்ன?'

மிகப் பெரியதாகவோ, மிக நீளமாகவோ இல்லாமல் அளவாக இருக்கும் அவள் மூக்கைப் பார்த்தேன். அவள் முகத்தில் எந்த உணர்வு வெளிப்படுகிறது என்று என்னால் கூற முடியவில்லை. ஆனால், இப்படி ஓர் அழகுள்ள இளம் பெண்ணை நான் பார்த்த தில்லை. அந்த அழகு என்னைச் செயலிழக்க வைக்கிறது என்பது உண்மை. என்னைவிட சுமார் பத்து வயதாவது குறைந்தவளாக இருந்தாள்.

'பல்கலைக்கழகத்தில் படிக்கிறாயா?' என்று கேட்டபடியே ஏற்கெனவே ஆங்கில இலக்கியமும் தத்துவமும் படித்து, பாதியில் விட்டுவிட்டு ஓவியம் படிப்பதைப் பற்றி அவள் கூறியதை எண்ணினேன்.

'ஷ்... ஷ்...' என்றாள். 'என்னைப்பற்றி எந்தத் தகவலும் உங்களுக்குத் தெரிவிக்கப்போவதில்லை' என்று கூறினாள்.

நானும் அவளும் இப்போது ஒரு ஷாப்பிங் காம்ப்ளக்ஸின்

மேல்மாடியில் நடந்தவண்ணம் இருந்தோம்.

'என்னைவிட கண்டிப்பாக பத்து வயது குறைந்தவள்' என்று எனக்குள் முனகுவது போலச் சொன்னேன். எப்படியோ கேட்டு விட்டாள்.

'பொய்' என்றாள்.

'பாம்புச்செவி' என்றேன்.

'இஸ் மை இயர் ஸோ அக்ளி?'

'இல்லை. என் மொழியில் பாம்புச்செவி என்றால், மிகவும் கூர்மையான நுட்பம் வாய்ந்த செவி என்று பொருள்' என்றேன்.

அருகில் ஜட்டி மட்டும் போட்ட ஒரு மாடல் பிளாஸ்டர் பொம்மையைப் பார்த்தபடி நின்றாள். 'சந்திரன், கம் அண்ட் ஸீ...' என்றாள். ஒரே கண்ணாடி மயமாகத் தெரிந்த அந்தக் கட்டடத்தின் தளத்தில் பல்வேறு மாடல் பிளாஸ்டர்களை தொடர்ந்து பார்த்த வண்ணம் நடந்துகொண்டிருந்தோம்.

'கிழக்கு ஐரோப்பிய நாடுகள், முக்கியமாய் போலந்து பற்றி நோம் சாம்ஸ்கி என்ன சொல்கிறார் தெரியுமா?'

'யார் அது?' என்றாள்.

'ஓர் அமெரிக்க மொழியியல்வாதி. ஆனால், அவரது அரசியல் கருத்துக்கள்தான் உலகமெங்கும் பிரசித்தம்!'

'என்ன சொல்கிறார்?'

'போலியான அமெரிக்கப் பாதையையும் கேப்பிட்டலிசத்தை யும் போலந்து பின்பற்றுகிறதாம். இந்த மாதிரி கடைகளையும் நுகர்வோர் கலாச்சாரத்தையும் போலந்து பின்பற்றுவதைப் பெருமை யாக நினைக்கிறது என்கிறார்.'

'அவர் கம்யூனிஸ்டா? எங்கள் யாருக்கும் கம்யூனிசம் பிடிக்காது. அந்த நபர் சொல்கிற விஷயத்தைச் சொல்லாதீர்கள்' என்றாள்.

'ஸாரி' என்றேன்.

'எனக்குப் பிடிக்காத விஷயங்களை இப்படித்தான் முகத்தில் அடித்தாற்போல் சொல்வேன். தப்பாய் நினைக்கவில்லைதானே நீங்கள்?'

'இல்லை' என்றேன். முதல் சந்திப்பில் வெளிப்படாத இவள் குணம் பற்றி யோசித்தேன்.

பின்பு இருவரும் எக்ஸ்பிரஸ்ஸோ அருந்தியபடி இரண்டு மணி

நேரம் பேசியதை, ஒரு பத்திரிகைக்கு அன்னா அழகிய முறையில் கதைபோல் எழுதிப் பிரசுரித்திருந்தாள். 'எந்த இந்தியனுக்குள்ளும் ஒரு முக்கியமான கதையை நான் கண்டுபிடித்துவிடுவேன். இதோ படியுங்கள்' என்று ஒரு பத்திரிகையை நீட்டினாள் அன்னா. 'போலிஷ் மொழி இனிமேல்தான் படிக்க வேண்டும்' என்று நான் தமாஷ் செய்ததும், கைப்பையிலிருந்து அந்த கட்டுரையின் ஆங்கில வடிவத்தை எனக்குக் கொடுத்துவிட்டு, மீண்டும் அடுத்த வாரம் பார்க்கலாம் என்று புறப்பட்டாள். தலைமுடியைக் கொஞ்சம் அதிகமாக கத்தரித்திருந்தாள். மூட்டுவரை ஸ்கர்ட் அணிந்து உயர்ந்த குதிகால் கொண்ட முட்டளவு வரும் லெதர் ஷூ அணிந்திருந்தாள். அது அவளுக்கு அன்று பொருத்தமாக இருந்தது. அவளது வெள்ளை வெளேர் என்ற கால்கள் கறுப்பு 'நெட்டி'லான காலுறையில் மறைக்கப்பட்டிருந்தன. வேகமாக அவள் நடந்து மறைய, நான் இன்னும் ஓர் எக்ஸ்பிரஸ்ஸோவுக்கு ஆர்டர் கொடுத்தபடி அவள் கொடுத்த பத்திரிகைப் பேட்டியைப் படிக்க ஆரம்பித்தேன்.

'சந்திரன் என்ற இந்தியர், இன்றைய இந்தியாவின் ஒரு முக்கிய மான பிரதிநிதி என்று சந்தேகமின்றி கூறலாம். 5 அடி எட்டு அங்குலம் உயரம். ஒல்லியான தேகம். நேராகக் கண்களில் பார்க்கிற பார்வையும் கிராப்புத் தலையும் கொண்டவர் சந்திரன். அவர் வார்ஸாவுக்கு வந்திருப்பது, இன்று இந்தியாவைப் புயல்போல் ஆக்கிரமித்திருக்கும் கம்ப்யூட்டர் தொழில் தொடர்பாக. 'ஹெஸட்டா வார்ஸோவா'வின் வாசகர்களுக்கு இந்த வார சந்திப்பு பகுதியில் சந்திரன் கூறிய ஒரு சம்பவத்தைத் தருவதன் மூலம், இன்றைய இந்தியாவின் இன்னொரு பக்கம் வெளிச்சம் போட்டுக் காட்டப்படுகிறது. உயர்ந்த கட்டடங்களும், அருகிலேயே ஓட்டைக் குடிசைகளையும் கொண்டிருக்கிற இன்றைய இந்தியா, சாதாரண போலிஷ் நாட்டு வாசகர்களுக்குப் புரியாத புதிர்! இங்கு சந்திரன் என்று ஒரு ...'

சிறு முன்னுரையுடன் என் சந்திப்பு பற்றிய விபரம் கீழ்வருமாறு கொடுக்கப்பட்டிருந்தது. என் சுயசரிதத்தை நானே சொல்வது போல் அச்சாகியிருந்தது.

'அப்போது, எங்களுக்குத் திருமணப் பேச்சு மட்டும் முடிந் திருந்தது. விஜயா, முதுகலை வகுப்பை முடிக்கிற கடைசி வருடம். அவளைப் பார்ப்பதற்காக நான் பல்கலைக்கழகத்திற்கு அருகிலிருக்கிற பெண்கள் ஹாஸ்டலுக்கு மாலை நான்கு மணிக்கு

வருவதாக அவளிடம் தெரிவித்திருந்தேன். அதை அவள் அவளுடைய தம்பிக்குக் கூறியிருக்கிறாள். நான் நான்கு மணிக்குச் சென்று காம்பவுண்டுக்குள் நுழையும் போதே, வலது மூலையில் அரளிச்செடி ஒன்று உயரமாக வளர்ந்திருந்த இடத்தில் இருந்த கெஸ்ட் அறையின் வராந்தாவில், பெட்டி போன்ற இரண்டு பிரம்பு நாற்காலிகளில் விஜயாவும் ஒரு மாநிறமான சிறுவனும் அமர்ந் திருந்தனர். நான் வருவதைக் கவனித்ததும் விஜயா எழுந்து என்னைப் பார்க்க, அருகிலிருந்த பையனும் எழுந்தான். இரண்டு கைகளையும் உடம்போடு ஒட்டி முதுகைப் பின்புறமாய் தள்ளி, சுவரில் ஒரு காலை பின்புறமாய் வைத்தபடி ஒருவித இன்னொசன்டான பார்வையுடன் என்னை எதிர்கொண்டான் அவள் தம்பி. விஜயா, அவர்கள் அமர்ந்திருந்தது போன்ற ஒரு பெட்டி மாதிரியிலான பிரம்பு நாற்காலியை எனக்காகக் கொண்டுவந்து போட, நானும் அவர்களோடு வராந்தாவில் அமர்ந்தேன்.

அந்த பதினாறு வயது நிரம்பிய லேசாக மீசை அரும்ப ஆரம்பித் திருக்கிற, இன்னும் ஆண்குரல் வந்தடையாமல் கீச்சுக் குரலில் பேசிய பையனின் பெயர் பிரதாப் என்று அறிமுகப் படுத்தினாள் விஜயா. பிரதாப் என்னைப் பார்த்துக் குறும்பாகவும், பலநாள் பழகியது போலவும் பேச ஆரம்பித்தான். சற்று நேரத்தில் மிகவும் அந்நியோன்யமாகப் பழக ஆரம்பித்துவிட்டோம். நான் பிரதாப்பின் படிப்பைப் பற்றிக் கேட்டேன்.

'பரவா இல்லாத படிப்பு' என்றான்.

'அப்படீன்னா?'

'பரவான்னா, வகுப்பில் முதல் என்று அர்த்தம். 'இல்லாத'ன்னா முதல் இல்லே, அதனால் இரண்டாவதுன்னு அர்த்தம்' என்று சொன்னான். கண்ணாடி அணிந்த கண்கள் அதன் பின்னாலிருந்து மின்னின. முட்டு அளவு நிக்கர் போட்டிருந்தான்.

நான் விஜயாவிடம் சொன்னேன், 'குறும்பான பையனாக இருப்பான் போல இருக்கே!'

'குறும்பா! அப்படீன்னா என்ன விலை?' என்றான்.

அவன் கீச்கீச்சென்று சொன்னதுபோல நானும் அவன் குரலைப் போலி செய்ய, விஜயாவும் நானும் பிரதாப்பும் சிரித்தோம்.

அதன்பிறகு அவனுடைய நண்பர்கள், அவன் தங்கியிருக்கிற டார்மெட்டரியில் உள்ள வார்டன் ஆகியோர் பற்றிய தமாஷில்

இறங்கினான். சிலவேளை அவன் அளவுதான் என் வயதும் என்று கருதி என்னோடு, அவனுக்குச் சமதையானவர்களிடம் பேசுவது போல், விளையாடுவது போல், அவன் நடந்துகொண்டபோது விஜயா இடையில் புகுந்து,

'டேய் முட்டாள்! சந்திரன் உன் வயசு அல்ல. பெரிய ஆட்களுக்குக் கொடுக்கவேண்டிய மரியாதையைக் கொடுக்காமல் பேசுகிறாய்' என்று எச்சரிக்கவேண்டி வந்தது.

உடனே முகத்தில் குற்ற உணர்வுடன் பெட்டிப் பாம்புபோல் சற்றுநேரம் பேசாமல் இருந்தான். நான் விஜயாவைக் கடிந்து கொள்ள வேண்டியிருந்தது.

'நோ... சந்திரன், உங்களுக்கு அவனைத் தெரியாது. கொஞ்சம் இடம் கொடுத்தால் மடம் பிடுங்குவான்' என்று ஒரு பழமொழியைச் சொன்னாள் விஜயா.

'மடம் பிடுங்க மாட்டேன்; கர்ச்சிப்பைத்தான் பிடுங்குவேன்' என்று என் பேன்டின் இடது கால்பக்கம் தள்ளியபடி தெரிந்த கைக்குட்டையை இழுத்தெடுத்தான். உடனே முகம் கறுத்தபடி அவனை உறுத்துப்பார்த்த விஜயாவிடம், நான் கண்களால் சைகை காட்டி 'மிருதுவாக அவனை நடத்து' என்று மௌன மொழியின் மூலம் சொன்னேன்.

பின்பு சற்றுநேரம் அவனது ஹாஸ்டலின் டார்மெட்டரியில் உள்ள ஒரு பையன்போல் மூக்கை அடைத்துவைத்துப் பேசலானான்.

'ங்ஸா... அங்படியா? சரியங்...க்கா...'

'இது யாரு?' என்றேன். அவனுடன் சமதையாக நான் விளை யாடக் கூடியவன்தான் என்பதைக் காட்டுவது போல.

'இது பாஸ்கர். பாஸ்கருக்கு மூக்கு ஸௌன்ட்ஸ் கலந்துக்காம பேச வராது...'

'இவரு எல்லாத்திலயும் ரொம்ப கரெக்ட்' என்று தன் தம்பியைச் சீண்டினாள் விஜயா. அன்று விஜயா ஜீன்ஸ் பேன்ட் போட்டு மேலே ஒரு டி-ஷர்ட் அணிந்திருந்தாள். காலில் தங்க ஜரிகை ஒட்டப்பட்ட ஒரு கறுப்புநிற செருப்பு. இடது கையில் கறுப்பு நிறத்தில் பெரிய கண்ணாடி வளையல். கண்ணிமைகளில் சற்று கருவண்ணம் பூசப்பட்டிருந்தது தவிர, வேறு மேக்கப் எதுவும் கூடுதலாக இல்லை. குளித்துச்சடையை ஷாம்பூவால் நன்கு கழுவியிருந்தாள். தலைமுடி 'பப்' என்று பொங்கி நின்றது. காது முனையில் ஒரு கம்மலும் காதின்

நடுவில் ஒரு வளையமும் காணப்பட்டன.. குளித்து வந்திருந்ததால், கண்கள் இளமையாகவும் கூடுதலான தெளிவுடனும் பளிச்சிட்டன. அது, அன்று அவளுக்கு ஒரு தனிக் கவர்ச்சியைக் கொடுத்ததால், அவளை அடிக்கடிப் பார்த்துக்கொண்டிருந்தேன்.

'ஆங்மெ... இவரு எல்லாத்லயும் கரெக்ட்...' என்று அவன் கூற, அக்கா எழுந்து அடிக்கப் போனபோது அவன் ஓடினான்.

'உங்களுடைய ஆள் வந்ததும் என்னைப் பறத்தி அடிக்கிறீங்களா?' என்று தூரத்தில் நின்றபடி கிண்டலடித்தான். பின்பு மெதுவாய் அரளிச் செடியருகில் போய், அவனை அறியாமல் அரளிச்செடியின் இலையைப் பறித்து வாய்க்கருகில் கொண்டு போனான்.

'சீ அரளி இலை விஷம். வாயில் வைக்கக் கூடாது' என்று பதறி அடித்து, தம்பிமீது இருக்கும் வாஞ்சையை விஜயா காட்டியபடி அவனருகில் ஓட, அவள் கைகளுக்குள் அடங்கி அக்காளுடன் ஒட்டியபடி முன்பு அமர்ந்திருந்த இடத்திற்கு வந்து, என்னுடன் அமர்ந்தனர். அதன்பின்பு தொடர்ந்து ஏதேதோ பேசுவதும் சிரிப்பதுமாக இருந்தான்.

நான் புறப்படுவதற்கு முன்பு என்னை நோக்கிக் கேட்டான்: 'குதிரை போல கனைக்கும், ஆனா குதிரையைவிட பெரிசு; குதிரையைப் போல வாலிருக்கும். ஆனால் குதிரைக்கு இருப்பதை விட பெரிய வாலு. அது என்ன மிருகம்?' சிரித்தபடியே தன் வலது கையின் பெரிய விரல் நகத்தால் உதட்டுக்குள் கீழ் பல் வரிசையை மெதுவாகத் தட்ட ஆரம்பித்தான்.

நானும் விஜயாவும் மிரட்சியுடன் பார்க்க ஆரம்பித்தோம்.

'என்னடா இது! புதிய விடுகதையா இருக்கு?' என்று வழக்கமாக இந்த மாதிரி விடுகதையை அவனும் அவளும் சொல்வார்கள் என்ற முறையில் கேட்டாள்.

'சொல்லுங்க... இரண்டு பேரும் சொல்லுங்க' என்று மீண்டும் ஒருமுறை விடுகதையைச் சொன்னான். பெரிய ஒரு பிரச்சினையை எங்கள் இருவர் முன்பும் அவன் எழுப்பியது போல விஜயா மிகவும் சீரியஸாக முகத்தை வைத்தாள். விடையைத் தேடி கண்களைச் சுருக்கிப் புருவங்களை நெளித்து நெற்றியில் சுருக்கங்கள் வரவைத்து பதிலுக்கு முயற்சித்தாள். அவளை அறியாமல் நகத்தைக் கடித்துக் கடித்துத் துப்பினாள். நான் இந்தவிதமான சிறு ஜோக்குகள் மற்றும் விடுகதைகளுக்கு அதிகம் அசராதவன். சிறுபிள்ளைகளின் விளையாட்டு என்று என்னால் இந்தச் சிறு சிறு காரியங்களில்

ஈடுபட முடியாது என்பதுபோல் அலட்சியமாக கம்மென்று அமர்ந் திருந்தேன். விஜயா அப்படி அல்ல. தம்பியைவிட தான் புத்திசாலி என்பதை நிரூபிக்கும் ஒரே ஒரு வாய்ப்பை நழுவவிடக்கூடாது என்று கங்கணம் கட்டியவள் போல் முதுகைக் குனிந்து தரையை உன்னிப்பாகப் பார்த்து உதடுகளை இறுக்கினாள்.

'தரையில் இல்லை விடை' என்றான் பிரதாப். விஜயா ஏதும் சொல்லவில்லை. நான் இருவரையும் கவனித்தபடி ஒரு பார்வை யாளன் போல் அமர்ந்திருக்க, விஜயா மெதுவாகக் கேட்டாள்.

'யானையா?'

'இல்லை' என்றான் பிரதாப்.

'வாலிருக்கும். ஆனா குதிரைய விட பெரிய வாலு.. யானை இல்லாமல் வேறு என்ன?' என்று தம்பியை விஜயா பரிதாபமாகப் பார்க்க, 'எம்.ஏ. படிச்சு முடிக்கப் போறீங்க நீங்க. இவரு எம்.ஏ. முடிச்சிருக்காரு. சொல்லுங்க' என்றான்.

சற்று நேரத்துக்கு அப்புறம் இந்த விளையாட்டில் சம்பந்தப் படவில்லை என்பதை அறிவிப்பது போல் நான் கொட்டாவி விட விஜயா மெதுவாகச் சொன்னாள்:

'தெரியாது. சொல்லு.'

'சொல்லவா? தெரியாது, உங்க இரண்டு பேருக்கும்?'

'தெரியாது' என்றாள் விஜயா. நானும் தெரியாது என்பது போல் தலையாட்டினேன். உடனே சொன்னான் சற்றும் தாமதிக்காமல்.

'பெரிய குதிரை என்பதுதான் விடை. குதிரையைவிட பெரிசா இருக்கும் அப்படினா பெரியகுதிரை தானே' என்று அவன் சொல்ல, மூன்று பேரும் 'ஓ' என்று ஒரே நேரத்தில் சிரித்தோம்.

இதற்குப் பிறகு மீண்டும் நான் பிரதாபைச் சந்தித்துச் சரியாக அவனோடு பேசி அவனை அறிய வாய்ப்புக் கிடைத்தது, நான்கு வருடங்களுக்குப் பிறகு. விஜயாவுடன் எனக்குத் திருமணம் முடிந்திருந்தது. விஜயாவின் வீட்டுக்கு அடிக்கடி நான் போய் வந்தாலும், அவன் வேறு ஊருக்குப் படிக்கப் போய்விட்டதால் அவனை அறியும் அளவு எனக்குச் சந்தர்ப்பம் கிடைத்தது நான்கு வருடம் கழித்துத்தான்.

அப்போது அவனுக்குச் சரியாக இருபது வயது முடிந்திருந்தது. ஓரளவு அவனது குணம் மாறியிருந்தது. கையை உடம்போடு சேர்த்து இடது மற்றும் வலது பக்கங்களில் தொங்கப் போட்டபடி,

உடம்பை லேசாகக் குன்றி சுவரிலே தூணிலே சாய்ந்து நிற்கும் குணம் மாறவில்லை. எதையாவது யோசிக்கும் போது கையின் பெரிய விரலால் உதடுகளைத் திறந்து பற்களை நகத்தால் தட்டும் பழக்கம் இன்னும் தொடர்ந்தது. குரல் முற்றாக மாறியிருந்தது. ஒருவித ஆண்மை தொனிக்கும் கரகரப்பான எடுப்பான பேச்சில், இடையிடையே ஆங்கிலம் கலந்து பேசினான். அவனுக்கு இயல்பாக ஆங்கிலம் கலந்து பேச வந்தது. ஆங்கிலம் பேசாவிட்டாலும், ஆங்கிலத்தில் பேசும் வாய்ப்பு வந்தால் சரளமாய் அழகாகப் பேசக்கூடியவன் என்பதை அவன் ஆங்கிலத்தை இடையிடையே கையாண்ட விதம் நிரூபித்தது. மீசை கறுகறுவென்று வளர்ந் திருந்தது. மருத்துவக் கல்லூரியில் சேர்ந்து படிக்க ஆரம்பித் திருந்தான். படிப்பில் கெட்டிக்காரன். பள்ளியிலேயே முதலாவ தாகவோ இரண்டாவதாகவோ வந்திருந்தான். அதனால் மருத்துவக் கல்லூரியில் அவனுக்கு இடம் கிடைப்பது எளிதாக இருந்தது. அப்போதெல்லாம் மருத்துவப் படிப்பு, சமூகத்தில் மிகுந்த மதிப்புக்குரியதாகவும் ஒரு திறமையான இளைஞன் செய்யக்கூடியது அது ஒன்றே என்பதாகவும் கருதப்பட்டது. தன் படிப்புப் பற்றி பிரதாப் பெருமைப்பட்டது போலவே தெரிந்தது. ஆனால், இடையில் ஓர் அதிருப்தி கூடவே அவனுக்கு இருந்தது.

‘அதுதான், ஏழை எளியவர்களுக்கு வேண்டியும் நோயாளி களுக்கு வேண்டியும் இரவு பகலாகக் கண் விழித்து வேலை செய்யும் தொழில் டாக்டர் படிப்பு. சேவை மனப்பாங்கு உடையவர்களுக்கு மட்டுமே இந்தத் தொழில் தகுதியுடையது. ஆனால் இன்று இந்தியாவில் என்ன நடக்கிறது? பணக்காரர்களும் பெரிய பதவிகளில் இருப்பவர்களும் அதிகாரிகளும் அரசியல்வாதிகளும் தங்களின் பிள்ளைகளுக்கு உரியதாக இந்தக் கல்வியை மாற்றி விட்டார்கள். என்னுடன் படிக்கும் பல மாணவர்களும் மாணவி களும் பெரிய இடத்துப் பிள்ளைகள்’ என்றான். அவன் சிறுவனல்ல; வளர்ந்துவிட்டவன். போதாக் குறைக்கு எல்லோருடைய சாதாரணக் கருத்தையும் தனக்கான கருத்தாகச் சுமந்து திரிபவன் அல்ல என்று எனக்குப் பட்டது. சுயமாய் சிந்திக்கிறான். இது எனக்கு அவனைப் பற்றி யோசிக்க வைத்தது. இந்தியச் சமூகத்தில் சுயமாகச் சிந்திப்பவர்கள் இளைஞர்கள் மட்டும்தான். அதுவும் குறிப்பிட்ட ஒரு வயதில் அப்படிச் சிந்தித்துவிட்டு, வளர்ந்ததும் சிந்திப்பது அடுத்த தலைமுறைக்கு உரியது என்று ஒதுங்கிக்கொண்டு விடுகிறார்கள். பின்பு தங்கள் முந்திய தலைமுறை செய்ததுபோலச்

செய் கிறார்கள். பிரதாப், சிந்திக்கும் இளம் தலைமுறையைச் சார்ந்தவன் என்பதால் அப்படிச் சிந்திக்கிறான். திருமணம்வரை இப்படிப் புதிதாய்ச் சொல்பவர்களும், மாறுபட்டுச் சிந்திப்பவர்களும் கிடைக்கிறார்கள் என்று எனக்குத் தோன்றுகிறது. அதனால் தனது இருபதாவது வயதில் பிரதாப் இப்படிப் பேசியது, அவனைப் பிற்காலத்தில் ஒரு பெரிய பிரச்சினையில் கொண்டுபோய் விடப்போகிறது என்றெல்லாம் நான் நினைக்கவில்லை.

அதனால், தமாஷாக அவனிடம் பேசிக்கொண்டிருந்தேன். அவன் நான்கு ஆண்டுகளுக்கு முன்பு என்னிடமும் விஜயா விடமும் போட்ட விடுகதையை நான் பலரைச் சோதிக்கப் பலமுறை பயன்படுத்தியிருந்ததால் அந்த விடுகதையை மறக்காமல் இருந்தேன். பிரதாப்பை மறக்காமல் இருக்கும் ஓர் உத்தியாக அந்த விடுகதையை என் நண்பர்களிடம் போடுவதை என் வழக்கமாகக்கொண்டு இருந்தேன்.

இப்போது, 'சரி பிரதாப், உனக்கு ஒரு கேள்வி' என்றேன்.

என்னைத் திரும்பிப் பார்த்தான்.

நான் அப்போது தீயணைக்கும் துறையில் ஏதோ ஒரு சுவாரஸ்யம் கருதி அதிகாரியாய் சேர்ந்திருந்த நேரம். என்னைப் பார்க்க அந்த அலுவலகத்துக்கு வந்திருந்தான். நானும் அவனும் ஒரு ஹோட்டலில் இரவு சாப்பிடப் போனோம். போகும் வழியில் ஒரு பெட்ரோல் கிடங்கு காணப்பட்டது. அதனருகில், 'சிகரெட் பற்ற வைக்காதீர்கள்' என்று ஓர் அறிவிப்பு இருந்தது. அந்த அறிவிப்பை அவனிடம் சுட்டிக்காட்டி,

'பெட்ரோல் பங்க் பக்கத்தில் சிகரெட் பற்ற வைக்காதீர்கள் என்று ஏன் அறிவிக்கிறார்கள்?' என்று என் வினாவைத் தொடுத்தேன்.

'பெட்ரோல் பங்க் தீப்பற்றி எரியாமல் இருக்க' என்றான்.

'கங்கிராட்ஸ்' என்று கைகொடுத்தேன்.

'என்ன கிண்டல் செய்கிறீர்களா?' என்றான். குரல் கரகரப் பாகவும் ஆண் தன்மையுடனும் ஒலித்தது.

'எந்தப் பெண்ணும் இந்த ஆண்மையான குரலைப் பார்த்தால் விடப் போவது இல்லை. யாராவது பெண்கள் மயங்கிக்கொண்டு பின்னால் சுற்றுகிறார்களா பிரதாப்?' என்று கிண்டல் செய்தேன். அவன் சிரிக்கவில்லை. இது மாதிரி 'சில்லி' விஷயங்களை என்னிடம் பேசுகிறீர்களே என்று கூறுவதுபோல் புருவத்தை

71

உயர்த்தி ஒருமுறை பார்த்தான். லேசான புன்னகை உதடுகளில் தோன்றி மறைந்தது.

'எனக்கு எவ்வளவோ இன்னும் செய்யவேண்டிய காரியங்கள் இருக்கின்றன. இன்னும் மருத்துவ வசதி கிடைக்காத மலை ஜாதி மக்கள், ஆதிவாசி மக்கள், கிராமத்தவர்கள் எவ்வளவோ பேர் தெரியுமா? என் படிப்புக்கு அரசாங்கம் எவ்வளவு பணம் தருகிறது தெரியுமா? என் சொந்தச் செலவிலேயா நான் படிக்கிறேன்? ஒரு மாணவனை டாக்டராக்குவதற்கு இந்தச் சமூகம் எவ்வளவு செலவு செய்கிறது? இந்தச் சமூகத்துக்கு அந்தப் பணத்தை ஒவ்வொரு டாக்டரும் திருப்பிக் கொடுக்க வேண்டும். என்னோடு படிக் கிறவர்கள், அப்படிப்பட்ட டாக்டர்களாக வருவார்கள் என்று தோன்றவில்லை. பலர் அப்படி. சிலர் நல்ல டாக்டர்களாகவும் வருவார்கள்..' என்றான்.

நான் சீரியஸாகப் பேசும் அந்தச் சிறுவனை, தொடர்ந்து விளை யாட்டாகவும் தமாஷாகவும் வைத்திருப்பதற்காக, 'அதெல்லாம் அப்புறம் பேசுவோம். இப்ப பதில் சொல்' என்று கூறி, நான்கு ஆண்டுகளுக்கு முந்தி அவன் விஜயாவிடம் கேட்ட விடுகதையைப் போட்டேன். 'குதிரைபோல் கனைக்கும்; ஆனால் குதிரையை விட பெரிசு. குதிரைபோல் வாலிருக்கும் ஆனால் குதிரைக்கு இருப்பதைவிட பெரிய வாலு. அந்த மிருகம் என்ன?'

அப்போது ஒரு ஹோட்டலில் சாப்பிட ஆரம்பித்தோம். ரொம்பவும் அலட்டிக்கொள்ளாமல் இலேசாகச் சிரித்தான். ஆனால் பதில் சொல்லவில்லை. நான் பதில் சொல்லட்டுமா என்று கேட்டு விட்டு அவனிடம் கேட்ட விடுகதைக்குப் பதில், 'பெரிய குதிரை' என்று சொன்னேன். அந்த ஹாஸ்யத்தை ரசித்தாலும், அதை வெளிப்படையாய் காட்டிக்கொள்ளாத பக்குவப்பட்ட மனநிலை அந்தப் பையனுக்கு வந்திருந்தது என்பதை அறிந்தேன். அடுத்து இப்படிச்சொன்னேன்:

'இதே விடுகதையை நாலு வருஷத்துக்கு முன்பு முதல் முறையாக நீயும் நானும் சந்தித்தபோது விஜயாவின் முன்பு என்னிடம் போட்டது யார் தெரியுமா?' கேட்டபடி அவனது முகத்தைப் பார்த்தேன்.

இப்போது நானும் அவனும் சாப்பாட்டை முடித்திருந்தோம். சாப்பிட்ட பிறகு இருவரும் பக்கத்து பேஸினில் கைகழுவிவிட்டு வந்தமர்ந்த தருணம் அது.

'யார்?' என்று கேட்டான்.

முன்பு ஒருமுறை இதே விடுகதையை போட்டு எங்களைப் படாதபாடு படுத்தியதை முற்றிலும் மறந்து போயிருந்தான் அவன்.

'மிஸ்டர் பிரதாப்...' என்று பதில் கூறிவிட்டு அவனைப் பார்த்தேன். 'ஓ காட்! நானா?' என்று ஒரே ஒரு நிமிடம் பழைய பிரதாப் போல சிரித்தான். முற்றிலும் எல்லாவற்றையும் மறந்து போயிருந்தான். பழைய பிரதாப் முற்றிலும் மாறி, புதிய பிரதாப் தோன்றியிருந்ததை நான் அறிந்தேன். அதன்பிறகும் விடுகதை போன்ற சாமான்யமான காரியங்களில் ஈடுபடும் இளைஞன் நானல்ல என்ற முறையில் நடந்துகொண்டான். என்றாலும் அந்தப் பார்வை, அவன் நிற்கும் முறை, நகத்தால் பல்லைத் தட்டுவது, இந்த மாதிரிக் கொஞ்சம் மானரிசங்கள் தொடர்ந்து பழைய பிரதாப் தான் என்று நான் இன்னும் நம்பும்படி நடந்து கொண்டான்.

அடுத்ததாக, 'அக்கா எப்படி இருக்காங்க? சொல்லுங்க. அக்காவை எனக்கு ரொம்பப் பிடிக்கும். அக்காவுக்குச் சில தனித் திறமைகள் உண்டு. உங்களுக்குத் தெரியுமா? வீட்டில் நான் எந்தப் பொருளைத் தொலைத்தாலும், மறுநாள் காலையில் அக்கா கண்டுபிடித்துவிடுவார். அதனால் என் பள்ளிப்பருவத்தில் புத்தகங்கள், பென்சில், ரப்பர் என்று எதைத் தொலைத்தாலும் பாதகம் இல்லை என்ற ஒரு மனோநிலை எனக்கு வந்திருந்தது. அதனால் மருத்துவக் கல்லூரிக்குப் போனபிறகு மிகவும் வருத்தப் பட்டேன். இழப்பது வருந்துவதற்குரியதல்ல என்ற ஒரு தத்துவத்தை அதன் மூலமாக என்னுடைய வளர்ச்சியின் போது என்னை அறியாமல் எனக்குள் ஏற்படுத்திக்கொண்டேன். இது அக்காவின் அந்தத் தனித்திறமையால் எனக்கு வந்த மனோநிலை.'

இப்படி ஒரு திறமை விஜயாவுக்கு இருக்கிறதென்று அன்று வரை நான் அறிந்ததில்லை. அதனால் அவன் சொன்ன அந்த விஷயம் எனக்குப் புதிதாக இருந்தது. நான் திருமணம் முடித்து இருந்தாலும் நானும் விஜயாவும் வேறுவேறு ஊர்களில் வாசம் செய்தோம். நான் வாரத்துக்கு ஒருமுறை விஜயாவைப் போய்ப் பார்ப்பது வழக்கம். அவள் தாய்வீட்டில் தங்கிப் பக்கத்துப் பள்ளிக்கூடத்தில் ஆங்கில ஆசிரியையாகப் பணியாற்றிக் கொண்டிருந்தாள்.

இந்த முறை வார இறுதியில் நான் விஜயாவைப் போய்ப் பார்த்த போது எனக்கு அவளைச் சோதனை செய்யும் ஓர் எண்ணம் ஏற்பட்டது. வழக்கம் போல் நான் வார இறுதிக்குப் போய்ச்

சேர்ந்ததும் மிகவும் சந்தோஷப்படுவது போல் இப்போதும் சந்தோஷப்பட்ட விஜயா, என்னை அழைத்துக்கொண்டு தன் அறைக்குப் போனாள். வழக்கம்போல் அந்த வாரம் நடந்த எல்லாத் தகவல்களையும் குழந்தைபோல் என் மடியில் கைபோட்டபடி சொன்னாள். நான் கேட்டாலும் கேட்காவிட்டாலும் பக்கத்துவீட்டு நாய் அஞ்சலி (நாய்க்கு இந்தப் பெயர் வைப்பதற்கு, சிபாரிசு செய்தது விஜயா)க்கு நான்கு குட்டிகள் பிறந்திருப்பது, குட்டிகள் கொழுகொழு என்று இருப்பது, விஜயா வளர்க்கும் ரோஜாச் செடியில் இரண்டு பூக்கள் தோன்றியபோது ஒன்றை விஜயா சூடிக்கொண்டு ஸ்கூலுக்குப் போகையில் ஸ்கூலில் ஒரு குழந்தை கேட்டதால் அதனை விரும்பா விட்டாலும் விஜயா கொடுத்தது, சமீப நாட்களில் விஜயா வீட்டிலிருந்து ஸ்கூலுக்குப் போகும் பஸ்ஸை ஓட்டும் டிரைவர் மிகவும் வேகமாக பஸ் ஓட்டும் ஆபத்தான முறை, போனமுறை சந்திரனும் விஜயாவும் ஜோடியாகப் போய்ப் பார்த்த சினிமா பாடலை டீவியில் இப்போதெல்லாம் அடிக்கடி ஒளிபரப்பும் போது தான் சந்திரனை நினைத்துக் கொண்டது என்று எல்லா வற்றையும் பேசினாள்.

அப்போது நான் கவனமாக அலமாராவின் கீழே ஏற்கெனவே போட்ட எனது பர்ஸைப் பற்றி விஜயாவிடம் சொன்னேன்.

அங்கும் இங்கும் திடீரென பதறிப்போய் எதையோ தேடுவது போல் பாவனை செய்த நான், அடுத்து விஜயா முகத்தைப் பார்த்துச் சொன்னேன்:

'விஜயா என் பர்ஸைப் பார்த்தாயா? இப்போது என் கையில்தானே வைத்திருந்தேன். பார், நான் போட்டுவந்த சர்ட்டைக் கழற்றி ஹாங்கரில் போட்டேன். பர்ஸைக் காணோம். சட்டைபாக்கெட், பேன்ட்பாக்கெட் எல்லாம் தேடிவிட்டேன்.'

'ஓ பரவாயில்லை. நான் அற்புறம் தேடிக் கொடுக்கிறேன். கவலைப்படாமல் இருங்கள்' என்றாள் விஜயா.

சற்றும் பதற்றப்படவில்லை. நான் அவளைச் சோதனை செய்கிறேனே என்று மனதுக்குள் என் செயலை வெறுத்தாலும், தன் வாழ்க்கைத் துணைவியைப் புரிந்துகொள்ளத் தவறுவதும் ஒரு நல்ல கணவனுக்கு அழகல்ல என்று நினைத்தேன். அவளுக்கிருக்கும் தொலைந்த பொருட்களைக் கண்டுபிடிக்கும் அதீத ஆற்றலைப் பற்றி ஒருவேளை எனக்குத் தெரிந்தாலும் அதனால் என்ன பயன் என்ற எண்ணம் எனக்கு வரவே இல்லை. இரவு உணவு முடிந்தது.

அவளுடைய அம்மா வந்து சற்று நேரம் பேசிக்கொண்டிருந்தார்கள். அன்று நல்ல நிலா. அதனால் அவர்களின் வீட்டுக்கு வெளியில் வீட்டைச்சுற்றி எழுப்பி யிருக்கும் காம்பவுண்டுக்குள் நானும், விஜயாவும், விஜயாவின் அம்மாவும் பேசிக்கொண்டிருந்தோம். அவள் அம்மா சற்று நேரத்தில் தூக்கம் வருகிறதென்று புறப் பட்டுப்போக நானும் விஜயாவும் அங்கேயே இருந்தோம். பரந்து கிடக்கும் வானம் எவ்வளவு அழகாக இருக்கிறதென்று கூறினேன். அப்போதுதான் முதன்முதலாக வானத்தைப் பார்ப்பதுபோல ஸ்டூல் நாற்காலியின் பின்பக்கத்தில் தலைவைத்துச் சற்றுநேரம் வானத்தை பார்த்துக் கொண்டிருந்தாள். வெண்மையான ஒரு சாரி உடுத்தி யிருந்தாள். காதில் அகலமான ஒரு கம்மல். அது அவளது முகக் களையை இன்னும் கூட்டிக் காட்டியது. மெல்லிய சாரி அணிந் திருந்ததால், மார்பு அளவாக ஏறி இறங்கிக்கொண்டிருந்தது. நான் அந்த இளம் மார்புகளைப் பார்த்தேன். மார்புக்கு நடுவில் பதிந்துபோன மெல்லிய துணிக்கு மேல் ஒரு தங்க மாலை கிடந்தது. அந்த மாலையின் பளுவால் இருபக்க மார்பும் உயர்ந்தும் நடுப்பகுதி ஓடை போன்றும் காணப்பட்டது. விஜயா இன்னும் வானத்தைப் பார்த்தபடி அதன் ஆழத்தில் தோன்றி மறையும் நட்சத்திரங்களைக் கூர்ந்து கவனிக்க ஆரம்பித்தாள். அவற்றிலிருந்து அவள் பார்வையை எடுக்கவில்லை. அவளது அழகிய ஆரஞ்சு உதடுகள் அந்த நட்சத்திரங்களோடு ஒரு ரகசிய மொழியில் உரையாடுவது போல் இருந்தன. இந்தப் பெண் சில அதீத ஆற்றல்கள் கொண்டவளோ என்று சற்று வியப்பாக இருந்தது..

முதன்முதலாக எவ்வளவு அடக்கம் என்று நான் நினைத்திருந்தவள், இன்னொருத்தியாகவும் தென்பட ஆரம்பித்தாள். இந்த மாதிரி நினைவுகளுக் கெல்லாம் காரணமான அவளது தம்பியை வெறுப்போடு அந்த நேரத்தில் நினைத்தேன்.

அவன் என்னிடம் தனது அக்காவின் அதீத ஆற்றலைப் பற்றி அறிவித்ததால்தானே இந்தப் பெண்ணைப் பற்றி இப்படி நினைக் கிறேன் என்று எண்ணினேன். நாலா பக்கம் மரங்களுக் கிடையிலும் அவற்றின் இலை, தழைகள், கிளைகள் இவற்றுக் கிடையிலும் இருளால் சூழ்ந்திருக்கும் ஓர் பின்னணியில் மேலிருந்து முழுநிலா தெரிகிறது. அதன் பால்போன்ற ஒளியில் உலகம் வெள்ளையான சாயத்தைப் பூசிக்கொண்டு கிடப்பது போல் ஒரு தோற்றம். வெள்ளை நிறம் எனக்குப் பிடிக்கும்.

மீண்டும் விஜயாவைப் பார்க்கிறேன். அவளது மார்பகங்கள் மெதுவாக மேலும் கீழும் தாளகதியில் அசைய, வானத்திற்குள் பிரயாணம் செய்பவள் போல் கண்கள் காணப்படுகின்றன. லேசாகக் காற்று வீசுகையில் குளிர் பரவுகிறது. பக்கத்து மரங்களின் இலை களும் கிளைகளும் அசைவது தரையில் அவற்றின் நிழல் அசைவதி லிருந்து தெரிகிறது. இப்படி நாலாப் பக்கத்தையும் நான் பார்த்தபடி இருக்க, விஜயா மட்டும் வானத்துக்குள்ளே போய்விட்டவளைப் போல அமர்ந்திருக் கிறாள். இதுவரை எனக்குத் தெரிந்த பெண் அல்ல இவள்! ஏன் எனக்கு விஜயாவைப் பற்றி இப்படி ஓர் நினைப்பு வருகிறதென்று வெறுப்பாகவும் இருக்கிறது. இப்படி ஓர் வெறுப்பும், இன்பமும் கலந்து வருகிற நினைவுகளுக்கிடையில் அவள் இதழ்களைப் பார்க்க அவை என்னைப் படாதபாடு படுத்த, மெதுவாக அவற்றில் ஒரு பட்டாம்பூச்சி போய் அமர்வதுபோல் என் இதழ்களைப் பதிக்கிறேன். என் வாய்நீர் அவள் இதழ்களில் படுகிறது. என் நாவு, திறக்காத அந்த உதடுகளை ஸ்பரிசிக்கிறது. திடுக்கிட்டு எழுந்தது போல் என் தோளில் அவளது வலது கையைப் போடுகிறாள்.

'அம்மா' என்று, அம்மா பார்ப்பார்கள் என்று கூறும் அர்த்தத்தில் சொல்கிறாள்.

'வானம் எவ்வளவு அழகாக இருக்கிறது. விடியும்வரை இங்கே இருந்து பார்த்துக்கொண்டு இருக்கட்டுமா?' என்று கேட்கிறாள்.

'காலையில் ஜுரத்தில் நீ படுத்தால் உன் அம்மா என்னைத்தான் திட்டுவார்கள்' என்கிறேன்.

சற்று நேரத்திற்குப் பிறகு வீட்டுக்கு உள்ளே செல்கிற போதும், இந்தப் பெண்கள் இயற்கையோடு சேர்ந்தவர்கள் என்று நினைத்துக் கொள்கிறேன். வானத்தில் தெரியும் நிலவுடன் எவ்வளவு விரைவில் ஐக்கியமாகி விடுகிறார்கள்!

'ரொம்ப தாங்க்ஸ்' என்கிறாள். வீட்டுக்குள் போய் கதவை அடைக்கையில் காற்று பலமாக அடிக்க, பக்கத்தில் நின்ற மரத்தின் இலைகள், தூரத்தில் கேட்கும் கடல் அலைபோல் ஒலி எழுப்பு கின்றன. விஜயா என்னைப் பார்த்துச் சிரித்தபடியே என் கையைப் பிடிக்க, நான் கேட்டேன்:

'எதுக்கு தேங்க்ஸ்?'

'வானத்தைப் பார்க்க கற்றுக் கொடுத்ததுக்காக!'

‘நான் எங்கே கற்றுக் கொடுத்தேன்?’

‘அது உங்களுக்குத் தெரியாது.’

‘புரியலே, விஜயா.’

‘ம்…’ என்ற ஓர் ஒலி மட்டும் அவள் வாயிலிருந்து வருகிறது.

அட ஆண்டவா! கைப்பிடித்த கணவன் என்பதுக்காக, எல்லாம் கணவன் தான் என்கிற ஓர் இந்திய கலாச்சாரத்திலிருந்து எழும் எண்ணமா இது என்று என்னைக் கேட்டுக்கொள்கிறேன்.

அடுத்தநாள் தூங்கி எழுந்தபிறகு நடந்தவற்றை என் மனது பதிவு செய்தது.

காலையில் விஜயா படுக்கையிலிருந்து எழுந்து அமரும் அசைவில் விழித்துக்கொண்டேன். என் கழுத்தில் அவளது கைகளைப் போட்டபடி படுத்திருந்த விஜயா, தூக்கத்திலிருந்து எழுந்து உடலை முறித்தபடியே இடது மற்றும் வலது கண்களை முறையே அவளது இடது கையாலும் வலது கையாலும் கசக்கியபடி நேராக என்னுடைய பர்ஸ் கிடந்த இடத்திற்கருகில் போய் லாகவமாக மர அலமாரியின் அருகில் தரையோடு அமர்ந்தாள். பின்பு வலது கையை, கீழே அலமாரிக்கும் தரைக்கும் நடுவில் இருக்கும் இடைவெளி வழியாக நுழைத்தாள். கையை அவள் வெளியே எடுத்தபோது என்னுடைய கறுப்புப் பர்ஸ் அவளது கையில் இருந்தது. என்னைத் திரும்பிப் பார்க்காமல் சர்வ சாதாரணமாகப் பக்கத்தில் இருந்த மேசையில் வைத்துவிட்டு, காலைக்கடன் களைக் கழிப்பதற்காக கதவுகளை மூடிவிட்டு அறைக்கு வெளியே போனாள் விஜயா.

நான் அப்படியே கண்களை மூடிக்கொண்டு படுக்கையில் தொடர்ந்து படுத்திருந்தேன். நான் திருமணம் செய்திருக்கும் பெண்ணின் அசாதாரணச் செயல் ஓர் அமானுஷிய ஆற்றலா என்று யோசித்தேன்.

இன்னும் தொடரும் என்று அன்னா மாலினோவ்ஸ்கா எழுதிய என்னுடைய கதைத்தொடர் அந்த இடத்தில் நின்றிருந்தது.

எழுத்துக்களில் இருந்து கண்களை வெளியே எடுத்த நான். ஸ்டோனி பாயின்ட் ஜாவா என்று அழைக்கப்படும் அந்தச் சிறிய

அழகிய கடையைப் பார்த்தேன்.

அன்னாவுக்கு அழகாக எழுத வருகிறது. போலிஷ் மொழியில் எதையும் கதையாக மாற்றி எழுதுகிறார்கள் என்று நினைத்தபடி அவள் தந்த பத்திரிகையைப் புரட்டி பேட்டியைப் பார்த்தபோது, நான் சாய்ந்து அமர்ந்திருக்கும் என் புகைப்படம் வெளியாகி இருப்பது கண்களில் பட்டது.

எனக்கு இன்னும் ஏதாவது குடிக்க வேண்டும் என்று தோன்றிய தால் கடையை நோட்டமிட்டவாறு மெனுவை ஒவ்வொன்றாகப் படித்தேன். ஷாப்பிங் காம்ப்ளக்ஸின் மூலையில் இந்தச் சிறிய கடை மிக அழகாகக் காட்சி தருகிறது. நீளமான டோம்களுக்குள் பல்புகள் தொங்குவது, விளக்குகள் சுரைக்குடுக்கைகள் தொங்குவது போன்ற தோற்றத்தைக் கொடுக்கின்றன. வளைவாக மூன்று பகுதிகளாகப் பிரிக்கப்பட்டிருக்கும் கடையில் சிகரெட் புகைத்தபடி சோபா வுக்குள் புதைந்து அமரக்கூடிய ஒரு பகுதியில் கையில் போலிஷ் பத்திரிகையையும், அதில் என்னைப்பற்றி வெளியான பேட்டியின் ஆங்கில மொழிபெயர்ப்பையும் பார்த்தபடி அமர்ந்தேன். வெள்ளை கறுப்பில் டைப் செய்யப்பட்ட அந்தத் தாள்கள் டிபாயில் ஆஷ் டிரேக்கு அருகில் கிடக்க, மீண்டும் 'ஜாவா ப்ரூட்' ஆர்டர் செய்துவிட்டு, அதன் விலை இந்தியப் பணத்தில் ரூ.150 என்று கணக்குப் போட்டேன்.

நான் புதுச்சட்டைக்கு மேல் அணிந்த கழுத்து மூடிய கருப்பு ஸ்வெட்டர் மீது பிரவுன் கோட் ஒன்றை அணிந்துகொண்டு இருந்தேன்.

பின்பு, ட்ராமில் வார்ஸா நகரைப் பார்த்தபடி வீட்டுக்கு வந்தேன்.

வீட்டு ஃபேக்ஸ் மெஷினில் அடுத்ததாக அந்தப் பத்திரிக்கை யில் தொடர்ந்து வரப்போகிற பேட்டி, அன்னா மாலினோவ்ஸ்கா வின் பாணியின் ஒரு கதைப்போக்கில் எழுதப்பட்ட எழுத்து, படித்துப் பார்ப்பதற்காக ஆங்கில மொழிபெயர்ப்பில் அனுப்பப்பட்டிருந்தது. வீட்டிற்குப் போய் அதற்குள் இரண்டாவது தொடரை அனுப்பி விட்டிருக்கிறாள் என்று நினைத்துக்கொண்டேன். அன்னா மாலினோவ்ஸ்காவின் செயல்கள் கறார் தன்மையும் திறமையும் கூடியதாக இருப்பது எனக்குப் பிடித்திருந்தது.

என் பேட்டியின் அல்லது சொல்முறையில் உருவான கதையின் அடுத்த கட்டத் தொடரை அன்னா மாலினோவ்ஸ்கா இப்படி ஆரம்பித்திருந்தாள்:

'சந்திரன் தற்போது வார்ஸாவில் ஓராண்டு காலம் வசிப்பதற் காக வந்திருக்கிற ஒரு நபர், அன்று ஒரு மின்னஞ்சல் பெற்றார். அவர் வழக்கமாக தினம் மின்னஞ்சலை காலை, மதியம், மாலை என்கிற மூன்று வேளைகளில் பார்ப்பார். இந்தக் குறிப்பிட்ட மின்னஞ்சலைக் காலையில் பார்த்தார்' என்று அடைப்புக் குறிகளில் எழுதியபின், நான் பேசும் முறையில் கதை தொடங்கி யிருந்தது.

மின்னஞ்சல் விஜயாவிடமிருந்து வந்திருந்தது. இது பிரதாப்பை நான் போனமுறை சந்தித்ததற்கும் சுமார் ஓராண்டு பிந்தி நடந்தது. அந்த மின்னஞ்சலில் மூன்று வரிகள்:

'அங்கு எனக்கு வேண்டிய ஓர் இளம்பெண் வருகிறாள். அவள் பெயர் அஷ்வினி. பிரதாப்புடன் மருத்துவம் படிக்கிறாள். மீதி அவளை நீங்கள் சந்தித்த பின்பு.இப்படிக்கு உங்கள் விஜயா.'

இந்த மின்னஞ்சல் வந்த மறுநாள், நான் தங்கியிருந்த இரண்டு மாடிக் கட்டடத்தாலான ஆண்கள் மட்டுமே தங்கக்கூடிய லாட்ஜின் வரவேற்பறையிலிருந்து எனக்குத் தகவல் ஒன்று வந்தது, 'ஒரு சிறு பெண் உங்களைச் சந்திக்க வந்திருக்கிறாள்.'

உடனடியாக, சட்டையையும் பேன்டையும் அணிந்து அவசரமாய் சுவரில் தொங்கிய கண்ணாடியில் பார்த்து, கலைந்த தலைமுடியைச் சரி செய்துவிட்டுப் படிகள் வழியாக நடந்து கீழே இறங்கி வரவேற்பறைக்குப் போனால், அங்கே பேன்ட்-சட்டையுடன் ஒரு பெண் எனக்காகக் காத்திருந்தாள். குழந்தை முகம், ஐந்து இரண்டு அல்லது மூன்றங்குலம் உயரம் இருக்கலாம். பாப் கட் செய்த தலைமுடி ஸ்டைல். சிவந்த நிறம். ஒரு பத்தொன்பது வயதிருக்கலாம். என்னைப் பார்த்ததும் இரு கைகளைக் கூப்பி 'வணக்கம்' என்று சொன்னாள். நகரத்தில் பிறந்து வளர்ந்திருக்கலாம் என்று கருதினேன். சாதாரண பெண்களைப் போல நாணிக் கோணவோ தயங்கவோ இல்லை. அடிக்கடி நாக்கை வெளியில் தள்ளி வாய் நீரை உதடுகளுக்குப் பரப்பி பயந்து பயந்து வாழும் பெண்ணாக வளர்க்கப்பட வில்லை என்பதை அவளைப் பார்த்த அந்தக் கணம் அறிந்தேன்.

'எப்படி இருக்கீங்க?'

'நான் நல்லா இருக்கேம்மா. நீ...?'

வரவேற்பறையின் ஒரு மூலையில் விநாயகர் படம் போட்ட காலண்டர் தொங்கிய இடத்தில் கிடந்த இரண்டு நாற்காலி களில் நாங்கள் இருவரும் அமர்ந்திருந்தோம். அதிகம் பெண்கள்

வராத அந்த லாட்ஜின் வரவேற்பறைக்கு ஒரு பெண், அதுவும் பேன்ட்-சர்ட் போட்டபடி வந்திருந்தால் எல்லோரும் திரும்பிப் பார்ப்பார்கள். அது சகஜம். அதுபோல் லாட்ஜுக்குப் போகிறவர் களும் லாட்ஜிலிருந்து கீழே இறங்கி வருகிறவர்களும் திரும்பிப் பார்த்துவிட்டுப் போய்க்கொண்டிருந்தனர். அடிக்கடி அங்குத் தொங்கிய விநாயகர் படம் போட்ட காலண்டரைப் பார்த்ததன்றி எந்தத் தயக்கமும் இல்லாமல் பேசினாள்.

'நான் யாருன்னு ஒங்களுக்குத் தெரியாது. ஒங்க மனைவி விஜயாவுக்கு ஓரளவு தெரிந்திருக்கலாம். பிரதாப் சொல்லி யிருப்பான். நானும் பிரதாப்பும் கிளாஸ்மேட்ஸ். ஒண்ணா படிக்கிறோம். எனக்கு அவனை ரொம்பப் பிடிக்கும். முடிஞ்சா கல்யாணம் பண்ணிப்போம்.'

நேரடியாக இப்படிப் பேசுகிறாளே என்று நினைத்து அவள் முகத்தைப் பார்த்தேன்.

'என்னடா இப்படிப் பேசுறாளே... எப்படிப்பட்ட பெண் ணோன்னு நினைக்கிறீங்களோ?' என்று கேட்டபடி மீண்டும் விநாயகர் படத்தைப் பார்த்தாள்.

நான் ஒரு புன்னகையை வெளிப்படுத்திவிட்டு அமைதியாக அவளைப் பார்த்தேன்.

'பிறந்து வளர்ந்தது எல்லாம் நகரம். எனக்கு மற்ற பெண்களைப் போல நகத்தைக் கடிக்கிறது, அடிக்கடி இமைகளைப் பட்பட் என்று அடிப்பது, உதட்டைக் கடிப்பது, கைவிரல்களைச் சொடக்குவது எல்லாம் பிடி...' என்று பாதியில் நிறுத்திவிட்டு தலையைத் திருப்பாமல் அகலமான கண்களை மட்டும் திருப்பி, 'பிடிக்கும்' என்று சொல்கிறேன்னு நினைக்கிறீங்களா? 'பிடிக்காது'ன்னு சொல்றேன்னு நினைக்கிறீங்களா?' என்று கேட்டாள்.

நான் தயங்காமல், 'பிடிக்காதுன்னு சொல்வே' என்றேன்.

'இல்ல தப்பு. பிடிக்கும். ஆனா நான் அந்த முறையில் வளர்க்கப் படல. அதனால, வழக்கமான பெண்கள் போல நான் நடந்தா அது நடிப்பு. எனக்கு நடிக்கிறது பிடிக்காது. அன்பா இருக்கிறவங்ககிட்ட நடிக்கிறது.'

சற்று நிறுத்தினாள். ஏதும் சொல்லாமல் புன்முறுவலோடு அமைதியாக அவள் சொல்வதைக் கேட்கத் தயாராய் இருப்ப வனைப் போல 'கம்'மென்று இருந்தேன்.

‘இப்ப நீங்க நடிக்கிறீங்க...’ என்றாள்.

நான் அதே புன்முறுவலுடன் இமைகளைச் சுருக்கிப் பார்த்தேன். அவள் குழந்தை போன்ற முகத்தில் ஒரு கோபத்தொனி ஏற ஆரம்பித்தது.

‘ம். நீங்க நடிக்கிறீங்க! ரொம்ப தமாஷ் பண்ணுவீங்கன்னு பிரதாப் சொல்லியிருக்கிறானே?’ என்று நிஜமாய் சந்தேகம் கேட்பது போல் என்னைப் பார்த்தாள். விலை கூடிய லேடிஸ் கடிகாரம் கட்டிய இடது கையின் மணிக்கட்டைத் திருப்பித் திருப்பிப் பார்த்தாள். நான் உடனே சிறுமி போன்ற அவளது பாவனையையும் பேச்சையும் தொடரவைக்கும் பொருட்டு,

‘மோசமான பையன் பிரதாப்’ என்று என் கண்களை மட்டும் உயர்த்தினேன். நானும் அவளிடம் குறும்பு செய்வேன் என்று என் முகம் காட்டியிருக்க வேண்டும்.

‘ஹாங்... ஹாங்... இல்ல. இல்ல. நல்ல பையன் பிரதாப்’ என்றாள். உண்மையிலேயே பதறியவள் போல காணப் பட்டாள். அப்போது என் முகத்தில் அன்பும் புன்னகையும் தோன்ற,

‘பிரதாப் இஸ் லக்கி’ என்றேன்.

‘ஆங்... ஆங்... குட்... குட்... பட்... எனக்கு ரொம்ப முன்கோபம் உண்டு. பென்சில் கடிக்கிற பழக்கம் உண்டு. தூங்கும்போது குறட்டை விடுவேன். என் ஸ்டடி டேபிளைச் சுத்தமா வைக்கத் தெரியாது. சோம்பேறி. சுட்டித்தனம் பண்றவ...’ என்று தொடர்ந்தாள்.

‘இப்படியெல்லாம் உங்க அம்மா சொல்றாங்களா?’

‘ஆமா. ரொம்ப கரெக்ட்! எங்க அம்மா சொல்றது உங்களுக்கு எப்படித் தெரியும்?’

‘எல்லா அம்மாவும் சொல்றதுதானே!’

‘ஓ அப்படியா?’ என்று இப்போது என்னிடம் ஓரளவு சகஜ மானாள். மீண்டும் விநாயகர் காலண்டரைப் பார்த்தாள்.

‘ஆமா! இங்கே எங்கே வந்தேம்மா?’ என்று அன்புடன் விசாரித்தேன்.

‘இங்க என் சித்தப்பா இருக்காங்க. அவங்களுக்கு ஒரு மகள். என் கஸின். ரொம்ப குஷியான பெண். நைன்த் ஸ்டாண்டர்ட் படிக்கிறா. அவளைப் பார்க்க ஆசை வந்தது. அம்மா ஈமெயிலில் பெர்மிஷன் கொடுத்தாங்க. வந்திட்டேன். அதோட பிரதாப்கிட்ட இங்கே நான்

வர்றதா சொன்னதும் முதல்ல அவனும் வர்றதா சொன்னான். பிறகு முடியாதுன்னுட்டான். ஏதோ இயக்கம் அது இதுன்னு சொல்றான். எனக்குப் புரியமாட்டேங்குது. ஆதிவாசிகளுக்கு மத்தியில் மருத்துவ சேவை செய்கிறது அவனது லட்சியமாம். நான் கல்யாணம் செய்ய மாட்டேன். ஆதிவாசி குகைகளுக்குப் போவேன்னு சொல்றான். எங்க அப்பா, நான் அமெரிக்காவுக்கோ லண்டனுக்கோ போறது நல்லதுங்கிறார். ஐ லைக் பிரதாப் ஸோ மச்..' என்று இரண்டு கைகளையும் நெஞ்சோடு சேர்த்து, பிடிவாதமான ஒரு குழந்தை உதடுகளை இறுக்கி அமர்வதுபோல அமர்ந்தாள் அஷ்வினி.

'ஆமா, விஜயாவை எப்படிப் பழக்கம்?'

'நானும் ஒங்க மனைவியும் சந்திச்சது இல்ல. பிரதாப் என்னைப் பற்றிச் சொல்லி இருப்பான் போல இருக்கு. ஈமெயில்ல நானும் விஜயாவும் ரொம்ப நண்பர்களாக மாறிட்டோம். விஜயா எனக்கு நிறைய சமையல் டிப்ஸ் குடுக்கிறாங்க. நான் இங்கே வருகிற விஷயத்தை விஜயா உங்களுக்குச் சொன்னாங்களா? ஷி இஸ் வெரி வெரி நைஸ் வித் மி...' என்று என்னைப் பார்த்தாள்.

'விஜயா வேற என்ன சொல்றா?' என்றேன்.

'ரொம்ப எழுத மாட்டேங்கறாங்க. வெரி நைஸ் இங்கிலீஷ்.. ஆங்கிலம் படிப்பிக்கிறாங்க இல்ல. ஆமா நீங்க ஏன் இந்த ஊர்ல வந்து வேலை பார்க்கிறீங்க? விஜயாவும் நீங்களும் ஓர் ஊர்ல இருக்கணும். நான் இங்கிருந்து போனதும் விஜயாவுக்குச் சொல்லப் போறேன்.. தப்பு இதுன்னு.'

நான் புன்முறுவலுடன் பார்த்துக்கொண்டு இருக்கையில் ரகசியம் பேசுவதுபோல் என் காதருகில் வந்து கேட்டாள்:

'ஆமா இன்னொரு விஷயத்துக்காக உங்களைப் பார்க்க வந்திருக்கேன்' என்றாள் அஷ்வினி. அவள் காதில் நீளமாக அணிந் திருந்த ஆபரணம் அங்குமிங்கும் ஆடியது. நான் என்ன என்று கேட்பதுபோல் அவளைப் பார்த்தேன்.

'குதிரை போல கனைக்கும், ஆனா குதிரையைவிட பெரிசு. குதிரையைப் போல வாலிருக்கும், ஆனா குதிரைக்கு இருப்பதை விட பெரிய வாலு' என்றாள். எனக்கு வந்த சிரிப்பைக் கட்டுப்படுத்த முடியவில்லை. லாட்ஜ் வரவேற்பில் அமர்ந்திருந்த லாட்ஜ் சிப்பந்தி என்னைத் திரும்பிப் பார்த்தான். சிரிப்பை அடக்க நான் பட்ட பாட்டை ஆண்டவன்தான் அறிவான்.

அஷ்வினி குழந்தையைப் போல விழிப்பதும் என்னைப் பார்ப்பதுமாக இருந்தாள். அதன்பிறகு மீண்டும் பேச்சு பிரதாப்பின் படிப்பு, அவன் தங்குமிடம் என்று திரும்பியது. முதலில் வகுப்பில் முதலாவதாக வந்தவன், இப்போது இந்த இயக்கத்தில் ஈடுபாடு காட்டிய பின்பு அவ்வளவு நன்றாகப் படிப்பதில்லை, அஷ்வினி தான் முதலாவதாக வருகிறாளாம். அது தனக்குப் பிடிப்பதில்லை. அவன் முதலாவதாக வருவதுதான் பிடிக்கிறது என்று கூறுகிறபோது அவளது மின்னிய கண்களில் ஏதோ ஒரு சிறுபிள்ளைத்தனமான விளையாட்டுப் பேச்சையும் தாண்டிய ஓர் உணர்வு எனக்குத் தெரிந்தது. அந்தச் சிறு பெண்ணின் மனதில் வேர்விட்டு முளைத் திருக்கும் அந்த உணர்வைக் கண்டு, எனக்குச் சற்று மிரட்சியாக இருந்தது. நான் பயப்பட ஆரம்பித்தேன்.

அதன்பிறகு விஜயாவுக்குத் தான் வந்த விஷயத்தை நான் உடனடியாகத் தெரிவிக்க வேண்டும் என்று பெருவிரலை மூக்குக்கருகில் கொண்டுசென்று எனக்குக் கட்டளை இட்டபடி எழுந்தாள் அஷ்வினி. டிசர்ட்டைப் பின்பக்கம் தட்டியபடி சட்டென குனிந்து போட்டிருந்த நீல வர்ண ஜீன்ஸ் பேன்டின் கால் பகுதியை ஷூவோடு இணைந்து நிற்குமாறு இழுத்து விட்டுவிட்டு எழுந்தாள். நான் ஒரு டாக்ஸியை அழைத்து தெருவின் முகவரியையும் கொடுத்து அவளை அங்குச் சேர்க்குமாறு கூறினேன்.

'எனக்குத் தெரியும் அந்தத் தெரு. பை' என்று டாக்ஸியின் கதவைப் பூட்டினாள்.

நான் கொடுத்த அந்த விடுகதையின் பதிலைக் கூறி, பிரதாப்பை எதிர்பாராத ஷாக்குக்கு உள்ளாக்கப் போகிறேன் என்று மறக்காமல் கூறிவிட்டுச் சென்றாள். மீண்டும் விடுகதைபோடும் பழக்கம் அவளுக்கு வந்துவிட்டது என்று நினைத்தேன்.

எனக்குத் திக்பிரமையாக இருந்தது. எங்கோ ஓர் உலகில் இருந்து திடீரென உதித்து எழுந்தவள் போல் என் முன்னே தோன்றி எனக்குச் சில கட்டளைகள் இட்டுவிட்டுப் போகும் இந்த இருபது வயது கூட ஆகாத பெண்ணைப் பார்த்து ஆச்சரியமும் ஆனந்தமும் ஏற்பட்டன. பிரதாப்பை கல்யாணம் செய்வதாகச் சவாலாகக் கூறிக்கொண்டு போகிறாள். இவள் புதிய தலை முறையின் பிரதிநிதி. பழைய தலைமுறையைச் சார்ந்த விஜயாவின் அம்மாவைப் போன்றவளும் அல்ல, ஆங்கிலத்தில் படித்துவிட்ட புதிய தலைமுறையும் அல்ல! அப்படியென்றால் புதுப் புதுத் தலைமுறை என்று நினைத்தேன்.

83

இவர்களின் சிந்தனை, போக்குகள், ஆண் பெண் உறவுகள் எல்லாம் வேறு. காதல் பண்ணும்முறைகூட வேறு. உடலுறவு கொள்ளும் முறையும் வேறாக இருக்கப் போகிறது. அட ஆண்டவா! நான் அதற்குள்ளேயே பழந்தலைமுறையைச் சார்ந்தவனாகி விட்டேனே. நாலு பேருக்கு மத்தியில் கணவனான என்னையே தொடவிடாத விஜயா வேறு. இந்தப் பெண் வேறு. இப்படி நினைத்ததும் விஜயா என்னுடன் நடந்துகொள்ளும் முறையும் அவளது உடல் சார்ந்த வெட்கமும் ஞாபகத்துக்கு வந்தன.

திருமணமான புதிதில் அவளது அம்மா வீட்டில் உள்ளறையில் நானும் விஜயாவும் அமர்ந்திருந்தோம். நான் ஒரு முத்தத்தை அவள் இதழ்களில் பதிப்பதற்காகப் பலமுறை முயன்றேன். 'அய்யோ! வேண்டாம், வேண்டாம்' என்று அவளது இடது கையின் விரலால் என் கன்னத்தில் குத்தி, என் முகத்தைத் திருப்பி விட்டுக்கொண்டே இருந்தாள். இவ்வளவுக்கும் நானும் அவளும் மட்டும்தான் அந்த அறையில் அப்போது அமர்ந்திருந்தோம். கடைசியாக நானும் அவளும் ஒரு சமாதான உடன்படிக்கைக்கு வந்தோம். அப்போது அவள் கன்னத்தில் நான் என் இதழ்களைப் பதிக்கலாம். வாயிதழ் களில் அல்ல. வேண்டா வெறுப்பாக, எனக்கு என் மனைவி யால் கொடுக்கப்பட்ட பெரிய சலுகையை நிறைவேற்றிக்கொண்டு இதுவே மிக அதிகம் என்று நினைத்து, பேரானந்தத்தில் திளைத்துக் கொண்டிருந்தேன்.

சற்று நேரத்தில், ஓரமாக எந்த ஓர் உயிரினத்துக்கும் தொந்தரவு கொடுக்காமல் நான் நிறைவேற்றிக்கொண்டிருந்த கன்னத்தில் கொடுக்கும் முத்தத்தைக்கூட தடைசெய்தாள் விஜயா.

அதற்கிடையில் ஆண் என்றால் கட்டுப்பாடு வேண்டும் என்று உபதேசம் வேறு. இதெல்லாம் என் தலைவிதி என்று அவள் விதித்த கட்டுப்பாடுகளை எல்லாம் நான் ஏற்றுக்கொண்டதற்கு ஒரே ஒரு காரணம் இருந்தது. அவள் என் மடியில் அல்லவா அமர்ந்திருந்தாள். உதட்டு முத்தம் வேண்டாம். கன்னத்து முத்தம் போதும் என்று அவள் அறிவுறுத்தியபோது, போதும்மா தாயே, அதுவே போதும் என்று அதனை நிறைவேற்றும் முன்பு கன்ன முத்தத்துக்கும் தடை உத்தரவு போட்டாள். பேந்த பேந்த விழித்த படி, சரி அதுவும் வேண்டாம். என் மடியில் அவள் அமர்ந்திருக்கும் ஆனந்தமாவது மிஞ்சுகிறதா பார்ப்போம் என்று எண்ணியபடி அமர்ந்திருந்தபோது திடீரென கதவு திறக்க, 'விஜயா' என்று

அழைத்தபடி நிற்கிறார் அவளது அம்மா! பதறிப்போய் எழுந்த விஜயாவைப் பார்த்து நானும் பயந்துகொண்டு எழுந்ததும், நிலைமையைப் புரிந்துகொண்ட விஜயாவின் அம்மா வெட்கப் பட்டுக்கொண்டு வேறு அறை பக்கமாகப் போக, விஜயா என்னைப் பார்த்த பார்வை இருக்கிறதே, அப்பப்பா! இன்று நினைத்தால்கூட எனக்குக் குலைநடுக்கம் எடுக்கிறது. இவ்வளவுக்கும், நானும் விஜயாவும் திருட்டுத்தனமாகத் தாய் தந்தையர் எதிர்ப்புக்கு இடையே ரகசியமாகக் கடிதம் எழுதி, இரவு யாருக்கும் தெரியாமல் மர நிழலில் சந்திக்கும் கள்ளக் காதலர்கள் அல்ல. பெரிய கல்யாண மண்டபத்தில் இரண்டு குடும்பத்தினரும் சுமார் ஆயிரம் பேரை அழைத்து இவன்தான் இவளுக்குக் கணவன், இவள்தான் இவனுக்கு மனைவி என்று செவிடர்களும் குருடர்களும்கூட தெரிந்துகொள்ள மேளதாளத்துடன், விளக்கும் தோரணங்களும் கட்டி அலங்காரம் செய்து முடித்த திருமணம்.

இதனை நினைத்தபோது பிரதாப்பும் அஷ்வினியும் திருமணம் செய்தால் எந்த மாதிரி நடந்து கொள்வாள் இந்த அஷ்வினி என்று கற்பனை பண்ணிப் பார்த்தபோது, அவனை விடாமல் விரட்டி விரட்டிக் கற்பழிப்பாள் இந்தப் பெண் என்று நினைத்தேன். அன்று விஜயாவிற்கு இரவில் போன் செய்யும்போது அவளைச் சிரிக்க வைக்க நல்ல பாயின்ட் கிடைத்தது என்று எண்ணிக்கொண்டேன்.

இந்த ஹாஸ்ய நினைவுடன் கூடவே ஒரு பெரிய சங்கடம் என் மனதில் தோன்றியது. என்னது அது, ஓர் இயக்கத்தில் பிரதாப் இருக்கிறான்? வகுப்பில் முதல் மாணவனாக இருந்ததைக்கூட தியாகம் செய்யுமளவு இலட்சியப்பற்று அவனுக்கு எப்படி வந்தது? இலட்சியம் தோன்றக்கூடிய சாதாரணமான வறுமைபிடித்த குடும்பத்திலும் அவன் பிறக்கவில்லையே என்று எண்ணியவாறு இருந்தேன். அன்று விஜயாவுடன் எல்லாவற்றையும் தொலை பேசியில் சொன்ன பிறகு, அஷ்வினியைப் பற்றி முற்றிலும் மறந்துவிட்டேன்.

அது அஷ்வினி வந்துபோன இரண்டாம் நாள். தொலைபேசி அடித்த போது அறையில் இருந்ததால், நானே தொலைபேசியை எடுத்தேன்.

'நான் சந்திரனுடன் பேசமுடியுமா?'

யாருடைய குரல் என்பது எனக்குப் புரிந்துவிட்டது. கொஞ்சம் விளையாட்டுப் பண்ணுவோமே என்று எண்ணிக் கொண்டேன்.

'யார் பேசுவது என்று தெரிந்துகொள்ளலாமா?' என்று அடையாளம் தெரியாதவரிடம் பேசுவது போலக் கேட்டேன்.

'அஷ்வினி ஹியர்.'

'எந்த அஷ்வினி?.'

'கே. அஷ்வினி'

'கே, ஃபார்?'

'கே ஃபார்... எனக்கு எப்படிக் கோபம் வருது தெரியுமா?'

'நோ. தெரியாது அஷ்வினி அவர்களே' என்றேன்.

மறுமுனையில் ஒரு மௌனம்.

'கே. அஷ்வினி?' என்றேன். மீண்டும் மறுமுனையில் மௌனம். 'ஹலோ...!' அழைத்தேன்.

மூன்றாவது முறையும் அழைத்தபோதுதான் பதில் வந்தது. அழகான ஆங்கிலத்தில் சரளமாக வந்த பதில்: 'ஹல்லோ ஐ ஆம் அஷ்வினி கோதண்டராமன், எ க்யுட் லிட்டில், நைஸ், ப்யுட்டிபுல், இன்டலிஜன்ட் கர்ள்.'

மறுமுனையில் இருந்து உதட்டைக் கடித்துக்கொண்டு பேசினாள்.

'எனக்கு இந்த மாதிரி அட்ஜெக்டிவ்களுடன் விவரிக்கக்கூடிய ஒரே ஒரு இளம்பெண்ணைத் தான் தெரியும்.'

'நான் அதே இளம்பெண்தான், சின்ன மூக்கு, பாப் கட், ஜீன்ஸ் பேன்ட், டி ஷர்ட், மேலே ஒரு பெல்ட், இது இன்று புது அடிஷன்.'

'போதும் போதும்! பிரதாப் என்கிற பையனுடைய கல்லூரியில் படிக்கிற ஒரு க்யுட் கர்ளைத்தான் எனக்குத் தெரியும்.'

'ஓ மிஸ்டர் சந்திரன். ஐ கான் ஆல்ஸோ பி நாட்டி. டோன்ட் பிளே வித் மி! அப்புறம்... நீங்க வருத்தப்படுவீங்க. எனக்கு நேரமில்ல. ரயிலுக்குக் கிளம்பறேன்... ப்ளீஸ்.'

'நான் எதுக்கு வருத்தப்படணும்?'

'உங்க பிரியமான பிரதாப் ஓர் அழகான இளம்பெண்ணை இழந்ததுக்காக.'

'ஓ! அந்த நினைப்பு வேறயா? எங்க பிரியமான பிரதாபுக்கு 'அவன்தான் முதல் மதிப்பெண் வாங்கணும்; தான் வாங்கக் கூடாது'ன்னு சொல்லும் தியாக மனப்பான்மையுள்ள இளம் பெண் ஒருத்தி இருக்கா, வேற யாரும் வேண்டாம். டு யு நோ? அந்தப் பெண்ணுக்கும் சின்ன மூக்கு, அழகான உதடு, சிவந்த கன்னம்

எல்லாம் உண்டு, ஜீன்ஸ் பேன்ட் போடுவா' என்று நான் பேசிக் கொண்டு இருந்தபோது, போன் வைக்கப்பட்டது.

அய்யய்யோ அஷ்வினியைக் கோபப்படுத்திவிட்டோமோ என்று நினைத்து, 'அஷ்வினி... அஷ்வினி... ஸாரி!' என்று நான் கத்தினாலும் பயன் இல்லை. அவளுக்கு எங்கே கேட்கும்? அவள்தான் போனை வைத்துவிட்டாளே என்று நினைத்தபடி என்னையே நொந்துகொண்டேன். சிறு பெண்ணைக் கோபப் படுத்திவிட்டோமே! அவளுடைய ஃபோன் நம்பர்கூட என்னிடம் இல்லையே என்று வருத்தப்பட்டேன். எதற்காக போன் பண்ணி னாளோ தெரியவில்லையே என்றும் நினைத்தேன். எப்படி அவளுடைய எண்ணையோ முகவரியையோ பெறுவது என்று யோசித்தபடி இருந்தேன். விஜயா கேள்விப்பட்டால் சின்னக் குழந்தைகளின் மனதை நோகடிக்கிற வரைக்குமா தமாஷ் பண்ணவேண்டும் என்று என்னைத்தான் கடிந்துகொள்ளப் போகிறாள். ஏதாவது உபாயம் இருக்கிறதா? டெலிபோன் புத்தகத்தில் அவள் சித்தப்பா பெயரை எப்படித் தேடுவது? என்ன உத்தியோகத்தில் இருக்கிறார்? என்றெல்லாம் தொடர்ந்து யோசித்தாலும் எந்த உபாயமும் எனக்குத் தோன்றவில்லை. மீண்டும் போன் பண்ணினாள் என்றால் முதன்முதலில் 'ஸாரி அஷ்வினி' என்றுதான் தொடங்க வேண்டும் என்று ஒத்திகைப் பார்த்துக்கொண்டேன். அவள்தான் விளையாடுகிற பருவத்துப் பெண் என்றால், என் வயது என்ன? பக்குவம் என்ன?

கதவு 'டொக் டொக்' என்று தட்டப்பட்டது. யாரோ ஆண்கள் சத்தம் தொடர்ந்து கேட்டது.

கதவைத் திறந்தேன். அஷ்வினி நின்றுகொண்டிருந்தாள்.

'ஸாரி ஸாரி...' என்று கூறியபடியே கதவைத் திறந்தேன். அதற்குள்,

'ஸார்... யாரு இவங்க? இது ஆண்கள் லாட்ஜ். பெண்கள் போகப்படாதுண்ணு சொன்னேன். கேட்காமல் ஓடியாறாங்க' என்று பதறியபடி நின்றுகொண்டிருந்தான் லாட்ஜ் சிப்பந்தி. லாட்ஜில் வெறும் உடலோடு நின்று கொண்டிருந்த ஓரிரு ஆண்கள் டவலால் உடலை மறைத்தார்கள்.

'என்னைத் தேடித்தான் அவசரமா வந்தா, நீ போ. நான்தான் வரச் சொன்னேன்' என்று லாட்ஜ் சிப்பந்தியை அனுப்பிவிட்டு, அவளைப் பார்த்தேன்.

ஏதும் பேசாமல் என் அறையில் வந்தது போலவே அமர்ந் திருந்தாள். உதடுகளை அடிக்கடி பிதுக்கிக்கொண்டு கோபத்தை அடக்கிக்கொண்டு இருந்தாள். வலது கை முஷ்டியைப் பலமாக அமர்ந்திருந்த கட்டிலில் அமுக்கி அமுக்கி எடுத்தாள். முன்கையில் தங்கநிறமான முடி அழகாகக் காணப்பட்டது. சற்றுநேரம் போனது. அவளை எப்படிப் பேசிச் சமாதானப்படுத்துவது என்று தெரிய வில்லை. அதிக உரிமை எடுத்து அவளிடம் எல்லைமீறி விளையாடி விட்டேனோ என்று நினைத்தேன். நானும் ஏதும் பேசவில்லை. அவளும் ஒன்றும் பேசவில்லை. என் முகத்தையும் அவள் ஏறிட்டுப் பார்க்கவில்லை. அன்று மிகுதியாக வெயில் அடித்தது. ஆகையால், மேலே மின்விசிறி மட்டும் ஓடிக்கொண்டிருந்தது.

பிரவாகமிடப்போகும் அழுகையை அடக்க முயன்றவள் போல அமர்ந்துகொண்டிருந்தாள். அவள் அழுதுவிட்டால், குற்ற உணர்விலிருந்து என்றும் நான் மீளாதபடி துன்பம் அடைவேன் என்று எண்ணினேன். இப்போது அவள் உணர்வுகளிலிருந்து மெதுமெதுவாக விடுபட்டுக் கொண்டிருந்தாள். தரையைப் பார்த்தபடி லேசாகத் தலையை வலது பக்கமாகவும் இடதுபக்க மாகவும் அசைத்தாள். பார்வை அங்குமிங்கும் அலைந்தது என்றாலும், என் முகத்தை நேராகப் பார்க்கும் அளவு சகஜ உணர்வு பெறவில்லை.

பிறகு, அவள் கையிலிருந்த பயணத்துக்கு வேண்டிய பையை எடுத்துத் தோளில் போட்டாள். இப்போதுதான் முதன்முதலாக என் முகத்தை அவள் கண்கள் பார்த்தன. மீண்டும் ஒருமுறை பழைய படி கண்கள் கொஞ்சநேரம் தரையைப் பார்த்தன. நான் எப்படி அவளிடம் பேசுவது, நடந்துகொள்வது என்பதை மறந்து நின்றிருந்தேன். மெதுவாக என்னைப் பார்த்துக் கேட்டாள்:

'நான் ஒரு நல்ல பொண்ணுன்னு சொல்வீங்களா?'

'ஓ கண்டிப்பா. நூறு தடவை சொல்வேன் அஷ்வினி.'

அதற்குள் வந்த அதே வேகத்தில் இறங்கி ஓட்டமாய் ஓடினாள். அந்தக் குழந்தைக் குணம் கொண்ட சிறு பெண்.

எனக்கு ஒன்றும் தோன்றாமல் அவளைத் தொடர்ந்து கீழே போய் அவளுக்கு டாக்ஸியோ, ஆட்டோ ரிக்ஷாவோகூட ஏற்பாடு செய்யாமல் அப்படியே அமர்ந்திருந்தேன். இந்தப் பெண் நடந்து கொண்டதுக்கு என்ன அர்த்தம் என்று எனக்குப் புரியவில்லை. அவள் என்னிடம் கேட்ட வாசகம், உண்மையிலேயே எனக்குப்

புரியவில்லை. 'நான் ஒரு நல்ல பொண்ணுன்னு சொல்வீங்களா?'

யாரிடமோ நான் இவள் நல்ல பெண் என்று சொல்ல வேண்டுமென்று கருதுகிறாளா அல்லது அவளுக்கு வந்த கோபத்தைக் கட்டுப்படுத்த முடியாமல், அது ஆண்கள் மட்டும் வசிக்கும் லாட்ஜ் என்பதைக்கூட கருதாது, யாரையும் பொருட் படுத்தாது என்னுடைய அறைக்கு நேராக வந்தவள் ஒரு அடங்காப் பிடாரி என்று நானும் விஜயாவும் விஜயாவீட்டாரும் கருதுவோம் என்றா, அந்த எண்ணம் பிரதாப்பை அவள் அடைவதைத் தடுக்கும் என்று கருதி அப்படிக் கேட்டாளா அல்லது வந்த அடக்கமுடியாத கோபத்தை அடக்கி விட்டதற்கு ஒரு சர்டிஃபிகேட்டாக அவள் நல்ல பெண் என்ற என் புகழ் மொழியை எதிர்பார்த்தாளா? ஒன்றும் புரியவில்லை எனக்கு.

பின்பு, இரவு அஷ்வினி பற்றி நான் விஜயாவிடம் பேசும் போது அவள் வந்துபோனதைப் பற்றி மட்டும் கூறினேனே யல்லாது, இரண்டாம் முறை அவள் ரயிலைத் தவற விட்டுவிட்டு என் அறைக்குக் கோபத்தோடு வந்தது, அறையில் ஏதும் பேசாது அமர்ந்திருந்தது, பின்பு புறப்படுகையில் 'நான் ஒரு நல்ல பொண்ணுன்னு சொல்வீங்களா?' என்று கேட்டுவிட்டு நான் பதிலாக என்ன சொல்கிறேன் என்பதைக்கூட காதில் போட்டுக் கொள்ளாது மின்னல் வேகத்தில் மறைந்தது எதையும் சொல்ல வில்லை. எனக்கு ஏற்பட்ட குழப்பத்தை விஜயா காதிலும் போட வேண்டாம் என்பதுதான், அப்படி நான் மறைத்ததற்கான ஒரே நேர்மையான காரணம்.

6

வீட்டின் போன் ஒலித்தது. நான் எடுத்ததும் எனக்கு ஆச்சரியம்!

'நான் லிடியா.'

'ஓ... வெல்கம் லிடியா! 'விட்டாம்' என் போலிஷ் மொழி உச்சரிப்பு சரிதானா?'

'ஓ பரவாயில்லை... அதற்குள் 'விட்டாம்' என்று ஒரு வார்த்தை போலிஷ் மொழியில் கற்றுவிட்டதற்காக நான் உங்களுக்கு நன்றி கூறுகிறேன்.'

'உங்களைப் பற்றிதான் நினைத்துக்கொண்டிருந்தேன்.'

'ரியலி?'

'ரியலி!'

'ஓ ரொம்ப தாங்க்ஸ்' என்றார் லிடியா.

இன்று நான் அவரது வீட்டுக்குப் போவதாகத் திட்ட மிட்டோம். மதிய உணவு, அவரது பழைய வீட்டில் என்று கூறினார். 'அத்துடன் நீங்கள் எனது அண்ணனின் நினைவுச் சின்னங்களைப் போல் நான் வைத்திருக்கும் பொருட்களைப் பார்க்கவேண்டுமென்று ஓர் ஆசை. அன்று நாம் 'வைஜெங்கி பார்க்'கைப் பார்த்துவிட்டு வெளியே வந்தபோது, உங்களை அழைத்து என் அண்ணனின் பொருட்களைப் பார்க்கவைக்க வேண்டும் என்று நினைத்துக் கொண்டேன்.'

'நினைவுச் சின்னங்களைப் போலவா?' என்று கேட்டேன் லிடியாவிடம்.

'இல்லை. நீங்கள் வந்து பார்க்கத்தானே போகிறீர்கள்? இன்னொரு விஷயம். நீங்கள் சைவம்தானே சாப்பிடுவீர்கள்? 'இந்தியர்கள் சைவச் சாப்பாட்டைச் சாப்பிடுவார்கள்' என்றெல்லாம் அண்ணன் சொல்லியிருக்கிறான். சரிதானா?'

'நீங்கள் சிரமப்பட வேண்டாம். நான் சைவச் சாப்பாட்டை மட்டும் சாப்பிடுகிறவன் அல்ல. சைவச் சாப்பாடுதான் இந்தியா வில் ஒரே சாப்பாடு என்று நீங்கள் வெளிநாட்டில் கருதுவீர்கள் என்றால், இந்தியாவில் அதிகமான பேர் இந்தியர்கள் இல்லை.'

'ஓ ரொம்பவும் தமாஷாகப் பேசுகிறீர்கள். சரி, எப்படி நீங்கள் இங்கே வந்து சேருவீர்கள்? நான் உங்களுக்கு காரைக் கொண்டு வரட்டுமா அல்லது டாக்ஸியில் வருகிறீர்களா?'

'இரண்டும் வேண்டாம். எனக்கு வார்ஸாவில் ட்ராம் சவாரி தான் பிடிக்கிறது. இரண்டு பக்கம் கட்டடங்களையும் கடை களையும் பார்த்துக்கொண்டே வரலாம்.'

'ஓ ரொம்ப நல்லது. நேற்று இரவு மிகவும் பனி பெய்திருந்தது. இன்று மிகவும் பிரகாசமான நாளாக இருக்கும் என்று நேற்றுச் செய்தி வாசித்தார்கள். எனவே, நீங்கள் குளிருக்குத் தக்க உடை அணிந்துகொண்டு ட்ராமில், 'சென்ரும்' என்ற இடத்திற்கு வாருங்கள். மதியம் ஒரு மணிக்கு நான் வந்து என் வீட்டுக்கு அழைத்துச் செல்கிறேன்' என்று கூறினார் லிடியா.

அது நல்ல ஆலோசனையாகப் பட்டதால் நானும் அதனை

ஆமோதித்தேன். நான் கூறியது போல, பின்பு சரியாக ஒரு மணிக்கு 'சென்றும்' போய்ச்சேர்ந்து லிடியாவுடன் அவருடைய வீட்டுக்கு நடக்கலானேன். நடந்த தெரு பழையதாக இருந்தது. ஓரிடத்தில் வலது பக்கத்தில் ஒரு மலர்வளையம் வைக்கப்பட்டு, ஒரு மெழுகு வர்த்தி எரியும் சிவப்புநிற பிளாஸ்டிக் கூண்டு வைக்கப்பட்டிருந்தது. அந்த இடத்தைப் பார்த்துக்கொண்டு நின்றேன். லிடியாவும் நின்றார். நான்கைந்து பெயர்கள் போலிஷ் மொழியில் சிமென்டில் எழுதப்பட்டிருந்தது. 1944 என்ற ஆண்டும் எழுதப்பட்டிருந்தது. அதனைச் சுட்டிக்காட்டி இரண்டாம் உலகப்போரில் ஹிட்லர் குண்டுக்குப் பலி ஆனவர் களின் பெயர்கள் என்று லிடியா சர்வ சாதாரணமாகச் சொல்லி விட்டு என்னை அழைத்துச் சென்றார்.

தூரத்தில் தூண் ஒன்றின் மீது பழங்கால விளக்கு காணப் பட்டது. அந்த விளக்கைச் சுட்டிக்காட்டி, 'அந்தப் பழங்கால விளக்குத் தெரிகிறது பாருங்கள், அந்தப் பத்தொன்பதாம் நூற்றாண்டு விளக்கின் எதிர்ப்புறம் இருக்கும் வீடுதான், எங்கள் இருபத் தொன்றாம் நூற்றாண்டு வாழ்க்கைக்கு உரியதாக இருக்கிறது' என்று சிரித்தார் லிடியா. நானும் லிடியாவும் நடந்து விரைவில் அவர்கள் வீட்டைச் சென்று சேர்ந்தோம்.

கதவைத் திறந்ததும் லிடியாவின் வயதான தாய் என்னைப் பார்த்துச்சிரித்துவி' டுக் கையை நீட்டினார். நான் அவரது கையைப் பிடித்துக் குலுக்கியபடி ஆங்கிலத்தில், 'உங்களைச் சந்திப்பதால் மகிழ்கிறேன்' என்றேன். அதனை லிடியா போலிஷ் மொழியில் மொழிபெயர்த்து அவருடைய தாயாருக்குக் கூறினார். அதனைக் கேட்ட அவரது தாயார் முகத்தில் மகிழ்ச்சி தெரிந்தது. தாயாரின் முகத்தில் தோல் சுருங்கிக் காணப்பட்டது. அடுத்து அவர் ஏதோ ஒன்றைக் கூறியபோது, அவரது முகத்தில் துயரத்தின் சாயல் தெரிந்தது. லிடியா இப்படிச் சொன்னார்:

'என் அம்மா சொல்கிறார், என் அண்ணன் லியோன் க்ருப்ஸ்கயா இன்று உயிரோடு இருந்திருந்தால், ஓர் இந்தியனை நம் வீட்டில் சந்திக்க எவ்வளவு மகிழ்ச்சி அடைந்திருப்பான் என்று.'

அவர் அம்மா, பின்பு கீழ்த்தளத்தில் வீட்டுக்குள் ஏதோ ஓர் அறைக்குள் செல்ல, நானும் லிடியாவும் வீட்டுக்கு மேல் மாடிக்குச் சென்றோம். அங்கு முதலில் லிடியா தனது அழகான அறைக்கு அழைத்துச் சென்றார். புதிய முறையில் எல்லா வசதிகளுடனும் தரை விரிப்பு, டீவி, ஒரு கிட்டார், ஓர் அலமாரியில் நூல்கள் என்று

காணப்பட்டன. பெரும்பாலான வீடுகள் போல் முடிந்த அளவு வசதிகளுடன் அந்த அறை காணப்பட்டது. ஒரு படம் சட்டமிடப் பட்டிருந்தது. அதில் இராம லட்சுமணர் நிற்பது போலவும், ராமன் கையில் வில் ஏற்றப்பட்டு இருப்பது போலவும் சித்தரிக்க பட்டிருந்தது.

'உங்களுக்குப் பசிக்கும், முதலில் சாப்பாட்டை முடிக்க வேண்டும் என்கிறார் என் அம்மா' என்றார் லிடியா.

'ஏன் உங்கள் அம்மாவுக்கு நான் வருவதால் தொல்லை கொடுக்கிறீர்கள்? அவரே சமைத்திருப்பார் போல் தெரிகிறதே இந்த வயதான காலத்தில்!' என்றேன்.

'கவலைப்படாதீர்கள், நானும் அம்மாவும் சேர்ந்துதான் இப்போதெல்லாம் சமைப்போம். நீங்கள் சைவமில்லாததால் நாங்கள் சிரமப்பட வேண்டியிருக்கவில்லை. இந்தியாவில் சைவச் சாப்பாடு சாப்பிடாதவர்களும் உண்டு என்பதை அம்மா நம்ப வில்லை' என்று கூறினார் லிடியா.

நானும் லிடியாவும் சிரித்தோம்.

பின்பு முழுவதும் போலிஷ் பாணியிலான ஒரு சாப்பாடு எனக்கு விருந்தாக வைக்கப்பட்டது. கொஞ்சம் விஸ்கியை நானும் லிடியாவும் அவருடைய அம்மாவும் பகிர்ந்துகொண்டோம். அவ்வாறு விஸ்கியில் ஆரம்பித்து 'பெரோகி' என்ற அவர்களின் மதிய உணவு, பிரெட், சீஸ், கொஞ்சம் வெந்த அரிசி, அவித்துத் தோலெடுக்கப்பட்ட உருளைக்கிழங்கு, கோழி, சாலெட் என்கின்ற புதினா போன்ற இரண்டு மூன்று வகை பச்சை இலைகள், தக்காளி மற்றும் 'ஊகூரக்' என்ற வெள்ளரிக்காய் வகை இப்படி இப்படிச்சாப்பிட்டேன்.

நிறைய நேரம் எடுத்து நாங்கள் மூவரும் சாப்பிட்டோம். அவ்வப்போது இடையில் லிடியாவின் அம்மா எங்கள் ஆங்கிலப் பேச்சினூடாக போலிஷ் மொழியில் பேசிக் கலந்துகொண்டார். அவர்கள் இருவரும் பேசியதை, மறக்காமல் லிடியா எனக்கு ஆங்கிலத்தில் சொல்லிக்கொண்டே வந்தார். எங்கள் உணவு பிடிக்கிறதா என்பது லிடியாவின் தாயின் முக்கியமான கேள்வி களில் ஒன்று. நான் எப்படி உண்மையான என் அபிப்பிராயத்தைக் கூறுவது என்று, 'மிக நன்றாக இருக்கிறது என்று சொல்லுங்கள் லிடியா' என்று கூறியபோது, 'பொய் சொல்வதற்காக ஆண்டவா என்னை மன்னித்துக்கொள்' என்று வேண்டிக்கொண்டேன்.

அப்போது நான் தென் இந்தியாவில் ரசம், சாம்பார், தயிர் வைத்துச் சாப்பிடும் சாப்பாட்டு மணத்தை நினைத்துக்கொண்டேன். ஒவ்வொரு கலாச்சாரத்துக்கும் அதனதன் இசையும், உணவும், மொழியும் வாய்த்திருக்கின்றன என்று நினைத்தேன். பின்பு லிடியாவின் தாயிடம் அற்புதமான சாப்பாட்டுக்கு நன்றி கூறி விட்டு, நானும் லிடியாவும் வீட்டின் மேல்மாடிக்குப் போனோம். அங்கு லிடியாவின் அறையில் கொஞ்சநேரம் அமர்ந்தபோது அவர் ஷோபின் இசை கேட்கிறீர்களா என்று ஒரு சி.டி. பிளேயரில் இசைக்குரிய பொத்தானை அழுத்தினார். ஷோபின் சிலையைப் பார்த்த அந்தத் தருணத்தி லிருந்து எனக்கு அவரது இசையைக் கேட்கவேண்டுமென்று இருந்த ஆசையை நிறைவேற்றினார் லிடியா.

'இனி என் அண்ணன் அறைக்குப் போவோமா?' என்று லிடியா கேட்க, நான் ஆர்வத்தோடு 'ஆமாம்' என்றேன். லிடியாவின் அறைக்கு அடுத்ததாக வேறொரு திசையில் இருந்த அறைக்கு அழைத்துச் சென்றார்.

அங்குப் போனபோது, எப்போதும் அந்த அறை பூட்டி வைக்கப் பட்டிருப்பதால் ஒருவித நெடி அடித்ததை உடனே அறிந்து கொண்டேன். அந்தக் காலத்திலிருந்தே அப்படியே காக்கப்படும் சமஸ்கிருத புத்தகங்கள் அந்த அறையில் இருந்தன. சமஸ்கிருதம், பாலி மொழி அகராதிகள், மலையாளம் மற்றும் தமிழ், மராட்டி, பெங்காளி மொழி கற்பிக்க ஆங்கில ஆய்வாளர்கள் உருவாக்கிய நூல்கள் முதலிய சில புத்தகங்கள் காணப்பட்டன.

பொதுவாக யாரும் பயன்படுத்தாத ஒரு பெரிய நூலகமாக அது எனக்குக் காட்சி தந்தது. மூன்று திறந்த அலமாரிகளில் புத்தகங்கள் அடுக்கப்பட்டிருந்தன. நான் புத்தகங்களை எடுத்து எடுத்துப் பார்த்தேன். என் துறை சார்ந்த புத்தகங்களைத் தவிர வேறு புத்தகங்களில் ஈடுபாடு இல்லாத நான், இந்தியக் கலாச்சாரம் மீது எதற்காக ஒரு வெளிநாட்டவர் ஈடுபாடு காட்டினார் என்பதை அறியும் ஏதேனும் சூத்திரங்களை இந்த நூல் வரிசைகளிலிருந்து கண்டுபிடிக்க முடியுமா என்ற எண்ணத்தோடேயே நூல்களைப் புரட்டினேன். இன்றைக்குச் சுமார் முப்பது முப்பத்தைந்து ஆண்டுகளுக்குமுன் அச்சிடப்பட்ட நூல்கள் அவை. மிக அதிகமான ஆங்கில நூல்களும் போலிஷ் மொழி நூல்களும் காணப்பட்டன.

இந்த மூன்று திறந்த அலமாரிகளுக்கு அருகில் மரத்தாலான

இரண்டு மூடிய அலமாரிகள் காணப்பட்டன. அவற்றை நோக்கிப் போகும் போது சுவர் மூலையில் சாய்த்து வைக்கப்பட்டிருந்த சூலம் ஒன்று என் கண்களில் பட்டது. அது அவருடைய அண்ணனின் இந்து நண்பர், அண்ணன் சூலம் பற்றிய எழுதிய ஒரு தத்துவக் கட்டுரையை வாசித்துவிட்டு, அவர் இந்தியாவிலிருந்து இலண்டன் போகும் வழியில் வார்ஸாவில் இறங்கி அண்ணனுக்கு பரிசாகக் கொடுத்துவிட்டுப் போனது என்றார்.

பின்பு அந்த இரண்டு அலமாரிகளையும் திறந்தார் லிடியா. இரண்டிலும் தாமிரத் தகடுகள், பலவிதமான தெய்வங்களின் உருவங்கள், சில ஓலைச்சுவடிகள், கல்வெட்டுகள் என்று ஓர் இந்தியவியல் ஆய்வாளனின் ஈடுபாட்டைக் காட்டக்கூடிய அடையாளங்கள் நிறைந்து காணப்பட்டன. வார்ஸாவில் ஒரு வீட்டில் இவற்றை எதிர்பார்க்காத யாரும் இந்த அறையைப் பார்த்து பிரமித்துத்தான் போவார்கள்.

நானும் 'மார்வெலஸ்' என்றேன்.

'அண்ணன் உண்மையில் கத்தோலிக்கத் துறவியாகப் பயிற்சி பெறுவதற்காகப் படிக்கப் போனபோதுதான் இந்து மதம் பற்றி அறிந்துகொள்ளும் ஆசை வந்திருக்கிறது. அதன்பிறகு இந்தியா பற்றி அறியவும், பௌத்த மதம் பற்றி அறியவும் ஆரம்பித்தான். இந்த மதங்களைப் பற்றி அறிய சமஸ்கிருதம், பாலி, பிராகிருதம் போன்ற மொழிகளைப் படிக்க வேண்டும் என்ற எண்ணம் அவனுக்கு ஏற்பட்டிருக்கிறது. மேற்கில் கிரேக்கம், லத்தின் போலவே, சமஸ்கிருதம் படிக்காமல் கிழக்கத்திய கலாச்சாரம் பற்றி அறியமுடியாதென்று அறிந்துகொண்டான்' என்று முன்பு தன் அண்ணன் பற்றிச் சொல்லி வந்த வரலாற்றை லிடியா தொடர்ந்து சொல்ல ஆரம்பித்தார்.

நான் அப்போது அவர் கண்களைப் பார்த்தேன். ஏதோ ஒருவகை சொல்லமுடியா ஆழம் அந்தக் கண்களுக்குள் மறைந்திருப்பது எனக்கு மனதில் உறைத்தது. அந்த ஆழம் மறைக்கப்பட்டிருப்ப தால்தான் அதன்மீது எனக்குக் கவர்ச்சி எனக் கருதினேன். அந்த ஆழத்தை எப்படி வெளியே நான் அறியும் படியாகக் கொண்டு வருவது என்று யோசித்தபடியே லிடியா சொல்ல ஆரம்பித்த, அவரது அண்ணன் பற்றிய சரித்திரத்தில் என் கவனத்தைச் செலுத்தினேன். அந்தச் சரித்திரத்தில் ஆழும் போது லிடியா வேறு ஒரு ஆளாக உடனே மாறிவிடுகிறார் என்று நினைத்தேன். அவர்

முகத்தில் ஓரிரு ரேகைகள் குறைந்துவிடுகின்றன. பொதுவாக, லிப்ஸ்டிக்கை உதடு முழுதும் புரப்புவதற்காக ஒட்டி ஒட்டி எடுக்கும் மானரிசம் அவரிடம் காணப்பட்டாலும், இந்த வரலாற்றைச் சொல்ல ஆரம்பிக்கும் போது ஒரு தனி சக்தியின்பால் ஈர்க்கப் பட்டவராக லிடியா காணப்பட்டார். அடிக்கடி அவர் உதடுகளை ஒட்டி ஒட்டி எடுத்தார். நான் அலமாரிகளில் வேறு என்னென்ன பொருட்கள் இருக்கின்றன என்றும், இவளுடைய அண்ணனான லியோன் குருப்ஸ்கயா என்பவன் எப்படிப்பட்ட மனிதனாக இருந்து மறைந்து போனான்? அந்த மனிதனை இவள், என் போன்ற சாதாரண இந்தியர்கள் மூலம் மீண்டும் உயிர்ப்பிக்க முயல்கிறாளா? அதனால் நான் இவளுக்கு ஒரு கருவியா அல்லது என்னிடம் வேறு ஏதேனும் பண்புகள் இருக்க லாமோ என்றெல்லாம், இந்த மாதிரி நான் யோசிக்க ஆரம்பித்தேன்.

தொடர்ந்தார் லிடியா. 'அண்ணன், பாதிரியாவதற்காகப் படிப்பதற்குப் போனவன், அந்தக் குருமடத்திலிருந்து பாதிரி களுக்கு எதிராக வெளியில் வந்தான். கிறிஸ்தவரல்லாத உங்களுக்கு இது சுவாரஸ்யமானதாக இருக்குமோ என்னமோ எனக்குத் தெரியாது. அங்குக் காணப்படும் எந்திரத்தனம், அங்குப் பாதிரி படிப்பிற்கு வரும் இளைஞர்களைக் கெடுப்பதாகப் பலமான ஓர் அபிப்பிராயம் கொண்டான் அவன். தெய்வங்களைப் போல நிர்மலமான மனதுடன் வரும் சிறுவர்கள் சாத்தான்களாக எப்படி மாறுகிறார்கள் என்று ஆலோசிக்க ஆரம்பித்தான். பாசிஸம், ஸ்டாலினிசம் ஆகியவற்றுக்கும் கிறிஸ்தவ, முக்கியமாக கத்தோலிக்கப் பாதிரிப் பயிற்சிக்கும் தொடர்பிருப்பதாக அவன் பேச ஆரம்பித்தான். உளவியல் ரீதியாக இதன் காரணங்களை ஆராய அண்ணன் ஃபிராய்ட், யுங் போன்ற உளவியல் சிந்தனை யாளர்களின் புத்தகங்களை எல்லாம் படிக்கத் திட்டமிட்டிருந் தான். அவன் எந்த அளவு அந்தப் பாதிரிப் பயிற்சியை வெறுத்தான் என்றால் அந்தக் குருமடத்தில் ஒரு ரகசியமான குழு ஒன்றை உருவாக்க ஆரம்பித்தான். அந்தக் குழுவினர், சாத்தானை வணங்குபவர்கள் என்று தங்களை அழைத்துக் கொண்டனர்.

லிடியா இந்த இடத்தில் நிறுத்திவிட்டு என்னைக் கண் கொட்டாமல் பார்க்க, நான் லிடியாவின் அண்ணன் பற்றிய அதி புரட்சிகரமானதும் சுவாரஸ்யம்மிக்கதுமான தகவல்களால் ஈர்க்கப்பட்டதைவிட, அவளுடைய முகத்தில் எழுந்த உணர்வலை களால் எங்கோ இழுத்துச்செல்லப்பட்டு அடித்து ஒதுக்கியத்

துரும்புபோல் என்னை மறக்க ஆரம்பித்ததை உணர்ந்தேன். அந்த மாய அலைகள் தத்ரூபமாக அவள் முகத்தில் கண்கள், உதடுகள், மூக்கின் அழகிய வடிவம், காது மடல்கள், மூடிமூடி அடைக்கும் இமைகள், அந்த அவயவங்களின் ஒவ்வொரு அசைவு என்று எனக்குத் தெரிய ஆரம்பித்தன. இந்த மாயத்தில் தெரிந்த லிடியா நேரில் தெரிந்த லிடியாவைவிட ஆயிரம் மடங்கு வேறுபட்டவளாகவும், என்னைத் திக்குமுக்காட வைப்பவளாகவும் இருந்தாள். நான் திடுக்கிட்டு விழித்ததுபோல் உணர்ந்தேன்.

என்னைத் தவறாகக் கருதுவாரோ என்று எண்ணி இப்படிச் சொன்னேன். 'உங்கள் அண்ணனை எனக்குப் புரிந்துகொள்ள முடிகிறது. சாத்தானைப் பற்றிய ஆராய்ச்சியில் தொடங்கி, இந்தியக் கடவுள்களுக்கு அவர் வந்து சேர்வது இந்துவாகிய எனக்கு ஆச்சரியமானதல்ல!'

'என்ன சொல்கிறீர்கள்?' என்றார்.

நான் என்ன பேசுகிறேன் என்ற தெளிவு எனக்கும் இருக்கவில்லை என்பதை உடனடியாக ஒத்துக்கொள்ள வேண்டுமோ என்றும் தோன்றவில்லை.

'அதாவது, உங்கள் மதத்தில் கடவுளுக்கு எதிரி என்று ஒரே ஒரு நபர்தான் உண்டு, அது சாத்தான். இந்த மாதிரி எதிரும் புதிருமாக எங்கள் கிழக்கத்திய மதத்தில் எதையும் பிரிக்கும் வழக்கம் உண்டா என்று எனக்குத் தெரியவில்லை' என்று கூறி, அந்தவிதமான சர்ச்சைக்கு ஒரு முற்றுப்புள்ளி வைப்பதையே விரும்பினேன்.

லிடியாவும் நான் என்ன சொல்ல வருகிறேன் என்பதைப் புரிந்துகொண்டவரைப் போலப் புன்னகைத்தார். அப்போது நான் பார்த்துக்கொண்டிருந்த அலமாரியில் இருந்த படங்கள் அடங்கிய ஒரு புத்தகத்தைத் திறந்தேன். அது பல இந்துமதக் கடவுளர்கள் அடங்கிய படங்களால் நிறைந்திருந்தது. வலது பக்கத்தில் பல படங்கள் காணப்பட்டன. நீலநிறத்தில் உள்ள கிருஷ்ணன், தேரில் செல்லும் அம்பும் வில்லும் கொண்டு காட்சிதரும் கிருஷ்ணன், யுத்தக்களத்தில் இலட்சுமணனுடன் நிற்கும் ராமன், சீதையுடன் அருள்கொண்ட பார்வையுடன் தென்படும் ராமன். இந்த மாதிரி பற்பல படங்கள் காணப்பட்டன. இடதுபுறத்தில் போலிஷ் மொழியில் எழுதப்பட்ட விளக்கங்கள் நிறைந்த புத்தகமாக அது காட்சியளித்தது. சொல்லிவந்ததைத் தொடருங்கள் என்று வேண்டுகோள் விடுபவனைப் போல அவரைப் பார்த்தேன்.

வாயுதடுகளைச் சப் சப்பென்று ஒட்டி விட்டுத் தொடர்ந்தார்.

'என்ன சொன்னேன்...? ஆம்... ஒரு சாத்தானை வணங்கும் குழுவை உருவாக்க ஆரம்பித்தான். ஒருவேளை நீங்கள் சொல்வது போல அந்தப் பாதை வழி வேறு மதங்களின் கடவுள்கள் பற்றித் தெரிந்துகொள்ளும் ஆர்வம் அவனுக்குத் தோன்றியிருக்கலாம். எது எப்படியோ, கடவுளைவிட சாத்தான் தான் மிகுந்த சக்தியும், சிருஷ்டிக் குணமும் கொண்டவன் என்று வாதிட ஒரு கூட்டம் போலிஷ் இளைஞர்களை, கத்தோலிக்க குருக்களை உற்பத்தி செய்யும் ஒரு குருமடத்திற்குள் அண்ணன் உருவாக்கிவிட்டான். இந்த விவரம் அந்தக் குருமடத்தின் தலைமைப் பாதிரியாருக்கு அவரது இளம் உளவாளிகள் மூலம் போய்ச் சேர்ந்தது. உளவாளிகளை வைத்துக்கொள்வது பாதிரிகளின் வாடிக்கை. அப்புறம் நடந்த தமாஷ்களைக் கேளுங்கள். அந்தச் சிறிய வயதில் என் அண்ணன் இப்படி ஒரு புரட்சிகரமான, கிறிஸ்தவ சிந்தனைமுறைக்கு எதிரான ஒரு கூட்டம் இளைஞர்களை உருவாக்குவதைப் பாதிரிகள் விரும்பவில்லை. அண்ணன் என்ன செய்கிறான் என்று அந்தத் தலைமைப் பாதிரி முதலில் கண்காணித்திருக்கிறார். அண்ணன் ஆதியாகமம் போல் இன்னொரு சாத்தானின் ஆதியாகமம் எழுத முயற்சி எடுத்திருப்பது அடுத்ததாகக் கண்டுபிடிக்கப்பட்டது. அண்ணனுக்கும் அவனுடன் சேர்ந்த இளைஞர்களுக்கும் கடவுளை விட அதிக ஆற்றல் கொண்டவனல்லவா சாத்தான்! ஆகையால் சாத்தான் உலகைப் படைக்கும்முறை இன்னும் அதிக அழகும், கவர்ச்சியும் உடையதாக இருந்தது. இதற்கு அண்ணன் உலகப் புராணக் கதைகளில் இருந்த உலகப் படைப்புக் கடவுள்களின் கதைகளில் இருந்து எல்லாம் உள்ளடக்கங்களைக் கொண்டு வந்திருக்கிறான். அதீத புனைவும், கற்பனையும் இங்கு இடம்பெற வேண்டியதாகிவிட்டது. அதுவரை சாத்தியமில்லாதவை என்று கருதப்பட்ட கற்பனை முறைகளை இந்தப் புதிய ஆதியாகமம் கொண்டிருந்தது.

இறுதியாக, தலைமைப் பாதிரியார் ஒருநாள் அண்ணன் தலைமையில் நடந்த ரகசியக் கூட்டம் ஒன்றைக் கண்டுபிடித்த போது அதிர்ச்சி அடைந்து போனார். முழு பைபிளையும் சாத்தானின் புகழைப் பாடக்கூடியதாக மாற்றி எழுதும் திட்டத்தை அந்தச் சிறுவர்கள் மேற்கொண்டிருந்தனர். இரவு உணவு உண்டபின்பு இளைஞர்கள் அந்தக் குருமடத்தின் தோட்டத்தில் அமர்ந்தபடியும், நடந்தபடியும் நேரத்தைப் போக்குவார்கள். அது ஒரு கோடைக்

காலம் என்பதால், அண்ணனும் அவனுடைய ரகசியக் கூட்டமும் பிற இளைஞர்கள் போல வீணாய் நேரம் போக்காமல், ஓர் இருண்ட அறையில் கூடினார்கள். சாத்தானின் பைபிளை எழுதும் திட்டத்தை முன்வைத்து யார் யார் எப்படி எழுதவேண்டும் என்று அண்ணன் தலைமையில் கூட்டம் நடந்து கொண்டிருந்த போது, உளவாளி இளைஞர்கள் மூலம் தகவல் அறிந்த தலைமைப் பாதிரியார் அவர்களைக் கையோடு பிடித்தார்.

அந்தப் பாதிரியாரை அண்ணன் பார்த்தும், பயப்படாமல் பதறாமல் தங்கள் திட்டத்தை விளக்கியதோடல்லாமல், தாங்கள் செய்வது குருமடத்தின் செயல்களுக்கு எதிரானதல்ல என்றும் விவாதித்தானாம்.

'அந்தத் தலைமைப் பாதிரியார் அண்ணனையும் அவனுடைய நண்பர்களையும் இனி அந்தக் குருமடத்தில் ஒரு நிமிடம்கூட வைக்காமல் வெளியே அனுப்பிவிடுவது போலந்தில் கத்தோலிக்க மதம் தொடர்ந்து வாழ்வதற்கு மிகவும் தேவை என்று ஒரு கடிதம் எழுதினார், குருமடத்தின் மிக உயர்ந்த பொறுப்பில் இருந்த வேறொரு பாதிரிக்கு. அக்கடிதத்தில் மூன்று நாட்கள் அண்ண னோடு தான் விவாதித்த விஷயங்களைக் கூறுகிறார் பாதிரி. அதனை அண்ணன் இறந்தபின்பு அவனுடைய நண்பர்கள் அச்சிட்டார்கள். அந்தக் கடிதத்தில் மேற்கத்திய தத்துவமும் இறையியலும் நன்கு படித்த அந்தப் பாதிரியார் கூறியிருக்கும் விஷயங்கள் போலந்தில் பலரைச் சிந்திக்கவைத்தன. அதாவது அண்ணன் தத்துவவாதி நியட்சேயின் சிந்தனைகளையும், ஸ்டாலினிச ஆட்சியின் அரசியல் சமூகக் கூறுகளையும், குருமடங்களில் காணப்படும் பாலியல் அடக்கு முறைகளையும் இணைந்து உருவாக்கிய உருவகம்தான் சாத்தான் வழிபாடு. ஆனால், ஓர் அழகிய ஜூன் மாதக் காலையில் அண்ணனைக் குருமடத்தி லிருந்து நீக்கிவிட்டதாகக் கூறிய போது, எந்தப் பதற்றமும் இல்லாமல் எந்த உணர்வோடு குருமடத் திற்குப் போனானோ அதே மனநிலையோடு வீட்டுக்கு வந்து சேர்ந்தான்.'

இந்தவிதமான அதீதமான புத்திகொண்ட லிடியாவின் அண்ணன் பற்றிய தகவல்களில் எனக்கு ஈடுபாடில்லாததை லிடியாவிடம் உணர்த்த நான் விரும்ப வில்லை. லிடியாவும் நானும் மட்டும் இருந்த அந்த அறையில் அவள் அண்ணன் பற்றிய அந்த ஞாபகம், லிடியாவை எனக்குள் ஓடும் உணர்வு களைத் தூரத்திலிருந்தவாறே

கிரகிக்கத் தூண்டியிருக்க வேண்டும். நான் பெருமூச்சு விட்டபடி, லிடியாவை முதல்முறையாக இப்போதுதான் பார்க்கிறேன் என்பது போல் உற்று நோக்கினேன். அவரும் என்னை ஒரு புதுமுறையில் பார்த்தார் என்று கருதினேன். லிடியா என்னைப்போல் உள்ள இன்னொருவன் முன் அமர்ந்து பேசுகிறார் என்று நினைத்தேன். அந்த என்னைப் போல் உள்ள ஒருவனுக்குச் சாட்சியாக நான் அந்த நேரத்தில் இருக்க விரும்பினேன். அதனால் மௌனமாக எழுந்து நின்று அறையின் ஜன்னலை மெதுவாகத் திறந்தேன்.

குளிர் அதிகமாக இருந்தாலும், எனக்கு ஏனோ மேலே அதிக மாகவும் கீழே கொஞ்சமாகவும் திறக்கும், கீழ்ப்பக்கம் கொண்டி போடப்பட்டிருக்கும் அந்த ஜன்னலைத் திறக்க வேண்டுமென்ற ஓராசை தோன்றியது. உடனே தாமதிக்காது ஜன்னலைத் திறந்தேன். என்னை மிரண்டபடி பார்த்தார் லிடியா. ஏதும் சொல்லவில்லை. நான் லிடியா என்முன் இருப்பதைச் சட்டை செய்யாதவன் போல் தெருவில் நின்ற அந்தப் பழங்கால விளக்கைப் பார்க்க ஆரம்பித்தேன்.

ஆச்சரியமாக, அப்போது வார்ஸாவுக்கு வந்த அன்று நான் உணர்வு தப்பிய ஞாபகம் வர ஆரம்பித்தது. இந்த நூற்றைம்பது ஆண்டுக்கு முந்திய தெரு விளக்கை அறையிலிருந்து பார்க்க ஆரம்பித்ததும், எனக்கேன் அந்த ஞாபகம் வந்ததென்று தெரிய வில்லை. என் முகம் வியர்த்தது. என்முன் இருந்த லிடியாவின் உருவம் சற்றுநேரம் மறைந்ததுபோல், என்முன் இருந்த மொத்தக் காற்றும் அப்புறப்படுத்தப்பட்டது போல் உணர்ந்தேன். உடனே இத்தனை நாளாக நான் மறந்திருக்கும் ஒரு மனிதன் பெயர் நினைவுக்கு வந்தது.

அவர் பெயர் சிவநேசம்.

சிவநேசம் அறிவார். அவரை நான் மறக்க முடியாதென்று. எல்லாம் மாயமாகப்படுகிறது. விமானத்தில் பக்கத்து சீட்டில் இருந்த ஒரு நபர், அவளாகவே என்னைத் தேடிப்பிடித்து எந்தக் காரணமுமில்லாமல் அவள் அண்ணன் பற்றிய விநோதமான சரித்திரத்தைக் கூறிக்கொண்டிருக்கிறாள். எந்தக் காரணகாரிய தொடர்பும் அற்று நான் அவர் மீது ஏதோ ஒரு சக்தியால் ஈர்க்கப் பட்டு, அவர் சொல்லும் கதையைக் கேட்டுக்கொண்டிருக்கிறேன். எல்லாம் வியப்பாக இருக்கின்றன.

நூற்றைம்பது ஆண்டுகளுக்கு முந்திய விளக்கை இப்போது

ஒருவன் தரையில் நின்றபடி ஏற்றுகிறான். ஏற்றியபிறகு அவன், மெதுவாக அடிக்கும் குளிரைப் பொருட்படுத்தாது அடுத்த தெரு விளக்கைப் பார்த்து நடக்கிறான். இவனும் நூற்றைம்பது ஆண்டு களுக்கு முந்தியவன்தான் என்று கனவுபோல் ஒரு நினைவு வருகிறது. இப்போது மீண்டும் லிடியா அமர்ந்திருக்கிறார்.

இதுவரை லிடியாவைச் சரியாகக் கவனிக்காதிருந்த என் செயலுக்கு வருத்தப்படுபவன் போல் நான் அவரது ஆடைகளைக் கவனிக்கிறேன். ஒல்லியான தேகத்தில் கறுப்புநிறத்தில் ஒரு பேன்டை ஆண்கள் போல் போட்டு, ஆண்கள் அணிவது போல் வெள்ளைநிறத்தில் ஒரு முழுக்கைச் சட்டை போட்டு, கழுத்தில் சிவப்பு வர்ணத்தில் ஒரு கைக்குட்டையைக் கட்டி ஸ்கௌட்டுக்குச் செல்வது போல் தோற்றம் தந்தபடி இருக்கிறார்.

அவரது கதை தொடர்ந்துகொண்டிருப்பதை நினைக்கையில், என் மன உணர்வுகளில் விசித்திரமான ஒரு நிலைமையை எனக்கு ஏற்படுத்தினாலும் அதனால் அவர் பாதிக்கப்படவில்லை என்றறிந்து நிம்மதியடைந்தேன். 'இவர் மிகுந்த ஆற்றலுடைய பெண் போல விளங்குகிறார். அவர் முன்னிலையில் என்னால் சகஜமாக அமரக் கூட முடியவில்லை. 'என் பூர்வோத்திர ஞாபகங்களுக்கும் சஞ்சலங்களுக்கும் என்னை விரட்டுகிறார் இந்தப் பெண்' என்று எனக்குள் கூறிக்கொண்டேன். எனக்குள், இவர் மார்புகளில் பிரா அணிந்திருக்கிறாரா இல்லையா என்ற எண்ணம் ஏன் ஏற்பட்டது என்று புரியவில்லை.

அவர் தொடர்ந்தார்:

'சாத்தானின் வழிபாடு பற்றிய செய்தி பரவி, அண்ணனிடம் நட்புகொள்ள பல இளைஞர்கள் முயன்ற அதே காலகட்டத்தில் அண்ணனை வெறுக்கவும் பலர் தொடங்கினார்கள். அண்ணன் செய்த பல விஷயங்கள், அவனைவிட பல வருடங்கள் சிறியவளான எனக்குப் புரியவில்லை. ஆனாலும் அவனைப் பின்பற்றுவது மிக முக்கியம் என்று ஒரு சடங்குபோல அவனைப் பின்பற்ற ஆரம்பித்தேன். அவனும் அவனுடைய மற்ற நண்பர் களுக்கு விளக்க முயல்வது போல் என்னிடம் எதையும் விளக்கியதில்லை. ஆனால், விளக்காமலே என் மனதில் அவன் சொல்கிற விஷயம் பதிந்திருக்கும். எனக்கும் அவனுக்கும் ஒரே மனம், ஒரே இரத்தம், ஆனால் மூளை மட்டும் வேறு. எனக்கு மூளை கிடையாது. அவன் மூளை எனக்காக யோசிக்கும் என்பது எனக்குத் தெரிந்திருந்தது.

அதாவது, என் வாழ்வு ஒருவகை நிழல்...' என்று கூறியபடி, ஒரு சிகரெட்டைப் பற்ற வைத்தார் லிடியா.

அவர் புகைபிடிப்பதை அவருடனான சில நாள் நட்பில் நான் பார்த்தது இல்லை. எனவே, சற்று வியப்பாக இருந்தது. அவர் அதைப் பொருட்படுத்தியதாகத் தெரியவில்லை.

'சந்திரன் மன்னிக்க வேண்டும்' என்று அவர் சிகரெட் பிடிப்பதை, நான் அப்படி எடுத்துக்கொள்வேனோ என்னவோ என்ற நினைப்பில் இப்போது மன்னிப்புக் கேட்டார்.

நான், 'நோ... பஸ்களிலும் கார்களிலுமிருந்தும் எங்கள் பொதுச் சாலைகளில் ஃபேக்டரி குழாய்களில் இருந்து வெளிப்படுவது போல நச்சுப்புகை வெளிவந்து நிரம்புவதைக்கூட பொருட் படுத்தாத நாட்டிலிருந்து நான் வந்திருக்கிறேன் என்பதை நீங்கள் அறியவேண்டும்' என்றேன்.

லிடியா சிரித்துவிட்டு என் நெற்றியைப் பார்த்தார். அவர் என் நெற்றியைப் பார்க்கும்போதெல்லாம், என் ஆடைகளை அவிழ்த்து என்னை அப்பட்டமாக அவர் பார்ப்பதுபோலவும் எனக்குள் ஒரு பயங்கரமான குளிர் ஏறுவதையும் உணர்ந்தேன். எனக்கு ஏற்படும் அந்த உணர்வை அவர் அறிவாரோ என்னவோ என்ற எண்ணம் எனக்குள் எழுந்ததும், அவர் சொல்வதை நான் கவனிப்பதில் எனக்குக் கஷ்டம் ஏற்பட்டது. என்றாலும், அவர் தொடர்ந்து சொல்லிக்கொண்டிருந்தார். ஸ்கௌட் பெண்கள் போல் கடுஞ் சிவப்பில் கழுத்தைச்சுற்றிக் கட்டியிருந்த ஸ்கார்ப்பை அவ்வப் போது தனது வலது கையின் பெருவிரலாலும் ஆள்காட்டி விரலாலும் இழுத்து இழுத்துவிட்டுக்கொண்டிருந்தார்.

'என் அண்ணன் ஒருநாள் என்னிடம் பேசிக் கொண்டிருந்த போது ஒரு விஷயம் சொன்னான். அதிகமாகச் சூரியன் அடிக்கும் கோடைக்காலமாக இருந்தாலும், அவன் நடக்கும்போது நிழல் விழுவதில்லை என்று கூறினான். அவன் சொல்வது எனக்கு ஒரு சகஜமான செய்தியாக மட்டுமே பட்டது. அவன் சொல்வது சரியா தவறா? அதனைச் சோதனை செய்ய வேண்டும். அவன் பின்னால் போய் அவன் சொல்வதைப் பார்க்கவேண்டும் என்றெல்லாம் எனக்குத் தோன்றியதே இல்லை. பாருங்கள் சந்திரன், சாத்தான் வழிபாட்டுக்காரனான என் அண்ணனுக்கு நிழல் இல்லை.' அவர் சிரித்தபோது சிகரெட்டிலிருந்து லேசாக புகை போய் மூச்சை அடைத்திருக்க வேண்டும். சற்றுநேரம் இருமினார். கண்களில்

கண்ணீர் திரை கட்டியது. பின்பு சகஜமானார்.

அண்ணன் அதன்பிறகு மீண்டும் பல்கலைக்கழகத்தில் சேர்ந்து படித்தான். முதலில் கணிதத்தில் இருந்த ஆர்வத்தால் அந்தத் துறையில்தான் சேர்ந்து படித்தான். அவன் நண்பர்கள், சாத்தான் பற்றிய சிந்தனைகளை அவன் கணிதம் மூலமாக நிரூபிக்கலாம் என்று கருதிய காலம் ஒன்று உண்டு என்று பிற்காலங்களில் அவ்வப்போது பிரஸ்தாபித்தார்கள். ஒரு மனிதன் இறந்த பிறகு அவனைப் பற்றிய புனைவுகள் ஏற்படுவது போன்ற ஒரு விஷயம் இது என்று, வேறு சிலர் இந்த மாதிரி பேச்சுக்களை ஊக்கப்படுத்த வில்லை. ஆனால், கணிதம் அவனை ரொம்ப காலம் கவரவில்லை. ஓராண்டு படித்த பின்பும் மிக அதிகமான மதிப்பெண்ணும் பெற்று, பின்புதான் இந்தியவியல்துறையில் வந்து சமஸ்கிருதமும் பாலியும் படித்தான். இந்தக் கால கட்டத்தில்தான் இந்திய ரிஷிகள் பற்றித் தகவல் சேகரிப்பதில் ஈடுபட்டான். ஓ! ஒரு விஷயத்தை உங்களுக்குச் சொல்ல மறந்துவிட்டேன். அதாவது இந்தியவியல் துறையில் செல்வதற்கு முன்பு போலந்தில் வடபாகத்தில் ஒரு நிலத்தடி கரிச் சுரங்கத்தில் வேலை பார்த்தான். சிலர் உடல் உழைப்பு பற்றி அறிவதற்காக அப்படிச் செய்தான் என்று கூறு கிறார்கள். எது எப்படியோ, அவன் சுரங்கத்தில் மிகவும் ஆழமான பகுதிகளில் - மிகவும் ஆபத்துள்ள பகுதிகள் என்று சாதாரண நிலக்கரித் தொழிலாளர்கள் தயங்கக்கூடிய பகுதிகளில் - சுயமாக விரும்பி நிலக்கரி எடுக்கப் போயிருக்கிறான். அப்படி நிலத்திற்கு மிகமிக கீழே இருக்கும் போது மனித மனத்தில் ஏற்படும் அதிர்வுகள் அசாதாரணமானவை என்று பிற்காலங்களில் அவன் பேசுவதைக் கேட்டிருக்கிறேன். இந்த மாதிரி ஓராண்டு கழித்த பின்புதான் சமஸ்கிருதம் படிக்க வந்து சேர்ந்தான்.'

அடுத்த சிகரெட்டை லிடியா தன் பேன்ட் பாக்கெட்டில் கை போட்டு எடுத்துப் பற்றவைக்கவும், நாங்கள் இருந்த அறைக்குப் பக்கத்திலிருந்த அவரது அறையில் டெலிபோன் ஒலிக்கவும் சரியாக இருந்தது. அவரது அண்ணனுடைய அறையிலிருந்து நானும் அவரும் புறப்பட்டோம். அவர் என்னைவிட சற்று வேகமாக நடந்துசென்று டெலிபோனை எடுத்தார்.

அப்போது, நான் ஒருமுறை இறந்துபோனதாகக் கருதிய அந்த நவம்பர் மாதத்தில் வார்ஸாவுக்கு வந்தது பற்றி நினைக்க ஆரம்பித்தேன். திரைப்படம் போல் காட்சிகள் தோன்றத்

தொடங்கின. நிறைய பெண்கள் வரிசையாக நின்று, தொடை தெரியும்படியான மெல்லிய வெள்ளை ஆடைகள் அணிந்து, இடையில் தங்க ஜரிகை போட்ட ஒட்டியாணம் கட்டி ஆடு கிறார்கள். அடிக்கடி வானத்திலிருந்து அடர்த்தியாகப் பஞ்சுப் பொதி போலவும் புகை போலவும் மேகம் எழுகிறது. அந்தப் புகை பொங்கி நுரைபோல் எழும் கூட்டத்தில் மிதந்துவந்து பாடுகிறார்கள் பெண்கள். எல்லோரும் கடும் சிவப்பு வர்ணத்தில் உதட்டுச்சாயம் பூசியபடி ஆடுகிறார்கள். ஆட்டத்தில் ஒரு சீரிய தன்மையும் வடிவமும் காணப்படுகிறது. அந்த ஒழுங்கும் வடிவமும் என்னை ஏன் வேதனைப்படுத்துகின்றன என்று எனக்குப் புரிய வில்லை. அந்த ஒழுங்கான நடனத்தில் ஒழுங்கற்ற ஒரு நடனம் உருவாகாதா என்று யோசிக்கிறேன். ஏனெனில், ஓர் ஒழுங்கு அப்போது சிதைந்து வேறொன்றாக மாற வாய்ப்பிருக்கிறதல்லவா? இந்த மாதிரி மனது யோசித்தபோது, இப்படி முன்பு நான் யோசித்திருக்கிறேனா என்ற கேள்வி வருவதை எனக்குத் தடுக்க முடியாமலாகிறது.

சிறு வயதிலிருந்தே யார் கேட்டாலும் தீயணைக்கும் படையில் போய்ச் சேருவேன் என்று நான் கூறுவது வாடிக்கை. இப்போது மிகச் சரியாகச் சொல்ல முடியாவிட்டாலும், முதன்முதலில் என்னிடம் இந்தக் கேள்வியைக் கேட்ட பெண்மணி என்ன காரணத்தாலோ உயரமாக இருந்தார். அந்தப் பெண்மணி எனக்குப் பிடித்த புதுநிறமானவர். நான் படித்த பள்ளிக்கூடத்தில் கற்பிப்பதற் காக ஒரு நகரத்திலிருந்து தினம் பஸ்ஸில் வந்து இறங்கி, வலது கையால் வேட்டியின் ஒரு ஓரத்தை எப்போதும் தூக்கிப் பிடித்தபடி நடக்கும் எனக்குப் பிடிக்காத ஓர் இளம் ஆசிரியனுடன் வருவார். பள்ளியிலிருந்து போகும்போது, மாலை நேரத்தில் பஸ்ஸுக்குக் காத்திருப்பவர்களுக்கு ஒதுங்கிநிற்க தங்குமிடம் கட்டாத அந்தக் காலத்தில், அந்த ஆசிரியையும் அந்த ஆசிரியனும் கற்றாழைச் செடி வரிசையாக வைக்கப்பட்டிருந்த ஒரு வேலிக்கருகில் சாய்ந்து நிற்பார்கள். அந்த ஆசிரியையின் உயரமான தொடையை ஒருமுறை என் கிராமத்தில் அடிக்கடி வீசும் காற்று, பள்ளி மாணவர்கள் கூடிநின்று தேசியகீதம் பாடிய அன்று, எல்லோருக்கும் வெளிப் படையாகக் காட்டியது. அன்றிலிருந்து அவரை, சிறுவனான எனக்குப் பிடிக்காவிட்டாலும் அவர் கேட்ட கேள்விக்கு நான் சரளமாகப் பதில் கொடுத்ததைப் பார்த்து அவர் அதிசயித்திருக்க வேண்டும். 'ஒவ்வொருவருக்கும் உயர்ந்த ஆசை இருக்க

வேண்டும். அப்போதுதான் நாம் வாழ்க்கையில் முன்னேற முடியும்' என்று கூறிவிட்டு, அவர் ஒவ்வொரு மாணவராக அவரது நீளமான கைகளைச் சுட்டி, 'நீ சொல், நீ சொல்' என்று கேட்டுக்கொண்டே வந்தார். ஒவ்வொரு மாணவரும் நான் டாக்டராக ஆக வேண்டும். நான் இஞ்சினியராக ஆக வேண்டும், நான் மந்திரியாக வேண்டும், நான் பேராசிரியராக ஆக வேண்டும், நான் விஞ்ஞானியாக வேண்டும் என்று அவர்கள் கேள்விப்பட்ட பெரிய பதவிகளைக் கூறிக்கொண்டுவந்தார்கள். அடுத்து என்னருகே வந்ததும் நான் தயங்காமல்,

'தீ அணைக்கும் படையில் சேர வேண்டும்' என்றேன்.

வகுப்பில் சற்றுநேரம் மௌனம். நான் என் மனதில் இருந்ததைச் சொன்னேன் என்பதைவிட, அந்தப் பதில் எப்படியோ எனக்கே தெரியாமல் என் மனதிலிருந்து வந்தது என்றுதான் கூறவேண்டும்.

யாரும் ஒன்றும் பேசவில்லை. தினம் காலையிலும் மாலை யிலும் வேஷ்டி முனையைத் தூக்கிப் பிடித்தபடி நடக்கும் அந்த இளம் ஆசிரியனுடன் நடந்து போகும் உயரமான ஆசிரியையின் முகத்தில் ஈயாடவில்லை. பேந்த பேந்த விழித்தபடி,

'தீ அணைக்கும் படையா?' என்ற கேள்வி மட்டும் அவர் வாயிலிருந்து வந்தது. அந்த மாதிரி பதில்கள் வரலாம் என்பதாலோ என்னவோ அந்த உயரமான ஆசிரியை அன்று அந்தக் கேள்வியை என்னோடு கேட்பதோடு நிறுத்திவிட்டு, கணிதம் கற்பிக்க ஆரம்பித்து விட்டார்.

எது எப்படியோ, எனக்கும் ஒழுங்குகளைச் சிதைக்கும் தீயோடுள்ள தொடர்பு என் அம்மாவின் கர்ப்பப்பையில் இருந்த போதே வந்திருக்க வேண்டும். அதனாலோ என்னவோ தீ அணைக்கும் படையில் எனக்கு வேலை கிடைத்தபோது இலட்சிய வேலை அது என்று எண்ணித்தான் போய்ச் சேர்ந்தேன். அதன் பிறகு எனக்குப் பல தொல்லைகள் வர ஆரம்பித்தன. வழக்கமாக யாராவது தீ அணைக்கும் படைக்கு செய்தியைச் சொல்லும்போது, எங்கள் மேலதிகாரி எங்களை ஒரு தேர்ந்த டிரைவருடன் அனுப்புவார். மணியை அடித்தபடி ஒரு தீ அணைக்கும் வீரர் கம்பீரமாக நிற்க, தீ அணைக்கும் வண்டியை ஓட்டும் டிரைவர் முடிந்த அளவு மிக வேகமாக வண்டியை ஓட்டுவார். ஆனால், பெரும்பாலும் தீ அணைந்தபின் அந்த இடத்தில் போய் தீ பிடித்த கட்டடமோ, கடையோ, எரிந்து முடிந்த பகுதியைப் பரிதாபமாகப்

பார்த்துவிட்டு வருவதுதான் எங்கள் வேலையாக இருக்கும். இந்த மாதிரி நான் வேலைக்குச் சேர்ந்த ஆறுமாத காலத்தில், பதினான்கு இடங்களில் தீ அணைக்க எங்கள் வண்டி போனாலும் தீயணைக்கும் காரியம் எப்படிப்பட்டது என்பதை நாங்கள் யாரும் பார்க்கவில்லை. என் போன்று புதிதாகப் பயிற்சி முடித்த இளைஞனுக்குத்தான் தீ அணைக்கும் வாய்ப்புக் கிடைக்கவில்லை என்பதல்ல. வேலையில் சேர்ந்து ஓராண்டு முடிந்த சிலர்கூட அந்த வாய்ப்பு தங்களுக்கும் கிடைக்கவில்லை என்றே முணுமுணுத்தபடி இருந்தார்கள். ஆனால், அவர்களுக்கு அதில் ஒரு சந்தோஷம் தெரிந்தது. எனக்கு மட்டும் அந்த வாய்ப்புக் கிடைக்காததால் வருத்தம் ஏற்பட்டது எப்படி என்று தெரிய வில்லை.

கடைசியாக, தீயணைக்கும் படையில் என் வேலை போதும் என்று நான் முடிவுசெய்த நிகழ்ச்சி ஒன்று நடந்தது. அன்று ஒரு திங்கள்கிழமை. காலையில் நான் பிற வீரர்களைப் போல் அலுவலுக்கு வந்திருந்தேன். காலையில் எனக்கு, பைல்களைப் பார்க்கும் வேலையை அந்த அலுவலகத்தின் மேலதிகாரி கொடுத்திருந்தார். ஆனாலும், என் வேலை வெளியில் விபத்து நடக்கும் இடத்துக்குப் போவோருடன் சேர்ந்து போவதுதான். நான் அந்த மாதிரி வேலையை விரும்பிக் கேட்டிருந்தேன். இந்த ஆசையை, என் மனதில் இருந்து எடுத்து அப்புறப்படுத்தவே முடியவில்லை. பல நாட்கள் இரவுகளில் தீப்பற்றும் வீட்டில் புகுந்து நான் ஒருவனாக ஆட்களையும் பொருட்களையும் மீட்டு வருவது போல் கனவு கண்டு மகிழ்ந்திருக்கிறேன். அந்த மாதிரி கனவு காணும் அன்று, என்னை அறியாமல் மனம் மகிழ்ச்சியில் திளைக்கும். தீ என் எண்ணத்துக்குள் ஆபத்தாகவோ, வெறுப்புக் குரிய பொருளாகவோ இல்லை. வீட்டில் செல்லப் பிராணிகள் நினைவு வந்தால் முகத்தில் ஒரு நெகிழ்ச்சி தோன்றுவது போல், தீ எனக்கு ஓர் அனுசரணையான நினைப்பைத் தந்து வந்தது.

அப்படியிருக்கும்போது அந்தத் திட்கட்கிழமை நான் பைல் களைப் பார்த்துக்கொண்டு இருந்தேன். அந்த நாள் எனக்கு நன்றாக ஞாபகம் இருக்கிறது. காலையில் சூரிய ஒளி பட்டு எங்கள் அலுவலகத்தின் கிழக்குப் பக்கத்துத் தரையில் புல் ஒளிவிட்டுக் கொண்டு காட்சி அளித்த நாள். அலுவலகத்தைச் சுற்றி ஒரு சிறு பூந்தோட்டத்தை நான் உருவாக்கிக் கொண்டிருந்தேன். பூக்கள் அந்தத் தோட்டத்தில் நன்கு பூத்து அழகாகக் காற்றில் ஆடின. சில பூக்களில் பல வர்ணங்களில் வண்ணாத்திப் பூச்சிகள் வந்துவந்து

105

மொய்த்துக் கொண்டிருந்தன. அப்போது தொலைபேசி ஒலித்த போது ஓர் அலுவலகச் சிப்பந்தி, 'பக்கத்து ஊர் ஓலைப் பள்ளிக் கூடத்தில் தீப்பற்றிவிட்டதாம்! வாங்க ஓடி வாங்க' என்று கூக்குர லிட்டான். எல்லோரும் மிகுந்த வேகமாக வேனைத் தயார் செய்து புறப்பட்டோம். போகும் வழியில் சிவலிங்கம் என்ற அந்தச் சிப்பந்தி, தன்னுடைய இரு குழந்தைகளையும் ஓர் ஓலைப் பள்ளிக்கூடத்தில்தான் படிக்க அனுப்புவதாகவும் அது எந்தப் பள்ளிக்கூடம் என்று தெரியவில்லையே என்றும் கவலைப்பட்டான். இறுதியாக வண்டி போனது அந்தச் சிப்பந்தியின் குழந்தைகள் படித்த பள்ளிக்கூடத்துக்குத்தான். சரியான நேரத்துக்கு வண்டி போய்ச் சேர்ந்துவிட்டது. பாதி எரிந்த பள்ளிக்கூடத்தை நீரால் அணைத்து முடித்தபோது, சுமார் 100 குழந்தைகள் ஆணும் பெண்ணும் எரிந்துபோன செய்திதான் கிடைத்தது. பக்கத்து ஊரிலிருந்து ஜனங்கள் செய்தி அறிந்து ஓடிவர ஆரம்பித்தனர். எல்லோரும் 'அய்யோ' என்று அலறி அடித்துக் கொண்டிருந்தனர். தப்பிய குழந்தைகள் புத்தகக் கட்டுக்களுடன் நாலா பக்கமும் தூரத்தில் பயபீதியுடன் நின்றனர். அந்த ஊர் பெரிய துக்கத்துக்குத் தயாரானது. அந்தச் சிப்பந்தியின் இரண்டு மகன்களில் மேல் மாடியில் இருந்த வகுப்பில் படித்த மகன் திரும்ப வரவில்லை என்ற செய்தி கிடைத்தது. வரிசையாக, சாம்பலிலிருந்து தூக்கி மூலையில் அடுக்கியிருந்த குழந்தைகளின் பிணத்தைப் பார்த்த அன்று, எனக்குள் அடிக்கடி நான் கண்ட நெருப்பு இதுதான் என்று உறுதிப்பட்டது. அன்றோடு தீயணைப்புத் துறையில் என் வேலை முற்றுப்பெற்றது.

அன்றைக்கு நான் விசித்திரமாக எல்லோரும் சிந்திப்பதுக்கு மாறாக, இப்படிச் சிந்தித்தேன். ஓர் ஒழுங்குக்கு உட்பட்டு சமூகம் செயல்படுவதன் விளைவு இந்த நூறு குழந்தைகளின் சடலங்கள். ஒழுங்காக வகுப்புக்களில் அமர்ந்து இறந்திருக்கிறார்கள். நெருப்புப் பற்றிய போதும் சில ஆசிரியர்கள் ஒழுங்காக உட்காருங்கள் என்று கூறியதைக் கேட்டு, குழந்தைகள் ஒழுங்கைக் கடைப்பிடிக்க உயிரைப் பணயம் கொடுத்திருக்கிறார்கள் என்று நான் அறிந்தேன். அப்போது தான் இந்தத் தீயணைக்கும் படை, சமூகம், மதம், அரசியல், போலீஸ் இவை எல்லாம் ஒழுங்கின் அடையாளம் என்று வெறுப்பு ஏற்பட்டது.

இந்த ஒழுங்கு வரிசைமுறை, கட்டுத்திட்டம், வடிவம் இவற்றை வெறுத்த ஞாபகம் இன்று ஏன் மனதில் ஓடுகிறது என்று யோசித்த

வாறு கனவு போன்ற மனப்பிரமையிலிருந்த விடுபட முயன்று என் கால்களைப் பார்க்கிறேன். கால்களில் நான் அணிந்துவந்த ஷூவைக் காணவில்லை. காலுறைகள் மட்டும் கறுப்பு நிறத்தில் காணப்படுகின்றன. இருந்த இடத்திலிருந்து பார்க்கிறேன். முதலில் வலது காலை, அதில் காலுறை உள்ளது. விரல்களை அசைத்து என் உணர்வு சரிதானா என்ற பார்த்துக்கொள்கிறேன். அதன்பிறகு வலதுகாலை இழுத்துவிட்டு இடது காலை நீட்டி, ஷூ கிடக்கிறதா என்று சிரமப்பட்டுப் பார்க்க, அந்தக் காலிலும் ஷூவைக் காணவில்லை. வெறும் கறுப்புநிறக் காலுறையோடு மட்டும் அமர்ந்திருக்கிறேன். மணிக்கணக்காக, நான் அமர்ந்திருக்கும் இடத்தில் தேடுகிறேன். தேடும் இடம் பெருகிக்கொண்டு போகின்றது. தேடுமிடமெல்லாம் தெப்பக் குளங்களாக உள்ளன. தெப்பக்குளம் தெப்பக்குளமாக ஒன்று இரண்டு மூன்று என்று எண்ணிறந்த குளங்கள் தோன்றுகின்றன. எல்லாக் குளங்களுக்கும் சென்று தேடுகிறேன். எங்கும் என் இரண்டு ஷூக்களைக் காணவில்லை.

திடீரென, லிடியா அடுத்த அறையில் போனில் பேசிவிட்டு வந்த அசைவால் சுய உணர்வு பெறுகிறேன். லிடியா என்னைப் பார்த்துச் சிரிக்கிறார். திடீரென்று நான் இன்னொரு உலகத்துக்குப் போன அதிர்ச்சியிலிருந்து விடுபட, கொஞ்சம் நேரம் பிடித்தது.

லிடியா என் உணர்வுகளையோ, அதுநேரம்வரை முற்றிலும் வேறுபட்ட ஒரு பிரமை வயப்பட்ட உலகத்தில் நான் பைத்தியக் காரனின் உணர்வில் ஆழ்ந்திருந்ததையோ அறியாதவராகப் பேசுகிறார்.

'என் தோழி ஒருத்தியிடம் பேசிக் கொண்டிருந்தேன்.'

என் உணர்விலிருந்து முற்றிலும் விடுபட முடியாமல் 'ம்' என்று மட்டும் தலையாட்டுகிறேன். நான் சிரத்தையாய் அவர் கூறியதை யெல்லாம் கிரகித்து விட்டேன் என்று கற்பனை செய்துகொண்டு தொடர்ந்து பேச ஆரம்பிக்கிறார்.

'என்னுடன் சேர்ந்து என் அண்ணனைப்பற்றி என்னைப் போலவே பேசுவதில் அலுப்புத் தட்டாத ஒரு பெண் அவள்' என்று லிடியா நிறுத்துகிறார். அவருடைய தோழி யாரோ என்று நான் எண்ணி உதாசீனப்படுத்தக் கூடாதென்று எனக்கு எச்சரிக்கிறார் போலுள்ளது என்று எண்ணினேன்.

'அண்ணன் நிழல் இல்லாதவன் என்று என்னிடம் கூறியதைப்

பற்றி என் தோழி மாக்தா என்ன சொல்கிறாள் தெரியுமா சந்திரன்?' என்று என்னைப் பார்த்தார் லிடியா.

நான் 'என்ன?' என்றேன். உம்மென்று நான் அமர்ந்திருந்தால் அது சரியல்ல என்று எண்ணி இப்படிச் சொன்னேன்.

நிழல் இல்லாதவன் என்பதற்கு வேறு அர்த்தம் இருக்கிற தென்கிறாள். என்னைப்போல 'லிட்டரல்' அர்த்தம் பார்க்கக் கூடாதென்கிறாள். மாக்தா பல காலமாக இதுபற்றி என்னிடம் பேசி வருகிறாள். என் அண்ணன் பல்கலைக் கழகத்தில் சமஸ்கிருத ஆசிரியரான பிறகு மாக்தா அவனுடைய சிந்தனைக் கவர்ச்சிக்கு ஆட்பட்டவள்.

'நீங்கள் உங்கள் அண்ணன் பற்றிய வரலாற்றைத் தொடர்ந்து சொல்கிறீர்கள் என்று கருதினேன். இப்போதுதான் தெரிகிறது. தொடர்ச்சியைப் பற்றி கவலைப்படாமல் பேசுகிறீர்கள் என்பது.'

'என்ன, தொடர்ச்சி இல்லையா?'

'பல்கலைக்கழகத்தில் சமஸ்கிருதம் படிக்க மாணவனாகச் சேர்ந்தார் என்பது வரைதான் சொன்னீர்களே ஒழிய அங்கே ஆசிரியரானார் என்று நீங்கள் சொல்லவில்லை' என்று அவர் எனக்குச் சொன்ன வரலாற்றை ஞாபகப்படுத்தினேன்.

'ஓ! சாரி, சந்திரன். அண்ணன் மாணவனாகச் சேர்ந்து, அதன் பிறகு ஆய்வு முடித்து, அங்கேயே ஆசிரியனாகவும் சேர்ந்தான்.'

'சரி, இப்போது புரிகிறது. தொடர்ந்து சொல்லுங்கள்.'

'அந்தக் காலகட்டத்தில்தான் கம்யூனிச ஆட்சிக்கு எதிராக போலந்தில் பெரிய எதிர்ப்பு வருகிறதைக் கேள்விப்பட்டிருப்பீர்கள். கம்யூனிசம் என்பது ஸ்டாலினிசமாக மாறிய வரலாற்றுக் கட்டத்தில் கிழக்கு ஐரோப்பிய நாடுகள் அத்தகைய ஸ்டாலினி சத்திலிருந்து விடுபடுவதற்காகப் போராடின. அக்கால கட்டத்தில் தான் அண்ணன் இந்தியத் தத்துவங்கள், ரிஷிகள் என்று ஆழ்ந்த ஈடுபாடு காட்டினான். மாக்தா அப்போது பல்கலைக்கழகத்தில் படித்துக் கொண்டிருந்தாள். அண்ணனுடைய வகுப்புக்குப் பிரத்தியேகமாக வரும் ஒரு மாணவர் குழுவைச் சார்ந்தவளாக மாக்தாவும் இருந்தாள். அவள் கருத்துப்படி 'நிழல் இல்லை' என்பது அண்ணன் பிரச்சாரம் செய்யும் கருத்துகளுக்கு நிறுவனம் கூடாது. நிழல்போல் அக்கருத்து தொடரக்கூடாது. அக்கருத்துகள் வளர்ந்து அடுத்த கட்டத்தை அவை எட்ட வேண்டும் என்பதே அர்த்தம் என்கிறாள்.

வெறும் 'லிட்டர'லாக, நடக்கும்போது, தரையில் நிழல் விழாது என்று மட்டும் என்னைப்போல அர்த்தம் சொல்வது தவறு; அது இயற்கைக்கு மாறான கருத்து, அண்ணன் எப்போதும் மூட நம்பிக்கையில் நம்பிக்கை வைத்தது கிடையாது... என்றெல்லாம் விவாதிக்கிறவள் மாக்தா' என்று நிறுத்தினார் லிடியா.

பின்பு திடீரென்று இப்படிச் சொன்னார்: 'நீங்கள் மாக்தாவை ஒருநாள் சந்திக்க வேண்டும். அவளிடம் இந்தியாவிலிருந்து ஒரு நண்பர் வந்திருக்கிறார் என்று கூறினேன்' என்றார். இவ்வாறு கூறிவிட்டு உதடுகளை ஒட்டி எடுத்து, கையில் வைத்திருந்த வாஸலினை உதடுகளில் பூசிக்கொண்டார்.

பின்பு அதிக நேரமாக அவர்கள் வீட்டில் நான் இருப்பதைக் காரணம் காட்டி புறப்பட விரும்புவதைக் கூறியபோது, லிடியா தன் அம்மாவைக் கூப்பிடப்போனார். 'அம்மா நாற்காலியில் அமர்ந்து கொஞ்சநேரம் தூங்கிப் போனாராம். அப்போதுகூட அண்ணனைப் பார்த்தாராம். அண்ணன் உங்கள் முகத்துடன் காட்சி தந்தானாம். உங்களிடம் சொல்லச் சொன்னார் அம்மா' என்று கூறி, விடை கொடுத்து அனுப்பினார் லிடியா.

நான் லிடியாவிடமும் அவருடைய தாயாரிடமும் கூறிக் கொண்டு புறப்பட்டேன். லிடியா என்னோடு ட்ராம் நிறுத்தம் வரை வந்து விடை கூறிவிட்டுப் போனார். இரண்டு பெட்டிகளை ஒன்றோ டொன்று மேலே இரண்டு கம்பிகளால் கட்டித் தொங்கவிடப் பட்டது போன்ற தோற்றத்தில் வந்த ட்ராமில் ஏறி என் வீடு இருந்த பகுதிக்குப் புறப்பட்டேன். வார்ஸாவின் ஆகாயம் ஓரளவு இருட்டாக ஆகிவிட்டிருந்தது. எல்லா இடங் களிலும் விளக்குகள் ஏற்றப்பட்டு இருந்தன. நான் யாருமில்லாத ட்ராம் வண்டியின் முன்பக்கத்துப் பெட்டியில் அமர்ந்தேன். அந்தப் பெட்டியில் டிரைவர் இருப்பதை டிரைவரின் முன்புள்ள கண்ணாடிவழிப் பார்த்தேன். டிரைவர் ஓர் ஆண். யாருமில்லை என்று நான் நினைத்திருந்த பெட்டியில் நான் அமர்ந்திருந்த இடத்துக்கு நேர் வலது பக்கமாகத் திடீரென்று ஒருவர் அமர்ந் திருக்கிறார் என்று இப்போது எனக்குப்பட்டது. அவர் எதையோ சாப்பிடுகிறார். லேசாகத் திரும்பிப் பார்த்தபோது அவர் பல்லில்லாதவர் என்று உணர்வுகள் கூறின. அப்போது என் மனதில் ஒரு கேள்வி எழுந்தது.

பல்லிருந்தும் பல்லில்லாதவர் போல் மேலுதடும் கீழுதடும் நன்குப் பொருந்தும்படி ஏன் இந்த மனிதன் சாப்பிட வேண்டும்?

7

நான் வீட்டை அடைந்தபோது ஃபேக்ஸ் எந்திரத்தில் தாள்கள் வந்து இருந்தன.

ஃபேக்ஸ் மெஷினின் வெள்ளை நிறத்தோடு போட்டி போட்ட படி வந்துகிடந்த தாள்கள் அன்னாமாலினோவ்ஸ்காவிடமிருந்து வந்தவை என்பதைக் கண்டுபிடிக்க எனக்கு அதிகநேரம் எடுக்க வில்லை.

பத்திரிக்கையில் வரப்போகிற போலிஷ் மொழி பேட்டித் தொடரின் ஆங்கில மொழிபெயர்ப்பு. அதை அவள் ஒழுங்காகச் செய்தது இரு காரணங்களுக்காக. ஒன்று, என் கண்டிப்பான வேண்டுகோள் - என் பேட்டியின் ஆங்கில மொழிபெயர்ப்பு எனக்குத் தரப்படவேண்டும். ஏனெனில், அன்னா என்னுடன் எடுத்தபேட்டியை அவள் பத்திரிக்கைக்காக மாற்றும்போது கதை போல் எழுதுவதாகச் சொன்னாள். அதனால் நான் சொல்பவை களை அதிக சுதந்திரம் எடுத்து மாற்றி எழுதுவதற்காக அனுமதி கேட்டாள். அதனாலும் என் கண்டிப்பை நான் தெரிவிக்க வேண்டி யிருந்தது.

இரண்டாவது, வார்ஸாவுக்கு வந்த இத்தனை நாட்களில் நான் பார்த்தது ஐரோப்பியர்களின் ஒழுங்குக்கு உட்பட்ட வேலை. ஒரு வேலையை அது கட்டிடம் கட்டுவதாக இருந்தாலும் சரி, ரோடு செப்பனிடுவதாக இருந்தாலும் சரி, ஒவ்வொன்றையும் மிகச் சரியாகச் செய்கிறார்கள். அந்த ஐரோப்பிய பாரம்பரியத்தைச் சார்ந்து, மிகவும் ஒழுங்காக அன்னா மாலினோவ்ஸ்கா பிரசுரிக்கப் போகும் அடுத்த பகுதியை ஃபேக்ஸில் அனுப்பி வைத்திருந்தாள். 'சந்திரன் தன் கதையைத் தொடர்கிறான்' என்ற ஒரு சிறு தொடக்கத் துடன் பேட்டி அல்லது கதை தொடர்ந்தது...

அஷ்வினி அவ்வாறு வந்து போனதை பிறகு மறந்துவிட்டேன். எவ்வளவு தான் மனது பாதிப்புக்குள்ளாகக்கூடிய விஷய மாக இருந்தாலும், ஒவ்வொருவரும் நம் வாழ்க்கையின் தினசரி பாதிப்புகளாலும் நெருக்கடிகளாலும் எத்தனையோ விஷயங் களை மறந்துவிடுகிறோம். அதுபோல் நான் பிரதாபையும்

அஷ்வினியையும் மறந்திருந்தேன். அதற்கு ஒரு காரணம், அஷ்வினி யைச் சந்தித்து ஓராண்டு ஆகிவிட்டது என்பது. நாட்கள்தான் எவ்வளவு வேகமாக உருண்டோடுகின்றன என்று நினைத்துக் கொண்டேன். எல்லாவற்றையும் மறப்பதற்கான இன்னொரு காரணம் இருந்தது. எங்கள் தாம்பத்திய வாழ்க்கையில் எனக்கும் விஜயாவுக்கும் மட்டும் தெரிந்த ஒரு சிறு சோகம். எங்கள் வாழ்க்கையில் ஒரு களங்கம். திருமணம் முடிந்து நான்கு ஆண்டுகள் ஆகிவிட்டன. குழந்தை இல்லை. அது என்னை அதிகமாகப் பாதிக்கவில்லை. எனினும், ஓர் இந்தியப் பெண் என்ற முறையில் விஜயாவை அதிகம் பாதித்தது. டாக்டர்களைத் தொடர்ந்து கலந்தாலோசித்த பிறகு விஜயா, 'நாங்கள் இருவரும் வேறுவேறு இடங்களில் வேலை பார்ப்பதும் வாரத்திற்கொரு முறையோ இரு வாரத்திற்கொரு முறையோ சந்திக்கறதும்கூட காரணங்கள்' என்றாள். அதைக் கருதி ஒரே ஊரில் வாழவேண்டும் என்று கூற ஆரம்பித்தாள். நான் அவள் ஆலோசனையை ஒத்துக்கொண்டேன். ஆனால், அவள் தனது வேலையை விடுவதில் விருப்பமில்லை. நான் இருக்கிற இடத்தில் அவள் வேலைக்குரிய பள்ளிக் கூடங்களோ கல்லூரிகளோ இல்லை. அவள் ஆசிரியத் தொழிலையே பெரிதும் விரும்பினாள். இந்தப் பிரச்சினை களால் நாங்கள் ஒரே ஊரில் சேர்ந்து குடித்தனம் செய்வது காலந்தாழ்த்திக்கொண்டே போனது. எங்கள் முதல் குழந்தை பிறக்கும் சந்தர்ப்பம் முதல் நான்கு ஆண்டுகளில் உருவாக வில்லை. இந்தத் தாம்பத்தியம் சார்ந்த மன உளைச்சல்களுக் கிடையில் பிரதாப் ஒரு முறையோ என்னவோ, என்னை, நான் விஜயாவை அவர்கள் வீட்டில் பார்க்கப் போகையில் சந்தித்ததோடு சரி. அப்போதுகூட அவன் என்னோடு பேசும் சந்தர்ப்பம் அதிகம் ஏற்படவில்லை. அஷ்வினி பற்றிக்கூட நானும் விஜயாவும் ஞாபகம் வந்தால் லேசாகப் பேசுவதோடு மறந்துவிட்டோம்.

அந்த மாதிரி சந்தர்ப்பத்தில் ஒரு நாள், செய்தித்தாளைப் படித்த போது ஒரு சிறு செய்தியைக் கவனித்தேன். ஆதிவாசி மலைப் பகுதியில் போலிஸோடு மோதலில் ஆதிவாசிகளுக்குப் பூமி கேட்கும் இயக்கத் தலைவர் கொலை என்று ஒரு செய்தி. ஏனோ அது என்னை ஈர்த்தது. யார் அது என்று பெயரைப் பார்த்தேன். சுரேஷ் என்று இருந்தது. நமக்குத் தெரிந்த பெயரல்ல என்று எண்ணினேன். எந்தச் சம்பவத்திலும் நமக்குத் தெரிந்தவர்களா இல்லையா என்று தானே நாம் முதலில் பார்க்கிறோம்.

111

ஆனால், அன்று விஜயாவிடமிருந்து போன் வந்ததும் பதறிப் போனேன். அவளுக்குப் போனில் பேச சக்தி இருக்கவில்லை. பிரதாப் கொலை செய்யப்பட்டிருக்கிறான். உடல் போஸ்ட் மார்ட்டத்திற்குப் போயிருக்கிறதாம். நான் செய்தித்தாளில் பார்த்த கொலை பிரதாப்தான். போலீஸ் தரப்பில் 'என்கௌன்டர்' (மோதல்) என்று கூறப்பட்டது. போலீஸ் செயலை அவன் படிக்கும் கல்லூரி மாணவர்கள் கண்டித்திருக்கிறார்கள். பேராசிரியர்கள்கூட கண்டனம் தெரிவித்திருக்கிறார்கள். 'என்கௌன்டர்' என்ற போலீஸோடு மோதல் என்ற பெயரோடு கொல்லப்பட்ட இவன், ஆதிவாதிகள் பூமி கேட்கும் இயக்கத்திற்குத் தலைவன் என்று போலீஸ் கொன்றிருக்கிறது. சட்டத்திலிருந்து கிரிமினல்களும் கொலை காரர்களும் தப்புவதுபோல் அரசும் போலீஸ்துறையும் தப்ப வேண்டியிருக்கிறது. தப்பக் கண்டுபிடித்த சொல்தான், இந்த 'என்கௌண்டர்' என்ற ஆங்கிலப் பதம்.

அதாவது மூன்றாம் உலக நாடுகளில் ஒருவித காட்டாட்சி நடைபெறுவதன் ஒரு குறியீடு இந்தப் பதம். நான் உடனே அலுவலகத்தில் விடுமுறை வாங்கிக்கொண்டு விஜயாவின் ஊருக்கு விரைந்தேன். மாலை நான்கு மணிக்கு அவர்கள் ஊருக்குப் போனேன். இரண்டு நாட்களுக்கு முன்பே கொன்று விட்டு அடுத்த நாள் பத்திரிகைக்குச் செய்தி கொடுத்திருக்கிறார்கள். அவர்கள் கொடுக்கும் செய்தியை, பத்திரிகைகள் அப்படியே பிரசுரிக்கின்றன. மறுநாள் பத்திரிகைகளில் 'இயக்கத் தலைவர் பிரதாப்' என்று வெளிப்படையாய் எழுதியிருந்தனர். இயக்கத்தில் இவனது ரகசிய பெயர் சுரேஷ் என்பதாம். போலீஸ் தந்திரமாய் அவனது உடலை போஸ்ட்மார்ட்டம் செய்துவிட்டு எரித்துவிட்டிருக்கிறது. சாம்பலை மிகவும் தாராள மனதுடன் குடும்பத்தினருக்குக் கொடுத்தனர்.

உடைந்து சுக்குநூறான குடும்பத்தில் எல்லோரையும் நான் சமாதானப் படுத்திப் பாதுகாக்க வேண்டியதாகிவிட்டது. நிறைய மாணவர்கள் வந்த வண்ணமிருந்தனர். அட்வகேட்களை நான் சந்தித்து, 'குடும்பத்தினரின் சமாதானத்திற்காக போலீஸ்மீது வழக்குப் போடலாமா?' என்று பேச ஆரம்பித்தேன். வீட்டில் யாரும், ஏதும் சாப்பிடவோ குடிக்கவோ இல்லை. இருபத்தொரு வயது நிறைந்த மத்தியத்தர வகுப்பில் பிறந்த ஒருவனை இந்த இயக்கம் ஈர்த்தது எப்படி என்று என்னால் முழுதுமாக புரிந்துகொள்ள முடியவில்லை. விஜயாவுக்கோ வேறு யாருக்கோ இந்தப் பையனைப் பற்றி முழுதுமாய் அறியக்கூட முடியவில்லை.

விடுதிக்குப் போன கடந்த சில வருடங்களாக, குடும்பத்தில் யாருக்கும் அவனைப்பற்றித் தெரியவில்லை. பிரதாப் சம்பந்தப் பட்ட சம்பவங்கள் இத்துடன் முடிந்துவிடவில்லை என்பதுதான் துரதிருஷ்டவசமான செய்தி.

இரண்டு மூன்று நாட்களுக்குப் பிறகு ஒரு நாள் காலையில் போலீஸ் கமிஷனர் சொந்த மகளால் கொலை செய்யப்பட்டார் என்ற பரப்பரப்பான செய்தி வந்திருந்தது. விஜயாவின் உறவினர் ஒருவர் செய்தித்தாளைக் கொண்டு வந்து கொடுத்தார். அப்போது என் கண்களை என்னால் நம்ப முடியவில்லை. தலை சுழல ஆரம்பித்தது. 'போலீஸ் கமிஷனர் கோதண்டராமன் கொலை - மகளால் நெற்றியில் சுடப்பட்டு மரணம்' என்றது செய்தித் தலைப்பு. உள்ளே அஷ்வினி பெயர் காணப்பட்டது. ஓ தெய்வமே! பிரதாப் கொலைக்காகப் போலீஸ் கமிஷனரான தந்தையைப் பழி வாங்கியிருக்கிறாள் என்று என் மூளை பல்வேறு தகவல்களை ஒன்றாக இணைத்தது. அப்போது என் மனக் கண்முன் தன்னைக் கஷ்டப்பட்டு அடக்கிக்கொண்டு என் அறைக் கட்டிலில் அமர்ந்திருந்த அந்தச் சிறு பெண் காட்சி தந்தாள். அவள் அப்படித்தான் செய்வாள் என்று என் வாய் முணுமுணுத்தது. பத்திரிக்கையில் கோதண்டராமன் என்ற பெயரை, போலீஸ் கமிஷனர் என்று படித்த ஞாபகம் வந்தது. ஆனால், ஒரு வருடத்திற்கு முன்பு கே. அஷ்வினி என்று என்னோடு போனில் சொல்லிய போது மறந்துகூட போலீஸ் கமிஷனர் கோதண்டராமன் என்று அவள் கூறாததை ஞாபகத்துக்குக் கொண்டுவந்தேன். அவள்தான் போலீஸ் கமிஷனர் மகள் என்றால், அப்படித்தான் செய்வாள் என்று மீண்டும் மீண்டும் என் மனம் கூறிக்கொண்டே இருந்தது.

அஷ்வினி செய்த செயல் பற்றி விஜயா வீட்டில் கேள்விப் பட்டபோது, ஒருவர் முகத்திலும் ஈயாடவில்லை. அவர்கள் வீட்டில் விஜயாவுக்கு மட்டும்தான் அஷ்வினி பற்றித் தெரிந்திருந்தது. மற்றவர்களுக்கு அந்தச் சிறு பெண் பற்றி அதிகம் தெரிந்திருக்க வில்லை.

அதற்கடுத்த நாள் பத்திரிக்கைகளில் பரபரப்புச் செய்தியாகப் படத்துடன் அஷ்வினி தந்தையைச் சுட்டுக்கொன்ற சம்பவம் பற்றி விரிவாக எழுதியிருந்தனர். சினிமாத்தனத்துக்கும் பரபரப்புக்கும் புகழ்பெற்ற வாசகர்கள் மத்தியில் பத்திரிகைகள் விற்பனைக்குப் போட்டி போட்டு, செய்திகளையும் படங்களையும் பிரசுரித் திருந்தன.

ஒரு பத்திரிகையில் அஷ்வினி சாரி உடுத்தியபடி போலீஸ் ஜீப்பில் ஏறுவதுபோல் புகைப்படம் வெளியிடப்பட்டிருந்தது. இன்னும் சற்று வளர்ந்ததுபோல் உயரமாகத் தென்பட்டாள்.

நான் அவளைப் பார்த்ததற்குப் பிறகு சுமார் ஓர் ஆண்டு ஆகிவிட்டது. உதடுகளை இறுக்கிப் பல்லைக் கடித்தபடி என் அறையில் வந்து அமர்ந்திருந்த அவள் தோற்றம் மனக்கண்முன் தோன்றியது. 'பாப்' கட் செய்திருந்த தலைமுடியுடன் அஷ்வினியின் தாயும் கமிஷனர் கோதண்டராமன் மனைவியுமான ஒரு நடுத்தர வயது பெண்மணியின் புகைப்படத்துடன் நடந்த சம்பவங்கள் விவரிக்கப்பட்டிருந்தன.

பத்திரிகைகளில் பிரதாப் பெயரைப் பார்த்து அஷ்வினி பைத்தியம் பிடித்தது போலானாள். அவள் வாழ்வு அவன் மரணத்தோடு அஸ்தமித்துப் போனதாய் கருதினாள். தாயுடனோ, தந்தையுடனோ ஏதும் பேசாமல் ஓரிரு நாள் இருந்தாள். வீட்டிலிருந்து அன்று காணாமல் போனாள். அப்படிக் காணாமல் போன பெண்ணைத் தேடினார்கள். தந்தை கமிஷனர் என்பதால் எல்லா போலீஸ் ஸ்டேஷன்களுக்கும் செய்தி பறந்தது. பிறகு, இரவு தானாகவே வீட்டுக்கு வந்தாள் அஷ்வினி. அப்போது சகஜமாக எல்லோரிடமும் நடந்து கொண்டாள். பிரதாப் பற்றி அவர்கள் வீட்டில் இவள் சொல்லியிருக்காததால், யாருக்கும் எந்தச் செய்தியும் தெரிய வில்லை. தந்தையின் துறையைச் சேர்ந்த போலீஸ்தான், தன் மகள் உயிருக்குயிராகக் காதலித்த பையனைக் கொன்றிருக்கிறதென்பது அஷ்வினி வீட்டில் யாருக்கும் தெரியாது. இரவு அவள் அப்பாவும் அம்மாவும் இரண்டு சகோதரர்களும் சேர்ந்திருந்து சாப்பிட்டார்கள்.

மேசை மீது அவளது செல்லப் பூனையை வழக்கமாய் வைத்து அவளைப்போல அதற்கும் சாப்பாடு கொடுத்துச் சாப்பிடும் அஷ்வினி, அன்று அந்தப் பூனையை மீண்டும் மீண்டும் கையால் தள்ளி விரட்டினாள். அதற்கு உணவும் கொடுக்கவில்லை.

மற்றபடி எந்த மாற்றமோ, முகத்தில் வேறு எந்த அடையாளமோ தெரியாதபடி நடந்துகொண்டாள். இரவில் எல்லோரும் தூங்கிய பிறகும் இவள் அறையில் இருந்தாள். ஏதோ படிக்கிறாள் என்று எல்லோரும் எண்ணினர். எல்லோரும் விளக்கை அணைத்து விட்டுத் தூங்கிய பிறகு, தந்தையும் தாயும் படுத்திருந்த அறைக்குள் புகுந்தாள். தந்தையின் சர்வீஸ் ரிவால்வர் இப்போது அவள் கையில் இருந்தது. ஒரு டார்ச்சுடன் தாயும் தந்தையும் தூங்கும் இருண்ட

அறைக்கு வந்தபோது, தந்தையின் தலை தாயின் முடியுடன் பின்னிக்கிடந்திருந்ததைக் கண்டாள். 'சீ சனியன்கள்' என்று வாய் முணுமுணுத்தது. இருவருக்கும் நல்ல தூக்கம். மீண்டும் தன் அறைக்குப் போனவள் சுமார் ஒரு மணி நேரம் கழித்து டார்ச்சுடன் அறைக்குள் நுழைந்தாள். இப்போது தாய் வலது பக்கமாகத் தலையைச் சாய்த்து நன்கு தூங்கிக் கொண்டிருந்தாள். தந்தை கோதண்டராமன் இடது பக்கமாக முகத்தை வைத்துத் தூங்கிக் கொண்டிருந்தார். இரண்டு முறை வெடித்த துப்பாக்கிச் சத்தத்தைக் கேட்டு இரத்தம் பாய தந்தை எழுந்து நின்றார். அஷ்வினியின் அம்மா பதறிப்போய் விளக்கைப் போடும் முன் எழுந்த தந்தை, முகமெல்லாம் இரத்தத்துடன் தரையில் சாய்ந்தார். தாய் வாயில் கை வைத்து,

'அடிப்பாவி! உன் அப்பாடீ அது.. சுட்டுட்டியா?' என்று வாய்குழறிக் கதற, மிகவும் நிதானமாக எந்தக் குழப்பமும் இல்லாமல் நடந்துகொண்டாள் அஷ்வினி. அதுவரை ரிவால்வரை தந்தையை நோக்கிப் பிடித்துக்கொண்டிருந்த அவள், இப்போது ரிவால்வர் குதிரையில் இருந்த விரலை விடுவித்துவிட்டு அம்மாவை நோக்கி ஆங்கிலத்தில், 'கால் த போலீஸ்...' என்று கூறினாள்.

பின்பு, அறைக்குப் போய் அதுவரை அணிந்திருந்த பேன்டை மாற்றினாள். சாரி கட்டிவிட்டு போலீஸ் வந்தபோது அவர்களிடம் தன்னை ஒப்படைத்தாள். அவளுடைய அம்மாவுக்கு அதன் பிறகு தான் மெதுவாக ஏன் இந்த மாதிரி ஒரு செயலை அஷ்வினி செய்தாள் என்பது புரிந்தது.

நான் முதன்முதலாக பார்த்த அஷ்வினி, லாட்ஜின் ஓரத்தில் வரவேற்பறைக்கு அருகில் நாற்காலியில் அமர்ந்து சுவரில் தொங்கிய விநாயகர் படம் போட்ட காலண்டரைப் பார்த்தபடி, 'பிரதாப்பைக் கல்யாணம் செய்யப்போறவ' என்று கூறியதை நினைத்துக் கொள்கிறேன். பிரதாப் வகுப்பில் முதல் இடத்தில் இருந்து இரண்டாம் இடத்திற்கு வந்துவிட்டதும் அதற்குக் காரணம் அவனது இயக்க ஈடுபாடு என்றதும், அவன் மீண்டும் முதல் இடத்திற்கு வரவேண்டும், தான் இரண்டாம் இடத்திற்குப் போக வேண்டுமென்று அவள் கூறியதும் அப்போது ஞாபகத்தில் வந்தன.

வாழ்க்கையில் எல்லாவற்றையும் நாம் மறந்துவிடுவதுபோல் யாராலும் மறக்கமுடியாத இந்தச் சம்பவத்தை நான் மறக்கும்படி காலம் உருண்டோடியது.

நான் ஃபேக்சில் வந்த ஆங்கிலப் பகுதியைப் படித்துவிட்டு வீட்டின் வெள்ளைநிறம் பூசப்பட்ட சட்டங்களும் இரட்டைக் கண்ணாடியும் போட்ட ஜன்னல்களைப் பார்த்தேன். இரண்டு மாடிகள் கொண்ட கட்டடம். கீழ்ப்பகுதி தரையின் கீழ் இருந்து, நடுப்பகுதியில், தினசரி வாழ்க்கைக்கான வசதிகள் இருந்தன. இப்பகுதியில் இரண்டு தூங்கும் அறைகள். இரண்டிலும் மிக நல்ல இத்தாலிய மார்பிள் தரையும், மிக உயர்ந்த கல்லில் செதுக்கப் பட்ட வாஷ் பேசினும், அதன்முன்பு பதிக்கப்பட்ட முகம் பார்க்கும் கண்ணாடியும் அழகாக அமைந்திருந்தன. இவை போக ஒரு நல்ல சமையல் அறை இருந்தது. சமையலறை இருந்த பகுதியில் சுவர் முழுதும் ஜன்னலாக அமையும்படியான அமைப்பு. ஜன்னல் களைத் திறந்ததும் வெளியில் உள்ள காற்று வீட்டிற்குள் புகும். சமையல் பகுதியோடு மேலே ஏறக்கூடிய ஒரு படிக்கட்டு. உயர்ந்த மரத்தாலான, வெள்ளை பெயின்ட் பூசப்பட்ட படிக்கட்டு. அது மேல்தளத்தை இணைத்தது. படிக்கட்டில் ஏறினால் ஒரு சிறிய அறை. இந்த அழகான வீட்டைப் பார்த்தபடி இருக்கும்போது எனக்கு அன்னா மாலினோவ்ஸ்காவைப் பார்க்கும் ஆசை ஏற்பட்டது. வெளியில் பார்த்தேன். காலநிலை அவ்வளவு சரியாக இருப்பதாகக் கூற முடியாது. பெப்ருவரி மாதம். கடந்த இரண்டு நாட்களாகப் பனி பெய்திருந்தது. என் வீட்டுக்குள்ளிருந்து இளம் பச்சை கர்ட்டன்களை நீக்கிப் பார்த்த போது அது தெரிந்தது. தூரத்தில் வரிசை வரிசையாக இலைகளை இழந்து சூம்பி, வானம் நோக்கி ஈர்க்குச்சிபோல் நெடுநெடுவென்று நின்ற பாப்லார் மரங்களின் கிளைகளில் லேசாக மழை பெய்திருந்தது. ரோடுகளில் ஆங்காங்கே நீர்கட்டி நின்ற பகுதிகள் வீட்டிலிருந்து பார்க்கையில் தெரிந்தன.

இந்தச் சொகுசு வாழ்க்கை ஓரளவு என்னை உறுத்தினாலும், வாழ்தலில் இருக்கும் இன்பம் பற்றிய நினைவு இந்தச் சொகுசு களை எங்கோ ஓரிடத்தில் விரும்பியது. ஏதோ ஒரு வெளிநாட்டில் பிரதாபும் அஷ்வினியும் இதேபோல் பனிக்கட்டி, உருகி ஓடுவதை அவர்களுக்கு அளிக்கப்படும் விடுமுறைகளில் தம் அழகிய குழந்தைகளுடன் அனுபவித்திருக்க முடியும். எது அவர்களின் வாழ்வைப் பாழடித்தது? இதன் பெயர்தான் விதியா? அல்லது அகஸ்மாத்தாகத்தான் எல்லாம் நடக்கின்றனவா? விதியை நம்பாத எங்கள் தலைமுறைக்கு ஒரு புதுத் தத்துவமாகத் தொடர்ந்து ‘அகஸ்மாத்தாக எல்லாம் நடக்கின்றன’ என்பது உகப்பாக

இருக்கிறது. எல்லாம் ஏதோ ஓர் அசந்தர்ப்பத்தால் நடக்கின்றன. பிரதாப் பிறந்தது, படித்தது, அந்த ஆதிவாசிகள்மீது பற்றுகொண்டு அவர்களுக்குத் தொண்டு செய்யப்போய் அவர்களின் வாழ்வை ஏமாற்றுபவர்கள் மீது கோபமாக அவன் மனம் மாறியது - இவையெல்லாம்கூட தற்செயலாகவும் எந்தக் காரண காரியத் தொடர்பும் அற்று நடந்தவையா? ஒரு போலீஸ் அதிகாரியின் மகளாய் அஷ்வினி பிறந்தது, வளர்ந்தது, அவள் உள்ளே ஓடிய போலீஸ் இரத்தம், காதலித்த ஒரு 21 வயது பையனுக்காகத் தன் சொந்தத் தந்தை என்றும் பார்க்காமல் சுட்டுத் தள்ளியது, இவை யெல்லாம் ஒன்றுக்கு ஒன்று தொடர்புகொண்டிருக்கலாம். அவள் அந்தப் போலீஸ் உத்தியோகஸ்தனுக்கு மகளாய் பிறந்தது தற்செயல் அல்லாமல் வேறு என்ன? விதி என்ற அர்த்தமற்ற நிரூபிக்க முடியாத ஒரு நம்பிக்கை அல்லது இன்னொரு விதமான விதி இல்லை என்ற நம்பிக்கை. இரண்டு அர்த்தமின்மைகளுக்கு நடுவில் எதைச்சார்ந்தால் என்ன? எதைத் தேர்ந்தெடுத்தால் என்ன? இரண்டும் ஒன்றே. வாழ்தல் என்பது ஒரு கண உணர்வு! இந்த உணர்வு சிலருக்கு நூறு ஆண்டு; சிலருக்கு இருபத்தொரு ஆண்டு. பிரதாபுக்கும் இருபத்தொரு ஆண்டு. மற்றபடி நூறு ஆண்டு வாழ்வதற்கும் இருபத்தொரு ஆண்டு வாழ்வதற்கும் எந்த வேறுபாடும் இல்லை.

முன்பு நடந்த செய்திகளை ஃபேக்ஸில் வந்த தாள்கள் மூலம் மீண்டும் படித்தபோது என் மனம் கட்டுக்கடங்காமல் ஓட ஆரம்பித்தது, அதனைக் கட்டுப் படுத்துவதற்காக அன்னா இருந்தால் எங்காவது இருவரும் சந்திக்கலாமா என்று கேட்கலாம் என்று எண்ணம் வந்தது. இந்தக் கணம்தான் அர்த்தபூர்வமான தென்றால் அவளைச் சந்திப்பதுதான் நான் செய்யத்தக்க ஒரே காரியம்.

அவள் எண்ணை டைரியிலிருந்து எடுத்து, தொலைபேசியில் ஒவ்வொன்றாக அழுத்தினேன். முதலில் போலிஷ் மொழியில் ஆரம்பித்து, திஸ் இஸ் அன்னா மாலினோவ்ஸ்கா என்றுகூறி, அடுத்து ஆங்கிலத்திற்கு மாறினாள் அன்னா.

நான், ‘எங்காவது சந்திக்கும்படி நேரம் ஒதுக்கிறீர்களா?’ என்று கேட்டதோடு அவள் எழுதியிருந்த என் சுயசரிதையை என் பார்வைக்கு அனுப்பியமைக்கு நன்றி என்றும் கூறினேன்.

‘ஓ சந்திரன்! உங்கள் பேட்டியைக் கதைபோல் எழுத என்னை அனுமதித்தமைக்கு மீண்டும் நன்றி கூறுகிறேன். இட் வாஸ்...

ரியலி ஒண்டர்புல். தபீப்பிள் இன்த பேப்பர் லைக் இட்... கொஞ்சம் கொஞ்சமாக வெளியிடுகிறார்கள். வி ஷூட் ஒர்க் டுகெதர்... அவர்கள் இதை நாம் தொடரவேண்டும் என்று விரும்புகிறார்கள்.'

'அன்னா தாங்க் யு... நீ பேசுவதைக் கேட்க, எனக்கு மகிழ்ச்சியாக இருக்கிறது. போன் பேசும்போது ஸன் கிளாஸஸ் போட்டபடி பேசுகிறாயா?'

'வாவ், எப்படித் தெரியும் உங்களுக்கு?'

'கிளாஸ் போட்டிருக்கிறாயா?'

'ஆமா.'

'சும்மா கேட்க வேண்டுமென்று என் மனது கட்டளை இட்டது. கேட்டேன். வேறொன்றுமில்லை. எனக்கு ஒரு கேள்வி தோன்றும் இந்தத் தருணத்தில் உனக்கு அந்த ஸன் கிளாஸைப் போட்டுக் கொள்ள வேண்டுமென்று தோன்றியிருக்கிறது. இதில் ஆச்சரியப்பட என்ன இருக்கிறது? சரி.. ரொம்ப சந்தோஷத்தில் இருக்கிறாயா?'

'எஸ். ஐ வாஸ் வித் மை பாய் ஃப்ரெண்ட்.'

'டெல் ஹிம் மை பெஸ்ட் விஷஸ்.'

'ஐ ஹேவ் அல்ரெடி டோல்டு ஹிம்.'

'ஒய்?'

'அவன் ஏற்கெனவே கிளம்பிப் போய்விட்டான். அவனுக்குப் பல்கலைக்கழகத்தில் வகுப்பு இருக்கிறது.'

'சரி, நாம் சந்திக்க முடியுமா?'

'எஸ்... ஷ்யூர்! எங்கே?'

ப்ளு ஸிடி என்று நீலநிறத்தில் விளக்கு ஆங்கிலத்தில் ஒளிர்ந்தது. பெரிய ஷாப்பிங் காம்ப்ளக்ஸ். போலந்தின் புதிய அவதாரங்கள் இந்த ஷாப்பிங் காம்ப்ளக்ஸ்கள். பிரான்ஸ் அல்லது ஜெர்மனியில் உள்ள பெரிய கம்பெனிகள் தங்கள் வியாபார இறகுகளைப் போலந்திலும் விரிக்கின்றன. இந்தக் காம்ப்ளக்ஸில் பல அடுக்குகளில் பலவித கடைகள் உண்டு. நான் என் வீட்டிலிருந்து இந்த காம்ப்ளக்ஸிற்கு வரும் அதேநேரத்தில் அன்னாவும் வந்துவிட முடியும். நானும் அன்னாவும் மூன்றாம் மாடியில் இருக்கும் மக்டொனால்ட் உணவகத்தின் முன் போடப்பட்டிருக்கும் நாற்காலிகளில் ஒன்றில் அமர்ந்து ஒருவர் மற்றவருக்காகக் காத்திருக்க வேண்டும் என்று பேசியிருந்தோம்.

பின்பு சுமார் ஒரு மணி நேரத்திற்குப் பிறகு ப்ளூ ஸிடியை அடைந்தேன். லிப்டில் முதல் மாடியிலிருந்து புறப்பட்டு மூன்றாம் மாடியை அடைந்து இடது புறமாக நடந்து மக்டொனால்ட் கடைக்கு முன்பக்கம் போடப்பட்டிருந்த இரும்பு நாற்காலிகளில் ஒன்றில் அமர்ந்தேன். அங்கெங்கும் அன்னாவைக் காண வில்லை. ஒரு போலிஷ் பெண் நெஞ்சில் வெள்ளைநிற ஆப்ரான் கட்டியபடி எல்லா மேசைகளையும் மெதுவாகத் துடைத்தாள். ஒவ்வொரு மேசையைத் துடைக்கும்போதும் என்னைத் திரும்பிப் பார்த்தாள். ஆசிய முகம் கொண்ட என்னை இதுவரை எல்லோரும் சகஜ மாகவே பாவித்து நடத்துகிறார்கள். ஜனக் கூட்டமாய் இருக்கும் மெட்ரோவில் நான் ஒருவனே ஆசியனாக இருந்தாலும், இன்றுவரை யாரும் என்னைத் திரும்பிப் பார்த்ததில்லை. சிறிய, ஸ்கூல் போகுமளவே வயதுள்ள இந்தப் பெண்ணின் செயலால் வியப்படைந்தேன். இரத்தம்போல் மிகவும் சிவந்து காணப்பட்ட உப்பிய முகம் கொண்ட சிறிய பெண். அவளது தலைமுடி கறுப்பும் பொன்னிறமும் கலந்தது போல் காணப்பட்டது. இடுப்பில் ஆப்ரானுக்கு மேல் வெள்ளை நிறத்தில் பெல்டை அணிந்திருந்தாள். மூட்டுக்குக் கீழ் ஸாக்ஸால் காலை மறைக்காத தோற்றம்.

அன்னா இன்னும் வரவில்லை என்ற எண்ணத்தில் திரும்பி நாலாப்பக்கமும் நோட்டம் விட்டேன். பல்வேறுவித ஆடை களில், ஆட்கள் ஆணும் பெண்ணுமாக இணைந்து கடை களுக்குப் போய்வந்தவண்ணம் இருந்தனர். மேல்தட்டு மக்களுக்கு மட்டும் உரிய கடைகள் இவை என்று கூறும்படி அக்கடைகள் காணப் பட்டன. விலை உயர்ந்த ஸோபாக்கள், அதற்கேற்ற குஷன் பொதிந்த நாற்காலிகளுடன் காணப்பட்டன. சில கடைகளில் குளிர்கால கோட்டுகள் அவற்றுக்கேற்றவிதமான பொம்மைகள் மீது அணி செய்தன. வேலை செய்வோர் அடிக்கடி அந்தக் கடை களின் கண்ணாடிகளைத் துடைத்து அழுக்கில்லாதபடி செய்து கொண்டிருந்தனர். முழுவதும் எலக்ட்ரானிக் முறையில் ஓடும் பிரெஞ்சு மற்றும் ஜெர்மன் வாஷிங் மெஷின்கள் சில கடைகளில் பார்வைக்காக வைக்கப்பட்டிருந்தன. சில மெஷின்களில் சிவப்புத் தாள்களில் எத்தனை சதமானம் கழிவுக்கு அந்த மெஷின் கொடுக்கப்படும் என்று எழுதி ஒட்டப்பட்டிருந்தன. யுனிபார்ம் அணிந்த, வேறு வேலைகள் கிடைக்காத ஸேல்ஸ்மேன் இளைஞர்கள் அக்கடைகளில் அங்குமிங்கும் நடந்து கொண்டிருந் தனர். அந்தக் கடைக்காக முதல் முடக்கி ஏஜென்ஸி எடுத்துள்ள

ஆணோ பெண்ணோ ஒரு மூலையில் அமர்ந்து எப்போதும் கம்ப்யூட்டரைப் பார்த்தபடி இருக்க, அவர்களின் தலைக்குப் பின்புறம் இருக்கும் கண்ணாடி போட்ட அலமாரிகளின் பூட்டிய அறைகளில் விலைகூடிய எலக்ட்ரிக் ஷேவர்கள் விற்பதற்காக அடுக்கி வைக்கப்பட்டிருக்கின்றன.

நான் இப்படி என் பார்வையை அந்தப் பக்கத்துக் கடைகளில் திருப்பி ஆராய்ந்துகொண்டிருந்தபோது மீண்டும் அன்னா வர வில்லையே என்ற நினைவு வந்தது. கைகளை நீட்டி முறித்தபடி ஒருவேளை வேறு எங்காவது அன்னா எனக்காகக் காத்துக் கொண்டிருக்கிறாளோ என்று எண்ணினேன். அதனால் திரும்பிப் பார்க்க எண்ணி எழப்போனபோது பின்னாலிருந்து ஒரு குரல் கேட்டது.

'ஹாய் சந்திரன்... ஸாரி.'

நான் அன்னாவையே நினைத்தபடி இருந்ததால் என்னை அறியாமல் குதூகலத்துடன், 'அன்னா...' என்று எழுந்து திரும்பி நின்றேன். அவள் என் முதுகில் தட்டிவிட்டு முன்பு வந்து நின்றாள். கண்ணில் ஒரு கறுப்புநிற கிளாஸ், மேலே ஒரு மணல்நிற கோட்டு, அந்தக் கோட்டின் பட்டன்கள் துணி பொதிந்தவை; முட்டுவரை கோட்டுக்கு மாட்சிங்காக ஒரு கட்டியான பிரௌன் உல்லன் ஸ்கர்ட் அணிந்திருந்தாள். அதன்கீழ் நீளமான கால்களின் பால் வண்ணத்தை முழுதும் மறைக்காத, நெட்டினால் செய்யப்பட்ட, தொடைவரை போகும் மிக மெல்லிய சாக்ஸ். பாதத்தின் ஓரத்தில் ஸிப் வைத்துள்ள பாதி முழங்கால் அளவு உயரமுள்ளதும் முன் பகுதி மடங்கியதுமான கறுப்பு ஷூவுடன் வந்து நின்றாள்.

கைகளை நீட்டினாள். நீள விரல்களைக் கண்டேன். இருவரும் நாற்காலிகளில் அமர்ந்தோம். வலது கையின் விரலை என்முன் நீட்டினாள். இது ஒரு சிறு விளையாட்டு. அந்த அதிசயமான முகத்தைப் பார்த்தேன். அவள் வாயிதழ்களைக் குவித்து மயக்குவது போல் விரிப்பது எனக்குப் பிடிக்கும். இப்போது அவளது நடுவிரல் என் ஐந்து விரல்களுக்கும் நடுவில் சற்றுநேரம் இருந்தது. வெளியிலிருந்து வந்திருந்ததால் அவள் வானிட்டி பேகிலிருந்து டிஷ்யூ தாளை எடுத்து இரு கண்களுக்கும் நடுவில் அளவாக உயர்ந்து எட்டிப்பார்க்கும் மூக்கை மெதுவாக அழுத்தினாள். பின்பு டிஷ்யூவைக் கைப்பைக்குள் நுழைத்தாள்.

'ஸாரி, லேட். இன்று நான் காரில் வரவில்லை.'

‘டஸன்ட் மேட்டர்.’

‘நான் ரொம்ப நாள் கேட்கவேண்டுமென்று நினைத்தேன் சந்திரன். ஏன் இந்தியர்கள் இடது கையால் சாப்பிடுவதில்லை?’

நான் சிரித்தேன். அவள் தொடர்ந்தாள்.

‘இரண்டாவது கேள்வி: ஏன் பசுக்களைக் கொல்லக் கூடாதென் கிறார்கள்?’

‘நீ என்னைக் காதலிப்பதாக உறுதிமொழி கொடுத்தாலும், ஓர் இந்தியனிடம் அடிக்கடி ஐரோப்பாவில் கேட்கப்படும் இந்த இரண்டு கேள்விகளுக்கும் எனக்குப் பதில் சொல்லத் தெரியாது.’

‘நீங்கள் இந்தியன் இல்லையா?’

‘தெரியல’ என்றேன்.

‘டோன்ட் ஜோக். அப்படியென்றால் நீங்கள் இடது கையால் இன்று சாப்பிட வேண்டும். இன்று லஞ்ச் என் செலவு.’

‘அது மட்டும் என்னைக் கொன்றாலும் முடியாது.’

‘ஒய்?’ அவள் கேள்வியில் கோபம் தொனித்தது.

‘சின்ன வயதிலிருந்தே அம்மா சொல்லிக்கொடுத்த பாடம் அது. மீறுவது கடினம்.’

‘ப்ளீஸ்! இன்று மட்டும் மீறிவிடுங்கள், நான் உங்களைக் காதலிக்கிறேன் என்று உறுதிமொழி எழுதித் தருகிறேன்.’

‘நிச்சயமா?’

‘நிச்சயமா!’

‘வாட் ஹாப்பண்ட் டு யுவர் பாய் ஃப்ரெண்ட்?’

‘அவன் கெடக்கிறான்...’ என்றாள். கறுப்புக் கண்ணாடியின் பிரேமுக்கு நேராக வலது கையைக் கொண்டு போனாள்.

‘டோன்ட் ரிமூவ்... யு லுக் ஒண்டர்புல். ஓர் உளவாளி த்ரில்லரில் வரும் நடிகை போலவும் இருக்கிறாய்.’

‘ரியலி சந்திரன்?’

‘எஸ்... ரியலி.’

‘என் ஆசை என்ன தெரியுமா? ஒரு உளவாளியைப் பாத்திரமாகக் கொண்ட ஒரு த்ரில்லரில் நான் நடிப்பது.’

‘கோ டு ஹாலிவுட்.’

‘தட் இஸ் இம்பாஸிபிள்.’

'ஏய்?'

'நான் அமெரிக்காவை வெறுக்கிறேன்.'

'எதற்கு?'

'கிரிமினல்கள் போல எண்ணி பயணிகளுக்கு விரலில் உள்ள ரேகைகளைப் பதிவு செய்கிறார்கள்.'

'அப்படியென்றால்...' என்று கூறி விட்டு யோசித்தேன்.

அவளும் கண்ணாடியை எடுக்காமல் யோசித்தாள். அவள் அழகிய நெற்றியில் இரண்டு கோடுகள் தோன்றின. வெட்டிய புருவங்களின் இடைவெளி குறைந்தது.

'அப்படியெனின் பாலிவுட்டுக்கு வா.'

'சந்திரன்! தெரியுமா? போலிஷ் மொழியில் ஒரு புத்தகம் வந்திருக்கு. ஆங்கிலத்திலிருந்து மொழிபெயர்ப்பு. பாலிவுட் என்று பெயர். ஐ லைக் த புக்.'

'ஆமா, கிறிஸ்தோப் ஸநுசி உன் உறவினர் என்றாய். சினிமாவில் நடிக்க பிறகு என்ன பிரச்சினை?' என்று கூறிவிட்டு நானே தொடர்ந்து, 'உன் முகம் இன்று மகிழ்ச்சி காட்டுகிறது' என்றேன்.

'ஓ அதுவா! நான் வருவதற்கு முன்புதான் என் பாய் ஃப்ரெண்ட் நடுஉதட்டில் ஒரு முத்தம் கொடுத்தான்' என்று வலது கை நடுவிரலால் உதட்டைத் தொட்டாள்.

'நடு உதட்டு முத்தம், காதுக்கருகில் முத்தம்... இதெல்லாம் பற்றித் தெரியாது. எங்கள் திரைப்படங்களில் இரண்டு பாத்திரங்கள் முத்தம் கொடுப்பதை சென்ஸார் போர்டு அனுமதிக்காது - இந்தியக் கலாச்சாரமல்ல அது என்று.'

'ரியலி? இதெல்லாம் பற்றிக் கேள்விப்பட்டிருக்கிறேன். நம்பியதில்லை' என்று கூறிவிட்டு, கண்ணிலிருந்து கிளாஸை எடுத்தாள். அப்போது அவளுடைய இமைகளில் மைபூசி ஊசிபோல் செய்திருப்பது தெரிந்தது.

'அதிகமான மேக் அப் இன்று.'

இரண்டு உதடுகளையும் இறுக்கி புன்னகை செய்தபடி பார்த்தாள். பின்பு 'இஸ் இட் நாட் குட்?' என்று புருவங்களை நோக்கிச் சுண்டுவிரலைக் காட்டினாள்.

நான் ஏதும் சொல்லவில்லை.

‘என் பிரச்சினை டைம்’ என்று கூறி நிறுத்தினேன். அவள் கேள்வி கேட்பதுபோல் என்னைப் பார்த்தாள். பின்பு சொன்னேன்:

‘கண்ணுக்குத் தெரியாத டைம். புள்ளிக்குள் டைம் இருக்கிறது தெரியுமா?’

‘தட் இஸ் இன்ட்ரஸ்டிங்...’ என்று கண்ணாடியை இடது கையால் ஒருமுறை சுழற்றினாள்.

‘இதனை அறிந்துகொள்ள விரும்புகிறேன். நீங்கள் இந்தியர்கள் மிகவும் புத்திஉள்ளவர்கள்.’

‘அப்புறம் நீ ஓவியக் கல்லூரியில் படிக்கிறாய் இல்லையா?’

‘உங்களுக்குச் சொன்னேனா? ஆங்கிலமும் தத்துவமும் போர். அதனால் ஓவியத்துக்கு மாறிவிட்டேன்’ என்றாள். தொடர்ந்து, ‘ஏற்கெனவே சொன்னேன் என்று நினைக்கிறேன்’ என்றாள். ‘சரி. சொல்லவில்லை என்றால்கூட என்ன கெட்டுப்போச்சு? கன்டினியூ.’

‘அன்று நீ செலவு செய்தாய். ஆகையால் இன்று நான் டின்னர் வாங்கித் தருகிறேன் என்கிறாய்.’ அவளை நையாண்டி செய்தபடி பார்த்தேன்.

‘சந்திரன் ஐ டோல்ட் யு அல்ரெடி. யு இன்டியன்ஸ் ஆர் வெரி இன்டலிஜென்ட்.’

‘இப்போது யார் இன்டலிஜென்ட் என்று நிரூபித்துக்கொண்டிருப்பதாம்?’

அவள் எழுந்தபோது என்னையும் எழச் செய்தாள். இருவரும் நடந்தோம். ‘ஹோட்டலைத் தேர்ந்தெடுப்பது உன் வேலை. பணம் கொடுப்பது என் வேலை இன்று. ஞாபகமிருக்கட்டும்’ என்றேன்.

‘நோ அப்ஜக்ஷன்’ என்றாள். ‘எனக்கு மொழியில் இருக்கும் அர்த்தத்தைத் தாண்டிச்செல்வது பிடிப்பதால், இந்த இம்பரஷனிஸ்ட் பெயின்டிங் பிடிக்கிறது. என் ஓவியங்களில் அந்தச் சாயல் நன்றாக வருகிறதென்று என் ஓவிய ஆசிரியர்கள் கூறுகிறார்கள்’ என்றாள் நடக்கும்போது. அங்குப் போய் பேசுவோம் என்பதுபோல் ஹோட்டல் இருக்கும் திசையைக் காட்டினேன். மூலையில் இருந்த ஹோட்டலுக்கு அன்னா அழைத்துச் சென்றாள். ஹோட்டலின் தரையில் கனம் கூடிய லேசான கறுப்பு கலந்த ப்ரௌன் வர்ணத்தில் அமைந்த தரைவிரிப்பில் அதிகமான இடம்விட்டு ஆங்காங்கு பூவேலைப்பாடுகள் செய்யப்பட்டிருந்தன. அழகான கொழுத்த பச்சை இலைகள் இயற்கையாக நிற்கும் செடிச் சட்டிகள்

அழகாக வைக்கப்பட்ட ஹோட்டல் அது. அதிகமான ஆட்கள் சாப்பிடுவதற்குக் கூடியிருக்கவில்லை. ஒரு பெரிய பிரம்பால் செய்த விளக்குக் கம்பத்துக்கருகில் போடப்பட்ட மேசையில் போய் அமர்ந்தோம். பணிவிடை செய்யும் பெண் ஒரு மெனுவைக் கொடுத்துவிட்டுப் போனாள். நானும் அன்னாவும் எங்கள் பேச்சைத் தொடர்ந்துகொண்டிருந்தோம்.

'ஒவ்வொரு பாயின்டுக்குள்ளும் ஓர் ஆற்றல் இருக்கிறது. அதைச் சரியானபடி இணைப்பதுதான் ஓவியம், வாழ்க்கை, பிஸினஸ், இலக்கியம் இப்படி. என்பார் என் ஃபேவரைட் பேராசிரியர் ஒருவர். ஐ லைக் ஹிஸ் லெக்சர்ஸ். பல மாணவ மாணவியர்கள் போர் என்று சொல்வார்கள், அவருடைய லெக்சரை. எனக்கு இந்த மாதிரி தூரத்தில் கண்ணுக்குத் தெரியாமல் இருக்கும் தொடர்புகளை வெளிப்படுத்துவதில் நம்பிக்கையிருக்கிறது. கேளுங்கள் சந்திரன். ஒருநாள் ஓர் ஆசிரியர், நான் எங்கோ பார்த்துக்கொண்டு இருந்த போது, 'கவனி! என்ன பார்த்துக் கொண்டிருக்கிறாய்?' என்றார். 'உங்களுக்கு இரண்டு கொம்புகள் இருந்தால் எப்படி இருக்கும் என்று யோசிக்கிறேன்' என்றேன். எல்லோரும் சிரித்தார்கள். அந்த ஆசிரியர் பேயறைந்தது போல் ஆகிவிட்டார். சமாளித்துக்கொண்டு வகுப்பை முடித்துவிட்டுப் போகும்போது என்னை அழைத்தார். நான் போனதும், 'உனக்கு எப்படி என்னுடைய கொம்புகள் பற்றித் தெரியும்?' என்று கேட்டார். என்னைக் கேலி செய்கிறார் என்று நினைத்தேன். அவர் பலகாலமாகத் தனக்குக் கொம்புகள் இருக்கிறதென்று நினைத்துக் கொண்டு வாழ்கிற விஷயம் அப்போதுதான் எனக்குத் தெரிந்தது. அதுபோல் ஒருமுறை பிக்காஸோ ஓவியம் ஒன்றை விளக்கிக் கொண்டிருந்த ஆசிரியர் பார்க்காத ஒரு கோணம் எனக்குத் தெரிந்ததை மனதில் நினைத்துக் கொண்டேன்' என்றாள்.

'இது முக்கியமான விஷயம். புதிய கருத்துக்கள் தோன்றுவது குழந்தைகளிடம் காணப்படும் பண்பு. இதனை நாம் வளர வளர ஓரளவு இழக்கிறோம்' என்று அன்னா சொன்ன விஷயத்தை நானும் ஆமோதித்தேன்.

'சிலபேர் தொடர்ந்து குழந்தைகளாக இருப்பதாலேயே தொடர்ந்து புதிய கருத்துக்கள் கிடைக்கின்றன. வளரும்போது குழந்தைத்தன்மையை இழக்கக் கூடாது. அதனால்தான் யுத்தம் செய்வதற்கான ஆயுதங்கள் இன்றைய ஏற்றுமதிப் பொருள்களில்

மிகப்பெரிய லாபத்துக்குரியதாகிவிட்டிருக்கிறது' என்று அன்னா சொல்லி முடித்ததும், மெனு கொண்டுவந்து வைத்துவிட்டுப் போன பெண் வந்து ஒரு வெள்ளை நிற 'பேடு'டன் நின்றாள்.

நான், சிக்கன் மற்றும் நூடுல்ஸ், சாலட் என்று கேட்டேன். அதற்குமுன், ஆரஞ்சு ஜூஸ் வேண்டும் என்றேன்.

அன்னா எனக்குத் தெரியாத பெயர்கள் ஒன்றிரண்டைப் போலிஷ் மொழியில் சொன்னாள்.

கையில் 'பேடு'டன் வந்த பெண் தலையாட்டிவிட்டு ஏதோ எழுதிக் கொண்டு விரைவாய் நடந்து மறைந்தாள். சற்று நேரம் அவளது கூர்மையான ஷூ கார்ப்பெட்டில் பதியும் அசைவைப் பார்த்துவிட்டு அன்னாவின் முகத்தைப் பார்த்தேன்.

'தெரியுமா, சந்திரன்? என்னைப் பொறுத்தவரையில் இந்த உலகத்தின் மிகப்பெரிய தொழில், பூக்களை ஒரு நாடு இன்னொரு நாட்டுக்கு அனுப்புவது; பழங்களை ஒரு நாட்டிலிருந்து இன்னொரு நாட்டிற்கு ஏற்றி அனுப்புவது. அதுபோல் போலந்தில்கூட சில நாட்கள், கோடைக்காலங்களில் வானவில் காணப்படும். இதெல்லாம்தான் எனக்குப் பிடிக்கிறது. ஐ ஹேட் வார்ஸ்... யுத்தங்களை நான் வெறுக்கிறேன்...' என்று கூறியபடி அவள் முன்னால் இருந்த மினரல் வாட்டர்பாட்டிலின் மூடியை 'டப்' என்று சுழற்றித் திறந்து ஒரு டம்ப்ளரில் விட்டு அவளுடைய இடதுகையின் பெருவிரல் மற்றும் ஆள்காட்டி விரல்கள் இரண்டாலும் கிளாஸை வளைத்துப்பிடித்து நீரைக் குடித்தாள்.

சற்றுநேரம் தண்ணீரைப் பார்த்தாள். திடீரென்று, 'ஐ லைக் ப்யுர் வாட்டர்... எனக்குத் தூயநீர் பிடிக்கும். டு யு?' என்று என்னைப் பார்த்தாள்.

நானும் அவள் மனநிலையைப் புரிந்து ஆமோதிப்பைத் தெரிவிக்கத் தலையாட்டினேன். இப்படிச் சொன்னேன்:

'அன்னா, உனக்குத் தெரியுமா? இன்று திடீரென்று உன்னைப் பார்க்க வேண்டுமென்று எனக்குத் தோன்றியது.'

'சொல்லுங்கள் சொல்லுங்கள்... எப்படி? ஐ லைக் டு லிஸ்சன் திஸ் கைன்ட் ஆஃப் டாக்' என்றாள், கண்களில் ஒளிப் பிரகாசமாக. அந்தக் கண்களுக்குள் நான் ஹோட்டலின் அழகிய சாண்டலர் விளக்கைப் பார்த்துக்கொண்டிருந்தேன்.

'நான் என் வீட்டு வெள்ளைநிறமான ஜன்னல்களைப் பார்த்த

அந்தக் கணத்தில் எனக்கு இந்த எண்ணம் வர, உடனே உனக்கு போன் செய்தேன். நல்ல காலம்! நீயும் நல்ல மூடில் இருந்திருக்கிறாய்.'

'யெஸ் யெஸ்... நான் என் பாய் ப்ரெண்டோடு.. நல்ல மூடில் தான் இருந்தேன்' என்று சிரித்தாள். சிறிய உதடுகளில் இப்போது சிரிப்பு நடனமாடியதென்று நினைத்தேன்.

'எனிதிங் ராங்?' என்று கேட்டேன்.

'நோ. சந்திரன் யு நோ...' என்று நெஞ்சை முன்னால் தள்ளி மேசையோடு ஒட்டி அமர்ந்து, முகமெல்லாம் மலர ரகசியம் பேசுவதுபோல் சொன்னாள்:

'மை பாய் ப்ரெண்ட், அவன் பாட்டியால் வளர்க்கப்பட்ட ஒழுங்கான கத்தோலிக்கப் பையன். அதனால் எனக்குப் பிரச்சினை இல்லை. திருமணம் முடித்து முதல் இரவு வரை...' என்று உடம்பை மீண்டும் முன்னால் தள்ளி, நாற்காலியோடு சாய்ந்து இருந்து இரண்டு நீளமான கைகளையும் சேர்த்துத் தட்டுவது போல் இணைத்துச் சற்றுநேரம் சிரித்தாள். கண்கள் முழுதும் கண்ணீராக நிறைந்தது. ஆள்காட்டி விரலில் இருந்த டிஷ்யூ தாளால் மெதுவாகக் கண்களை ஒற்றி எடுத்தாள். நீளமான அவள் கையில் மணிக்கட்டில் கழன்று கிடந்த வெள்ளிச் செயினுடன் இணைக்கப்பட்ட சிறிய கைக்கடிகாரத்தைப் பார்த்தேன். சில நிமிடங்கள் கழிந்தன.

'ஷல் ஐ ஆஸ்க் யு சம்திங்...?' என்று கேட்டேன்.

'எஸ்' என்றாள்.

'உன் வகுப்பில் கற்பிக்கிற அந்த பேராசிரியருக்கு இரண்டு கொம்புகள் உள்ளன என்று எப்படிக் கண்டுபிடித்தாய்?'

'ஜஸ்ட் லைக் தட்.... ஒய் யு ஆர் இன்ட்ரஸ்டட் இன் ஹார்ன்? ஷல் ஐ டெல் யு உங்களுக்கு எத்தனைக் கொம்புகள் என்று...?' கடகடவென சிரித்தாள்.

'டோன் பி நாட்டி' என்றேன். 'ஓ ஓ...' என்று விழுந்து விழுந்து சிரித்துக் கொண்டிருந்தாள்.

'சந்திரன், நம் எல்லோருக்கும் கொம்புகள் உள்ளே இருக்கு. நாம் மிருகங்களில் இருந்து வந்தவர்கள் என்று உயிரியல் விஞ்ஞானம் சொல்கிறது. உண்மைதானே. அப்படியிருக்கும்போது ஆயிரத்தில் ஒருவருக்கு அப்படி ஒரு ஞாபகம் தொடர்வதற்கும் வாய்ப்பு இருக்கிறது. அதனால் அந்தப் பேராசிரியர் அப்படி ஒரு ஞாபகத்

தோடு வாழ்வது எனக்கு அதிசயமாகப்படவில்லை. அவரைப் புண்படுத்திவிட்டேனோ என்றுதான் சில நாட்கள் வருத்தப்பட்டுக் கொண்டிருந்தேன். ஓரிரு நாட்கள் அவர் என்னைப் பார்ப்பதைத் தவிர்த்தார். மிகவும் புகழ்பெற்ற பெயின்டிங் தியரி பற்றி ஒரு புத்தகம் எழுதியிருக்கிறார் என்று கேள்விப்பட்டேன். எல்லாம் அகஸ்மாத்தானதுதான் என்று பேசக்கூடிய உங்களுக்கு, வாழ்க்கை வெறும் ரெப்பிட்டசனா? மீண்டும் மீண்டும் அதே விஷயங்கள் வந்துகொண்டிருக்கக் கூடாது' என்றாள்.

நானும் இந்தப் பெண்ணும் பேசுவது சிறு பிள்ளைத்தனமான விளையாட்டா அல்லது மிகப்பெரிய விஷயங்களா? அடுத்து வரக்கூடிய நூற்றாண்டுகளில் இந்த விஷயங்கள் பற்றி தத்தவ வாதிகளும் விஞ்ஞானிகளும் தொடரப்போகிற சிந்தனைமுறை இப்படிப்பட்டதாக இருக்குமா என்று நான் ஏதோ ஒரு சிந்தனைச் சுழற்சியில் ஆழப்போனேன். என் உணர்வுகள் அப்போது மாறும் படியாக வேறொரு ஆண் சர்வர் இரண்டு தட்டுகளில் எங்கள் உணவுகளைக் கொண்டுவந்து வைத்தான்.

'இந்த உணவைச் சாப்பிட்டு ஆனந்தியுங்கள். அப்ஸ்ட்ராக்ட் என்று பிறர் சொல்லும் இந்தச் சிந்தனைகளைச் சாப்பிட்டு வயிறு நிரம்பாது' என்று கூறிவிட்டு, நாப்கின்னை மடியில் விரித்து ஸ்பூனாலும் ஃபோர்க்காலும் சாப்பிட ஆரம்பித்தாள் அன்னா.

'சந்திரன் உங்களுக்கு ஓரளவாவது ஸ்பைசி உணவு, இந்தியா போல் தொடர்ந்து கிடைத்துக்கொண்டிருக்க வேண்டும் இல்லையா? ரெப்பிட்டிசனை உங்களால் விட முடியவில்லை.'

நான் என் கையிலிருந்த ஃபோர்க்கையும் ஸ்பூனையும் அன்னா விடம் காட்டினேன். இவை இந்திய உணவு உண்ணும் முறையா என்று கேட்பதுபோல் நான் அப்படிச் செய்தேன். ஆனால், நான் போலந்து வந்த இத்தனை நாளாக வெளியில் சாப்பிடும் போதெல்லாம் இந்திய உணவில் நான் எதிர்பார்க்கும் அதே சுவையையே தேடிப்போவதை அன்னா சுட்டிக்காட்டும் வரை நான் அறியாமல் இருந்தது ஓரளவு என்னைப் பாதித்தது. ஏதோ ஒரு வேர், நான் பிறந்த இடத்திலிருந்து என்னைத் தொடருகிறது என்ற நினைப்பு என்னையும் அறியாமல் வந்தது. இப்படி ஒரு வெளி நாட்டில் இருக்கும்போதுதான் நாம் உண்மையில் யார் என்பதை அறிகிறோம் என்று எண்ணிக் கொண்டேன். என் முன்னால் அமர்ந்து அன்னா எனக்கு முற்றிலும் பழக்கமில்லாத உணவைச் சாப்பிட்ட

போது அதன் வாசனை என் மூக்கைக்கூட வந்து எட்டாமல் இருந்தது. அதனால் எந்த வாசனையும் அற்ற வெறும் பேப்பர் துண்டுகளையோ, பென்சில் துண்டுகளையோ அவள் சாப்பிடுவது போல் நினைத்து அவளது உதடுகளைப் பார்த்தேன். அந்த உதடுகள் அவளது உணவு மிகுந்த சுவையுடன் கூடியதாக இருக்கவேண்டும் என்று எனக்கு உணர்த்தின.

அன்னாவின் உதடுகளுக்கு ஒரு தனிக்கவர்ச்சி இருக்கத்தான் செய்தது. பின்பு இருவரும் சாப்பாட்டில் ஆழ்ந்தோம். இப்போது திடீரென்று அன்னா மிகவும் சீரியஸான பெண்போல் தோற்றம் காட்டினாள். முகத்தில் சிரிப்பு முற்றாக மறைந்தது. என்னைத் தெரியாத ஒருத்திபோல் திடீரென அவள் கண்கள், மூக்கு, புருவம், கையசைவுகள் மாற்றமுற்றன. என்னைப் பார்க்கும்போது என் வழியாக தூரத்தில் யாரையோ பார்க்கிறாள் என்ற எண்ணம் எனக்கு ஏற்பட்டதே ஒழிய, என்னைப் பார்க்கிறாள் என்று என்னால் சகஜமாக எண்ணமுடியவில்லை. ஒரே கணத்தில் அந்நியளாக மாறிப்போனாள். இது எனக்கு நம்ப முடியாததாக இருந்தது. அப்போது எனக்குள் ஒரு குணமாற்றம் தெரிந்தது. நான் வார்ஸாவுக்கு வந்த நாள் ஏர்போர்ட்டின் ஒரு மூலையில் சில செகண்டுகள் பிரக்ஞை தப்பிப்போனது (அல்லது மரணமுற்று மீண்டும் உயிர்பெற்றது) நினைவுக்கு வந்தது.

அதன்பிறகு இருவரும் அமைதியாக இருந்து சாப்பாட்டை முடிக்க முயன்றோம். ஹோட்டலில் நாங்கள் இருந்த இடத்திற்கு வலதுபுறத்தில் கண்ணாடி ஜன்னலுக்கருகில் இரு உயரமான ஆணும் பெண்ணும் வந்து அமர்ந்தனர். நடுத்தர வயதினர். சற்று நேரம் மௌனமாக அமர்ந்தவர்கள், மெதுவாக ஓரிரு வாக்கியங்கள் பேசினார்கள். ஆங்கிலம் பேசும் நாட்டைச் சேர்ந்தவர்கள் என்று நான் நினைத்தேன். அடுத்து அவர்கள் பேசும் வாக்கியத்திற்காகக் காத்திருந்தேன். அன்னா தனது உலகத்தில் மௌனமாக இருந்தாள். அந்த ஆடவன் தன் நகத்தை வேக வேகமாகக் கடித்தானே ஒழிய, என் விருப்பத்தை நிறைவேற்றுபவனாகத் தோன்றவில்லை.

அப்போது எதிர்பாராத ஒரு சம்பவம் என ஏனோ நான் நினைக்கும்படி அன்னாவின் மொபைல் ஒலித்தது.

அவசரமாக, என்னிடம் 'ஸாரி' என்று சொல்லிவிட்டு மொபைலைக் காதில் வைத்தாள். அவள் முகத்தில் இப்போது மீண்டும் மந்தகாசம் தென்பட்டது. போலிஷ் மொழியில் ஏதோ

பேசிவிட்டு என்னைப் பார்த்தாள். நானும் அவளைப் பார்த்தேன். மீண்டும் இயல்பான பெண்ணாகிவிட்டாள் அன்னா.

‘சந்திரன்! டு யு நோ, பியோத்தர் வரப்போகிறான். நான் உங்களுக்கு அறிமுகப்படுத்துவேன்.’

பில்லைப் பார்த்து நான் பணம் கொடுக்க, இருவரும் அங்கிருந்து புறப்பட்டோம். அந்த ப்ளூ சிட்டியின் மெயின் வாசலுக்குப் பியோத்தரை வரச்சொல்லியிருப்பதாக அன்னா சொன்னாள். எனவே, நானும் அன்னாவும் கொஞ்சதூரம் நடந்தோம். ஒரு லிஃப்ட்டைப் பார்த்ததும் அந்த லிஃப்டிற்காகக் காத்திருந்தோம். ஒரு தாயும் குழந்தையும் காத்திருந்தனர். லிஃப்ட் வந்து கொண்டிருக்கிறது என்பதற்கு அடையாளமாக பொத்தானில் சிவப்புப் புள்ளி காணப்பட்டது. அந்தத் தாய் மற்றும் குழந்தை யுடன் நானும் அன்னாவும் காத்திருந்தோம். குழந்தையின் கையில் ஒரு பெண் குழந்தைப் பொம்மை இருந்தது. அந்தப் பொம்மைக்குக் குழந்தை முத்தம் கொடுத்ததைப் பார்த்தபோது எனக்கு மகிழ்ச்சி யாக இருந்தது.

லிஃப்ட் வந்ததும் அன்னா என்னைப் பிடித்துத் தள்ளுவது போல் முதுகில் விரல்களால் குத்தி லிஃப்டுக்குள் நுழைய வைத்தாள். நான் உடலை வளைத்து அவள் நகத்தின் குத்திலிருந்து தப்புவது போல் காட்டிக்கொண்டு, அந்த மிகப் பெரிய லிஃப்டில் அன்னா வுடன் தரையை நோக்கிப் போய்க்கொண்டிருந்தேன். மேலிருந்து லிஃப்ட் இறங்கும்போது, அன்னாவின் பாலிஷ் செய்து அவளது தோல் வர்ணத்தில் சாயம் பூசப்பட்ட நகத்தைப் பார்த்துப் பயப்படுவது போல் முக பாவனை செய்தேன். அதனைப் பார்த்துச் சிரித்தாள். அப்போது தரையை எட்டிய லிஃப்டின் வாசல் திறக்க, நாங்கள் எல்லோரும் லிஃப்டிலிருந்து வெளியே வந்தோம்.

தூரத்தில் உயரமாகவும் ஒல்லியாகவும் இருந்த ஓர் இளைஞன் எங்களைப் பார்த்தபடி நின்றான். ‘பியோத்தர்’ என்று வேகமாக அவனை நோக்கி நடந்த அன்னா, அவனை அடைந்ததும் அவன் இதழில் முத்தமிட்டாள். போலிஷ் காதலர்கள் செய்வது போல் என் முன்னிலையில் அப்படிச் செய்துவிட்டு என்னைப் பியோத்தருக்கு அறிமுகம் செய்து வைத்தாள்.

பியோத்தர் அழகான பையன். மீசை இல்லை. மூக்கு சற்று வழக்கத்துக்கு மாறாக நீண்டிருந்தது. அவனுக்கும் கைவிரல்கள் நீளமாக இருந்தன. ஒழுங்காக கிராப் செய்திருந்தான். சிரிப்பை

வெளியில் காட்டும் முகமாக இல்லை. எப்போதும் வெளிப் படாதவாறு சிரிப்பை உள்ளே பத்திரமாகப் பூட்டி வைத்திருக் கிறான் என்பது போன்ற தோற்றம். அதுவொரு மர்மக்கலையை அவனுக்குக் கொடுத்தது. அதனால் அன்னா போல எளிதாகப் பழக முடியாதவனோ என்று நினைத்தேன். என் முகத்தை ஏறெடுத்துப் பார்க்கும் போதெல்லாம் சிரித்துச் சகஜமாகப் பழக முயன்றான் அந்த இளைஞன்.

மூவரும் ஒரு காபி பாருக்குப் போனோம். நான் அதிகமாக சாப்பிட்டிருக்கவில்லையாதலால் கொஞ்சநேரம் ஒரு புது நபருடன் பேசுவதற்காக மீண்டும் ஒரு காபியை அதிகப்படியாக என்னால் குடிக்கமுடியும் என்று கூறினேன். பியோத்தரிடம் மிகவும் ஒட்டிக் கொண்டிருந்தாள் அன்னா. ஆனால், நான் தனியாக விடப்பட்டதாக உணராமல் இருக்கவேண்டுமென்று அடிக்கடி என்னை நோக்கிப் பேசினாள். காபி பாரில் அதிகம் கூட்டமில்லை. ஒரு சிறிய வட்ட வடிவமான மெட்டல் வர்ண டேபிளைச் சுற்றி மூன்று இருக்கைகள் பதிக்கப்பட்டிருந்தன. சிறிய வட்டவடிவமான குஷன்கள். ஒருவர் மட்டும் இருக்கும் வட்டமான சிறிய இருக்கைகள் அவை. தனித் தனியாய் மூன்று பேரும் அமர்ந்தோம்.

'எவ்வளவு நேரம் வேண்டுமென்றாலும் இந்த மாதிரி இடத்தில் அமர்ந்து பேசிக்கொண்டிருக்கலாம்' என்றாள் அன்னா.

இப்போது பியோத்தர் பேசினான்:

'நான் ஓர் இந்தியனை முதன்முதலாகச் சந்திக்கிறேன்.'

நான் கையை நீட்டி அவன் முகத்தைப் பார்த்தேன். அவனும் கையை நீட்டினான். இப்போது தொடர்ந்தான்.

'இரண்டு ஆண்டுகளுக்கு முன்பு ஒரு ஜப்பானியனைச் சந்தித்தேன்.'

இது எங்கள் தவறில்லை என்று சொல்லலாமா என்று யோசித்தேன். அவனது சிரிப்பை ஒளித்துவைத்திருக்கும் தோற்றம் எனக்குத் தைரியம் தரவில்லை. எனவே, அந்த வாக்கியத்தைச் சொல்லாமல் இருந்தேன்.

'நீயும் ஓவியம் பயில்கிறாயா?'

கண்ணால் 'ஆம்' என்பதுபோல் எனக்குப்பதில் சொன்னான். இந்த மாதிரி முகம் கொண்டவர்களுடன் பழகுவது கடினம் என்று நினைத்தேன். அப்போது அன்னா அவனோடு ஒட்டி உடலோடு

உடல் உரச என்னைப் பார்த்துச் சொன்னாள்:

'நாங்களிருவரும் ஒரேவகுப்பில் படிப்பவர்கள்.'

'நீ ஒரு கத்தோலிக்க மதத்தைச் சார்ந்தவனா?'

என் கேள்விக்கு மீண்டும் வாய்வழி பேசாமல் 'ம்' என்று கூறித் தலையை மட்டும் ஆட்டினான். அன்னா ஏதும் சொல்லவில்லை. தரை கட்டியாக இருக்கிறது, சுவர் நீளமாக இருக்கிறது, பனி குளிராக இருக்கிறது என்று ஒருவர் இன்னொருவரிடம் சொன்னால் என்ன உணர்வு ஏற்படுமோ அதுபோல் அவன் முகம் காணப் பட்டது.

இயல்பான சூழ்நிலை ஒன்று எங்கள் மூவருக்குள்ளும் உருவாகாமலிருப்பதை நான் உணர்ந்துகொண்டிருந்தேன். அன்னாவும் பியோத்தரும் ஓரிரு விஷயங்களைப் போலிஷ் மொழியில் பரிமாறிக்கொண்டிருந்தனர். அப்போது எங்கள் மூவருக்கும் காபி வந்தது.

நான் ஒரு மடக்குக் குடித்துவிட்டுப் பியோத்தரைப் பார்த்துச் சொன்னேன்:

'பியோத்தர்! நீ எங்களோடு வந்துசேர்வதை அன்னா என்னிடம் சொல்லவே இல்லை.'

'அப்படியா?' என்று அன்னாவைப் பார்த்தான் பியோத்தர். அவன் முகத்தில் வெளிச்சம் ஏற்பட்டது.

'நீங்கள் இவள் வீட்டுக்குப் போன் செய்தபோது நானும் அன்னாவும் ஒன்றாகத்தான் இருந்தோம். அவள் உங்களைப் பார்க்க உடனடியாக வந்ததாலும் எனக்கு வேலையிருந்ததாலும், நான் அப்புறமாய் இங்கு வந்து உங்களைச் சந்திக்கிறேன் என்று அன்னா விடம் சொல்லியிருந்தேன்.'

நான் அன்னாவைப் பார்த்தேன்.

'ஆம். பியோத்தரை நீங்கள் பார்க்கும்போது ஒரு சஸ்பென்ஸ் இருக்கட்டும் என்றுதான் சொல்லவில்லை' என்றாள் அன்னா. வழக்கம்போல் மந்தகாசம் அவள் முகத்தில் தெரிந்தவுடன் சூழ்நிலை சகஜமாகிவிட்டது.

'பியோத்தருக்குத் தெரியுமா, அன்னா உங்கள் கல்லூரியில் ஒரு பேராசிரியருக்கு இரண்டு கொம்புகள் இருப்பதைக் கண்டு பிடித்த விஷயம்?'

பியோத்தர் முகத்தில் ஒரு வெளிச்சம். 'டு யு பிலிவ் இட்?' என்று

131

கேட்டான்.

‘என்ன! அப்படி ஒரு சம்பவம் நடக்கவே இல்லையா பியோத்தர்?’ என்றேன். அன்னா அவனை முறைத்தாள். அவன் அதற்குப் பயந்தவன் போல் தெரியவில்லை.

‘அப்படி ஒருவருக்குக் கொம்புகள் இருக்க முடியுமா?’

இப்போது அன்னா குறுக்கிட்டு, ‘அதுதான் அப்ஸ்ட்ராக்ட் பெயின்டிங் பண்ணும்போதுகூட பின்னணியில் எதார்த்தத்தை நிழல்போல் தூரத்தில் கொண்டு வருகிறான் பியோத்தர்’ என்று என்னைப் பார்த்துச் சொன்னாள்.

‘இட்ஸ் கொய்ட் இன்டரஸ்டிங்’ என்றேன். பியோத்தர் முக்கிய மான நபராய் என்முன் தோன்ற ஆரம்பித்தான். திடீரென்று அவனது சிரிப்பை மறைத்து வைத்திருக்கும் முகத்துக்குப் பின்னால் வேறு பல விஷயங்களையும் அவன் மறைத்து வைத்திருக்கிறான் என்று எண்ணி அவனது கண்களை உற்றுப்பார்க்க ஆரம்பித்தேன். வழக்கம்போல் எந்தவித புதுத் தகவல்களையும் நான் காண முடியாதென்பது போல் சகஜமாக அக்கண்கள் எனக்குக் காட்சி அளித்தன.

‘என்ன கொய்ட் இன்டரஸ்டிங்? பியோத்தருக்கு, போலந்து புதுப்பாதையில் போகிறதென்று புரியவில்லை. மீண்டும் இரண்டாம் உலக யுத்தத்தில் இடியுண்ட கட்டடங்களையும் வீதி களையும் விளக்குக் கம்பங்களையும் அவன் தீட்டும் அப்ஸ்ட்ராக்ட் ஓவியங்களாக பின்னணியில், தூரத்தில், லேசான கறுப்பில் தீட்டிக்கொண்டிருக்கிறான். ஐ ஆம் சிக் அப் வார்ஸ்.. போதும் இந்த யுத்தங்கள்.’ அன்னாவின் அழகிய இதழ்கள் அவள் உணர்ச்சி வயப்பட்டதால் ஒரு பக்கமாகச் சுளித்து வளைந்து கேலி செய்தன.

‘பூக்களும் வானவில்களும் தனித்தனியானவை அல்ல. பூக்களுக்குக் காதுகள் இருக்கும், குடல்கள் இருக்கும். கறுப்பு வர்ணமே எங்கும் இல்லை... கார்ட்டூனுக்கும் ஓவியத்துக்கும் வித்தியாசமில்லை. ஓவியம் தர்க்கம் சார்ந்தது அல்ல. தொடக்கமும் இல்லை, முடிவும் இல்லை. எல்லாம் தொங்கிக்கொண்டிருப்பதான தோற்றம்...’ பியோத்தர் பேசிக்கொண்டிருந்ததைத் திடீரென்று நிறுத்தினான். தாழ்ந்திருந்த அவனது தலை மெதுவாக உயர, கண்கள் மட்டும் ஒரு பக்கமாய் இருந்த அன்னாவைப் பார்த்து விட்டு என்னுடைய முகத்தில் வந்து நின்றன.

‘வாவ்...! இதெல்லாம் ஓவியமாய் தீட்டுகிறாளா, அன்னா?’

என்ற நான், இருவரின் ஓவிய, தத்துவ மன உலகங்களை ஒரு நிமிடத்தில் புரிந்துவிட்ட ஆனந்தத்தில், 'நான் இரண்டு பெரிய ஓவியர்களின் முன்னிலையில் இன்று இருக்கிறேன்' என்றேன்.

ஏதோ கோபமாகச் சொல்லப்போன அன்னா, நான் இப்படிச் சொன்னதும் தான் சொல்ல வந்ததைச் சட்டென்று நிறுத்தினாள். என்னைப் பார்த்து வழக்கமான மந்தகாசமான சிரிப்பைக் காட்டிக் கொண்டு அமர்ந்திருந்தாள்.

நான் பியோத்தரிடம் கேட்டேன்:

'பியோத்தர், நீ வார்ஸாவைச் சார்ந்தவனா?'

'இல்லை. சுமார் நூற்றி ஐம்பது கிலோ மீட்டர் தூரத்தில் உள்ள ஒரு சிறு நகரம்' என்றான் பியோத்தர். இந்த இருவருக்கும் உள்ள வேறுபாடு நகரத்துக்கும் சிறு நகரத்துக்கும் உள்ள வேறுபாடோ என்று நினைத்தேன். ஏற்கெனவே பியோத்தரைப் பற்றி அன்னா கூறும்போது அவன் ஒரு கத்தோலிக்கப் பையன் என்று கூறியது நினைவுக்கு வந்தது. பெரும்பாலும் போலந்தும் இந்தியா போல வேறுபாடுகளைக் கொண்டிருக்கிறதோ என்ற என் ஐயத்தை உடனடியாக இந்த இருவரிடமும் பேசித் தீர்த்துக் கொள்ளமுடியும் என்று தோன்றவில்லை.

பியோத்தர் எதைப்பற்றியும் கவலைப்படாமல், கையிலிருந்த காபி கப்பை மெதுவாக வாயில் வைத்துக் கொஞ்சம் கொஞ்ச மாகக் குடித்துக் கொண்டிருந்தான். கழுத்தைச்சுற்றி ஒரு மப்ளரைக் கட்டியிருந்தான். அவனுடைய பேண்ட் தொளதொளவென்று, இப்போதைய இளைஞர்கள் அணியும் ஸ்டைலில் இருந்தது. உள்ளே அடங்கிப்போன அவன் சிரிப்பு எப்போது வெளியில் வரும் என்று சொல்ல முடியாமலிருந்தது. நான் அவர்கள் சொல்லும் விஷயம் பற்றிய ஆர்வமுடையவனாக இருந்தாலும், என்னை அவர்கள் இருவரும் சந்திக்கும் முதல் தருணத்தில் அவர்களின் கருத்து வேற்றுமை வெளிப்பட்டு ரசாபாசமாக அது போய்விடக் கூடாதே என்பதில் கவனமாக இருந்தேன்.

இப்போது அன்னா, அவனது கழுத்தைச்சுற்றி தன் நீளமான கைகளைப் போட்டாள். உடனே அவனும் அதற்காகவே காத்திருந் தவனைப் போல அவளுடைய அழகிய கேசம் வழியாக அவள் கழுத்தைச்சுற்றித்தன் கையைப் போட்டான்.

நான் இருப்பதற்காகத் தள்ளிப்போடாமல் ஒரு 'இச்' கொடு என்று சொல்லலாமா என்ற என் எண்ணத்தைக் கட்டுப்படுத்திக்

கொண்டேன். பின்பு ஏதேதோ கேலியும் கிண்டலும் செய்து பேசிவிட்டு அந்த ப்ளூ ஸிட்டி ஷாப்பிங் காம்ப்ளக்ஸைவிட்டு மூவரும் கிளம்பினோம்.

கோட்டை போன்ற அதன் வாசலை விட்டு வெளியில் வந்ததும், பல்வேறு இடங்களுக்குப் போகும் வெவ்வேறு பஸ் நிறுத்தங்கள் ஒவ்வொன்றிலும் ப்ளூ ஸிட்டியில் வாங்கிய பொருட்களுடன் சில ஆண்களும் பெண்களும் குழந்தைகளும் நின்றனர். ப்ளூ ஸிட்டிக்குக் காரில் வருபவர்கள்தான் அதிகம் என்று பியோத்தர் சொல்லிவிட்டு, என்னிடம் இருவரும் டாட்டா காட்டியபடி வேறு பஸ் நிறுத்தத்திற்குப் புறப்பட்டனர்.

நான், 'பியோத்தர், ஐ லைக் யு. வேறு தருணங்கள் நமக்குள் சந்திப்பதற்கும் விவாதிப்பதற்கும் வாய்க்கும் என்று நம்பிக் கொண்டு இந்த இடத்தை விட்டுப் புறப்படுகிறேன்' என்றேன்.

அப்படியே தானும் நினைப்பதாக அவன் கூறிவிட்டு சிரித்தபடி நின்ற அன்னாவுடன் புறப்பட்டான்.

புறப்பட்டபின் ஏதோ ஒன்றை மறந்தவன்போல் திரும்பி ஓரிரு அடிகள் பின்னால் வைத்து, 'எனக்கு உங்கள் கதை பிடித்திருந்தது. இட் இஸ் நாட் எ ஸ்டோரி. அன்னா சொன்னாள்...' என்றான்.

நான் ஒன்றும் சொல்லாமல் சிரித்து வைத்தேன். அவன் தரையைக் கீழ்க்கண்ணால் பார்த்து வெள்ளை ஸ்போர்ட் ஷூவால் புற்களைத் தட்டிக்கொண்டு நின்றான்.

'அடுத்த சம்பவம் அடுத்த இதழில் வரும் பாரு...' என்றாள் அன்னா. அவள் என்னைப் பேட்டி கண்டு அவளது பாணியில் கதைபோல் எழுதிக்கொண்டிருப்பதை நினைத்து அப்படிச் சொன்னாள் என்று கருதினேன். பின்பு,

'அன்னாவுக்குக் கதை சொல்லும் ஒரு ஸ்டைல் வாய்த்திருக்கு' என்று கூறிவிட்டு பியோத்தர் நகர்ந்தான். நான் வீட்டுக்கு வந்த போது ஃபேக்ஸ் மெஷினில் வெள்ளை ஷீட்டுகள் குவிந்து கிடந்தன.

வார்ஸா ஏர்போர்ட்டில் முதன்முதலாக வந்தபோதுதான் சில செகண்டுகள் நினைவிழந்து விழுந்ததை மிகைப்படுத்தியோ என்னவோ, 'தான் மரணத்தின் வாயிலுக்குள் சில செகண்டுகள் இருந்ததாய் கருதும் இந்தியனான சந்திரனின் கதை தொடர்கிறது.. சந்திரன் எந்த ஒரு இந்தியனையும் போலவே தன் மனைவியைத் தனக்குச் சமமாய் நினைப்பவன் அல்ல. பெண் என்றால் பெண்

தான் என்கிறான்' என்று ஒரு செய்தியைப் பெட்டிகட்டி இதழ் வெளியிட்ட தகவலைக் கூறும் ஃபேக்ஸ் தாள்களில் ஆங்கில வரிகளில் நான் கதை சொல்வது தொடர்ந்திருந்தது.

எனக்கும் விஜயாவுக்கும் குழந்தை இல்லை என்ற குறை இருவரையும் வேறுவேறு முறையில் பாதித்தன. வாழ்வின் ஒரே சந்தோஷம், அர்த்தம், குழந்தை பெறுவதுதான் என்று அவள் நினைத்தாள். நான் அப்படி நினைக்காவிட்டாலும், எனக்கும் விஜயா வுக்கும் உள்ள உறவுக்கான அடிப்படை குழந்தை பிறப்பதால் அர்த்தம் பெறும் என்று நினைத்தேன். ஆனால் வாஸ்தவமாய் அவளளவு இந்த விஷயத்தை, தலையைப் போட்டுக் குழப்பும் விஷயமாக நான் கருதவில்லை. இப்படி நான்கு ஆண்டுகளாய் குழந்தை இல்லாத குறையுடன் வாழ்ந்து கொண்டு இருந்த விஜயாவைப் பார்க்க நான் வாரந்தோறும் போவதுபோல் அந்த வாரம் போனபோது, என்னிடம் அடிக்கடி ஒட்டி அமர்ந்து ஏதோ அவள் சொல்ல வந்ததுபோல் இருந்தது. சில வேளைகளில் நாம் புரிந்துகொள்ளாமல் உதாசீனப்படுத்தும் காரியங்கள் கணவன் மனைவியின் மத்தியில் இருக்குமல்லவா? அதுபோல் அவள் அருகில் வருவது ஏதோ ஒரு விஷயத்தை என்னிடம் உணர்த்தத் தான் என்பதை நான் விளங்கிக்கொள்ளாமல் இருந்தேன்.

அன்று இரவு நாங்கள் தூங்கும் அறைக்கு, எங்கள் இருவரின் உணவை விஜயா கொண்டு வந்திருந்தாள். நான் வார இறுதியில் வீட்டிற்கு வரும்போதெல்லாம் விஜயா அவளே சமைத்து எனக்குப் பிடித்த ஓரிரு காய்கறிகளுடன் உணவைப் பரிமாறுவது வழக்கம். அன்றும் அப்படிச் செய்தாள். நான் சுவைத்துச் சாப்பிடுவதை அவள் கவனித்தபடி கட்டில்மீது அமர்ந்து, தொடைமேல் சாப்பாட்டுப் பிளேட்டை வைத்துச் சாப்பிட்டுக் கொண்டிருந்தாள். நான் அந்தப் படுக்கை அறையின் ஒரு மூலையில் கிடந்த சிறு மேசையின் மீது சாப்பாட்டுத் தட்டை வைத்துச் சாப்பிட்டுக்கொண்டிருந்தேன். ஒரு டம்ளரில் தண்ணீர் ஏற்கெனவே கொண்டுவந்து வைத்திருந்தாள். வழக்கமாய் சாப்பிடும் ஊறுகாயைவிட நெல்லிக்காய் ஊறுகாய் என்பதால் நான் அதிகமாய் சாப்பிடுவேன் என்று பாட்டிலுடன் ஊறுகாயை டேபிள்மீது வைத்து ஒரு ஸ்பூனும் கொண்டுவந்து வைத் திருந்தாள். அறையில் கதவில் தொங்கிக்கொண்டிருந்த

கர்ட்டனை இழுத்துப் போட்டிருப்பதால், வேறு யாராவது அந்தவழி போனாலும் நாங்கள் சாப்பிடுவது தெரியாது. யாராவது என்றால் வேலைக்காரர்களோ யாராவது. அப்படிச் சுவைத்து நான் சாப்பிடும்போது விஜயா என்னை அடிக்கடி பார்த்தாள். ஏதும் சொல்லவில்லை. அவள் குணம் அப்படி. குழந்தை இல்லாமல் நாங்கள் நான்கு ஆண்டுகளாக வாழ்வதால், அது ஒரு குறையாக அவளது மனதைப் பாதிக்கிறது என்பதுகூட அவள் நேரடியாக என்னிடம் சொல்லி அதற்காகப் பெரியதாய் துக்கத்தில் வாழ்ந்து கொண்டிருக்கிறாள் என்றெல்லாம் காட்ட அழவோ ஆர்ப்பாட்டம் செய்யவோ விரும்புகிற பெண் அல்ல. அவளது மனதிலிருப்பது என்ன என்பது எப்போதோ ஒரு தருணத்தில் வெளிப்படும். அவளுடன் ஸ்கூலில் வேலை செய்யும் பெண்களைப்பற்றிப் பேசுவாள். புதிதாய் அவர்கள் இன்ன கம்பெனி கார் வாங்கி யிருக்கிறார்கள் என்பாள். அவள் தோழியின் கணவனைப்பற்றிச் சொல்வதைவிட காரில் அவள் தன் குழந்தைகளுடன் போவதைச் சொல்வாள். குழந்தைகள் என்று சொல்லும்போது கண்களில் ஒரு பெரிய பிரகாசம் வந்து மறையும். நான் உடனே இவளுக்குக் குழந்தைகள் ஞாபகம் வருகிறதென்று எடுத்துக்கொள்வேன். இப்படித்தான் அவள் உணர்வுகளைப் புரிந்துகொள்வேன். வெளிப்படையாகப் பிறர்மீது அதற்காக அசூயைப்படுவதோ, எனக்கந்த மாதிரி குழந்தைகள் இல்லையே என்று சொல்வதோ விஜயா பாணியிலமைந்த குறை வெளிப்பாட்டு முறை அல்ல. மற்றொரு குடும்பத்தினரைப் பற்றி சொல்லும்போதுகூட ஒரு பெரிய பிரகாசம் அவள் முகத்தில் தெரியுமே தவிர, முகம் சுருங்காது, துக்கத்தின் சாயல் தெரியாது. இதனால் சிலவேளை நான்தான் மிகையாகக் கற்பனை செய்துகொண்டிருக்கிறேனோ, அவள் நான் நினைக்கிற அளவு அதற்காக வருத்தப்படாமல்தான் இருக்கிறாளோ என்று நினைப்பேன்.

இப்படிப்பட்ட சந்தோஷமான வாழ்க்கை. சில வேளைகளில் எனக்குள் மனக்கவலையையும் கொண்டுவரும்படியான சில காரியங்கள் நடந்து வந்தன. இது குடும்பத்தில் பிரதாப் பற்றிய கவலையினால் ஏற்பட்ட பெரிய துக்கத்திலிருந்து உற்பத்தி யானதாக இருக்குமோ என்றும் முழுதாய் எனக்குக் கணிக்க முடிய வில்லை. அதே சாப்பாடு, அதே தண்ணீர், அதே ஊறுகாய் பாட்டில் சந்தோஷத்தின் அடையாளங்களாக இப்போதும் இருக்கின்றன. வேறு சில நாட்களில் இதேபோல சாப்பாட்டு அறையில் நானும்

விஜயாவும் தனியாய் அமர்ந்து சாப்பிட்டுக் கொண்டிருப்போம். இதே சாப்பாடு, இதே தண்ணீர், இதே போல் ஏதோ ஓர் ஊறுகாயோ ஸ்வீட்டோ பழமோ இருக்கும். ஆனால், அன்று எனக்கும் அவளுக்கும் இடையில் ஓர் இசைவின்மையும் இருக்கும். அவளும் சண்டையோ, சச்சரவோ, பெரிதாய் போட மாட்டாள். வழக்கம் போல் உடை உடுத்தியிருப்பாள். முகம் மலர்ந்து இருக்கும். ஆனாலும் நானும் அவளும், அந்த மனவருத்தத்தை அறிந்து கொள்வோம். எனக்கும் விஜயாவுக்கும் இடையில் இப்படியான ஒருவித பரிமாற்ற முறை திருமணமான ஒரு மாதங்களுக்கு உள்ளேயே உருவாக ஆரம்பித்தது. இதை இப்போது சொல்வதற்குக் காரணம் இருக்கிறது.

சாப்பாட்டுக்கிடையில் திடீரென்று முகத்தில் பிரகாசம் விளங்க, 'ஒருமுறை எங்கள் நிலத்தின் மூலையில் இருக்கும் குகைக்கு நாம் போனது ஞாபகம் இருக்கிறதா?' என்றாள்.

நான் ஏதும் பதில் சொல்லவில்லை. சிரித்தேன். அவளும் சிரித்தாள். அமர்ந்திருந்த கட்டிலின் ஓரத்தில் இடது கையை வைத்துத் தேய்த்தாள். பின்பு சொன்னாள்:

'நாளை அங்குப் போவோம்.' தலையைச்சாய்த்து என் கண்களைப் பார்த்தாள்.

'சரி' என்றேன். பின்பு நான் சாப்பாட்டை முடித்தேன். அப்போது அவளது சின்னச் சின்ன நம்பிக்கைகள் எனக்கு ஞாபகம் வந்தன. பெரிதாக இந்துப் பெண்களைப் போல எடுத்ததற்கெல்லாம் ஜோஸ்யம், சகுனம், நட்சத்திரம், என்றெல்லாம் பார்க்கமாட்டாள் விஜயா. பல வீடுகளைப் போல் ராகு காலம் எல்லாம் பார்க்காத வீடு அது. பெரியவர்களாக இருந்தாலும் சரி, சிறியவர்களாக இருந்தாலும் சரி, வீட்டில் தொங்கும் காலண்டரை தேதி, அரசாங்க விடுமுறை போன்ற தகவல்களைத் தெரிந்துகொள்ளத்தான் பயன்படுத்துவார்களே ஒழிய, அமாவாசை, பௌர்ணமி என்றெல்லாம் பார்க்கிறவர்கள் அல்ல. ஆனால் வேறு சில நம்பிக்கைகள் விஜயாவுக்கு உண்டு. ஒருநாள் நான் வேலை செய்கிற ஊரில் தங்கியிருந்த லாட்ஜிற்கு வழக்கம் போல் போன் செய்தாள். அப்போது இன்ன நாளில் இன்ன நேரம் மாமிசம் சாப்பிட வேண்டாம் என்று கேட்டுக் கொண்டாள். என் குடும்பமும் அவள் குடும்பமும் மாமிசம் சாப்பிடும் குடும்பம். இப்படிக் கேட்கிறாளே என்று நினைத்துக்கொண்டேன். தான் ஏதோ விரதம்

இருப்பதாய் சொன்னாள். நான் சரி என்று ஒத்துக்கொண்டேன். விரதத்தில் எல்லாம் நம்பிக்கை இருக்கிறதா என்று சிலரைப்போல் சர்ச்சை செய்யப் பிடிக்காதவன் நான். ஆனால், மறுநாள் மீண்டும் அவளிடமிருந்து போன் வந்தது.

'நான் ஒரு விஷயம் சொல்லியிருந்தேனே' என்றாள். நான் அவள் சொன்ன விஷயத்தை மறந்தே போய்விட்டேன்.

'என்ன?' என்றேன்.

போனில் சற்று அடம்பிடித்தாள்.

'நீங்களே சொல்லுங்க பார்ப்போம். நான் என்ன கேட்டேன் உங்களிடம்?'

'இங்கே கிடைக்கிற டீ, காபிப்பொடி...?' என்பது போல் வழக்கமாக ஊருக்குப் போகும்போது நான் வாங்கிக்கொண்டு போகும் பொருட்களை எல்லாம் ஒவ்வொன்றாக அடுக்கினேன்.

அவளிடம் ஒரு மௌனம். எனக்கு அப்போதுதான் ஞாபகம் வந்தது. என்னிடம் மாமிசம் சாப்பிடக்கூடாது என்று சொல்லியிருந்த விஷயம். மிக சாதுர்யமாக மாமிசம் பற்றிய விஷயத்தைச் சொன்னேன். வழக்கமாக நான் அவளிடம் பொய் சொல்வதில்லை என்பது அவளுக்குத் தெரியும்.

'இப்படிப்பட்ட சின்ன விஷயங்களை எல்லாம் ஞாபகத்தில் வைக்க முடியமா, விஜயா? ஆபிஸ், அது இது என்று ஞாபகத்தில் இருக்கிறவன்.'

'நான் மற்ற பெண்களைப்போல இல்லை. விரதம், பூஜை எல்லாம் செய்கிறவள் அல்ல. உங்களுக்குத் தெரியுமே! நான் கேட்டுக்கிட்டது ஒரே ஒரு வேண்டுகோள். அதை மறந்து மாமிசம் சாப்பிட்டுட்டீங்களோன்னு பார்த்தேன்' என்றாள்.

'அதுதான் சொல்லிட்டேனே, சாப்பிடலன்னு.' அதன்பிறகு சகஜமான மனநிலையடைந்தாள்.

இப்படி எப்போதாவது இன்று காலையில் பழம் மட்டும் சாப்பிடுங்கள், அல்லது இன்று எனக்காக பக்கத்தில் இருக்கும் பெருமாள் கோயிலுக்குப் போங்கள் என்பாள். சில நாட்களில் இந்த வேண்டுகோள் விநோதமாக இருக்கும். ஒருநாள் காலையில் இன்று அலுவலகத்துக்குப் போகையில் குருட்டுப் பிச்சைக்காரனை லாட்ஜிலிருந்து இறங்கியதும் முதல் முதலில் பார்க்கக்கூடாது என்றாள். அன்று லாட்ஜிலிருந்து எட்டி எட்டிப் பார்த்துக் கீழே

இறங்கும்முன் போதும் போதும் என்று ஆன தோடல்லாமல், அலுவலகத்துக்கு அரை மணிநேரம் பிந்திப் போனேன்.

இன்னொரு நாள், 'அலுவலகத்துக்கு இன்று போகும்போது நடந்து போகாதீர்கள். ஆட்டோ ரிக்ஷாவில் போங்கள்' என்றாள். இன்னொரு நாள் அவள் சொன்னது கேட்டு எனக்குச் சிரிப்பு வர ஆரம்பித்தது. இடது பக்கமாக நடக்கக் கூடாதாம். வலது பக்கமாக நடந்து போங்கள். வரும்போதும் வலது பக்கமாக லாட்ஜுக்கு நடந்து வாருங்கள் என்று கட்டளை. நான் பதில் சொன்னேன்:

'என்ன நினைச்சுக்கிட்டு இருக்கிற? இது அமெரிக்காவோ, ஐரோப்பாவோ இல்ல வலது பக்கமா கார் ஓட்டுறதுக்கு. அங்கேயெல்லாம் இடது பக்கம் ஸ்டீரிங் இருக்கும். கார், பஸ் எல்லாம் வலது பக்கமாக ஓடும். இதுபோல் வலது பக்கமா நடக்க உத்தரவு போடுற. சரி, ஒருநாள் ஒத்தைக்கால்ல இன்றைக்கு ஆபீசுக்கு நடந்து போங்க. வரும்போதும் ஒற்றைக்கால்ல வாங்கன்னு சொல்ல மாட்டேன்னு நினைக்கிறேன்.'

எதிர்பக்கம் போனில் ஒரே சிரிப்பு. இந்த மாதிரி விஜயா கிட்டேயிருந்து வேண்டுகோள்கள் வர ஆரம்பித்தபோது, அவளது மனநிலையில் எந்த வேறுபாடும் இருக்கவில்லை. இதில் எல்லாம் ஒரு விளையாட்டு ஒளிந்திருப்பதை அறிந்தேன். யாராவது ஜோஸ்யரோ முனிவரோ, இந்தியாவில் தெருவிற்கு தெரு நிறைந்திருக்கும் சந்நியாசியோ இப்படிச் சொல்லி அவற்றைச் செய்தால் குழந்தை பிறக்கும் என்று கூறியிருக்கலாம். அதை விஜயா நிறைவேற்றுகிறாள் என்று கருதினேன். வேறு ஒருநாள் இந்த மாதிரியான இவளுடைய வேண்டுகோளைப் பற்றிப் பேச்சு வந்தபோது இவளுக்கும் எங்கள் இரு குடும்பங்களைப் போல் சாமி, ஞானி, சந்நியாசி மேல இன்னும் நம்பிக்கை வந்துவிடவில்லை என்றும், இவளே இதுபோன்ற தனிப்பட்ட சடங்குகளை ஏற்படுத்தி அவற்றைப் பின்பற்றுகிறாள் என்றும் சொன்னாள். இப்படி அவள் சொன்னது எனக்குப் புரிந்துகொள்ள முடியாததாக இருந்தது. ஸ்வாமிகள் அதிசயங்கள் புரிவதில் தனக்கு நம்பிக்கை இல்லை என்று சொல்கிற ஒரு பெண், வலது பக்கம் என்னை நடந்துபோகச் சொல்வதன் மூலம் எதைப் பெறுவாள் என்ற சந்தேகம் எனக்கு வந்தது. அதனைக் கேட்டேன்.

'இதெல்லாம் ரிச்சுவல்' என்று ரிச்சுவல் என்ற ஆங்கிலச் சொல்லை அழுத்திச் சொன்னாள். பின்பு, 'ரிச்சுவல். ஒரு கூட்டத்

தினருக்கு மத்தியில் ஓர் அண்டர்ஸ்டாண்டிங் அடிப் படையில் அமைந்தது. கிறிஸ்தவர்கள் கோயிலில் முழந்தாள் போடுவது கடவுள் இருக்கிறார் என்பதற்காக அல்ல. முழந்தாள் போட்டதும் கடவுள் நம்பிக்கை வரும் என்பதற்காக. கடவுள் இருக்கிறாரோ இல்லையோ, நம்பிக்கை வருவது முக்கியமான விஷயம்' என்றாள்.

அப்பாவி போல இருந்த என் விஜயா என்னவெல்லாம் பேசுகிறாள் என்று நினைத்துக்கொண்டேன். அவள் சொல்வது உண்மை போலவும் தோன்ற ஆரம்பித்தது. என்றாலும் அவளைச் சிரிக்க வைப்போம் என்று எண்ணி,

'நான் சொன்ன விஷயம் ஞாபகம் இருக்கட்டும்' என்றேன்.

'என்ன விஷயம்?' என்று கேட்டாள்.

'என் ஆபீஸுக்குப் போகும்போதும் வரும்போதும் ஒற்றைக் காலால் குதித்துக் குதித்துக்கொண்டு போங்கள் என்ற வேண்டு கோள் வராமலிருக்கக் கடவது! கற்பனை பண்ணிப் பார். நான் ஒற்றைக்காலில் குதித்துக் குதித்து ஆபீஸுக்குப் போவது, என் நண்பர்கள் என்னைப் பரிதாபமாகப் பார்ப்பது...'

'அப்புறம் ஒருநாள் சொல்லத்தான் போறேன் பாருங்க. உங்களுக்கு நல்ல எக்ஸர்ஸைஸ் கிடைக்கும்' என்றாள். இருவரும் கொஞ்சநேரம் சிரித்தோம்.

அவளைச் சிரிக்கவைத்து அவள் சொன்ன விஷயத்தை எளிதாக்கினேனே ஒழிய, அவள் ஏதோ ஓர் உண்மையைச் சொல்ல முயல்கிறாள் என்ற எண்ணத்தை நான் ஒதுக்கவில்லை. இதெல்லாம் ஒருவித நடிப்பு. கற்பனை. ஒரு குறிக்கோளை வைத்துச் செய்யப் படும் நடிப்பைப் போல, எந்த ஒரு குறியையும் வைக்காமலும் நடிக்கலாம். அப்படிப்பட்ட நடிப்பு போல இது என்று எண்ணிக் கொள்வேன்.

இந்த மாதிரி எல்லாம் அன்று நானும் விஜயாவும் எங்கள் படுக்கை அறையில் அமர்ந்து சாப்பிட்டபடி பேசும்போது பல சமாச்சாரங்களை அன்று என்னுடன் அவள் பகிர்ந்து கொண்டதையும் என் மனம் அசை போட்டது. முக்கியமாய் பிரதாப் பற்றிய அவளுடைய பிரஸ்தாபம் என்னை ஏற்கெனவே பாதித்து இருந்தாலும், அரசியல், லட்சியம், போராட்டம் இவையெல்லாம் இந்தியாவில் ஆண்களின் உலகைச் சார்ந்ததாய் இருந்தாலும், எனக்கு அவள் சொன்ன அவ்விஷயங்கள் முக்கியமாகப்பட்டன.

'அம்மாதான் எங்கள் வீட்டில் பிரதாப்பைப் புரிந்துகொண்டவள்' என்று விஜயா சொன்னபோது நான் நிமிர்ந்து பார்த்தேன்.

'என்ன சொல்றே?'

சற்றுநேரம் மௌனமாக இருந்தாள் விஜயா. அவளாக அந்த விஷயத்தை அவள் கண்ட விதமாகத் தொடரட்டும் என்று கருதி நானும் மௌனமானேன். நான் ஏதும் சொல்லி அவள் சிந்திக்கும் விதத்தைத் தடுப்பது அல்லது அவளது மனப்பதிவு அப்படியே வெளிவருவதைத் தடுப்பது சரியல்ல என்று அமர்ந்திருந்தேன். நான் ஆவலோடு இருக்கிறேன் என்பதை விஜயா கண்டுபிடித்து விட்டாள். அதனாலோ அல்லது அவளே இயல்பாகத் தொடர விரும்பியோ, 'பத்து மாதம் சுமந்தவ அவ இல்லியா? சுமந்த வயித்துக்குத் தெரியாதா?' என்று சொல்லி நிறுத்தினாள். எதையோ சொல்ல வருகிறாள் என்று எண்ணி அது எப்படி வெளிவரப் போகிறது பார்க்கலாம் என்று தொடர்ந்து அமைதியாகக் காத்திருந்தேன்.

'என் மகன் ஏதோ ஒரு நல்ல காரியத்துக்குத்தான் உயிரை விட்டிருக்கிறான். எங்கோ மனசில் ஓரிடத்தில், அவனைப்பற்றி பெருமையா இருக்குடி விஜயா.. நீங்க யாரும் கவலைப்பட வேண்டாம்.' இப்படி அம்மா சொன்னாங்க. எங்க அம்மா படிப்பு இல்லாதவங்க. எங்களைப் போல இங்கிலீஷ் படிக்கவில்லை. இங்கிலீஷ் படிக்கலன்னா நாம படிப்பு இல்லன்னு நினைக்கிறது வழக்கந்தானே...' என்று கூறியபடி, தலையைத் தாழ்த்தி அமர்ந்திருந்தாள்.

நான், பிரதாப் நினைவால் விஜயா பாதிக்கப்படப் போகிறாளோ என்று அச்சப்பட்டு அவள் முதுகில் கைவைத்தேன். மெதுவாக அவளது இடது கையை உயர்த்தி பின்பக்கம் தோளிற்கும் சற்றுக் கீழே இருக்கும் என் கையைப் பின்பக்கம் பிடித்தபடி என்னைப் பார்த்தாள். அவள் கையும் என் கையும் அப்படியே பிடித்தபடி இருக்க, இருவரும் ஒரே இடத்தில் அமர்ந்து பேசிக்கொண் டிருந்தோம். இந்திய வழக்கப்படி இடையில் எழுந்து படுக்கை அறையின் வாசலைப் பூட்டிக்கொண்டு அமர்ந்தாள். அதன் பின்பு கேட்டாள்:

'உங்களுக்கு அந்தப் பெண் அஷ்வினி பத்தி என்ன படுது?'

இப்போது விஜயாவின் கண்கள் பனித்தன. உண்மையில் உணர்ச்சிவசப்பட்டாள்.' அந்தச் சின்னப் பெண்ணை எனக்குப்

141

பிரதாப்பின் மனைவியாகத்தான் பார்க்க முடியுது. அதாவது என்னுடைய மைத்துனியாகத்தான் பார்க்க முடியுது.'

நான் அவள் முதுகை லேசாக தடவ ஆரம்பித்தேன். அவளுக்கு அனுசரணையாக நான் அப்படிச் செய்தேன்.

'அம்மாவிடம் இதைத்தான் சொன்னேன். அந்தப் பெண் நம்வீட்டு மருமகளா வாய்ச்சிருந்தா எவ்வளவு நன்றாக இருந் திருக்கும்? சொந்த அப்பனையே நம் பிரதாப்புக்காகக் கொலை செய்துவிட்டாளே என்றேன். எங்க படிப்பறிவில்லாத அம்மா என்ன பதில் சொன்னாள் தெரியுமா?' என்று என் விரல்களோடு அவள் விரல்களை மீண்டும் சேர்த்தாள் அவள் முதுகுப்புறத்தில்.

'உஹூம்...' என்ற என் குரலைக் கேட்டபின், 'அவ அம்மாவைப் பத்தி மறந்திட்டா பாருடி. அவ?' என்றாள். இப்படி என் அம்மா பேசுவாள் என்று நான் நினைக்கவே இல்லை. அதனால் எனக்கு, அம்மா மேல் சற்று ஆத்திரம் வந்தது என்றுகூட சொல்லலாம்.'

'நான், 'ஒனக்கு அந்தப் பெண் மேலே பாசம் இல்ல' என்றேன்.'

நான் இப்போது விஜயா சொல்லிய விஷயத்தில் இடைமறிக்க வேண்டும் என்று எண்ணினேன்.

'பாரு, உன் அம்மாவின் கோணம் கொயட் இன்ட்ரஸ்டிங். மத்திய வயதான ஒரு மனைவிக்குக் கணவன் மேல இருக்கும் பாசம் பற்றி உன் அம்மா யோசிக்கிறாங்க.'

நானும் விஜயாவும் ஒரே கட்டிலின் விளிம்பில் ஒரே திசையைப் பார்த்தபடி கால்களைத் தரையில் வைத்துப் பேசிக்கொண்டு இருந்ததால், அவள் முகத்தை எட்டிப்பார்க்க என் உடம்பை இப்போது சற்று முன்பக்கமாகத் தள்ளினேன். என் கை அவளது பிளவுஸின் ஓரத்தில் வந்து அவள் தோலைத் தொட்டபடி இருந்தது.

'சரி. நீ அப்படிச் சொன்னதற்கு உன் அம்மா என்ன சொன்னாங்க?'

'அம்மா என்ன சொன்னாங்க தெரியுமா?' என்று யோசித்தாள். பின்பு தொடர்ந்தாள்:

'பாரு விஜயா. அந்தக் கமிஷனர் கோதண்டராமன் இல்லியாமே காட்டில போயி பிரதாபைச் சுட்டது' என்றார் அம்மா. இப்படிச் சொன்னதால நான் விளக்க ஆரம்பித்தேன். 'உங்களுக்குப் புரியல்ல அம்மா. ஒருவர் ஒரு டிப்பார்ட்மென்ட் தலைமைல இருந்தா அந்த டிப்பார்ட்மென்ட் கீழ இருக்கக்கூடிய எல்லாரும் செய்த காரியத்துக்குப் பொறுப்பு அவருதான். உயிரோட இருந்திருந்தா

கோதண்டராமன் பிரதாப் கொலையை - தன் மகளின் காதலன் என்று தெரிந்திருந்தாலும் - நியாயப்படுத்தித்தான் பேசியிருப்பார். இதெல்லாம் உனக்குப் புரியாதம்மா' என்றேன் வெறுப்போடு. அதற்கு அம்மா என்னவோ, 'எனக்குத் தெரியல அம்மா...' என்று நிறுத்தினார்' என்றாள்.

'நமக்கு - அதாவது உனக்கும் எனக்கும் தெரியும் அந்த மனிதர் கோதண்டராமன் இந்த பிரதாப் கொலை செய்த 'ஆபரேஷனில்' இல்ல. கொலைசெய்த யாரோ ஒரு குறிப்பிட்ட போலீஸ்காரன் மனைவி பிள்ளைகளோட மூன்றுவேளை சாப்பிட்டுக்கொண்டு இருப்பான். கோதண்டராமன் கமிஷனராக இருந்தார் என்ற ஒரே காரணத்துக்காக, போலீஸ் டிப்பார்ட்மென்ட் சாப்பாட்டை அந்தக் குடும்பம் சாப்பிட்டது என்ற ஒரே காரணத்துக்காக, அஷ்வினி சிறையிலும் அந்தக் குடும்பம் சொல்லமுடியாத துயரத்திலும் இருக்கிறது. நாம்கூட பிரதாப் கொலையை மறக்கிறதுக்கு அஷ்வினி காட்டிய தைரியம்தான் காரணம். அதாவது, நேரடி தொடர்பில்லாவிட்டாலும் விளைவுகளைப் பார்த்தாயா?'

இப்படிச் சொன்னபோது நான் ஆண் என்பதால் எனக்குத்தான் மேலோட்டமான காரியங்களுக்குப்பின் இருக்கும் உண்மைகளைப் பார்க்கும் மூளைத்திறன் இருக்கிறது என்ற இறுமாப்பு என் மனதில் வந்திருக்க வேண்டும். என் பார்வையில் எதை விஜயா கண்டாளோ எனக்குத் தெரியாது. அப்படி நான் சொன்னதற்கு விஜயா சொன்ன பதில், முதலில் எனக்குப் புரியாமல் இருந்தது. இப்படிச் சொன்னாள்:

'அதுதான் ரிச்சுவல். சடங்குங்கிறது. நேரடியாகத் தொடர்பில்லை கோதண்டராமனுக்கு. ஆனால், விலைகொடுக்க வேண்டியதிருந்திருக்கு. ரிச்சுவல்ல - சடங்கில், உண்மையோடு ஓர் ஆழமான தொடர்பிருக்கு. அது அந்தப் பெண்ணுக்குத் தெரிந்திருக்கு. தண்டனை கொடுத்திருக்கா.'

கொலையைக்கூட ரிச்சுவல் என்கிறாளே என்று சற்று பிரமிப்பாக இருந்தது எனக்கு. ஆனால் அதன்பின் நான் அந்த விஷயத்தைப் பேச வேண்டாம் என்று நினைத்தேன். அவளது கழுத்துப் பகுதியில், தோளில், உடம்பில் படபடப்பு ஏறியது.

விஜயாவின் குரல் இலேசாக மாற, இப்படிச் சொன்னாள்:

'ஒருநாள் நானும் அம்மாவும் அஷ்வினியைப் பார்க்கப் போனோம்.'

143

அது எனக்குப் புதுத் தகவலாக இருந்தது. பின் என்ன நடந்தது என்பது போல விஜயா முகத்தைப் பார்த்தேன்.

'நான்தான் ஏற்பாட்டைச் செய்தேன். சிறையில் அடைத் திருப்பவர்களைப் போய்ப் பார்க்கமுடியும் என்பதுகூட அம்மா வுக்குத் தெரிந்திருக்கவில்லை. எனக்கு என்னமோ அந்தப் பெண்ணைப் பார்க்கவேண்டும்; பார்க்காவிட்டால் பாவம் என்று தோன்றியது. ஆனால் ஜெயிலில் மாலை மூன்று மணிக்குத்தான் பார்க்க அனுமதிப்பார்கள் என்று அறிந்து காத்திருந்து பெயரைக் கொடுத்தேன். 'விஜயா சந்திரன்'னு என் பெயரை மட்டும் கொடுத்திருந்தேன். அம்மா என்னுடன் வந்திருக்கும் விஷயம் தெரிவிக்க வேண்டாம் என்று நினைத்தேன். பட்...' என்று சொல்லி நிறுத்தினாள் விஜயா.

நான் அவள் முகத்தைப் பார்த்ததும், 'அஷ்வினின்னு ஒரு காலேஜ் ஸ்டூடன்ட்...' என்று சொன்னதும் டூட்டியில் இருந்த பொலீஸ்கார இளைஞன் சிரித்தபடி, 'ஓ அந்த அம்மாவா?' என்று காத்திருக்கக் கூறி உள்ளே போனான். சுமார் பத்துநிமிடம் கழித்து அங்கு புளியமர நிழலில் நின்ற எங்களை அழைத்து, 'உங்களைப் பார்க்கத் தோன்றவில்லைன்னு சொல்லிட்டாங்க அம்மா' என்று பதில் சொன்னப்போ, எனக்குத் திகைப்பா போய்விட்டது.'

விஜயா அப்படிச் சொன்னதும் நான் மௌனமாக அமர்ந்தேன். விஜயாதான் என் உணர்வுகளைப் புரிந்து, 'என்ன... அவ இன்ஸல்ட் பண்ணிட்டாளேன்னு நினைக்கிறீங்களா?' என்று கேட்டாள்.

இல்லை என்பதுபோல் தலையாட்டிவிட்டு, 'எனக்குத் தோன்ற வில்லை. போய் அஷ்வினியைப் பார்க்கவேண்டு மென்று பாரு. உன்னைவிட என்னோடுதான் அவள் பிரதாப் மீதுள்ள விருப்பத்தை அவ்வளவு வெளிப்படையாகச் சொன்னவள்' என்றேன்.

இப்போது விஜயா ஏதும் சொல்லாமல் மௌனமானாள். அன்று படுக்கைக்குப் போனபோது விஜயா சற்று வித்தியாசமாக நடந்து கொண்டதை என்னால் உணர முடிந்தது.

இடையில் ஒருமுறை, நாளை அந்தக் கல் குகைக்கு நாமிருவரும் நடந்து போகப்போகிறோம் என்று நினைவுறுத்தினாள். எங்கள் இருவரின் தலைக்கு எதிர்ப்புறமாய் டீவியில் விஜயாவுக்குப் பிடித்த ஏதோ ஒரு தமிழ்ப்படம் ஓடிக்கொண்டிருந்தது. இன்றைய இந்தியாவில் பல படுக்கை அறைகளில் தம்பதியர்கள் உற்சாக மடைவதற்கு ஏற்றவிதமாக வியாபார நோக்கில் திரைப்படங்கள்

தயாரிக்கப்படுகின்றன. நீலப்படம் பார்ப்பது, சமூகத்தில் நேரடியாக சில உயர் நடுத்தரக் குடும்பங்களிடம்தான் நடக்கின்றது. அதாவது எப்போதும் எதார்த்தத்தை - இங்கே செக்ஸ் - நேரடியாகப் பார்க்கும் யாருக்கும் தோன்றுவதில்லை. சாதாரணமாக எல்லோரும் பார்க்கும் படங்களில் செக்ஸ் ஏற்றுக்கொள்ளப்பட்டிருப்பது எங்கள் குடும்பத்தைப் பொறுத்தவரையிலும் உண்மை. எனவே ஏதோ ஒரு திரைப்படம் ஓடிக்கொண்டிருந்தாலும் அது செக்ஸ் படமா, சாதாரண படமா என்று வித்தியாசப்படுத்தப்படாத ஒரு படம்.

என் கனவுகள் தொடர்ந்தன. நீலமும் பச்சையும் கலந்த இருண்ட மூலைகள் கொண்ட வீட்டின் அமைப்பு மாறிக்கொண்டே இருந்தது. அது ஒரு மழை வந்து பெரிதாய் அடித்து ஓய்ந்துபோன நாள். வானம் தெரியவில்லை. இருள் எங்கும் தொடர்ந்து சூழ, கட்டடங்களும் ஓவியங்களும் தொடர்ந்து காட்சியளிக்கின்றன. ஓர் அழகிய இளம்பெண் என்னுடன் வந்துகொண்டிருக்கிறாள். திரும்பிப் பார்க்கிறேன். உடல், கை, காலசைவுகள் விஜயா போலவும் இருக்கின்றன. நாங்கள் இருவரும் சோபாவில் படுத்திருந்தோம். கருஞ்சிவப்பு வர்ணத்தில் அமைந்த மிகவும் ஆழமான குஷன் புதைக்கப்பட்டிருக்கும் சோபா. தரையில் மஞ்சள் கலந்த வெண்மை நிறத்தில் தரை விரிப்பு. அந்த விரிப்பின் நடுவில் ஒரு பெரிய விளக்கு இருந்தாலும், ஒளி மிகவும் கொஞ்சமாக எல்லா இடங்களிலும் பரவுகிறது. நான் என்னுடன் படுத்திருக்கும் உருவத்தின் கறுத்த பெரிய தொடைகளில் கை வைக்கிறேன். அதன்பின்பு என் கைகள் காணப்படவில்லை. உருவத்தின் தொடை ஒரு குகையாகிறது. குகைக்குள் போய்க்கொண்டே இருக்கின்றேன். எங்கிருந்தோ சமுத்திரத்தில் அலை ஓயாமல் அடிக்கிறது. கைவிரல்கள் மெதுமெதுவாக நகர்கின்றன. நகர்வு தொடர்கிறது. ஏதோ ஓர் ஆழமான உடல் இன்பத்தின் குறியை நோக்கி அந்த நகர்வு நடக்கிறது. திடீரென்று இருளுக்கு வர்ணமும், செழிப்பும் இப்போது ஏற்பட்டு, செழிப்புத் திரண்டுபெருத்து மணிகளாகின்றன. மணிகள் ஒலிகளாகின்றன. கை நகர்கிறது. கையில் இருக்கும் நகங்கள் வெண்மையாகத் தெரிகின்றன. உடல்பெறும் இன்பம், மனம்பெறும் இன்பத்திலிருந்து வேறுபட்டது என்று புரிகிறது. மனம், மனிதனுக்கு உள்ள வஸ்து. உடல், மிருகத்துக்கும் உள்ள வஸ்து. இந்த உடல் ஏற்படுத்தும் இன்பம், மனித மிருகத்தின் தனியான சொத்து. மனதிலிருந்து புறம்பான இன்பம். மனதால்

145

இந்த இன்பத்தைத் தரமுடியாது. மனது வேறு. மனதில்லா மிருகம் வேறு. மிருகத்தை நாம் அங்கீகரிக்க வேண்டும். புறக்கணிக்கக் கூடாது. புறக்கணிப்பது மனிதனுக்கு நாம் செய்யும் துரோகம். மனிதன் முழுவதுமாக வாழ்வதற்கு ஒரேயொரு முகாந்திரம், மனிதனின் மிருகத்தை அங்கீகரிப்பதுதான். அது மாத்திரமல்ல, அனுபவிப்பதும். அங்கீகரிப்பது அறிவு சம்பந்தப்பட்டது. அனுபவிப்பது உடல் சம்பந்தப் பட்டது. மனம் சம்பந்தப்பட்டதாய் அனுபவத்தைச் சிலர் குறுக்கிவிட்டார்கள். அந்தக் குறுக்கல் குளறுபடியிலிருந்து அனுபவத்தை முழுமையான உடலாய் மாற்றும் பாதையில் என் கண்கள் பயணப்படுகின்றன. அது எனக்குப் புது வெளிச்சத்தைத் தருகிறது. அந்த வெளிச்சம் இருளுக்குள் கிடக்கும் இரண்டு உடல்களைக் காப்பாற்றிப் பார்க்க வைக்கிறது. தொடர்கிறது கைகளின் தேடல். தேடும் பொருள் இப்போது வசப்படுகிறது; காது, மூக்கு, சதை, இரத்தம், நெற்றி, வியர்வை, உதடுகள் என்று ஒரு புதிய மொழி உற்பத்தியாகிறது. இருவருக்கு மட்டுமே தெரிந்த மொழியின் அந்தரங்கம். கால்கள் இரு மரங்களின் வேர்கள் ஒன்றையொன்று பற்றிக்கொள்வதுபோல் இறுகுகின்றன. ஒரு வலி எழுகிறது. அந்த வலி வெறுப்புக்குரிய வலி அல்ல. உன்னதமான சந்தோஷம். உடல் எழுப்பும் ஒலிபோல் வலி எழுகிறது. காதுகள் நிறைகின்றன. வலியால் காதுகள் நிரம்பு கின்றன. உடல் எங்கும் பல்லாயிரம் வலிக் காதுகள்; இப்போது மனமாய், மலராய் உடல் உருகுகிறது. காது உருகி, வாயாகிறது. வாய்கள் இரண்டு ஒன்றை இன்னொன்று தழுவுகின்றன. மார்புகள்வழி கட்டி அரவணைக்கின்றன. அதற்கிடையில் வேர்கள் இன்னொரு திசையிலிருந்து வந்து பூக்களைச் சொரிவது போல் பின்பக்கத்தில் அழுத்துகின்றன. அழுத்தம் தாங்கமுடியாத வழியானது ஓர் அடைப்பாக மாறும்போது இருள் இழை இழை யாகப் பிரிகிறது. இப்போது புரிகிறது. உடலுக்குப் பெயரில்லை என்பது. ஓர் உடல் மாறும்போது வேறொன்றும் வந்து சேர்கிறது. ஓயாத உடல்களின் வருகை! இது மரணத்தின் ஊர்வலமா, வாழ்வின் ஊர்வலமா என்று புரியாததான ஓர் ஊர்வலம்.. மீண்டும் மழை. சடசடவென நீர் ஒழுகும் ஓசை கேட்டுக்கொண்டே இருக்கிறது.

ஓர் இளம்பெண் ஆடையின்றி அம்மணமாய் ஒரு தோட்டத்தின் நீண்ட பாதையில் நடக்கிறாள். நீளமான வெள்ளை நிறக் கால்கள். பாதை ஆங்கில எழுத்து எஸ் போல் வளைந்து என்னை நோக்கி வருகிறது. வலது பக்கத்தில் வரிசை வரிசையாக மஞ்சளும்

வெண்மையும் கொண்ட சிறிய பூக்கள் பாத்தி பாத்தியாக பூத்துக் காட்சி தருகின்றன. நூறு பாத்திகள் இருக்குமா? நூற்றைம்பது இருக்குமா? ஒரு பாத்திகூட வரிசை தவறவில்லை. பென்சில் வைத்துக் கோடிழுத்து நட்டதுபோல் வரிசையான பாத்திகளில் முழுவதும் பூத்த பூக்கள். அதுபோல் இடது பக்கத்திலும், ஆனால் இந்த இடது பக்கம் பூக்கள் வேறு மாதிரி, வேறு இனம். இந்த வர்ணப் பூக்கள் ஒரு பொருத்தத்துடன் பாத்திகளில் ஓர் இசை ஒழுங்குக்கு ஏற்ப பூத்திருக்கின்றன.

அம்மணமான இளம்பெண்ணின் இரண்டு தொங்கும் இளம் மார்பகங்கள், பூக்கள் தரையில் ஆடுவதுபோல் மேலிருந்து ஆடுகின்றன. இளம்சூரியன் பிரகாசமாக ஒளி வீசுகிறது. காற்று சூடாகவும் இல்லாமல் குளிராகவும் இல்லாமல் இதமாக இருக்கிறது. சூடான சூரியனைத் தணிப்பதுபோல் வீசுகிறது. எந்த அசிங்கமும் இல்லாத அம்மணம். அவளுடைய பிருஷ்டப் பாகங்கள் சதைப்பிடிப்பால் காற்றில் அசைவதுபோல் அசைய, அவள் மனதில் எந்தக் கவலையும் இல்லாமல் நடந்து வருகிறாள். பாதங்கள் புல்லின்மீது நடப்பதுபோல், தரையோடு மகிழுகின்றன என்று கூறும்படி அவற்றின் அசைவு இருக்கிறது. எந்தக் கூச்சமும் இல்லை. நீளமான கைகள் தோளிலிருந்து மூட்டுவரை வாழைத் தண்டுபோல் காணப்படுகிறது. அவை நடைக்கு ஏற்ப அசை கின்றன. அந்தக் கைகளுக்குத் தக்க நீளமான விரல்கள். விலா எலும்புகள் ஓரளவு வெளியே தள்ள நடக்கிற அந்த இளம் பெண்ணின் முகத்தில், மிக அதிகமான கருமை படர்ந்த விழிகள் காணப்படுகின்றன. அவள் நடக்கையில் எழும் மூச்சு, மலரில் காற்று வீசுவது போல் அமைகிறது. இளம்பெண்களுக்கு ஆடை அணிவது தான் அசிங்கம் என்பதுபோல் இயற்கையின் நிர்மல மான மர்மத்தின் பேரழகை எல்லோரும் காணுங்கள் என்று கூறுவது போல் எல்லா இடத்திலும் சூரியஒளி, அதிக வேகத்துடன் பரவுகிறது. அவள் தொடர்ந்து நடந்து வருகிறாள்.

எனக்கு விழிப்பு வந்தது. அப்போது விஜயா எழுந்து விட்டிருப்பது கண்டேன். மறுநாள் காலையில் சூரியன் சுள்ளென்று எரிக்கிற நேரம். என் கண்கள் மூடியிருந்தன. என்மீது ஒரு பெரிய போர்வையை எடுத்து விஜயா போர்த்திவிட்டுக் கண்ணாடியின் முன் போய்நின்று முதலில் ஒரு விரலால் நேர்வகிடை ஏற்படுத்தி, சீப்பால் சீவி தலைமுடியைச் சரி செய்தாள், பொட்டைச் சரி செய்தாள். கதவைத் திறந்து காலைக் கடன்களைக் கழிப்பதற்கும்

குளிப்பதற்கும் மற்ற காரியங்களைச் செய்வதற்கும் புறப்பட்டாள்.

அன்று மதியம் சாப்பாடு முடிந்ததும் என்னிடம் வந்து குகைக்குப் போவதைப்பற்றி ஞாபகமூட்டினாள். நானும் சரியென்று அவளிடம் கூறியிருந்ததை எண்ணி மாலை சுமார் நான்கு மணிக்கு விஜயாவுடன் புறப்பட்டேன். அவள் அம்மாவிடம், 'நம்முடைய நிலமெல்லாம் போய் சுற்றிவிட்டு, பாறைக்குப் போய்விட்டு வருகிறோம். கொஞ்சம் பிந்தும். தேடாதீர்கள்' என்று கூறிவிட்டு வந்ததைக் கவனித்தேன். அவள் கையில் ஒரு பை வைத்திருந்தாள். பை சற்று பெரியதாகக் காணப்பட்டது. ஒரு நாசுக்குத்தன்மை யுடன் ஏதோ ஒன்றை ஒளித்துச் செய்வதுபோல் நடந்துகொண்டதை அவளை நெருங்கி வாழும் கணவன் என்ற முறையில் கவனித் தாலும், ஏதும் அவளிடம் கேட்கவோ என் கருத்தைச் சொல்லவோ செய்யாமல், எதையும் கவனிக்காததைப் போல நடந்துகொண்டேன். வழக்கமாக இந்தியாவில் கணவனும் மனைவியுமாக இருந்தால் கூட கிராமங்களில் இருவரும் கைபிடித்தவாறோ, கை கோர்த்த வாறோ நடந்துசெல்ல மாட்டார்கள்.

அப்போது நாங்கள் நடந்துகொண்டிருந்த இடம் வீடுகள் இல்லாத பகுதியாதலாலும், யாரும் பார்க்கமாட்டார்கள் என்பதாலும் விஜயா தைரியமாக என் கையைப் பிடித்துக்கொண்டு நடந்தாள். அவளுடைய நடவடிக்கைகளில் ஏதோ ஓர் ஒளிவுமறைவு இருந்ததைக் கவனித்த நான் ஓர் ஆடவ னாகையால் அவளைச் சீண்டுவோமே என்று எண்ணி, 'நேற்று என்ன...?' என்று கண் அடித்து ஒரு மாதிரி சிரித்தேன். வழக்கமாக இருந்தால், 'ஊஹூம்! சீ... போங்க' என்று சொல்பவள் இன்று லேசாக என் கையைக் கிள்ளினாளே தவிர, வேறொன்றும் சொல்லாமல் கீழ்க்கண்ணால் என் முகத்தைப் பார்த்துவிட்டு நடந்தாள். வழியில் நின்ற தென்னங் கன்றுகளின் செழுமை பொருந்திய பச்சைப்பசேல் என்ற நீண்ட, எண்ணெய் தடவியது போன்ற இலையின் நுனியை நகத்தால் கிள்ளி, கடித்துக் கொண்டே வந்தாள். ஒருமுறை என்னைக் கீழ்க்கண்ணால் பார்த்தாள்.

நானும் தமாஷ் பண்ணலாமே என்ற எண்ணத்துடன் சாரியை இறுகக் கட்டியிருந்த அவளது பிருஷ்டப் பாகத்தில் என் உள்ளங் கையை வைத்துத் தட்டியபடி, 'என்ன பண்ணப் போகிறாயோ?' என்று ஒருவிதமாக ஒலி எழுப்பினேன். ஏதும் பேசவில்லை. மீண்டும் ஒருமுறை அரை கோபம், அரை வஞ்சம் தீர்க்கப் போகும்

பார்வையும் கலந்து கடைக்கண்ணால் பார்த்தாளே தவிர ஏதும் பேசவில்லை. அல்லது அவளது மனதில் என்ன இருக்கிறது என்பதை நான் தெரிந்துகொள்ளப்போகிற ஆசை எதனையும் அவள் அந்தமாதிரி நடக்கையில் எனக்குத் தரவில்லை. அவளது குடும்பத்திற்கு சொந்தமாக இருக்கும் நிலம் அதிகமான ஏக்கர்களில் பரந்து கிடந்தது. அந்தக் கிராமத்தில் பூர்வீகமாய் நில உடைமை யாளர்களாக அவர்கள் இருந்தனர். அந்த நிலத்தில் பல மரங்கள் உயரமாக வளர்ந்திருந்தன. உயரமான தென்னை மரங்களும் கமுகும் வானத்தில் உயர்ந்து மேகத்தைத் தொடுவது போல் காட்சியளித்தன. மாலைச்சூரியன் மேற்கிலிருந்து சூரிய வெப்பத்தை வாரி இறைத்தது. தரையில் அதிகமாகப் புல் வளர்ந்திருந்தாலும் புல்லின் மேல் சூரிய ஒளி பளபளவென்று மின்னியது. ஆங்காங்கு கைக்கெட்டிய தூரத்தில் நின்று அசையும் தென்னை ஓலைகளைக் கிள்ளிக் கடிப்பதும் சற்றுநேரம் கடித்துக் குதப்பிவிட்டு, பின்பு துப்புவதும் தொடர்ந்தது. அந்த வளர்ந்த புல்லில் நடக்கும்போது காலில் ஏற்பட்ட ஒரு குளிர்மை சுகமாக இருந்தது.

'சுகமாக இருக்கில்லையா?' என்று செருப்பு அணிந்திருந்த என்னுடைய பாதத்தில் சாய்ந்து விழுந்திருக்கும் புல்லைத் தரையிலிருந்து அரையடி உயரம் தூக்கி அவளிடம் காட்டியபடி சொன்னேன். அவள் ஏதோ ஆழ்ந்த எண்ணத்தில் இருந்ததுபோல் அவளுடைய முகம் காட்டியது.

'ஏ விஜயா...?' என்று யாரும் அக்கம்பக்கம் இல்லை என்பதைக் கவனித்துவிட்டு ஒரு சிறு முத்தத்தை அவள் தோளில் பதித்தேன். மீண்டும் முகத்தில் பழைய குறும்புச்சிரிப்பு தென்பட்டது.

அப்போது பாறையின் அருகில் வர, நான் முன்பு அந்தப் பாறையில் குகை இருக்கிறது என்று நடந்துபோன திசையில் திரும்பினேன்.

'இல்லை. அந்த வழியில் இன்று போக வேண்டாம்.'

'குகைக்கு வேற வழி இருக்கிறதா?'

'சின்ன வயதில் ஓர் ஆசிரியர் என்னை அவமானப்படுத்தி விட்டார். அப்போது ஒருநாள் இரவு பகல் என்று இந்தக் குகையில் கழித்திருக்கிறேன்' என்று அருகில் வந்தவள் மெதுவாகச் சொன்னாள்.

'தற்கொலை பண்ணலாமா என்றுகூட யோசித்திருக்கிறேன்'

என்றவளைச் சற்று அதிர்ச்சியுடன் பார்த்தேன்.

'பயப்படாதீங்க, ரொம்பச் சின்ன வயசு. அப்போ ஓர் ஆசிரியை என்னை வேண்டுமென்றே மற்ற மாணவிகள் மத்தியில் அவமானப் படுத்தினார். ஏதோ ஒரு கோளாறு அந்த ஆசிரியைக்கு. என் முகத்தைப் பார்த்ததும் அந்த ஆசிரியையின் முகம் கறுக்கும். நான் அப்போது வெறும் எட்டு வயதுச் சிறுமி. அம்மா அவர்களுக்கே உரியமுறையில் விளக்கினார். அந்த ஆசிரியைக்கும் எனக்கும் ராசிப் பொருத்தம் இல்லை என்றார். என்ன ராசிப் பொருத்தமோ தெரியாது. அந்த ஆசிரியை வகுப்புக்கு வருகிறார் என்றால் அலறுவேன். பல தடவை பள்ளிக்குப் போக மாட்டேன் என்று அடம் பிடித்திருக்கிறேன் என்றால் பாருங்களேன். நல்ல காலம். ஒரே ஒரு வருடம் மட்டும் நான் படித்த பள்ளியில் அவர் கற்பித்தார்.' விஜயா நிறுத்தினாள்.

'அப்படி என்ன அவமானப்படுத்தினார்?'

'அது அவமானமோ என்னமோ! எனக்கது அவமானமாகப் பட்டது. அவர் மேசைக்கருகில் கூப்பிடுவார். மேசைமேல் ஏறவேண்டும். ஏறுவதற்கு உதவுவார். அதன்பிறகு முட்டுவரை பாவாடையை உயர்த்திப் பிடித்துக் கொண்டு நிற்க வேண்டும். பல மாணவிகள் அப்படி நின்றார்கள். எனக்கு முடியவில்லை. கொஞ்சநேரம் நின்ற நான் என்னை அம்மணமாக்கியதாய் உணர்ந்தேன். என் காலை எல்லோரும் பார்க்கிறார்கள். எனக்குச் சகிக்க முடியவில்லை. கண்களிலிருந்து கண்ணீராய் கொட்டுகிறது. திடீரென்று எனக்கு என்ன ஆனதென்று தெரியவில்லை. பாவாடையைக் கீழே போட்டுவிட்டு மேசையிலிருந்து கீழே இறங்கினேன். கரும்பலகைக்கு அருகில் அந்த ஆசிரியை நின்றிருந்தார். 'மிஸ், நிக்கமாட்டேன்' என்று கூறிவிட்டு, மடமட என்று எல்லா மாணவிகளும் அமர்ந்திருந்தது போல நானும் வேகவேகமாகப் போய் உட்கார்ந்தேன். உட்கார்ந்த இடத்திலும் எனக்கு அழுகை. ஒருமுறை 'போய் நில்' என்று சொல்லி யிருப்பார். நான் அதன்பின் அந்த ஆசிரியையை ஏறெடுத்துப் பார்க்கவே இல்லை. வகுப்பு முடிந்ததும் என் அம்மா என்னைப் பள்ளியிலிருந்து அழைத்துப் போவதற்கு வந்திருந்தார். அம்மாவிடம் 'என்னை நிர்வாணமா நிக்க வச்சாங்க அந்த டீச்சர், அம்மா என்று சொன்னேன்.' அம்மா அந்த டீச்சரிடம் போய்க் கேட்டார். என்ன விஷயம் என்று. அந்த டீச்சர் ஏதோ சொன்னாங்க. ஏதும் என் காதில் விழலல. அன்றிலிருந்து

அந்த டீச்சரும் நானும் கீரியும் பாம்பு'மாக நடந்துகொண்டோம்.'

'உங்க அம்மா நீ டீச்சரைப் பற்றி பொய் சொன்னேன்னு நெனச்சிருப் பாங்க.'

'ஆமா! பிற்காலத்தில் அம்மா அத சொன்னாங்க. ஆனா நான் பொய் சொல்ல மாட்டேன்னு அம்மாவுக்குத் தெரியும். எனக்கு ஏன் அந்த டீச்சர், கால காட்ட வச்சாங்கன்னு புரியல.'

'ஒருவேள அந்த டீச்சருக்கும் உன்னைப்போல கால காட்டறது அம்மணப்படுத்துறதுக்குச் சமம்னு ஒரு செண்டிமெண்ட் இருந்திருக்கும்' என்றேன்.

'ஆமா அப்படித்தான் இருக்கும் என்று நானும் நினைத்தது உண்டு. இப்பவும் காலைக் காட்ட என்னால முடியாது. பிறர் அப்படிக் காட்டினாலும் எனக்குப் பார்க்கப் பிடிக்காது.'

அப்போது பாறையின் இன்னொரு பக்கத்திற்கு வந்திருந்தோம். அங்கு நின்று திரும்பிப் பார்த்தபோது வந்த திசை தெரியவில்லை. அதே திசையில் இன்னும் கீழே இறங்க வைத்தாள் விஜயா. யாரும் பார்க்க முடியாத இந்த இடத்தில் எங்கே போகிறாள் என்று நினைத்தேன். இப்போது பாறை சற்றுச் செங்குத்தாகக் கீழே இறங்கியது. என் இடுப்பைப் பிடித்துக்கொண்டாள். இப்படி சுமார் ஐம்பதடி கீழ்நோக்கி மெதுவாக நடந்தோம். என்னைவிட அவளுக்குப் பாறைமீது சரியாக நடக்கத் தெரிந்திருந்தது. பாறையில் நடப்பதுகூட எனக்குத் தெரியவில்லையே என்ற தாழ்வுணர்வு எனக்கு அப்போது ஏனோ ஏற்பட்டது.

நான் பாறைமீது நடப்பதற்குச் சிரமப்படுவதைப் பார்த்து, 'உங்களுக்குக் கஷ்டமாக இருந்தால் செருப்பைக் கழற்றி விடுங்கள்' என்றாள். நான் கொஞ்சம்கூட முயல்கிறேன் என்று கூறி, செருப்பைக் கழற்றாமல் நடந்தேன். அப்போது ஆச்சரியமாக ஒரு பெரிய துவாரம் தென்பட்டது. அதன் வலதுபுறமாக கீழ்நோக்கி வந்துகொண்டிருந்த நாங்கள் இடதுபுறம் திரும்பி அந்தத் துவாரத்தில் நுழைந்து உள்ளே போனோம். முதலில் விஜயா நுழைந்து என்னை நோக்கிக் கை நீட்டினாள். 'எப்படிக் கண்டுபிடித்து வைத்திருக்கிறாய் இப்படி ஒரு குகையை?' என்று கேட்டேன்.

'வாங்க' என்று மட்டும் சொல்லி, கையை நீட்டினாள். நான் சற்றுத் தடுமாறினாலும், அவள் கையைப் பிடித்து மெதுவாகத் தலையைத் தாழ்த்திக் குகைக்குள் உடலையும் கொண்டு சென்றேன். மீண்டும் அவளிடம் கேட்டேன்.

‘எப்படிக் கண்டுபிடித்து வைத்திருக்கிறாய் இப்படி ஒரு குகையை?’

‘அந்த ஆசிரியைக்குத்தான் நீங்கள் நன்றி சொல்ல வேண்டும். அம்மா அந்த ஆசிரியையைச் சரியாகத் தண்டிக்கவில்லை என்று எண்ணியதால், என்னை நானே தண்டிக்க பாறை முழுதும் அலையோ அலையென்று அலைந்தேன். எதைத் தேடினேன் என்று தெரியாது. தற்கொலை செய்து கொள்ளலாம் என்று எண்ணி நுழைந்தேன். அப்போதுதான் இங்கு வேறு ஓர் உலகமே இருப்பது தெரிந்தது.’

பேசிக்கொண்டே நானும் விஜயாவும் குகைக்குள் நடக்க ஆரம்பித்தோம். வெளியில் இருந்து பார்த்தால் தெரியாத பெரிய பாதையாக உள்ளே போய்க்கொண்டே இருந்தது அந்தக் குகை. ஆரம்பத்தில் இருட்டாக இருந்த இடம் நடக்க நிச்சயமில்லாமல் இருந்ததால் என்ன ஆபத்து காத்திருக்கிறதோ என்ற எண்ணம் ஏற்பட்டது. விரைவில் ஒளி விழக்கூடிய பெரிய வசிப்பிடங்கள் அவை என்பது தெரிந்தது.

குகை இப்போது ஒரு புதிய காற்றைக் கொண்டிருப்பது போன்ற ஓர் உணர்வைக் கொடுத்தது. விஜயா அங்கு மிகவும் தன்னம்பிக்கை யோடு காணப்பட்டாள். கடற்கரையோரத்தில் உள்ள காற்று வேறுவிதமாய் இருக்கும். நெல் வயல்களாய் தொடர்ந்து இருக்கும் பகுதிக்குப் போனால் அங்கு வீசும் காற்று இன்னும் வேறுவிதமாய் இருக்குமில்லையா! அதுபோன்று பாறை உற்பத்தி செய்யும் காற்று இது என்ற எண்ணம் வரும்படி காற்று வீச ஆரம்பித்தது. சில இடங்களில் நானும் விஜயாவும் காலில் கிடந்த செருப்புக்களைக் கழற்றிவிட்டு நடந்தோம். ஏனென்றால், செருப்பு ஒலி கூட சமுத்திர அலைபோல கேட்க ஆரம்பித்தது. அந்த இடங்களில் எல்லாம் உடலுக்குள் யாரோ ஒரு நபர் புகுந்தது போன்ற உணர்வு ஏற்பட்டது. ஏதும் பேசாமல் விஜயாவும் நானும் அந்த இடங்களில் மாறி மாறிப் பார்த்துக் கொண்டோம். பேசக்கூடாது என்று உதடுகளில் கைவைத்துக் காண்பித்தாள். பல ஆண்டுகளாய் இங்கே வாழ்ந்தவள் போல் விஜயா நடந்துகொண்டாள். ‘மீண்டும் இங்கிருந்து வெளியே போக உனக்கு வழி தெரியுமா?’ என்று விஜயாவிடம் கேட்குமளவு பாதைகள் சுற்றுக்களாகவும் வட்ட வடிவமாகவும், சிலவேளை முனைகளாகவும் சதுரங்களாகவும் குடையப்பட்டிருந்தன. அங்குக் காணப்பட்டவை பாலி எழுத்துக்கள் என்று சொன்னாள்.

முனிவர்கள், அரசர்களின் பகைக்குத் தப்பி ஒளிந்து வாழ்ந் திருக்கலாம் என்று இந்தக் குகைகள் பற்றிய பொதுமக்கள் மத்தியில் உள்ள நம்பிக்கை விஜயாவுக்கும் வந்திருந்தது. ஆனால், சமீப காலங்களில் இந்தப் பகுதியில் ஆள் நடமாட்டமில்லாதபடி இப்பகுதி நிலம் முழுதும் விஜயா குடும்பத்திற்கு உரிமையாகி இருந்தது.

ஓரிடத்தில் நின்றாள். அப்போது கால ஞாபகம் ஓரளவு என்னை விட்டு விடைபெற்றிருந்தது. அதுபோல உடலில் கனம் குறைந்து இருந்ததையும் உணர்ந்தேன். எனக்கு மட்டும் ஏற்பட்ட உணர்வாக இது இருக்கலாம் என்று கருதி விஜயாவிடம் இதுபற்றிச் சொன்ன போது மீண்டும் ஒருமுறை உதடுகளில் கை வைத்தாள். அவள் அழைத்துப் போகுமிடமெங்கும் போய்க்கொண்டிருந்தேன். கேள்வி கேட்கத் தோன்றவில்லை. ஆங்காங்கு சில செடிகள், கட்டடத் தூண்கள், சிலைகள், சூரிய ஒளி வரும் பிளவுகள், என்று வந்துகொண்டே இருந்தன. ஓரிடத்தில் நின்று என்னை நோக்கி இரண்டு கைகளைக் குவிக்கச் சொன்னாள். இது வழிபடும் இடம் என்று புரிந்து இரண்டு கைகளையும் குவித்தேன். என்னை அறியாத ஒரு பக்தி உணர்வு ஏற்பட்டது. அந்த உணர்வை விளங்கிக்கொள்ள பிரயத்தனப்பட வேண்டியிருக்கவில்லை. திடீரென்று பார்த்தால் நானும் விஜயாவும் அம்மண உருவில் நின்று வணங்கிக் கொண்டிருக் கிறோம். நாங்களே இங்கே நுழைந்ததும் எங்கள் ஆடைகளை நீக்கியிருக்கலாம். அது எப்படி மறந்துபோயிற்று என்று தெரிய வில்லை. அவ்வப்போது சில பச்சிலைகளை விஜயா உள்ளங் கையில் வைத்து சுமார் ஏழு எட்டுமுறை இடது, வலது பக்கமாகத் திருகி அரைத்து இரண்டு கைகளையும் சேர்த்து ஒரு விரல்வழியாக சாறை என் நாக்கை நீட்டச்சொல்லி அதில் விட்டுக்கொண்டே வந்தாள்.

ஓர் இடத்தில் போதை போன்ற ஓர் உணர்வு ஏற்பட்டது. உலகில் மக்கள் பேசும் ஒலிகள் அனைத்தும் கேட்பதுபோல் காது திடீரென்று எல்லை இல்லாமல் திறந்தது. அவ்வப்போது விஜயா சிரித்தாள். நான் அவளுடைய சீடனைப்போல ஆகியிருந்தேன். எனவே, எப்போது உடைகளை உருவி வைத்துவிட்டு நடக்க ஆரம்பித்தோம் என்பது எனக்குப் புரியவில்லை. என் உணர்வுகளில் நெருப்பு ஏற ஆரம்பித்தது. விஜயா என்னை அடக்கிக்கொண்டே வந்தாள். அவள் கைகளில் இப்போது அதிகமான கறுப்பு முடிகள் காணப்பட்டன.

கால்களைப் பார்த்து அதிசயித்தேன். கால்களில் கறுகறுவென்று முடி வளர்ந்திருந்தது. ஆண் கால்கள் போல் இருந்தன. என்னுடன் இல்லறம் நடத்தும் இத்தனை ஆண்டுகளாய் இவள் கால்களில் முடி வளர்ந்திருந்ததை நான் கவனிக்காமல் இருந்திருக்கிறேன் என்று எனக்குள் சொல்லிக்கொண்டேன். அப்போது இந்துமத பூஜை நடக்கும் ஒலியொன்று கேட்டது. மெதுவாய் ரிஷிகள் பூஜை செய்கிறார்கள். அவர்கள் கவனம் பிசகக் கூடாது. சாபம் கொடுத்துவிடுவார்கள் என்றாள். நான் அவளது சீடனாகி யிருந்ததால் சரி என்று தலையாட்டினேன். அவள் தாய் போலவும் நான் மகன் போலவும் இருக்கிறோம் என்ற நினைவு வந்தது. அந்த உணர்வு அகன்றதும், அவள் என் அக்கா என்றும் நான் தம்பி என்றும் நினைவு வந்தது. நினைவுகள் கொந்தளித்தன. தொடர்ந்து இரு கைகளையும் குவித்து விரல்வழி தேர்ந்த கிராமத்து வைத்தியனைப் போல் சாறு தந்துகொண்டே வந்தாள். எனக்குச் சிலவேளை மிகுந்த சந்தோஷம் வந்தது. சிலவேளை துக்கம் வந்தது. இரண்டும் சம்பவித்தபோது கட்டுக்கடங்காத ஓர் உணர்வு ஏற்பட்டது.

இவ்வாறு பல ரிஷிகளையும் தேவர்களையும் திசைகளையும் வணங்கிக்கொண்டே போனோம். ஓரிடத்தில் சகஜநிலை ஏற்பட்டது. அதற்கு ஓர் உபாயம் விஜயாவிடம் இருந்தது. ஒரு மருந்துக்கு முறிவு இன்னொரு மருந்தாய் இருக்கும் என்றும், முதல் மருந்தின் வேகத்தை இரண்டாம் மருந்து குறைக்குமென்றும் சொன்னாள். அவள் செயல்களிலிருந்தும் உடல் அசைவி லிருந்தும் விரைவில் விடுபடமுடியாமல் காமக்கோயிலுக்கு அழைத்துச் செல்லப் போகிறாள் என்று கருதினேன். ஒரு சிலை காணப்பட்டது. பெரிய பாறையின் அடிப்பகுதியில் செதுக்கப்பட்ட சிலை, இரண்டு உருவங்கள். இரண்டு உருவங்களும் கிரீடங்கள் அணிந்திருந்ததால், அரசனும் அரசியும் என்று நினைத்துக்கொண்டேன். பெண் உடலும் ஆண் உடலும் சேரும்நிலை. இந்தியாவில் பார்க்குமிடமெங்கும் உள்ள இத்தகைய சிலைகளில் இருந்து இது மாறுபட்டிருந்தது. ஓர் உயிரோட்டமும் உண்மைத்தன்மையும் அந்தச் சிலையில் காணப் பட்டன. சிற்பியின் கைவேலைப்பாட்டால் செயற்கையாகச் சிலையில் ஒட்டிவைக்கப்பட்ட நகாசு வேலை மூலம் உற்பத்தி யானதல்ல, அந்த உண்மைத்தன்மை என்று எனக்குக் கணத்தில் தெளிவானது.

ஒலி, இப்போது நானும் விஜயாவும் இருந்த இடத்தில் கேட்டது. தரை மிகவும் இன்பமான உணர்வைத் தந்தது. காற்று மனதுக்குள் அலைந்தது என்று எண்ணினேன். விஜயாவைத் திரும்பிப் பார்த்தேன். ஓர் அரசனின் கிரீடத்தோடு நின்றுகொண்டிருந்தாள். என்னை அழைத்தாள். திடீரென்று நான் அவளுடைய ஆடைகளை அணிந்து காணப்பட்டேன். அவள் ஆணாகவும் நான் பெண்ணாகவும் மாறிப்போயிருந்தோம். எனக்கு எங்கிருந்தோ ஒரு வருத்தம் மனமெல்லாம் நீர் பரவுவது போல பரவ ஆரம்பித்தது. என் கைகளை வருத்தத் தோடு பார்க்க ஆரம்பித்தேன். எந்த மாற்றமும் ஏற்பட வில்லை என்பது தெரிந்தது. என் ஆடைகளை ஒவ்வொன்றாக நீக்கிப்பார்க்க ஆரம்பித்தேன். எந்த உறுப்புக்கும் எதுவும் ஆகிவிட வில்லை. வெறும் ஆடை மட்டும் மாறியிருக்கிறது.

'எப்போது நம் ஆடைகளை மாற்றிக்கொண்டோம் விஜயா?'

என் கேள்வி அவள் காதில் விழுந்ததுபோல் தெரியவில்லை. பையிலிருந்த இரண்டு பழங்களில் ஒன்று நானும் ஒன்று அவளும் சாப்பிட்டோம்.

இப்போது இரண்டு மிருகங்கள் போல் தரையில் புரண்டோம். தரையில் இராட்சசி போல் என் உடலைப் புரட்டி எடுத்தாள். அவளது சுவாசப்பைகள் பெருத்துப் பெருத்துக் காற்றை வெளியேற்றின. மார்பகங்கள் ஓர் உலை போல் ஊதி ஊதி அடங்கின. சற்றுநேரத்தில் அவள் அணிந்திருந்த அரச கிரீடம் ஒரு மூலையில் போய் விழுந்தது. நான் அணிந்திருந்த அரசியின் கிரீடம் இன்னொரு மூலையில் போய் விழுந்தது.

என்மீது அமர்ந்திருந்த அவள் வாயிதழ்களுக்கும் இரண்டு கைகளுக்கும் இடையில் என் முகமும் இரண்டு தோள்களும் அடங்கியிருந்தன. என் மார்பகம் அவள் மார்பகத்துடன் குத்திட்டு நின்றது. அவள் இரண்டு கால்களுக்குள்ளும் என் இரண்டு கால்களும் கட்டுண்டு கிடந்தன.

என் வாயிலிருந்தும் மூக்கிலிருந்தும் இரத்தம் உறிஞ்சப்படுகிறது என்ற ஓர்மை மட்டும் தொடர்ந்து கொண்டிருந்தது. ஏனென்று தெரியாமல் நான் மீண்டும் மீண்டும் ஒன்று இரண்டு என எண்ணிக் கொண்டே இருந்தேன். எத்தனையிலிருந்து தொடங்கியிருந்தேன், எத்தனாவது எண் வரை வந்தேன் என்பது தெரியவில்லை. அவ்வப்போது ஒன்று, இரண்டு, மூன்று என்று ஏற்படும் ஞாபகம் திடீரென்று இருநூறு, இருநூற்று ஒன்று, இருநூற்று இரண்டு

என்பது கேட்கும்.

அவள் கொண்டுவந்திருந்த பையிலிருந்து சில உபகரணங் களை மாட்டி மீண்டும் மீண்டும் என்னைத் துன்புறுத்திக் கொண்டிருந்தாள் என்ற ஞாபகம் வந்தது. தொழில்நுட்ப வளர்ச்சி இந்த மாதிரி சித்தரவதை புரிகிறவர்களுக்கு உதவுகிறதே என்ற எண்ணம் வந்துகொண்டிருந்தது.

புணர்ச்சி செய்துகொண்டிருந்த சிலைகளைப் பார்க்க முயன்றேன். முடியவில்லை, இறுதியில் இரண்டு உயிரற்ற சடலங்களைப் போல் நாங்கள் மாறியபோது, அந்தச் சிலைகளின் முகங்களில் ஒரு லேசான நகை ஒளி போல் வீசியது எனக்குத் தெரிந்தது.

அப்போதும் விஜயா கொடுத்த பழம் வாயில் இனித்துக் கொண்டிருந்தது. அந்தப் பழங்களை அவள் யாரிடமிருந்து வாங்கி வந்திருக்கிறாள் என்பது ஞாபகம் வந்தது. எத்தனை கதைகளில் படித்திருக்கிறேன்? கர்ப்பம் தாங்க ரிஷிகள் கொடுக்கும் பழத்தைப் பற்றி. முனகியபடி இருவரும் இரு ஓரங்களில் பாறைகளுக்கு அருகில் கிடந்து, பாறைகளை விரல்களால் ஸ்பரிசித்து இழந்த பிரக்ஞையை மீட்க பிரயத்தனப்படுகையில், ரிஷிகள் கொடுக்கும் பழம் பற்றிய எத்தனை எத்தனையோ கதைகள் நினைவில் ஒவ்வொன்றாக வரத் தொடங்கின.

ஃபேக்ஸில் வந்த என் கதையில் அப்பகுதி ஒருவித சர்ரியலிச பாணியில் முடிந்திருந்தது. பேட்டியின்போது நான் எப்படிப்பட்ட உணர்வுகளைத் தெரிவித்தேன் என்பதைத் தத்ரூபமாகக் கொண்டுவர இந்த முறையைத் தவிர வேறு வழியில்லை என்று எண்ணிய அன்னா மாலினோவ்ஸ்காவின் எழுத்துமுறை எனக்குப் பிரமிப்பைத் தந்தது. அடுத்த தடவை அவளைச் சந்திக்கும் போது இதுபற்றி அவளிடம் பேசவேண்டும் என்று நினைத்துக்கொண்டேன்.

வெள்ளை வெளேரென வீடு காட்சி தருகிறது. இலேசாக இருட்ட ஆரம்பிக்கிறது. தூரத்தில் நகரத்தின் விளக்குகள் தெரிகின்றன. மூச்சு முட்டுவது போல் உணர்ந்தேன். குளிர் காலத்தில் வீட்டைச் சூடாக்கும் குழாய்களில் பாயும் சூடு கூடி விட்டதோ என்று எண்ணினேன். வெளியிலுள்ள காற்று வீட்டுக்கு உள்ளே பாய்வது சுவாசிப்பதற்குத்துணை செய்யும் என்ற நினைப்பு லேசாக வந்தது. இரு கண்ணாடிகளுடன் உலோகச்சட்டம் போட்டு உறுதிசெய்யப்பட்ட, பளபள என்ற உலோகக் கொண்டிகளும், கொளுத்துகளும் போடப்பட்ட ஜன்னலை மெதுவாகத் திறந்தேன்.

குளிர்காற்றுப் பொலபொல என்று நிமிடத்தில் அறைக்குள் பாய்ந்தது. சற்று நேரத்தில் ஜன்னலை அடைத்துவிட வேண்டும் என்று எண்ணியபடி பின்னால் நகர்ந்து, வீட்டின் பிற அறைகளில் பரவி இருக்கும் சூடு இந்தக் குளிரைச் சமனப்படுத்தும் என்ற எண்ணத்தின் சுகத்தில் திளைக்க விரும்பினேன்.

8

அந்தப் பையன் மாஸ்கோ விமானத்தளத்தில் வந்து பிறர் எல்லோரும் இறங்குவதைப் பார்த்துத் தானும் இறங்கவேண்டுமென்று நினைத்தான். பாதி பயமும், பாதி துணிச்சலும் கலந்த உணர்வில் இருந்தான். வேறொன்றும் அவனுக்குத் தெரியாது. 'உன்னைப் பார்த்துக் கண்டுபிடித்துக் கூப்பிட்டுக்கொண்டு போவார்கள். நீ தைரியமாயிருக்க வேண்டும். தைரியமாக இருப்பாயா, இங்கே பார் கும்மாங்குத்து!' என்று கும்மாங்குத்துவை அவன் மாமன் சென்னையிலிருந்து விமானத்தில் அனுப்பி வைத்த போது, இளைஞனான கும்மாங்குத்துவுக்குத் தன்னைச் சுற்றி ஏதேதோ நடக்கிறது என்று மட்டும் புரிந்தது. 'மாமா'வென்று அழைக்கப் போனான். கோபத்தைத் தடுத்து, 'போனால் போகிறது, மாமாதானே' என்று சமாதானமடைந்தான். இந்தப் பெயரால் தன்னை அழைக்கக் கூடாது என்று சொல்ல வாயெடுத்தான் கும்மாங்குத்து.

அந்தப் பெரிய விமானத்தளத்தில் எல்லோரும் எழுந்ததும் அவனுக்குத் தெரிந்த ஒரே மொழியான தமிழில், 'இதுதானே மாஸ்கோ?' என்று பக்கத்தில் இருந்த வெள்ளைக்காரர் கையை இயல்பாகப் பிடித்துக் கேட்டான். அவர் இவனைப் பொருட் படுத்தாமல் தலைக்கு மேல் பொருட்கள் வைக்கத் திறந்து கிடக்கும் பகுதியில் தன் பொருட்களில் ஏதாவது தனக்குத் தெரியாமல் விழுந்து கிடக்கிறதோ என்பதைக் கவனிப்பதில் மும்முரமாக இருந்தார். யாரும் கறுப்பு முகத்துடன் காணப்படாததால், இவ்வளவு நேரம் தன் மடியிலேயே வைத்திருந்த பையைத் தூக்கி அதன் வாரைத் தனது தோளில் போட்டான். எல்லோரும் இறங்குகிறார்கள் என்றால் இது மாஸ்கோதான் என்று யூகித்தான். என்றாலும்கூட, கேட்டுப் பார்ப்போம் என்று ஊர்ப்பெயரை

157

மட்டும் எதிர்ப்பட்ட ஒரு விமானப்பெண்ணிடம் கேட்டான். அவள் அவனுக்கு உணவு கொடுத்தவள் என்பதால் அவனை அவளுக்கு நன்கு தெரியும் என்று நினைத்துக் கொண்டான். அந்த இளம் வயது யுவதிமீது அவனுக்கு ஓர் அன்புகூட ஏற்பட்டிருந்தது.

'மாஸ்கோ?' இவன் கேட்டது அவளுக்கு நன்கு புரிய வேண்டுமென்று, நிறுத்தி நிதானமாகக் கேட்டான். அவளுக்குப் புரியவில்லை என்பது அவனுக்கு தெரிந்ததும், மீண்டும் கேட்டான்.

'மாஸ்கோ?' வேறு வார்த்தைகளைச் சேர்த்தால் அது அவளைக் குழப்பக் கூடும். வெறும் ஊர்ப்பெயரைத்தானே கேட்கிறேன் என்று எண்ணிக் கேட்டான். அப்பாடா அவளுக்குப் புரிந்தது என்று நினைத்தான்.

அவள் தலையாட்டியபடி, ஆள்காட்டி விரலை விமானத்தின் தரையை நோக்கிச் சுட்டிவிட்டு இரண்டுமுறை, 'மாஸ்கோ மாஸ்கோ' என்று சொன்னாள்.

கும்மாங்குத்துவுக்குச் சிரிப்பு வந்தது. அப்படியானால் தான் இறங்கியதும் தன் மாமா சொன்னதுபோல் ஆள் யாரோ வந்து அழைத்துச்செல்வார்கள் என்று கருதினான். ஒரு கூட்டம் பயணிகள் பின்னாலிருந்து நெருக்கிக்கொண்டு கீழே இறங்கினார்கள். இவனும் இறங்கினான். விமானத்தின் வாசலில் இரண்டு பெண்கள் தலையாட்ட இவனும் தலையாட்டினான். தனக்குச் சொல்லியிருந்தது போல் தன் பாஸ்போர்ட்டை இனி பார்ப்பார்கள். அந்த வரிசையில் போய் நிற்க வேண்டுமென்று எண்ணி ஆள் வரிசை ஒன்றில் தானும் போய் நின்றான். ஓரிடத்திலும் தமிழ் எழுத்து இல்லாதது அவனுக்கு ஏமாற்றமாக இருந்தது. ஒரு சில இடங்களில் ஆங்கில எழுத்துக்கள் காணப் பட்டன. தனக்குப் பள்ளிக்கூடத்தில் ஆங்கிலம் வராததை அப்போது கவலையோடு நினைத்தான் கும்மாங்குத்து. அவனுக்கு எதிர்பாராத அதிர்ச்சி, பாஸ்போர்ட்டைப் பார்வையிடும் அதிகாரியிடமிருந்து வரும் என்று அவன் எதிர்பார்க்கவில்லை. பாஸ்போர்ட்டை பிரித்துப் பிரித்துப் பார்த்த அந்த உயரமான ஆள் மெதுவாக இவனுக்குப் புரியாத உச்சரிப்பில் சொன்னார்:

'கும்-மா-ங்-கு-த்து.'

அடப்பாவிகளா! எனக்குப் பிடிக்காத இந்தப் பெயரைப் பாஸ்போர்ட்டிலும் எழுதி அனுப்பியிருக்கிறார்களா என்று எழுதியவர்கள் மீது அந்தப் பையனுக்குக் கோபம் வந்தது.

பின்பு நிறைய ஆட்கள் நின்ற இடத்தில் போய் நின்றபடி தன் மாமன் சொன்னதுபோல் தன்னை வந்து அழைத்துப் போகிறவர்களுக்காகக் காத்திருந்தான் கும்மாங்குத்து. தான் அணிந்திருந்த பேன்ட் பாக்கெட்டில் இருந்த பாஸ்போர்ட்டை அடிக்கடி விரல்களால் தொட்டுப் பார்த்துக்கொண்டு, பையைத் தரையில் வைத்து ஓரிடத்தில் இருந்த வழுவழுப்பான சுவரில் சாய்ந்து நின்று எல்லோரையும் பார்த்துக்கொண்டிருந்தான். தன்னை அழைக்கத் தன் மாமா ஏற்பாடு செய்துள்ளவர்கள் தமிழ் தெரிந்தவர்களாகத் தான் இருக்கவேண்டும் என்று நினைத்தபோது, மொழி தெரியாத கவலை இனி இருக்காது என்று நினைத்தான்.

மிக அதிக நேரம் அவன் அதே இடத்தில் நின்றான். எதிரில் ஓர் அறிவிப்புப் பலகையில் விமானங்கள் பற்றிய தகவல்களாக இருக்கும் என்று அவன் நினைத்த எழுத்துக்களும் சில எண்களும் வந்து வந்து போயின. அவை வரும் அழகும் மறையும் அழகும் அவனைக் கவர்ந்தன. சற்றுநேரம் பார்த்துக்கொண்டே நின்ற போது திடீரென்று ஒரு பயம் வயிற்றைக் கவ்வியது. பயம் வயிற்றில்தான் பரவும் என்பதை அப்போதுதான் அறிந்தான். பயத்தைப் போக்குவதற்காக, கண்ணெதிரில் தெரியும் அந்த எழுத்துக்கள் தோன்றுவதைப் பார்க்க ஆரம்பித்தான். விமானத்தில் வந்தபோது தனக்குப் பிடித்த உணவை மீண்டும் கேட்டுக் கேட்டு வாங்கித் தின்றான். அன்று என்ன கிழமை என்று பார்த்து அன்று மாமிசம் சாப்பிடும் நாள் அல்ல என்பதால் தூய வெஜிட்டேரியன் உணவு வேண்டும் என்று எப்படியோ பணிப்பெண்ணுக்கு உணர்த்தி, கேட்டு வாங்கித் தின்றான். பன் மற்றும் சீஸ் நிறைய சாப்பிட்டிருந்தான். அதனால் வயிறு பசிக்கவில்லை. கையில் கட்டியிருந்த கடிகாரத்தைப் பார்த்தான். கால் கடுக்க ஆரம்பித்தது. மீண்டும் மீண்டும் எழுத்துக்கள் வந்து வந்து மறைந்தன. தன் மாமன் எதற்காகப் பொய் சொல்ல வேண்டும் என்று நினைத்தான். சுமார் நான்கு மணிநேரம் காத்திருந்தான். இந்தியாவிலும் இந்த நாட்டிலும் வேறுவேறு நேரம். இதுபோன்ற விபரங்களை மாமா சொல்லி அனுப்பியிருந்தார். திடீரென்று ஓர் உணர்ச்சி அடிவயிற்றை இறுக்கிப் பிடித்தது.பின்பு அது மெதுவாகப்பரவ ஆரம்பித்தது. அப்போது தான் முதன்முதலில் கடவுளின் குரலைக்கேட்டான் கும்மாங்குத்து. பின்பு என்ன நடந்தது என்று நினைவு இல்லை.

‘என்னடா கும்மாங்குத்து?’

குரல் கேட்டபோது, இவன் ஒரு வேனில் வேறு பல ஆட்களோடு அடைக்கப்பட்டிருந்ததை அறிந்தான். வேன் வேகமாகப் போய்க் கொண்டிருந்தது. தன்னைப்போல் பல சிறுவர்களும், சில ஆப்பிரிக்க நாட்டவர்களும், வடஇந்தியச் சிறுவர்களும் வேனில் இருந்தனர். ஒரு சீக்கியச் சிறுவன் செல்பேசி வைத்திருந்தான். ஆப்பிரிக்க நாட்டுச் சிறுவனின் முடி சுருண்டு கம்பி போல் இருந்தது. இவன் தமிழ் பேசுகிறவன் என்றும், இவன் பெயர் கும்மாங்குத்து என்றும் அறிந்த ஓர் இலங்கைப் பையன் இவனுடன் தமிழில் பேசியபடி அவர்களுடன் இருந்தான். முதன்முதலில் அந்த இலங்கைப் பையன் இவனிடம் கேட்ட கேள்வி இது.

'ஏண்டா உனக்கு இப்படி ஒரு பேரு? கும்மாங்குத்து!'

'ரொம்ப தமாஷா இருக்குல்ல இந்தப் பேரு?' என்றான் இவனும்.

'ஆமாடா, எங்கடெ நாட்டில இப்படி பேரு இல்ல' என்றான் இலங்கைப் பையன்.

அப்போது மாஸ்கோ விமான நிலையத்தில் தான் தனியனாக விடப்பட்டது ஞாபகம் வந்தது. எழுத்துக்கள் வந்து மறையும் ஓர் எலக்ட்ரானிக் அறிவிப்பைப் பார்த்தபடி நின்றுகொண் டிருந்தான். ஒரு குரலைக் கேட்டபடியே இருளுக்குள் விழுந்து ஆழத்தில் மீட்க முடியாதபடி அமிழ்ந்து போய்க்கொண்டிருந்தது மீண்டும் நினைவுக்கு வந்தது.

பக்கத்துச் சிறுவனிடம் மெதுவாக இவன் பேசப் போனபோது, வேன் ஏதோ ஒரு பள்ளத்தில் விழுந்து வேகத்தைக் குறைத்தது. வேனுக்குள் ஒரு சிறு பல்ப் 'முணுக் முணுக்' என்று எரிந்து கொண்டிருந்தது. பல சிறுவர்களும் ஓரிரு பெரியவர்களும் தூங்கித் தூங்கித் தலையை வேனில் மோதிக்கொண்டார்கள். அப்படி மோதும்போது விழித்து அலங்க மலங்கப் பார்த்தார்கள். மீண்டும் கையை வேனுக்கும் தலைக்கும் நடுவே வைத்துத் தூங்கலானர். எல்லார் கையிலும் சிறியதாகவோ பெரியதாகவோ ஒரு பை இருந்தது. அந்தச் சீக்கியச் சிறுவனின் கையில் ஒரு செல்பேசி கூடுதலாக இருந்தது. வேன் மிகப் பெரியதாக இருந்தது. அதாவது மிக உயரமான வேன் அது. உள்பக்கம் நிறம் போயிருந்தது. அதன் தரை பலமான இரும்பால் செய்யப் பட்டிருந்தது. வேனை ஓட்டியவர்களை, வேனுக்குள் இருந்து பார்க்க முடியாதபடி அடைக்கப்பட்டிருந்தது. இது ஆடுகளையோ, மாடுகளையோ அல்லது சாமான்களையோ ஓரிடத்திலிருந்து இன்னொரு

இடத்துக்கு நகர்த்தும் ட்ரக் என்று சொல்லப்படும் பெரியவகை வேன்.

'நாம எங்கே இருக்கிறோம்?' என்று இலங்கைச் சிறுவனிடம் கேட்டான் கும்மாங்குத்து. அந்த இலங்கை இளைஞனை, சிறுவன் என்று கூற முடியாது. அதிக விபரம் உள்ளவன் என்பது அவனது கவலை ஏறிய கண்களைப் பார்த்தவுடன் இவனுக்குத் தெரிந்தது.

'ஒண்ணும் தெரியாத சின்னப் பையனா இருக்கிறியேடா' என்றான் இலங்கைப் பையன்.

குத்துக்கால் போட்டு ஏதோ சிறு பெட்டி போல் இருந்த ஒன்றில் ஏறி கால்களை ஒடுக்கி அமர்ந்திருந்த இவன் அந்த இலங்கை இளைஞனைப் பார்த்தான். இவன் பார்வையில் இருந்த அப்பாவித் தனம் இலங்கை இளைஞனுக்கு அந்த ட்ரக்கின் போதாத விளக்கிலும் தெரிந்தது. இலங்கை இளைஞன் போதிய அறிவுடன் இந்த வேனில் தன்னுடன் பயணம் செய்கிறான் என்று ஓர் ஆறுதலுணர்வு கும்மாங்குத்துவுக்கு ஏற்பட்டது.

'நாம கள்ளத்தனமா போறம். ஒரு நாட்டில இருந்து இன்னொரு நாட்டுக்குக் கள்ளத்தனமா கடத்துற ஏஜன்டுக நம்மை நடு ராத்திரியில கடத்திக் கொண்டு போவுனம். தெரிஞ்சுக்க' என்றான் இலங்கைத் தமிழில்.

இவனுக்குக் கள்ளத்தனமாகப் போவது அப்போதுதான் புரிந்தது. பயம் ஏற்பட்டது. கூடவே, சாகசம் புரியும் மனோநிலையும் ஏற்பட்டது.

'வெளிநாட்டுல வேல செய்ய என் மாமா அனுப்பினார்' என்கிறான்.

'சரிதான். நீயும் நானும் பெரிய உத்தியோகஸ்தர்களா, வெளி நாட்டுல விசா வாங்கிப் போறதுக்கு? நாம இப்படித்தான் போவணும். புத்தியா பொளைக்கப் பாரு.'

இவன் இலங்கை இளைஞனை ஏதோ புரிந்துகொண்டது போல் பார்க்கிறான்.

'நீதானே விழுந்து கெடந்தது? தேடித்தேடி உன்னைக் கூப்பிட்டுக்கிட்டு வந்தார்களே' என்ற இலங்கை இளைஞனின் கூற்றிலிருந்து, தான் பிரக்ஞையற்று விழுந்தபோது கடவுளின் குரல் கேட்டதையும் அதற்குப் பிறகு என்ன நடந்தது என்று தன்னால் புரிந்துகொள்ள முடியாததையும் அறிகிறான். விழுந்தகிடந்த

இடத்திலிருந்து வேனில் அழைத்துப் போகிறவர்கள் தன்னைக் கண்டுபிடித்து அழைத்துச் செல்கிறார்கள் என்று அறிந்து கொண்டான். தன்னை விமானநிலையத்தில் விட்டுவிடாமல் அழைத்துக்கொண்டு போகிறவர்கள் மீது இவனுக்கு நன்றியுணர்வு தோன்றியது.

'எவ்வளவு காசு கொடுத்தே?' என்று வினா தொடுக்கிற இலங்கை இளைஞனுக்கு இவனால் பதில் சொல்ல முடியவில்லை.

'மாமாதான், போ அவங்க எல்லாம் பாத்துக்கு வாங்கன்னார்.'

'சரி, ஒனக்கு ஒண்ணும் தெரியல்ல. உன் மாமா ஏற்பாடு செஞ்சிருக்கார். நீ பிராமணனா?' என்று கேட்டபடி சிரித்த இலங்கை இளைஞன் தன்னுடைய பெயரைக் கும்மாங்குத்து வுக்குச் சொன்னான்.

'நான் குலசிங்கம். இவ்வியளுக்கு நான் மதன். என்னை மதன் என்று கூப்பிடும்.'

'சரி, மதன் அண்ணா' என்கிறான் கும்மாங்குத்து பௌவியமாக.

'திறமையாக இரும். இல்லேன்னா கொல பண்ணிப் போடுவினும்.'

இவனுக்கு உதறல் எடுக்கிறது. திடீரென்று, 'என்னை யாரும் ஒண்ணும் செய்ய முடியாது. கடவுள் இருக்கிறார் என்னைக் காப்பாத்த! அவர்தான் மாஸ்கோவில் என்னைக் காப்பாத்தினது' என்கிறான்.

'இல்ல, விழுந்து கிடந்த உம்மை ஏஜன்டுக தான் காப்பாத்திக் கூப்பிட்டுட்டு வருவினும்.'

அதன்பிறகு இவன் ஏதும் பேசவில்லை. தூரத்தில் காட்டு மரங்களுக்குள் வேன் போவதுபோல மரக்கிளைகள் ஒடியும் ஓசை கேட்கிறது. அங்கும் இங்குமாக எல்லோரையும் போட்டுக் குலுக்குகிறது வேன். ஒருவர்மீது ஒருவர் வந்துவிழுந்ததில் எல்லோரும் தூக்கத்தை இழந்து விழிப்புக்கொள்கிறார்கள். மொத்தம் இருபத்தி மூன்று பேர் இந்த வேனில் அடைக்கப் பட்டிருக்கிறார்கள்.

'போலீஸ் பிடித்தால் நம்மை எல்லாம் ஜெயிலில் போடுவார்கள். கடவுள் துணை செய்தால் போலீஸ் பிடிக்காமல் போவோம்.'

'இன்னம் எவ்வளவு நேரத்தில் போய்ச் சேர்வோம்?'

'இரண்டு மூன்று நாட்கள்கூட இந்த ஏஜென்டுகளோடு நாம்

கழிக்க வேண்டிவரும். பகலில் எங்காவது ஒரு கட்டிடத்தில் அடைப்பார்கள். இரவில் இதுபோல் பயணம். கடைசியாகத்தான் ஜெர்மனியில் போய்ச் சேர்வோம். நம் விதி எப்படியோ? என் அக்கா அவளுடைய ஆபரணங்களை எல்லாம் விற்று எனக்குப் பணம் கொடுத்தாள்' என்கிறான் அந்த இலங்கை இளைஞன்.

அப்போது தன் பணத்தை யார் கொடுத்தது என்ற கேள்வி இவன் மனதில் ஏற்பட்டது.

வேன் வேகம் குறைந்தது. பின்பு, ஒரு பள்ளமான இடத்தில் நின்றது. பின்பக்கம் இறுக இடப்பட்டிருந்த பெரிய இரண்டு இரும்புக் கம்பிகள் திறந்தன. தலையில் குளிருக்கு இறுகிய தொப்பிகளையும் பெரிய பெரிய கோட்டுகளையும் அணிந்த இருவர், இருபக்கங்களிலும் நின்று இறங்கிய எல்லோரையும் எண்ணினார்கள். அவர்கள் வெள்ளைக்காரர்கள்.

கும்மாங்குத்துவின் காதில் இலங்கை இளைஞன், 'இவர்கள் நம்மை சட்டவிரோதமாகக் கொண்டுசெல்லும் ஏஜென்டின் ஆட்கள்' என்றான். பின்பு ஓரமாக எல்லோரையும் ஒன்றுக்கிருக்கச் சொன்னார்கள். ஓரளவு சுத்தமான கழிப்பறைகள் கொண்ட கட்டிடம் அது. பெரிய நீளமான லாரிகள் ஒன்றிரண்டு, ஏற்கெனவே அந்த இருள் நிறைந்த பகுதியில் நின்றிருந்தன.

அப்போது உயரமான, ஒருவர் வந்து கும்மாங்குத்துவின் முதுகில் தட்டிவிட்டுத் தமிழில் சொன்னார். அவர் பேச்சு ஏற்கெனவே தெரிந்த ஒருவரிடம் பேசுவது போல் இருந்தது.

'என்ன தம்பி, மாஸ்கோவில் தூங்கிட்டியா? எங்கேயெல்லாம் தேட வேண்டியதாயிற்று. பிராமணப் பையன். நீங்கள் புத்திசாலி களாயிற்றே!'

'தெரியாது அண்ணே. நீங்க நம்ம ஊரா?'

இலங்கை இளைஞனும் கும்மாங்குத்துவும் மத்திய வயதைத் தாண்டிய புதிய நபரும் ஓரிடத்தில் நின்று பேசினார்கள். அந்த இடத்தில் தெருவிளக்குக் கம்பத்தின் நிழல் விழுந்தது. புதிய நபர் மீசை ஏதும் வைத்திருக்கவில்லை. அடிக்கடி சிரித்தபடி காணப் பட்ட புதிய நபர் இந்தத் தொழிலைப் பற்றி நன்கு தெரிந்தவர் போலப் பேசினார். கொஞ்சம் தொப்பை இருந்தது. அதற்குப் பொருத்தமில்லாக் கீச்சுக்குரலில் பேசினார்:

'பயப்படாதீங்க! திருட்டு வேல செய்தாலும் இந்தக் கூட்டத்தினர்

நல்லவர்கள். போலீஸ், மிலிட்டிரி முதலியவை களுக்கு எல்லாம் கொடுக்கவேண்டிய பணத்தைச் சரியாகக் கொடுப்பார்கள். ஆகையால் அதிகம் ஆபத்தில்ல. ஆனால், நம்முடைய விதிபோல எல்லாம் நடக்கும். திடீரென்று வேறு போலீஸ் வந்து பிடித்து விடும். எதுவும் சொல்ல முடியாது. போன மாதம் ஒரு வேனில் முப்பது பேரையும் பிடித்து விட்டார்கள். கடவுள் கையில்தான் எல்லாம்..' என்று சொல்லி நிறுத்தியபோது, அந்தப் புதிய நபரை நோக்கிப் பலமாகக் கும்மாங்குத்து தலை அசைத்தான். மதனின் பார்வை, 'இவன் ஒரு லூஸ் பயலோ?' என்று கேட்பது போல் இருந்தது.

'இந்தியாவில் உள்ள கம்யூனிஸ்ட் கட்சி என்னை மாஸ்கோவில் படிக்க அனுப்பி வைத்தது. என் அப்பா ஒரு பேங்க் யூனியன் தலைவராக திருநெல்வேலியில் அப்போது இருந்தார். அப்புறம் எல்லாம் மாறிப்போச்சு. மாணவனாக அங்கு இருக்க முடிய வில்லை. படிக்க வந்தவங்க எத்தனை நாள் உருளைக்கிழங்கு தின்று வாழமுடியும்? ஏதாவது தொழிலைத் தேடினேன். இந்த ஆள்கடத்தும் ஏஜென்டுகளுக்கு இப்போது நான் வேலை செய்கிறேன். ரஷ்யன் மொழி தெரிந்ததால் பிழைப்பு நடக்கிறது. ஊருக்குத் திரும்ப முடியாது. அங்கே போய் என்ன செய்ய? எனக்குத் தெரிந்த ஊர் நண்பர்கள் யாரும் இப்போ ஊரில் இல்ல. அம்மா, அப்பா இறந்து போனாங்க' என்று திருநெல்வேலித் தமிழில் சொல்லிவிட்டுத் தன் பெயரைச் சொன்னார் அந்த நபர்.

'விளாடிமிர்.'

கும்மாங்குத்துவுக்கு அந்தப் பெயர் மிகவும் பிடித்துவிட்டது என்பது அவனது மிகையான தலையாட்டலில் இருந்து தெரிந்தது. இலங்கை இளைஞன் இந்த மாதிரி காரியங்களில் கைதேர்ந்தவன் என்பதற்கு அத்தாட்சியாக இருந்தது அவனிடமிருந்து வந்த கேள்வி.

'அண்ணனோட சொந்தப் பேரு என்ன?'

புதிய நபர் அவனைப் பார்த்துக் கண்ணடித்துவிட்டு, 'உம் உம்' என்று உறுமியபடி சிரித்துவிட்டு முதுகில் தட்டிக் கொடுத்தாரே ஒழிய வேறு ஏதும் பேசவில்லை. அந்த மாதிரியெல்லாம் கேட்பது நாகரிகமில்லை என்று உணர்த்தும் விதமாக கும்மாங்குத்து,

'வில்லடமெ அண்ணே' என்று விளிக்க முயன்றபோது புதிய நபர் திருத்தினார்.

‘விளாடிமிர். வில்லடமெ இல்ல’ என்றார். கும்மாங்குத்து உடனே கற்றுக் கொண்டான். அதன்பிறகு ‘விளாடிமிர்’ என்று பாசத்துடன் அந்த அண்ணனை அழைப்பதில் தடங்கலில்லாமல் இருந்தது.

எல்லோரையும் சில நிமிடங்களுக்குப் பிறகு வேனில் ஏறச் சொன்னார்கள். அப்போது எல்லோரிடமிருந்த பாஸ்போர்ட்டை வேனின் இருபக்கம் நின்றிருந்த ஆட்கள் வாங்கியதோடு எல்லோரையும் எண்ணினார்கள். அப்படி நின்றிருந்தவர்களில் மிக உயரமான ஒருவன் கையில் ஒரு பீர் டின்னை வைத்துத் தலையை உயர்த்தி உயர்த்திக் குடித்தான். அவனுக்குப் புருவம் வெள்ளை யாகக் காடு போல் வளர்ந்திருந்தது. கும்மாங்குத்து இலங்கை இளைஞனைப் பார்க்க, அவன் கொடு என்பது போல் முகத்தால் சைகை செய்ததோடு தானும் பாஸ்போர்ட்டை அவர்களிடம் கொடுத்தான். மாமா எங்கேயும் பாஸ்போர்ட்டை விட்டுவிடாதே என்று சொல்லி அனுப்பியது ஞாபகத்துக்கு வந்தது. எப்பாடுபட்டாவது நன்றாக வேலை பார்த்து மாமன் எதிர் பார்ப்பைப் பூர்த்தி செய்யவேண்டும் என்று பட்டது கும்மாங் குத்துவுக்கு. ஆனால் நடப்பது, எல்லாம் அவனுக்குப் புதிராகவும் புரியாததாகவும் இருந்தன. எல்லோரும் ஏறியதும் வேன் புறப்பட்டது.

விளாடிமிர் அண்ணன், வேனில் முன்பக்கம், அவனது சிநேகிதர் களோடு ஏறியிருப்பார் என்று கும்மாங்குத்து நினைத்தான். அந்தக் கூட்டத்தில் இவனைப்போல் மிகச்சிறிய வயதுடையர்கள் இருவரோ மூவரோ இருக்கத்தான் செய்தார்கள் என்பதை, கும்மாங்குத்து ஏற்கெனவே கவனித்து வைத்திருந்தான். ‘முணுக் முணுக்’கென்று மீண்டும் விளக்கு எரிய, ஒவ்வொருவரும் மெதுவாக தூங்க ஆரம்பித்தார்கள். சிலர் நெருக்கியடித்தபடி வேனின் தரையில் மெதுவாகப் படுத்துத் தூங்க ஆரம்பித்தார்கள். அப்போது எதிர்ப்புறத்திலிருந்து ஒரு வாகனம் வந்தது. அந்த வாகனத்தைப் பார்த்ததும் இந்த வேனை ஓட்டிக்கொண்டு போனவர்கள் நிறுத்தினார்கள்.

இலங்கை இளைஞன், ‘இது எந்த நாடு என்று தெரியவில்லை’ என்றான். தொடர்ந்து, ‘பல நாடுகள் வழி நம்மைக் கடத்துவார்கள்’ என்றான். பல விஷயங்கள் அவனுக்குத் தெரிந்திருந்தன.

வேன் மெதுவாகப் போய் மீண்டும் ஓரிடத்தில் இருளில்

நின்றது. வேனின் பின்பக்கக் கதவு திறக்க, இருபத்தி மூன்று பேர் மீண்டும் விழித்தார்கள். ஒருவன் ஆப்பிரிக்கத் தேசத்து இளைஞன். அவன் குறட்டை விட்டு வேனில் படுத்துச் சுகமாகத் தூங்கினான். பீர் குடித்துக்கொண்டு நின்ற அடர்ந்த புருவம்கொண்ட மனிதன் வேனுக்குள் ஏறி அவனைக் காலால் பலமாக மிதிக்க, அந்த ஆப்பிரிக்க இளைஞன் திடுக்கிட்டு எந்திரம்போல் எழுந்து நின்றான். அவன் கழுத்தைப் பிடித்து வேனில் இருந்து கீழே தள்ளினான் அந்த அடர்ந்த புருவம்.

அப்போது விளாடிமிர் மீண்டும் தோன்றினான். விளாடிமிருடன் ஒட்டிக் கொண்டனர் கும்மாங்குத்துவும் இலங்கை இளைஞனும். இப்படி குழுக் குழுவாக எல்லோரும் பிரிக்கப்பட்டுவிட்டனர்.

அதன் பிறகு கால்நடையாக எல்லோரும் பக்கத்துத் தெருக் களுக்குள் போனார்கள். லேசாக மழை விழுந்துகொண் டிருந்தன. அதனால், தெருக்களும் ரோடுகளும் பனியின்றிக் காணப்பட்டன. விளாடிமிருடனும் இந்த இரு இளைஞர்களுடனும் இன்னும் நான்கு ரஷ்யமொழி பேசும் வேறு தேசத்தவர்களும் இருந்தனர். விளாடிமிரும் இந்த ஆறுபேரும் சேர்ந்து மொத்தம் ஏழு பேர் தனியாக மற்றவர்களிடமிருந்து பிரிக்கப்பட்டனர். இவர்களுக்குப் பொறுப்பு விளாடிமிர். கும்மாங்குத்துவுக்குத் தூக்கமும் கொட்டாவியுமாக இருந்தது. அப்போது விளாடிமிரின் குணம் முற்றாக மாறியது. கும்மாங்குத்து மற்றும் இலங்கை இளைஞ ரிடம் இதுவரை பேசிய விளாடிமிர் வேறு ஒருவன் என்பது போல் இருந்தது. ஒரு பிஸ்டலும் ஒரு நீளமான சங்கிலியும் விளாடிமிரிடம் இருந்தன. கும்மாங்குத்துவும் இலங்கை இளைஞனும் இப்போது பயத்துடன் விளாடிமிரைப் பார்த்தனர். இவர்களிடம் விளாடிமிர் இப்போது ரஷ்ய மொழியில் பேசினார். பேசிய அதிகாரமுறை, இவர்களுக்கு அவர் என்ன சொல்கிறார் என்பதைப் புரியவைத்தது. ஒரு வீடு போல் இருந்த கட்டிடத்தின் காம்பவுண்டில் இருந்த இரும்பு கேட் இப்போது தானாகத் திறந்தது. நிழலில் ஓரமாக இந்த ஆறு பேரையும் விளாடிமிர் அழைத்து அந்த வீட்டினுள்ளே சென்ற போது, அங்கே பலர் ஏற்கெனவே கம்பளிகள் போர்த்தியபடி படுத்துக்கொண்டு இருப்பது தெரிந்தது.

'இரண்டு மணி நேரம் படுத்துத் தூங்குங்க. காலை இரண்டு மணிக்கு எழுந்துவிட வேண்டும். அப்புறம் பார்டர் க்ராஸ் செய்யணும். போலீஸ் இருக்கிறதாகச் செய்தி வந்துள்ளது. ஆனால்,

தைரியமா தூங்குங்க' என்று மெட்டல் நிறத்தில் இருந்த பிஸ்டலால் மூக்கைச் சொறிந்தபடி சொன்னார் விளாடிமிர். கும்மாங்குத்து மூத்திரம் கழிக்கும் இடம் எங்கே என்று கேட்க, விளாடிமிர் அப்படி நின்றபடியே திரும்பி ஓரிடத்தை நோக்கி பிஸ்டலைக் காட்ட கும்மாங்குத்துவும் இலங்கை இளைஞனும் அங்குப் போனார்கள்.

மூத்திர அறை சுத்தமாக இருந்தது. இலங்கை இளைஞனிடம் கும்மாங்குத்து சொன்னான்:

'விளாடிமிர் அண்ணன் கையில் பிஸ்டல் இருக்கிறது பாரு.' இலங்கை இளைஞன் பதில் ஏதும் சொல்லவில்லை. இலங்கை இளைஞன் படுத்த இடத்தில் கிடந்த இன்னொரு படுக்கையை விரித்துப் படுக்க கும்மாங்குத்துப் போனபோது விளாடிமிர் இவனை அழைத்தார். அவரோடு நடந்த கும்மாங் குத்துவிடம் ஒரு மூலையில் கிடந்த தடிமனான ஷூவைக் காட்டி, 'இனி நீ அந்த ஷூவைப் போடு. யாரோ போனமாசம் செத்துப்போனவன் ஒருத்தன் ஷூ அது. அதைப் போடாவிட்டால் குளிரில் நீ செத்துப்போவாய்' என்றார். விளாடிமிரின் பரந்த முகத்தில் தெரிந்த உணர்வுகளை அறிய முடியவில்லை. வழக்கம்போல் அவரின் குரல் மட்டும் மூக்கால் பேசுபவர் போல் கேட்டது. 'சரி அண்ணே' என்று வந்து பழைய ஷூவை மூலையில் வைத்துவிட்டு புதிய ஷூவுடன் இலங்கை இளைஞன் படுத்திருந்த இடத்தில் வந்து படுத்தான் கும்மாங்குத்து. அவனுக்கு ஏதும் யோசிக்கக்கூட நேரம் இருக்கவில்லை. தூக்கம் கண்களைச் சுழற்றியது. இலங்கை இளைஞனிடம், 'யாரோ செத்தவனின் ஷூவை நான் இனி போட வேண்டும்' என்றான். 'விளாடிமிர் கொடுத்தார். இல்லாவிட்டால், நீ குளிரில் செத்துப் போவாய்' என்றான் இலங்கை இளைஞன். 'குளிரில் செத்துப் போவதை விட, செத்தவனின் ஷூவைப் போடுவது மேல்' என்றான் கும்மாங்குத்து.

பின்பு இலங்கை இளைஞன், 'தூங்கு' என்று கூறி முகத்தின் வழி கம்பளியை இழுத்துப் போட்டுவிட்டு, 'ஒரே கம்பளிதான் நம் இருவருக்கும். இங்கே ஒட்டிப்படு' என்றான். இவனுக்குத் தூக்கம் மீண்டும் கண்களைச் சுழற்றியது. கொட்டாவி விட்டான். தூக்கத்தில் ஆழப்போகும் சமயம், இலங்கை இளைஞனின் கை தன் தொடை பாகத்தில் வந்தது கண்டு, அவனது கையைத் தட்டிவிட்டான்.

தொடர்ந்து அவனது கை தொந்தரவு கொடுக்க குப்புறப் படுத்தான் கும்மாங்குத்து. தூக்கமா அழுகையா என்று தெரியாத

ஒரு ஏக்க உணர்வு அலை போல் பாய, அதில் கரைந்து போனான் கும்மாங்குத்து. கும்மாங்குத்திற்கு முன் மாமா நின்று வழியனுப்ப, அம்மா அழ, அக்காவும் அவளின் பிள்ளைகளும் ஓரமாய் நின்ற படி இருந்தனர். எப்படியாவது சம்பாதித்து எல்லோரையும் காப்பாற்றுவேன் என்று கனவில் பிதற்றினான் கும்மாங்குத்து.

எவ்வளவு நேரம் தூங்கினான் என்று தெரியாது. திடீரென்று யாரோ முதுகில் கத்தியால் குத்தியது போல் உணர்ந்து அதிர்ச்சி யுடன் விழித்தான். கண்களைக் கசக்கிப் பார்த்தபோது, விளாடிமிர் ஷு அணிந்த காலால் இவனை எழுப்பியது தெரிந்தது. பதறி எழுந்தான். கம்பளியை ஒருபுறமாய் தள்ளினான்.

'ஓடிப்போய் முகம் கழுவி, மூத்திரம் பெய்துவிட்டு வா, இரண்டுக்கும் இருந்துவிட்டு வா. பார்டர்கிராஸ் செய்ய வேண்டும். யார் விதி எப்படியோ? போலீஸ் இருக்கிறதால், பனி ஆற்றின் வழிதான் கிராஸ் செய்ய வேண்டியிருக்கிறது.'

விளாடிமிர் கூறியபடி எல்லாம் செய்துவிட்டு வந்தான் கும்மாங்குத்து.

அப்போது இலங்கை இளைஞனும் வந்துசேர்ந்துகொண்டான். அவன் இவனைப் பார்த்துச் சிரித்தான். அந்த இலங்கை இளைஞ னுக்கு ஓரத்தில் ஒரு பல் இல்லை என்பதை அப்போதுதான் கவனித்தான் கும்மாங்குத்து. இவனுக்கு அவனைப் பார்க்க வெட்கமாகவும் எரிச்சலாகவும் இருந்தது. இவன் அருகில் இனி தூங்கக்கூடாது என்று நினைத்துக் கொண்டான்.

விளாடிமிர் இன்னும் அதிக முரட்டுத்தனத்துடன் நடந்து கொண்டார். கொஞ்சம் பிந்தினாலும் தலையில் அடித்தார். இவர்கள் இருவரையும் போல, பிற நான்கு இளைஞர்களுடனும் ஒரே விதமாகவே விளாடிமிர் நடந்து கொண்டார். அவர்களில் இரு இளைஞர்கள் செச்சனியா என்ற நாட்டைச் சார்ந்தவர்கள். மற்ற இருவர் நடுத்தர வயதைக் கொண்ட, உக்ரைன் நாட்டவர்கள். ரஷ்யாவுக்கு அருகில் உள்ள ஒவ்வொரு நாட்டிலும் அரசியல் பிரச்சினையாலும், பிழைப்புக்கு வழியில்லாததாலும் ஜனங்கள் ஐரோப்பாவில் உள்ள ஏதாவது நாட்டுக்குப் போய்க் கொண்டிருக் கிறார்கள். ஆசியாவிலிருந்து வந்திருக்கிற கும்மாங்குத்துவும் மதனும் தங்கள் குடும்பங்களுக்கு உதவ இங்கு வந்திருக்கிறார்கள். இலங்கை இளைஞனுக்கு, பிற ஐரோப்பிய ஆட்களைப் போல அரசியல் பிரச்சினையும் இருந்தது. எல்லோரும் இப்போது

ஒரு சிறு ட்ரககில் விளாடிமிரின் கட்டளைப்படி ஏறினார்கள். முதலில் வேனில் வந்தவர்கள் என்ன ஆனார்கள் என்று தெரிய வில்லை.

அந்தச் சிறு ட்ரககின் முன் பக்கத்தில் விளாடிமிரும், முகத்தில் பெரிய மப்ளர் கட்டி தலை முழுதும் மறைத்திருந்த ஒரு டிரைவரும் அமர்ந்திருந்தனர். செச்சனிய இளைஞர்கள் ஒருபக்கமும், உக்ரைனியர்கள் ஒரு பக்கமும், ஆசிய இளைஞர்கள் ஒருபக்கமும், ட்ரககினுள் மூன்று திசைகளிலும் பதிக்கப்பட்டு இருந்த பெஞ்ச் போன்ற, இருவர் மட்டும் அமரக்கூடிய பலகைகளில் மூன்று திசையிலும் ஆறு பேர் அமர்ந்தனர். டிரைவருக்கு நேர் இணையாக ட்ரககின் கதவு பின்பக்கம் இருந்தது. ஆட்டோ ரிக்ஷா போன்ற மிகச்சிறிய ட்ரக், இதுபோன்ற காரியங்களுக்குப் பயன்படுகிறது. கதவை மூடிய விளாடிமிர், ஒரு டார்பாலால் ட்ரக்கை முழுதும் மூடினார். பின்பு டிரைவர் அருகில் போய் அமர்ந்து தன் முகத்தை முழுதும் மப்ளரால் மூடினார். ட்ரக் மெதுவாக சத்தமின்றி புறப்பட்டது. கும்மாங்குத்து தன் உணர்வுகளிலிருந்து விடுபட்டவன் போல உணர்ந்தான். அந்தச் சிறிய, எட்டு பேரை மட்டும் கொண்டுசெல்லும் வாகனம் புறப்படும்முன் விளாடிமிர் எல்லா விபரங்களையும் கூறியிருந்தார்.

‘மிகவும் ஆபத்தான இடத்திற்குப் போகிறோம். வழியில் ஏதாவது துப்பாக்கிச் சப்தம் கேட்டால், எல்லோரும் ட்ரக்கின் தரையில் படுத்துவிட வேண்டும். எந்தச்சப்தமும் எழுப்பக்கூடாது. உங்களை வெடிமருந்துப் பொருட்கள் என்று கூறி, கடத்திக் கொண்டிருக்கிறோம். மூச்சுவிடுவதோ, பேசுவதோ, வேறு எந்தச் சப்தமோ கேட்கக் கூடாது. யாராவது சோதனை செய்யவந்தால், முதலில் நாங்கள் அனுமதிப்போம். அதனால்தான் டார்பால் போட்டு முழுதும் மூடியிருக்கிறோம். செத்ததுபோல் கிடக்க வேண்டும். நாய்களா! ஏதாவது எங்கள் தொழிலுக்குத் தகாதமுறையில் நடந்தீர்கள் என்றால், அவர்கள் சுடும் முன்பு நாங்கள் சுட்டுத் தூக்கி வீசிவிட்டுப் போய்விடுவோம். உஷார் நாய்களா!’ என்று ஒவ்வொரு வார்த்தையிலும் கண்ணியக் குறைவான வார்த்தை களைப் பயன்படுத்திப் பேசினார். எல்லோரும் தலையாட்டினர். அந்தச் செச்சனியா இளைஞர்கள் மற்றும் உக்ரைன் ஆட்களிடம் விளாடிமிர் இதைவிட மோசமாகப் பேசியிருக்க வேண்டும். அதை அவர்கள் முகம் காட்டியது. இப்போது விளாடிமிர் வைத்தது தான் சட்டம். ஒரு மிலிட்டரி அதிகாரி போல பேச ஆரம்பித்தார்.

அவர் உட்கார் என்றால் உட்கார வேண்டும். எழும்பு என்றால் எழும்ப வேண்டும். கும்மாங்குத்து, இலங்கை இளைஞனுக்கு அருகில் அமர்ந்திருந்தாலும் அதிகம் நட்புரிமை காட்டாவிடினும் இலங்கை இளைஞன் சகஜமாகச் சிரித்து, தனக்குத் தெரிந்த தகவல்களை எல்லாம் சொல்லிக்கொண்டிருந்தான். தனது மைத்துனன் போன ஆண்டு இலங்கைக்கு வந்தபோது, அவன் இங்கு வந்த அனுபவத்தை எல்லாம் சொல்லியிருந்தது தனக்குப் பாடமாக அமைந்தது என்றான். ஏதாவது வேலை கிடைத்ததும், முதன் முதலாகத் தனது அக்காவின் ஆபரணங்களை மீட்டெடுப்ப தற்குத் தனது பணத்தை அனுப்பிக் கொடுக்க வேண்டும் என்று அம்மா புறப்படும்போது ரகசியமாகச் சொல்லியதை, இந்தியா விலிருந்து வந்த கும்மாங்குத்துவுக்குச் சொன்னான்.

இருவரும் துப்பாக்கிச் சத்தம் ஏதும் கேட்டால் உடனடியாக எப்படி ட்ரக்கின் தரையில் படுத்துத் தூங்குவதுபோல் கிடக்க வேண்டுமென்று சொல்லிக்கொண்டிருந்தனர். ஆனால், நல்ல காலமாக துப்பாக்கிச் சப்தம் ஏதும் கேட்கவில்லை. கும்மாங்குத்து கடவுள் காப்பாற்றுவார் என்று மீண்டும் நம்பினான். ஓரளவு பெரிதாக இருந்தாலும், அந்தச் செத்துப்போன ஒருவனின் குளிர்காலத்திற்குத் தக்க, உள்பகுதியில் தனியாகக் கட்டியான உல்லனால் தைக்கப்பட்ட அந்த ஷு பாதுகாப்பாக இருப்பதாக அவன் நம்பினான்.

அப்போது ட்ரக் மெதுவாகப் போக ஆரம்பித்தது. ரோட்டி லிருந்து வேறு திசை நோக்கித் திரும்பியது, தெளிவாக ட்ரக்கிற்கு உள்ளே அமர்ந்திருந்த எல்லோருக்கும் தெரிந்தது. உக்ரைன்காரன் ஒருவன் மட்டும் மற்றவனின் தோளில் தூங்கித் தூங்கி விழுந்ததைத் தவிர, மற்றவர்கள் யாரும் தூங்கவில்லை. ஏது நடக்குமோ என்று எல்லோரும் எதிர்பார்த்தபடி காத்திருந்தார்கள். இப்போது ட்ரக் மிகமிக மெதுவாகப் போக ஆரம்பித்தது. அது ட்ரக் போகக்கூடிய சாலை இல்லை என்பது டயர்கள் அழுந்திய விதத்திலும் ட்ரக் அசைந்த முறையிலும் இருந்து தெளிவாகத் தெரிந்தது. அப்போது, 'உஷாராக இரு, ஏதோ ஒன்று நடக்கலாம்' என்று உணர்த்துவது போல, உக்ரைன் நாட்டவர்களில் தூங்கிக்கொண்டிருந்த ஒருவன் தூங்கித்தூங்கித் தன் தோள் மேல் விழுந்த அடுத்தவனை திடீரென்று தலையில் ஓங்கி அடித்துத் தூங்காதபடி இருக்க வைத்தான். நல்ல காலம்! அடித்த ஒலி ட்ரக் சப்தத்தில் வெளியில் கேட்கவில்லை. அல்லது விளாடிமிர், தன் கட்டளை ஒன்று மீறப்பட்டதற்காகக் கோபம் கொண்டிருக்கக்கூடும். அப்போது ட்ரக நின்றது. கும்மாங்

குத்துவுக்கு சுமார் ஒரு மணி நேரம் பயணம் செய்துள்ளோம் என்று நினைப்பு வந்தது.

அந்தச் சிறிய ட்ரக் நின்ற இடம் நாலா பக்கமும் பனி உறைந்து காணப் பட்டது. ஓரிரு இலை இல்லாத மரங்களும் சில பழைய சிறிய கட்டிடங்களும் காணப்பட்டன. லேசான நிலவு வெளிச்சம் அந்தப் பிராந்தியம் முழுவதும் பரவி இருந்தது.

தூரத்தில் பார்டர் செக்யுரிட்டி போலீஸ்காரர்களின் நாய்கள் குரைத்த சப்தம் தவிர வேறு எந்த ஒலியும் இல்லை.

ட்ரக்கை ஓட்டி வந்தவன் ஒரு மரத்திற்கருகில் ட்ரக்கைக் கொண்டுபோய் நிறுத்திவிட்டு வெளியில் வராமலே இருந்தான். விளாடிமிர் காட்டிய திசையில் அவருடன் ஆறுபேர் நடந்தார்கள்.

'நாம், உறைந்து காணப்படும் இந்த நதியைத் தாண்டினால் அடுத்த நாட்டிற்குள் போய் விடுவோம். இந்த நாட்டு போலீஸ் அதிகக் கெடுபிடி, நாம் முன்பு போன நாட்டைசார்ந்தவர்கள் பரவாயில்லை. எனவே உங்கள் லட்சியம் இந்த ஆற்றைத் தாண்டுவது.' விளாடிமிர் கூறியதற்கு ஆறுபேரும் ஒன்றும் சொல்ல வில்லை. பனி ஆறு பற்றி ஏதும் தெரியாதவர்கள் இரண்டு ஆசியர்கள். செச்சனியாவிலிருந்து வந்த இளைஞர்கள் முன்னால் நடந்தார்கள். 'இந்த ஆறு தாண்டியதும் அங்கு எங்கள் ஆட்கள் உங்களைச் சந்திப்பார்கள். நானும் டிரைவரும் நீங்கள் ஆற்றைக் கடந்ததும், நம்மைத் தேடி வந்துகொண்டிருக்கிற போலீஸிட மிருந்து தப்பி மாயமாய் மறைந்து விடுவோம்.'

உக்ரைன் நாட்டுக்காரர்கள் இரண்டு பேர் விளாடிமிரிடம் ரஷ்யமொழியில் தர்க்கித்தனர் என்பது மட்டும் கும்மாங்த்துவுக்கும் அவனோடு ஒட்டி நடந்துகொண்டிருந்த இலங்கை இளைஞன் குலசிங்கத்துக்கும் புரிந்தது. இருவரும் ஒருவரை ஒருவர் பார்த்தனர். அப்போது காற்று ஒலியெழுப்பிய படி பனியை வீசிக்கொண் டிருந்தது. இவ்விரு ஆசிய நாட்டு இளைஞர்களுக்கும் எல்லாம் விநோதமாக இருந்தன.

விளாடிமிர் துரிதப்படுத்தினார். அடிக்கடி பிஸ்டலைத் தூக்கினார். சற்றுதூரம் நடந்ததும் விளாடிமிர் சொன்னார்: 'அதோ தெரியுதே ஒரு மரம். அதிலிருந்து அந்தப் பக்கம் தெரிகிற முள்கம்பிவேலி வரை தரையில் பனி கட்டிக் கிடக்கிறது. சுமார் ஒரு மைல் தொலைவு. இது பெரிய ஆறு.'

இரண்டு செச்சனிய இளைஞர்கள் முதலில் போக முன்வந்தனர். 'இடையில் நீர் உருகிவிடவும் கூடும். பார்த்துப் போங்கள், ஒவ்வொருவராக. ஒருவர் போய்ச் சேர்ந்ததும் மறுகரையில் உள்ளவர்கள் நீங்கள் போய்ச்சேர்ந்ததை எங்களுக்குத் தெரிவிப்பர்' என்றார் விளாடிமிர்.

முதலில் ஒரு செச்சனிய இளைஞன் புறப்பட்டான். சற்று நேரத்தில் அவன் உருவம் மறைந்தது. எல்லோரும் கண்களைக் கூர்மையாக்கித் தூரத்தில் பார்த்த வண்ணம் இருந்தனர். ஏதும் தெரியாத அந்தக் காட்சிக்குள் ஒரு வாழ்வும் ஒரு மரணமும் மாறி மாறி அவர்களுக்குத் தெரிந்தன. விளாடிமிரும் அதிகம் பேச வில்லை. தூரத்தில் போலீஸ் நாய்களின் குரைப்புத் தவிர வேறு எந்த ஒலியும் இல்லை. வானம் பனியால் மூட்டம் போட்டிருந்தது. பிரகாசம் இல்லை. ஐந்து பேரும் அவ்வாறு கொஞ்சநேரம் பார்த்தவண்ணம் நின்றபோது, திடீரென்று எதிர்க்கரையிலிருந்து ஜீப் விளக்கு போன்று ஒரு வெளிச்சம் ஒருமுறை தோன்றி மறைந்தது.

'ஹா! அவன் போய்ச் சேர்ந்துவிட்டான். அடுத்து?' என்று மீதி ஐந்து பேரையும் விளாடிமிர் பார்க்க, அடுத்து இன்னொரு செச்சனிய நாட்டு இளைஞன் முன்வந்தான். அவனும் இருளில் மறைந்தபோது, இப்போது இவன் போவதையே கற்பனையில் கண்டவாறு மீதி ஆட்கள் நின்றிருந்தனர். ஒருமுறை இப்போதும் உக்ரைன் ஆட்கள் விளாடிமிருடன் தர்க்கம் புரிந்தனர்.

'ஆபத்தில்லா வழியில் கொண்டுபோக முடியாது இன்று. எல்லா வழிகளிலும் போலீஸ் நின்றுகொண்டிருக்கிறது. உங்கள் பணத்திற்கு இன்று இந்த வழியில் கொண்டுவருவதை உங்கள் ஏஜென்ட் ஒத்துக்கொண்டிருக்கிறான். என்னிடம் நீங்கள் விவாதம் செய்து பயனில்லை' என்று அந்த உக்ரைன் ஆட்களுக்குப் பொறுமை யாகச் சமாதானம் சொன்னார் விளாடிமிர்.

அப்போது சற்று நேரமான பிறகுகூட இரண்டாவது விளக்கு தெரியாததை உன்னிப்பாகக் கவனித்த விளாடிமிர், உக்ரைன் ஆட்களைப் பேசாதவாறு கை அமர்த்தினார். யாரும் பேச வில்லை. நிமிடங்கள் கழிந்துகொண்டே இருந்தன. இரண்டாவது செச்சனிய இளைஞன் போய்ச் சேர்ந்திருந்தால் இந்நேரம் விளக்கு இரண்டு என்று குறிப்பு காட்டியிருக்கும். எல்லோரும் திடீரென்று மௌனமானார்கள். ஆசிய நாட்டு இளைஞர்கள் ஒருவரை ஒருவர்

பார்த்தனர். காற்று ஊளை யிடுவது நிற்கவில்லை. பனி இன்னும் இன்னும் ஓங்கி ஓங்கி முகத்திலறைந்தது. எல்லோரும் விளக்கு வரும் திசையைப் பார்த்தவண்ணம் நின்றனர். அந்த விளக்கு, அந்த இளைஞன் போய்ச் சேர்ந்தானா இல்லையா என்கிற குறி மட்டுமில்லை. ஒரு உயிரை உலகம் இழந்ததா இல்லையா என்கிற சங்கேதம்! இன்னும் விளக்கு வரவில்லையே என்று எல்லோரும் கவலையோடு பார்க்கும்போது, இரு விளக்குகள் தெரிந்தன. நின்றுகொண்டிருந்தவர்கள் முகத்தில் கலகலப்பு. அப்பாடா என்று விளாடிமிர் நிம்மதி அடைந்தது அவர் முகத்தில் தெளிவாகத் தெரிந்தது.

அவர்கள் நின்றிருந்த இடம் மீண்டும் சூனியம் கொள்ள ஆரம்பித்தது. விளாடிமிர் இப்போது அந்த உக்ரைன் ஆட்களைப் பார்க்க, அவர்கள் போக விரும்பாததைத் தெரிவித்தனர். விளாடிமிர், ஆசிய நாட்டு இளைஞர்களான கும்மாங் குத்துவையும், மதன் என்ற குலசிங்கத்தையும் பார்த்தார். உடனே மதன் மற்றவனைவிட தான் பெரியவன் என்பதை உணர்ந்து புறப்பட்டான். கும்மாங் குத்துவை நோக்கிச் சிரித்துவிட்டு உற்சாகமாகக் கிளம்பினான். சற்று நேரத்தில் அந்த அடர்ந்த பனி வீசும் இருளில் அவன் உருவம் மறைந்தது.

'ஊ... ஊ...' என்று காற்று சப்தமெழுப்பியது. பனி, முகத்தில் பேயறைந்தது போல வீசியது. காற்று வீசும் திசைக்கு எதிர்ப் பக்கமாக எல்லோரும் முகத்தைத் திருப்பி, காற்றின் நேர்த் தாக்குதலில் இருந்து தங்கள் முகங்களைப் பாதுகாத்தனர். தூரத்தில் கிளை இல்லாத மரங்கள் ஆடியபடி இருந்தன. மங்கிய ஒளியில் வேறு ஏதும் தெரியவில்லை.

மீண்டும் மூன்று விளக்குகள் வந்ததும் கும்மாங்குத்துப் புறப்பட வேண்டும். உக்ரைனியர்கள் கடைசியாகத்தான் புறப்படுவார்கள். அவர்கள் முகங்களின் தோற்றம் அதைத்தான் காட்டியது.

கும்மாங்குத்துவுக்கு அப்போதுதான் இதுவரை தான் வாழ்வில் எப்போதும் அறிந்திராத ஓர் உணர்வு ஏற்பட்டது. அது, முதலில் வயிற்றிலிருந்து பரவியது. அந்த உணர்வின் பெயர் என்ன என்று அவனுக்குத் தெரியவில்லை. காதில் இரைச்சல் அதிகரித்தது போல் இருந்தது.

மூன்று விளக்குகள் தெரியப்போகின்றன என்று எல்லோரும் எதிர்பார்த்து, கடும்பனியையும் வீசும் காற்றையும் பொருட்

படுத்தாது நின்றபோது, எதிர்த்திசையிலிருந்து வந்த அடையாளம் மாறுபட்டிருந்தது. எல்லோரும் ஒருவரை ஒருவர் மாறி மாறிப் பார்த்தார்கள்.

நான்கு விளக்குகள் இரண்டுமுறை எரிவதும் அணைவது மாகத் தொடர்ந்தன. விளக்கு அடையாளம், எதிர்பார்க்காத ஒன்று நடந்துவிட்டதை அறிவிக்கிறது. கும்மாங்குத்து ஏதோ விபரீதம் நடந்துவிட்டது என நினைத்தான்.

விளாடிமிர் 'ஓ' எனப் புலம்பியபடி தலையில் கை வைத்து விட்டுக் குனிந்து அமர்ந்தார். உக்ரைன்காரர்கள், 'என்ன என்ன?' என்று விளாடிமிரிடம் போய் தோளைப் பிடித்துத் தூக்கினார்கள். அவர்களின் பிடியைக் கோபத்தோடு தட்டிவிட்டார் விளாடிமிர்.

'அந்த இலங்கைப் பையனை, பனி இளகி இழுத்துக்கொண்டு போய்விட்டது.'

இதுபோல் அவ்வப்போது நடக்கும் விபத்துப் பற்றி நன்கு தெரிந்த விளாடிமிர், திக்பிரமை பிடித்து நின்றார். உக்ரைன் நாட்டினர், 'திரும்ப அழைத்துப்போ, நாங்கள் சாகத் தயாரில்லை' என்று கூறியபடி திடீரென்று விளாடிமிரின் பிஸ்டலைப் பறித்துக் கொண்டனர். விளாடிமிர் அதற்காக அலட்டிக் கொள்ளவில்லை.

'மதன் என்ற குலசிங்கத்தைப் பெற்ற அந்தத் தாயின் வயிறு என்ன பாடுபடுமோ?' என்ற நினைப்பு வந்ததும், கும்மாங்குத்து கல் போல் அசைவில்லாமல் ஆனான். அவன் காதில் ஒலிகள் எழ ஆரம்பித்தன. அந்த ஒலிக்கு நடுவில் ஒரு தெளிவான குரல் மலர் பூப்பது போல் எழுப்பியது. உடனே, அவன் அந்தக் குரலை அடையாளம் கண்டுகொண்டான்.

'கடவுளின் குரல்!'

அக்குரலோடு பேசினான் கும்மாங்குத்து. சில விஷயங்கள் புரிந்தன அவனுக்கு. தனக்கு இனி என்ன நடக்கும் என்று அறிந்தவன் போலானான்.

விளாடிமிர் சுவாதீனமாக எல்லோரையும் வந்த ட்ரக்கிலேயே திரும்ப அழைத்துச்செல்ல வேண்டியதாயிற்று. ஒரு சிறிய ட்ரக், கொடூரமாய் வீசிய பனிக்காற்றை எதிர்த்துப் புறப்பட்டது.

ட்ரக்கில் யாரும் பேசவில்லை. விளாடிமிரின் உணர்வைப் புரிந்த உக்ரைன்காரர்கள், விளாடிமிர் வலுக்கட்டாயமாகத் தங்களை அந்தப் பனியாற்றின் வழி மறுகரைக்குத் தள்ளுவார் என்று நம்பா

விட்டாலும் ஒரு பாதுகாப்புக்காக விளாடிமிரின் பிஸ்டலை வாங்கி வைத்துக்கொண்டார்கள். அந்த உடல்வலுகொண்ட உக்ரைனியர்களோடு சண்டையிட்டு, ரஷ்யப் பெயர்கொண்ட தென்னிந்தியரான கீச்சுக்குரல் கொண்ட விளாடிமிர் ஜெயிக்க முடியாது. அவருக்குப் பிறகு சட்டவிரோத நடவடிக்கைகளில் ஈடுபடும் பல நபர்கள் இருந்தாலும், இப்போது அவர் ஒருவர் தனியாய் இருக்கிறார். அது விளாடிமிருக்கும் உக்ரைனியர்களுக்கும் இவர்கள் மத்தியில் இப்போது ஒரு பார்வையாளனாய் அகப் பட்டுக் கொண்ட கும்மாங்குத்துவுக்கும் புரிந்தே இருந்தது.

ட்ரக் ஊளையிட்டு பட பட என்று பனிச்சீலை போல் மோதி யடித்த காற்றை எதிர்த்து வேகமாகப் போய்க் கொண்டே இருந்தது. விளாடிமிர் இப்போது டிரைவர் சீட்டுக்குப் பின்னால் ட்ரக்கின் உள்ளே கும்மாங்குத்துவோடு அமர்ந் திருந்தார். ஒருமுறை உக்ரைனியர்களுடன் காற்றைப் பற்றியோ, ட்ரக் போகும் பாதையைப் பற்றியோ, ஏதோ ஒரு குறிப்பைப் பேசி அவர்களுடன் நட்பைப் பெற விரும்புவதுபோல் காட்டினார்.

விளாடிமிரும் பிஸ்டலைக் கேட்கவில்லை, அவர்களும் கொடுக்கவில்லை. ஏதோ விளாடிமிருக்கும் உக்ரைனியர்களுக்கு நடுவில் உள்ள உடன்படிக்கை யின் பிரகாரம் அவர்கள் மூவரும் நடந்துகொள்கிறார்கள் என்பது போல் இருந்தது, அவர்கள் நடந்து கொண்ட முறை. கும்மாங்குத்து என்று ஒரு ஜீவன் அங்கு இருப்ப தாகவே அவர்கள் கருதவில்லை.

அவனுக்கு எந்தப் பயமும் இப்போது இல்லை. அவனுக்குக் காதில் சற்று நேரத்துக்கு முந்தி பேசிய குரல், எந்தப் பயமும் இனி உனக்கு இல்லை என்பது போன்ற ஒரு விளக்கமுடியா உணர்வைக் கொடுத்திருந்தது. அந்தக் குரல் எந்தச் செய்தியையும் இவனுக்குச் சொல்லாவிட்டாலும், கடவுள் அவன் பக்கம் இருக்கிறார் என்ற ஒரு புதுவிழிப்பு அவனுக்குள் பிரகாசம் கொள்ளலாயிற்று.

சற்று நேரத்திற்குப் பிறகு ட்ரக் வீடுகள் இருக்கும் ஓர் ஊருக்குள் புகுந்தது. விளக்குக் கம்பங்களில் இப்போது கொஞ்சம் பிரகாசம் அதிகரித்தது போல் தெரிந்தது. அதிகப் பிரகாசத்தினாலோ ட்ரக் ஊருக்குள் வந்துவிட்டதாலோ ஓர் இறுக்கமற்ற சூழ்நிலை அவர்கள் மத்தியில் தோன்றியது. அதனை அவர்கள் எல்லோரும் மிகவும் விரும்பியவர்கள் போலவும் நடந்துகொண்டனர்.

மூன்று நாட்கள், மிக உயரமான கூரைகொண்ட அந்தக்

கட்டிடத்தில் வேறு பலரைப்போல் கும்மாங்குத்துவும் தங்கினான். பிரெட், பன், பச்சை வாழைப்பழங்கள், நிறைய ஆப்பிள் பழங்கள் என்று வேண்டிய மட்டும் தின்னக் கிடைத்தது. இவனை இங்குக் கொண்டுவந்து இறக்கிவிடும்போது விளாடிமிர், அவரது தொள தொள வயிறோடு அருகில் நடந்து வந்து இவன் தோளைப் பிடித்து, 'எதுக்கும் பயப்படாதே. ஒனக்கு ஆபத் தில்லை. இரண்டு மூன்று நாள் எல்லோரையும் போல இங்கே இரு. ஏஜென்டுக வேற ஏற்பாடு பண்ணுவானுக. இந்தக் கட்டிடத்தைவிட்டு எங்கேயும் போய்விடாதே' என்று தமிழில் கூறிவிட்டுப் புறப்பட்டார். அப்போது கும்மாங்குத்து விளாடிமிரின் பேன்டுக்குள் பிஸ்டல் கிடப்பதைக் கண்டான். அந்தப் பிஸ்டல் கும்மாங்குத்துவுக்கு இப்போது திடீரென்று மதன் என்ற குலசிங்கத்தை ஞாபகத்துக்குக் கொண்டுவந்தது ஏன் என்று புரியவில்லை. நெஞ்சினுள் ஒரு பயங்கரம் இறங்கியது. தொண்டையில் ஊறிய தண்ணீரை இறக்குவதற்கு முடியாமல் நெஞ்சு அடைத்திருந்தது. அன்று முழுதும் ஏதும் சாப்பிடவோ குடிக்கவோ முடியவில்லை. பார்சல் செய்த பெட்டிகள் அடுக்கியிருந்த ஓரிடத்தில், அந்தக் கட்டிடத்தின் மூலையில், போய் மூடிக்கொண்டு படுத்தான். ஜுரம் அடிக்கிறதோ என்னவோ என்று நினைத்தபடியே தன்னை அறியாமல் தூங்கிக் கொண்டிருந்தான் கும்மாங்குத்து. வேறு எந்த நினைப்பும் அவனுக்கு வரவில்லை. மதன் என்ற குலசிங்கத்தின் முகம் அவன் தொண்டைக் குள்ளும் நெஞ்சுக்குள்ளும் நிறைந்திருந்ததுபோல் பட்டது. மதன் என்ற குலசிங்கத்தை எப்படி இவன் உடம்பிலிருந்து அகற்றுவது என்று தெரியவில்லை. 'இனி மதன் என்ற குலசிங்கம், என்னோடேயே எக்காலமும் இருந்துவிடுவானோ? என்னுடம்பில் இருந்து அப்புறப்படுத்த முடியாதவனாய் ஆவானோ' என்பது போன்ற கேள்விகள் கும்மாங்குத்துவுக்குத் தோன்றின.

தூங்கி எழுந்தபோது மறுநாள் மதியம் சுமார் இரண்டு மணி என்று தெரிந்துகொண்ட கும்மாங்குத்து, தூரத்தில் ஓர் ஆப்பிரிக்க நாட்டுச் சிறுவனைக் கண்டான். முகத்திலும் கண்ணிலும் தெரிந்த நட்புணர்வு காரணமாக, இவன் எழுந்து முகத்தைக் கழுவிக் கொண்டு அந்தச் சிறுவன் அருகில் போய் நின்றான். இவன் அளவுதான் அவனுக்கும் வயதிருக்கும் என்பது புரிந்தது கும்மாங் குத்துவுக்கு. இருவருக்கும் பேசிக்கொள்வதற்கு எந்தப் பொது மொழியும் இருக்கவில்லை. ஆனாலும் பேசிக் கொண்டார்கள் இருவரும். அந்த ஆப்பிரிக்கச் சிறுவன் இவனுக்குச் சாப்பிட

பேன்ட் பாக்கெட்டிலிருந்து ஒரு ஆப்பிளைக் கொடுத்தான். கும்மாங்குத்து அதை வாங்கியபோது, அந்த இளைஞன் இவன் கண்களைப் பார்த்தான். அந்த இளைஞன் சுருட்டைமுடி கொண்டவனாகவும் பற்களில் காவிக்கறை படிந்தவனாகவும் இருந்தான். அவனுக்கும் வேறு யாரும் தெரிந்தவர்கள் இந்தக் கட்டிடத்தில் இருக்கவில்லை. இவனும் மாஸ்கோவில் இருந்து இந்தக் கட்டிடத்திற்குக் கொண்டுவரப்பட்ட பலரில் ஒருவன் என்பது தெரிந்தது. இந்த உறவும் பொதுத்தன்மையும் ஒத்த வயது கொண்ட இரண்டு சிறுவர்களுக்குப் போதும் என்பதுபோல் இருவரும் நண்பர்கள் ஆயினர்.

ஆனாலும் கும்மாங்குத்துவுக்கு நெஞ்சு சதா புலம்பிக் கொண்டிருந்தது. மதன் என்ற குலசிங்கம் கும்மாங்குத்துவோடு சேர்ந்து நடந்தது, வேனில் இருக்கும்போது பேசியது, அவனை அவன் அக்கா மிகவும் நேசித்தது எல்லாம் தொடர்கின்றன ஞாபகத்தில். மதனின் அக்கா ஜெர்மனியில் இருக்கும் அவளது கணவனின் தம்பிக்குச் சொல்லி, தன்னுடைய தம்பிக்கும் ஒரு வேலை வாங்கிக் கொடுத்து அவனைப் பார்த்துக்கொள்ள ஏற்பாடு செய்ததை மதன் சொல்லியிருந்தான். அவளது ஆபரணங்களைத் தன் கணவனுக்கும் தெரியாமல் அடகுவைத்துப் பணம் கொடுத்து மாஸ்கோவுக்கு அனுப்ப கொழும்பில் உள்ள ஏஜென்டு களுக்குச் சொன்னது.. மதன் என்ற குலசிங்கம் பற்றி யாருக்கும் இனி ஒன்றும் தெரியாது. நினைவு சதா ஓடிக்கொண்டிருக்கிறது. கும்மாங்குத்துவுக்குப் பக்கத்தில் இருக்கும் ஆப்பிரிக்கப் பையன் இவனை அடிக்கடி முகத்திற்குள் கூர்ந்து பார்க்கிறான். கும்மாங் குத்துவுக்கு, மதன் நினைப்பு தொடர்ந்து வந்துகொண்டே இருக்கிறது.

ஹுசைன் என்ற அந்த உயரமான ஒளி பொருந்திய கண்களைக் கொண்ட சுருட்டைத்தலைமுடியுடன் காட்சிதந்த பையன் தன்னைக் கும்மாங்குத்துவுக்கு அறிமுகப்படுத்தியபோது, தானும் அவன் செய்வதுபோல செய்யவேண்டுமென்று இவன் கருதினான். அதனால் இப்படிச் சொன்னான்:

'என் பெயர் கும்மாங்குத்து.'

ஹுசைனுக்கு இவன் பெயரை உச்சரிக்க முடியவில்லை. கும்மாங்குத்துவைவிட தன்னைப்பற்றி விளக்குவதில் கைதேர்ந்த வனாக ஹுசைன் விளங்கினான். அடுத்ததாக ஹுசைன் சற்று

அதிக சிரமம் எடுத்து, தான் சோமாலி நாட்டைச் சார்ந்தவன் என்றும் அங்கு யுத்தம் நடப்பதால் தன்னைப் போன்ற வயதினர் நாட்டி லிருந்து தப்பி வேறு வேறு நாடுகளுக்குச் செல்வதாயும் கூறினான். ஹுஸைனின் விரல்களிலும் அவன் பல்லைப்போல் காவி படிந்திருந்ததையே பார்த்துக் கொண்டிருந்த கும்மாங்குத்துவிடம் ஹுஸைன் அவன் பெயரைக் கேட்டான். ஏற்கெனவே தன் பெயரை ஒருமுறை கும்மாங்குத்துச் சொன்னான் என்பது ஹுஸைனின் ஞாபகத்தில் இல்லை.

'கும்மாங்குத்து.'

ஹுஸைன் தனக்கு இப்போது புரிந்துவிட்டதுபோல் தலை யசைத்துச்சிரித்தான். அந்தக் கண்கள் அந்த ஆப்பிரிக்க இளைஞனின் கள்ளமற்ற மனத்தைக் காட்டுகிறதென்று நினைத்த கும்மாங்குத்து இப்போது ஹுஸைன் கொடுத்த ஒரு பன்னைக் கடித்தான். பின்பு ஹுஸைன், கும்மாங்குத்துவைக் கையைப்பிடித்து, கட்டடத்தின் வேறொரு மூலைக்குப் அழைத்துப் போனான். அங்கு ஒரு மேசையும் சில நாற்காலிகளும் கிடந்தன. கழுத்துவழி பச்சைநிற ஆப்பிரான் கட்டிய ஒரு வயதான பெண் தன்னைத் தானே திட்டிக்கொண்டு ஏதோ வேலைகள் செய்தபடி நின்று கொண்டிருந்தாள். அங்கு ஒரு மூலையில் இருந்த கெட்டிலை எலக்ட்ரிக் ப்ளக்கில் பொருத்தி நீரை சூடு பண்ணிய ஹுஸைன், அவனுடன் புதிதாய் வந்திருக்கிற நண்பனுக்கும் சேர்த்து இரு கப்புகளில் தேநீர் தயாரித்தான். ஆனாலும் ஹுஸைன் பார்வை எப்போதும் எங்கோ தூரத்தில் எதையோ பார்க்க விழைவதுபோல் அலைந்தது. அப்படி ஒரு பார்வை அவனுக்கு. கும்மாங்குத்து தனக்குப் பின்னால் யாராவது நிற்கிறார்களோ என்றுகூட நினைக்கும்படி இருந்தது ஹுசைன் பார்த்தவிதம். பால் சேர்க்காத தேநீரை இருவரும் அருந்தினர். அப்போது கும்மாங்குத்துவுக்கு எவ்வளவோ ஆசுவாசமாக இருந்தது. ஹுஸைன் மூலம் மதன் என்ற குலசிங்கம் மறுரூபம் பெற்றுத் தன்னிடம் மீண்டும் நட்பு ஏற்படுத்துகிறானோ என்ற எண்ணம் வந்துசேராமலில்லை. கும்மாங்குத்துவின் முகத்தைப் பார்த்தபடி உதடுகளால் ஊதி ஊதி தேநீரை நின்றுகொண்டே குடித்த ஹுஸைன், இப்போது கும்மாங்குத்துவின் பின்னால் எதையோ பார்த்தபடி அந்தக் காட்சியில் திளைத்துப்போய் நின்றான். ஆனால், கும்மாங் குத்துவுக்கு இப்போது திரும்பிப் பார்க்கவேண்டிய தேவையில்லை என்பது தெரியும். யாரும் பின்பக்கமில்லை.

'நீ ஸ்கூலில் படித்திருக்கிறாயா?'

'இல்லை' என்றான் ஹுஸைன். பின்பு சிரித்துவிட்டுத் தனது காவிக்கறை படிந்த நகத்தைக் கடித்தபடி,

'நாங்கள் ஏழு பேர் எங்கள் குடும்பத்தில். யாரும் பள்ளிக்குப் போகவில்லை. எங்கள் சோமாலி நாட்டில் யுத்தம் நடக்கிறது' என்றான்.

ஹுஸைன் நடந்துகொள்வதைப் பார்த்தபோது கும்மாங்குத்து, அவன் இந்த இடத்தில் பல நாட்களாக இருக்கிறான் என்று அனுமானித்தான். அன்று முழுதும் ஹுஸைனோடு கழித்த கும்மாங்குத்துவுக்கு, எல்லாவற்றையும் ஹுஸைன் செய்து கொடுத்தான் அல்லது வழிகாட்டினான். அந்தக் கட்டிடத்தில் இருந்த வேறுசிலர்கூட ஹுஸைனுக்குத் தெரிந்தவர்களாக இருந்தனர். கடைசியாக அன்றைய தினத்தைக் கழித்துவிட்டு பார்சல்கள் அடுக்கியிருந்த இடத்தில் தூங்கப் போனபோது ஹுஸைனும் ஒரு படுக்கையுடன் இவன் படுத்த இடத்தில் படுக்க வந்தான். அப்படி ஒரு நாளை முழுதும் ஹுஸைனோடு கழித்த பிறகு கும்மாங்குத்துவுக்கு ஹுஸைன் பற்றிப் பல தகவல்கள் தெரிந்தன.

ஹுஸைன் ஓர் ஊர்த் தலைவனின் மகன். சோமாலி நாட்டில் நடந்து கொண்டிருக்கும் யுத்தத்தில் இவனது தந்தையும் உறவினர்களும் உள்ளார்கள். யுத்தமென்றால் ஒரு குழுவின் தலைவனுக்கும் அடுத்த குழுவின் தலைவனுக்கும் நடக்கும் கொள்ளை, கொலை, தீ வைப்புப் போன்றவை. இந்தக் காரியங்களைச் செய்ய இரண்டு குழுக்களுக்கும் ஏதேதோ காரணங்கள் உள்ளன. அவற்றை ஹுஸைன் தெரிந்து வைத்திருக்கிறான் என்று கும்மாங்குத்துவுக்குத் தெரிகிறது. அதுபோல் இவனுக்குத் தூங்குவதற்கு முன் இன்னொரு விஷயம் தெரிந்தது. ஹுஸைனுடன் நாட்டைவிட்டுத் தப்பிவந்த இவன் தாய், விமான நிலையத்தில் வைத்துச் சுட்டுக் கொல்லப் பட்டாள். ஹுஸைனை, அவன் தந்தையின் ஆட்கள் திறமையாய் கொலை செய்யவந்த கும்பலிலிருந்து தப்பவைத்து மாஸ்கோவிற்கு அனுப்பி விட்டார்கள். தாய் பற்றி ஏதும் ஹுஸைன் சொல்லவில்லை என்பது ஆச்சரியமாக இருந்தது. இந்தத் தகவல்களைத் தந்துவிட்டு அருகில் முகத்தை மூடியபடி மூச்சுவிட்டுத் தூங்கும் சிறுவனை முழுதும் கும்மாங்குத்துவுக்கு இருளில் பார்க்க முடியவில்லை. அப்போது மீண்டும் கும்மாங்குத்துவுக்கு மதன் என்ற குலசிங்கம் ஞாபகத்துக்கு வந்தான். அவனது அக்காவுக்கு,

மதன் பனி ஆற்றில் குளிரில் ஓரிரு நிமிடங்களில் விறைத்துச் செத்துப்போயிருப்பான் என்பதை யாராவது சொல்வார்களா என்ற கேள்வி மனதை நிரப்பியது. விளாடிமிர் மீண்டும் வந்தால் கேட்கவேண்டுமென்று தோன்றியது. ஆனால், விளாடிமிர் மீண்டும் வருவாரா என்ற கேள்விக்குத் தன்னிடம் விடையில்லை என்று நினைத்தபடி தூங்க ஆரம்பித்தான்.

மறுநாள் முதலில் எழும்பி பல்விளக்கி, குளித்துவிட்டு வந்திருந்தான் ஹுஸைன். இன்னும் தூங்கிக்கொண்டிருந்த கும்மாங் குத்துவை மிருதுவாய் தன் கையால் தொட்டு எழுப்பிய ஹுஸைன் முதன்முதலில் கேட்ட கேள்வி:

'உன் பெயர் என்ன?'

சலிக்காமல் கும்மாங்குத்து முதன்முதலாய் தன் பெயர் கேட்கப் பட்டது என்ற பாவனையில் பதில் சொன்னான்:

'கும்மாங்குத்து.'

இந்தப் பெயர் அவன் ஞாபகத்திற்கு வந்திருந்தால் ஏற்கெனவே தன்னை எழுப்பியிருப்பான் என்றும், இவ்வளவு தாமதமாய் தான் எழும்ப வேண்டியது இருந்திருக்காது என்றும் புரிந்தான். நல்ல காலம், இவனுக்குத் தன் பெயர் ஞாபகத்திற்கு வந்திருக்கவில்லை என்று நினைத்தான் கும்மாங்குத்து.

மதன் என்ற குலசிங்கத்துக்கு முட்டுவரை பாவாடை உடுத்தி மார்பின் மீது துணிபோட்டு மறைக்காத வழக்கம் கொண்ட ஒரு சிநேகிதி இருக்கிறாள். மதன் இந்த மாதிரி விஷயங்களை மிக சுருங்கிய காலகட்டத்தில் கும்மாங்குத்து என்ற இளைய வயது கொண்டவனும் செத்துப்போனவன் ஒருத்தனின் பூட்ஸை அணிந்து கொண்டிருப்பவனுமான பையனுக்குச் சொல்லி வைத்துவிட்டான். அடுத்த ஆண்டு பல்கலைக்கழகத்திற்குப் போகும் அந்தச் சிறுபெண்ணான மதனின் சிநேகிதிக்கு ஜெர்மனிக்குப் போய்ச் சேர்ந்ததும் ஒரு கடிதம் எழுதுவதே முதல் வேலையாக மதனுக்கு இருக்குமாம்! கடைசியாக ஷோபா என்ற அந்தப் பெண்ணை மதன் பார்த்து, ஐரோப்பாவிற்கு வருவது பற்றி ஓரளவு பெருமிதத்துடன் சொல்லியபோது, அவள் முகத்தில் தோன்றியது கவலையா சந்தோஷமா என்று மதனுக்குச் சொல்ல முடியவில்லை. ஆனால், ஷோபாவின் முகத்தில் ஏதோ ஓர் உணர்வு தோன்றியது என்று மட்டும் மதனுக்குத் தெரிந்தது. உதட்டைக் கடித்தாள். ஒரே ஒருகணம் பின்பக்கம் திரும்பிவிட்டு மீண்டும் 'ஷோபா' என்று மதன்

ஆதுரத்துடன் அழைத்தவுடன், எதிர்ப்புறம் நின்ற மதனை நோக்கிய ஷோபாவின் கண்களில் மதன் ஒரு துளி நீரையாவது எதிர்பார்த்தானாம்! ஆனால், அவள் கண்களில் நீர் வந்த அடையாளம் தெரியவில்லை.

அதற்குப் பதில் அவள் செய்த காரியம் மதனுக்குப் புரிந்து கொள்ள முடியாததாக இருந்தது. அங்கும் இங்கும் பார்த்த அந்தப் பெண், 'வா' என்று மதனிடம் சொல்லிய முறை கட்டளையிட்டது போல் இருந்தது மதனுக்கு. அதனால் அவள் அழைத்த இடத்துக்குப் போனான் மதன். அது ஆட்களில்லாமல் மரங்களும் வாழைகளும் அடர்ந்துநின்ற நிலம். இவனும் அவளும் அந்த இடத்தில் போனதும், இறுக்கமான தன் மேல் சட்டையின் பித்தான்களை அவள் கழற்றியபோது மதனுக்கு ஒன்றும் புரியவில்லை. பித்தான்கள் கழன்றதும், முழுதும் சட்டையை இருபுறமாக நீக்கி விட்டுச்சொன்னாள்:

'நீ போகிறதிற்குள் இதோ என் மார்பகங்களைத் தொடு! அடிக்கடி அதற்கு முயற்சித்திருக்கிறாய். இப்போது உன் ஆசையைப் பூர்த்தி செய்கிறேன். இதோ தொடு... தொடு...'

இதனை மதன் சொன்னபோது, கும்மாங்குத்துவுக்கு மயிர்க் கால்கள் எழுந்து நின்றன. அவன் மதனிடம் கேட்டான்:

'நீ என்ன செய்தே?'

'அவளுடைய மார்புகள் எழுந்து, காம்புகள் விண்ணென்று குத்திட்டு நின்றன. எனக்கு உடம்பெல்லாம் நடுக்கம், வியர்வை அந்த மார்பைப் பார்க்காமல் நின்றேன். கைகளில் நடுக்கம் பரவியது. என்ன செய்கிறேன் என்று புரியாமல், என் இடது கையாலும் வலது கையாலும் அவள் வலது கன்னத்தையும் இடது கன்னத்தையும் 'பளார் பளார்' என்று அறைந்துவிட்டு ஒரே ஓட்டமாய் ஓடி வந்தேன்! அதற்குப் பிறகு என் பிரயாண வேலைகளில் மூழ்கி விட்டேன். ஆட்களைப் பார்ப்பது, அக்கா போட்ட கட்டளைகளைச் செய்வது, பணத்துக்குச் சொல்லியிருந்தவர்களைப் போய்ப் பார்ப்பது இப்படி இப்படி நாட்கள் போய்விட்டன. ஷோபாவை அப்புறம் பார்க்க முடியவில்லை.'

இப்படிச் சொன்ன மதன் என்கிற குலசிங்கம், பெண்கள் மற்றும் பாலுணர்வு இவை பற்றிய முழுப்புரிதல் இன்னும் அடையாத கும்மாங்குத்துவிடம் கேட்ட கேள்வி அவனுக்கு ஞாபகத்தில் வருகிறது.

'நீ என்ன நினைக்கிறாய்? அவள் எதற்கு அப்படிச் செய்தாள்', அவளின் சட்டையைக் கழற்றி?'

ஹுஸைன் கும்மாங்குத்துவுக்காகக் காத்து நின்றான். இவன் காலைக் கடன்களைக் கழித்துவிட்டு வந்ததும் கைகளை ஒரு பாசமுள்ள சகோதரனைப் போல பற்றி இழுத்துக்கொண்டு, கெட்டிலில் நீர் சூடு பண்ணும் இடத்துக்கு அழைத்துச் சென்றான். ஹுஸைனின் ஒளி பொருந்திய கண்ணும், சுருட்டை முடியும் கும்மாங்குத்துவின் மனதில் பதிந்தன.

'ஹுஸைன்' என்று அவன் பெயரைச் சொல்லிவிட்டு ஒருகணம் தாமதித்து அவன் முகத்தைப் பார்த்தான். ஒரு சிறு நப்பாசை கும்மாங்குத்துவின் மனதில். தனது பெயரைத் தெரிந்து அழைக்க மாட்டானா என்று. ஹுசைன் மனதில் சூழ்ந்திருக்கும் ஞாபகங்கள் யுத்தம், மரணம், தாயின் கொலை என்று. இதற்கிடையில் அவன் மனதில் என் பெயர் புகுவதற்கு எங்கே இடம் இருக்கப் போகிறது? ஆனால், கும்மாங்குத்துவுக்கு ஹுஸைனிடம் பிடிக்காதது, அவனுக்கு அவன் தாய் பற்றிய ஞாபகம்கூட வரவில்லையே என்பது. அப்படி நினைத்தபடி கெட்டிலில் நீர் சூடு பண்ணி, தேநீர் தயாரிக்கும் இடத்திற்குத் தன்னைக் கைப்பிடித்து அழைத்துச் சென்றுகொண்டிருக்கும் அந்த ஆப்பிரிக்க நாட்டு இளைஞனைப் பார்த்தபோது, கும்மாங்குத்துவுக்கு அதுவரை புரியாத ஒரு விஷயம் புரிந்தது.

ஹுஸைனுக்கு அவன் தாய் பற்றிய ஞாபகம் மனதிலிருந்து மறைந்துண்விட்டது. அதனால் அவன் மனம் அமைதியாக இருக்கிறது. அதுபோல் தன் பெயரும் அவன் மனதில் புக முடியாது. மனதில் இருக்கும் இடம் முழுதும் கொலையும், வன்முறையும், துப்பாக்கிச் சப்தமும், இரத்தமும், அழுகுரலும் நிறைந்திருக்கும் போது, என் பெயரை ஞாபகத்தில் வைப்பது அப்படி ஒன்றும் பெரிய காரியமில்லை.

கெட்டில் இருந்த இடத்தில் தன் கைகளால் இரண்டு கண்ணாடி டம்ளர்களை எடுத்து இருவருக்கும் தேநீர் தயாரித்தான். பின்பு எந்தக் கவலையும் இல்லாத சிறுவன் போல ஒரு கப்பைத் தன்

நண்பனுக்குக் கொடுத்துவிட்டு இன்னொரு கப்பைத் தன் சிறிய உதடுகளில் மெதுவாக வைத்தான் ஹுஸைன். அப்படி முகத்தைத் தாழ்த்தி வலதுகையில் உள்ள தேநீரை உறிஞ்சி விட்டு ஒரு மேசையில் பேப்பர் தட்டு ஒன்றில் வைத் திருக்கும் பன்னைக் கடித்தபடி ஹுஸைன் கும்மாங்குத்துவைப் பார்த்து லேசாகப் புன்னகைத்தான். கும்மாங்குத்துவுக்கு மனதுக்குள் சந்தோஷமாக இருந்தது. அவனது கண்கள் கால்களில் ஏதோ பெரிதாக கனத்த தென்று பார்த்தபோது, இறந்துபோன ஒருத்தனின் பூட்ஸ் அவன் கால்களில் கட்டப் பட்டிருப்பது தெரிகிறது. ஏதோ ஒருவனின் மரணத்தின் வடிவம் இந்த பூட்ஸ் என்று நினைப்பு வந்தது கும்மாங் குத்துவுக்கு. ஹுஸைனிடம் தனது பூட்ஸ்களை வலது கை சுண்டு விரலால் சுட்டினான். வழக்கம்போல் ஒரு சிரிப்பு, ஒளி பொருந்திய ஹுஸனின் கண்களில் தோன்றி, பின்பு முகம் முழுதும் பரவியது.

வயிற்றில் ஏதோ ஒரு அவஸ்தை சமுத்திர அலைபோல் பொங்கிச் சீறி அடிக்கிறது. மதனின் இளம் சினேகிதி ஷோபா ஞாபகத்தில் தவிர்க்கவியலாமல் வருகிறாள். தன் மார்பகங்களையும் அவள் பாதுகாத்துவரும் பவித்திரத்தையும் மதனுக்குச் சமர்ப்பித்த ஞாபகத்தோடு வாழும் அப்பெண்ணுக்கு யாராவது மதன் சாவு பற்றிச் சொல்வார்களா என்ற கேள்வி தோன்றுகிறது. யாராவது சொல்லத்தான் செய்வார்கள் என்ற பதிலும் வருகிறது.

அன்று மீண்டும் விளாடிமிர் வந்தார். கும்மாங்குத்துவும் ஹுஸைனும் காலை உணவு முடித்து வந்தபோது அவர்களிடம் போய் பேசினார்:

'இன்று மீண்டும் வண்டி போகிறது. நீ போகிறாய்! தயாராய் இரு' என்றார் கும்மாங்குத்துவிடம். விளாடிமிர் சொன்னதைப் புரிந்து கொண்ட ஹுஸைன், உடனே தன்னையும் தன் நண்பனுடன் அனுப்பும்படி கெஞ்சினான். விளாடிமிருக்குச் சிரிப்புவந்தது. தொளதொள வயிற்றைத் தடவியபடி கும்மாங் குத்துவைப் பார்த்து, 'அப்புறம் சொல்கிறேன்' என்று மட்டும் கூறிக்கொண்டு போய் விட்டார். போகும்போது திரும்பி,

'கும்மாங்குத்து, என்னடா நல்ல சிநேகிதன் கிடைத்திருக்கிறான்' என்று தமிழில் நக்கல் தொனியில் கூறினார் விளாடிமிர்.

மாலையில் விளாடிமிர் வந்தபோது ஒரு பெரிய வேனும் வந்தது. அந்த வேன் நாலாபக்கம் மூடியதாக இருந்தது. விளாடிமிரைத் தூரத்திலிருந்தே பார்த்தவன் ஹுஸைன்தான். ஓடிச்சென்று

தானும் தன் நண்பனுடன் இன்று பயணம் செய்யவேண்டும் என்று கேட்டான். எந்தவித எண்ணமும் இல்லாமல் 'சரி' என்று தலை யாட்டினார் விளாடிமிர்.

விளாடிமிருக்கு மனதுக்குள் எத்தகைய எண்ணங்கள் ஓடிக் கொண்டிருந்தன என்று கூற முடியாது. அவருக்கு ஏஜென்டுகள் சார்பில் சொல்லப்பட்ட எண் ஐந்து. யார் யார் அந்த ஐந்துபேர் என்பது சொல்லி அனுப்பப்படவில்லை. அதனால் கும்மாங் குத்துவும் அவன் நண்பனும் இந்த ஐந்து பேரில் இருக்கட்டுமே! தனக்கு என்ன குறைந்து போயிற்று என எண்ணினார். ஆனால், அவருக்கு ஒரு விஷயம் நன்கு தெரிந்தே இருந்தது. இரண்டு நாடுகளின் எல்லைகளைக் கடந்துசெல்லும் இந்தப் பயணமும் சற்று ஆபத்தானது. எவ்வித ஈரப்பசையும் இல்லாத மனம் கொண்ட பார்டர் செக்யூரிட்டி போலீஸ் நிற்கும் இடங்களைத் தாண்டிப் போகும் பயணம் இது. கும்மாங்குத்துவுக்காகக் காத்திருப்பவர்கள் அவனை உடனே அனுப்ப ஆணை இட்டிருக்கிறார்கள். ஹுஸைனுடைய ஏஜென்டுகள் அவ்வித ஆணை எதையும் அனுப்பவில்லை.

இந்த மாதிரி ஆட்களைக் கடத்துபவர்கள் செயல்படும் விதம் அலாதியானது. பல்வேறு நாடுகளுக்கிடையில் சட்டரீதியாக நடப்பதுபோலவே சட்டத்தை மீறிப் பல காரியங்கள் நடக்கின்றன. இதுவும் அந்த மாதிரியான ஒரு காரியம். நிறைய பணம் புழங்குகிறது. பல நாட்டவர்கள் இதில் ஈடுபட்டிருக்கிறார்கள். இதன்மூலம் நாடுகளைக் கடந்து ஆட்கள் சென்றுகொண்டு இருக்கிறார்கள். இதில் சிலர் அவ்வப்போது சென்று சேர்வ தில்லை, ஆனால் அதனால் எல்லாம் பலகோடி பணத்தில் நடந்து கொண்டிருக்கும் இந்தத் தொழிலுக்கு எந்தப் பாதகமும் வந்துவிடாது. ஹுஸைனிடம் விளாடிமிர், 'சரி. இவனுடன் போய்த்தான் தீர்வதென்றால் போ' என்று கூறியபோது, அவர் மனதில் எந்தவித எண்ணங்கள் ஓடின என்று கூற முடியாது.

அந்தப் பெரிய கட்டடத்தில் ஒரு பெரிய வாகனம் வந்தபோது இந்த இரு இளைஞர்களும் உற்சாகத்தோடு கைபிடித்தவாறே முதன்முதலாக ஏறிக்கொண்டார்கள். இவர்களுடன் வேறு மூன்று ஆட்களும் ஏறினார்கள். ஆனால், அந்தப் பெரிய வாகனத்தில் ஏற்கெனவே பலர் இருந்தனர். கும்மாங்குத்துவுடன் ஏறிய ஐந்து பேரின் பெயரை எழுதிக்கொண்ட விளாடிமிர், இவர்கள் ஐவரின் பாஸ்போர்ட்டையும் கொடுத்தபோது வினாக்குறி எழுப்பியபடி

பார்த்த கும்மாங்குத்துவிடமும் ஹுஸைனிடமும் விளாடிமிர் இப்படிச் சொன்னார்:

'அப்புறம் தருகிறேன்.'

விளாடிமிர் வேறு ஏதும் சொல்லவில்லை. வேறு எதுவும் சொல்ல அவருக்கு அதிகாரம் இல்லை. அதனால் அவர் அப்படிச் சொன்னார். ஆனால் உண்மை என்னவெனில் இந்தப் பாஸ்போர்ட், மாஸ்கோ வரை விமானத்தில் வருவதற்குத்தான். அதற்கப்புறம் உள்ள பயணத்திற்கும் இந்தப் பாஸ்போர்ட்டுக்கும் எந்தச் சம்பந்தமும் இல்லை. இதனால் இந்த மாதிரி பயணிகள் பாஸ்போர்ட்டை இழந்த அகதிகள் என்று கணிக்கப்படுவார்கள்.

இதனால்தான் விளாடிமிர் தனது விநோதமான கீச்சுக்குரலில், 'அப்புறம் தருகிறேன்' என்றார்.

இந்தப் பெரிய வாகனம் மாலையில் நேரம் இருட்டுவதற்குள் புறப்பட்டு போனாலும், இது மூன்று மணி நாற்பத்தைந்து நிமிடம் ஓடியபோது ஓரிடத்தில் நிற்க, இருவர் வந்து ஆட்களை எண்ண எல்லோரும் இறங்கினார்கள். அப்போது முன்பக்கத்தில் அமர்ந்திருந்த விளாடிமிர் மீண்டும் வந்து தலையைக் காட்டினார். மற்றபடி கும்மாங்குத்துவுக்குத் தன் கையைப் பிடித்தபடி எல்லா இடங்களிலும் தன்னைத் தொடரும் ஒரு நண்பன் கிடைத்த படியால் பிரச்சினை இருக்கவில்லை. சில வேளைகளில் தனது பெரிய பூட்ஸில் லேசு கழன்றபோது தனது பையை ஹுஸைன் கைகளில் கொடுத்துவிட்டு லேசுகளைக் கட்டிக்கொண்டான். இப்போது கடைசியாக இறங்கிய தன்னை இருபத்தைந்தாவது ஆள் என்று எண்ணியவன் குறிப்பிட்டபோது மொத்தம் இருபத்தைந்து பேரை ஏற்றிக்கொண்டு போகிறார்கள் என்று எண்ணிக்கொண்டான் கும்மாங்குத்து. அன்று ஒரு நாள் இப்படிப்பட்ட பயணத்தில் இருபத்து மூன்று பேர் புறப் பட்டதை நினைத்துக்கொண்டான். இப்போது இந்தப் பயணத்தில் இன்னும் இருவர்கூட பயணம் செய்கிறார்கள்.

எல்லோரும் பக்கத்திலிருந்த ஓரிடத்தில் மலஜலம் கழித்தார்கள். அதன் பின் இந்த இருபத்து ஐந்து பேரும் சிறு சிறு குழுக்களாகப் பிரிக்கப்பட்டனர். அப்போது கும்மாங்குத்துவும் ஹுஸைனும் இன்னும் ஒரு மூன்று பேரும் மீண்டும் விளாடிமிரிடம் ஒப்படைக்கப் பட்டனர். விளாடிமிர் இந்த ஐந்து பேரையும் அழைத்துக் கொண்டு சற்று தூரம் நடந்தார். அப்போது குளிர் இருந்தாலும்

வானம் மூட்டமற்று தெளிவாகக் காணப்பட்டது. கூதல் காற்றோ, பனித்தூறலோ இல்லை. பனி, கட்டியாகி அதிகம் சறுக்கவும் இல்லை. கும்மாங்குத்து நிறைய இடங்களில் நின்று அடிக்கடி கழன்ற பூட்ஸின் லேசைக் கட்டவேண்டியும் இருக்கவில்லை. இவனுடைய கையைப் பிடித்தபடி ஹுஸைன் வந்துகொண்டு இருந்தான். தூரத்தில் இலைகளற்ற மரங்களும் பெட்டிக்கடை களுமாக இருந்த ஓரிடத்தில் பாரமேற்றிய இரண்டு மூன்று பெரியவகை லாரிகள் நின்றன. அந்த லாரிகள் எல்லாம் வெறும் நான்கு சக்கரங்களில் ஓடக் கூடியவை அல்ல. அவை நான்குக்குப் பதில் இரண்டிரண்டாக எட்டுச்சக்கரங்களும், நடுவில் இரண்டு இரண்டாக நான்கு சக்கரங்களுமாக ஓடக்கூடிய மிகப் பெரிய வாகனங்கள். விளாடிமிர் அதில் ஒரு லாரிக்கருகில் வந்தபோது லாரிக்குள்ளிருந்து டிரைவரும் இன்னொருவரும் வெளியே வந்தார்கள். விளாடிமிருடன் ஐந்து பேர் இருப்பதைப் பார்த்துவிட்டு லாரி ஓட்டுநர் விளாடிமிருடன் ஏதோ உரக்கச் சொல்ல, விளாடிமிர் தன்னுடன் இருப்பவரில் ஒருவனை அடுத்த லாரிக்குக் கூட்டிக் கொண்டு போனார். அப்போது டிரைவருடன் நின்றவன் அந்த உயரமான லாரியின் (அதன் வர்ணம் என்ன என்று கூற முடியாதபடி, அழுக்கும் சகதியும் படிந்திருந்தது) கீழே ஒரு பெட்டியுடன் நுழைந்தான். சற்றுநேரத்தில் பெட்டியை, லாரிக்குக் கீழேயே வைத்துவிட்டு வெளியே வந்தான். அவன் கும்மாங்குத்துவையும் ஹுஸைனையும் மற்ற இரண்டு பேரையும் பார்த்தான். அப்போது விளாடிமிர், தன்னுடன் அழைத்துப் போனவனை அந்த லாரியில் விட்டுவிட்டு இங்கே வந்தார். பின்பு விளாடிமிர் இந்த நான்கு பேரையும் அழைத்துப் பேசினார்.

‘இந்த லாரியில் மிகவும் பாதுகாப்பாக நீங்கள் நான்கு பேரும் இந்த நாட்டின் எல்லையைக் கடந்துபோகப் போகிறீர்கள். லாரியின் மேலே அமர்வதற்குப் பதிலாக, கீழே உங்களை வைத்துப் பத்திர மாகப் பூட்டுவார்கள். போலீஸ்காரர்கள் நிற்குமிடத்தைத் தாண்டியதும் உங்களைப் பத்திரமாக வெளியே எடுப்பார்கள். நீங்கள் கண்களை மூடி உறங்கிவிடுங்கள். எழும்பும் போது அடுத்த நாட்டில் இருப்பீர்கள்.’

நான்கு பேரும் ஏதும் பேசவில்லை.

பின்பு ஒவ்வொருவராக லாரியின் கீழே அழைத்து உள்ளே ஏறிப் படுக்கச் சொன்னார்கள். கீழே லாரியின் நான்கு திசைகளிலும்

காணப்பட்ட நான்கு பெட்டிகள் நான்கு பேர் படுப்பதற்குத் தக்க விதமாய் அமைந்திருந்தன. நான்கு பேரும் நான்கு பெட்டிகளில் உள்ளே போகும்முன் ஹுஸைனை கும்மாங்குத்துவிடமிருந்து பிரிக்க விளாடிமிர் பெரும் பாடுபட வேண்டியதாகிவிட்டது. கொஞ்சம் நேரம் இதுபோல் படுத்துத் தூங்கி மீண்டும் லாரி நிற்கும்போது இந்தப் பலகையைத் திறந்து உன்னைக் கீழே இறக்கி விடுவார்கள். வருத்தப்படாதே என்று விளாடிமிர் ஹுஸைனுக்கு எடுத்துச்சொல்லி அவனைச் சம்மதிக்கச் செய்தார்.

லாரி புறப்பட்டது. கும்மாங்குத்து உள்ளே ஏறும் முன் குறுக்கே ஒரு பூனை போனதைப் பார்த்தபோது அவனுக்கு மனதில் ஏதோ சந்தேகங்கள் தோன்ற ஆரம்பித்தன. ஆனால், ஒரு விசித்திரம் நடந்ததை உணர்ந்தான். மதன் நினைப்பு வருவது நின்றிருந்தது. அதற்குப் பதிலாக ஒரு புது நினைவு தன்னைத் துன்புறுத்துவதைக் கண்டான். தன்னுடன், ஒரு பூனையையும் வைத்து அடைத்து விட்டார்கள் என்று நினைத்தான். அந்த நினைவும் அதிக நேரம் இருக்கவில்லை.

நாலாபக்கமும் இருள் சூழ்ந்திருந்தது. லாரி ஓடிக்கொண்டே இருந்தது. லாரியின் கீழ் உள்ள பெட்டியின் துவாரத்தில் கும்மாங் குத்து கடைசியாக ஏற்றப்பட்டான். அவனுக்கு முன் மூன்றாவதாக ஏறிய ஹுஸைன் புன்முறுவலுடன் கும்மாங் குத்துவைப் பார்த்துக் குனிந்து சிரித்தான். அவன் தன் பெயரைத்தான் கேட்கிறான் என்று அப்பழுக்கற்ற விதமாய் எண்ணிய கும்மாங்குத்து ஹுஸைன் உள்ளே போகுமுன் அவன் காதுக்கருகில் போய் 'கும்மாங்குத்து' என்றான். ஹுஸைன் காதில் ஏதும் போய்ச் சேராததுபோல் அவன் சிரித்தவிதம் இருந்தது. பின்பு கும்மாங்குத்துவிடம் கையாட்டியபடி மகிழ்ச்சி யோடு தன் பெட்டியில் ஏறிக் கொண்டான் ஹுஸைன். பின்பு தரையில் லாரிக்குக் கீழ் படுத்திருந்தவன், ஸ்குருட்ரைவரைப் பயன்படுத்திக்கையால் இரண்டுமுறை தட்ட, ஹுஸைன் புதிதாய் வைத்து அடைக்கப்பட்ட பெட்டியில் புரண்டு அதிக இடவசதி யுடன் படுத்துக்கொண்டான். அவனுக்குள்ள ஒரே கவலை, இந்தப் பெட்டி கொஞ்சம்கூட பெரிதாய் இருந்திருந்தால் கும்மாங் குத்துவையும் வரச்சொல்லி இருவரும் ஒரே பெட்டிக்குள் படுத்திருக்கலாம் என்பதுதான்.

லாரி தொடர்ந்து ஓடிக்கொண்டேயிருந்தது. கும்மாங்குத்துவின் வயிற்றில் ஏற்பட்ட புதுவித உணர்ச்சி கூடிக்கொண்டேயிருந்தது.

தான் லாரியின் கீழ்ப்பக்கம் போலீஸ் பிடிக்காதபடி பத்திரமாய் வைத்து அடைக்கப்பட்டிருக்கிறோம் என்பது அவனுக்கு நன்கு தெரிந்தது. இடையில் எங்கும் போலீஸ் வந்து லாரியை நிறுத்தலாம். அந்த நேரத்தில் அடியில் இருக்கும் யாரும் எந்தச் சப்தமும் எழுப்பக்கூடாது என்பது ஏற்கெனவே சொல்லப்பட்டிருந்தது. எனவே, லாரி ஓடும்போது எந்தத் தொந்தரவும் இல்லை. லாரி நின்றால் ஒன்றில் எல்லையைத் தாண்டிவிட்டோம் அல்லது போலீஸ் நிறுத்தியிருக்கிறது என்று பொருள் என்று நினைத்த கும்மாங்குத்து தூங்கக் கூடாது என்று நினைத்துக் கொண்டான். தூங்கக் கூடாது என்று அவன் நினைப்பதற்கு இன்னொரு காரணம் தூக்கம் மெல்லத் தன்னைத் தழுவியதும் உடனே தன்னுடன் ஒரு பூனையும் படுத்துக்கொண்டுள்ளது என்ற உணர்விலிருந்து அவனுக்கு விடுபட முடியவில்லை.

மொத்தத்தில் தூங்காமல் நேரத்தைக் கழிப்பதென்று முடிவு செய்து படுத்திருந்தவன், லாரியின் பெரிய சக்கரங்களுக்குக் கீழ் தனக்கு எந்த ஆபத்தும் இல்லை என்றே படுத்தபடி நினைத்தான். மேடுபள்ளங்களில் விழும்போது சில வேளை நீர், தான் படுத் திருக்கும் பலகையில் ‘சளார்’ என அடிப்பதைக் கவனித்தான். தனக்கு மேல் பல டன் பளு ஏற்றப்பட்டிருக்கிறது என்பது அவனுக்குத் தெரிந்தாலும் அதுவும் எந்தவித பயத்தையும் அவனுக்கு அளிக்கவில்லை. இப்போது தனக்குப் புது நண்பனாகி விட்ட ஹுஸைன் தூங்கியிருப்பானா? என்னைப் போல் தூங்காமல் இருப்பானா? என்று நினைத்தான். இந்த அனுபவம் புதுவிதமானது என்ற எண்ணம் ஏற்பட்டது. இது தேவைதானா என்ற கேள்வி ஏனோ அவனுக்குத் தோன்றவில்லை. எல்லாம் யாராலோ தீர்மானிக்கப் பட்டபடி நடக்கிறது என்பது மட்டும் புரிந்தது. தீர்மானிக்க எப்போதும் தனக்கு அதிகாரமிருந்ததில்லை. அந்த வயதை தான் இன்னும் அடைய வில்லை என்று நினைத்தான். புதிய ஒரு வாழ்வை தான் அடைந்தபின், புதிய ஒரு நாட்டில் தான் சென்று பாதுகாப்பாகச் சேர்ந்தபின் எல்லாம் மாறும் என்று எண்ணினான். சக்கரங்கள் தரையில் ஓடும் சப்தம் கூடிக்கொண்டே இருக்கின்றது என்று நினைத்தபோது தன்னை அறியாமல் தனக்குத் தூக்கம் வந்துவிட்டதோ என்ற எண்ணம் வராமலில்லை. அப்போது எதிர்பாராதபடி ஓடிக்கொண்டிருந்த லாரியின் வேகம் குறையத் தொடங்கியது.

சற்று நேரத்தில் வண்டி நின்றது.

எல்லையைக் கடந்துவிட்டோமோ அல்லது போலீஸாரால் சுற்றி வளைக்கப்பட்டிருக்கிறோமோ என்று முடிவு கூற முடியாதபடி இருந்தது. காதுகளைக் கூர்மையாக்கினான். ஒலி வரும் திசையைக் கணிக்க முயன்றான். பின் சக்கரங்களுக்கருகில் தன் இடது புறத்திலும், ஹுஸைன் வலதுபுறத்தில் அடைக்கப்பட்டிருக்கும் திசை இப்போது கும்மாங்குத்துவுக்கு நினைவுக்கு வந்தது. 'உய் உய்' என்று சப்தமிடும் இருள் இன்னும் தீவிரப்பட்டிருக்கும். லாரியின் அடிப்பாகத்தில் உள்ள ஓட்டைகளில் ஏதோ ஒளி தோன்றி மறைந்தது. என்ன ஒளி என்று கணிக்க முடியவில்லை. தான் வந்த லாரி எங்கு நிறுத்தப்பட்டிருக்கிறது என்பதும் தெரியவில்லை.

திடீரென்று பலர் பேசும் ஒலிகள் கேட்டன. அதிகாரத்தோடு கூடிய ஆணைகள் கேட்டன. இப்போது போலீஸ்தான் என்ற எண்ணம் ஏற்பட்டது இவனுக்கு. எந்தவித ஒலியும் வெளியே தெரியாதபடி மெதுவாக மூச்சு விடலானான். யாரோ மேலே ஏறும் ஓசையை இப்போது கேட்டான். தூக்கம் அறவே போய்விட்டது. புலன்கள் ஆபத்தை உணர்ந்ததாலோ என்னவோ அதிநுட்பமும் புத்திசாலித்தனமும் கொண்டு செயல்படுகின்றன. ஒவ்வொரு அசைவும் புத்தியில் தெளிவாகத் தெரிகிறது. மேலே ஏறிய நபர்கள் கையில் ஏதோ கம்பி அல்லது நீளமான ஒயர் போன்றவை வைத்திருப்பதை உணர முடிகிறது.

இப்போது அவன் அதிகமாகப் பயந்த காரியம் நடைபெற்றது. மேலே ஏறிய கால்கள் கீழிறங்கி லாரியின் கீழே டார்ச்சால் அடிக்கத் தொடங்கியிருக்கின்றன. அப்போது பார்த்து ஏதோ ஒரு மனிதக் குரல் பயங்கரமாய் லாரியின் கீழிருந்து கேட்டதாய் உணர்ந்தான். நிஜத்தில் கேட்டதா எனத் தெரியவில்லை. எல்லோரும் பிடிபட்டுவிடுவோம் என்ற பயம் அப்போது இவனுக்கு ஏற்பட்டது. ஓரிரு நபர்கள் கீழே ஊர்வதும், டார்ச்சால் அடிப்பதுமாக இருந்தனர். திடீரென்று கீழ்ப்பக்கத்தைக் கம்பியால் அடித்தனர். ஒயர்கள் அங்கும் இங்கும் வீசப்பட்ட சப்தம் கேட்டது. தன் பக்கம் வரப்போ கிறார்கள், திறக்கப்போகிறார்கள் என்று எண்ணி மூச்சு ஒலி கூட கேட்காதபடி இவன் படுத்துக் கிடந்தான். பின்பு எந்த ஒலியும் இல்லை. வந்த கால்கள் லாரியின் பின்பக்கம் போயின. டார்ச் வெளிச்சம் நின்றது. யாரும் கீழே இல்லை என்று வந்தவர்கள் போய்விட்டனர். லாரி புறப்பட்டது. எல்லோரும் தப்பித்தோம்

என்று எண்ணி நிம்மதிப் பெருமூச்சு விட்டான் கும்மாங்குத்து.

சுமார் அரை மணி நேரம் ஓடிய லாரி திடீரென்று சாலையின் ஓரமாய் இப்போது மெதுவாய் நின்றது. விளாடிமிர் கீழே வந்து நால்வரையும் எழுப்பினார். அவர் குரலில் கலக்கம் தெரிந்தது. தெரிந்த பெயர்களைச் சொல்லிக் கூப்பிட்டார். கும்மாங்குத்து என்ன என்பது போல் கேட்டான். 'உனக்கு எதுவும் ஆகல்லையே' என்று கேட்ட குரலுக்கு, 'ஏதும் ஆகவில்லை. சுகமாக உள்ளே படுத்துக் கிடக்கிறேன்' என்று அவன் பதில் கொடுத்தான். விளாடிமிருக்கு ஏதோ சந்தேகம் ஏற்பட்டிருக்க வேண்டும். ஓட்டுநரின் பக்கமிருந்து வந்து தங்களை உள்ளே வைத்துப் பூட்டியவனின் சப்தம் இப்போது மீண்டும் கேட்டது.

எல்லோரையும் மேலே அழைக்கப்போகிறார்கள். ஏனெனில், போலீஸ் தொல்லை இனி இருக்காது என்று எண்ணினான் கும்மாங்குத்து. முதலில் அவன் படுத்திருந்த இடத்தில் வந்து திறந்தார்கள். அடுத்து ஹுஸைன் படுத்திருந்த இடம். கும்மாங் குத்து ஹுஸைனை வரவேற்கச் சித்தமாக லாரியின் வலதுபக்கம் வந்து நின்றுகொண்டிருந்தான். ஆனால், லாரியின் கீழே ஹுஸைன் படுத்திருந்த பெட்டிக்குப் போன ஒருவன் பலகையை ஸ்க்ரு ட்ரைவரால் திறந்ததும் எந்தச் சப்தமும் கேட்கவில்லை. உடனே அவன் விளாடிமிரை அழைத்தான். இப்போது அவர் லாரியின் கீழே டார்ச் விளக்குடன் போனார். கும்மாங்குத்துவும் இப்போது லாரியின் வலது பக்கமிருந்து குனிந்து கீழே பார்க்கலானான். அப்போது விளாடிமிர், கைகளைப் பலகை கழற்றப்பட்ட இடத்தின் வழியாக உள்ளே விட்டு, உள்ளே படுத்திருந்த ஹுஸைனை இழுத்தார். தூங்கிவிட்டானோ ஹுஸைன்? கும்மாங்குத்து, 'ஹுஸைன் தூங்கிப் போயிருப்பான். அதுதான் இழுக்கிறார்கள்' என்று நினைத்தான். சற்று நேரத்தில் துவாரம் வழி கீழே வந்து விழுந்தது ஹுஸைனின் உடல்.

கும்மாங்குத்து ஹுஸைனின் உடம்பில் உயிர் இல்லை என்பதை அறிந்ததும், அவனை அறியாமல் 'அம்மா' என்ற சப்தத்துடன் தரையில் கால்களைக் குத்தவைத்துக் குனிந்து அமர்ந்தான். இரு கரங்களாலும் தலையைப் பொத்தினான். கைகள் நடுங்கிக் கொண்டிருந்தன. அப்போது மீண்டும் அவனுக்குத் தலையில் லாரி ஓடுவது போல் 'கடமுட' சப்தம் கேட்க ஆரம்பித்தது.

கடவுள் பேச ஆரம்பித்தார்.

கடவுளுடன் தொடர்ந்து கடல்திறந்தமடை எனப் பேச ஆரம்பித்துவிட்டான் கும்மாங்குத்து. அதன்பிறகு அவனுக்கு ஏதும் தெரியாது. ஹுஸைனின் உடலைப் போல இன்னும் இரண்டு உடல்கள் வந்து விழுந்த விபரமோ, எல்லாஉடல்களையும் வெளியே இழுக்க திக்பிரமை பிடித்து அமர்ந்திருந்த கும்மாங் குத்துவின் உதவியை அவர்கள் கேட்ட விபரமோ, அதற்கு அவர்களை வெறுமே பார்த்தவண்ணம் அசையாமல் அமர்ந்தவனை அவர்கள், 'மனம் பேதலித்துவிட்டது இவனுக்கு' என்று கூறி லாரியில் பிற பிணங்களோடு இவனையும் சேர்த்து, இவனையும் பிணம்போல் பாவித்து, தங்களுடன் பலவந்தமாய் பிடித்து இழுத்துக் கொண்டு போனதோ ஏதும் தெரியாது.

போலீஸார் கரன்ட் பாய்ச்சி சோதனை செய்ததில் மூன்று பேர் சாக, கும்மாங்குத்து மட்டும் எப்படியோ தப்பிப் பிழைத்தான்.

அச்செய்தியை ஏஜென்டுகளுக்கு தாங்கள் வைத்திருந்த செல்பேசியின் வழி தெரிவித்து, தொடர்ந்து என்ன செய்வதென்று கேட்டுக் கொண்டிருந்தனர், லாரி ஓட்டுநரும் விளாடிமிரும். அங்கிருந்து உடனடியாக எந்தத் தகவலும் வரவில்லை. எனவே, இதுபோல் எத்தனையோ உயிர் இழப்பைப் பார்த்த ஓட்டுநரும் விளாடிமிரும் லாரியை ஓரமாய் ஒதுக்கி நிறுத்திவிட்டு இரு பக்கக் கதவை நன்கு அடைத்து மூடி ஏஜென்டுகளிடமிருந்து பதில் வரும்வரைக் காத்திருக்க வேண்டுமென்று கருதி சாலை ஓரமாய் நின்றனர்.

'இந்தக் கதையில் வரும் கும்மாங்குத்து யார் என்று நினைத்தீர்கள் சந்திரன்?' என்று கதையைச் சொல்லிவிட்டு என் முகத்தைப் பார்த்தார் சிவநேசம். நான் ஆச்சரியத்தோடு பார்த்து, 'தெரியாது' என்று தலையசைத்தேன்.

'அது சாட்சாத் நான்தான்' என்ற சிவநேசத்தை, என்னால் நம்ப முடியவில்லை. சிவநேசம்தான் கும்மாங்குத்து.

சிவநேசம் தன் இடைவிழுந்த பற்கள், தனது வாய் உதடு களையும் மீறி வெளியே மெதுவாய் வரும்படி சிரித்தார். தந்திர, மந்திர, மாயாஜாலங்கள், நாடி சோதிடம், மூலிகை மருத்துவம் இப்படி ஏதேதோ தெரிந்து வைத்திருக்கிற சிவநேசம் பற்றி எனக்கு இந்தியாவிலேயே தகவல் தெரிந்திருக்கிறது. அதனால் அவருக்குத் தெரிந்தவர்கள் மூலம் என் வார்ஸா வரவைப்பற்றி நான் அவருக்குச்

சும்மா தகவல் கொடுத்தேன். ஆனால், அவர் வந்து ஏர்போர்ட்டில் என்னை வரவேற்கக் காத்திருந்ததைக் கண்டு அவர்மீது மிகுந்த நன்றியுணர்வு ஏற்பட்டது. அவர் இங்கு என்ன செய்கிறார்? தென்னிந்தியாவிலிருந்து இந்த ஊருக்கு எப்போது எப்படி வந்தார்? - இவை ஏதும் எனக்குத் தெரிந்திருக்கவில்லை.

அதனால் அவர் கதை எனக்குப் பிரமிப்பை ஏற்படுத்தியது. கும்மாங்குத்து என்ற தமாஷான பெயருக்கும் சிவநேசம் என்று இப்போது அறியப்படுகிற இந்த மனிதருக்கும் என்ன சம்பந்தமிருக்க முடியும் என்று யோசித்தபடி இருந்தேன். 'ஹ... ஹ... ஹ...' என்று மெதுவாகச் சிரித்துப் பற்களை வெளிக்காட்டிக் குழந்தை போல் என்னைப் பார்த்த சிவநேசம், இப்போது நன்கு போலிஷ்மொழி பேசுகிறார். அவரது மனைவியை இங்குச் சந்தித்து அவளைத் திருமணம் செய்வதுவரை அவருக்குப் போலந்தில் வெறும் அகதி அந்தஸ்து மட்டும்தான் இருந்ததாம். போலிஷ் பெண்ணைத் திருமணம் செய்ததால் அவருக்குப் போலந்தில் தங்கும் உரிமை பல வருடங்கள் கழித்துக் கிடைத்த தகவலைச் சொன்னார். இயற்கை வைத்தியத்தில் நம்பிக்கை உடையவர். மேலும், ஆயுர்வேத மருந்துகளை இங்கு அறிமுகப் படுத்தியவர். ஆங்கில மருத்துவத்தில் நம்பிக்கையில்லாதவர்கள் இவரிடம் வருகிறார்கள் என்று கூறும் இந்த ஆறு அடி உயரம் கொண்ட மனிதர், வார்ஸாவின் கடுங்குளிரில்கூட தவறாது காலை யிலும் மாலையிலும் 'வாக்கிங்' போவதைப் பெருமையுடன் கூறினார். தனக்கு இரு புதல்விகள் இருப்பதையும் சொன்னார். இந்தியாவுக்குப் போக வசதியும் இருக்கிறது. போக விருப்பமும் இருக்கிறது. ஆனால் சொந்த ஊரில் யாரும் இப்போது தனக்கு இல்லாததால், கடைசியாக இந்தியா போனது அவரது மாமா இறப்புச் செய்தியைக் கேட்டுத்தான் என்று கூறிவிட்டு, 'ஹ... ஹ... ஹ...' என்று மீண்டும் சிரித்தார்.

எனக்கு அவரிடம் பல விஷயங்கள் பற்றிப் பேசவேண்டுமென்று தோன்றியது. ஒரே ஒரு விஷயம் பற்றிக் கேட்டே ஆகவேண்டு மென்று தோன்றியதால் கேட்டேன்.

'இப்போதும் உங்களிடம் கடவுள் பேசுகிறாரா ஸார்?'

எந்த விதத்திலும் தனக்கு ஒரு தர்மசங்கடமான கேள்வியை நான் கேட்டேன் என்ற உணர்வு ஏதும் இல்லாமல் சர்வ சாதாரணமாய் பதில் சொன்னார்:

'ஆமா, சந்திரன்.'

பிறகு இடைவிழுந்த பற்கள் மெதுவாய் முன் தள்ள நான்கு பக்கத்திலும் உதடுகள் லேசாய் பின் தள்ள, வழக்கமான முறையில் குழந்தைபோல் சிரித்தார் சிவநேசம்.

'ஹ... ஹ... ஹ... ஹா....'

நாம் சர்வசாதாரணமாக காப்பி அல்லது தேநீர் குடிப்பது போலவோ, காலையில் எழுந்தவுடன் பல் விளக்குவது போலவோ இது ஒரு சர்வசாதாரண நிகழ்ச்சி. இதைப்போய் இப்படி ஆச்சரியத்துடன் கேள்வியாகக் கேட்கிறானே இவன் என்ற பாவனையில் இருந்தது சொன்ன 'ஆமா' என்ற பதில்.

நானும் அவரும் அமர்ந்து பேசிக்கொண்டிருந்த கடையில் பீர் குடிப்பது தனக்குப் பிடிக்கும் என்று கூறிய சிவநேசம், யாரோ ஒரு நோயாளி இன்று வருவதாகக் கூறியிருக்கிறார் என்றார். எனவே, இன்று மீண்டும் பேசமுடியா மலிருப்பதற்கு மன்னிப்புக் கேட்டார். நான் 'போலிஷ் மரபுகளை அதிகமாக இப்போது கடைப்பிடிக்க ஆரம்பித்துள்ளீர்கள்' என்றேன்.

'இப்படி மன்னிப்புக் கேட்பதுதானே?'

நான் 'ஆம்' என்பதுபோல் தலையாட்டினேன். 'உங்களிடம், சந்திரன், அன்றைய தினம் பற்றிப் பேச வேண்டும்' என்று கூறிய வாறு எழுந்துபோகத் தயாரானார். சிவநேசம் மரத்தாலான கைப்பிடியுடன் இருந்த நீண்ட முரட்டுக் குடையை, ஏற்கெனவே லேசாக பெய்த மழையால், அவர் கூடவே கொண்டுவந்திருந்த கையிலெடுத்தார்.

'எந்த தினம் சிவநேசம் ஸார்?'

அவர் சொன்ன விஷயம் உடனே ஞாபகத்துக்கு வராததால் கேட்டேன்.

'ஏர்போர்ட்டில் நினைவு தப்பியது' என்றார். தொடர்ந்து 'அது எல்லோருக்கும் வாய்க்கிறது அல்ல' என்றார். நான் திடுக்கிட்டாலும் காட்டிக்கொள்ளாமலே அவருக்கு விடை கொடுத்தேன்.

9

வார்ஸா பல்கலைக்கழகத்தின் முன்பகுதி. அழகான அந்தப் பல்கலைக்கழக இலச்சினையில் புராணகாலப் பறவை தன் கால் விரல்களால் இரண்டு கதிர்களைப் பிடித்துக்கொண்டிருந்தது. கேட்டின் நடுவில் ஸ்விட்ச் மூலம் இயங்கும் கார் தடுப்புக் கம்பம், கார்கள் ஏதும் வராததால் அடைத்திருந்தது. முக்கிய வாசலான இங்குக் கார்கள் போவதற்கு நடுவாசலும், ஆட்கள் நடக்க அதன் இருபக்கமும் இரண்டு கேட் இல்லாத சிறுவாசல்களும் உள்ளன. வலது புறத்தில் மாணவர்களுக்கு விடுமுறைக் காலங்களில், பிற நாடுகளுக்குச் செல்ல குறைந்த கட்டணத்தில் விமானப்பயணம் மேற்கொள்ளுவதற்கான தகவல்களைத் தரும் ஒரு கட்டிடம் இருந்தது.

அந்தச் சிறு கட்டிடத்தின் வெளியே பஸ் நிறுத்தம். அங்கு வரும் பஸ்களிலிருந்து இறங்கும் மாணவ மாணவியரைக் குறிவைத்துச் சிறு துண்டுப் பிரசுரங்கள், விளம்பரங்கள் என்று கொடுக்கும் ஆட்கள் எப்போதும் நிற்பார்க

அவ்வப்போது அரசியல் சார்ந்த பிரசுரங்கள் கொடுக்கப்படும் அந்த இடத்தில் தான் மாக்தா நின்றுகொண்டிருந்தாள்.

அன்றைக்கு ஈராக் யுத்தத்தின் இரண்டாம் ஆண்டு நினைவுநாள். ஊர்வலம் ஒன்று பற்றித் துண்டுப்பிரசுரம் கொடுப்பவர்களுடன் சேர்ந்து வேலை செய்கிறாள். இன்னொரு நடுத்தர வயதுள்ள மனிதர் கை ஒலிபெருக்கியில் போலிஷ் மொழியில் அந்த ஊர்வலம் பற்றியும் ஈராக் யுத்தம் பற்றியும் மாணவர்கள் கவனத்தைக் கவரும் விதமாகப் பேசிக்கொண்டிருந்தார். நான்கைந்து மாணவர்கள் அவர்களோடு நின்று விபரங்கள் கேட்ட வண்ணமிருந்தனர். அவசரமாகப் போகும் மாணவர்கள் துண்டுப் பிரசுரத்தை வாங்கிய படி அவர்கள் வழக்கப்படி 'ஜிங்குயெ' (நன்றி) கூறிவிட்டு, ஓட்டமும் நடையுமாக அந்த இடத்தைவிட்டு நகர்ந்தனர்.

நான் மாக்தாவின் அருகில் போய் நின்றேன்.

'பதினொன்று என்றல்லவா சொல்லியிருந்தேன்?'

'என் கையில் கடிகாரம் இல்லை' என்றேன்.

'எந்தப் பிரச்சினையும் இல்லை. ஒரு இருபது நிமிடம், அதோ இருக்கிற புத்தகக்கடையில் ஆங்கிலப் புத்தகங்கள் உள்ளன.

அவற்றைப் பார்த்தபடி நீங்கள் சற்றுநேரம் காலம் கடத்தும்போது நான் வந்து சேர்வேன்.'

ரோட்டுக்கு எதிர்ப்பக்கம் இருக்கும் கதவு மூடிய புத்தகக் கடையைக்காட்டினாள்.

நான் அந்தக் கடைக்கு ரோட்டின் கீழ்ப்பகுதியில் உள்ள அண்டர்கிரௌண்ட் பாதை வழியாக நடந்து சென்றேன். எப்போதும் எனக்குப் புத்தகங்கள் பிடிக்கும். அதன் வடிவம், அழகிய அட்டைகள், விதவிதமான தாள்கள், அந்தத் தாள்களில் மிகக் கூர்மையாகப் பதிந்திருக்கும் எழுத்துக்கள். எந்த மொழிப் புத்தகம் என்றில்லை, எல்லா மொழிப் புத்தகங்களும் கவர்ச்சி யானவை. இசைபோல். ஓவியம் போல். புத்தக ஆக்கம் ஒரு கலை. டீவியும் கணினியும் வந்தபின்பு புத்தக ஆக்கங்கள் குறையும் என்று யாராவது சொல்லும்போது எனக்கு ஏற்படும் வருத்தத்திற்கு அளவில்லை. புத்தகங்களைப் பார்ப்பதும் புரட்டுவதுமாக இருந்தேன். கைகளின் விரல்களோடு அவற்றின் பக்கங்கள் இஸ் என்று உரசி நழுவும்போது சுகமாக இருக்கிறது. அந்தப் புத்தகங் களின் ஓரங்களை வெட்டியிருக்கும் அழகு ஒரு இளம்பெண்ணின் காதுக்குக் கீழ் உள்ள கழுத்துப்பக்கம் போல் தென்படுகிறது.

அந்தக் கடையின் மேல்தளத்தில் இயற்பியல், பொருளாதாரம், அரசியல் என்று கல்விக்கான புத்தகங்களாக இருந்தன. நான் கடையின் தரைக்குக் கீழ் இருக்கும் இரண்டாம் தளத்தில் உள்ள புத்தகங்களைப் பார்க்க படிகள் வழிக் கீழே இறங்கும்போது, சுவர்களில் குழந்தைகளின் ஓவியங்களைப் பார்த்தேன். எப்போதும் ஏன் குழந்தைகள் அதிகமான வர்ணங்களை ஓவியங்களில் அப்புகிறார்கள் என்ற கேள்வி என்னை வந்தடைகிறது. இதுவரை பலர் ஒப்புக் கொள்ளாத புத்தக ஆக்கம் ஒரு கலை என்ற கருத்தும், குழந்தைகள் ஏன் கட்டியான வர்ணங்களைப் பயன்படுத்துகிறார்கள் என்ற கேள்வியும் என் மனதைத் திடீரென்று ஆக்கிரமித்ததால், இன்று புத்தகங்களை என்னை மறந்து புரட்ட முடியாமலிருப்பதை உணர்கிறேன்.

அப்போது எனக்குத் தும்மல் வர என் சிந்தனைத் தடம் புரண்டது. தூரத்தில் பரிச்சயமான முகம் கொண்ட ஒருவர் தென்படுகிறார். அப்போது தொடர்ந்து மூன்று முறை 'இச் இச் இச்' என்று தும்மல் போட்டு முடித்தேன்.

'இது மிகவும் வேடிக்கைதான். எனக்குத் தும்மல் வரும்போது

மூன்று முறை தும்மல் வருகிறது. நாட்டுப்புறக் கதைகளில் மூன்றுமுறை மந்திரவாதி தரும் எலுமிச்சைப்பழம் மாதிரி இது இருக்கிறது' என்று எனக்கு நானே சொல்லிக்கொண்டு மறக்காமல் எனக்குத் தெரிந்த முகம் கொண்ட மனிதர் இப்போதும் தெரிகிறாரா என்று பார்த்தபோது அவரைக் காணவில்லை. இது வியப்பைக் கூட்டுவதால் கடையின் தூண்களுக்கு நடுவில் அவர் மறைந் திருக்கலாம் என்ற ஐயம் வந்தது. அதனால் - எனக்கு ஐயங்கள் ஏற்படும்போது அவற்றை உடனே தீர்க்க வேண்டும் - நானும் கடைக்கு உள்பக்கமாக, தூண்களின் உள்ளே போய் புத்தகங் களைப் புரட்டுவது போல நாலாபக்கமும் பார்த்தேன். அப்போது எனக்கு நம்பமுடியாததும், தவிர்க்க முடியாததுமான ஓர் எண்ணம் வந்தது.

அந்த மனிதர் புத்தகங்களுக்கிடையில் அல்லது எழுத்துக் களுக்கிடையில் மறைந்திருக்கக் கூடியவர்.

ஏன் இப்படி ஓர் எண்ணம் எனக்கு வரவேண்டுமென்று தெரியாதபடி மீண்டும் புத்தகங்கள், குழந்தை ஓவியங்கள், தும்மல்கள் என்று யோசிப்பதில் ஒரு கிளர்ச்சி ஏற்பட்டது. பாலியல் கிளர்ச்சிக்குக் கொஞ்சமும் குறையாத கவர்ச்சி கொண்ட கிளர்ச்சி இது. சிந்தனைகள், படிமங்கள், ஞாபகங்கள் காரண காரியத்தைத் தாண்டி ஓயாமல் மூளையில் ஏற்படக்கூடியவை என்ற எண்ணம் வந்ததும் என் கையிலிருந்த ஆலென் டானியலோவின் 'கடவுள்கள் விளையாடும் போது' என்ற புத்தகத்தின் 91ஆம் பக்கத்தில் என்னுடைய கண்கள் குத்திட்டு நின்றன. யோக முறைகளின் மூலம் நாம் வாழ்க்கையில் முடியாது என்று எண்ணும் காரியங் களைச் சாதிக்க முடியும். அறிவின் ஆற்றலை முழுமையாகப் பெற முடியும். மனித சாத்தியத்தின் உச்சகட்ட சந்தோஷத்தை அது தரும். பார்க்க முடியாதென்பவற்றை நாம் பார்க்க முடியும். கேட்க முடியாதவற்றைக் கேட்க முடியும், போகமுடியாது என்ப வற்றுக்குள் போக முடியும்.

இதைப் படித்தவுடன் கல்லுக்குள் போக முடியுமா என்ற கேள்வி எனக்குள் எழுந்தது.

அதற்கான விடையும் உடனே கிடைத்ததை நான் எதிர் பார்க்க வில்லை. தூரத்தில் நின்றதுபோல் எனக்குத் தெரிந்த உருவத்திட மிருந்து இப்போது ஒரு குரல் எழுந்து மஞ்சள் வர்ணமாய் மிதந்து வந்தது. இது பிரமையாக இருக்க முடியுமா என்று இடது தோளில் போட்டிருந்த என் அழகிய சிறிய தோல் பையைப் பிடித்தபடி

வலது கையின் புறங்கைப் பகுதியால் என் கண்களை நன்கு தடவினேன். அது பிரமையில்லை. ஒரு பதில் சரியாக என் காதுகளில் வந்து சேர்ந்தது:

'என் இந்திய நண்பனே, உனக்குப் போகமுடியும். சந்தேகப் படுவது உன் காலத்திய கெட்ட சுபாவம். நீ போதாக்குறைக்கு கம்ப்யூட்டர் என்ற தற்கால தொழில்துறையில் போய் ஜீவனோ பாயம் நடத்துகிறாய். உன் மூதாதையர்கள் உனக்குத் தந்துவிட்டுப் போன அறிவை மீண்டும் கண்டடைந்தால் உனக்கு நிச்சயம் முடியும். கற்களுக்குள்தானே போகவேண்டும்?'

தெளிவாக உணர்ந்தேன். அது அவருடைய குரல். அந்தக் குரலுக்கு ஓர் வர்ணம் கிடைத்திருக்கிறது. அது மஞ்சள் வர்ணம்.

நம்பமுடியாவிட்டாலும் சாத்தியம் என்று எண்ணிக் கொண்ட போது எனக்கு என் சிந்தனைக்கிரமம் ஏதோ பிசகு பட்டிருக்கிறது என்று தோன்றியது. ஒரு சிறு பரிசோதனையாக, அந்தப் புத்தகக் கடையை நோட்டம் விட்டேன். அந்தக் கடையில் கூரை மிகவும் உயரமாக இருந்தது. தரை தாழ இருந்தது. புத்தகங்கள் இறகு விரித்துப் பறக்கவில்லை. புத்தகங்களை அடுக்கியிருக்கும் அலமாரிகள் ஆடாமல் அசையாமல் பலமாக தரையோடு நின்றன. புத்தகம் விற்குமிடத்தில் ஓர் இளம்பெண் கம்ப்யூட்டரில் பார்த்த வண்ணமிருக்கிறாள். படியின்வழி ஓரிருவர் வருவதும் போவது மாக இருக்கிறார்கள். இதில் எந்த மாற்றமும் இல்லை.

அப்போது மீண்டும் ஒருமுறை எனக்குக் கேட்ட மஞ்சள் வண்ணக் குரலைக் கொண்டவர் உருவத்தை நன்கு மனதில் பதித்துக்கொள்வோமே என்று அவர் நின்ற இடத்தைப் பார்த்தேன். இப்போது இன்னும் தெளிவாக எனக்கு அவர் உருவம் மனதில் பதிவானது. உயரமானவர், கால்வரை தொங்கும் சந்தனக்கலர் கோட் அணிந்திருந்தார். ஒரு சிறு தொப்பி. காதுகள் தொப்பிக்கு வெளியில் தெரியும்படி அணியப்பட்டிருந்தாலும் தொப்பியின் முன் பகுதி சூம்பி முனைகூடிக் காணப்பட்டது. அது அந்தத் தொப்பியைப் பயன்படுத்தும் நபர் அடிக்கடி தொப்பியை முன்பக்கம் நோக்கி இழுத்துவிடும் சுபாவம் உடையவர் என்பதைக் காட்டியது. நீளக் கோட்டின் முன்பக்க பித்தான்கள் முழுதும் திறந்துவிடப்பட்டது. அதனால், அந்த மனிதர் அணிந்திருந்த நீலநிற சட்டையும் கறுப்பு நிற பேன்டும் நன்கு தெரிந்தன. அதுபோல், வயிறு தள்ளாத உடம்பில் புதிய ஒரு பெல்ட் அணிந்திருந்தார். சுமார் அறுபது

வயதிருக்கும் முகத்தோற்றம். ஓரிரு கோடுகள் அவர் முகத்தில் ஏற்கெனவே தோன்றிவிட்டன. கோட்டின் மீது ஒரு பழைய, பல ஆண்டுகள் பயன்படுத்திய, பிரவுன்நிற தோல்பை தொங்கிக் கொண்டிருந்தது. கண்கள் ஒரு சாந்தமான மனோபாவம் கொண்டவர்தான் இம்மனிதர் என்ற எண்ணத்தைத் தந்தது. மார்ச் மாதமாகையால் ஓரளவு அதிகமான வெளிச்சம் கொண்ட நாளாக அது இருந்தது. மொத்தத்தில் அந்த மனிதர், ஒருவர் ஒருமுறை பார்த்தாலே மனதில் பதியக் கூடியவராக இருந்தார்.

இப்போது அவர் குனிந்திருந்த தோற்றத்திலிருந்து தலையைச் சற்று உயர்த்தி என்னைப் பார்த்த அதே கணத்தில், 'ஹலோ' என்று முகமெல்லாம் சிரிப்பாக மாக்தா வந்து சேர்ந்தாள்.

'இன்று என் வேலை முடிந்தது. அவர்கள் நல்ல வேலை செய்கிறார்கள். என் நண்பர்கள் அவர்கள்' என்ற மாக்தா, 'வாருங்கள் போவோம்' என்று அழைக்க, 'நான் அந்த மனிதன் பற்றிக் கூறவேண்டும் அவளிடம்' என்று ஒரு முடிவு எடுக்கும் முன் மாக்தா என்னை அழைத்துக்கொண்டு படிகள்வழி புத்தகக்கடையின் மேல் பாகத்திற்கு வந்துவிட்டாள். படிகளில் குழந்தை ஓவியங்கள் அழுத்தமான நிறங்களில் காணப்பட்டதை மீண்டும் பார்த்தேன்.

'புத்தகக்கடையில் நிற்கும் அந்த மனிதர் மஞ்சள் வர்ணமாகப் பேசுகிறார். அதுவும் கல்லுக்குள் நான் போகமுடியும்' என்று கூறுகிறார் என்று சொன்னால் கண்டிப்பாக எனக்கு ஏதோ ஆகி விட்டது என்றுதான் எண்ணப்போகிறாள். மாக்தா வேறு சற்று தமாஷ் ஆசாமி. ஆண் பெண் வேறுபாடு ஏதும் இல்லாமல் பழகக்கூடியவள். லிடியா க்ருப்ஸ்கயாவின் தோழி. அவள் மூலமாக எனக்குப் பழக்கமான சிலரில் ஒருத்தி. முகத்தில் எப்போதும் சிரிப்பாகத்தான் இருக்கும். எந்தச் சிறிய விஷயத்தையும் விளை யாட்டாகத்தான் பேச அவளுக்குத் தெரியும்.

மாக்தாவைப் பற்றி லிடியா எனக்கு அறிமுகப்படுத்தியது ஒரு ஞாயிற்றுக் கிழமை.

'நோவி ஸ்வியாத்' என்று போலிஷ் மொழியில் அழைக்கப் படும் புதிய தெருவில் இருக்கும் காபி பார் ஒன்றில் மாக்தாவை வரச்சொன்ன லிடியா என்னையும் அங்கு வரச்சொல்லியிருந்தாள். அவர்கள் இருவரும் ஏதோ குடிக்க நான் சாதா தேநீர் மட்டுமே குடித்தேன். எங்கள் பேச்சு அன்றும் லியோன் குருப்ஸ்கயாவைச் சுற்றியே இருந்தது.

'சந்திரன்! மாக்தா இருக்கிறாளே இவள் லியோன் பற்றிய சமூக, அரசியல் விஷயங்களில் அக்கறை செலுத்துகிறாள்' என்று எங்கள் பேச்சை வளர்க்க ஓர் ஆரம்பத்தைக் கொடுத்தாள் லிடியா.

'அந்தச் சாத்தான் வழிபாட்டுக்காரரிடம் மாக்தாவுக்கு அப்படி என்ன சமூக, பொருளாதார விஷயம் கிடைத்துவிடும்?' என்று நான் சிரித்தபடி மாக்தாவைப் பார்த்தேன்.

அப்போது, 'ஐ அம் மாக்தா ஷ்வென்ஸ்கா' என்று எனக்குக் கை நீட்டினாள் அந்த மத்திய உயரம் கொண்ட பெண். முகமெல்லாம் சிரிப்பு. பொதுவாய் போலிஷ் பெண்களின் முகங்கள்தான் உலகத்திலேயே அழகான முகங்கள் என்ற எண்ணம் கொண்ட நான், மாக்தாவின் சிரிப்பைப் பார்த்து அப்படியே வசியம் செய்யப் பட்டவன்போல ஆனேன். அப்படி ஓர் அழகிய சிரிப்பு. மனதில் எந்தக் கள்ளமும் இல்லாத பெண் என்று அவள் சிரிப்பைப் பார்த்ததும் சொல்லலாம். அவள் அழகைக் குறைப்பது அவள் எதையும் சீரியஸாக எடுக்காமல் விளையாட்டாக மாற்றும் அவள் குணம்தான் என்று அன்று ஒருநாள் கூறி ஒரு சண்டையில் நானும் அவளும் பிரிந்தோம். 'சீரியஸாக நான் இருந்தால் அழகாகி விடுவேனா?' என்று கேட்பாள்.

அன்று அப்படிப் பிரியும் முன் மாக்தாவிடமிருந்து நான் சில விஷயங்களைக் கண்டுபிடித்தேன்.

லியோன் ஒரு சுயபால் புணர்ச்சிக்காரராக இருந்திருக்கலாம் என்பது அவள் கருத்து. சொந்தத் தங்கை அமர்ந்திருக்கிறாளே என்று லிடியாவைப் பொருட்படுத்தாமல் அப்படி மாக்தா சொன்ன போது, விளையாட்டுப் போல் அதைச் சொன்னாலும் ஆழ்ந்த நம்பிக்கைகளின் அடிப்படையில் அப்படிச் சொல்கிறாள் என்று எண்ணினேன். மேலும் அவள், சுயபால் புணர்ச்சி, போலந்து போன்ற கத்தோலிக்க நாட்டில் ஏற்றுக்கொள்ளப்படுகிறதோ இல்லையோ அது ஒரு முக்கியமான விஷயம் என்றாள். பல லியோன் ஆதரவாளர்கள் போலில்லாமல் எந்த உணர்வும் கலக்காமல் லியோன் பற்றிப் பேசியவள் இவள் ஒருத்திதான் என்று கண்டுபிடிப்பதற்கு எனக்கு எந்தச் சிரமமும் இருக்கவில்லை. அதற்கு ஒரு காரணம், அவளது வயது. முப்பது வயதுக்குள் இருக்கும் மாக்தா லியோனைச் சந்தித்த அல்லது லியோனிடம் பாடம் கேட்ட தலைமுறை அல்ல. லியோன் ஒரு அசாதாரணமான சிந்தனையாளன் என்பது மட்டுமே அவளது கணிப்பு.

அன்றைய காலகட்டத்தின் சமூக, பொருளாதார அரசியல் கொந்தளிப்புகளுக்கு மத்தியில் ஒருவிதமான ஸெக்ஸுவல் பாலிட்டிக்ஸில் ஈடுபாடு காட்டியவர்தான் லியோன். முக்கியமாக தாந்திரிக யோகத்தில் லியோனுக்கு ஈடுபாடு இருந்தது இந்த அடிப்படையிலேயே என்று கூறினாள். மேலும் தன் ஸெக்ஸுவல் குணாம்சத்தை அவன் பரிசோதித்துப் பார்க்க முயன்றிருக்கிறான். சாத்தான் என்பது அடக்கமுடியா ஸெக்ஸ் ஆசையின் நாமரூப வடிவம் என்று லியோன் கருதுகிறான். இக்கருத்துக்குப் பல கட்டுரைகளும் ஆதாரங்களும் உள்ளன என்று அன்று மாக்தா கூறினாள். ஆண் பெண் சமத்துவத்தை அடிப்படையாகக் கொண்டது தாந்திரிகம் சொல்லும் ஸெக்ஸ் செயற்பாடுகள் என்று பலமாக லியோன் நம்பியதற்கு நிறைய ஆதாரங்கள் உள்ளன.

போலந்தின் கத்தோலிக்க தூய்மைவாதத்தில் லியோனை ஒரு வறட்டு இந்திய ஆன்மீகவாதி என்று மட்டும் சிலர் கணிப்பதும் தவறு; வேறு சிலர் ஒருவித மாயமந்திர தந்திர காலகட்டத்தை லியோனின் இந்தியா பற்றிய ஈடுபாட்டில் காண்பதும் தவறு. லியோன் ஒரு புதுவிதமான ஐரோப்பிய கலாச்சாரத்துக்காக இந்தியாவைத் தேடியவர். அது இந்தியாவுக்கு இன்று பயன்படாது. ஆனால் ஐரோப்பாவுக்குப் பயன்படும் என்பது லியோனின் அடிப்படை எண்ணம் என்றாள். இது முற்றிலும் புதுமுறையில் லியோனை அணுகுவதற்கும் அடியெடுத்து வைக்கிறது என்று மாக்தா கருதியது அன்று எனக்குத் தெளிவானது.

இப்படிப்பட்ட அறிவு சம்பந்தமான விஷயங்களில் எனக்கு எந்த ஒரு நிலைப்பாடும் எடுக்கமுடியாது என்பது எனக்கு நன்கு தெரிந்தே இருந்தது. பலரையும் சந்தித்து பல்விதமான கருத்துக் களைச் சேகரிப்பதில் எனக்கு ஈடுபாடு இருந்தது. அவ்வளவுதான் எனது தகுதி. பலரையும் இணைப்பதில் எனக்கு எப்போதும் குதூகலம் இருக்கிறது. ஒருவரின் முழு வாழ்க்கையையும் தெரிந்துகொள்ள வேண்டும் என்ற நிலைப்பாடு உடையவனாக நான் இருந்ததால், மாக்தாவின் அறிவுச் சாதுரியம் அவள் புதுமுறையில் ஒரு நபரைப் பற்றி யோசிப்பதும் எனக்குப் பிடித்திருந்தது. லியோன் பற்றிய ஆராய்ச்சியின் சில அம்சங்களில் எனக்கு ஈடுபாடு இருந்தது போலவே லியோன் தேடிய இந்தியா எது என்றறிவதிலும் எனக்கு ஈடுபாடு இருந்தது. அதனால் அவள் சொல்லிய விஷயங்களிலும் இயல்பாக எனக்கு ஈடுபாடு இருந்தது. இவை எல்லாவற்றையும்

பற்றி லிடியா என்ன நினைக்கிறார் என்பது எனக்குத் தெரியாதது போலவே அதை அறிவதில் எனக்கு ஈடுபாடும் இல்லாமல் இருந்தது. லிடியா என்னைப் பொறுத்தவரையில் ஏதோ ஒன்றை வைத்திருக்கிறார் என்றுதான் நான் நினைத்து அவரிடம் போய்க் கொண்டிருந்தேன். அந்தப் பூரணமாக அறியாத ஒன்றில் என் ஆசை இருந்ததால், அதுபோன்ற நினைவுகளை ஏற்படுத்தும் மாக்தாவும் கவர்ச்சியானவராக இருந்தார்.

இந்த நினைப்புகளுடன் நான் மாக்தாவுடன் அவள் வசிக்கும் வீட்டுக்குப் போனபோது அன்று அதுவரை தெரிந்த சூரிய வெளிச்சம் ஓரளவு மங்க ஆரம்பித்தது. மாலை சுமார் ஐந்தரை மணியிருக்கலாம். மாக்தா என்னைப் பார்த்துச் சிரித்தவாறே என் நெற்றியைப் பார்த்தாள். நெற்றியை அவள் பார்த்தபோது என்னை அணைப்பதுபோல் உணர்ந்தேன். அவள் ஒரு கதவைத் திறந்தபோது கீழே ஒரு சாதாரணமான முரட்டு கார்ப்பெட் தென்பட்டது. மஞ்சளும் சிவப்புமான டிசைன். கார்ப்பெட்வழி நடந்து அதில் கொஞ்சதூரம் உள்ளே போய் வலது பக்கம் இருந்த இரண்டாவது அறைக்குச் சென்று சேர்ந்தாள்.

அறை, ஒரு பெண் வசிக்கும் முறையில் இருந்தது. ஆனால், வைக்கப்பட்டிருந்த பொருள்கள் அழகாக அடுக்கப்பட்டிருந்தன. தரையில் ஒரு கார்ப்பெட் விரிக்கப்பட்டிருந்தது. படுக்கை சரியாக அமைக்கப்பட்டிருந்தது. தலையணைகளில் வெள்ளை வெளேர் என்று வெண்மை நிறத்தில் உறை போடப்பட்டிருந்தது. படுக்கைக்கு அருகில் ஆள் உயரத்தில் ஒரு மின்விளக்கு மேல்பக்கத்தில் வெளிச்சம் ஏற்படுத்தும் முறையில் அமைந்திருந்தது. அவள் விளக்கைப் போட்டதும் அறையில் ரம்மியான வெளிச்சம் பரவியது. கதவுக்கு இடதுபக்கம் படுக்கையிருந்தது என்றால், வலதுபக்கம் ஓர் அழகிய பிரஸ்ட் (செயற்கையாக உருவாக்கப்பட்ட) மரத்தால் செய்யப்பட்ட அலமாரி காணப்பட்டது. அதில் ஒரு டீவியும் டிஜிட்டல் இசைக்கான பிளேயரும் இருந்தன.

ஏதோ ஓர் இசையைப் போட்டாள். கரகரப்பான இசை வந்து கொண்டிருந்தது. என் உணர்வுகளைக் கவர்வதாக இருந்தது. என்ன இசை என்று கேட்டேன். லெஜண்ட்ஸ் என்ற லத்தீன் அமெரிக்க இசை என்றார். இங்கே வார்ஸாவில் 'சென்ரும்' மெட்ரோவிற்குப் போயிருப்பீர்கள்தானே என்று கேட்டுவிட்டுச் சொன்னாள். அந்த இடத்தில் மழையில்லாத நாட்களில் உடம்பில் மயில்தோகை

கட்டிக்கொண்டு தலையில் தூவியுடன் முகத்தில் கறுப்பு சிவப்புக் கோடுகள் போட்டபடி இளைஞர்கள் நீளமான மூங்கில் இசைக் கருவிகளை வாசித்தபடி நிற்பதைப் பார்த் திருப்பீர்கள் அல்லவா? அங்கிருந்து இந்த இசையை சி.டி.யில் வாங்கினேன். இப்போது நீங்கள் கேட்டுக் காண்டிருப்பது, ஃபார் ஏ ஃப்யூ டாலர்ஸ் மோர் என்பது என்றாள்.

எனக்கு இந்த இசை பிடித்திருக்கிறது என்று சொன்னேன். வெளியில் இருள் கூடிக்கொண்டே போனது. மாக்தா ஸாரி என்று கூறிக்கொண்டு அலமாரியின் இரண்டு கதவுகளுக்கு நடுவில் நின்று உடை மாற்றினாள். நான் இருக்கிறேன் என்று கவலைப் பட்டவளாக இல்லாமல் பேண்டைக் கழற்றினாள். என் கண்கள் அவளது உடலின் வாளிப்பைக் கவனித்தன. அந்த வெள்ளை நிற பிருஷ்டமும் இடுப்பும் மார்புகளுக்குப் போகும் மெல்லிய வயிற்றின் அலை போன்ற தசை அசைவும் என்னைப் பாதித்தன. அவள் பேச்சு நிற்கவில்லை. இந்த இசையுடன் அவளது உடல் கண்கள் முன்பு தெரிந்து, மனதில் போய் நீர்போல் நிறைந்து என் உடல்முழுவதும் புகைபோலப் பரவிய உணர்வுக்குப் பெயர் தெரியாமல் இருந்தேன். ஒரு நிமிடம் என் முகம் இருண்டது.

பின்பு வேறு ஒரு ஆடை அணிந்துகொண்டு வந்தாள். மேலே லூசான ஒரு வெள்ளைச் சட்டை. கழுத்துக்கு அடியில் முதல் இரண்டு பித்தான்கள் போடப்படாததால், மார்பில் நடுப்பகுதியின் குழிவு நன்கு தெரிந்துகொண்டிருந்தது. துவைத்து இஸ்திரி போட்டு மடித்து வைத்திருந்த மிகவும் மங்கல் அடித்திருந்த சுத்தமான ஒரு ஜீன்ஸ் அணிந்து என் அருகில் வந்து அமர்ந்தாள் மாக்தா. திடீரென்று அதிக இளமையுடனும் கவர்ச்சியுடனும் அதே நேரத்தில் இனம் புரியா என் உணர்வுகளைக் கிளறுவதாகவும் அவள் தோற்றம் தந்தாள்.

என் வலது பக்கம் கிடந்த, குஷனால் பொதியப்பட்ட, ஒரு நாற்காலியில் முதுகுப் பக்கத்து குஷன் தலையணையை நீக்கிவிட்டு அமர்ந்து பேசலானாள்.

ஒருமுறை எழுந்துசென்று இசையை லேசாக வால்யும் குறைத்தாள். பாதி அவள் உரையாடலிலும், பாதி அவள் வெள்ளை நிற உடல் ஏற்படுத்திய போதையிலும் ஆழ்ந் திருந்தேன். இந்தப் பெண்களுக்குக் கறுப்பு நிறத்தில் ஒரு போதை என்பது எனக்குப் போலந்துக்கு வந்த பல மாதங்களுக்குப் பின்புதான் தெரிந்தது.

பின்பு எனக்கும் இந்த வெள்ளை நிறம் பற்றிய அபரிமிதமான கவர்ச்சி போய்விட்டது என்றாலும், சிவப்பு கலக்காத அல்லது சிவப்புப் புள்ளிகளால் அழகு கெடுக்கப்படாத இலேசாக மஞ்சள் கலந்த சிவப்பு நிற உடல் ஏற்படுத்தும் மாயக் கவர்ச்சியிலிருந்து விடுபட முடியவில்லை என்று நினைத்தேன். இதற்கு வெறும் காலனியாதிக்க வர்ணம் வெள்ளை என்பது மட்டுமே காரணமாகத் தோன்றவில்லை. வெள்ளை என்பது கிழக்கத்திய தேசத்தவன் ஒருவனுக்கு ஒரு மாயத்தின் பெயர். அதிலும் இளமையோடு கூடிய ஒரு பெண்ணின் நிறமாக அது அமைந்துவிட்டால் கேட்க வேண்டாம். ஐரோப்பாவையும் கிழக்கையும் அறிய இந்த நிறம் மிகவும் முக்கியமான விஷயம் என்று படுகிறது.

சிலர் இரண்டு கலாச்சாரங்களின் இசை மரபுகளைப் புரிந்து விட்டால் இரண்டு கலாச்சாரங்களையும் புரிந்துகொள்ளலாம் என்கிறார்கள். எனக்கு என்னவோ, இரண்டு நிறங்களையும் புரிந்துவிடுவதே இரண்டு கலாச்சாரங்களைப் புரிந்து கொண்டு விடும் முதல்படி என்று தோன்றுகிறது. ஏனென்றால், நிறங்கள் அடிப்படையில் தனக்கான குணமற்றவை. இந்த மாதிரி எண்ணங் களுடன் மாக்தா சொல்லிக் கொண்டிருந்தவற்றைக் கவனித்தேன். அவள் ஒரு கால்மீது ஒரு கால் போட்டுக்கொண்டிருந்தாள். அடிக்கடி என் நெற்றியைக் கவனித்தாள். அதுபோல் உதடுகளை அடிக்கடி சப் சப் என்று ஒட்டி ஒட்டிப் பிரித்தாள். இந்தச் செயல்கள் எனக்கு மாக்தாவையும் லிடியாவையும் இணைத்துப் பார்க்கவைத்தன. மாக்தா வேறு, லிடியா வேறு என்று தோன்றாதபடி இருந்தது. பேசிக்கொண்டே போனாள் மாக்தா.

'நான் லியோன் பற்றிய விஷயங்களில் ஆர்வம் காட்டியது முக்கியமாய் என்னைப்பற்றி அறிவதற்கும் கூடத்தான்' என்று கூறிவிட்டு, மாக்தாவும் என் நெற்றியைப் பார்த்தாள். இது எனக்கு முதல்நாள் லிடியாவைப் பார்த்த சூழலை நினைவுக்குக் கொண்டு வந்தது. அன்று மிகுந்த கனவுகளுடனும் ஆசையுடனும் லிடியா என்னோடு அவரது அண்ணனைப்பற்றிப் பேசிக்கொண்டிருந்தார் என்று நினைத்தேன்.

'எனக்கு நான் ஒரு லெஸ்பியனோ என்று பல நாளாக ஒரு சந்தேகம் இருந்தது.'

சொல்லியபடி கால்மேல் கால்போட்டு வலது கால் பாதத்தை ஆட்டியபடி என்னைப் பார்த்தாள் மாக்தா. நானும் மாக்தாவும்

அமர்ந்திருந்த முறை, உடனடியாக நான் அவளிடம் ஏதோ ஒரு விஷயத்தைப் பேசிவிட்டு உடனே அவசர அவசரமாகப் புறப்படும் சூழல் அல்ல. அதனை ஒருமுறை பேச்சுக்கு இடையில் தெரிவித்தாள் மாக்தா.

'இரவு உணவு, இங்கு நம் இருவருக்கும் ஏற்பாடு செய்துள்ளேன்' - இந்த வாசகத்தின் இரண்டு அர்த்தங்களும் உடனே என் மூளைக்குள் போனதும், என் இரத்தம் சூடேற ஆரம்பித்தது. பேச்சைத் தொடர்ந்தாள் மாக்தா:

'சிறு வயதில் எனக்கு ஒரு செக்ஸ் அனுபவம் ஏற்பட்டது.'

நாங்கள் அமர்ந்திருந்த குஷன் நாற்காலிகளுக்குச் சற்று தூரத்தில் இருந்த கண்ணாடி டீபாயிலிருந்த பாக்கெட்டை நான் சிகரெட் வைத்திருக்கும் பாக்கெட் என்று நினைத்திருக்கவில்லை. மிகச்சிறிய பருமனில் நீளமான சிகரெட். அதனை எடுத்து ஒரு மூலையில் கிடந்த மேசை ஒன்றின் இழுப்பறையிலிருந்து பச்சை நிறமான சிகரெட் லைட்டரைப் பெருவிரலால் அழுத்தி நெருப்புப் பற்ற வைத்துவிட்டு முன்புபோல் வந்து அமர்ந்தாள்.

நான் அவள் சிறு வயது செக்ஸ் அனுபவத்தைக் கேட்பதற்குச் சித்தமாயிருக்கிறேன் என்பது போல் அவள் முகத்தைப் பார்த்தேன்.

'எனக்குப் பதினெட்டு வயது. இங்கு மேற்கில் பதினெட்டு வயது வந்ததும் இளம்பெண்களும் பையன்களும் தனியாக நாங்கள் குடும்பத்தைவிட்டு வெளியில் வந்து வசிக்க உரிமை கொண்டவர்கள் அல்லவா? அதுபோல் நான் வெளியில் வந்து ஓர் அறை வாடகைக்கு எடுத்து வசித்துவந்தேன். பல்கலைக் கழகத்திற்குப் போவது, பார்த்த நண்பர்களோடு எல்லாம் பழகுவது, இப்படி நாட்களைக் கடத்தியபோது ஒருநாள் பல்கலைக்கழகத்தில் ஒரு சிறந்த இசைக் கச்சேரி நடக்கப் போகிறதென்று துண்டறிக்கையை ஒரு பையன் கொடுத்துக் கொண்டிருந்தான். நான் இசையை மிகவும் விரும்புகிற வளாகையால் அவனிடம் அந்த இசைக்கச்சேரி நடக்கும் இடம்பற்றிக் கேட்டேன். அவன் இடத்தை விளக்கினான். எனக்கு விளங்கவில்லை. என் எரிச்சலைக் காட்டினேன். உடனே அவன் சிரித்துவிட்டு என்னை அழைத்துப் போவதாய் சொன்னான். நானும் ஒத்துக்கொண்டேன். இசைக் கச்சேரி நடக்கும் அன்று அவன் வரச்சொல்லியிருந்த இடத்திற்குப் போனேன். என்னை அழைத்துப் போனான். அந்த இடத்தில் போனதும் அந்த இசைக்குக் கட்டணம் கொடுக்கவேண்டும் என்றும், தான் ஏற்கெனவே இரண்டு

டிக்கட்டுகள் வாங்கிவிட்டதாகவும் சொன்னான். எனக்கு அவனிடம் நன்றியுணர்வு ஏற்படுவதற்குப் பதிலாய் எரிச்சல் கூடியது. ஆனால், அந்த இசையைக் கேட்க வேண்டும் என்ற தீராக்காதலால் எரிச்சலை அடக்கிக்கொண்டு அவனுடன் இசை அரங்கிற்குப் போனேன்.

இசை மிக நன்றாக இருந்தது. நான் ரசித்தேன். பிறகு அங்கிருந்து புறப்பட்டோம். வழியில் அவன் கொடுத்த கட்டணத்தை நான் திருப்பிக் கொடுக்க விரும்புகிறேன் என்றேன். உயர்ந்த கட்டணம் என்று சொன்னான். பரவாயில்லை என்றேன். பணத்தை நான் தரவேண்டாம் என்றான். சரி, பிறகு பார்ப்போம் என்று கூறி என் அறைக்கு வந்துவிட் டுவிட்டுப் போனான். அந்த நட்பு வளர்ந்தது.

ஒருநாள் நானும் அவனும் அவனுடைய அறையில் தங்க வேண்டிய சூழ்நிலை வந்தது. அன்று அவனோடு உடல் தொடர்பு என்னை அறியாமல் ஏற்பட்டபோது, இடையில் என்னை தூர வீசிவிட்டு வசைபாட ஆரம்பித்து விட்டான் அவன். கடைசியில் நடு இரவில் அவன் வீட்டிலிருந்து புறப்பட்ட நான், 'இன்றுதான் நான் வயதானவளானேன்' என்று கூறிக்கொண்டேன். அப்படி அந்தப் பையன் என்னைப் புறக்கணித்த போது கூறிய வார்த்தைகள் தான் என்னை ஒரு புதிய பெண்ணாக மாற்றியது சந்திரன்...'

ஒரு சிகரெட்டை முடித்துவிட்டு அடுத்த சிகரெட்டைக் கொளுத்தினாள் மாக்தா.

'அவன் என்னைப்பற்றி என்ன சொன்னான் தெரியுமா? நான் ஒரு லெஸ்பியன்.'

அடங்கிய முறையில் சிரித்துக்கொண்டிருந்தாள் மாக்தா. அவள் உதடுகளில் இருந்து சுருள் சுருளாக தலைக்குமேல் எழுப்பிய சிகரெட் புகையைச் சற்றுநேரம் பார்த்தாள். அவள் கண்களின் பச்சைநிற வட்டம் ஆழ்ந்து அந்தப் புகைச்சுருள்கள் ஒன்று இன்னொன்றாக வடிவமற்று பிரிந்துகொண்டே போவதைக் கவனித்து, அதில் ஏதோ ஒரு லயிப்பை அவள் பெற்றதை அறிந்தேன். இசை ஒன்று முடிந்து இன்னொன்று உச்சத்துக்கு ஏறியது.

'அப்புறம்...?' என்றேன். என் கண்களைப் பார்க்காமல் மீண்டும் நெற்றியைப் பார்த்தவாறு 'குபுக்' என்று சிரித்தாள். கையால் என் கால்முட்டில் அடித்தாள். அவள் சட்டைப்பையின் பகுதிகள் மார்புச் சதையின் வலிமையால் ஆடின.

'அப்புறம் இரண்டு விஷயங்கள் என்னைப்பற்றி எனக்குத்

தெளிவாயிற்று. ஒன்று அந்தப் பையன் என் பாய்ஃபிரண்டாகத் தொடர முடியாது. இரண்டாவது நான் லெஸ்பியன் அல்ல.'

'எனக்கு இரண்டாவது விஷயத்தில்தான் ஈடுபாடு' என்றேன்.

'குறும்பைப் பார்' என்று சொன்னவள் தொடர்ந்தாள். 'அந்தப் பையன் ஏதோ அவன் செக்ஸ் எதிர்பார்ப்பில் அவனை நான் ஏமாற்றிய கோபத்தில் சொன்ன அந்தச் சொல், அந்த இளம் வயதில் என்னை அவ்வளவு பாதிக்கும் என்று தெரிந்திருக்கமாட்டான். அவன் என்னைவிட ஆறு ஏழு வயது அதிகமானவன். பல பெண்களுடன் தொடர்பு வைத்திருக்கிறான் என்பது அப்புறம்தான் எனக்குத் தெரிந்தது. நான் பெரிய அளவில் மனச்சஞ்சலம் கொள்ள ஆரம்பித்தேன். ஒரு மூன்று ஆண்டுகள் நான் யாரிடமும் சொல்லாமல் லெஸ்பியன் குணாம்சங்கள், ஹோமோ செக்ஸுவாலிட்டி போன்றவை பற்றி எல்லாம் தொடர்ந்து படித்துத் தெரிந்து கொள்ள ஆரம்பித்தேன். பிறரிடம் பகிர்ந்துகொள்ளக்கூடிய விஷயம் அது என்று நான் நினைக்கவில்லை.'

இப்போது அந்த இசை சற்று நின்று அடுத்த இசை ஆரம்பித்தது. நான் வெளியில் இருள் கூடிக்கொண்டிருப்பதைக் கவனித்துக் கொண்டு இருந்தேன்.

'சந்திரன்! அந்த மாதிரி காலகட்டத்தில்தான் லியோன் பற்றிய பேச்சு என் காதில் விழுந்தது. அப்படித்தான் நான் லியோன் ஒரு ஹோமோ செக்ஸ் குணம் கொண்டவர் என்பதைக் கண்டுபிடித்த சூழல்' என்று நிதானமாகக் கூறிய மாக்தா, இப்போது வலது காலை இடது காலில் இருந்து எடுத்து இரண்டு கால்களுக்கும் சமமான அழுத்தம் கொடுத்து குஷன் நாற்காலியில் அமர்ந்தாள். அவரது தொடை சற்றே இறுக்கமாக அந்தப் பேன்டில் தள்ளிக்கொண்டு இருந்ததைக் கவனித்தேன். அப்போது எழும்பி சிகரெட்டை டீபாயில் இருந்த ஓர் அழகிய வடிவமைந்த ஆஷ் டிரேயில் வைத்தபடி பேன்டின் இரண்டு கால்களை இரு கைகளால் இழுத்து விட்டு எனக்கு முதுகு காட்டி நடந்தாள். குள்ளமான சட்டைக்கும் பேன்டின் இடைப்பகுதிக்கும் முதுகின் கீழ்ப்பகுதி நடுவில் வெள்ளை வெளேர் என்று தெரிந்தது. முதுகு சற்று நடுவில் பள்ளமாயும், இரு பாகங்களில் இடது வலதும் சற்று உப்பி, பரட்டைமுடி சற்று அதிகம் வளர்ந்ததாயும் காணப்பட்டது.

பின்பு அவள் கொண்டுவந்த கவரை அவளது சிறிய எலும்புடன் கூடிய மென்மையான விரல்களால் திறந்தாள்.

இசை தொடர்ந்து கொண்டிருந்தது. ரம்மியான ஒரு சூழலை ஏற்படுத்தியது. ஒரு தாளை கவரிலிருந்து வெளியே எடுக்கச் சிரமப்படுகிறாள் என்று நினைத்துக் காத்திருந்தேன். ஒருமுறை கவரை எடுத்து டீபாயில் தட்டினாள். பின்பு அந்தத் தாளையும் சிகரெட்டையும் வலதுகையில் எடுத்து, சிகரெட்டோடு அந்தத் தாளை என்னிடம் நீட்டினாள். அது ஒரு கறுப்பு-வெள்ளை புகைப்படம். யாரோ குளிர்கால கோட்டுடன் நின்ற புகைப்படம். பக்கத்தில் வைத்துப் பார்த்ததும் என் கண்களை எனக்கு நம்ப முடியவில்லை.

புகைப்படத்தில் இருந்தது மாக்தாவுடன் நான் அவள் அறைக்கு வருவதன் முன் பல்கலைக்கழகத்திற்கு எதிர்ப்புறப் புத்தகக் கடையில் பார்த்த அதே நபர். அந்த அளவுக்கு அந்த, சுமார் அறுபது வயது மதிக்கத்தக்க நபர் என் மனதில் பதிந்து போயிருந்தார். என் முகத்தில் படர்ந்த கலவரத்தை உணர்ந்தவள் போல் என் கைகளில் கைவைத்து 'என்ன' என்ற அர்த்தத்தில் மாக்தா பார்க்க, என்னுடைய உணர்வுகளை ஒரு கட்டுப்பாட்டுக்குள் கொண்டு வந்தேன்.

'யார்?' என்றேன் படத்தில் கண்களைக் காட்டி.

'இதுதான் லியோன் க்ருப்ஸ்கயா. லிடியாவின் அண்ணன். லிடியா போலவே இருக்கிறார் இல்லையா?'

'மாக்தா! அவர் உயிரோடு இருந்திருந்தால் இப்போது என்ன வயது இருந்திருக்கும்?'

'அறுபது வயது இருந்திருக்கும்' என்ற மாக்தாவின் உதடுகள் மீண்டும் 'சப் சப்' என்று ஒன்றை ஒன்று ஒட்டி ஒட்டித் திறந்தன.

நான் இவள் லிடியாவையே தொடர்ந்து ஞாபகப்படுத்திக் கொண்டிருக்கிறாள் என்று எண்ணினேன்.

லியோன் போலவே இருக்கும் இந்த நபரின் வாயிலிருந்து என் மனத்தில் உருவான கேள்விக்கு நான் எதிர்பார்க்காதபடி மஞ்சுள் வர்ணத்தில் பதில் வந்ததை எண்ணிக்கொண்டேன். அப்படி இருந்தபோது யாரோ நாங்கள் இருந்த அறைக்கதவைத் தட்ட, மாக்தா போய் கதவைத் திறந்தாள். வெள்ளை ஆடையும் பெரிய ஹோட்டல்களில் காணப்படும் 'செஃப்'கள் போல் தலையில் துணிமடிப்புடன் கூடிய தொப்பியுடன் ஒருவன் ஒரு பெரிய பார்சலை நீட்ட மாக்தா அதை வாங்கி மேசையில் வைத்தபடி,

‘மாக்டொனால்டில் பிசாவுக்குச் சொன்னேன். சாப்பிடுங்கள்’ என்றாள்.

என் மனதில் நடந்துகொண்டிருந்த கலவரத்தையோ, இறந்து போனதாக எல்லோரும் சொல்லும் ஒரு மனிதர் என் கண்முன் சற்று முன்பு காட்சி தந்ததையோ யாரிடம் சொல்ல முடியும்? உண்மை போல் பிரமை தெரியுமோ? அல்லது இவ்வளவு தத்ரூப மாகத் தெரிந்த லியோன் ஒரு பிரமையா என்றெல்லாம் என் மனம் கேள்விகளால் அலைக்கழிந்தது. உண்மைக்கும் பிரமைக்கும் உள்ள வேறுபாடு என்பதென்ன? பிரமை நிரூபிக்கக்கூடியதை விட அதிக உண்மையாக என் கண்முன் தெரிந்த லியோன் க்ருப்ஸ்கயா பற்றி என்ன சொல்ல முடியும்?

இப்படி எல்லாம் என் மனம் கிடந்து அடித்துக்கொள்ள, என் கலவரங்களையோ கேள்விகளையோ பொருட்படுத்தாத மாக்தா, பிரா போடாத தன் பட்டு போன்ற மார்பகங்கள் வெள்ளைச் சட்டை வழி எழுந்து எழுந்து அடங்க, ஆங்காங்கு ஆடி ஓடி, எனக்கு பிசா சாப்பாட்டுக்கு வழி செய்துகொண்டிருந்தாள்.

இடையே ஒரு தடவை, ‘லியோன் க்ருப்ஸ்கயா போல முகத் தோற்றமுள்ளவர்கள் நிறையபேர் வார்ஸாவில் இருப்பார்கள் தானே’ என்று மாக்தாவிடம் கேட்டேன். அதற்கு அவள் என் கேள்விக்குப் பின்னால் உள்ள என்னுடைய மனக் கலவரத்தைப் புரிந்துகொள்ளாதவளாய்,

‘ஆமா, இருக்கமுடியும்’ என்று சொன்னாள். அந்தப் பதிலால் அந்த விஷயத்தை அதற்குமேல் அவள் பொருட்படுத்த மாட்டாள் என்று சொல்வது போல் நடந்துகொண்டாள். என்ன விஷயம் என்றுகூட அவள் கேட்கவில்லை. மேசை மேல் பிசாவையும், டொமாட்டோ கெச்அப் மற்றும் கடுகினால் செய்யப்பட்ட கார மான இன்னொரு கெச்அப் வகை ஆகியவற்றையும் தயாராக வைத்து சாப்பிட என்னை அழைத்தாள்.

நானும் வேறு வழியில்லை என்று சாப்பிட மேசைக்கு நகர்ந்தாலும், ‘கல்லுக்குள் போக முடியும்’ என்று பதில் சொன்ன அந்த லியோன் குருப்ஸ்கயாவின் உருவத்தை மறக்க முடியாத வனாக இருந்தேன். அப்போது வாயில் ஒரு துண்டு பிசாவை வைத்தபடி கலகலப்பாக மாக்தா அவள் வழக்கப்படி கேட்டாள்:

‘ஏய், சந்திரன்! ஒரு கேள்வி. ஆஸ்கார் வைல்ட் படித்திருக் கிறீர்களா? அந்த எழுத்தாளர் உலகப் புகழ்பெற்ற ஹோமோ

செக்ஸுவல்...' என்று நிறுத்தினாள்.

'அதற்கென்ன இப்போ?' என்று கேட்டேன்.

உண்மையா மாயமா என்று புரியாத லியோன் க்ருப்ஸ் கயாவின் உருவத்தை நான் பார்த்த விநோத உணர்விலிருந்து என்னால் மீளமுடியாமல் தவிப்பு. அதனால் என் பதில் எரிச்சலோடு வந்தது. மாக்தா மூலம் பார்த்த புகைப்படம் இதுவரை நான் பார்த்ததல்ல!

பேய்களின் ஓரிரு புகைப்படங்களைப் பார்த்திருக்கிறேன் என்றாலும், இன்று மாக்தா காட்டியது போன்ற புகைப்படங் களைப் பார்த்ததில்லை நான்.

லியோனின் முகம் மட்டும் தெரியும் சிலவும், நண்பர்களோடும் மாணவர்ளோடும் காட்சிதரும் சிலவும் பார்த்திருக்கிறேன். இன்று தத்ரூபமாக குளிர்கோட்டுடனும் தொப்பியுடனும் எப்படி மாக்தா விடம் புகைப்படம் பார்த்தேனோ அதே தோற்றத்தில் லியோன் எனக்கு நேரில் தெரிய ஏதாவது மர்மம் இருக்க வேண்டும். ஏனென்றால், நான் எந்தப் புகைப்படத்தைப் பார்த்துப் பேசு கிறேனோ அந்தத் தோற்றத்தில் நிஜத்திலும் லியோன் எனக்குத் தெரிந்துள்ளார் என்று நினைத்தேன். சில மணிநேரத்திற்குப் பிந்தி நிஜத்தில் பார்க்கப் போவதை முன்காட்டி நிஜமல்லாத பிரமை மூலம் பார்க்கும் சாத்தியம் மனித மனத்திற்கு இருக்கிறதா என்று கேட்டுக்கொண்டேன். இது சாத்தியம்தான் என்று எண்ண ஆரம்பித்தேன். ஏனெனில், சில இயற்கை உற்பாதங்களை மிருகங்கள் முன்கூட்டியே உணரும் சக்திகொண்டிருக்கின்றன என்று கேள்விப்படுகிறோமே!

இந்த மாதிரி உணர்வுகளை என் முன்னால் அமர்ந்திருந்து என் நெற்றியைக் கூர்ந்து பார்க்கும் மாக்தாவால் புரிந்துகொள்ள முடியுமா என்று யோசித்தேன். அவ்வாறு நான் யோசித்தபடி இருக்கும்போது, அவள் பேசிக் கொண்டிருந்த அதே விஷயத்துக்கு மீண்டும் வந்தாள்.

'ஆஸ்கார் வைல்ட் பற்றி கேள்விப்பட்டிருக்கிறீர்களா?' என்று குரலில் வற்புறுத்தும் தோரணை காட்டினாள். என் கன்னத்தை ஒரு விரலால் குத்தினாள்.

அவள் விரல் என் கன்னம் வரை வந்தது எதேச்சையானதா, காரணத்தோடேயா என்று யோசித்தேன். ஐரோப்பியப் பெண்கள் ஆண்களைத் தொடுவதற்கு வேறு அர்த்தம் கற்பிக்கத் தேவை யில்லை என்பது எனக்கு முன்பே தெரியும்.

‘சொல்லுங்க’ என்றாள் மீண்டும்.

‘கேள்விப்பட்டிருக்கிறேன். பல ஆண்டுகளுக்கு முன்பு ஆங்கில இலக்கியத்தில் பைத்தியமான ஒரு நண்பன் இருந்தான். அவனுக்கு யார் என்ன சொன்னாலும், சார்லஸ் டிக்கன்ஸூம் காஃப்காவும் தான் உலக இலக்கியத்தின் சிகர சாதனை என்ற எண்ணம். அவன் மூலம் ஆஸ்கார் வைல்டின் ஹோமோ செக்ஸூவல் விவகாரம் பற்றிக் கேள்விப்பட்டிருக்கிறேன்.’

என் கன்னத்தை எங்கே பதம் பார்த்துவிடுவாளோ என்று என் கண்கள் அவளது விரல்கள் அசையும் திசையையே அசையாமல் பார்த்துக் கொண்டிருந்தன. பின் இப்படிச் சொன்னாள்:

‘எனக்கொரு நண்பன் இருந்தான் என்று சொன்னேனே! அவன் ஆஸ்கார் வைல்ட் இலக்கியத்தில் ஈடுபாடுள்ளவன்.’

‘ஓ அப்படியா?’ என்று அவளது நண்பனைப்பற்றி அறிந்து கொள்ள ஏதோ ஒரு துருப்புச்சீட்டுக் கிடைத்துவிட்டது என்ற பாவனையில் மாக்தாவின் முகத்தைப் பார்த்தேன்.

‘என்ன சொல்ல வருகிறீர்கள்?’ என்று ‘கெச்சப்’ ஒட்டிய கையின் கடைக்குட்டி விரலை அவள் பற்களில் வைத்து அதில் ஒட்டியிருந்த சிவப்பு நிற ‘கெச்சப்’பை நாக்கால் உறிஞ்சி எடுத்தாள்.

‘கெச் அப் ரொம்ப டேஸ்ட் போல இருக்கிறது.’

‘ஆமா. பிசா டேஸ்ட் இல்ல. கெச் அப்தான் டேஸ்ட். செலவு செய்து உங்களுக்குப் போய் ஆர்டர் பண்ணினேனே, என்னைச் சொல்ல வேண்டும்!’

அலுத்துக்கொண்டாள். தொடர்ந்து சொன்னாள்:

‘ஏய் சந்திரன், பி ஸிரியஸ். அந்தப் பையன் - என் மாஜி பாய் ஃப்ரெண்ட் - ஏன் இப்படிப்பட்ட ஹோமோ செக்ஸூவல் எழுத்தாளர்களிடம் ஈடுபாடு வைத்தான்? மேலும், என்னை வசைபாடும்போதும் லெஸ்பியன் அது இது என்று ஏன் வார்த்தைகளைப் பயன்படுத்தினான்?’

‘தன் குறைபாட்டைப் பிறர்மீது ஏற்றிச்சொல்வது ஒரு திருப்தி.’

இப்போது மீண்டும் ஒரு விரலைப் பற்களில் வைத்து நாக்கால் சப்புக் கொட்டினாலும் மாக்தாவின் முகம் ஸீரியஸானது.

‘யு ஆர் ரைட்... நான் எந்த அளவு அந்தப் பையனால் பாதிக்கப்பட்டிருப்பேன் என்று பாருங்கள். அவன் என்னை விட்டுப்

பிரிந்தபோது நான் மிகவும் பாதிக்கப்பட்டேன். ஒருபக்கம் அவன் சொன்னது போல லெஸ்பியனோ என்று பயம். இன்னொரு பக்கம் ஆஸ்கார் வைல்ட் புத்தகங்களில் அந்தப் பையன் அப்நார்மல் செக்ஸ் பற்றி தெரிந்து வைத்திருக்கிற விஷயங்கள் இருக்குமோ என்று ஆஸ்கார் வைல்ட் நூல்களுக் காகத் தேடல்... டு யு நோ... ஹௌ ஹி கில்ட் மி...?'

எப்போதும் தமாஷும் சிரிப்பும் கும்மாளமுமாக இருக்கும் மாக்தாவின் முகத்தில் துயரத்தின் சாயல் படர்ந்தது. அப்போது அவள் அதிக வயதுடையவள் என்று கூறும்படி தோற்றம் தந்தாள்.

அவள் முகத்தில் இருந்த இறுக்கத்தைத் தளர்த்துவோம் என்ற எண்ணத்தில், 'அப்புறம்?' என்றேன்.

'அப்புறம், முதல் உடல் உறவு எனக்கு ஏற்பட்டபோதுதான் நான் லெஸ்பியன் இல்லை என்று எனக்குப் புரிந்தது. அதாவது, என்னை ஓர் ஆண் மகிழ்ச்சிப்படுத்த முடியும் என்பது எனக்குப் புலப் பட்டது. ஒரு கத்தோலிக்க குடும்பத்தில் தினந்தோறும் பாவசங் கீர்த்தனம் செய்யும் ஒரு குடும்பத்தில் இருக்கும் இளம்பெண்ணின் தர்ம சங்கடங்கள் உங்களைப் போன்ற இந்துவுக்கு எங்கே புரியப் போகிறது?' என்று முற்றுப்புள்ளி வைத்தாள்.

எனக்கு, அவளை லியோன் பற்றிய சிந்தனைக்கு இழுத்துவரும் தேவை இருந்தது. அதனால் என் மனதில் ஒரு கேள்வி தோன்றியது.

'இந்த லெஸ்பியன் மற்றும் ஆஸ்கார் வைல்ட் கலாச்சாரத் துக்கும் லியோனுக்கும் என்ன சம்பந்தம்?'

'சம்பந்தம் இருக்கு, சந்திரன். இந்த என் ரகசியப் பிரச்சினை களோடே திக்கித்திணறிக் கொண்டிருந்தபோதுதான் நான் லியோன் பற்றிப் பல்கலைக் கழகத்தில் கேள்விப்பட்டேன். அதுவும் என்னுடைய தனிப்பட்ட வரலாற்றோடுள்ள தொடர்பால் ஏற்பட்டதுதான்' என்று நிறுத்தினாள்.

இப்போது அவள் பங்குக்கு இருந்த பிசாவைத் தீர்த்திருந்தாள். அவள் கொண்டுவந்திருந்த பீங்கான் பிளேட் காலியாக இருந்தது. வெறும் விரலைப் பற்களில் வைத்துத் தேய்த்தபடி சொன்னாள்.

'நான் பிறந்தது போலந்தில். அரசியல் நெருக்கடியான காலம். எனக்கு ஐந்து வயதின் போது என் தந்தை காணாமல் போனார். அன்றைய கம்யுனிஸ்ட் அரசாங்கத்தின் கொடுமைக்கு என் தந்தை பலியானார் என்று குடும்பத்தில் சொன்னார்கள். 1983இல்

மிலிட்டிரி ஆட்சியைக் கைப்பற்றிய செய்தி வந்த அன்று, என் தந்தையை நான் இழந்தேன். அதே நாளில்தான் பல்கலைக் கழகத்தில் விரிவுரையாளராக இருந்த லியோனும் கார்ஆக்சி டென்டில் இறந்தார். என் தந்தை ஒரு சாதாரண தொழிலாளர் தலைவர். அண்டர் கிரவுண்ட் மூவ்மென்டில் கம்யுனிஸ்டுகளுக்கு எதிராக தீவிரமாகச் செயல் பட்டவர். இன்டெலக்சுவல் இல்லை. அதனால் நான் லியோனைப் பற்றித் தெரிந்துகொள்வதன் மூலம் என் தந்தைக்கு ஏதோ ஒரு கடமையைச் செய்தேன் என்று தோன்றுகிறது. அப்படித்தான் லியோன் என்னுடைய வாழ்க்கையில் புகுந்தார். என் தந்தையின் இழப்பு மனதில் எப்படிப் பதிவானது தெரியுமா? கேட்டால் நம்பமாட்டீர்கள். அப்பாவை ஐந்து வயதில் இழந்த என் மனதில் ஒருநாள்கூட அந்த அடையாளம் வராமல் போன தில்லை' என்று கூறிவிட்டு, பிளேட்டை அவளுடைய சமைய லறை ஸிங்கில் போட்டுவிட்டு, மெக்டொனால்ட் அட்டைப் பெட்டியைக் குப்பைக் கூடையில் போட்டாள்.

என் பிளேட்டுகளையும் நான் கொண்டுபோய் அவளுடைய சமையலறையின் ஸிங்கில் போட்டேன். அவள் கொடுத்த அழகான பூ போட்ட மிருதுவான டவலால் கையைத் துடைத்துவிட்டு அவளிடம் கொடுத்தேன். அதே டௌவலால் அவள் வாயைத் துடைத்துவிட்டு, சிரித்தபடி வந்து முன்பிருந்த குஷன் நாற்காலியில் அமர்ந்தாள். நான் அவள் வலதுபக்கத்தில் முன்பிருந்ததுபோல் வந்து ஒட்டியபடி அமர்ந்தேன்.

அவள் மூலம் லியோன் பற்றிய விஷயத்தைத் தொடர்வதற் காகச் சற்று நேரத்துக்கு முன் அவள் சொன்ன ஒரு விஷயத்தைப் பற்றிக் கேட்டேன்.

'என்ன அடையாளம்?'

'ஓ, அதைக் கேட்கிறீங்களா?' என்று கேட்டபடி, அவள் அறையில் எரிந்துகொண்டிருந்த விளக்குகளில் சிலதை அணைத்தாள். இப்போது ஒளி மிக மங்கியிருந்தது. இசையும் முற்றிலும் நின்றிருந்தது. கார்ப்பெட்டில் மாக்தா மற்றும் என் நிழல்கள் விழுந்தன. மேசை நாற்காலி நிழல்களும் ஆங்காங்கு கிடந்தன. இது ஒருவிதமான காட்சிப் படிமத்தை அந்த அறைக்கு வழங்கியது.

மெதுவாக மாக்தா குனிந்து என்னை நெற்றியில் பார்த்துச் சொன்னாள்.

'நம்பமாட்டீங்க சந்திரன். அது ஒரு விநோதமான அடையாளம். அப்பா காணாமல் போன அந்த நினைவு வரும்போது, எப்போதும் எனக்கு மனதில் ஒரு ஃபெடல் இல்லாத மூன்று சக்கர சிறுவர் சைக்கிள்தான் ஞாபகத்தில் வரும். இது ஏன் என்று இன்றுவரை எனக்குச் சொல்ல முடியலை.'

நான் அவளைப் பார்த்தேன். அதிகம் விளக்கொளி இல்லாத அறை. அவளும் நானும் இருக்கிறோம். அதுபோல் அவளும் நானும் தரையில் கண் மூக்கு இல்லாத இரண்டு நிழல்களாயும். என் உதடுகளில் ஒரு வாக்கியம் என்னை அறியாமல் வெளிப் படுகிறது.

'ஒரு பக்க ஃபெடல் இல்லாத சைக்கிள்.'

இந்த நேரத்தில் இசை நின்றுபோயிருக்கிறதை உணர்கிறேன். வெளியில் இருள் ஏறிவிட்டதை மெல்லிய திரைச்சீலைகளின் வழி காணமுடிகிறது. ஒரு காலின் மேல் இன்னொரு கால் போட்டுக் காலை ஆட்டியபடி இருக்கிறாள் மாக்தா. அதனால் ஒரு காலின் நிழல் ஆடியபடி தெரிகிறது. இந்த இசை நின்று போயிருப்பதே இன்னொரு விநோத இசையாக என் மனம் கணிக்கிறது. இசை இல்லாத இசை. இது மனது படைக்கிற இசை. சற்று நேரத் திற்கு முன் கேட்ட இசையின் தொடர்ச்சி மனத்திலிருந்து உடனே மறைந்துவிடாது. ஆனால் இது வெளியே கேட்ட இசையைவிட பன்மடங்கு அபூர்வமும், அழகும் கூடியதாக இருக்கிறது.

இதுபோல்தான் லியோனின் உருவம் எனக்குத் தெரிந்திருக்க வேண்டும் என்று நினைத்துக்கொண்டேன். சற்று நேரத்திற்கு முன்பு கேட்ட இசை சற்று நேரம் கழித்தும் மனதில் தொடர முடியு மென்றால், சற்று நேரத்திற்குப் பிறகு பார்க்கப்போகிற ஓவியம் சற்று நேரத்திற்கு முன்பு என் மனதில் ஏன் தெரியக்கூடாது என்று கேட்டுக்கொள்கிறேன்.

மாக்தாவின் பேன்ட் தொடையின் பகுதியை இறுக்கிக் காட்டுகிறது. என் கண்களில் ஒரு புதுவிதமான மாக்தா அந்த நிழலுக்குரியவளாகத் தெரிகிறாள்.

'ஏய் சந்திரன். நீங்கள் இந்தியனாக அந்த லியோனைப் பற்றி என்ன நினைக்கிறீங்க? எனக்கு உங்கள் எண்ணம் முக்கியம், ப்ளீஸ்.'

'மாக்தா, நான் ஒரு புதிய இந்தியன். கம்ப்யூட்டர் சாஃப்ட்வேர் ஆசாமி. கனெக்டிங் பீப்பிள், அதுதான் எனக்குத் தெரியும். ஐரோப்பியர்களாகிய உங்கள் அளவு படிப்பு இல்லை. விஷயங்கள் தெரியாது. என் முட்டாள்தனமான கருத்தில் என்ன தெரிந்து

கொள்ளப் போகிறாய்?'

'அதனால்தான் உங்கள் கருத்து முக்கியம். எங்கள் ஐரோப்பிய குணம் இன்னும் முழுதுமாக வந்தவிடாத கிழக்கத்திய மனம் ஒன்று லியோனை எப்படிப் பார்க்கும் என்பது முக்கியம். லியோனுக்குத் தந்திர யோகத்தில் வெளிப்பட்ட செக்ஸ், ஒருவித புதிய சிந்தனையாகப் படுகிறது; ஐரோப்பிய செக்ஸ், அடக்கப் பட்டுவிட்டது. மீண்டும் அதை வெளிப்படுத்த, இயல்பாக மாற்ற, இந்தத் தந்திரயோகம் கூறும் ஸ்கலிதம் வெளிப்படாத செக்ஸ் செயல் ஒரு தீர்வாக முடியுமா?'

மிகவும் தமாஷாகவும் விளையாட்டாகவும் பேசும் மாக்தா இப்போது முற்றிலும் மாறிப்போய் இருக்கிறாள் என்று நினைத்தேன். அல்லது வேறு ஏதோ மனத்தில் நினைத்துக் கொண்டிருக்கிறாள். அதனால் அவள் இயல்பான குணம் வெளிப் படவில்லை. அல்லது இதற்குள் எத்தனை கிண்டல், எத்தனை தமாஷ் என்றல்லவா தன்னைக் காட்டிக்கொண்டு இருப்பாள்!

'அதுபோல் ஒரு விஷயம், இந்தக் கூடுவிட்டுக் கூடுபாய்கிற சங்கதி?' என்றாள்.

நான், 'டு யு பிலீவ் ஆல் தீஸ் திங்க்ஸ்?' என்று வழக்கமான ஒரு இந்தியனின் மனநிலையில் கேட்டேன்.

எஸ். அது முக்கியமான விஷயம். எல்லா ஆன்மாவும் ஒன்று தான் என்ற அடிப்படையிலிருந்து வருகிற விஷயம் அது. நான் அதை மிகவும் நம்புகிறேன். என் தந்தையும் லியோனும்கூட வித்தியாசமில்லாமல்தான் என் கனவில் வருகிறார்கள்.

'லியோன் இஸ் வெரி இம்பார்ட்டன்ட், நான் ஜீவிக்க! உங்க ளுக்குப் புரிகிறதா? என் கனவுகளில் அடிக்கடி லியோனையும் ஒற்றை ஃபெடல் உள்ள சைக்கிள்களையும் பார்க்கிறேன்.'

அவள் முகம் மாறி இருந்தது. அவளது தமாஷ் பேச்சுகூட இப்போது வெளிப்படும் அவளது பலவீனத்தின் அடையாளம் என்ற எண்ணம் என் மனதில் தோன்றியது. அவள் உதடுகள் துடித்தன. ஒருவித கெஞ்சலுடன் என்னிடம் பேசினாள். எதற்காகக் கெஞ்சு கிறாள் என்பது ஓரளவு எனக்குப் புரிந்தும் புரியாமலும் இருந்தது.

அவளது ஆடைகளை மெதுவாகக் கழற்றினாள். என் பரவசத் திற்கும் பதற்றத்துக்கும் அளவில்லாமல் ஆனது. அவள் அதிகமான ஆடைகள் அணிந்து கொண்டிருக்காததால், என் காதுகளில்

இதழ்களை அடிக்கடி உரசிய போது அவளது உறுதியான மூக்கும், உதடுகளும் என் மனதில் பதிந்து கொண்டேயிருந்தன. காதில் கிடந்த கம்மலின் வளையம். என் கன்னத்திற்கும் கழுத்துக்கும் நடுவில் உறுத்திக்கொண்டு கிடக்க, அவள் பேசியது அவள் பயம் பற்றி. அவள் கனவுகள் பற்றி!

என் உணர்வுப் பிரவாகம் அவள் உடலின் ஸ்பரிசத்தில் ஆழ்ந்தபோது கதவு வழி ஒரு பெரிய குளிர்கால கோட்டின் நிழல் போல் விழுந்தது. அது நான் இன்று மாக்தாவைச் சந்திக்க புத்தகக் கடையில் நின்றபோது பார்த்த லியோன் அணிந்திருந்த குளிர்கால கோட்டின் நிழல்தான் என்பது எனது இரண்டாவது மனதில் உறைத்தது.

அப்போது அப்படி ஒரு இரண்டாவது மனது எனக்கு இருக்கிறது என்ற எண்ணம் எழுந்தது. அந்த இரண்டாவது மனம் என் கேந்திரமான மனம் போன்றதல்ல! அதிகம் வலிமையற்றது அது. எனவே, என் இரண்டாவது மனதால் காணவும் கிரகிக்கவும்பட்ட லியோனின் குளிர்கால ஆடை என் உண்மையான மனதின் கவனத்தை முழுதாய் திருப்ப முடியவில்லை. அந்த மனம், என் உடலில் தன் உதடுகளால் பரவிக்கொண்டிருக்கும் மாக்தாவின் உடலில் இருந்து வரும் சங்கீதத்தைப் பூரணமாய் அறிவதில் கட்டுண்டு கிடந்தது. அவள் ஆவி முழுவதையும் நான் என் உடலின் கட்டுப்பாட்டுக்குள் கொண்டுவரும் ஆக்ரோஷம் கொண்டவனாக மாறியிருந்தேன். அவளது முனகலும் அவளது கனவில் காணும் தந்தையின் துக்கங்களும் அவளைத் தொடர்ந்து அழும் ஒரு பலவீனமான ஜீவியாக அப்போது மாற்றியிருந்தது. கிழக்கத்திய உடலை இன்னொரு அறிதல் தளமாய் நினைத்து அவள் முகம் என் உடலில் சஞ்சரித்துக் கொண்டிருந்தது. மிக முந்திய பூர்வீக காலத்தில் இருள் மூடிக்கிடந்த குகை ஒன்றுக்குள் நான் தொடர்ந்து உருள்வதாயும் என் உடம்பின் ஒவ்வொரு பாகத்திலும், உச்சந்தலையிருந்து உள்ளங்கால் வரை, பூக்கள், வெடித்துப் பூத்துக் கொண்டே இருப்பதாயும் கருதினேன். அவள் அழுகையும், துக்கமும் கரை கடந்ததாக இருந்தது. தனக்குக் கண்டிப்பாகத் தண்டனை வேண்டும் என்ற ரீதியில் ஒரு பிரலாபம் மிக்க சோகப்பாட்டு அவள் அடிப்படைகளில் இருந்து எழுந்தது. இடையில் மீண்டும் மீண்டும் தன் உடலை விட்டுவிட என்னிடம் கோரிக்கை எழுப்பினாள். கூட்டுக்குரலில் சங்கீதம் எங்கிருந்தோ கேட்கும்போது, ஆரவாரமிக்கதாய் பேரருவி கொட்டுகிறது

என்றாள். லியோனின் தாந்திரிகம், தந்தை காணாமல்போன சம்பவம், அதனோடு தொடரும் அடையாளமான ஒற்றை ஃபெடல் உள்ள சைக்கிள்... இப்படி முனகல் அழுகை, பிரலாபம், வேண்டுகோள் என்று ஒரு சரித்திரம் போன்ற உணர்வலை அடித்து வீசிய வெள்ளைத் தேகம் கட்டிலில் முழு நிர்வாணமாய் என் கரங்களைப் பிடித்தபடி கிடந்தது.

மாக்தா என் நெற்றியைப் பார்த்துச் சொல்கிறாள்: 'லியோனோடு இப்படி ஒரு புணர்ச்சி இன்பம் கிடைக்குமென்று நான் நினைக்க வில்லை.'

'என்ன?' என்று நான் மிரண்டபடி கேட்கிறேன்.

அப்போது என்னைத் தட்டிக் கூப்பிட்டபடி பிஸா சாப்பிட்டு விட்டு நல்ல குஷன் நாற்காலியில் நான் சற்றுத் தூங்கிப் போனதைச் சுட்டிய மாக்தா எழுந்து நிற்கிறாள். அவள் உடலில் எந்த ஆடையும் இல்லை, நிற்கிறாள். நீண்ட உறுதியான வெள்ளை யான கால்கள் என்னருகில்.

'என்ன, இவ்வளவு நேரம் நான் பார்த்தது கனவா?'

'கனவில் என்ன பார்த்தீர்கள் சந்திரன்?' என்று என் சட்டையின் பொத்தான்களை ஒவ்வொன்றாகவும் நிதானமாகவும் எந்த அவசரமும் இன்றித் திறக்க ஆரம்பித்தாள். அந்தச் சிறு தூக்கத்தில் உடலில் இருந்த அசதி முழுதும் நீங்கி மிகவும் ஆரோக்கியமாகவும் நிம்மதியாகவும் இருப்பதாக எனக்கோர் உணர்வு ஏற்பட்டது. மாக்தாவின் ஆடையற்ற வாளிப்பான உடல் என் மனதில் புதிய ஓர் இலை, செடி ஒன்றிலிருந்து வெடித்துக் கிளம்பிய நினைவை எழுப்புகிறது. அப்படியே என் மனதில் ஏறிய புத்துணர்ச்சி யோடும் ஆசையோடும் அவளை அள்ளி எடுக்கிறேன். என் கண்களில் மட்டும் அந்தச் சிறுத் தூக்கம் மதுவின் போதை கலந்த இறுக்கத்தைக் கொடுத்தவண்ணம் இருக்கிறது. அவள் உடலை அலை போலவும், ஓர் ஆழமற்ற கடற்கரையின் மணல் போலவும் நான் எல்லா ஆழத்திலும் சென்று ஸ்பர்சிக்கிறேன். அவள் காதில் கிடக்கும் பெரிய வளையம் என் கீழ்க் கன்னத்துக்கும் கழுத்துக்கும் நடுவில் என் தோலை அழுத்தும் உணர்வு ஏற்பட, இப்படி ஓர் உணர்வு என் தூக்கத்தில் வந்தது ஞாபகமாகிறது. அப்போது ஓர் உடல் சார்ந்த உண்மை தெளிவாகிறது.

எனக்கும் மாக்தாவின் உடலுக்கும் பொருத்தமில்லை. நான் இதை உணர்ந்ததும், 'ஸாரி...' என்றேன். அவளும் அவள் உடல்

என்னிடம் எதிர்பார்த்ததில் ஏதோ கோளாறு நடந்ததை உணர்ந்து விட்டாள்.

இப்போது அவள் 'ஸாரி...' என்றாள்.

'நமக்கு முடியாது...' என்றேன். பரவாயில்லை என்றாள். எனக்கும் அவளுக்கும் இப்படி ஆனதிற்கு நான் சற்று நேரத்திற்கு முன்பு பார்த்த குளிர்கால கோட்டும் பிரவுன்நிற லெதர் பையும் அணிந்து தொப்பியுடன் காற்றில் எனக்குக் காட்சிதந்த லியோன் தான் காரணம் என்று நினைத்தேன். அல்லது மாக்தாவின் பாய் ஃப்ரெண்டு மாக்தா பற்றி சொன்ன குற்றச்சாட்டான லெஸ்பியன் என்பது என் மனதில் நிறைந்திருந்தத௱ என்றும் தெரியவில்லை. உடல் புணர்ச்சியும் புணர்ச்சியின்மையும் ஒன்றுதான் என்று வாய் முணுமுணுத்தது.

புணர்ச்சி என்பது என்ன? ஒரு மனோவேகம். அப்படியும் சொல்ல முடியாது. உடல் மனமாக மாறும் வேகம். முற்றிலும் உடல் சார்ந்ததும் அல்ல; முற்றிலும் மனம் சார்ந்ததும் அல்ல காமம். இதனை மிருக இச்சை என்று புறக்கணித்த அழுகுணி சித்தர்கள் மனித சமூகத்தைப் புரிந்தவர்களல்ல. அல்லது அவர்கள் பெண்ணை ஒரு வஸ்துவாக நினைத்தவர்கள். உண்மையில் ஆணைப் போல் பெண்ணையும் மதித்தவர்கள், இந்திய தந்திர யோகிகள். புணர்ச்சி யின் தெய்வத்தன்மையைப் பற்றி யோசித்தவர்கள். மனிதன் எந்திர மாகிப் போன இன்று மீண்டும் தந்திரயோகம் கூறும் தத்துவத்துக்குத் தேவை இருக்கிறது போலிருக்கிறது.

இப்படி யோசித்தபடி நானும், பக்கத்தில் மாக்தாவும் ஓர் ஆழ்ந்த மௌனம் அந்தப் பரந்த கட்டிலில் இருளாய் உறைய படுத்துக்கிடந்தோம். எங்களைச் சூழ்ந்திருப்பது ஆழ்ந்த மௌனம் என்பது மட்டும் தெரிந்தது. கண்ணாடி வழி, மெல்லிய திரைச் சீலையைக் கிழித்துக்கொண்டு பாய்ந்த ஒரு சந்திரனின் ஒளி ரேகை வழி, மாக்தாவின் அலமாரியிலிருந்த கறுப்பு மற்றும் வெள்ளை மேசைக் கடிகாரங்கள் இரண்டு தெரிந்தன. அவை வேறுபட்ட நேரத்தைக் காட்டினாலும் அவற்றின் செகண்டைக் காட்டும் முள்களின் தொடர்ந்த அசைவிலிருந்த 'ட்சக் ட்சக் ட்சக்...' என்ற ஒரே ஓசை மட்டும் கேட்டது. என் ரத்த நாளங்களில் எழுந்த நாடி ஓட்டம் அப்போது என் காதுகளில் கேட்டது. மாக்தாவின் மார்பிற்குள் விலாவில் எந்த உணர்வுமற்றுப் புதைந்து கிடக்கும் என் கைகளில் அவள் நெஞ்சத் துடிப்புப் பதிகிறது. காமமும் காம

மின்மையும் என்ற ஒரு வரையறையற்ற ஸ்திதியின் அர்த்தம் அந்த நடு இரவு நேரத்தில் அறை முழுவதும் பரவ, நான் அரைத் தூக்கத்தில் கிடக்கிறேன்.

இப்பெண், மாக்தா என் மனோரதத்தின் பாத்திரம். கற்பனையின் ஊஞ்சலில் ஆட உற்பத்தி செய்யப்பட்டவள். ஆனால் உண்மைக்கும் கற்பனைக்கும் வித்தியாசமில்லாத தளத்தில், மனக்குறளியின் அழைப்புக்கு ஓர் காரணமிருந்தால், அந்தக் காரணம் லிடியா. எனக்கும் லிடியாவுக்கும் நடுவில் ஏற்பட்ட பெயரில்லாத ஒட்டுறவின் சிருஷ்டி இந்த மாக்தா. சாதாரண மானிடப் பெண்ணைப் போல உடலாலோ மனதாலோ மட்டும் இயங்குபவள் அல்லள் அவள்.

அவளுடன் என் உடல் இச்சைகளுக்கான விடையையும் காணமுடியாது. அபௌதீகத்தின் தாக்கங்கள் நிறைந்த மனப் பிரபஞ்சத்தின் கற்பனை வெளி தொடர்ந்து பரவ, அங்கு என்னுடைய கனவு வெளியில் லிடியாவின் உருவத்திற்கு அப்பால் கிளைக்கும் இன்னொரு லிடியா. இலக்கியங்களில் இரட்டைகள்; ஒருவிதத்தில் ஸ்டிவன்சனின் ஜெக்கில் மற்றும் ஹைட் பாத்திரங்கள். வேறு பாடுகள் அழிக்கப்பட்ட, ஜெக்கில் மற்றும் ஹைட் பாத்திரம் இருக்கக் கூடாது என்று விதி ஏதும் இருக்கத் தேவையில்லை தானே!

10

ஃபேக்ஸ் மெஷினில் வந்த என் சரித்திரம் வெள்ளைத் தாள்களாய் குவிந்திருந்தன. எடுத்துப் புரட்டினேன்.

அப்படி நடக்கும் என்று நான் கொஞ்சமும் எதிர்பார்க்காத அந்தச் சம்பவம் நடந்தது.

விஜயா எரிந்து சாம்பலான செய்தி வந்தது.

கவலை என்றும், துக்கம் என்றும் எல்லாம் சொல்வதன் அர்த்தத்தை அந்தச் செய்தி வந்த அன்றுதான் அறிந்தேன். ஒரு பெரிய குழப்பம், அதைத்தான் வேறு வார்த்தைகளில் கவலை என்றும், துக்கம் என்றும் சொல்கிறார்கள் என்று நினைத்தேன். அன்று இன்னொரு சிறு சம்பவம் நடந்தது என்பதைப் பிறகு தெரிந்து

கொண்டேன்.

என் வீட்டில் தொங்கிய பழைய கடிகாரம் காணாமல் போனது.

துக்கச்செய்தி அறிந்ததும் என் அலுவலகத்திலிருந்து ஊருக்குப் போக அலுவலக நண்பர்கள் உதவி செய்தார்கள். உண்மையில் நண்பன் ஒருவன் என்னை எங்கள் ஊர்வரை கொண்டுவந்து விட்டுச்சென்றான். பஸ்ஸில் பயணம் செய்த நான் வழிநெடுக, கருகிக்கிடக்கும் என் மனைவியின் கறுத்த உடலை, அந்த நான்கு மாத கர்ப்பத்தோடு எப்படிப் பார்ப்பேன் என்பதையே யோசித்தபடி சென்றேன்.

என்னை அறியாமல் அவள் குண விசேஷங்கள் நினைவில் வந்த வண்ணமிருந்தன. காணாமல் போகும் பொருள்களைக் கண்டு பிடிப்பதோடு விஜயாவிடம் இன்னொரு குணமும் இருந்தது. விஜயாவுக்கு உப்பு பற்றிய ஒரு ரகசிய அறிவு இருந்தது. உணவில் சுவை என்பது உப்பின் அளவுப்படிதான் ஏற்படும். அந்த அளவு அரை கரண்டி உப்பிலா, கால் கரண்டி உப்பிலா என்று அறிந்து வைத்திருந்தாள். இது எல்லோரும் செய்வதுதான். எனினும், உப்புப் போடுவது பற்றிய தனி அறிவு விஜயாவிடம் உண்டு. ஒருமுறை அந்த அறிவை எனக்குத் தா என்று கேட்ட போது நடந்த உரையாடல் இது.

'அது சொல்லி விளக்கமுடியாத கலை.'

'உனக்கு மட்டும் எப்படித் தெரிகிறது?' இது நான்.

'எனக்குத் தெரியாது. எந்தக் காய்கறியைச் சமைக்கிறேன் என்ற அறிவு மட்டும்தான் எனக்கு இருக்கும். என்னை அறியாமல் உப்பைப் போட்டிருப்பேன். உப்புப் போடுவது ஒருவகை அபௌதீக அறிவு. பலதடவை நான் எப்படி உப்புப் போடுகிறேன் என்று கண்டுபிடிக்க வேண்டும் என்று முயன்றிருக்கிறேன். அது முடியாது. அப்புறம் இது வீண்வேலை - மூச்சு விடுகிறோம் என்று உணராமல் மூச்சுவிடுவது போன்றது இது என்று ஒருமுறை அம்மா சொல்லி இந்த என் குணத்தை விளக்கினாள். அதன்பிறகு கண்டுபிடிக்கும் இந்த என் மன உந்துதலை அப்புறப்படுத்தினேன்.'

விஜயா நெருப்புக்கு இரையான அதேகணம் நான் அதனை வேறு ஊரிலிருந்தாலும் அறிந்தேன். நடக்கக்கூடாத ஏதோ ஒன்று நடந்துவிட்டது என்பது எனக்குத் தெரிந்தது. ஒரு குறிப்பிட்ட நேரத்தில் எல்லாவற்றையும் மறக்க ஆரம்பித்தேன்.

அன்று நான் ஹோட்டலில் காலை சிற்றுண்டி சாப்பிட்டுக் கொண்டிருந்தேன். அந்த ஹோட்டல், காலையில் சிற்றுண்டியை ஒரு சடங்கு போலச் செய்து அளிக்குமிடம். முதலில் ஹோட்டலின் சொந்தக்காரர், நெற்றியில் விபூதியுடன் வந்து இரண்டு கைகளையும் கூப்பி சிரித்து வரவேற்பார். அதன்பின்பு, ஒரு சிப்பந்தி வருவான். கையில் ஒரு வெள்ளைத்தாள் 'பேட்' வைத்திருப்பான். நான் விரும்பும் பொருட்களைக் குறித்துக் கொள்வான். அதன்பின்பு மசால் தோசை, வடை... இப்படி இப்படிக் கேட்ட பொருள்கள் வரும். அந்தக் கடையின் ஸ்பெஷாலிட்டி என்று நீளநீளமான தோசைகளைச் சொல்வார்கள். அப்படிப்பட்ட ஹோட்டலில் நான், கொஞ்சநேரம் ஓர் இருக்கையில் அமர்ந்தேன். சற்றுநேரம் கழித்து ஏன் எனக்குச் சிற்றுண்டி வரவில்லை என்று கேட்டபோது, மானேஜர் நான் கை கழுவும்முன் ஒரு இருக்கையில் இருந்ததையும் கைகழுவிய பின் வேறு மேசை ஒன்றின்முன் போடப்பட்ட இருக்கையில் அமர்ந்ததையும் கூறி முதலில் அமர்ந்த நாற்காலி முன் ஏற்கெனவே சிற்றுண்டி கொண்டு வைக்கப்பட்டிருந்ததைச் சுட்டிக்காட்டினார். எனக்கு என்ன ஆகிவிட்டது என்று நினைத்தபடி போய், முன்பு அமர்ந்திருந்த மேசைமுன் அமர்ந்து கொடுத்த சிற்றுண்டியைச் சாப்பிட்டேன்.

அப்போது என் கண்முன் இருக்கும் தண்ணீர் டம்ளரை மீண்டும் மீண்டும் தேடுகிறேன். தண்ணீர் எனக்காக மேசை மீது வைக்கப்பட்டிருக்கிறது தெரிகிறது. ஆனால், அது என் கண்ணில் விழமாட்டேனென்கிறது. அப்போது எனக்கு ஏதோ சம்பவிக்கிறது என்று என் மனத்தின் ஆழத்தில் உறைத்தது. தாங்கமுடியாத ஒரு சோர்வு என் உள்ளுயிரில் என்னைப் பாதித்து விட்டது என்று எண்ணினேன். இப்படிப் பலவீன மாக்கும் குணம் சோர்வுக்கு உண்டா என்று எனக்கு இதுவரை ஏன் தெரியாமலிருந்தது என்று என்னையே நான் கேட்டுக் கொண்டேன். என் கைகளில் சக்தியில்லை. மிகுந்த சிரமம் மேற்கொண்டு கையை அசைக்க வேண்டும். ஒரு மிகுந்த வலியும் உடன் சேர்ந்துகொள்கிறது. இந்த உடல்வலிக்கு ஆதாரமாக மனதில் ஒரு வலி. ஏதோ நடக்கக் கூடாதது நடந்துகொண்டு இருக்கிறது என்று மட்டும் உணருகிறேன். யாருக்கு, எங்கு, எந்த விதத்தில் தீங்கு நடக்கிறது என்பது மட்டும் தெரியவில்லை. நடக்கும் தீங்கின் பெயர் புரியவில்லை. விபத்தா, இன்னொருவரால் ஏற்படுத்தப்படும் கொடுமையா, என் குடும்பத்தின் எந்த உறுப்பினர் இதனால் பாதிக்கப்படப் போகிறார்

அல்லது நானேதான் இந்தத் தீங்கினால் பாதிக்கப்படப் போகிறேனா என்பதும் புரியவில்லை. ஒருவகையில் பெரிய சித்திரவதையாய் உணர்ந்தேன். நடப்பதைவிட நடக்கப்போகிறதென்ற வருத்தம். இந்தச் சித்திரவதையை அனுபவித்தபடி ஹோட்டலிலிருந்து நகரமுடியாத மனோ அவஸ்தையில் நகர்ந்து, ஹோட்டல் கௌண்டரில் உரிய கட்டணத்தைக் கொடுத்தேன். அப்போது ஹோட்டல் மானேஜர் என்னை ஒரு மாதிரியாகப் பார்த்து, 'ஏன் ஸார், காபியைக் குடிக்காமல் அப்படியே வைத்துவிட்டுப் போகிறீர்கள்?' என்று கேட்கிறார்.

நான் திக்பிரமை பிடித்தவண்ணம், காபியைக் குடித்த நினைப்பில் அல்லவா எழுந்தேன் என்று நினைத்துக்கொண்டு, மானேஜர் தப்பாக நினைக்கக் கூடாது என்பதற்காக,

'ஏனோ, காபி வேண்டாம்' என்கிறேன்.

ஏதோ ஒருவிதமாக என்னை ஹோட்டல் மானேஜர் பார்க்கிறார் என்று என் புலன்கள் கூறுகின்றன அல்லது என் பார்வைதான் திடீரென்று பாதிக்கப் பட்டுவிட்டதோ என்று மெதுவாக ஹோட்டலின் முன்பக்கம் வந்து, இடது புறமாகவும் வலது புறமாகவும் வேகம் வேகமாகப் போய்க்கொண்டிருக்கும் பஸ் களையும், சைக்கிள்களையும், ரிக்ஷாக்களையும் பார்க்கிறேன். வலதுபுறம் உயரத்தில், சற்றுத் தூரமாகத் தெரியும் ஓர் உயர்ந்த மரம். அதனோடு மறைந்தபடி தெரியும் கார்ப்பரேஷனுக்குரிய பெரிய தண்ணீர்த் தொட்டியும் எப்போதும் போல் இப்போதும் தெரிகின்றன. அதனால் என் கண்களுக்கு எந்தப் பாதிப்பும் ஏற்படவில்லை என்று நினைத்துக்கொண்டபோது சரியாக காலை 9.30 மணி.

அன்று 1995ஆம் வருடம் ஜனவரி மாதம் 6ஆம் தேதி. அதாவது, இன்று பத்து ஆண்டுகளுக்கு முன்பு. அப்போது எனக்கு முப்பத்து ஆறாவது வயது.

அதேநேரம்தான் விஜயா தன் உடலில் நெருப்பைப் பற்ற வைத்தாள். சுமார் 250 கிலோ மீட்டர் இடைவெளி, அவளுக்கும் நான் இருந்த இடத்துக்கும். அதாவது, அவள் இருந்த இடம் நான் இருந்த இடத்திலிருந்து 250 கி.மீ. தூரம்.

அலுவலகத்துக்கு அன்று சரியாக 10 மணிக்குப் போய்ச் சேர்ந்திருந்தேன். என் அலுவலகம் ஒரு கட்டிடத்தின் முதல் மாடியில் இருந்தது. கீழ்மாடியில் ஏதோ பொருட்களை அடுக்கும்

கிடங்கு. எப்போதும் திறந்துகிடக்கும் இரும்பு கேட்டுகளைப் பூட்டிவிட்டுப் படிவழி ஏறினால் முதல் மாடி வரும். ஐந்து அறைகளிலும் எங்கள் அலுவலகம் நடைபெற்றுக்கொண்டிருந்தது. நான் வேலை பார்ப்பது மூன்றாவது அறை. எங்கள் அலுவலக மேலாளர் முதல் மாடியின் கடைசி அறையில் அமர்ந்திருப்பார். என் அறைக்குள் காலடி எடுத்து வைத்ததும் கண்ணில் அன்று பட்டது சுவர் கடிகாரம். மரத்தில் செய்யப் பட்ட பெட்டி போன்ற கடிகாரம். கறுப்பு வர்ணம். அதற்கு ஒரு பெண்டுலம் உண்டு. மனதில் கவலை வரும்போது, என் பைல்கள் அடுக்கப் பட்டிருக்கும் மேசை வழி அந்தக் கடிகாரத்தின் ஆடும் பெண்டுலத்தைப் பார்ப்பது என் வழக்கம். அந்தச் சப்தத்தில் ஏதோ ஒரு ஜீவ தாளகதி மறைந்து இருப்பது போலவும், அது மனித இயற்கையோடு இணைந்த ஒரு சக்தி என்றும் நினைப்பது வழக்கம்.

அக்கடிகாரம் மிகச் சரியாக 10 மணி என்று காட்டியது. இது எதற்குப் பத்துமணி என்று காட்டுகிறது என்று அனாவசியமாக யோசித்தபடி நண்பர்களைப் பார்த்துச் சிரித்துவிட்டு என் இருக்கையில் போய் அமர்ந்தேன். என் வேலையைப் பார்க்க நினைத்தபோது, யாரோ ஒரு அலுவலகச் சிப்பந்தி நான் அமர்ந் திருந்த அறையில் பின்னால் இருந்து அழைத்தது போல் இருந்தது. விஜயா சீரியஸ் என்ற தந்தி எனக்குத் தரப்பட்டது. புகைவண்டியில் அன்று உடனே நான் 250 கி.மீட்டருக்கு அப்பால் இருந்த எங்கள் ஊருக்குப் புறப்பட்ட போதுதான், பின்னாலிருந்து கேட்ட குரல் ஒரு பிரமை என்று தெரிந்தது. இரயிலில் கிளம்பிய போதும் இந்தப் பிரமை என்னைத் தொடர்ந்தது என்பதை அவ்வப்போது உணர்ந்தேன்.

ரயிலில் என் நண்பன் என்னுடன் பேசிக்கொண்டு வந்தாலும், நான் தொலைபேசி மூலம் என் அம்மாவிடம் கேட்ட செய்தி எனக்கு நம்பமுடியாததாக இருந்தது. என் அம்மா மிகவும் தடுமாறியபடி,

‘டேய் சந்திரா, அவ நெருப்புப் பற்றவைத்து இறந்து போனாள்’ என்றார். எனக்கு ஒன்றும் புரியவில்லை. அத்துடன் அம்மா இன்னொன்றும் சொன்னார்.

‘நம் வீட்டுப் பழைய கடிகாரத்தைக் காணவில்லை.’

ஏன் இரண்டையும் இணைத்தார்? எனக்கு உடனே அம்மாவுக்கும் விஜயாவுக்கும் ஏதேனும் வாக்குவாதம் ஏற்பட்டதோ என்று வழக்கமாக உள்ள மாமி மருமகள் சண்டைதான் நினைவுக்கு

வந்தது. ஆனால் விஜயாவும் என் அம்மாவும் எப்போதும் தோழிகள் போலவோ, தாய் மகள் போலவோ பழகக்கூடியவர்கள் என்ற எண்ணம் எனக்கு உடனே வந்தது. நான்கு மாத கர்ப்பிணியாக இருக்கும்போது விஜயா இப்படி ஏன் செய்தாள் என்ற கேள்விக்கு எனக்குப் பதில் கிடைக்காது என்றோர் எண்ணம். நான் அமைதியாக வீட்டைப்போய்ச் சேர்ந்தபின்தான் எல்லாம் தெளிவாகும் என்று நான் சொன்னாலும், மனது கிடந்து அடிக்க ஏதேதோ நினைவுகள் என்னைத் தொடர்ந்தன.

இரயில் ஒரு எக்ஸ்பிரஸ். அது அதிக வேகத்தில்தான் போனது. ஆனாலும், இந்த மாதிரியான ஒரு செய்தியுடன் இரயிலில் பிரயாணம் செய்வது சித்திரவதையாக இருந்தது. தலைக்குள் ஏதேதோ நினைவுகள் வந்தவண்ணம் இருந்தன. மதிய நேரத் திற்குப்பின் ஓடிக்கொண்டிருக்கும் இரயிலாகையால் ஆட்கள் அதிகமில்லை. ஓரிரு கம்பார்ட்மென்டுகளில் ஆட்கள் காலை நீட்டிப் படுத்துக்கொண்டிருந்தார்கள். நானும் என் நண்பனும் பயணம் செய்த கம்பார்ட்மென்டில் இருந்த பிரிவுகளிலும் மிகக்குறைந்த ஆட்களே அமர்ந்திருந்தனர். நாங்கள் எதிரும் புதிருமான சீட்களில் அமர்ந்திருந்தோம். நாங்கள் அமர்ந்த பிரிவுக்குள் வேறு யாரும் இல்லை. நாங்கள் கம்பார்ட்மென்டின் கதவுக்கருகில் உள்ள பிரிவில் அமர, அதற்கடுத்த பிரிவில் வேறு சிலர் அமர்ந்து இருந்தது போல் தெரிந்தது. அந்தப் பிரிவிலிருந்து அடிக்கடி பாத்திரங்கள் புரளும் ஓசை மட்டும் வந்து கொண்டிருந்தது. அது தவிர, ரயிலின் ஓசையும் சுள்ளென்ற வெயிலும் இரு பக்கங்களிலும் காணப்பட்ட இயற்கைக் காட்சிகளும் என் கண்களிலும் செவிகளிலும் பதிவாகின.

எனக்கு என் உணர்வுகளைக் கட்டுப்படுத்தவே முடியவில்லை.

தலையை அடிக்கடி கீழே போட்டு ரயிலின் தரையைப் பார்த்துக் கொண்டிருந்தபோது, தலை சுழன்று கண்கள் மருண்டு ஏதும் புரியாத ஒரு குழப்பம். அது நிம்மதியைக் கொடுத்தது. திடீரென்று ஓரிருமுறை எழுந்து, அமர்ந்திருந்த பிரிவிலிருந்த ஆள் யாருமற்ற ‘பெர்த்தைப்’ பிடித்தபடி நின்றேன். என் நரம்புகள் புடைத்தன. என்னை எனக்கு அடக்க முடியவில்லை. பின்பு நானும்தான் எத்தனை காலம் வாழப்போகிறேனாம் என்று எனக்குள் கேட்டபடி மீண்டும் போய் முன்பிருந்த சீட்டில் எழுந்த வேகத்தில் போய்ப் படுத்தேன். என்னுடன் வந்த நண்பர், ‘வேண்டுமென்றால் பெர்த்தின் மீது படுத்துக் கொள்ளுங்கள்’ என்றார். ‘வேண்டாம்

வேண்டாம்' என்று இரண்டுமுறை சொல்லிவிட்டு, தூரத்தில் தோட்டங்களில் தெரியும் இலைகளின்மீது சூரிய ஒளி விழுவதைப் பார்த்துக்கொண்டே இருந்தேன். ஒரு வெறுமை மனசுக்குள் புகுந்து அடிக்கடி ஓர் அசட்டுச் சிரிப்பு வெளிப்பட்டது. 'வேடிக்கையாக நடந்து கொள்கிறேன் என்பது எனக்கே தெரிகிறது. மன்னித்துக் கொள்ளுங்கள். மனைவி எரிந்து போய்விட்டிருக்கிறாள் என்று திடீரென்று செய்தி வந்ததால், வேறு எப்படித்தான் நடந்து கொள்வார்களோ எனக்குத் தெரியாது' என்று கூறி, அமர்ந்திருந்த நண்பன் கால்முட்டுகளைப் பலமாகப் பிடித்த போது அணை உடைத்துக்கொண்டு அழுகை வந்தது.

மீண்டும் வெளியில் பார்த்தபோது சூரியன் எங்கும் சுள்ளென்று அடித்துக் கொண்டிருந்தது. ரயில் தண்டவாளத்துக்கு மிக அருகில் காணப்பட்ட புல் புதர்களில் ஆடுகள் பயப்படாமல் புல்லை மேய்த்துக்கொண்டு இருப்பதைப் பார்ப்பதில் என் கவனம் திடீரென்று சென்றது. ரயிலில் இருந்து அக்காட்சி மறையும்வரை அந்தப் புல் மேயும் ஆட்டையே பார்க்க ஆசைப்பட்டேன். அந்தக் காட்சி உண்மையில் மறைந்ததும், அக்காட்சி என் மனதில் அப்படியே விரிந்தது. மனதில் திடீரென்று சுள்ளென சூரிய ஒளி பரவ, ஆடு ரயில் தண்டவாளத்திற்கு அருகில் புல் மேயும் காட்சி கொஞ்சநேரம் மறையவே இல்லை. எனக்குப் பைத்தியம் பிடித்து விட்டதோ!

மாலை 7.10க்கு ரயில் எங்கள் ஊருக்குப் போய் சேர்ந்தபோது உறவினர்கள் என்னை அழைக்க வந்திருந்தனர். என் அந்தியந்த உறவினர்கள் அவர்களில் இருந்தனர். ரயில் நிலையத்திலிருந்து என் வீடு சுமார் இரண்டு பர்லாங் தள்ளி. என்னை அழைக்க வந்திருந்த ஒரு நெருங்கிய உறவினரிடம் அங்கு நடந்துள்ள விஷயங்களைக் கேட்டேன். அவர் சொன்னார்:

'விஜயா செய்துகிட்ட காரியம் பற்றி யாருக்கும் ஒண்ணும் தெரியல. ஏன் அப்படிச் செய்தா என்று எங்களுக்கோ உன் அம்மாவுக்கோ முதலில் ஒன்றும் புரியல. விஜயா மரணம் நடந்ததுக்குப் பிறகு சும்மா இருந்த உன் அம்மா, திடீரென்று அவரே தன்னைப் போலீஸ் நிலையத்துக்கு அழைத்துக்கொண்டு போகும்படி கூறி சரணடைந்திருக்கிறார்கள்.'

'சரணடைந்தார்களா?' எனக்கு இப்போது அம்மாமீது சந்தேகம் வந்தது. உடனே குழப்பமாகவும் இருந்தது. காலையில் தொலை

பேசியில் பேசும்போது, 'ஏதும் புரியவில்லை என்று சொன்னார்களே அம்மா' என்றேன். என் குழப்பங்களும் வேதனையும் இன்னும் பன்மடங்காயின.

பின்பு ஒவ்வொரு காரியமும் நடக்கவேண்டிய முறையில் நடந்தன. போலீஸ், டாக்டர் பரிசோதனை இத்யாதி.

விஜயாவின் அம்மாவும் அவர்களின் உறவினர்கள் மற்றவர்களும் வந்தார்கள். யாரும் என்னிடம் ஏதும் பேசவில்லை. விஜயாவின் தாய், இரண்டு பிள்ளைகளுக்கு இப்படி ஆகி விட்டதே என்று பரிதவிப்போடு அழுதார்கள். அவர்கள் என் அம்மாமீது எந்த தூஷணையும் சொல்லவில்லை. ஒருவேளை அம்மாமீது அவர்களுக்குச் சந்தேகம் வந்திருக்காது. போலீஸாரும் அம்மா இப்படி ஒரு காரியத்தைச் செய்திருப்பார் என்று சந்தேகப்படவில்லை. அம்மா தானாகவே வலிய வந்து போலீஸில் போய் சரணடைந்து விஜயாவை எரித்துக் கொலை செய்ததில் தனக்குப் பங்கு இருக்கிறது என்பது போல் நேரடியாகக் கூறாவிட்டாலும், அவளுக்கும் தனக்கும் சண்டை நடந்தது என்பதுபோல் கூறியிருக்கிறார்.

மொத்தத்தில் என்ன நடந்தது என்பது இரண்டு மூன்று நாளில் கண்டுபிடிக்கப்படும். அதுவரை நடக்கவேண்டிய காரியங்களைப் பார்ப்பது ஒன்றே இப்போது செய்யத்தக்கது என்றே எல்லோரும் முடிவு செய்துகொண்டோம். உடனடியாக, நான் அம்மாவை போலீஸ் ஸ்டேஷனில் போய்ப் பார்க்கவில்லை.

போலீஸ் ஸ்டேஷன், எங்கள் கிராமத்திலிருந்து சுமார் நான்கு பர்லாங் தூரத்தில். இரண்டாம் நாள் அம்மாவை அங்குப் போய்ப் பார்த்தபோது அவர்கள் அழுதார்களே ஒழிய, அதிகமாய் ஒன்றும் பேசவில்லை. என்னிடம் முகம் கொடுத்துப் பேசவே விரும்பாதவர்கள் போல நடந்துகொண்டார்கள். வழக்கமான அம்மாவின் குணம் அல்ல இது என்பது மட்டும் எனக்குப் புரிந்தது. என் உணர்வுகளை அம்மாவின்முன் கொட்டித்தீர்க்கும் தருணம் இது அல்ல என்று நான் உடனே ஸ்டேஷனிலிருந்து வந்துவிட்டேன். மூன்று நாட்கள் விடுமுறை இருந்ததால், விஜயா என் அம்மாவைப் பார்ப்போம் என்று வந்திருந்தாள் என, அவள் வீட்டினரும் எங்கள் வீட்டினரும் கூறினார்கள். வந்த இடத்தில் என்ன நடந்ததோ, இப்படி ஆகியிருக்கிறது என்று எல்லோரும் பேசிக்கொண்டார்கள்.

அலுவலகத்திலிருந்து என்னுடன் வந்து இருந்த என் நண்பர் எனக்கு உதவியாகக் கிராமத்திலும் இருந்தார். இந்தக் குழப்பத்தில்,

✳ 225

பத்திரிகைகள் ஏதேதோ தாறுமாறாக எழுதியதுதான் எல்லோரையும் குழப்புவதாக இருந்தது. எனக்கு வருத்தமும் அவமானமுமாக இருந்தது. எனக்குத் தெரிந்த நண்பர்களின்முன் எப்படித் தலை காட்டுவது என்று சிந்தனையாக இருந்தது.

பத்திரிகைகள், 'மாமியார் தீ வைத்து நான்கு மாத கர்ப்பிணி சாவு' என்பது போல்தான் தொடர்ந்து எழுதின. ஏன் என் அம்மா முழு விபரங்களையும் தர மறுக்கிறார்கள் என்பது எனக்கும் விளங்காத தாக இருந்தது. அவர்களின் மௌனம். போலீஸ் மற்றும் அதிகாரிகள் சரியாக இதுபற்றி ஏதும் என்னிடம் கூறாததும், எனக்குக் குழப்பத்தை ஏற்படுத்தின. வேறு ஏதோ ஒன்று நடந்திருக்க வேண்டும் என்றும், எல்லோரும் மறைக்கிறார்கள் என்னும் எண்ணம் எழுந்தது. சம்பவம் நடந்த சமயத்தில் வீட்டில் அம்மாவும் விஜயாவும் மட்டுமே இருந்திருக்கிறார்கள்.

இரண்டு நாட்கள் ஆனபிறகு, ஓரளவு மன அமைதி ஏற்பட்ட பின் என் பக்கத்து வீட்டாரிடம் போய்ப் பேசப் போனேன். இரண்டு நாட்களுக்கு முன்பு விஜயா அவள் வீட்டிலிருந்து வந்தபோது, என் தாய் அவளை பஸ் ஸ்டாண்டுக்குப் போய் அன்போடு அழைத்து வந்ததைப் பார்த்ததாகவும், அதன்பிறகு முந்திய நாள் சம்பவம் நடந்த நேரம் என்று எல்லோரும் கூறும் 10.30க்கு வீட்டில் எந்தச் சண்டையோ சச்சரவோ நடந்ததாக அடையாளமே இருக்கவில்லை என்றும் சொன்னார்கள்.

அந்தப் பக்கத்துவீட்டு அம்மா சிறு வயதிலிருந்தே பழக்கமான வர்கள். திடீரென்று 'அய்யோ தீ' என்று கூக்குரல் வந்தது. அந்தக் குரல் முக்கியமாய் உன் அம்மாவுடையதாகத்தான் இருக்கவேண்டும் என்று பக்கத்து அம்மா என்னிடம் கூறியதைப் பார்த்தபோது, இது விபத்தாக இருக்குமோ என்ற எண்ணம் எனக்கு ஏற்பட்டது.

ஓரளவு இப்போது செய்திகளைப்பற்றிப் பேச ஆரம்பித்திருக்கிற போலீஸ் தரப்பினர், இது விபத்து அல்ல என்பதை உறுதியாகக் கூறினார்கள். என்னிடம் பேசாதது போலவே, அம்மா அவர் களிடம் பேசாமல் இருந்ததாக போலீஸ் தரப்பினரும் என்னிடம் கூறினார்கள்.

இருவரில் ஒருவர் செய்த காரியம். இது விபத்தல்ல என்று அவர்கள் கூறினார்கள்.

அந்த ஊரில் எல்லோரிடமும் அதிகமாக எங்கள் குடும்பம் பழகுவதால், என் தாயார் பற்றி ஊரில் பொதுவாக நல்ல

அபிப்பிராயமே இருந்தது. மருமகளை எரிக்கக்கூடிய மாமியார் அல்ல இவர்! ஏன் விஷயங்களைத் தெளிவாகக் கூறமாட்டேன் என்கிறார் என் தாயார் என்பது போலவே எல்லோரும் பேசினார்கள்.

சப் இன்ஸ்பெக்டரும் முழு விபரம் வர இன்னும் சில நாள் பொறுக்க வேண்டும் என்று கூறியிருக்கிறார். ஃபிங்கர் ப்ரின்ட், டாக்டர் ரிப்போர்ட் இந்த மாதிரி ஆதாரங்கள் வருவதற்கு இன்னும் சில நாட்கள் ஆகும் என்பது இன்ஸ்பெக்டர் கருத்து.

எனக்கு இப்போது சில எண்ணங்களும் முடிவுகளும் ஏற்பட்டன. போலீஸ் இது விபத்து அல்ல என்பதும், முதலில் விஜயா தான் இப்படிச் செய்துவிட்டாள் என்று என்னிடம் தொலைபேசியில் கூறிவிட்டு, பின்பு போலீஸ் ஸ்டேஷனுக்குக் கொண்டுபோங்கள் என்று அம்மா தானே குற்றவாளி போல் முன்னுக்குப் பின் முரணாகக் கூறியுள்ளது, எனக்குக் குழப்பத்தைத் தந்தது.

அதுபோல் பக்கத்துவீட்டார் 10.30 மணிக்கு விஜயாவுக்கும் அம்மாவுக்கும் எந்தத் தகராறும் நடந்த சப்தம் கேட்கவில்லை என்று கூறுவதும், எந்த விடையையும் தருவதைவிட குழப்பத்தையே கூட்டுவதாக இருப்பதால் போலீஸார் கூறுவது போல இரண்டு மூன்று நாட்கள் காத்திருப்பதே நல்லது என்று நானும் எண்ணினேன்.

எனக்கு, விஜயா வீட்டார் என் அம்மா பற்றித் தவறாக நினைக்கக் கூடாது என்று ஓர் ஆசை. மருமகளை எரிக்கக்கூடிய மாமியார் அல்ல என் அம்மா. ஆனால், இதை எப்படி அவர்களிடம் எடுத்துச் சொல்வது என்றெல்லாம் யோசிக்க ஆரம்பித்தேன். என் வாழ்வு பாழாகிவிட்டது என்ற என் எண்ணத்தை விஜயா வீட்டினர் அங்கீகரிக்க வேண்டும். அவர்களிடம் போய்ப் பேசிப்பார்த்தால்? அவர்களுக்கு ஒருவேளை இந்தத் துக்ககரமான சம்பவத்தைப் புரிந்து கொள்ளக்கூடிய ஏதாவது பின்னணி தெரிந்திருக்கலாம் என்று கருதினேன். அவர்கள் எங்கள் ஊருக்கு வந்தால் தங்கும் அவர்களின் நெருங்கிய உறவினர் ஒருவர் வீடு எனக்குத் தெரியும். அவரின் தொலைபேசி எண்ணை வாங்கி அவரை தொலைபேசியில் தொடர்புகொண்டேன். என் மாமியார் இன்னும் அங்கேதான் தங்கியிருக்கிறார்கள் என்ற செய்தியை அவர் சொன்னார். எதற்கும் என் மாமியாரிடம் பேசிவிட்டுப் பதில் சொல்கிறேன் என்று சொன்ன அந்த மனிதர், உடனேயே தொலைபேசியில் என்னைத் தொடர்புகொண்டு என் மாமியார் என்னிடம் பேச விரும்புவதைச்

சொன்னார். நான் மாலையில் அங்குப் போனேன்.

எனக்காகவே காத்திருந்த மாமியார் மிகுந்த துயரத்துடன் காட்சி தந்தார்கள். அவர் இரண்டு நாளாகச் சாப்பிடவில்லை என்பதை அந்த உறவினர்வீட்டார் கூறினார்கள். என்னைப் பார்த்ததும் மிக அதிகமாக அழுதார்கள். அந்த வீட்டார் மிகவும் ஆறுதலாக இருந்தார்கள். 'அழாதீர்கள் அழாதீர்கள்' என்று கூறினாலும், அவரால் கட்டுப்படுத்த முடியவில்லை. 'விஜயா விஜயா, என் விஜயா' என்று புலம்பிப் புலம்பி அழுதார்கள். தலை கலைந்து கிடந்தது. நான் தலையைக் கவிழ்த்தபடி அந்த வீட்டில் ஒன்றும் பேசாமல் இருந்தேன். சற்று நேரத்திற்குப் பிறகு, 'நாங்க உங்க யாரையும் குற்றம் சொல்லவில்லை. நீங்க என் மகளை எப்படி வைத்துப் பாதுகாத்தீர்கள் என்பது எங்களுக்குத் தெரியும்' என்று சொல்லி, தன் தாயார் பற்றி எந்தத் தப்பபிப்பிராயமும் அவர்கள் கொண்டிருக்கவில்லை என்பதை மறைமுகமாகத் தெரிவித்தார். அவர் அப்படிச் சொன்னதால் ஓரளவு தைரியம் பெற்று விஜயா மனதிற்குள் ஏதாவது கவலையோ ஏதாவதோ இருந்தது பற்றி அவள் அம்மாவுக்கு ஏதும் தெரியுமா என்று கேட்டேன். அதற்கு இப்படி விஜயாவின் தாயார் பதிலளித்தார்கள்:

'அவளுக்குக் குழந்தை வேண்டுமென்று எவ்வளவு ஆசை என்பது உங்களுக்குத் தெரியுமே! அப்படிப்பட்டவள் கருத்தரித்ததற்கு எவ்வளவு மகிழ்ந்திருக்க வேண்டும்? அந்த மாதிரி பெரிய சந்தோஷத்தை எதுவும் எங்கள் யாரிடமும் பகிர்ந்துகொள்ளவே இல்லை அவள். இது ஒன்றுதான் நான் வித்தியாசமாக அவளிடம் கண்டது. குழந்தையைப்பற்றி நான் வலியவலியப் பேச ஆரம்பித்தாலும், அந்தப் பேச்சில் ஈடுபாடு இல்லாதவள் போல இருந்தாள். குழந்தை இல்லாதபோது இருந்த குறை, இனி குழந்தை தான் எப்படியும் பிறக்கப்போகிறதே என்ற திருப்தியால் தீர்ந்த பிறகு, அதைப்பற்றி ஏன் பேசவேண்டும் என்று நினைக்கிறாளோ என்று நினைத்தேனே ஒழிய வேறு ஒன்றும் நான் நினைக்க வில்லை.'

இப்படி விஜயாவின் தாய் சொல்லிவிட்டு, சாரியின் முந்தானை தலைப்பால் மூக்கையும் கண்ணையும் துடைத்தார்கள்.

அப்போது நான் தொலைபேசியில் தொடர்புகொண்ட அந்த மனிதரின் துணைவியாரும், விஜயாவின் அம்மாவுடன் நாங்கள் எல்லோரும் அமர்ந்திருந்த வீட்டின் வரவேற்பறையில் எங்க

ளுடன் அமர்ந்திருந்தார். விஜயாவின் அம்மா இந்த மாதிரி சொன்னதைக் கேட்ட அந்த அம்மையார் ஏதோ சொல்லவந்ததை நான் கவனித்தேன். பின்பு தயங்கியதுபோல் இருந்தது அவர்கள் பாவனை. உடனே நான் அவர்களைப் பார்த்தேன். சொல்லுங்கள் என்று ஊக்கப்படுத்துவது போல் என் பார்வை இருந்திருக்கும். அதனால், தயங்காது இப்படிச் சொன்னார்:

'உங்கள் வீட்டுக்கு வந்த அன்று நானும் ஏதோ ஒரு வேலை இருந்ததால் உங்கள் ஊரில் இருந்தேன். உங்கள் அம்மா வந்து விஜயாவை அன்போடு அழைத்துப்போனதை நானும் பார்த்தேன். என்னைப் பார்த்ததும், உங்கள் அம்மாவை வீட்டுக்கு அனுப்பிவிட்டு ஒரு மரத்தடியில் நின்று என்னோடு பேசிக் கொண்டிருந்தாள். அவளிடம் புதுத் தாய்க்கு வேண்டிய மகிழ்ச்சி ஏனோ இல்லை. நான் விஜயாவை சிறு வயதிலிருந்தே அறிந்தவளாகையாலும் அவர்களின் அப்பாவழி உறவாகை யாலும் வெளிப்படையாக அவளிடம் அன்று கேட்டேன். 'என்ன விஜயா, பல வருஷம் குழந்தை இல்லாமல் இருந்தாய்? இப்போது குழந்தை பிறக்கப் போகிறது. அதற்கான மகிழ்ச்சி யில்லாமல் இருக்கிறாயே!'

'அதற்கு அவள் சொன்ன பதிலை, எனக்குப் புரிந்துகொள்ள முடியவில்லை.'

'என்ன சொன்னாள்?' என்று நானும் விஜயாவின் தாயும் ஒரே நேரத்தில் கேட்டோம்.

'என்ன ஆன்ட்டி, பெரிய சந்தோஷம்?' - அவள் குரலில் இருந்த சலிப்பு, ஏனோ அன்று நான் எதிர்பாராதது. வேறு ஒன்றும் இருக்காது. இப்போது அவள் அம்மாவும் இப்படி ஒரு அபிப்பிராயத்தை உங்களிடம் சொன்னதால் நானும் சொல்லணும்ணு தோணுது. அவ்வளவுதான். மற்றபடி ஒண்ணுமில்லை.'

இந்தக் கூற்று ஏனோ சில சிந்தனைகளை என் மனதில் கிளறியது. நான் வெளிப்படையாகக் காட்டிக்கொள்ளாவிட்டாலும் விஜயா வின் மனதில் இருந்த எண்ணங்களைப் புரிந்துகொள்ள வேண்டும் என்ற ஒரு புது உந்துதல் எனக்குள் ஏற்பட்டது. போலீஸ் மற்றும் டாக்டர்கள் மூலம் வரும் சான்றிதழ் மட்டுமே எல்லா உண்மை களையும் வெளிக் கொண்டுவந்துவிடும் என்று ஏனோ நான் நம்பவில்லை. மேலும், விஜயாவின் அம்மாவின் மனதிற்குள் ஏதோ சில ரகசியங்கள் இருக்கலாம் என்றும் எனக்குள் ஓர் எண்ணம் தோன்றியது. அதற்கான முக்கிய காரணம் வழக்கமாக எந்தப்

பெண்ணின் தாயும் அவள் மாமியைத்தான் இந்த மாதிரி சம்பவம் நடந்தவுடன் தூற்றுவார்கள். அவர்கள் தாய்ப்பாசம் இப்படித்தான் யோசிக்க வைக்கும். விஜயாவின் தாயின் மனதில் அந்த எண்ணம் வராதது எனக்கு வியப்பாக இருந்தது. ஒன்றில் விஜயாவின் தாய் மிகவும் ஆழ்ந்த முறையில் என் தாயைப்பற்றித் தெரிந்திருக்க வேண்டும் அல்லது வேறு ஏதோ ஒரு தனிப்பட்ட காரணம் இந்த நடத்தையின் பின்னால் இருக்க வேண்டுமென்று எனக்குத் தோன்றியது. ஏதோ வேறு சில உண்மைகள் இந்தத் துக்ககரமான சம்பவத்தின் பின்னால் இருக்கின்றன என்ற எண்ணம் தொடர்ந்து கூடிக்கொண்டு இருந்ததால் விஜயாவின் அம்மாவிடம் நான் இப்படிக் கேட்டேன்:

'உங்கள் மகள் ஏன் அப்படி அதிகம் சந்தோஷம் கொள்ள வில்லை? எனக்குத் தெரிந்து அவள் மிகவும் சந்தோஷம் கொண்டாள் என்றுதான் நினைக்கிறேன்.'

விஜயாவின் தாயின் முகத்தில் அப்போது பதிந்த உணர்வு களைக் கவனித்தேன். அவர் ஒருவகைக் குழப்பம் அடைந்தது உண்மை என்றாலும், எதையும் சொல்லக்கூடாது என்ற ஜாக்கிரதை உணர்வு அவர் முகத்தில் வந்ததை நான் கவனிக்கத் தவறவில்லை. தொடர்ந்து நான் சில கேள்விகளைக் கேட்டாலும் அவர்கள் மௌனமாக இருந்தார்கள். ஏதோ ஒன்றை அவர்கள் மறைக் கிறார்கள் என்ற என் எண்ணத்தை அப்போது தடுக்க முடியவில்லை. இந்த எண்ணங்கள் என் புண்பட்ட மனத்தை மேலும் புண் படுத்தியதோடு, எனக்குள் ஒரு வெறியுணர்வையும் ஏற்படுத்தியது. என் தாயைப் போய்ப் பார்த்து, அவர்களை வாயைத் திறக்க வைக்க வேண்டும் என்று எண்ணிய என் எண்ணம் உடனே மறைந்தது.

இனி விஜயாவின் தாயிடம் எந்தவிதமான என் நோக்கமும் ஈடேறாது என்று எண்ணும்படியாக அவர் திடீரென்று அமர்ந் திருந்த நாற்காலியிலிருந்து எழுந்தார். எனினும், என் மீதுள்ள மதிப்பும் பாசமும் அவரிடம் தொடர்ந்தது என்று நான் நினைக்கும்படி நடந்துகொள்ள மறக்கவில்லை.

'விஜயாதான் உங்களுக்கும் எங்க குடும்பத்துக்கும் தொடர்பு, இப்போ அவ இல்லன்னு எங்களை மறந்துவிட வேண்டாம். இனி உங்க அம்மாவைப் போலன்னு நினைச்சாவது வந்துவிட்டு போய் விட்டு இருங்க' என்று கண்களைப் பார்க்க முடியாதபடி திருப்பிக்

கொண்டு சொல்லியபடி நின்றார்.

நான் அந்த வீட்டிலிருந்த பெண்மணிகள் இருவரிடமும் விடை பெற்றுக் கொண்டு கிளம்பினேன். என்னுடன் இங்கும் வந்த அலுவலக நண்பரிடம் என் மனத்திலிருக்கும் சஞ்சலங்களைச் சொல்லாதபடி ஏதோ ஒன்று என்னைத் தடுத்தது.

என் மனைவியைப்பற்றி அறிந்துகொள்ள வேண்டும் என்ற இந்த முனைப்பு ஒரு சமயம் தவறு என்றும், இன்னொரு சமயம் செய்யத்தக்கதுதான் என்றும் தொடர்ந்து மாறிமாறித் தோன்றிக் கொண்டே இருந்தது. இப்படியொரு எண்ணம் விஜயா உயிருடன் இருக்கும்போது எனக்கு ஏற்பட்டதில்லை. இறந்து போனவளை நான் உயிருக்குயிராக நேசித்திருக்கிறேன் என்பதால், அவளைப் பற்றி முழுதும் தெரிந்துகொள்ள வேண்டும் என்ற என் உணர்வைத் தடுக்கவும் முடியவில்லை. அவள்மீது எந்தச் சந்தேகமும் வராதபடி அவள் பற்றிய என் இதுவரையான எண்ணத்துடனேயே வாழ்வின் ஓர் அத்தியாயம் முடிந்தது என்று எண்ணிக்கொண்டு வாழ்வைத் தொடர புறப்பட்டுவிடலாம் என்று தோன்றியது.

நானும் என் அலுவலக நண்பரும் எங்கள் வீடிருக்கும் பக்கத்து ஊருக்குத் திரும்பினோம். என்னுடன் தொலைபேசியில் பேசிய அந்த வீட்டு மனிதர் என்னையும் நண்பரையும் பஸ் நிலையம் வரை வந்து வழி அனுப்பிவிட்டுத் திரும்பினார். என் அலுவலக நண்பரையும் நான் வழியில் ரயில்வே ஸ்டேஷனில் கொண்டுபோய் வழி அனுப்புவதாகத் திட்டம். இரண்டு முழு நாட்கள் எனக்காக விடுமுறை எடுத்துக்கொண்டுவந்தஎன் அலுவலக நண்பர் மீது மிகுந்த அன்பும் மரியாதையும் ஏற்பட்டிருந்தது எனக்கு.

‘என்ன இரண்டு நாள் விடுமுறை? எப்படிப்பட்ட துக்கம் இது உங்கள் வாழ்க்கையில்?’ என்று மட்டும் கூறிய என் அலுவலக நண்பர், அவரது ரயில் வந்ததும் என்னிடம் கைகுலுக்கிவிட்டும் புறப்பட்டார்.

அந்தக் கடைசி நிமிடத்தில் அவர் கண்களில் இரத்தம் கட்டி யிருந்ததைக் கவனித்தபோது ஏனோ துணுக்குற்றேன். ஏன் இப்படி ஓர் உணர்வு எனக்கு ஏற்படுகிறது என்பதை விளங்கிக் கொள்ள முடியாமல் இருந்தது. கடந்த இரண்டு நாட்களும் இந்த இரத்தம் கட்டிய தோற்றத்துடனேயே என்னுடன் இருந்திருப்பார் என்ற எண்ணம் வந்தபோது ரயில் தூரத்தில் மறைந்தது.

அப்போது எதிர்பார்க்காதபடி ஒரு குரல் கேட்டது. நான்

நிதானமாக நின்று யார் அழைப்பது என்று பார்த்தேன்.

யாருமில்லை.

அதனால் கொஞ்சம் துணுக்குற்றேன்.

எங்கள் ஊர் ரயில்வே ஸ்டேஷன் மிகச் சிறியது. பெரும்பாலும் அமைதியாக இருக்கும் கிராமத்து ரயில்வே ஸ்டேஷன் அது.

மீண்டும் குரல் கேட்டது.

'ஸார்.'

நான் திரும்பிப் பார்த்தேன். ஒரு முழுவட்டமாகத் திரும்பி என்னை அழைப்பது யார் என்று பார்த்தேன். யாருமில்லையே என்று எண்ணிய போது மனதில், அழைத்தது பெண்குரல் என்ற எண்ணம் வந்தது. யாரோ தயங்கியபடி அழைக்கிறார்கள் என எண்ணினேன். இப்போது திரும்பி வலது பக்கம் பார்க்க, ரயில்வே பிளாட்பாரத்தின் பழைய மரத்தாலான தூண்களுக் கிடையிலிருந்து ஒரு இளம்பெண் வந்தார். விஜயாவின் வயது தான் இருக்கும். பார்ப்பதற்கு அழகான வராகக் காட்சி தந்தார். கண்கள் மட்டும் மிக லேசான மாறுகண். அதனால் அவருடைய தோற்றம் ஒரு மர்மத்தன்மை கொண்டதாக இருந்தது.

'ஸார், நான்தான் கூப்பிட்டேன்.'

மடக்கிய லேடீஸ் குடையுடனும் ஒரு சிறிய வெள்ளை லெதர் பையுடனும் அப்பெண் என்னை நோக்கி வணக்கம் சொல்லும் முறையில் கைக் கூப்பினார்.

'ரயிலில் இருந்து அந்தப் பக்கமாகத் தண்டவாளத்தைத் தாண்டுவது என் வாடிக்கை. அதனால், என்னை நீங்கள் பார்க்க முடியவில்லை' என்றார்.

நான் அவருக்கு வணக்கம் செலுத்துவிட்டு, 'நீங்கள்' என்றேன்.

'நான் உங்க மனைவி விஜயாவின் ஃப்ரெண்ட். அவள் வேலை பார்த்த ஸ்கூலில் வேலை பார்க்கிறேன். என் உறவினர் ஒருவரைப் பார்க்க இந்த ஊருக்கு வந்தேன். இரண்டு நாட்களுக்கு முன்பு விஜயாவுடன்தான் நானும் உங்க ஊருக்கு வந்தேன். நடந்த சம்பவம் என்னை உலுக்கிவிட்டது. ஐ ஆம் வெரி ஸாரி...' என்று கூறினார். பார்க்க மிகவும் கண்ணியம் மிக்கவராகத் தென்பட்டார். விஜயாவின் அதே வயது 30 இருக்கலாம் என்று எண்ணிக் கொண்டேன்.

'என் பெயர் அமலா.'

'உங்களைச் சந்திச்சதிலே மிகுந்த சந்தோஷம். நான் வேறு ஒரு ஊரில் வேலை பார்க்கிறேன்...' என்று என்னை அறிமுகம் செய்யப் போனபோது,

'ஓ! விஜயா என் குளோஸ் ஃப்ரெண்ட்... எனக்கு உங்களை நன்றாகத் தெரியும்' என்று என் அறிமுகத்துக்குத் தேவையில்லை என்பதைத் தெரிவித்தார்.

பின்பு அமலாவும் நான் செல்லும் பாதையில் நடந்துகொண் டிருந்ததால் என்னோடு பேசிக்கொண்டே வந்தார். பள்ளிக்கூடம் பற்றியும், அந்தப் பள்ளிக்கூடம் நகரங்களில் இருப்பது போல் அல்ல என்றும் கூறினார். அவரும் விஜயா போலவே ஆங்கிலப் பாடம் நடத்துகிறவர் என்றும், நகரத்தில் இருந்து படிப்பு முடித்து வந்தவர் என்றும் கூறினார். நகரத்தில் படித்துவிட்டு, விஜயா வேலை பார்த்தது போன்ற ஸ்கூலில் வேலை பார்ப்பது கொஞ்சம் கஷ்டம் என்றார். மேலும் ஸ்கூலில் இருக்கும் ஆண் டீச்சர்களில் பல மாதிரியானவர்களும் இருப்பார்கள். நல்லவர்களும் இருப்பார்கள் கெட்டவர்களும் இருப்பார்கள். நாம் எதார்த்தமாகப் பழகினாலும் கெட்ட நோக்கம் கற்பிப்பவர்கள் எங்கும் எல்லா இடத்திலும் இருக்கவே செய்வார்கள். இதுபோல் தொடர்ந்து பேசிக்கொண்டே வந்த அவரிடம் பேச விரும்பாத ஓர் உணர்வு எனக்குள் ஏற்பட்டது. அது ஓர் பய உணர்வு என்றுகூட சொல்லலாம். ஆனால், அந்தப் பெண் சொல்ல வந்ததைச் சொல்லிவிட வேண்டும் என்று உறுதியாக இருந்தவர் போலத் தென்பட்டார்.

விஜயாவிற்கு கருத்தரிப்புச் சம்பந்தமாக நடந்த சம்பவங்களை ஞாபகத்தில் மீண்டும் மறுசிருஷ்டி செய்தேன். பெரும்பாலும் ஒரு வாரத்திற்கு ஒருமுறை ஊருக்குப் போய் விஜயாவைப் பார்த்து அவளுடன் இருந்துவிட்டு ஞாயிறு இரவு அல்லது திங்கள் காலையில் கிளம்பி நான் வேலை பார்த்த ஊருக்குப் போவது வழக்கம். நான் லாட்ஜில் இருந்த ஒருநாள் விஜயாவிடமிருந்து தொலைபேசி வந்தது. குரலில் ஒரே குதூகலம்!

'நான் ரொம்பநாள் ஏங்கிய ஒரு விஷயம் பலிச்சிருச்சி. என்ன சொல்லுங்க பார்ப்போம்' என்றாள்.

முதலில் தடுமாறினாலும், உடனே சுதாரித்துக்கொண்டு நான் சொன்னேன்.

'எனக்கு ஒரு பெண் அல்லது ஆண் குழந்தையைப் பெற்றுக் கொடுக்கப் போகிறாயா?'

'எப்படி கரெக்டா சொல்றீங்க? கன்கிராட்ஸ்' என்றாள்.

'எனக்கெதற்கு கன்கிராட்ஸ்? நான் அல்லவா உனக்கு கன்கிராட்ஸ் சொல்ல வேண்டும்?'

அந்த வாரம் ஊருக்குப் போனபோது நாங்கள் இருவரும் டாக்டரிடம் செக் அப்புக்குப் போனோம். அப்போதுதான் விஜயாவுக்கு எதிர்பாராத ஏமாற்றம் காத்திருந்தது. அவளை பரிசோதனை செய்த பெண் மருத்துவர் எல்லா பரிசோதனை களையும் செய்த பிறகு என்னை அழைத்துச் சொன்னார்:

'உங்கள் மனைவி எல்லாப் பெண்களையும் போல குழந்தை உண்டாகி இருப்பதாக நினைக்கிறார். மாதவிடாய் நின்றதால் அப்படி நினைக்கிறார். உண்மை என்ன என்றால், அது குழந்தை அல்ல. இது ஒரு சிறு பிரச்சினை. நான் மருத்துவம் செய்கிறேன். இதைப் பக்குவமாக அவளிடம் சொல்லுங்கள். ஐ ஆம் ஸாரி.'

இவ்விஷயத்தைத் தயங்கித் தயங்கி அவளிடம் சொன்னபோது, நான் எதிர்பார்க்காத மனோதைரியத்துடன் அவள் எதிர் கொண்டாள்.

இந்தச் சம்பவம், என் ஞாபகத்தில் வந்தது.

அடுத்தமுறை உண்மையாகக் கருத்தரித்த விஷயத்தை ஒருமுறை நான் ஊருக்குப் போனபோது சர்வசாதாரணமாகத் தெரிவித்தாள். அப்போது முன்பு போல் ஏமாற்றம் வந்தாலும் தாங்கிக்கொள்ளும் மனோநிலையில் இருக்கிறாள் என்று நினைத்தேன்.

அமலாவின் வீட்டுக்குச் செல்லும் இடம் வந்ததும் சற்று தூரத்தில் என்னிடம் விடைபெற்றுப் பிரிந்தார். சற்றுதூரம் அவர் போவதையே பார்த்தபடி நின்றிருந்தேன்.

எனக்கு என்ன தோன்றியதோ நான் அவரைத் தொடர்ந்தேன்.

நான் அவரைப் பின்தொடர்வதை அவர் அறியவில்லை. பின்தொடர வேண்டுமா என்று ஒரு தயக்கம் ஏற்பட்டது. அவர், பயிர் முழுதும் அறுக்கப் பட்டு நெற்பயிரின் அறுக்கப்பட்ட அடிப்பகுதி வரிசை வரிசையாக நின்ற ஒரு வறண்ட நீரில்லாத வயலின் நடுவில் நடந்து சென்றார். வெயில் இன்னும் மறையாத நேரமாகையால் அவரது நிழல், அந்த அறுக்கப்பட்ட நெற்பயிர் குற்றிகளில் விழுந்து அலைந்தது. அவர் நடையை மெதுவாக்கியிருந்தார். அவரது உடலசைவிலும் நடையிலும் இப்போது என் மனம் லயித்தது. ஏதோ ஒரு கவர்ச்சியும் என்னை ஈர்க்கும் தன்மையும் அவரது உடலிலும் நடையிலும் இருந்ததை திடீரென்று அறிந்தேன். முழுக் கறுப்பும்

முழு வெள்ளையும் இல்லாத மாந்தளிர் நிறமான அவரது தோலில் இருந்த ஒரு அபூர்வமான மிருதுத் தன்மை என் மனதில் லயித்தது. அவர் சிரித்தபோது பற்களில் ஒரு நிரந்தர அழகு இருந்ததை அறிந்தேன். ஆறு ஏழு வயல்கள். எல்லாம் கதிரறுப்பு முடித்த வயல்கள். அவற்றைத் தாண்டினார்.

அதன்பின்பு காயில்லாதபடி காய்ந்த ஒரு திராட்சைத் தோட்டம் வந்தது. திராட்சை படர்வதற்காகப் போடப்பட்ட மூங்கில் கம்புகளில் படர்ந்திருந்த திராட்சையின் வள்ளி, நீர் ஊற்றப்படாத தால் வெயிலால் காய்ந்து கிடந்தது. அந்தப் பெரிய தோட்டத்தின் வழியாக அமலா நடக்கும்போது அவரது பின்பக்கத்தைப் பார்த்தபடி நடந்தேன். அவர் சொன்ன விஷயம் ஏற்படுத்திய தூண்டுதல் இப்போது ஓரளவு மறைந்துவிட, இந்த அமலா திடீரென்று என் மனமெங்கும் நிறைய ஆரம்பித்தார். திராட்சைத் தோட்டத்தில் ஆங்காங்கு இலையுடன் மரங்கள் பல நின்றன. நடுநடுவே, உயரமான தென்னை மரங்கள். அவர் வெளியிலிருந்து மரங்களின் நிழல் இருக்கும் இடமாகப் பார்த்து நடந்துகொண் டிருந்ததால் நான் அவர் வன்முறையை வெறுப்பவர் என்று நினைத்தேன். மேலும் சூடான பானங்களை விரும்பமாட்டார் என்றும், காரமான உணவு வகைகளைத் தவிர்ப்பவர் என்றும் ஊகித்தேன். அதிகநேரம் உறங்குபவர், மெதுவான சூடுடைய நீரைப் பயன்படுத்துவர்... இப்படி இப்படி இவரது மனம், ரசனை, குணவிசேஷங்கள், உடல்கூறு என்றெல்லாம் ஊகம் செய்ய ஆரம்பித்தேன்.

இவருக்கு நாவல் படிக்கும் குணமிருந்தால் தாஸ்தவ்ஸ்கியின் 'குற்றமும் தண்டனையும்' நாவலில் வரும் ராஸ்கோல்னிக் கோவின் தங்கையைப் பிடிக்கும் என்றும் நினைத்தேன்.

அப்போதுதான் அவரது வலது காலில் பெருவிரல் இல்லாத தைக் கவனித்தேன். அதனால் ஒரு செயற்கை நடையை ஏற்படுத்தி யிருக்கிறார். அதுதான் அவருடைய நடைக்கு ஒரு தனித் தன்மையைக் கொடுத்தது, எனக்கு ஒரு கவர்ச்சி அளித்தது என்று கருதினேன்.

இப்போது அவருக்கு மிக அருகில் அவரை நான் பின் தொடர்ந்தேன். நான் அணிந்திருந்த புதிய ஷூவின் ஓசை அவருக்கு நிச்சயம் கேட்டிருக்க முடியும். ஏன் என்னைத் திரும்பிப் பார்க்காது நடக்கிறார்? ஒருவேளை நான் இப்படித் திருடன் போல அவரைத்

தொடர்ந்து இந்தத் தாங்கமுடியாத வெயில் காலத்தில் அவர் பின்னால் நடப்பதை அவர் அங்கீகரிக்கவில்லையோ என்று கருதினேன். என்ன இருந்தாலும் அவர் எங்குப் போகிறார் என்று கண்டுபிடித்து விடவேண்டும் என்ற என் ஆசையிலிருந்து எனக்குத் தப்ப முடியவில்லை என்பதுதான் உண்மை.

விஜயாவோ, அம்மாவின் நினைவோ, இப்படிப்பட்ட எதுவும் எனக்கு இப்போது முக்கியமான விஷயங்களாகப்பட வில்லை. அப்போது திராட்சைத் தோட்டத்தின் ஓரப்பகுதிக்கு வந்திருந்தோம். இடையில் ஓர் ஓடை வந்தது. சிறிய ஓடை, அதில் கொஞ்சம் தெளிந்த நீர் ஓடிக்கொண்டிருந்தது. அதில் இறங்கிக் காலைத் தண்ணீருக்குள் வைத்து ஒருகணம் நின்று மீண்டும் நடந்தார். ஆனால், என்னைத் திரும்பிப் பார்க்கவில்லை. அவர் அணிந் திருந்தது ஒரு ரப்பர் ஸிலிப்பராகையால், நீர் ஒட்டிய மணலுடன் இருந்த ஸிலிப்பரிலிருந்து நீரும் மண்ணும் அவர் அணிந்திருந்த மெல்லிய சேலையிலும் அந்தச் சேலைக்குள் அவர் அணிந்திருந்த வெள்ளைநிற பாவாடையிலும் படாதவாறு சேலையையும் பாவாடையையும் சற்றுத் தூக்கிப் பிடித்தவாறு மெதுவாக நடந்தார். நான் ஷூ அணிந்திருந்ததால் அந்த நீரோடையைத் தாண்டிவிடலாம் என்றும் நீருக்குள் அவரைப் போல கால் வைக்கக்கூடாது என்றும் எண்ணிக்கொண்டு ஓடைக்கு அருகில் வர, ஓடையின் இரண்டு சிறு கரைகளுக்கும் நடுவில் ஒரு பெரிய கல் கிடந்தது கண்டேன். சுமார் மூன்று அல்லது நான்கு அடி அகலமுள்ள ஓடையாகையால், அந்தக் கல்லில் ஒரு காலை வைத்து மறுகரைக்கு அடுத்த காலை வைக்கும் முன்பு அழகிய மீன்கள் அந்த ஒடையில் ஓடியதைக் கண்டேன். மீன்களைப் பார்க்கும் என் வழக்கமான ஆசையைக் கட்டுப் படுத்திக்கொண்டு அமலாவை மீண்டும் தொடர்ந்தேன்.

அப்போது அமலா ஒரு செங்கல் கட்டிடம் இருந்த திசையில் திரும்பினார். அந்தச் செங்கல் கட்டிடத்தில் வெளிப்பகுதி பூசப் படாமல் செங்கல் உள்ளே இருப்பது தெரியும்படி இருந்தது. ஒருவேளை இன்னும் கட்டி முடிக்கப்படாத கட்டிடமாக இருக்கலாம் என்று கருதினேன். அந்தக் கட்டிடத்தைத் தவிர வேறு எந்தக் கட்டிடமும் இல்லாத பகுதியில் வீடு எடுத்துத் தங்குகிறாரே இந்தப் பெண் ஆசிரியை என்று நினைத்துக்கொண்டேன். தனது கையில் இருந்த பையிலிருந்து ஒரு சாவியை எடுத்து எளிதாகக் கதவைத் திறந்தவர், இப்போது தூரத்தில் நடந்து வருகிற என்னைத் தலையை உயர்த்திப் பார்த்தது தெரிந்தது. கதவைப் பூட்டாமல்,

வீட்டின் இருளுக்குள் மறைந்தார். சற்று நேரத்தில் நான் அந்த வீட்டின் வாசலுக்குப் போய் சேர்ந்தேன். கதவைத் தட்டினேன். உடனே கதவுக்கு வந்தவர், 'ப்ளீஸ் கம்' என்று முகத்தைச் சிரிப்பாக வைத்தபடி வீட்டுக்குள் கைகாட்டினார். உள்பக்கம் பார்த்தபோது அது ஒரு புதிய வீடு என்பதறிந்தேன். வீட்டுக்குள், வலதுபக்கம் இருந்த நீண்ட ஹாலுக்குள் நான் போய் அமர்ந்தேன். அதிக ஃபர்னிச்சர்கள் இல்லாவிட்டாலும் இருந்த ஓரிரு பொருள்கள், அமலாவின் ரசனையைக் காட்டின. இசைமேதை ரவிசங்கர் காலண்டர் ஒன்று தொங்கியது. டீவியை அழகான ஒரு எம்பிராய்டரி வேலைப்பாடுள்ள துணி மூடியிருந்தது. தரையில் மார்பிள் போடப்பட்டிருந்தது. அதன்மேல் ஒரு கார்ப்பெட் கிடந்தது. நான் ஒவ்வொரு பொருளாகப் பார்த்துக்கொண்டு இருக்கையில் ஜீன்ஸ் பேன்ட் போட்டு, லூசான சட்டையை லூசான மார்பகங் களின் மேல் அணிந்தபடி என் முன்பு வந்து நின்றார் அமலா.

'தாங்க் யு' என்று எழுந்துநின்று சிரித்தேன். கை நீட்டலாமா என்று எண்ணினேன். அவர் கையை நீட்டாததால் நானும் கையை நீட்டவில்லை.

'எதற்கு?'

'அந்த ஓடையில் கால்களை நனைத்துக்கொண்டதற்கு.'

'தமாஷாகப் பேசுகிறீர்கள்' என்று சொல்லி, 'உங்களைப்பற்றி தெரியாது என்று காட்டிக்கொள்ள மாட்டேன்.'

'நீங்கள்தான் அங்கேயே சொல்லிவிட்டீர்கள், விஜயாவின் தோழி என்று.'

'உங்களைப்பற்றி விஜயா நிறைய சொல்லிக்கொண்டிருப்பாள் என்பது உண்மை.'

'மிக நல்ல தனியான வீடு.'

'ஆமா. துபாயில் இருப்பவர் ஒருவர் கட்டியது. வாடகைக்குக் கேட்டேன், கொடுத்தார். ஒரு இன்ஜினியர். என் நண்பரும்கூட.'

நண்பர் என்று கூறியபோது கண்கள் மின்னின. நான் அமலாவின் ஸிலிப்பரில்லாத கால்களைப் பார்த்தேன். அதனைக் கவனித்தவர், 'என் இந்த விரலில்லாத அங்கஹீனத்தைப் பார்க்கக்கூடாது நீங்கள்' என்றார்.

'ஸாரி' என்றேன்.

'அப்படி யாராவது பார்க்கும்போது, என்னை யாரோ அம்மணம்

ஆக்கிப் பார்ப்பதாகப்படும் எனக்கு.'

மீண்டும் சிரித்தார். தலையைக் கலைத்துவிட்டிருந்தார். நகங்களில் நெயில் பாலிஷ் கச்சிதமாகப் போடப்பட்டிருந்தது போலவே கை எந்த வளையல்களும் இல்லாததாகக் காணப்பட்டது. அவரை அறியாமல் ஜீன்ஸால் பெருவிரல் இல்லாத காலை மறைக்க முயன்றுகொண்டிருந்தார்.

'தப்பாக நினைக்கமாட்டீர்களென்றால், ஒரு கேள்வி.'

'நிச்சயம்.'

'ஏன், நான் உங்களைத் தொடர்ந்து வருவது தெரிந்தும் என்னைத் திரும்பிப் பார்க்கவில்லை நீங்கள்?'

'ஓ! அதைச் சொல்கிறீர்களா?' மீண்டும் ஓவென்று சிரிப்பு. நீண்ட கழுத்து பின்பக்கம் சாய்த்துச் சிரித்தார். கொத்துக் கொத்தான தலைமுடியை வலது கையால் பின்பக்கம் தள்ளினார். அவரே முகத்தை ஒரு கணத்தில் சீரியஸாக்கிக் கொண்டு கேட்டார். குரல் கிசுகிசு பேசுவதுபோல மெதுவாக ஆனது.

'டியர் சந்திரன், என்ன பதில் எதிர்பார்க்கிறீர்கள்?'

மீண்டும் அதே கலகலப்பு. கழுத்து பின்பக்கம் சாய்வது, தலைமுடியை வலது கை பின்பக்கம் தள்ளுவது, கண்களில் ஒரு எல்லை இல்லாத துடிப்பும் ஆழமும். இவை அந்தப் பெண்ணின் பின்னணியை, இந்தச் சிறிய ஊரில் எனக்கு வித்தியாசமாகக் காட்டின.

எங்கிருந்தோ பிரளயம் போல் வந்த வேதனை என்னை பிய்த்துத் தின்னவருவது திடீரென்று புரிந்தது. நான் இந்தப் பெண்ணிடம் அமர்ந்து என்ன செய்துகொண்டிருக்கிறேன் என்று தோன்றியது.

'ஸாரி, அமலா. யு நோ, என்னுடைய துக்கம். அதற்கிடையில் தான் இப்படி வந்து பேசிச் சிரித்துக்கொண்டிருக்கிறேன். என்றைக்கும் தவிர்க்க முடியாத வேதனையைச் சுமந்துகொண்டு இருப்பேன்! என்றைக்கும்!'

'ஸாரி, சந்திரன், என்னைமீறி நான் சிரித்துக்கொண்டிருக்கிறேன் உங்களிடம். ஐ அம் ரியலி ஸாரி. வீட்டுக்கு முதன்முதலாக வந்திருக்கிறீர்கள். ஏதாவது குடிக்க கொடுக்க வேண்டும். விஜயா, உங்களுக்கு எப்படி மனைவியோ அது போல் எனக்கு சிநேகிதி. ஒருவகையில் அவளைப்பற்றி நன்கு தெரிந்தவள் நான்.' நன்கு என்ற சொல்லை அழுத்திப் பேசினார்.

எழுந்தார். அவருடைய விளையாட்டுப் பேச்சைத் திடீரென்று நிறுத்தியிருக்கக் கூடாதோ என்று என்னையே கேட்டுக் கொண்டேன். அவரைப் பார்த்ததில் என் துக்கத்தையும் விஜயாவின் நினைப்பையும் மறந்தேன். அப்படிப்பட்ட சக்தி இந்தப் பெண்ணுக்கு இருக்கிறதென்று நினைத்தேன். அவர் உடல் உறுப்புக் களின் ஒவ்வொரு அசைவும் என்னை வெகுவாகப் பாதித்தன. இவரை, விஜயாவைப் பார்க்கும்முன் சந்தித்திருந்தால் மனைவி யாக்கிக் கொண்டிருப்பேன் என்ற எண்ணத்தை எனக்குத் தடுக்க முடியவில்லை. இந்த மாதிரி நான் நினைத்துக்கொண்டு இருக்கும் போது எனக்கு குளிர்பானமும், அவருக்குத் தேநீருமாக வந்தார்.

'நீங்க விஜயா நினைப்பில் துக்கத்தோட இருக்கிறீங்க. அதனாலே நான் அதிகம் எதுவும் பேசக் கூடாது' என்றபடி எனக்கு கூல் டிரிங்ஸைக் கொடுத்துவிட்டு அவர் தேநீரை மெதுவாக உதடுகளில் வைத்து உறிஞ்சினார்.

'உங்க பின்னாலே நடந்து வரும்போது ஏதேதோ உங்களைப் பற்றி நினைத்தேன் என்பதுதான் உண்மை' என்றேன்.

'நான் பிறந்தது வளர்ந்தது எல்லாம் மும்பை என்று இப்போது அழைக்கப்படும் பாம்பே. அதனால் சற்று வித்தியாசமாக வளர்க்கப் பட்டவள் நான்' என்று சொன்னார்.

அவரது விரலில்லாத காலைப் பார்த்தேன். அதை அவரும் கண்ணுற்றார். ஆனால், முன்புபோல் ஜீன்ஸால் இழுத்து அந்தக் கால் விரல்களை மறைக்க இப்போது சிரமப்படவில்லை.

'நீங்க தங்கியிருக்கிற இடம் எந்த மாதிரியானதாக இருக்கும்? அதைப் பார்க்கவேண்டுமென்று ஏனோ திடீரென்று தோன்றிற்று. என்ன உந்துதல் என்று தெரியவில்லை. அப்படிப்பட்ட ஓர் உந்துதல், அதனால்தான் உங்கள் பின்னால் நடந்து வந்தேன். நான் எந்தப் பொய்யையும் இந்தத் தருணத்தில், என் வேதனை யான இந்த நாட்களில் சொல்லக் கூடாது, அப்படிச் சொன்னால், மகாபாவம். எல்லாம் உங்களிடம் கொட்ட வேண்டும் என்று தோன்றுகிறது. வருகிறேன்' என்று எழுந்தேன்.

அவர் முகம் இருண்டது. அவர் எழவில்லை. அப்படியே அமர்ந்திருந்தார். அவர் காலின் விரலற்ற இடத்தைப் பார்க்காமல் என்னால் எழ முடியவில்லை.

அவர் கண்கள் என் கண்களுக்குள் எதையோ தேடின.

‘இனி, நீங்கள் என் காலின் விரலில்லா அங்கஹீனத்தை எவ்வளவு நேரம் வேண்டுமென்றாலும் பார்க்கலாம்’ என்று கூறியபடி அப்படியே அமர்ந்திருந்தார். தலை குனிந்திருந்தது. மெதுவாகக் கண்களை உயர்த்தி நான் புறப்படுவதைப் பார்த்தார்.

நான் அதிர்ச்சியடைந்தாலும், என் உணர்வுகளைக் காட்டிக் கொள்ளக் கூடாதென்பதில் உறுதியாக இருந்தேன்.

அவர் கண்கள் குளமாகியிருந்தன.

அமலா, எழும்பவோ என்னை வழியனுப்ப வாசல்வரை வரவோ இல்லை. என் ஷூவுடன் அந்தப் பாதையில் நடந்த ஓசை எனக்குக் கேட்கும்படி வந்த அதே வழியாக வேகமாக விரைந்து நடந்துகொண்டிருந்தேன். ரயில்வே ஸ்டேஷனுக்குச் சென்று சேர்ந்தபோது, வழியில் இருந்த ஓடையை கடந்ததும், அதில் ஓடிய மீன்களை பார்க்காததும், ரொம்ப தூரம் நடந்தபின் ஞாபகத்தில் வந்தன.

இப்படிப் பல நினைவுகளோடு இருந்த என் மனதை உறுத்திய விஷயம். நான் கேட்ட, விஜயாவின் பள்ளியில் வேலை பார்த்த உடற்பயிற்சி ஆசிரியர் சம்பந்தப்பட்ட செய்தி. அந்த டீச்சர் அமலா, எனக்கு விஜயா சொல்லியிருப்பாள் என்ற தோரணையில் மெதுவாகச் சொன்னார்...

நான் எதற்கும் விஜயாவின் பள்ளிக்கூடத்திற்குப் போக வேண்டும் என்பதில் முனைப்பாக இருந்தேன். மறுநாள் பள்ளிக் கூடத்தின் தலைமை ஆசிரியரை அவரது வீட்டில் சந்தித்தபோது, அவர் ‘இந்த மாதிரி அரைக் கிராமமாய் இருக்கும் பள்ளிக்கூடத்தில் இதுபோல் நடப்பது வாடிக்கை. எல்லா இளம் வயது ஆசிரியை களையும் பத்தி எழுதறது போல்தான் விஜயா வையும் அந்த உடற்பயிற்சி ஆசிரியரைப் பற்றியும் எழுதிப் போட்டிருந்தாங்க. இதை எல்லாம் யார் உங்களிடம் சொன்னது? ஏன் இந்தத் துக்க சம்பவம் நடந்த நேரத்தில் வந்து விசாரிக்கிறீங்க? இவை சின்ன விஷயங்கள். விஜயா இஸ் சச் எ கிரேட் பர்ஸன், அண்ட் டீச்சர்... த ஸ்கூல் வில் மிஸ் ஹெர்...’ என்றார்.

எனக்கு அந்த உடற்பயிற்சியாசிரியருடன் விஜயா உறவு வைத்திருப்பாள் என்றோ தவறாக வாழ்ந்திருப்பாள் என்றோ கொஞ்சம்கூட சந்தேகம் தோன்றவில்லை. மாறாக, என் அம்மாவும் விஜயா அம்மாவும் வெளிப்படையாகப் பேசாமல் இருக்கும் மர்மம், எதைக் காப்பாற்ற என்பதை அறியத்தான்! விஜயா பற்றிய

ஒவ்வொரு சிறுசிறு தகவல்களையும் சேகரிப்பதில் ஏதோ ஒரு வெறி எனக்குள் தோன்றிவிட்டது. தலைமை ஆசிரியரைச் சந்தித்ததுபோல் வேறு சில வயதான மற்றும் இளைய ஆசிரியர் களையும் தொடர்ந்து சந்தித்து அவர்கள் சொன்ன விஷயங்களை எல்லாம் கவனமாகக் கேட்டேன். இவ்வளவு தூரம் நான் தகவல் சேகரிப்பது தவறு என்று தோன்றவில்லை. இறந்துபோனவளுக்கு நான் செய்யும் துரோகம் இது என்றும் தோன்றவில்லை. என் மொத்த நோக்கம் விஜயா மரணத்திற்கு உண்மையில் என்ன காரணம் என்பதைக் கண்டு பிடிக்க வேண்டும் என்பதுதான்.

எனக்கு அந்த உடற்பயிற்சி ஆசிரியரைப் பார்க்கவேண்டும் போல் இருந்தது. அந்த ஆள் பெயர் அன்பழகன். ஊர் சற்றுத் தூரத்தில் இருந்தது. அந்த ஊருக்குப் போய் இறங்கிப் பெயரைச் சொன்ன போது, ஓரிருவர் என்னை ஒருவிதமாகப் பார்த்தார்கள். வேறு ஒருவர் அந்த இடத்திலிருந்து சுமார் இரண்டு பர்லாங் தூரம் இருக்கும் ஓர் அடையாளத்தைச் சொன்னார். ஒரு டூரிங் டாக்கிஸ் இருக்கிறது, கேட்டால் யாரும் சொல்வார்கள் என்றார். நான் நடந்து டூரிங் டாக்கீஸுக்குப் போனபோது, அங்கொரு சிறு டீக்கடை இருந்தது. வாழைப்பழம் தொங்கியது. கடைக்கு முன்பு கட்டிநின்ற நீரை ஒரு ஆடு நக்கிக்கொண்டிருந்தது. கடைக்குள் இருந்தவரிடம் கேட்டேன்:

'அன்பழகனா? அதோ பார் ரிப்பேர் ஷெட், அதில கேளு ஸார்' என்றார். நான் கார் ரிப்பேர் ஷெட்டில் போய் தலையை நீட்டினேன். கரி படிந்த சிவப்பு பனியன் மட்டும் போட்ட ஒரு சுருட்டை முடி வந்தான்.

'அன்பழகன்?'

'இரு ஸார்!' என்று உள்ளே நடந்தான். இருட்டில் யாரோ உள்ளே சில முகங்கள் தெரிந்தன. யாரும் வரவில்லை. சிவப்பு பனியன் வந்து தொடர்ந்து சில கேள்விகள் கேட்டான்.

'நீ யாரு ஸார்?'

'நான் அயலூரில் இருந்து வர்றேன். பக்கத்தூரில் பள்ளியில படிப்பிக்கிற ஆசிரியரைப் பார்க்க வந்திருக்கிறேன். நான் அந்த ஸ்கூல்ல படிப்பிக்கிற ஒரு டீச்சருடைய கணவன்.'

'என்ன விஷயம் ஸார்?'

'ஒங்கிட்ட சொல்லணுமா?' என் குரலில் சற்று கோபம்

தொனித்ததைக் கவனித்த சிவப்பு பனியன், அவனது அழுக்குப் படிந்த உடைந்திருக்கும் நகங்களைப் பார்த்தான்.

'என்ன ஸார் ராங் ரூட்ல போற? நான் கெட்டவன் ஸார். ஒன்ன மதிச்சு ஸார்ங்கிறேன் இன்னும்.'

நான் ஏதும் சொல்லவில்லை. அமைதியாக நின்றேன்.

'அன்பழகன் உள்ளே இருக்கிறாரா?'

'நீ வந்த விஷயத்த சொல்லு ஸார். கூப்பிட்டுக்கிட்டு வாறேன்.'

'அந்த ஆள பாக்கணும், தம்பி.'

'ஸார் கேளு, அவரு இங்கே எங்களுக்கெல்லாம் வேண்டியவரு. தலைவரு.'

'பாரப்பா! அவரு யாராவும் இருக்கட்டும். நான் அவர பாக்கணும்.'

'எதுக்கு பாக்கணும்?'

'பூப்பந்து ஆடணும் அவரோட' எனக்குக் கோபம் வந்தது.

'ஓ பூப்பந்துதானே... பூப்பந்துக்குக் குமரேசன். அதோ இருக்கிறான். பாஸ்கட் பாலுக்கு நான்... பாரு என் மஸிலு... எங்க தலைவரு அன்பழகன் கிரிக்கெட்தான் ஆடுவாரு! உனக்குக் கிரிக்கெட் தெரியுமா?'

'தெரியும். தண்ணீரில ஆடுவாங்களே! அதுதானே?'

'இல்ல. காத்தில ஆடுவாங்க. தெரியாது?'

நான் கால்களைப் பலமாகத் தரையில் ஊன்றி எதற்கும் தயாராய் நின்றேன். உடனடியாக என்மீது பாய்வார்கள் என்று காத் திருந்தேன். என் உடற்கட்டைப் பார்த்தபோது அவர்களின் முரட்டுத் தனத்துக்கு நான் தாக்குப் பிடிக்கிறவன் என்பது அந்த இளைஞர் களுக்குப் புரிந்திருக்கும். நான் சேகரித்திருந்த செய்திகள் எனக்கு ஊர்ஜித மாயின.

அன்பழகன் என்ற இந்தப் பள்ளிக்கூட உடல்பயிற்சி ஆசிரியன், ஊரில் ரௌடித்தனம் செய்கிறவன். சில அரசியல் பிரமுகர்களின் மெய்க்காப்பாளன்.. பாடிகாட்.. இப்போது அன்பழகனை நேரடியாகப் பார்க்கத்தான் வேண்டுமா என்று தோன்றியது. இந்த இளைஞர்கள் அவன் எப்படிப்பட்டவனாக இருக்கவேண்டுமென்று யூகிக்க இடம் தருகிறார்கள். என் மனைவியினால் ஏற்பட்ட வேதனை இங்கே இந்த ரௌடிகளிடம் என்னைத் துரத்தியிருக்கிறது

என்று நினைத்தேன். ஏதும் சொல்லாமல் புறப்பட்டேன். ஏதோ சொல்லி கிண்டல் செய்தார்கள். நான் பொருட்படுத்தாமல் கிளம்பினேன்.

வழியில் நான் கேள்விப்பட்டது எல்லாம் உண்மை என்று புரிந்தது. இந்த மாதிரி ரௌடிகள் இருக்கும் பள்ளியில் விஜயா வேலை பார்த்தது தவறு என்று நினைத்தேன். அன்பழகன் தானே தன் பெயரை விஜயா பெயருடன் சேர்த்து ஆட்களை வைத்து சுவரில் எழுதியிருக்கிறான் என்பது உண்மைதான்.

நான் பள்ளியில் உள்ள பிறரிடமும் ஆசிரியர்களிடமும் சேகரித்த தகவல்கள் எல்லாம் உண்மையானவைதாம் என்பது நிரூபண மாயிற்று. இப்படி நான் நினைத்துக்கொண்டு திரும்பி நடக்கும் போது, எனக்குப் பின்னால் வேகமாக வந்த பைக் ஒன்று திடீரென்று நின்றது. நான் கவனமானேன். தவிர்க்கவியலாதபடி ஒரு சிறு சண்டை போடவேண்டி வந்துவிடுமோ என்று பயந்தேன்.

'பூப்பந்து விளையாடுவோமா?' என்று கேட்டபடி ஒல்லியான ஜீன்ஸ் பேன்ட் அணிந்த கறுப்புக்கண்ணாடி அணிந்த கறுப்பான ஒருவன் நின்றான். காலில் ஷூ அணிந்து கழுத்தில்லாசட்டையுடன் கால்களை அகட்டி தரையில் நன்கு பதித்தவண்ணம் காட்சி தந்தான்.

'ஆடுவோம்' என்ற நான், எதற்கும் தயார் நிலையில் இருக்க வேண்டும் என எனக்குள் சொல்லிக்கொண்டேன்.

'பெரிய பையா, எனக்கு ஒன்ன பத்தி நிறையத் தெரியும். சொல்லட்டுமா? வருத்தப்பட மாட்டியே?' என்றான் வந்தவன்.

'ம்... கேட்கத்தானே வந்திருக்கிறேன்.'

'உனக்கு என்னைப் பிடிக்காது பெரிய பையா' என்று கூறியபடி, சில சுவடுகள் இடதுபுறமாகவும் வலதுபுறமாகவும் எடுத்து வைத்தான். நான் ரொம்பவும் அலட்டிக்கொள்ளாமல் அதற்குத் தக்க முறையில் காலை பலமாக ஊன்றி சுவடுகள் எடுத்தேன்.

'சொல்கிறேன் கேளு பெரிய பையா. உனக்கு என்கிட்ட இருக்கிற எதையும் பிடிக்காது. என்கிட்ட இருக்கிற பேரை எடுத்து விடுகிறேன். இந்த ஊர்ல தெரியாதவன் ஒருத்தன் இல்ல. என் பேரே எனக்குப் பிடிக்காது. அன்பழகன். சொல்லிப்பாரு... நாக்கில நிக்காது...'

அவனுடன் வந்த ஒருவன் பைக்கைப் பிடித்துக்கொண்டு பாதையின் ஓரமாக நின்றான்.

243

'எத்தனை வேணும்?' என்று கேட்டுக்கொண்டே அடித்தான். தடுத்துவிட்டு நானும் நான்கு முறை அடித்தேன். ஒன்று, இரண்டு, மூன்று என்று அடித்தேன். பலமாக அடிகள் விழுந்தன. திக்பிரமை பிடித்தவன் போல ஆனான். திடீரென்று மௌன மானான்.

'இதோ பாரு, என்னையா அடித்தாய்...?' என்று பைக்கில் ஏறி வேகமாகப் போனான்.

நான் நிதானமாக நடந்து பஸ்ஸுக்குப் போகும் பாதைவரை யாரையும் எதிர்கொள்ளவில்லை.

இப்படி விஜயாவின் பள்ளிக்கூடத்தில் கற்பித்த ஆசிரியர் களிடமும் மற்றவர்களிடமும் இருந்து பெற்ற தகவல்கள் பல்வேறு விஷயங்களை எனக்குத் தெரிவித்தாலும், அவை விஜயா மரணம் பற்றிய புதுத்தகவல்கள் எதையும் தரவில்லை. ரௌடியான உடற்பயிற்சி ஆசிரியன் அன்பழகனோடு நான் நடத்திய சண்டை, எனக்கான ஒரு உளவியல் தேவையாக இருந்ததை அடுத்த நாள் காலையில் எழுந்தபோது உணர்ந்தேன். வேறு எதற்காக அந்த ஊருக்குப் போய் அந்த மனிதனுடன் சண்டை போட்டுத் திரும்பினேன் என்ற கேள்வி எழுந்தது. அவன் என் மனைவிக்குத் தொந்தரவு கொடுக்கமுடியும் என்று காட்டியது தவிர, வேறேதும் ஈடேறவில்லை என்று நினைத்தேன். அல்லது என் இளமைக் காலத்தில் நான் கற்றுக்கொண்டது சண்டைப் பயிற்சிகளை எனக்கே நிரூபித்துக் கொண்டவையாக அன்பழகனோடு நடந்த சம்பவம் அமையுமே தவிர வேறொன்றுமில்லை. இப்படிப்பட்ட நினைவுகளுடன் இருந்த நான் போலீஸ் ஸ்டேஷனில் இருந்துவந்த என் உறவினர் சொன்ன செய்தியால் ஓரளவு மட்டும் தெளிவு பெற்றேன். இது விஜயா செய்துகொண்ட தற்கொலை என்றும், என் அம்மா மருமகள் இப்படிச் செய்துவிட்டாளே என்று ஏற்பட்ட மனநிலைப் பாதிப்பால் தன்னைப் போலீஸ் ஸ்டேஷனுக்கு அழைத்துப் போங்கள் என்றும் கூறினாரே தவிர, அவர் காரணம் என்பதற்காக அல்ல என்று போலீஸ் கருத எல்லாத் தடயங்களும் இட்டுச்செல்கின்றன என்றும் செய்தி வந்தது. இன்று மாலை வந்து அம்மாவைப் போலீஸ் ஸ்டேஷனில் இருந்து அழைத்துப் போகவும் என்ற தகவல் எனக்கு ஓரளவு நிம்மதியை அளித்தது.

ஆனால் அது பூரண திருப்தியைத் தரவில்லை. அதற்குக் காரணம், விஜயா ஏன் தற்கொலை செய்துகொள்ள வேண்டுமென்ற கேள்வி இப்போது பதில் காண முடியாத கேள்வி ஆகிவிட்டது.

அன்பழகன் போன்ற பொறுக்கி ஆசிரியன் ஒருவன் பள்ளிக்கூட சுவரில் அவனோடு சேர்த்து எழுதியதற்காக தற்கொலை செய்து கொள்ளக் கூடியவள் அல்ல விஜயா. இந்த நினைப்பு வந்ததும் பிறகு வேறு என்ன காரணம் என்று இம்மாதிரி பல நினைப்புகளும் தொடர்ந்தன.

அன்று மாலை அம்மாவை வீட்டுக்கு அழைத்துக்கொண்டு வந்தார்கள். மிக மெலிந்து போயிருந்தார்கள். ஒரு சிவப்புப்பூ போட்ட சேலை அணிந்திருந்தார்கள். போய் அவர்கள் அறையில் கதவைப் பூட்டாமல் படுத்துக்கொண்டார்கள். என் உறவினர்கள் அவ்வப்போது பால், பழம், உணவு என்று வற்புறுத்திக் கொடுத்துக் கொண்டிருந்தனர். பத்திரிகைகளுக்குப் புத்திவந்திருந்தது. போலீஸார் கொடுத்த புதிய செய்தியைப் பிரசுரித்தார்கள். பள்ளி ஆசிரியை தற்கொலை மாமியார் கொடுமையால் அல்ல என்பது போல் செய்தி வந்திருந்தது. அது ஓரளவு எனக்கு நிம்மதியைக் கொடுத்தது. என் அம்மாவுக்கு ஏற்பட்ட கெட்ட பெயரை அது போக்கியது என்று எண்ணினேன்.

விஜயா, நான்கூட அறியாத ஏதோ ஒரு காரணத்தை மனதில் கடந்த சில மாதங்களாக வைத்துக்கொண்டு வாழ்ந்திருக்கிறாள். நான் அலுவல் காரணமாகக் கடந்த சில மாதங்களாக அடிக்கடி வெளியூர் போனதால், அவளோடு நேரத்தைக் கழிக்க வாய்ப்பு இருக்கவில்லை. அதனால் அவள் இதுபோன்ற எதையோ என்னிடம் பகிர்ந்துகொள்ளாமல் தன்னையே மாய்த்துக்கொண் டிருக்கலாமோ? அப்படி அவளை, அதுவும் நான்கு மாத குழந்தை யோடு மாய்க்கும் அளவு ஒரு காரணம் இருந்திருந்தால் அது எப்படிப்பட்ட காரணம்? என் மண்டை மீண்டும் சுழல ஆரம்பித்தது. அன்பழகன் போன்ற ஒரு ரவுடி அவளுக்குக் கொடுத்த தொல்லை களை அவள் நினைத்திருந்தால் என்னிடம் சொல்லியிருக்கலாம். அதையும் நான் பிறர் மூலம் தெரிந்து விசாரிக்கவேண்டி இருந்தது. அன்பழகனைப் பற்றிப் போலீஸில் சொல்லலாமோ என்ற எண்ணம் கூடவே எழுந்தது. உடனே, வேண்டாம். இதுபோன்ற சில்லறை விஷயங்களைப் பெரிது படுத்தி இறந்துபோன என் மனைவியின் நினைவுக்கு மாசு கற்பிக்க வேண்டாம் என்று எனக்கு நானே பதிலும் சொல்லிக்கொண்டேன்.

ஆனாலும் போலீஸ் தற்கொலைதான் என்று உறுதியாகக் கூறும்போது, இது தற்கொலைதான், சந்தேகமில்லை. அப்படி

என்றால் எனக்குத் தெரியாத ஒரு காரணம் என் மனைவியிடம் இருந்திருக்கிறது என்று நினைத்தபோது விஜயா என்னை முழுவதுமாக நம்பவில்லையோ! நான் அவள் அன்புக்குப் பரிபூரணமாகப் பாத்திரமாகவில்லையோ என்ற எண்ணம் வந்ததும் என் மனநிலை மாறத் தொடங்கியதை அறிந்தேன். விஜயா மீதான ஈடுபாடு குறையத் தொடங்கியது. மனம் சஞ்சலம் கொள்ள ஆரம்பித்தது. அப்படி நான் தெரிந்துகொள்ளக்கூடாது என்று நினைத்திருப்பாளா அல்லது ஏதாவது காரணம் உண்டு என்பது என் அம்மாவுக்கும் அவள் அம்மாவுக்கும் தெரிந்திருக்குமோ?

உண்மையில் என் அம்மா அந்த மாதிரி போலீஸாரிடம் தன்னை போலீஸ் ஸ்டேஷனுக்கு அழைத்துக்கொண்டு போகச் சொன்னதற்கு வேறு காரணங்கள் இருக்க முடியுமா? போலீஸ் சொல்வதுபோல் அம்மா மனம் பேதலித்து இப்படிச் சொல் கிறாரா? இதுவரை எப்போதும் அம்மாவுக்கு இந்த மாதிரி பிரச்சினைகள் இருந்ததில்லையே! நெருப்பு எங்குப் பற்றினாலும் அதனை அறிந்து சொல்வார் என்ற பண்பு தவிர, வேறு எந்த விஷயத்திலும் 'அப்நார்மலாக' அவர் நடந்துகொண்டதில்லை. என் தந்தை மரணப்படுக்கையில் இருந்தபோது, மூன்று நாட்கள் மௌனமானார். அதன்பிறகு பேச்சு வந்தபிறகு அப்பா பற்றி முற்றிலும் மறந்துபோயிற்று என்று ஒருமுறை கூறினார். சிறுவயதில் இரண்டாம் உலக மகாயுத்தம், கிழக்கத்திய கலாச்சாரங்களுக்குச் செய்த வன்முறையின் ஒரு பகுதி என் அம்மாவின் உருவில் இருந்ததை அவளுடைய பர்மிய முகச்சாயலைப் பார்க்கும் போதெல்லாம் நினைப்பேன். இப்படித்தான் அம்மாவைப் பார்த்து வந்தேன்.

ஐரோப்பாவிற்கு அந்த யுத்தம் செய்த கொடுமை ஒருவகை என்றால் கிழக்கத்திய இந்தியா, பர்மா ஆகியப் பகுதியில் ஏதும் தெரியாத ஒரு குழந்தைக்குச் செய்தது இன்னொரு வகை. இதை எந்த உலக சரித்திர நூலாசிரியனும் எழுதமாட்டான். என் கதையைச் சொல்வதன் மூலம்தான் அதை நான் தெரிவிக்க வேண்டும்.

என் அலுவலகத்துக்குத் தொலைபேசி மூலம் தொடர்புகொண்டு என் தாயுடன் இன்னும் சில நாட்கள் இருக்க விரும்புகிறேன் என்பதைத் தெரிவித்தேன். என் ஊருக்கு வந்து என்னுடைய வாழ்வில் எனக்குச் சம்பவித்த இந்தத் துக்ககரமான சம்பவத்தைத் தனது துக்கமாக அனுபவித்த அந்த நண்பரிடம் சற்றுநேரம்

பேசினேன். மீண்டும் அவருக்கு நன்றி தெரிவிப்பதாகக் கூறி அம்மாவின் பிரமைபிடித்த நிலைமையை விளக்கினேன். 'அலுவலகம் பற்றிக் கவலைப்படாதீர்கள். அங்குச் செய்ய வேண்டியதை நான் செய்வேன்' என்று அந்த நண்பர் கூறினார். எனக்கு மீண்டும் அந்த நண்பர் கண்களில் கட்டியிருந்த இரத்தம் ஞாபகத்துக்கு வந்தது.

ஒரு பர்மிய இரத்தத்திற்கும், தென்னிந்தியனின் இரத்தித்திற்கும் வாரிசான நானும் ஏதேனும் கொஞ்சம் புதுமைகளையும் மனித இனம் காணாத சில கனவுகளையும் சந்தேகங்களையும் கற்பனை களையும் கொண்டிருப்பது சகஜம் தான்.

அன்று என் உறவினர் பெண்கள் அம்மாவைக் குளிப்பாட்டி, ஆடைகள் மாற்றி, உணவு கொடுத்துக் கட்டிலில் படுக்க வைத்தனர். அம்மா இரண்டு மூன்று முறை நான் அங்கும் இங்கும் கடந்து போய்க்கொண்டிருப்பதைப் பார்த்துக்கொண்டிருந்தார். என் தந்தையின் மரணத்தின் கொடூரம் தாங்காது அவரை மறந்து விட்டதன் மூலம் தன் அன்பை அவர்மீது காட்டினார். என்னையும் மறந்துவிட்டாரோ என்ற எண்ணம் ஏற்பட்டபோது என் உடலில் ஏற்பட்ட உதறலைத் தாங்க முடியவில்லை. மீண்டும் மீண்டும் அம்மாவின் அறைக் கதவருகில் போய் நின்றேன். அம்மா சரிந்து படுத்து, கதவை இமை மூடாமல் பார்த்தக்கொண்டிருந்தார்கள். என்னைப் பார்க்கிறார்களா அல்லது தூரத்தில் கதவு இடுக்குகள் வழியாகத் தெரியும் வெளிச்சத்தையும் வானத்தையும் பார்க் கிறார்களா என்று சொல்லமுடியாமல் இருந்தது.

என்னை அவர்கள் மறப்பது என் இருத்தலை அழிப்பதற்குச் சமம் என்று ஓர் எண்ணம் என் மனதை ஆக்கிரமித்தது.

அம்மாவின் பார்வையில் படும்படி கதவருகில் போய் நின்றேன். அவர்கள் கண்ணைத் திறந்து தூங்குகிறார்களோ என்று எண்ணும்படி இருந்தது பார்வை. அந்த வயதாகிக்கொண்டிருக்கும் பர்மிய முகம் என் அம்மாவுடையது. என்னைத் தன் வயிற்றில் பத்து மாதம் சுமந்த தாயினுடையது என்று நினைவுகள் உணர்வின் ஈரத்துடன் என் மனதில் எழுந்தன. அவர்களைத் தொந்தரவு செய்யக் கூடாது என்று கருதி மெதுவாக அழைத்தேன்.

'அம்மா.'

தன் சொந்த இரத்தத்தின் குரல் எங்காவது நாடி நரம்புகளுக்குள் தங்கியிருக்கும். அந்த இரத்தத்தின் ஞாபக அடுக்கில் ஓர் இழையை

இந்தக் குரல் போய் மெதுவாகத் தொட்டதுபோல் கண்களில் ஒரு சலனம். நான் அருகில் கட்டிலில் போய் அமர்ந்தேன். யாரிடமோ சொல்வதுபோல் சொல்ல ஆரம்பித்தார்.

‘எங்கோ தீப்பற்றி எரிகிறது, போய்ப்பார் விஜயா என்று சொன்னேன். ரொம்ப அழகாக, தூரத்தில் தீ நெருப்பு பற்றி எரிகிறது. யாரோ ஒரு பெண். ரொம்ப அழகான தீ அது என்றுதான் எனக்குத் தெரிகிறது. இப்படி ஓர் அழகு தீக்கு உண்டா என்று ஆச்சரியத் துக்குமேல் ஆச்சரியம் எனக்கு! நமக்கென்ன தெரியும்? தீக்கு அழகு இருக்கலாம். ஆனா, இந்தத் தீ அழகானது என்று இத்தனை காலம் நமக்குத் தெரியாமல் இருந்ததே என்றுதான் மனதில் தோன்றுகிறது. எனக்குப் பயம் தோன்றவில்லை. தீ யார்மீது படர்கிறது என்பது பிரக்ஞையில் வரல. தீ அழகாக இருக்கிறது. அவ்வளவுதான் தெரியும். சுவாலை பூ போலப் பரவுகிறது. தீபாவளி சமயத்தில் வாணம் விடுவார்களே! அதுபோல் மேலே மேலே வர்ணம் வர்ணமா வானமெல்லாம் பரவிக்கிட்டே போகிறது. எல்லை இல்லாதபடி வர்ணம் அதன் ஜாலங்களுடன் மேலேறுகிறது. இடையில் ஒரு தடவை இரண்டு கைகள் நெருப்புக்கு இடையில் பரிதவித்துக்கொண்டு முன்னேறுவது போல் படுகிறது. அந்தக் கைகள் நெருப்பிலிருந்து வெளியில் வர முயற்சிக்கவில்லை. இதுதான் நான் பார்த்தது...’

பேசிக்கொண்டே தூங்கிவிடுகிறார்கள் அம்மா. மூச்சு சீராகப் போக ஆரம்பித்தவுடன் கட்டிலில் இருந்து நான் எழும்பும் அடையாளம் தெரியாதபடி மிக மிருதுவாய் எழுந்துகொண்டேன். அம்மாவிடம் எதையும் பேசமுடியும் என்று தோன்றவில்லை. அம்மாவின் செயல்களும் ஞாபகங்களும் சாதாரணமானதாக மாற, இன்னும் சில நாட்களாவது ஆகும் என்று தோன்றுகிறது.

அதுவரை அவரைத் தொந்தரவு செய்யக்கூடாது என்று நினைத்துக்கொண்டு விஜயா எங்கள் வீட்டுக்குப் போகும்போது, தூங்கும் அறையில் போய் நின்று நாலாபக்கமும் பார்த்தேன். அவள் வழக்கமாய் எங்கள் வீட்டுக்கு வரும்போது கொண்டுவரும் பொருட்கள் ஜன்னல் சுவரில் அப்படியே இருக்கின்றன. அவளுடைய கைப்பை ஜன்னலுக்குக் கீழ் இருக்கும் தரையோடு பதிக்கப்பட்டு உள்ள சிறிய மர அலமாரியில் இருக்கிறது. சாவி இல்லாத அலமாரியின் கதவைத் திறந்து அவள் கைப்பையைப் பார்த்துவிட்டு மீண்டும் கதவை மூடினேன்.

ஏதோ நினைத்தபடி மீண்டும் அந்த அலமாரியின் கதவைத் திறந்த நான் அவள் கைப்பையை வெளியே எடுத்தேன். அவள் உடலில் கை வைப்பதுபோல் ஒரு உணர்வு எனக்கு ஏற்படுகிறது. அவள் உடம்பின் மணம் என் மூக்கில் பரவுவது போல் உணர்ந்து கொண்டிருக்கையில், விஜயாவின் உடலுக்கு என்ன மணம் இருந்தது என்று ஒரு கேள்வி தோன்றுகிறது. குளித்துவிட்டு ஷாம்பு போட்ட தலைமுடியை நன்கு உலரச்செய்துவிட்டு வந்து நிற்கையில் சோப்பின் மணம் உடம்பில் அறிந்திருக்கிறேன். அந்த மாதிரி சோப்பு மணமில்லாத போது, என்ன வாசனை அவளுடைய இயற்கையான உடம்புக்கு இருந்தது? வெளியில் இருந்து வரும் போது வியர்வையோடு கூடிய உடம்பின் வாசனை தெரிந்தது. அந்த வியர்வையும் இல்லாதபோது என்ன வாசனை கொண்டிருந்தது அந்த உடம்பு? இன்று இல்லாத அந்த உடம்புக்கு என்று ஒரு வாசனை இல்லையோ..! இப்படி என் எண்ணங்கள் அந்தக் கைப்பையைத் தொட்டவுடன் தோன்றின.

பின்பு, அந்தப் பையைத் திறந்தேன். பென்சில் ஒன்று முழுமை யாகச் சீவப்படாமல் கிடந்தது. ஒரு இங்க் பென்னும் இரண்டு ரீபில்களும். ரீபில் பேனா எதுவும் காணப்படவில்லை. நிறைய காகித ரசீதுகள் மடக்கி மடக்கி சுருள் சுருளாகக் காணப்பட்டன. சற்றுப் பெரிதாக இருந்த, டாக்டர் எழுதிக் கொடுத்த மருந்து பிரிஸ்கிரிப்ஷன்கள் என் கண்களைக் கவரும் முறையில் பிற பிரிஸ்கிரிப்ஷன்களைவிட சற்றே பெரிதாகக் காணப்பட்டன. அவளுடைய கைனக்காலஜிஸ்ட் எனக்கும் நன்கு பரிச்சயமான ஒரு லேடி டாக்டர். அவருடைய கையெழுத்து, பல பிரிஸ்கிரிப்ஷன் தாள்களில் காணப்பட்டது.

அவற்றுக்கிடையில் குழந்தை பிறக்காது என்று விஜயா நினைத் திருந்த வருடங்களில் நானும் அவளும் தொடர்ந்து பல லேபரட்டரி களில் எங்கள் இருவரையும் பரிசோதனை செய்ய எங்களை உட்படுத்திய நாட்கள் என் நினைவுக்கு வந்தன. ஏனோ ஒவ்வொரு தாளாகப் பிரித்துப் படித்துக்கொண்டே வந்தேன். உடனடியாக வேறு ஏதும் வேலை இல்லை என்பதால் செய்திருப்பேன். அதில் ஒரு தாள் மாறுபட்டதாகவும் பெரிதாகவும் இருந்தது. என்னுடைய உடலின் பரிசோதனைகள் பற்றிய குறிப்புகள் இருந்தன. சோதனை செய்த தாள்களையும் விஜயாவே வைத்திருப்பது வாடிக்கை. ஒவ்வொரு தடவையும் நமக்கு இருவருக்கும் எல்லாம் சரியாகத்

தான் இருக்கிறது. உடனடியாகப் பிறக்காவிட்டாலும் அடுத்த கொஞ்சநாளில் பிறக்கத்தானே போகிறது என்பாள்.

இந்தத் தாள்களைப் பார்க்கும்போது எனக்கு ஒரு கற்பனை தோன்றியது. இது வெறும் கற்பனை என்றாலும் என் மனத்தை உறுத்தியது.

அவள் வாங்கி வைத்துக்கொண்ட ஒரு பரிசோதனையின் முடிவு எனக்கு குழந்தை பிறக்கும் வாய்ப்பு இல்லை என்று கூறியிருக்கிறது. நான் புண்படுவேன் என்று அந்தத் தகவலை விஜயா என்னிடம் சொல்லாமல் இருக்கவும் வாய்ப்பிருக்கிறது.

'அந்த நேரத்தில் அவள் கருவுற்றிருந்தால்...?'

இந்தக் கற்பனையின் கொடூரம் எனக்குப் புரிந்த கணத்தில் அவள் கைப்பையில் மீண்டும் தாள்களைத் திணித்து, பையில் ஸிப்பை இழுத்து மூடினேன். இது என்ன குரூரமான கற்பனை என்று நினைத்தபோது உடல் வியர்த்திருந்ததைக் கவனித்தேன்.

பெண்களைப் பொத்திப் பொத்தி இந்தக் கிழக்கத்திய சமூகம் பாதுகாத்ததற்கான காரணம் இப்போது முழுதும் எனக்கு வேறு கோணத்தில் தோன்ற ஆரம்பித்தது. யுத்தங்களால் புற உலகம் அழிக்கப்பட்டபோது குழந்தைகளைத் தாய் தந்தையர் அற்றவர்களாய் ஆக்காமல் இருக்கவும், ஒரு மனித குலத்தைத் தொடர்ந்து இந்தப் பூமியில் வைத்திருக்கவும் பழைய சமூகத்திற்கு வேறு என்ன வழி? கற்பு என்றும், கட்டுபாடு என்றும், கவர்ச்சி என்றும் கருத்தாக்கங்களை இச்சமூகம் உருவாக்கியிருக்கிறது.

இப்படிக் கட்டுக்கடங்காமல் என்சிந்தனைகள் ஓடிக்கொண்டே இருந்தன. எனக்கொன்றும் புரியவில்லை. எனக்கு உண்மை தெரிந்தாக வேண்டும். விஜயாவைத் திருமணம் செய்தவன் என்ற முறையில், அதற்கு உரிமை உடையவன் நான் என்று என் உள்மனம் புலம்ப ஆரம்பித்தது. வேறெதற்கும் தகுதியில்லையென்றாலும், நான் திருமணம் செய்திருந்த பெண் எப்படிப்பட்டவள் என்று அவள் மரணத்திற்குப் பின்புகூட நான் தெரிந்துகொண்டு என் ஜீவிதத்தைத் தொடரவேண்டும். உண்மை என்பது நான்கு ஐந்து பேர் சம்பந்தப்பட்ட விஷயம். அந்த நான்கு ஐந்து பேரும் ஏதோ காரணத்தால் கற்பனையை உண்மையுடன் கலக்க ஆரம்பித்து விட்டால், என் போன்ற ஒருத்தனின் ஜீவியம் எப்படி அர்த்தம் இழந்ததாகிவிடுகிறது? ஒவ்வொரு ஆணும் தன் மனைவியின் வயிற்றில் பிறக்கும் குழந்தை பற்றிச் சந்தேகப்படாமலிருக்க

என்ன வழி? என் காதில் இரைச்சலும், மனதில் வேதனையும் குவிய ஆரம்பித்தன. ஆண்டவா, சிந்திக்கும் திறனை என்னிடமிருந்து நீக்கிவிடு என்று வேண்டிக்கொள்ள விரும்பினேன்.

அப்போது தொலைபேசி அடிக்க, நான் விஜயாவின் கைப்பை யைப் பத்திரமாய் அலமாரியில் வைத்துப் பூட்டிவிட்டுப் போனேன்.

நண்பர் என் அலுவலகத்திலிருந்து போனில் பேசினார். ஒரு வாரம்கூட என் விடுமுறை நீட்டிக்கப்பட்டிருப்பதைச் சொன்னார். மேலதிகாரியிடம் நேரில் என் நண்பரே என் நிலையைப் பேசியதாகவும், விடுமுறை பற்றிக் கொஞ்சமும் கவலைப்படாமல் நான் இங்கிருந்துவிட்டு எப்போது வரவேண்டு மென்று நினைக் கிறேனோ அப்போது வந்தால் போதும் என்றார். அவர் பார்த்துக் கொள்வார். ஒருவர் இன்னொருவருக்காகக் காட்டும் அனுதாபம் என்று நினைத்தேன். இதை நான் விரும்பினேன். அப்போதும் அவர் கண்களில் கிடந்த இரத்தக் கட்டி மீண்டும் ஞாபகத்துக்கு வந்தது.

போனை வைத்துவிட்டு அலமாரிக்கருகில் மீண்டும் போனேன். அலமாரியை மெதுவாகத் திறந்தேன். கைப்பையை எடுத்தேன். எடுத்து என் வலது கையால் மூடியிருந்த ஸிப் வழி பிடித்துக் கொண்டு, இடது கையால் அந்த இடுப்புக்கும் கீழ் உயர முள்ள அலமாரியை மூடினேன். கைப்பையை வீட்டின் அதிக வெளிச்ச முள்ள வராண்டாவுக்குக் கொண்டுவந்தேன்.

ஒவ்வொரு தாளாகப் புரட்டி ஒவ்வொரு தாளையும் வாசிப்பது, பத்திரப் படுத்தி ஒவ்வொரு தாளையும் டாக்டர்கள் உதவியோடு என்ன மருந்து, என்ன பரிசோதனை, பரிசோதனையின் முடிவு, இப்படி ஒரு ஆய்வு செய்து நான் குழந்தைபெறும் தகுதியுடையவன் தானா இல்லையா என்று சோதனை செய்தால் என்ன தவறு? உண்மைக்காக வேண்டி இப்படி ஒரு வேலை செய்தால் என்ன என்று மனதில் கேட்டபோது என் கைகள் நடுங்க ஆரம்பித்தன. நெற்றியில் வியர்வை துளிர்த்தது. என்னுடைய இந்த விபரீதச் செயல் உண்மை யைத் தரலாம். ஒருவேளை அந்த உண்மைதான் குழந்தைக்குத் தகப்பனாகும் உடலியல் குணம் இல்லாதவன் என்று கூறினால், விஜயாவின் குணம் முழுதும் மாசுடையதாக ஆகிவிடுமே! அப்படியென்றால் எத்தனையோ மருத்துவர்கள், எத்தனையோ லேபரட்டரிகள் இருக்கின்றனவே! நான் உயிரோடுதானே இருக் கிறேன். தொடர்ந்து பரிசோதனை செய்துவிடமுடியுமே. உண்மை

கிடைக்குமே! உண்மையைக் கண்டுபிடிக்க இக்காரியத்தைச் செய்ய வேண்டுமா?

அந்த ரௌடியான உடற்பயிற்சி ஆசிரியன் அன்பழகனும் நானும் ஒன்றாகிவிட்டோமே! அவன், சுவரில் ஆட்களை வைத்து எழுதியதும், நான் லேபரெட்டரி பரிசோதனை மூலம் கண்டு பிடிப்பதும் ஒன்றுதானே!

இந்த நினைப்பு என்னை ஆயாசம் கொள்ள வைக்கிறது. என் உற்சாகமெல்லாம் ஒரே நிமிடத்தில் வற்றிப் போய்விடுகிறது. விஜயாவின் கைப்பையின் ஸிப் திறக்காது எங்கள் வீட்டின் முன் அறையில் மேசைமீது இருக்கிறது. விஜயாமீது நான் வைத்த அன்பு எப்பது என்ன? நம்பிக்கைதானே அந்த அன்பின் அடிப்படை. அதற்காக ஒருவர் இன்னொருவரை ஏமாற்ற அதிகாரம் இல்லையே என்று எதிர்தரப்பு விவாதம் என் மூளை யின் இன்னொரு பகுதியில் இருந்து உதிப்பது எனக்குத் தெரிகிறது. சந்தேகப்படாமல் இருக்கவேண்டும் என்கிறார்கள் இறைநம்பிக்கையாளர்கள். அதாவது சோதித்துப் பார்ப்பது விஞ்ஞானியின் காரியம். நம்புவது சாதாரண காதலனின் செயல். காதலனாய் இருப்பதுதான் கடவுள் நம்பிக்கையாளன் செய்வது. இறந்துபோன விஜயாவின் கைப் பையைத் திறந்து எல்லாத் தாள்களையும் சோதித்துப் பார்ப்பதா, வேண்டாமா? என் கைகள் நடுங்க ஆரம்பித்தன. மனத்தில் பிரளயம் தோன்றியது. என் வாழ்வில் இதுநாள்வரை இருந்த சந்தோஷத்தை, நிம்மதியைக் கெடுத்து, எனக்கும் விஜயாவுக்கும் இருந்த தாம் பத்திய வாழ்வின் அர்த்தத்தைத் தலைகீழாக்கும் முடிவு கிடைத்துவிட்டால் அவள் வாழ்ந்த நாட்கள் அத்தனையும் பொய்யாக்கப்படும். அவள் வாழ்க்கையைப் பொய்யாக்குவதா? இதுவரையிலான என் நம்பிக்கையும் எல்லோரின் நம்பிக்கையும் அப்படியே தொடரட்டும் என்று விட்டுவிடுவதா?

அந்தச் சிறிய பை மேசைமீது அப்படியே ஆடாது அசையாது எந்தச் சந்தேகமும் சஞ்சலமுமின்றி இருந்து கொண்டிருந்தது. அதைப் பார்த்து எனக்குப் பொறாமையாக இருந்தது. தொலை பேசி ஒலித்ததோ என்று எழுந்தேன். வெறும் பிரமை.

அமைதியாக அந்தப் பையைக் கொண்டுபோய் அலமாரியில் வைத்து மூடினேன்.

மறுநாள் காலையில் எல்லாம் தெளிவாகியிருந்தன. எனக்கு, இனி எந்தச் சஞ்சலமும் இல்லை. முடிவு எடுத்துவிட்டேன். என்

உறவினர்களிடம் அம்மாவைப் பார்த்துக்கொள்ளுங்கள் என்று கூறினேன். நான் எங்களூரில் இருக்கத் தேவையில்லை.

அலுவலகத்தில் எனக்கு உதவி செய்யும் நண்பரை அழைத்தேன். விடுமுறையை நீட்டிக்க வேண்டாம் என்றேன். இன்றே புறப் படுவதாகக் கூறினேன். ஏன் என்று ஏதோ சொல்லத் தொடங்கினார், என் நண்பர். 'இங்க இனி எனக்கு எந்த வேலையும் இல்லை.'

'ஏன்?' இது அவர்.

'என் வேலைகள் முடிந்துவிட்டன.'

'நேற்று நீட்டிக்கச் சொன்னது?'

'எனக்கு விஷயங்கள் நேற்றுப் புரியவில்லை.'

'சரி உங்கள் விருப்பம்.'

போனை நண்பர் வைத்த ஒலி கேட்டது. இன்று புரிந்துவிட்ட தால் எனக்குத் தொடர்ந்து தீர்மானங்கள் எடுப்பது எளிதாக இருந்தன. புரியாதது புரிந்துவிடுகிறது எவ்வளவு எளிது என்று நினைத்தேன். உள்ளே அம்மாவைப் பார்க்கச் சென்றபோது தூங்கியபடி இருந்தார்கள். தூக்கத்தில் உளறிக்கொண்டிருந்தார்கள்.

'நெருப்பிலயும் மூழ்காமல் இருக்க வேண்டுமானால் காற்றை இழுக்கக் கூடாது. மூச்சைப் பிடித்துக்கொண்டே நெருப்பிலயும் எவ்வளவு நேரம் வேண்டுமானாலும் உயிரோடு இருக்க முடியும். விஜயா, மூச்சைப் பிடிக்கல. அதுதான் காரணம்' - ஏதோ புலம்பிக் கொண்டிருந்தார்கள்.

என் உறவினர்கள் 'அதற்குள்ளே கிளம்புகிறாயா?' என்று கேட்டார்கள். அலுவலகத்தில் பல வேலைகள் என்று அவர் களுக்குச் சமாதானம் சொன்னேன். அம்மா விரைவில் சரியாகி விடுவார்கள். நான் கிளம்பினால், நான் பாதிக்கப்படவில்லை என்பது அவர்களுக்குப் புரியும். அவர்களும் சரியாகிவிடுவார்கள் என்று, கேட்டவர்களுக்கெல்லாம் சொன்னேன். என் உள்மனதும் அப்படித்தான் கூறியது.

ஏதோ ஒன்று இல்லாமல் புறப்படுவதாக நினைத்தேன். எல்லாம் சரியாகத்தான் இருக்கின்றன. பணம் வைக்கும் பர்ஸ், கண்ணில் மாட்டும் கிளாஸ், வாட்ச் எல்லாம் சரியாகத்தான் இருக்கின்றன. ஆனாலும், ஏதோ மறந்து போனதுபோல தோன்றியது.

என் இரண்டு கால்களில் ஒன்று இல்லாமல் நடப்பதுபோல் நினைத்துக் குனிந்து பார்த்தபோது சிரிப்பு வந்தது. புறப்படுகிறேன்

என்று அம்மாவிடம் சொல்லாமல் கிளம்புவது கடினமாக இருந்தது. என் பிறவிக்குக் காரணமான பர்மிய முகம்கொண்ட என் அம்மா மிகச் சீக்கிரம் எழுந்துவிடுவார்கள் என்று என் மனத்திற்கு உற்சாகம் ஏற்படும்படி கூறிக்கொண்டு கிளம்பத் தயாரானேன்.

அப்போது, விஜயா மரணம் பற்றிக் கூறிய அன்று அம்மா கடிகாரத்தைக் காணவில்லை என்று கூறியது திடீரென்று நினைவுக்கு வந்ததால், முன் அறையில் சென்று வாசலுக்கு மேல் என் தலையை உயர்த்திப் பார்த்தேன்.

கடிகாரம் மீண்டும் வந்துவிட்டது என்று எனக்குள் கூறிக் கொண்டேன்.

அந்தக் கடிகாரம் மிகவும் பழையது. தாத்தா பர்மாவிலிருந்து கொண்டு வந்தது. இரண்டு பொருள்கள். ஒன்று இந்தக் கடிகாரம், இரண்டு என் அம்மா. கடிகாரம் வழக்கம்போல், ஓடாமல் அதே இடத்தில் பெண்டுலம் அசையாமல் தொங்கிக்கொண்டிருந்தது. அந்தக் கடிகாரம் ஓடி நான் பார்த்ததில்லை. சிறு வயதிலிருந்தே அப்படித்தான்! ஓடாத கடிகாரம், எங்கள் வீட்டுக்குப் பாது காவலாய் இருக்கிறது.

என் துக்ககரமான வாழ்வைக் கதைபோல அன்னாவின் உதவியோடு ஞாபகப்படுத்தும் ஃபேக்ஸ் மெஷினைப் பார்த்தபடி அமர்ந்திருந்தேன்.

11

நான் கண்ட கனவை மீண்டும் நினைத்துப் பார்த்தேன். அப்போது யாரோ ஓர் எழுத்தாளனின் மேற்கோள்தான் நினைவுக்கு வந்தது.

பரிச்சயமில்லாத அவரது மேற்கோள் எனக்கு மிகவும் பிடித்துப் போனது. 'தண்ணீருக்குள் போன தண்ணீர் போல எனது கனவு மங்கவும் உருகவும் ஆரம்பித்தது.' இவர் ஒரு மேதையாக இருக்க வேண்டும் என்று எனக்குப் பட்டது.

கனவில் ஒரு பெரிய நூலகம் வந்தது. ஏதோ பெயர் தெரியாத ஒரு நாடு அது. பெயர் தெரியாத நாட்டின் நூலகத்தில் இடது புறமும்

வலது புறமும் ஒழுங்காக நூல்கள், அவை அடுக்கப்பட்டிருக்கும் சுத்தமான இடத்தில் எனக்குத் தெரிந்த நிழல் முகம் அஷ்வினியி னுடையது.

அவளும் அதே விதத்தில் என்னை கனவில் கண்டாள் என்பது நிதர்சனமாகப் புரிந்தது.

நானும் அஷ்வினியும் ஒரே நேரத்தில் ஒரே கனவைக் கண்டோம் என்பதை நம்ப சிரமமாக இருந்தாலும் அதுதான் உண்மை.

அஷ்வினி நிஜத்திலிருந்து கொஞ்சமும் மாறுபடாதவளாக இருந்தது போலவே அவளது உரையாடலும் நிஜத்திலிருந்து பிறழாததாக இருந்தது.

வெளிச்சம் கூடியது அந்த நூலகத்தில்! உலகமெங்கும் நூலகமே பரவிக் கிடக்கிறது என்று நினைத்தேன். ஒவ்வொரு நாடும் ஒரு நூலகத்தின் அலமாரி. பெரிய நாடுகள் பெரிய அலமாரிகள், சிறிய நாடுகள் சிறிய அலமாரிகள். எந்தக் குழப்பமும் இல்லாத ஒழுங்குமுறை இது.

'அஷ்வினி நீ அப்படியே இருக்கிறாய்.'

'நீங்களும் அப்படியே இருக்கிறீர்கள். விஜயா அக்கா இறந்து போனது கேட்டு ஒருநாள் அழுதேன். ஜெயிலில் வேறெதற்கும் அழவில்லை.'

'சரி, அது பத்து வருடத்துக்கு முந்தி நடந்தது. நான் எல்லா வற்றையும் மறந்து வேறுவிதமாக வாழ்ந்து கொண்டிருக்கிறேன். உனக்குத் தெரியுமா நான் ஓராண்டாக போலந்து நாட்டின் தலைநகரான வார்ஸாவில் வாழ்ந்துகொண்டு இருக்கிறேன். வார்ஸா ஒரு அழகான நகரம்.'

'நான் ஜெயிலில் நிறைய படித்துக் கொண்டிருக்கிறேன். வரலாறு, பல நாடுகளின் நகரங்களின் தகவல்கள் இவையெல்லாம் படித்துக் கொண்டிருக்கிறேன். எனக்கு வார்ஸா நகரத்தின் சமீபத்திய வரலாறு மிகவும் பிடிக்கிறது. யாரோ ஒரு பயணி, இரண்டாம் உலகப் போரால் வார்ஸா நகரம் ஒரு மயானம் போல் தென்படுகிறது என்று எழுதிய வரி ஒரு கவிதையாகத் தெரிகிறது.'

'அஷ்வினி! திருப்பிச் சொல், என்ன தெரிகிறது?'

'ஒரு கவிதை... க வி தை' என்று அழுத்தம் திருத்தமாகச் சொல்லும் அஷ்வினியின் கீழுதடு சற்று வறண்டு வெடித்திருக்கிறது. ஜெயிலில் அவளுக்கு வாஸலைன் வாங்கிக்கொடுக்க யார்

இருக்கிறார்கள் என்ற நினைப்பு வரும்போது அவள் சொன்ன விஷயம் எனக்கு விளங்கவில்லையோ என்று நினைக்கிறேன்.

தண்ணீருக்குள் தண்ணீர் செல்வது கனவு என்பதால் அஷ்வினி கீழும் மேலுமாக மிதக்கிறாள். உடலில் எங்கும் ஒரு சொட்டுத் தண்ணீர் படவில்லை. என் மனதைப் படித்துவிட்டாள். என் மனது எனக்கு மட்டும் உரியதாக இல்லாததால், அவளுக்கும் என் மனவோட்டம் புரிகிறது.

'புரியவில்லையா?' என்று கேட்டுச் சிரிக்கிறாள். சிரிப்பில் அந்த 19 வயது இளமை மாறாத பெண்ணின் கவர்ச்சியில்லை. அவளுக்கு இப்போது 29 அல்லது 30 வயதிருக்கும். மீண்டும் சொல்கிறாள்.

'கவிதை என்பது தாள லயத்தோடு தான் இருக்கவேண்டும் என்பதில்லை. அர்த்தத்தில்தான் கவிதை அமைந்திருக்கிறது.'

'உனக்கு இப்படி எல்லாம் முன்பு பேசத் தெரியாது. ரொம்ப குறும்புக்காரி. ஞாபகம் இருக்கிறதா? நான் தங்கியிருந்த ஹோட்டலுக்கு நீ உன் ரயிலையும் விட்டுவிட்டுக் கோபத்தைக் காட்டவந்த சம்பவம். சொல் அஷ்வினி. ஏன் அழுகிறாய்?'

'எல்லாம் ஞாபகம் இருக்கிறது. பிரதாப்பை மறக்கமுடியுமா? அவனைப் போல் ஒரு பிரதாப் இங்கே என் நண்பன்... இப்போது... நான் ஒரு கொலைகாரி, தந்தையைக் கொன்றவள்!'

'பழைய கதை எதற்கு? உன் இப்போதைய நண்பனின் பெயர் பிரதாப்பா?'

'அந்தக் கதையை அப்புறம் சொல்கிறேன். உங்களோடு பேச வேண்டுமென்று எவ்வளவு ஆசைப்பட்டேன்? இப்போது வாய்ப்பு ஏற்பட்டிருக்கிறது. இப்போது என் ஆசையை எல்லாம் தீர்த்துக் கொள்கிறேன். பேசிக்கொண்டே இருங்கள், சந்திரன். ஏன் என்னை, ஒரு தடவை கூட ஜெயிலில் வந்து பார்க்கவில்லை? கொலைகாரி...!'

'சாரி அஷ்வினி... சாரி! என் குற்ற உணர்வைக் கிளறாதே. நீ விஜயாவைப் பார்க்க விரும்பவில்லை என்று உன்னைப் பார்க்கவந்த விஜயாவையும் அவள் அம்மாவையும் திருப்பி அனுப்பியதைப் பற்றிக் கேட்டு நீ என்னையும் பார்க்க மாட்டாய் என்று நினைத்தேன்.'

'திருப்பி அனுப்பியது, அவர்களோடு நான் எதைப் பேசுவேன் என்று கருதி. அப்படி ஒரு பைத்தியக்கார எண்ணம் அப்போது

இருந்தது. அதனால்தான் என் அம்மாவை முதல் மூன்று வருடங்கள் நான் பார்க்கவில்லை. அதன் பின்புதான் என் அம்மாவைப் பார்க்கச் சம்மதித்தேன். அதனால்தான் இன்னும் பைத்தியம் பிடிக்காமல் மன ஆரோக்கியத்தோடு இருக்கிறேன். சிறை ஒரு ஆரோக்கியமான இடம். குறைந்தது, நான் இருக்கும் சிறை ஆரோக்கியமான இடம். புதிய ஒரு ஜெயிலராக சங்கர் தயாள் சிங் என்ற ஐபிஎஸ் அதிகாரி வந்தபின்பு எல்லா வற்றையும் மாற்றினார். எல்லாம் அப்புறம் சொல்கிறேன் சந்திரன். சந்திரன், உங்கள் தலையில் முன்பக்கம் இடதுபுறமும் வலதுபுறமும் உள்ள முடி பின்பக்கம் போயிருக்கிறது. காலம் ஓடிக்கொண்டிருக்கிறது. பிரதாப்புக்கு ஒரு அம்மா இருந்தார்கள் இல்லையா?

'அந்தக் குடும்பத்தோடு எனக்கு இப்போது உறவு இல்லை. விஜயா இறந்தபிறகு எனக்கும் அந்தக் குடும்பத்துக்கும் எதற்கு உறவு என்று நினைத்தேன்.'

'ஒருவகையில் சரிதான்' என்று கூறிய அஷ்வினியின் ஆடை களைக் கவனித்தேன். அவை இப்போது மாறியிருந்தன. முன்பு பேன்டும் டிசர்ட்டும் போட்டபடி காட்சி தருவாள். நகைச்சுவை யாகப் பேசுவாள். திடீர் திடீர் என்று கோபப் படுவாள். எப்போது கோபம் வரும், எப்போது அவளுக்குச் சிரிப்பு வரும் என்று கூற முடியாது. ஆண் போல அவளை அவள் அம்மா வளர்திருந்தார்கள். அஷ்வினி என்னைப் பார்த்தபோது பெருமூச்சுவிட்டாளோ என்று நினைத்தேன். இந்தப் பெண் எவ்வளவு மாறிப் போயிருக்கிறாள்?

அவளுக்கும் என் எண்ணங்கள் தெரியும்.

'எனக்காக வருத்தப்படுகிறீர்கள். அது எனக்குப் பிடிக்காது. நான் எதற்காகவும் வருத்தப்படவில்லை. நான் பழசை நினைப்பதே இல்லை. உங்களுக்கு நான் சொல்வதை நம்ப முடிகிறதா சந்திரன்?'

'இல்லை' என்ற அர்த்தத்தில் இடதுபுறமாகவும் வலதுபுறமாகவும் நான் தலையசைத்ததைப் பார்த்து இப்படிச் சொன்னாள்:

'நம்பத்தான் வேண்டும். ஏனென்றால், நான் இப்போது பொய் சொல்லத் தேவையில்லாத இடத்தில் வாழ்ந்து கொண்டிருக்கிறேன். எனக்குப் பொய் சொல்லத் தெரியாது. என் தந்தையைக் கொன்ற விஷயத்தில்கூட என் வக்கீல் என்னிடம் சில பொய்களைக் கூறச் சொன்னார். பிரதாப்பை அது களங்கப்படுத்தும், மாட்டேன் என்று கூறிவிட்டேன். என் அம்மாவும் வக்கீல் சொன்னது போல் அப்படியே சொல்லும்படி விரும்பினார். நான் சிறுபொய்

சொன்னால், இந்தத் தண்டனையில் இருந்து தப்பலாம் என்று வழக்கறிஞர் சொன்னார். 'அப்பாவின் சர்வீஸ் ரிவால்வரில் குண்டு இருக்கிறது என்று எனக்குத் தெரியாது. இவரை மிரட்டத் தான் அப்படிச் செய்தேன். அவர் தூங்கவில்லை. அப்போது அகஸ்மாத்தாகக் குண்டு பாய்ந்தது என்று சொல்' என்றார்.'

'அப்படிச் சொல்ல முடியாது' என்று கூறிவிட்டேன். அந்த வக்கீல் அதனாலேயே என் வழக்கை விட்டுவிட்டார்.

'ஓ காட். அஷ்வினி நீ என்னவெல்லாம் செய்திருக்கிறாய்? ஏன் ஒரு வாழ்க்கையைத் தொலைத்தாய்? வழக்கறிஞர் சொன்னது போலச் சொல்லி, வழக்கிலிருந்து தப்பியிருக்கலாமே! ஏன் உன்னையே நீ தண்டித்திருக்கிறாய்?'

'நோ. நான் செய்தது சரியா, தப்பா என்று இப்போது தெரியல. பிரதாப் செய்த காரியம் அப்போது புனிதமாகப் பட்டது. இப்போது அப்படிப் படல. பிரதாப் அந்த ஆதிவாசிகளோடு சேர்ந்து அரசுக்கு எதிராக ஒரு ஆயுதப் போராட்டம் செய்வதில் ஒத்த கருத்து கொண்டிருந்திருக்கிறான். இப்பொழுது அது ஸ்டுப்பிட்டா படுது எனக்கு. பட், பிரதாப் இன்று உயிரோடு இல்லாததால் ஐ டோன்ட் ஹாவ் த ரைட் டு பாஸ் ஜட்ஜ்மென்ட் ஆன் வாட் ஹி டிட். நான் தவறு ஏதும் செய்யல சந்திரன். ஐ ஆம் வெரி ஹாப்பி. நான் என் வாழ்க்கையைத் தொலைத்ததா நினைக்கவில்லை.'

'சொல் அஷ்வினி. இப்போது உன்னைப் பார்த்துக்கொண் டிருப்பதிலும் நீ சொல்வதைக் கேட்டுக்கொண்டிருப் பதிலும்தான் எனக்கு அர்த்தம் இருக்கிறது. என்னமோ எனக்குத் தெரியல. நீ ரொம்ப முக்கியமானவள் என்று உன்னைப் பார்த்த அந்த முதல் நாள் நினைத்தேன். எத்தனையோ பேரைச் சந்திக்கிறோம். உன்னைப் பாத்தப்பொ தான் நீ அபூர்வமான ஒரு இளம்பெண் என்று எனக்குப் பட்டது. ஏன் எனக்கு அப்படிப்பட்டதென்று தெரியாது. நீ போலீஸ் கமிஷனரின் மகள் என்பது அன்று நீ என் ஹோட்டல் அறைக்கு தடதடவென்று வந்து சென்றபோது தெரியாது. உன் போட்டோ பத்திரிகைகளில் வந்தபோது எனக்கு ஏற்பட்ட அதிர்ச்சி இன்று வரைப் போக வில்லை என்றால் பார்த்துக்கொள். ஆனால், நீ அப்படித்தான் செய்வாய் என்று நினைத்தேன். உன்னைப்பற்றி என் மனதில் ஏற்பட்ட விளக்கமுடியாத அந்தச் சித்திரம் அதைத் தான் சொன்னது.'

நான் நிறுத்தினேன். அஷ்வினியின் அழகான பெரிய கண்களில்

அந்தப் பல ஆண்டுகளுக்கு முன் பார்த்த 19 வயதுச் சிறுமியின் கண்களில் இருந்த ஒளி இப்போது இல்லாவிட்டாலும் அந்தக் கண்களின் சுழற்சி, சிரிப்பு இவையெல்லாம் இன்னும் பழைய அஷ்வினி அப்படியே இருக்கிறாள் என்பதையே காட்டியது.

'என் கண்களை இப்போதும் உங்களுக்குப் பிடிக்கிறது. அப்படித்தானே! அப்போதும் முதல் தடவை சந்தித்தபோது, என்னடியம்மா இப்படி ஒரு அழகான கண்ணை நான் எங்கும் பார்த்ததில்லை என்று சொன்னீர்கள்.'

'உனக்கு நான் யோசிக்கும் முறை தெரியும் என்பது எனக்குத் தெரியும். நாம் இருவரும் ஒரு கனவைக் காண்கிறோம்.'

'ஆம்' என்பது போல் தலை ஆட்டியவள் சொன்னாள்:

'சங்கர் தயாள் சிங் பற்றி உங்களுக்குச் சொல்லவில்லை. நான் சந்தித்த போது அவருக்குப் பிரதாப்பின் வயது. ஐபிஎஸ் அதிகாரியாக வந்திருந்தார். என்னைப்பற்றி முன்பே கேள்விப் பட்டிருப்பார் போலிருக்கிறது. ஜெயிலராக வந்த முதல் நாளே என் அறையில் வந்து ஆங்கிலத்தில் 'எப்படி இருக்கிறீர்கள்? என் பெயர் சங்கர் தயாள் சிங், புதிய ஜெயிலர்' என்று அறிமுகப் படுத்தினார். நான் இரு கைகளையும் இணைத்து வணக்கம் என்று சொன்னேன். சங்கர் தயாள் சிங்கைப் பார்த்ததும் எனக்கு அன்று முழுதும் பிரதாப்புடன் நான் கழித்த ஒவ்வொரு கணமும் மீண்டும் உயிர்பெற்று எழுந்தன. எப்படி பிரதாப் நகத்தைக் கடிப்பான் எப்படி அடிக்கடி அவனது இடதுகையின் கடைக்குட்டி விரலைத் தடவிக்கொண்டே இருப்பான். எப்படி அவன் உதடுகள் ஒட்டி அழகாக இருக்கும்... இப்படி இப்படியே பிரதாப்பை நினைக்க ஆரம்பித்தேன். ஒவ்வொரு சிறு விஷயமும் எனக்கு நினைவுக்கு வந்தது. அப்போது எனக்குச் சிறைத்தண்டனை முடிவாகி சுமார் இரண்டு வருடங்கள் ஆகியிருந்தன. நான் மன அளவில் ஓரளவு உடைந்துபோன நாட்கள். எந்த உயிர்ப்பிராணியும் என்னைப் போல ஒரு காரியம் செய்து, இதுபோன்ற சூழலை அனுபவிக்க நேர்ந்திருந்தால் அடையக்கூடிய தர்க்கரீதியான மனநிலை அது. அப்போதுதான் ஜெயிலராக சங்கர் தயாள் சிங் இங்கு வந்தார். நானும் சிங்கும் சந்தித்தது அவர் வந்த இரண்டாவது வாரம். கொஞ்சம் திமிராக நடந்துகொண்டேன். அப்போது அவர் பற்றி எல்லோரும் பேச ஆரம்பித்திருந்தார்கள். புதிய புதிய கருத்துக்கள் கொண்ட ஜெயிலர். இங்குள்ள ஒவ்வொரு வரையும் என்னைப் பார்த்ததுபோல் சந்தித்திருக்கிறார் என்பதே

எல்லோருடைய பேச்சாக இருந்த சூழ்நிலை அது. அவரைச் சந்தித்த அன்று, ஏன் பிரதாப்பைப் பற்றி நினைப்பு வந்ததென்று புரியல. நான் இரண்டாவது வாரம் அவரைச் சந்தித்தபோது நடந்து கொண்ட முறை பிறகு எனக்கே பிடிக்கவில்லை.'

'அஷ்வினி, எப்படி இருக்கீங்க?'

'நன்றாக இருக்கிறேன்.'

'அப்படித் தெரியவில்லையே! எப்போதும் உங்கள் முகத்தில் ஒரு துக்கம். ஒரு இறுக்கம். ஜெயில் என்பது இந்தச் சமூகத்தின் ஒரு பகுதி. வெளியில் எப்படிச் சந்தோஷமாக இருப்பார்களோ அப்படியே இங்கேயும் சந்தோஷமாக இருக்க முடியும், இருக்க வேண்டும். உங்கள் முகத்தில் ஒருநாள்கூட சந்தோஷத்தைப் பார்த்ததில்லை நான். வெளியில் இருப்பவர்கள் எல்லாம் நல்லவர் என்று நினைக்காதீர்கள்' என்று கூறிவிட்டு, ஹ... ஹ... என்று வழக்கம்போல் சிரித்தார்.

'நான் ஏதும் சொல்லாமல் தலையைத் திருப்பி எங்கோ பார்த்த படி நின்றுகொண்டிருந்தேன். அதன்பிறகும் ஏதாவது வாய்ப்பு வரும்போது என்னிடம் ஓரிரு வார்த்தைகள் பேசாமல் போவ தில்லை, சிங். எனக்கும் பிற கைதிகள் போல் அவர்மீது மெது மெதுவாக மதிப்புக் கூடிக்கொண்டே வந்தது. ஆனால், என் மனத் திற்குள் இருந்த ஏதோ ஒன்று கரையவில்லை என்ற எண்ணத்தில் இருந்து எனக்கு விடுபட முடியவில்லை. பிறருடனோ அம்மா வுடனோ சகஜமாக இருக்க முடியவில்லை. என் முகம் இருள் ஏறிக் கிடக்கிறது என்று எண்ணுவதிலிருந்து தப்ப முடியவில்லை. அப்படிப்பட்ட ஒருநாள் ஜெயிலரின் அறையைப் புதிய முறையில் அமைக்க ஆட்கள் வந்தார்கள். யாரோ இன்டீரியர் டெக்கரேட்டிங் செய்யக்கூடியவர்கள். ஜெயிலர் சிங் என்னை அழைத்து அவர் களிடம் அஷ்வினி என்று மட்டும் அறிமுகப்படுத்திவிட்டு, இந்த அறை எப்படி இருக்க வேண்டுமென்று இவர் சொல்வார். இவர் சொல்கிறபடி ஓவியம் எங்கு இருக்க வேண்டும். ப்ளவர் பாட் எங்கிருக்க வேண்டும் என்று அமைத்து இந்த அறையை அழகு படுத்துங்கள் என்றார்.'

'எனக்கு, என்னை எதற்கு இதில் ஈடுபடுத்துகிறார் என்று எரிச்சலாக இருந்தது. நானும் என்னுடைய இருண்ட உலகமும், ஒதுங்கி இந்த உலகின் ஒளிபடாத ஒரு மூலையில் இருந்துவிட்டுப் போகிறேன் என்று எண்ணினேன். என் உலகில் நுழைய இந்த

ஜெயிலர் யார்? இவர் இதுபோன்ற காரியங்களுக்கு என்னை அழைக்காமல் இருந்தால் சரி என்பதுபோல் நினைத்தேன். பேசாமல் நின்றேன். அந்த இன்டீரியர் டிசைனர்கள் அவர்கள் பாட்டுக்கு ஏதோ செய்து விட்டுக் கிளம்பினார்கள். ஜெயிலர் அங்கு இல்லாதது எனக்கு இன்னும் எரிச்சலைக் கூட்டியது.'

'பிறர் மூலம் நான் நடந்துகொண்ட விதம் பற்றித் தெரிந்திருப்பார். இனி எதற்கும் என்னை அழைக்கமாட்டார் என்று நினைத்தேன். அப்போதே அவர்மீது ஒரு மதிப்பு ஏற்பட ஆரம்பித்தது.'

'ஒருநாள் என்னை அழைத்து, இந்த ஜெயிலின் காம்பவுண்டு ஓரமாக 'வாக்' போகலாமே என்று கேட்டார். நான் 'சரி' என்றேன். இருவரும் நடக்க ஆரம்பித்தோம். என் இருண்ட மனம் எதையும் எதிர்பார்க்காத பாவனையில் இருந்தது.'

'நான் இந்த ஜெயிலுக்கு வரும்முன்பே உங்களைப் பற்றி பேப்பர்களில் படித்தேன்.'

நான் என் கண்களை உயர்த்தி அவரைப் பார்த்தேன். அந்த முகத்தில் வெறுப்பில்லை என்பது எனக்கு ஆறுதலாக இருந்தது. காம்பவுண்டு ஓரமாக நிறைய அழகு அழகான பூந்தோட்டம் இருந்தது. ஒரு அழகான பூவைப் பார்த்தபடி சொன்னார்:

'பெண்களுக்கு வழக்கமாகப் பூக்கள் பிடிக்கும். உங்களுக்கும் பிடிக்கும் இல்லையா?'

'ஆமா.'

'பின் ஏன் உங்க கூந்தலில் ஒரு பூ கூட இல்லை?'

நான் என் உதடுகளைச் சற்று இறுக்கினேன். ஏதோ விளக்க முடியாத உணர்வுகள் என்னைக் கட்டுக்கடங்காத முறையில் ஆக்கிரமித்தன.

'பூ பற்றிப் பேசற ஜெயிலர் வித்தியாசமானவர்' என்றேன். என் உதடுகள் இறுகியே இருந்தன. என் முகத்தைப் பார்த்துச் சிரித்தார். ஆனாலும் நான் சிரிக்கவில்லை. எப்போதும் போல் இறுகிய உதடுகளை இறுக்கியபடி நின்றேன்.

இன்னும் இந்த ஜெயிலில் நிறைய பூக்கள் உருவாக்க முடியும் என்று கூறியபடியே மேலும் நடந்தோம். அது காலையில் ஒரு ஒன்பது மணி இருக்கும். புற்களில் நிறைய பனி இருந்தது. காம்பவுண்டை ஒட்டி தொடர்ந்து பூந்தோட்டம். மஞ்சள்பூக்களாக ஓரிடத்தில் இருந்தன. அந்த இடத்தில் சூரியன் சுள்ளென்று

பிரகாசித்தது. மஞ்சள் பூக்களில் வண்ணாத்திப் பூச்சிகள் எங்கிருந்தோ வந்து மொய்த்தன. ‘இந்த இடத்தில் இருக்கும் இந்த மஞ்சள் பூக்களை ரசிப்பது உங்களுக்குப் பிடிக்குமா?’ என்று கேட்டார்.

‘ம்...’ என்று நான் கூற, அங்கிருந்த ஒருவரிடம் இரண்டு நாற்காலிகள் கொண்டுவரக் கூறினார். நான் ஏதும் சொல்ல வில்லை.

‘நீங்க டாக்டராக முடியவில்லை என்று எப்போதாவது வருத்தப் பட்டிருக்கிறீர்களா?’

‘நீங்கள் ஒரு ஜெயிலரிடம் பதில் சொல்லும் மனநிலையில் இல்லை என்பது எனக்குத் தெரிகிறது அஷ்வினி. நமக்கு இருவருக்கும் இப்போது ஒரே மனது. உங்களுக்குத் தோன்றுவது எனக்கும் தோன்றும்’ என்றேன் நான். ‘ஆமா சந்திரன்’ என்று சொல்வாள் என்று எதிர்பார்த்தேன். அவள் ஏதும் சொல்லவில்லை.

தொடர்ந்து சிங் சொன்னார்:

இந்த மஞ்சள் பூக்கள் எனக்கு ரொம்பப் பிடிக்கும். முதலில் நான் இப்போது நீங்கள் இருப்பது போல, ஒரு மக்கு போல இருந்தேன்’ என்று குறும்பாகக் கூறிவிட்டு என்னைப் பார்த்தார். அவரது அதிகமாக ரோமம் வளர்ந்த கையின் முட்டுவரை மடக்கி விட்டிருந்த, நன்றாக இஸ்திரி போடப்பட்ட காக்கிச் சட்டையைப் பார்த்துவிட்டு இலேசாகச் சிரித்தேன்.

‘பஞ்சாபில் எங்கள் கிராமத்தில் இருந்த ஒரு சீக்கியமதப் போதகர் ஒருமுறை பூக்களை எப்படிப் பார்ப்பது என்பதைக் கற்றுக் கொடுத்தார். அதன் பிறகு பூக்களை எப்படிப் பார்ப்பது என்பதை மறக்கவே இல்லை நான்.’

இது சற்று ஆச்சரியமாக இருந்தது எனக்கு. என் முகத்தில் இருந்த உணர்வை சிங் கண்டுகொண்டது புரிந்தது. சிங் தொடர்ந்தார்...

‘ஆமா அஷ்வினி, பூக்களைப் பார்க்க நமக்குத் தெரியல. சிலருக்குத்தான் தெரிந்திருக்கிறது. அப்படித் தெரிந்தவர்களில் ஒருவர் அந்தச் சீக்கியமத போதகர். பூக்களை வெளியில் பார்க்கும்முன் மனதில் பார்க்கக் கற்றுக்கொள்ள வேண்டும் என்பார் அந்தப் போதகர். பூக்கள் ஒவ்வொன்றிற்கும் ஒரு அசைவு உண்டு என்பார். அந்த ஒவ்வொரு பூவின் இதழும் சூரியனுடனும் காற்றுடனும் கொள்ளும் உறவும் வித்தியாசமானது. இதழ்கள் மிகவும் அழகாக இருப்பது, மெதுவாக சூரியனைப் பார்க்க

ஒவ்வொரு இதழும் ஆசைப்பட்டு இதழை அவிழ்க்கும் போது தான். அந்தச் சமயம் ஒவ்வொரு பூவும் தனக்கு உயிர் உண்டு, பேசமுடியும் என்று சொல்லும். பூக்கள் கனவுகூட காணும். தொடர்ந்து மணிக்கணக்கில் இந்தப் பூக்களையே பார்த்துக் கொண்டிருப்பதற்குக் காரணம் இருக்கிறது என்று மனதில் பரிபூரணமாக நினையுங்கள். அப்போது அந்தப் பூக்கள் காணும் கனவு உங்களுக்குத் தெரியும். கனவு தெரியவில்லை என்றால் நீங்கள் பரிபூரணமாக அப்படி நினைக்கவில்லை என்று அர்த்தம். அப்புறம் ஒவ்வொரு பூவுக்கும் ஒவ்வொரு வித்தியாச மான கனவு இருக்கிறது என்று எண்ணிக்கொண்டு பாருங்கள். அந்தச் சூரியனின் ஒளிக்கும் பூவின் இதழுக்கும் உள்ள உறவு பற்றி அப்புறம் நினைக்கத் தொடங்குங்கள். உங்களை மறந்து மணிக்கணக்கில் இப்படி அமர்ந்து மஞ்சள் பூக்களைப் பார்க்க முடியும். நமக்குப் பார்க்கத் தெரிந்தால் போதும். எனக்கு, சிலர் பூக்களைப் பார்க்காமல் போவதைக் காணும்போது எப்படிப் பட்ட கல்லுள்ளம் கொண்ட மனிதராக அவர் இருப்பார் என்று தோன்றும் அஷ்வினி...'

சற்று நேரத்தில் அந்த இடத்திலிருந்து புன்னகையுடன் சிங் அகன்றிருந்தார்.

'எனக்கு அவர் சொன்னது ஏதும் புரியவில்லை சந்திரன். அப்போதுதான் ஏதோ ஒன்று என் மனதை அடைத்திருக்கிறது, அதை எடுத்துவிட வேண்டும், என் மனதை இலேசாக்க வேண்டும் என்ற ஓர் எண்ணம் தோன்றியது. அப்புறமாகத்தான் தெரிந்தது. ஏதோ ஒரு கறுப்பு இருட்டு என் மனதை அடைத்துக் கொண்டு இருக்கிறதென்று! அதனால்தான் சர்வ சாதாரணமாக அவர் சொன்ன விஷயங்கள் எனக்குப் புரியவில்லை என்று கருதினேன். அன்று சிங் பூக்கள் பற்றிச்சொன்னது பெரிய விஷயம் என்றும், என்னை பயங்கரமாக விமர்சித்துவிட்டுப் போய்விட்டார் என்றும் தோன்றியது. அதன் பிறகு சிங்கை, சிலநாள் நான் பார்க்கவில்லை. நானே ஒவ்வொரு நாள் காலையிலும் மஞ்சள் பூக்களை சிங்குடன் பார்த்த அந்த இடத்துக்கு வரவும் ரொம்ப நேரம் அந்தப் பூக்களைப் பார்க்கவும் ஆரம்பித்தேன். எனக்கு ஏதேதோ தெரிய ஆரம்பித்தன. மனதில் ஒரு சந்தோஷம் ஊற்றெடுத்திருப்பது தெரிந்தது. பலமுறை பார்த்திருக் கிறேன் சந்திரன். அவர் தூரத்தில் நின்று பார்த்துக் கொண்டு நிற்பார்.

இப்படி இப்படிப் பல நாட்கள் சிங் என்ற ஜெயிலர் என் வாழ்வில்

நான் மறந்துபோன விஷயங்களை ஞாபகப்படுத்த ஆரம்பித்தார் சந்திரன். இதெல்லாம் புது விஷயங்கள் இல்லை. நாம மறந்து போன விஷயங்கள். எனக்கு எல்லாம் ஏன் மறந்துபோயிற்று என்று முதன்முதலாக யோசிக்க ஆரம்பித்தேன். என் வாழ்க்கை ஏன் இப்படியிருக்கிறது என்று யோசிக்க ஆரம்பித்தேன். முதன்முதலாக இப்படி யோசித்தேன். என்னைப் பற்றி யோசிப்பது சுவாரஸ்ய மானதாகவும் புதுமையாககூட இருந்தது. நான் கொலை செய்தது தவறு என்று படல. இந்த மாதிரி என் மனதை மாற்றமுடிந்த அந்த ஜெயிலர், ஒருநாள்கூட என் கொலையைப் பற்றி பேசல. அது குற்றம் என்றோ, குற்றமில்லை என்றோ சொல்லவில்லை. ஒரு கொலையை ஒரு அரசாங்கமோ நீதிபதியோ செய்யக் காரணமாக இருந்தால், அது கொலை இல்லை என்று எல்லோரும் சொல்வது பற்றி சிங்கோடு வேறு சந்தர்ப்பத்தில் பேசியிருக்கிறேன். குற்றம் என்பது ஒரு கருத்து. எந்தப் பக்கமாகவும் அதை வளைக்கலாம். இன்று அரசாங்கங்கள்தான் கருத்துகளை உருவாக்கும் அதிகாரம் கொண்டிருக்கு. இதுபோல் ஏதேதோ பேசுவார் சிங். புரிகிறதா சந்திரன்? எனக்குத் தெரிகிறது. உங்களிடம் பேசுவது என்பது என்னிடம் பேசுவதுதான். ஏனெனில், நாம் இருவரும் ஒரே நேரத்தில் காணும் கனவு இது.'

'ஆனால், அதற்கு அர்த்தம் நான் கேட்டுக் கொண்டிருக்க வில்லை என்பதல்ல! புரிகிறதா அஷ்வினி?'

'புரிகிறது சந்திரன்' என்ற அஷ்வினி, தொடர்ந்து சொல்ல ஆரம்பித்தாள்.

'ஒரு சம்பவம் ஞாபகம் வருகிறது சந்திரன். கேளுங்கள். ஒரு தடவை, இந்திய சுதந்திர தின விழாவாகவோ குடியரசு தின விழாவாகவோ இருக்கலாம். தேசத்தின் விழாவை ஒரு சடங்காகத் தானே ஆக்கி வைத்திருக்கிறோம். அதற்காக ஜெயிலர் சிங் மாலை நேரத்தில் எல்லா பெண் கைதிகளையும் ஓரிடத்தில் கூட்டினார். இனிப்பான உணவு ஏதோ பரிமாறப்பட்டது. இந்த ஜெயிலர் வந்தபிறகு அந்த ஜெயிலின் சூழ்நிலையே மாற ஆரம்பித்தது. எல்லாக் கைதிகளும் தங்களுக்குள் தெரியாத ஒரு சுயமரியாதைக் குணத்தைப் பெற ஆரம்பித்தனர் என்று சொல்லலாம். மனிதப் பிறவிக்கு உள்ளே 'நான்' என்று சொல்லிக்கொள்ள ஒரு 'ஈகோ' வேண்டியிருக்கு இல்லையா சந்திரன்? நாம் சாகப் போகிறோம் என்ற நினைவுள்ள, எந்தப் பயனற்ற ஈனத்தனமான மனிதனும்

மனுஷியும்கூட 'ஈகோ' இருந்தால்தான் வாழமுடியும். வாழும் அந்த உந்தித் தள்ளல். அதுதான் நான் 'ஈகோ' என்று சொல்வது. அந்த 'ஈகோ' இல்லாம இருந்ததால்தான் இந்த ஜெயிலை ஒரு தண்டனைக்கூடமா பலர் நினைத்தார்கள். இந்த ஜெயிலர் வந்து அளித்தது வேறு ஒன்றும் இல்லை. இந்த 'ஈகோ'வை ஒவ்வொருவ ருக்குள்ளேயும் உருவாக்கினார். ஒவ்வொருவரிடமும் இவர் பேசியிருக்கிறார். ஒவ்வொருவரும் இவர் வருவதற்கு முன்பு 'செத்தவர்களாக' இந்த ஜெயிலில் இருந்தார்கள். இவர் வந்த பிறகு ஒவ்வொருவரும் உயிருள்ளவர்களாக மாறினார்கள். இந்த மனிதனைத் தூரத்தில் பார்த்தவுடன் தலைகுனிந்து அழும் பெண்களைப் பார்த்திருக்கிறேன். ஏதோ ஒரு சக்தி அந்த முப்பத்து இரண்டு வயதான மனிதனுக்குள்ளே பார்த்தேன் நான். அதுபோல ஒவ்வொருவரும் பார்த்தோம். புரியுதா சந்திரன்?

இந்த ஜெயிலில் இருந்த சுமார் எழுபது பெண் கைதிகளும் கடவுள் வந்து ஜெயிலர் உருவில் நடமாடினதாகத்தான் நினைத்தனர் என்றால் பாருங்கள் சந்திரன்.

உண்மையைச் சொல்ல வேண்டுமென்றால் எனக்கு பிரதாப் மறந்து, சங்கர்தயாள் சிங் என்ற ஜெயிலர் என்னை நிறைக்க ஆரம்பித்தார். நம்புகிறீர்களா சந்திரன்?

இந்தச் சிறையில் இருக்கும் எல்லாப் பெண்களும் ஒருவகையில் இந்த ஜெயிலரைக் காதலித்தார்கள் அல்லது பூஜை செய்தார்கள். அதுபோல் ஒரு மாற்றம் எல்லாப் பெண் கைதிகளிடம் தோன்ற ஆரம்பித்ததென்றால் பாருங்களேன்.

நானும் என்னை வித்தியாசமான பெண்ணாகப் பார்க்க ஆரம்பித்தேன். சிலவேளை நான் இதுபோல ஒரு மனிதனை ஜெயிலுக்கு வருவதற்கு முன்பு பார்த்திருந்தால், என் வாழ்க்கை முழுதும் மாறிப் போயிருந்திருக்கும். எப்படி என்னை இந்த மாதிரி ஒரு சகதியில் தள்ளிக்கொண்டேன் என்றுகூட தோன்ற ஆரம்பித்தது. சிங் மீது நான் கொண்டது காதல் போன்ற ஒரு உணர்வு அல்ல. அந்த மனிதர் திருமணம் ஆனவரா? ஆனவ ரென்றால் எத்தனை குழந்தைகள்? ஏதும் தெரியாது. அவரது தனிப்பட்ட தகவல்கள் யாருக்கும் தெரியாது. அப்படி நானோ வேறு யாருமோ பேசமுடியாதபடி ஒரு கண்டிப்பான ஜெயிலர். ஆனால், எல்லா ரிடமும் அவர் ஓர் அசாதாரணமான தருணத்தை உருவாக்கி யிருக்கிறார். அதுதான் அவருடைய அசாதாரணமான ஆற்றல்.

நான்கூட பலதடவை நினைத்திருக்கிறேன். இவருடைய குடும்பம் பற்றிப் பேச வேண்டும் என்று. எத்தனையோ தடவை அவரைத் தனியாகவும் மற்றவர்களுடனும் சந்தித்தபோது முயன்றிருக் கிறேன். பிற பெண்களும் முயன்றிருக்கிறார்கள். யாருக்கும் முடிந்ததில்லை. இப்போது புரிகிறதா சந்திரன் நான் என்ன சொல்ல முயல்கிறேன் என்பது?

சரி, நான் சொல்ல வந்ததை மறந்துபோகாமல் சொல்லி விடுகிறேன். அந்த மாலை நேரம் பற்றி. நல்ல இனிப்புப் பலகாரம் எல்லாம் சாப்பிட்டு எல்லாக் கைதிகளும் சந்தோஷமாக இருக்கும் போது, ஜெயிலர் எல்லோரிடமும் அவரவர் திறமை வெளிவரும்படி தூண்டிக்கொண்டே இருந்தார். நாங்கள் அவ்வளவு மகிழ்ச்சியாக இருந்தோம். ஒரு கைதி கிட்டார் வாசித்தார். இன்னொரு பெண் வீணை மீட்டினார். சிறையில் இசைக் கச்சேரிகள், கணிதம், வரலாறு இப்படி எல்லாம் வகுப்புக்கள் தொடங்கியிருந்தன. சிலர் வெளியில் உள்ள பல்கலைக்கழகங்களில் படிப்பதற்குகூட ஏற்பாடு செய்தார் ஜெயிலர் சிங். அப்படி எல்லோரும் சேர்ந்து மகிழ்ச்சியாக இருந்து கொண்டிருக்கும்போது எதிர்பார்க்காதவிதமாக கைதட்டினார். எல்லோரும் மௌனமானார்கள்.

'இப்போது நான் அஷ்வினி அவர்களைப் பாடும்படி கேட்டுக் கொள்கிறேன்.'

எனக்குத் தூக்கிவாரிப்போட்டது.

'ஸாரி நான் பாடியதில்லை' என்றேன்.

'இல்லை, உங்களுக்கு முடியும். பாடியிருக்கிறீர்கள்.'

'ஸாரி ஸார் முடியாது. நான் பாடியதில்லை.'

'தயவுசெய்து முடியாதென்று சொல்லாதீர்கள், அஷ்வினி. எல்லோரும் தங்களுக்கு முடிந்ததைச் செய்ய வேண்டும் அல்லது இங்கிருக்கிற எல்லாக் கைதிகளையும் அவமானப்படுத்துவதாக அர்த்தம். பாடுங்கள்.'

எனக்குப் பொறுக்கமுடியாத கோபம். வேண்டுமென்றே என்னை எல்லோர் முன்னிலையிலும் அவமானப்படுத்துகிறார் என்று எண்ணினேன். இது என்ன குணம்? முடியாதென்றால் விட்டுவிட வேண்டியதுதானே என்ற எண்ணத்தில் இருந்தேன். அவர் என்னை விடுவதாக இல்லை. நடுவில் ஒரு நாற்காலியில் கால்மீது கால் போட்டபடி புன்னகையுடன் அமர்ந்திருந்தார். எனக்கு இப்போது

எரிச்சலாக வருகிறது. அவர் மெதுவாகச் சொல்கிறார்:

'இப்படி வற்புறுத்துகிறேன் என்று நினைக்காதீர்கள் அஷ்வினி. நீங்கள் இன்று இரவு பாடாவிட்டால், நாங்கள் யாரும் இந்த இடத்திலிருந்து அசையப் போவதில்லை.'

எனக்குள் வன்மம் ஒரு பக்கம். எனக்குப் பாடத் தெரியுமோ இல்லையோ! இப்படி வற்புறுத்தும்போது பாடுகிறவள் அல்ல நான். நான் அமைதியாக அமர்ந்திருந்தேன். அதன்பின் என்ன நடந்ததென்று தெரியாது. என் கண்முன் யாரும் இல்லை. ஒரே இருளாகத் தெரிகிறது. நான் அப்படி அமர்ந்திருந்ததற்கு எல்லோரும் என்ன சொன்னார்கள்? ஒன்றும் தெரியாது. மறுநாள் காலையில் ஒரு போலீஸ்காரர் வந்து என்னை ஜெயிலர் அழைப்பதாகக் கூற, முதலில் போக வேண்டாம், முடியாது என்று சொல்லிவிடலாம் என்று எண்ணிய நான், சரி என்று போய்ப் பார்த்தேன். ஜெயிலரின் அலுவலகத்திற்குள் நான் அவரை இதுவரை சந்தித்ததில்லை, ஒருமுறை 'ஆர்க்கிடெக்ட்'கள் வந்த நேரத்தைத் தவிர.

ஒரு நவீன ஓவியம் அவர் அறையில் தொங்கிக்கொண்டு இருந்தது. எம்.எப்.ஹுஸைனின் ஓவியம். ஒரு பெண்ணின் சித்திரம். தாய்மை வெளிப்படும் சில கோடுகள் அந்த ஓவியத்தில் காணப்பட்டன. ஜெயிலர் இன்று சாதாரண உடையில் இருந்தார். வெள்ளைச் சட்டையும் கறுப்புப் பேன்டும் அணிந்து கறுப்புப் புள்ளிகளும் இளம் பச்சைக் கோடுகளும் காணப்படும் பொருத்த மான டை கட்டியிருந்தார். கண்களில் ஒரு கலக்கம் தெரிந்தது. அவரது மேசையின் முன்பு இரண்டு நாற்காலிகள் கிடந்தன.

அதில் அமரச் சொன்னார். நான் எப்போதும் அமைதியாகவும் மனம் அவர் பற்றிய எத்தகைய உணர்வுகளைக் கொண்டிருக் கின்றன என்பதையும் காட்டாத வகையிலும்தான் இதுவரை நடந்து கொண்டிருக்கிறேன். என் இறுகிய முகத்தோற்றத்துடன் அவர் மேசை மீதிருந்த பூ போட்ட உருண்டையான கல்லைப் பார்த்தவாறே அம்ந்திருந்தேன்.

'என்னை மன்னித்துக் கொள்ளுங்கள்.'

'எதற்கு?'

'நேற்று வற்புறுத்தியதற்கு.'

'அப்படி வற்புறுத்த உங்களுக்கு எந்த உரிமையும் இல்லை. நான் இங்கே அமரப் பிடிக்கவில்லை. எதற்காக என்னை

வரவைத்தீர்கள்?'

நான் பேசிய கடுமை எனக்கே ஆச்சரியமாக இருந்தது. அவர் மீது உருவாகிக்கொண்டிருக்கும் என் மதிப்பு, என்னை மாற்றிவிடும் என்று பயந்தேனோ என்னவோ அல்லது என் மனதுள் இருந்து என்னை மாறாமல் வைத்திருக்கும் இருட்டு என்னை அப்படிச் சொல்ல வைத்ததா தெரியாது.

'நீங்கள்...?' என்று தடுமாறினார். 'நான் தவறு செய்திருந்தால் என்னை மன்னியுங்கள்' என்றார் மீண்டும். நான் ஏதும் பேச வில்லை.

எழுந்து நின்றார். 'மாலையில் உங்களுக்கு வந்துசேரும் அந்தக் கவரை இன்று பிரிக்கக்கூடாது. படிக்கக்கூடாது. நாளை படியுங்கள். இதுதான் என்னுடைய ஒரே வேண்டுகோள்.'

அவர் சொன்னதுபோல் சந்திரன், மாலையில் ஒரு வெள்ளைக் கவரை ஒரு பணியாளர் கொண்டுவந்து கொடுத்தார். சிங் அனுப்பிய கவரை உடனே பிரித்துப் படிக்கவேண்டும் என்று எனக்குத் தணியாத ஓர் ஆவல் இருந்தாலும் நான் படிக்கவில்லை. அப்படிப் படிக்கக்கூடாது என்று என் உள் உணர்வு கூறிற்று. அந்த உள் உணர்வுதான் நான் என்னை அறியாமல் அவர்மீது உருவாக்கிவரும் தன்மதிப்பு என்று நினைத்தேன். அதனால் கவரை என் அறையில் ஓரிடத்தில் பத்திரமாக வைத்தேன். அழுகைவந்தது. வேண்டிய மட்டும் அழுதேன். அன்று இரவு உணவுக்கு மணி அடித்ததும் எல்லோரும் போனதும் சாப்பிட்டுவிட்டு மீண்டதும் ஏதும் எனக்குத் தெரியாது. என்னை மறந்த தூக்கத்தில் கிடந்தேன். ஏதேதோ தூக்கத்தில் தோன்றின. கனவா நினைவா என்று ஏதும் எனக்கும் புரியவில்லை. உண்மைக்கும் மனப்பிரம்மைக்கும் வித்தியாசம் தெரியாத கரும் இருட்டில் கிடந்தது போன்ற சோர் வுடன் காலையில் எழுந்தேன். ஏனோ காலை உணவுக்குப் போகப் பிடிக்கவில்லை. இப்படியே ஒரு உணர்வற்ற நிலையில் மனம் சஞ்சரிக்க ஆரம்பித்தது. ஏதும் பிடிக்கவில்லை. உடல் நலமில்லை என்று அறையில் முழு நாளையும் கழித்தேன்.

வழக்கமாக என் அறையின் வழி பார்க்கும்போது தெரியும் மர நிழலைப் பார்க்க ஆரம்பித்தேன். இது நான் உங்களிடம் கூறத்தக்க விஷயம், சந்திரன். அதனால் சொல்கிறேன். ஜெயில் ஜன்னல்வழி மரமோ, அதன் பச்சை இலைகளோ, நிஜக் கிளையோ தெரியாது. ஓரளவு காய்ந்திருக்கும் புல்லில் மதியத் திற்குப் பிறகு ஒரு நிழல்

வரும். நான் வழக்கமாய் காணும் நிஜமரத்தின் நிழல். அந்த நிழல் வடிவமான இலைகள், கிளைகள் என்று தெரிந்தன. மரம் தெரியாது.மெதுவாக ஆடுகின்றன. புல்லில் ஓரிடத்திலிருந்து வேறொரு இடத்திற்கு லேசாய் இடம்பெயர்ந்து அசைகின்ற மரத்தின் கிளைகள். அந்த அசைவில் ஜீவனற்றதன்மை காணப் படுகிறது. அப்படி ஒரு அசைவு அந்த மரத்திற்கு உண்டு. ஒரு பேய் போன்ற தோற்றத்தை அந்த மரநிழல் இரவில் கொண்டுவரும். அதே அசைவு இரவிலும் தொடரும். பகலிலும் இரவிலும் அதே அசைவுகளை மீண்டும் மீண்டும் எனக்காக எந்தவிதச் சலிப்பும் இல்லாமல் காட்டும் அந்த மரம் எனக்கு ஒரு முக்கியமான வஸ்து. தன் நிஜ உருவத்தைக் காட்டாது இரவும் பகலும் நிழல் மூலம் என்னோடு இத்தனை ஆண்டுகள் அந்த மரத்திற்கு உறவு.

அன்று மாலை ஏனோ அறைக்கு வெளியில் சென்றேன். ஒவ்வொன்றுக்கும் அனுமதி கேட்பது, எழுதிக் கொடுப்பது என்ற சிறை விதிகளை அனுசரிப்பதும் எனக்கு இப்போது பழகிவிட்டது. அதில் ஒரு இன்பம் காண ஆரம்பித்தேன். உண்மை யான சிறைக் கைதியாகிவிட்டேன் என்ற மகிழ்ச்சி அதன்மூலம் ஏற்பட் டது. அறைக்கு வெளியில் சென்றபோது மாலை நேரத்தின் காற்று வீசிக் கொண்டிருந்தது. சிறையின் அகலமான உயர்ந்த காம்பவுண்டு களையும் தாண்டி வானம் பரந்து நீலமாகத் தெரிந்தது. ஆங்காங்கு திட்டுத்திட்டாக நீலமேகம் காணப்பட்டது. விச்ராந்தியாக மனம் இருந்தது. பழைய ஒரு வெறுமை மீண்டும் மனதில் நீக்கமற நிறைந்திருந்ததாக உணர்ந்தேன். தினம் கொடி ஏற்றும் அந்தக் கம்பத்தில் இன்னும் தேசியக்கொடி ஆடிக் கொண்டிருந்தது. கீழிறக்கும் நேரம் வரவில்லை என்று நினைத்தேன். நான் மெதுவாக நடந்து கொண்டிருந்தேன்.

கொடிக் கம்பத்திற்கு அடுத்து இடதுபுறத்தில் கைதிகளை அடைக்கும் செல்கள் காணப்பட்டன. வலதுபுறத்தில் வாசக சாலையும் பள்ளிக்கூடமுமாகச் செயல்பட்ட கட்டடம் இருந்தது. அந்த வாசக சாலைக்கு என் கால்கள் நகர்ந்தன. செய்தித்தாள்கள் நடு மேசையிலிருந்து ஓரமாக இருந்த திறந்த அலமாரியில் அடுக்கப் பட்டிருந்ததால் அந்த அலமாரி பக்கம் போனேன்.

அப்போதுதான் கம்பி வலைக்கு அப்பால் எல்லையற்ற தூரத்தில் அந்த வெளி என்னை ஆகர்ஷித்தபடி பரந்ததைப் பார்த்தேன். இங்கும் நீல வானமும் மேகக் கூட்டங்களும் தென்பட்டன. ஓரிரு

மனிதர்கள் தூரத்தில் நடமாடினர். அவர்கள் யாருடைய முகமும் தெரியாத தூரம். எந்தத் தடையுமின்றி கடைசி வரை நிலம் பரந்தது. கடைசியில் நிலம் வானத்தோடு சேர்ந்தது. அப்படிப்பட்ட பரந்த இடம். இது கொஞ்சம் அபூர்வமான இடமாக எனக்குப்பட்டது. வானமும் பூமியும் இணையும் அந்தக் கோட்டில் ஏதோ சில சக்திகள் கிளைப்பதாக மனதில் பிரமை எழும்பியது. பார்த்துக்கொண்டே நின்றேன். இப்போது நான் தொடர்ந்து பார்க்கப் பார்க்க, ஒரு புது விஷயம் என் மனதில் பதிந்தது. ஆகாயத்திலும் பூமியிலும் எந்த ஜீவனும் இல்லை. இரண்டும் செத்துப் போனவையாக, சவங்களாக எனக்குத் தென்பட்டன. எந்த அசைவோ, ஆர்வமோ வானத்துக்கும் இல்லை. பூமிக்கும் இல்லை. யாருமே இந்த இடத்தில் வந்து ஏன் இந்த நிர்ச்சலனத்தைப் பார்க்க வருவதில்லை? ஒருவேளை பயமாக இருக்கலாம். நான் பயமே இல்லாதவளாயிற்றே என்று எவ்வளவு நேரம் இருந்தேன் என்று தெரியாமல் அறைக்குப் போய் மீண்டும் காலையில் ஜெயிலர் கொடுத்த சுவரிலிருந்த தாளை எடுத்துப் பிரித்துப் பார்த்தேன். ஏதும் படிக்க அங்கு இல்லை. ஏனென்றால், 'அன்புள்ள அஷ்வினிக்கு' என்று குறிப்பிட்டு அத்துடன் ஏதும் தொடராமல் நிறுத்தப்பட்ட வெற்றுத்தாள் அது.

மறுநாள் காலையில் காலைக்கடன் முடித்து வழக்கமாய் செய்ய வேண்டிய காரியங்களைச் செய்து காலை உணவுக்குப் போனேன். ஜெயிலர் சிங், ஜெயிலில் இருந்து மாற்றலாகிப் போய்விட்டார் என்ற செய்தியைச் சொன்னார்கள்.'

எனக்கும் அவருக்குமான முந்தா நாள் சந்திப்பு யாருக்கும் தெரிய வில்லை. பலர் அழுதார்கள். ஏன் ஒருவரிடமும் சொல்லாமல் போய்விட்டார் என்று எல்லோரும் பேசிக் கொண்டார்கள்.'

எல்லாம் கேட்ட நான் மௌனமானேன்.

அஷ்வினி தொடர்ந்தாள்:

'அப்போதுதான் நான் என்னை யார் என்று கண்டுபிடித்தேன். எனக்குள் இன்னொரு மனுஷி இருக்கிறாள். அந்த இன்னொரு பெண் என் விரோதி போலவே செயல்படுகிறாள். ஜெயிலர் சிங் என்னைக் காப்பாற்றத்தான் எல்லாம் செய்திருக்கிறார். அவரோடு நான் மஞ்சள் பூக்களைப் பார்த்தபோதே அவரை எனக்குப் பிடிக்க ஆரம்பித்தது என்றுதான் எனக்குச் சொன்னேன். என்னுள்ளே இருக்கும் இன்னொருத்தி உளவு பார்த்து என்னை வேறுவிதமாக மாற்றிவிட்டிருக்கிறாள். அல்லது அந்த விழா தினத்தில் ஜெயிலர்

சிங் பாடு என்று கூறியபோது நான் பாடியிருக்க வேண்டும். எதற்கு முரண்டுபிடித்தேன்? அவர் வேண்டுகோளை எதற்காக ஒரு வற்புறுத்தலாக எடுக்க வேண்டும்? மறுநாளும் அவ்வளவு முரட்டுத்தனமாக அவரோடு ஏன் நடக்கவேண்டும்? என் மனதுக்கு அவரைப் பிடித்தது. அவர் என்னைக் கவர்கிறார் என்று தெரிந்தது. அவர் மஞ்சள் பூக்களை எனக்குக் காட்டிய அன்று என் அகந்தை எல்லாம் அகன்றுவிட்டது. என் அகந்தை இருந்த இடத்தில் அன்பு ஊற்றெடுக்க ஆரம்பித்துவிட்டது என்றெல்லாம் யோசித்துக் கொண்டு என்னையே மாற்ற ஆரம்பித்திருக்கிறேன் அல்லது எப்படி இந்த என் இரட்டைக் குணத்தை விளக்குவது? எனக்குப் பிடித்த ஒரு மனிதரையே என்னிடமிருந்து விரட்டிவிட்டேன்.

இப்படி ஓர் எண்ணம் தோன்றி என்னை அலைக்கழிக்க ஆரம்பித்த அதே நேரத்தில் இன்னொரு எண்ணமும் எழாமல் இல்லை. ஜெயிலர்சிங் உண்மையில் என்னால் அவமதிக்கப் பட்டு இங்கிருந்து மாற்றலாகிப் போனார் என்று எதற்கு நான் நினைக்க வேண்டும்? அவருக்கான காரணம் இருந்திருக்கும் அல்லது இந்த இடமாற்ற உத்தரவு இயல்பான அவரது துறை சார்ந்த ஒன்றாக இருந்திருக்கும். இப்படி வேறு கோணத்தில் சிந்தித்தபோது எனக்கு ஓரளவு ஆசுவாசம் கிடைத்தாலும், அப்படியென்றால் ஏன் அந்த வெள்ளைத் தாளில் ஏதும் எழுதாமல் ஒரு கவரை என்னிடம் கொடுத்துவிட்டுப் போக வேண்டும்? அதற்கான அர்த்தம் என்ன? அதற்கான காரணம் என்ன? இது எல்லாருடைய புரிந்துகொள்ளும் திறனையும் கடந்த ஒன்று. அதனால் அதுபற்றி யோசித்துத் தலையைப் போட்டு உடைப்பதில் அர்த்தம் இல்லை என்று நினைத்தேன்.

இவ்வாறு பல நினைவுகளுடன் இருக்கையில், ஓரிரு நாட்கள் கழித்து வந்த அடுத்த ஜெயிலரைச் சந்தித்துப் பேசவேண்டிய ஒரு சூழ்நிலை ஏற்பட்டது. அப்போது புது ஜெயிலரிடம் மறைமுக மாக முன்னால் இருந்த ஜெயிலர் பற்றிப் பேசி, ஏன் அவர் இங்கிருந்து திடீரென்று புறப்பட்டார் என்பதைத் தெரிந்து கொள்ளும் ஆர்வம் எனக்கு ஏற்பட்டது. புது ஜெயிலருக்கும் என்னைப்பற்றி தெரிந் திருந்தது. ஒரு பெரிய போலீஸ் அதிகாரியின் மகள் என்று யார் சொன்னாலும் அதனால் எனக்குக் கோபம் வந்தாலும் அதுதான் என்னை மதிப்புக்குரியவளாக ஆக்கியிருக்கிறது என்பது எனக்குத் தெரிந்தேதான் இருந்தது. புதிதாய் வந்த ஜெயிலரும் என்னிடம்

நட்போடுதான் பேச ஆரம்பித்தார். பழைய ஜெயிலர் அவருடைய நண்பர்தான் என்றார். அவர் ஏன் இங்கிருந்து போனார் என்பதோ, அவருடைய மாற்றல் அவரே கேட்டு வாங்கியதா அல்லது அரசாங்கம் அவரைத் தன்னிச்சையாய் மாற்றியதா என்பது பற்றித் தெரியாது என்றார். அப்படி நான் துருவித் துருவிக் கேட்ட பல கேள்விகளுக்கும் தெரியாது தெரியாது என பதிலளித்துக்கொண்டு வந்த அவர் கேட்ட ஒரு கேள்வி என்னை ஆலோசிக்க வைத்தது.

'அஷ்வினி, உங்களை அவருக்கு முன்பே தெரியுமா?'

இந்தக் கேள்வி என்னைத் தூக்கிவாரிப் போட்டது. என்னை ஏன் பாட அழைத்தார் அந்த ஜெயிலர் என்பது விளங்கியது. அவர் முன்பே என்னைத் தெரிந்தவரோ! அப்படியும் சொல்ல முடியாது. நான் கல்லூரியில் பாடுவேன் என்பது தெரிந்த ஒருவர்தான் நான்கு பேர் கூடியிருக்கும்போது பாடுங்கள் என்று கேட்க வேண்டுமா என்ன? பாடத் தெரியாதவரிடம் பாடச் சொல்கிறோமே! ஆனால், அவ்வளவு வற்புறுத்தி என்னைப் பாடச் சொல்ல வேண்டு மென்றால் நான் பாடுவேன் என ஏற்கெனவே தெரிந்த ஒருவரின் செயலாக இருக்கவும் முடியும். ஒருவேளை முன்னால் ஜெயிலர் என்னை ஏற்கெனவே தெரிந்தவரோ என்று கற்பனை ஓட ஆரம்பித்தபோது, அந்தக் கற்பனையை என்னால் கட்டுப்படுத்த முடியவில்லை. அப்படியென்றால் ஒருவேளை பிரதாப்பின் அந்தக் காலத்திய நண்பராக இருக்கலாமோ? ஒரு பஞ்சாபிக்காரர், நான் படித்த கல்லூரியில் மருத்துவம் படிக்க ஏன் வந்திருக்கக் கூடாது? எவ்வளவுதான் பழைய முகங்களை ஞாபகத்தில் கொண்டு வந்தாலும் இப்படி ஒரு முகம் ஞாபகத்தில் வரவில்லை.

அந்த வாரம் அம்மா ஜெயிலில் என்னைப் பார்க்க வந்தபோது, என் பழைய மருத்துவக் கல்லூரியின் குரூப் போட்டோக்கள் அச்சிடப்பட்டிருக்கும் கல்லூரி மாகசினைக் கொண்டுவரச் சொன்னேன், அம்மாவின் முகத்தில் ஆச்சரியக் குறி தோன்றியதை என்னால் நன்கு உணர முடிந்தது. ஒருவேளை என்னையும் பிரதாபையும் அந்தக் காலத்தில் தெரிந்த ஒருவரோ இந்தப் பழைய ஜெயிலர்? மருத்துவம் படிக்க வந்தவர், வேறு துறைக்குப் போவதாவது! என் கற்பனையின் இலட்சணம்! அவ்வப்போது என் கற்பனைகளின் எதார்த்தமற்ற போக்கை நான் கண்டித்தாலும் இப்படியெல்லாம் சிந்திக்காமல் இருக்க முடியவில்லை. அப்போது நான் மாறிக் கொண்டிருக்கிறேன் என்று புரிந்தது. மெதுமெதுவாக

எனக்குள் இறுகியிருந்த இருள் கழன்று போக ஆரம்பித்திருக்கிறது என்று எண்ணினேன். பழைய ஜெயிலர் சிங் எனக்கு ஏதோ உணர்த்த விரும்பினார் என்பது பொய்யல்ல!

இனி நான், ஜெயிலர் சிங்கை எப்போதாவது காணமுடியுமா? ஒரே ஒருமுறை காண முடிந்தாலும் போதும் என்ற எண்ணத் தோடேயே நாட்களைக் கழிக்க ஆரம்பித்தேன். இனி, எப்போ தாவது பார்க்க முடிந்தால் அவருடன் அந்த முறை நடந்துகொண்டது போன்று இரட்டைத் தன்மையுடன் நடந்துகொள்ளக்கூடாது என்று எண்ணினேன். ஏன் சந்திரன், உங்களுக்கு என்ன தோன்றுகிறது?'

இப்படி அஷ்வினி கேட்க ஆரம்பித்தபோதுதான், என்னுடைய நினைவோட்டம் அவளுடைய கேள்விவழி இயங்க ஆரம்பித்தது என்று நினைத்தேன்.

இப்படித்தான் அஷ்வினியும் நானும் ஒரேகனவைக்கண்டோம்.

12

காலையில் படுக்கையிலிருந்து எழுந்தேன். சற்று அதிக நேரம் தூங்கிவிட்டேனோ என்று எண்ணும்படி சுள்ளென்றடித்தது வார்ஸாவின் வேனில்கால காலை வெயில்.

சென்னையிலோ டெல்லியிலோ அடிக்கும் வெயில் போல இருக்கிறதே என்று எண்ணிக்கொண்டு பல்விளக்கிக் கண் களிரண்டிலும் படும்படி அழகிய தண்ணீர்க் குழாய்கள் வழியாக முத்துப்போல் ஓடும் நீரை மீண்டும் மீண்டும் அள்ளி முகத்தில் அடித்தேன். அடித்துவிட்டு வெள்ளை மயில் தூவல் போல் முகத்தை வருடும் மிருதுவான டவலை எடுத்து மெதுவாக விரல்கள் வழி அழுத்தியபோது, இன்று மலச்சிக்கல் இல்லை என்ற எண்ணம் மூளையில் பதிந்து ஆசுவாசப் படுத்தியது. அப்போது தேவைக் காகவோ, சும்மாவோ ஓர் எண்ணம் என் மூளைவழி சென்றது. மலச்சிக்கல் இல்லாத அரசியல்வாதிகளும், சட்ட நிபுணர்களும், அயல்நாட்டு விவகார நிபுணர்களும் இந்த உலகில் இருந்தால் உலகம் சமாதானமாகவும் சுபிட்ச முள்ளதாகவும் தொடர்ந்து இருக்க வாய்ப்புள்ளது. அப்போது பல்லி இரண்டுமுறை அடித்த சப்தம் கேட்டது. வார்ஸாவில் பாம்பும் பல்லியும் இல்லை என்ற

எண்ணம் என் மனதைத் தொட்டுச் சென்றது.

அப்போதுதான் மீண்டும் அன்னா மாலினோவ்ஸ்கா ஞாபகத்துக்கு வந்தாள். ஸோ, இல்லாத பல்லி ஒன்று வார்ஸாவில் அடிக்கிறது.

என்ன செய்கிறேன் என்பது தெரியாமல் என் கை அவள் போன் எண்களைச் சுழற்றியது.

'ஸுஹாம்..' (போலிஷ் மொழியில் கவனிக்கிறேன் என்று பொருள்)

இது மாலினோவ்ஸ்கா குரலா என்ற சந்தேகம் தோன்றியது. வழக்கம்போல போனில் இப்படி எதிர்பாராத ஒன்று சம்பவித்தால், ஸ்தம்பித்து விடுவதுபோல இப்போதும் நான் ஸ்தம்பித்தேன்.

அடுத்து வந்த குரல் கேட்டு நிம்மதி அடைந்தேன்.

'இது சந்திரனா?'

'ஆமா... ஆமா... சந்திரனேதான்.'

'என்ன விஷயம்?'

'புதிதாய் ஒரு ஷாப்பிங் காம்ப்ளக்ஸ் பற்றி தெரிந்துகொண்டேன். வருகிறீர்களா?'

'அப்படி இந்த ஷாப்பிங் காம்ப்ளக்ஸில் என்ன விசேஷம்?'

'ஒன்றும் இல்லை. போலந்தின் இந்த ஷாப்பிங் காம்ப்ளக்ஸுகள், ஒருவேளை அது பொருளாதாரத்தில் விரும்பும் மூன்றாவது பாதையைக் காட்டுகிறதோ என்னவோ... எனக்கு, இந்த ஷாப்பிங் காம்ப்ளக்ஸ்களில் சுற்றுவது பிடிக்கும். வாட் அபவ்ட் யு...?'

'தென் ஓ.கே. டு யு மைண்ட் பியோத்தர்?'

'நாட் அட் ஆல். அவன் உன் கைப்பையைப் போல உனக்குள் அடக்கம் அன்னா?'

'அட்ராஸியஸ்... அவன் மிகவும் புண்பட்டுப்போய் ஓவென்று அழுவான், சந்திரன்.'

'உன் கையில் இருக்கிறதா போலந்து நாட்டு டிஷ்யு தாள்கள்? அவற்றின் லாவண்டர் பவுடர் மணம் எனக்கு இந்திய முகப் பவுடர்களையும், முகப்பருக்களையும், கிராமத்து இளம் இந்தியப் பெண்களையும் ஞாபகப்படுத்துகின்றன. சொல்லவந்தது அந்த டிஷ்யு தாளைக் கொடுத்து அவன் கண்ணீரைத் துடை.'

'ஏன்?'

'அது காவியம்.'

'முதல் வரியைக் கேட்கக் கூடாதா?'

'கண்டிப்பாகக் கேட்கலாம். ஒரு நிமிடம்...'

போன் ரிசீவரை ஓரமாய் மெதுவாக வைத்துவிட்டு, ஓடிச் சென்று பாத்திரத்தில் கொதித்த நீரை எடுத்து அவசரமாக இளம் கறுப்பு வண்ணமாக இருந்த கிளாஸில் விட்டு, ஒரு தில்மன் டீ பாக்கெட்டைப் போட்டு பாலில்லாமல் தேநீர் அருந்தியபடி மீண்டும் தொடர்ந்தேன்.

'ஸாரி... இப்போது தில்மன் தேநீருடன் உன்னிடம் தொலை பேசியில்.'

'பால் சேர்க்கப்பட்டிருக்கிறதா?'

'இல்லை. நான் போலந்தில் கற்றுக்கொண்ட கெட்டப் பழக்கங்கள் இரண்டில் ஒன்று, பாலின்றி தேநீர் அருந்துவது.'

'இன்னொரு கெட்டப்பழக்கத்தைப் பற்றிக் கேட்கப் போவ தில்லை' என்றாள் அன்னா.

'நீ கேட்காவிட்டாலும் நான் சொல்லத் தடை ஏதும் இல்லை. இன்னொன்று, நீ யூகித்தது போல அந்த இரண்டாவது கெட்ட பழக்கம், இடது கையால் சாப்பிடுவது அல்ல.'

'ஓ! யு ஆர் க்யுட், போனமுறை நாம் பேசியதை ஞாபகத்தில் வைத்திருக்கிறீர்கள். ப்ளீஸ் மறக்காதேயுங்கள் அந்த இரண்டாவது கெட்டப்பழக்கத்தை.'

'அப்படி ஞாபகத்தில் வைத்திருக்காவிட்டால் நீ பூக்களுக்குக் காதுகளும், சிறுகுடல், பெருங்குடல், டியோடினம் என்று ஓவியம் தீட்டுவது பற்றி இத்தனை நாட்களாய் யோசித்தபடி இருப்பேனா?'

'வாவ்...' என்றாள் அன்னா. அவள் சந்தோஷமான முகம் என் மனதில் நிறைந்தது.

'உன் அழகிய முகம் போனில் தெரிகிறது.'

'புதிய மொபைலில்தானே தெரிகிறது. வீட்டுப் போனில் தெரிகிறதா?'

'போனில் இல்லை. என் மனத்தில்.'

'ஐ லைக் இட்...' அவள் குரலில் வழியும் குழந்தைத் தொனி, மீண்டும் எனக்கு அவள் தோலின் இறுகிய கவர்ச்சியை ஞாபக

275

மூட்டுகிறது.

'ஏன்?'

'எனக்குக் கவிதை பிடிக்கும்.'

'கவிஞர் விஸ்வாவா ஸிம்போர்ஸ்கா?'

'எனக்கு அவரை ரொம்பப் பிடிக்கும். யு லைக் ஹெர்?'

'அப்கோர்ஸ்.'

'அப்படியென்றால், உடனடியாக உன்னைக் காதலிக்கிறேன்.'

'என்ன உத்திரவாதம்?'

'இந்தப் போன்வழி மெதுவாய் அனுப்பப்படும் ஆயிரம் கிஸ்கள்.'

'தேவைப்படும் அடுத்த கிஸ்?'

'ஆயிரத்து ஒன்று வேண்டுமா? யு ஆர் கிரேஸி.'

'எங்கள் இந்திய நாட்டில் எதற்கெடுத்தாலும் அந்தக் கடைசி ஒன்று மிக முக்கியம். குழந்தைகளுக்கு அன்பளிப்பு கொடுத்தால் நூற்றி ஒன்று. அரசியல்வாதிகள் பணமுடிப்பு கொடுத்தால் ஆயிரத்தில் நிறுத்தமாட்டார்கள், ஆயிரத்து ஒன்று என்பார்கள்.'

'அந்த இரண்டாவது கெட்ட பழக்கம் பற்றி நான் இன்னும் மறக்கவில்லை' என்று மூக்கால் அழுதது போல் சிணுங்கினாள் அன்னா. இப்போது அவளது அழகிய நீண்ட விரல்கள் ஞாபகம் வந்தன.

'உன் விரலில் என்ன நிற நெயில் பாலிஷ்?'

'முதலில் அந்தக் கெட்ட பழக்கத்தின் பெயர்.'

'ஓ... மறந்தே போச்சு.'

'ஞாபகப்படுத்துங்கள், வரும்.'

'தலைமுடியை இடது கையால் வருடுவது.'

'இது கெட்ட பழக்கமா?'

'நகத்தைக் கடிப்பது?'

'நோ. இது பசி எடுக்கும்போது எல்லோரும் செய்யும் சாதாரணமான காரியம்.' விழுந்து சிரிக்கப் போனவள் சட்டென நிறுத்தினாள்.

'ஷூக்குள் வலது காலின் பெருவிரலால் படம் வரைவது?'

'அது, கால் அசுத்தமாக இருக்கும்போது வரும் குணம்.'

'அப்படியென்றால், என்ன அந்த இரண்டாவது கெட்ட குணம் அன்னா?'

'எனக்கென்ன தெரியும் சந்திரன்?'

'அது கெட்ட குணமல்ல' என்று பொய்யாகக் கோபப் பட்டவன், 'அது நல்ல குணம்' என்று முடித்தேன். தொடர்ந்தேன்.

'ஓ... அன்னா. ஞாபகம் வந்துவிட்டது.'

'பளீஸ்... குயிக்... மறந்துவிடப் போகிறீர்கள்..'

'என் ஞாபகசக்தி பற்றி இவ்வளவு நல்ல எண்ணம் வைத்திருப்ப தற்கு நன்றி.'

'குயிக்...'

'கேனில் பீர் குடிப்பது.'

'ஓ, ரியலி...?'

'ம்...'

'அப்பொ நீங்கள் பியோத்தரிடம் பேசவேண்டும். அவனுக்குப் பீர் பற்றிய ஞானம் அபரிமிதம்.'

'ஏன் அன்னா, அவன் தீட்டும் ஓவியத்தில் எல்லாம் ஆகாயத் திற்குப் பின்னணியாய் இரண்டாம் உலகப்போரில் உடைந்து கிடக்கும் கட்டடங்களை நிழல்களாய் அமைக்கிறான்?'

'சந்திரன் உங்கள் சுயசரிதை... பத்திரிகை வாசகர்களை மிகவும் கவர்ந்திருக்கிறதாம்.'

'உன்னுடைய எழுத்துமுறை அவர்களைக் கவர்ந்திருக்கலாம்' என்ற என்னிடம்,

'நாம் காலை பதினொன்று மணிக்கு, ஆர்கேடியா ஷாப்பிங் காம்ப்ளக்ஸின் பிரதான நுழைவாயிலான ரிவால்விங் டோருக்கு முன்பு சந்திக்கிறோம்' என்று கூறிப் போனைக் கட் செய்தாள் அன்னா.

எனக்கு அவள் சொன்ன ஒவ்வொரு சொல்லும் புதிராக மாறின.

ஆர்கேடியா காம்ப்ளக்ஸ்.

பதினொரு மணி.

ரிவால்விங் டோர்.

அந்தப் புரியாமையுடன் ஒருவித மர்மத்தன்மையும் இப்போது சேர்ந்து கொள்கின்றது. நான் இப்படி உச்சரிக்கிறேன்: 'ஆர்கேடியா

காம்ப்ளக்ஸ், பதினொரு மணி, ரிவால்விங் டோர்.'

அதன்பின்பு சூரியன் உதித்து வெளிச்சம் பரவுவதை எனது வெள்ளைக் கட்டடத்தின் இரு கண்ணாடிகளையும் இரு சட்டங்களைக் கொண்ட ஜன்னலைத் திறந்து பார்த்தேன். அப்போது ஏதோ ஒரு புதிய அர்த்தம் என் மனதில் தோன்றியது. அது எனக்கு, காரணமற்ற நிறைவைத் தந்ததை உணர்ந்தேன். ஒரு பெருமூச்சு வந்தது. இது ஏப்ரல் மாதம். வெயில் இருக்கத்தான் செய்யும். குளிரால் அர்த்தம் கெட்டுப்போன மூலை முடுக்குகளை எல்லாம் இந்தச் சூரியக்கதிர்கள் நுழைந்து தேடுவது தேவைதான். இப்படி ஏதேதோ உணர்வுகள் தோன்றிக்கொண்டிருந்தன.

நான் விலனோவ்ஸ்கா என்ற இடத்திலிருந்து முப்பத்தைந்தாம் நம்பர் ட்ராமில் ஏறினேன். ஆர்கேடியாவிற்குப் போக யார் யாரோ ஏறியபடி இருந்தனர். எனக்கு மட்டும் இந்த ட்ராமில் இருப்பதற்கான நோக்கமிருப்பது போலவும், மற்ற எல்லோரும் விளையாட்டுக்காக எந்த நோக்கமுமின்றி ஏறிக் கொண்டும் இறங்கிக் கொண்டுமிருக்கிறார்கள் என்றும் எண்ணுவது அந்த நேரத்தில் எனக்குச் சந்தோஷமாக இருந்தது. எது உண்மை என்பது பற்றி நான் அதிகம் கவலைப்படத் தேவையில்லை என்பது போல் என் யோசனைக் கிரமம் அமைந்தது. எண்ணத் தொலையா இடங்களில் எலக்ட்ரிக் ட்ராம் நின்றது. மீண்டும் கதவுகளை மூடிக்கொண்டு புறப்பட்டது. சலிப்பின்றி அந்த ட்ராம் ஓட்டி கதவை அடைத்துத் திறந்துகொண்டிருந்தார். ஆட்களும் அந்த ஓட்டியின் எதிர்பார்ப்புக்கேற்ப, ஏறவும் இறங்கவும் செய்தார்கள். எந்த யோசனையும் இன்றி இதை அவர்கள் செய்ததாகப் பட்டது. ஏப்ரல் மாதம் வந்துவிட்டால் எல்லா ட்ராமும் இப்படித்தான் என்றும் எண்ணினேன். ட்ராம் இடதுபுறமாகவும் வலதுபுறமாகவும் ஓடியது. சில இடங்களில் நடைபாதைகளின் குறுக்காகவும் தெருக்களின் குறுக்காகவும் ஓடியது. அந்த இடங்களில் பச்சை விளக்கு வந்ததும் ஓடுவதும், சிவப்புவிளக்கு வந்ததும் நிற்பதுகூட ட்ராம் திரும்பத் திரும்பச் செய்யும் காரியத்தின் ஒரு பகுதியாகப் பட்டது.

வயதானவர்கள், இந்தப் பத்து பத்தரை மணிக்கெல்லாம் வீட்டில் யாருமில்லாததால் புறப்படுகிறார்கள். மெதுவாக முதுகைக் குனிந்துகொண்டு, கையில் மறக்காமல் சிறிய சக்கரங்கள் உள்ள ட்ராலிகளை இழுத்துக்கொண்டு போகிறார்கள். சிலர்

வயதான கிழவிகளோடு நடக்கிறார்கள். எல்லோரும் சுள்ளென்ற வெயிலடிக்கும் வார்ஸாவில், எந்த நியாயமுமின்றி மெதுமெதுவாக விதியை எண்ணி நடந்துகொண்டிருக்க, நான் ஆர்கேடியா ஷாப்பிங் காம்ப்ளக்ஸின் நுழைவாசலை மனதில் நினைத்துக்கொண்டு அர்த்தமற்ற ட்ராம் கதவுத் திறப்புகளையும் மூடல்களையும் பொருட்படுத்தாது அமர்ந்திருப்பது கடைசியாக முடிவுக்கு வருகிறது.

அப்போது சரியாக மணி காலை 10. 55.

நான் ட்ராமிலிருந்து இறங்கி அழகாகக் காட்சிதந்த காம்பளக் ஸைப் பார்த்ததும் மிகவும் சந்தோஷம் அடைந்தேன். மீண்டும் சொல்லிக்கொண்டேன்.

ஆர்கேடியா காம்ப்ளக்ஸ்

பதினொரு மணி

ரிவால்விங் கதவு

அதிகம் ஆட்கள் காம்ப்ளக்ஸ் நோக்கி நடக்கவில்லை. ஆர்கேடியா காம்ப்ளக்ஸ் அருகில் சிட்டி சினிமா என்று வர்ண விளக்கில் எழுதப்பட்டிருந்தது. இப்போது இது என் கண்களில் விழுகிறது. அழகாகவும் ஒழுங்காகவும் கற்கள் பரப்பப்பட்டுள்ளன. அவை எளிமையானதாகவும் புதியதாகவும் தெரிகின்றன. காம்ப்ளக் ஸின் வாயிலுக்கு இட்டுச்செல்லும் பாதைகள் பரந்து காணப் படுகின்றன.

இரண்டு பேரோ மூன்று பேரோ மாத்திரம் என்னைப் போலவே தலையைக் கீழே போட்டபடி நடந்துகொண்டு இருந்தார்கள்.

ரிவால்விங் கதவு அசைகிறது. இரண்டு பேர் ஆணும் பெண்ணு மான மத்திய வயதினர் மெதுவாக வெளியில் வர, ரிவால்விங் கதவின் பெரிய பரப்பில் நான் நுழைந்து உள்ளே தளம் வந்ததும் மெதுவாய் வெளியே காலை வைத்து அன்னா வந்துவிட்டாளா என்று தலை நிமிர்ந்து பார்த்தேன். 'எம்பிக்' என்ற புத்தகக் கடை வலதுபுறத்தில் பெரிதாகத் தெரிகிறது. வெறும் போலீஷ் மொழிப் புத்தகங்கள் மட்டுமே இருக்கிற கடை என்ற எண்ணம் வருகிறது. நான் நிற்கிற இடத்தில் மேலே செல்லும் படியில் சிலர் ஏறு கிறார்கள். தரையில் ஒரு தளம் இருப்பது போல் இன்னொரு தளம் ஒரு முழுச்சுற்று, மேலே இருக்கிறது. கடைகள் பளபளவென புதிய தோற்றத்தில் காட்சி தருகின்றன. காலையில் துடைத்து

அழுக்கை எல்லா இடத்திலிருந்தும் நீக்கி, மார்பிள் கல் பளிச்சிடும் கடைகள். வார்ஸா நகரில் அந்தந்த வட்டாரங்களில் இருக்கும் மார்பிள் பதிக்காத பழைய கடைகள் போலல்ல இவை. அந்தந்த வட்டாரக் கடைகளில் அன்றாடத் தேவைக்கான பால். காய் கறிகள், வெங்காயம், முட்டை, பன். பிரெட், பலவகை இறைச்சிகள், காபிப்பொடி, தரையைத் துடைக்கும் பிரஷ்கள், பேஸ்ட், பிரஷ், சோப், ஷாம்பு இவை பிரதானமாக இருக்கின்றன.

ஆனால் ஆர்கேடியா போன்ற கடைகளில், வட்டாரங்களில் இருக்கும் கடையைவிட ஒரு மேட்டுக்குடித் தன்மை காணப் படுகிறது. இங்குக் கண்ணாடிப் பெட்டிகளில் அதிக மாடல் பொம்மைகள் உள்ளன. கறுத்த மாடல் பொம்மைகள் இங்கு ஒரு பாஷன். அந்த ஒல்லியான காலும் கையும் உள்ள மொழு மொழுவென்றிருக்கும் மாடல் பொம்மைகளின் மேல் லேசான பச்சை நிறத்தில் ஆடைகளைச் சுற்றியுள்ளார்கள். கண்ணாடிக்குள் வைக்கப்பட்டிருக்கும் அந்த மாடல் பொம்மைகளின் கழுத்தில் இரும்பில் செய்த ஆமை, தேள் போன்ற அணிகலன்கள் காணப் படுகின்றன. நீண்ட கையின் மணிக்கட்டில் அதிகமான வளையல்கள் பலவித டிசைன்களில் இரும்பில் அடுக்கப்பட்டிருக்கின்றன. பொம்மைகள் உடம்பை ஸ்டைலாக வளைத்தபடி நிற்கின்றன. பொம்மைகளின் அம்மணம் மறைக்கப்பட்டிருக்கிறது. ரெடிமேட் துணிக்கடைகளில் குளிர்கால ஆடைகள், கோட்டுகளுடன் மாடல் பொம்மைகள் காணப்படுகின்றன. பெண் பொம்மைகளுக்கு மார்புகளில் காம்புகள் உள்ளன. அவை தள்ளித் தெரியும்படி ஆடைகள் போடப்பட்டுள்ளன. முலைக்காம்பும் கையில் இரும்பு வளையலும் கழுத்தில் இரும்புத் தேளும் அணி செய்கிற மாடல் பொம்மைகள்.

இப்படிப் பார்த்துக்கொண்டு நின்றபோது 'ஹலோ' என்ற குரலைக் கேட்டேன். திரும்பியபோது அன்னா சிரித்தாள்.

ஒரு மாடல் பொம்மை போல உடை உடுத்தி வந்திருந்தாள் அன்னா. கண்களில் கொஞ்சம் அதிகம் கண் மை பூசப்பட்டது போல் இருந்தது. அவள் கண்புருவம் வெட்டப்பட்டிருந்ததைப் பார்த்ததும் ஸெக்ஸி என்று எண்ணினேன். புருவத்தில் நீளமான முடிகள் தோலையொட்டி வளர்ந்து அவைபாட்டுக்கு நிற்கின்றன. அவை ஏன் செக்ஸியாகத் தெரிகின்றன என்ற எண்ணம் இப்போது சம்பந்தா சம்பந்தமில்லாமல் என் மனதில் ஏற்பட்டது. அன்னாவிடம்

சொன்னால், அவளுக்காகக் காத்திருந்ததால் வந்த கோளாறு என்று சொல்லிவிட்டால்... என்று தயங்கினேன். அப்போது பார்த்து அவளுக்கு மொபைலில் ஓர் அழைப்பு வர, ஓர் இசையை வெளிப்படுத்தியது அன்னா மாலினோவ்ஸ்காவின் மொபைல்.

'ஸ்ஹாம்...' என்று தொடங்கி யாருடனோ பேச ஆரம்பித்தாள். என்னோடு ஒட்டி நின்றாள். என்னை அவளுடைய பாய்ஃப்ரெண்ட் என்று நினைத்து முத்தம் கொடுத்துவிடுவாளோ என்று பயந்தபடி நின்றேன். போனில் பேசி முடித்துவிட்டுச் சொன்னாள்:

'டோன்ட் ஒர்ரி... முத்தம் கொடுக்க மாட்டேன்.'

நான் அதிர்ச்சி அடைந்தேன்.

'வாட்?'

'டோன்ட் ஒர்ரி... முத்தம் தரமாட்டேன்.'

'ஓ காட்' என்று மனதில் சொன்னாலும், என் ஆச்சரியத்தை வெளியில் காட்டாதவாறு நின்றேன்.

'ஸாரி ஃபார் த டிலே...'

'என்ன விஷயம்?'

'ஒன்றுமில்லை. நாம் வாழப்போவது கொஞ்ச காலம். நம் மனதுக்குப் பிடித்தபடி வாழ்ந்தால் என்ன?'

'ம்...?' என்று சிரித்தேன்.

'அதுதான் பிந்திப்போயிற்று.'

'பிந்திவருவதுதான் உன் வாழ்க்கைக்குச் சந்தோஷம் தரும் என்றால், கண்டிப்பாக 'டிலே' செய்யத்தான் வேண்டும்.'

'நான் சொல்ல வந்தது வேறு,' என்று கோபத்தைக் காட்டினாள். முகத்தை அஷ்ட கோணத்தில் வளைத்தாள்.

'நானும் பதிலாகக் கூற வந்தது வேறு.'

'இல்லை. நான் அதைத்தான் சொல்ல வந்தேன்.'

'அப்படி என்றால், நானும் பதிலாக அதைத்தான் கூறவந்தேன்.'

அவள் என்னை முறைத்துவிட்டுக் கோபத்தைக் காட்ட, காலைத் தரையில் பலமாக ஊன்றினாள். முட்டு வரை ஸ்கர்ட் அணிந்து, முட்டிலிருந்து பாதம் வரை கறுப்பு நிற சாக்ஸ் அணிந்து காலில் சம்மர் காலத்துக்குரிய லைட்டான செருப்பு அணிந்திருந்தாள்.

'கண்களில் புருவம் செதுக்கப்பட்டிருப்பதில் ஸெக்ஸ் உணர்வு

தூண்டப் படுகிறது என்ற கருத்தைப்பற்றி என்ன நினைக்கிறாய் அன்னா?'

'கருத்துக்களுக்கான கொடைவள்ளல் நீங்கள்.'

'வாட் அபௌட் பியோத்தர்? ...டிஸ்அப்பியர்ட்?'

'எஸ், டிஸ்அப்பியர்ட்' என்று தலையை மேலும் கீழும் ஆட்டி விட்டு, 'ஸாரி ஃபார் த டிலே' என்று 'எம்பிக்' புத்தகக் கடையை ஐம்பது டிகிரி உடலைத் திருகியபடி பார்த்தாள்.

'ஏன் இவ்வளவு உடலை வளைத்து அவஸ்தைப்பட வேண்டும்? உன் உடலின் பின்னால் முதுகில் இருக்கும் கண்களின் வழி பார்த்தால் போயிற்று.'

'சந்திரன், அது அற்புதமான ஒரு கருத்து.'

'எது?'

'தட்.'

'எஸ், யா... ஏன் கடவுளுக்குப் பின்பக்கம் கண்கள் வைப்பதை யாரும் அன்று சஜஸ்ட் செய்யவில்லை? வாட் டு யு திங்க்?'

'அட்லிஸ்ட் இப்படிச் செய்திருக்கலாம். ஒரு கண் முன்னால் போதும். இரண்டாம் கண் பின்னால்?'

'கார் போல முன்னாலும் பின்னாலும் விளக்கு.'

'இதுபோல விஷயங்கள் இருக்கு. எழுதி வைத்துக்கொள்ள வேண்டும். அடுத்தமுறை கடவுளைப் பார்க்கும்போது சொல்லலாம். உதாரணமாக, ஏன் நம் கால்கள் முன்னால் நடப்பதற்கும், அது போல் பின்னால் நடப்பதற்கும் பயன் படுவதில்லை. சில ரோபோக்கள் போல வசதியாக இருந்திருக்கும் இல்லையா?'

'இன்று காலை உணவு என்ன?'

'ஏன்?'

'ரொம்ப ரொம்ப புது விபரங்கள் டஜன் கணக்கில் வந்து கொண்டிருக்கின்றனவே! விசேஷமா ஏதாவது சாப்பாடு இருக்கா இதற்கு என்று கேட்கிறேன்?'

'மலச்சிக்கல் இல்லாதிருந்தால் போதும்' என்று எனக்கு மட்டும் கேட்பது போல் முனகுகிறேன்.

'எஸ். நம் உடம்பு பற்றிப் பேசறதுக்கு என்ன நாணம்? யு ஆர் ரைட். நம் உடம்பு ஆரோக்கியமாக அசுத்தமின்றி இருந்தால் அது நன்கு செயல்படும். இது மிகச் சரியானது. என் சமீபத்திய

ஓவியங்களுக்கு இந்த உடம்பு பற்றிய அறிவு மிக முக்கியம். இதனால் உடம்பு, கண், தோல், வியர்வை இப்படி இப்படி உடம்பு, பையாலஜி, என்று நிறைய படித்துக்கொண்டு இருக்கிறேன். யு ஆர் ரைட். உடம்பின் மிக முக்கியமான பாகத்தில் ஒன்று வாய், இன்னொன்று பின் பக்கத்துத் துவாரம். மேலே ஒரு துவாரம், கீழே ஒரு துவாரம். உலகம், காற்று, மழை, சீதோஷ்ணம் இவை உடம்புக்கு உள்ளே நேரடியாகப் புகும் வழிகள் இந்த இரண்டு துவாரங்கள். இதனால்தான் இந்தத் துவாரங்கள் செக்ஸில் முக்கியமானவை. ஒரு கதவு உள்ளே அனுப்ப, இன்னொன்று வெளியே அனுப்ப! மார்வலஸ்... இல்லையா?'

'இன்று நாம் பேசுவது எல்லாம் ஃபிரிவலஸ்; ஓரமானவை, மார்ஜினல், முக்கியமற்றவை, விளையாட்டு என்று நினைத்தேன்.'

'நோ. இவை முக்கியமானவை' என்ற அன்னா சற்றுநேரம் ஏதும் பேசவில்லை. தூரத்தில் ஆர்கேடியா ஷாப்பிங் காம்ப்ளக்ஸின் கடைகள் பற்றிய வரைபடம் இருந்தது. அதைச் சுட்டிக் காட்டினாள்.

'இது புரிகிறதா?'

'என்ன?'

'படகு, விளையாட்டு. அதுதான் இந்த மொத்த காம்ப்ளக்ஸை இயக்கும் அடிப்படை. ஒவ்வொரு கடைக்கும் ஒரு எண் உள்ளது. அடுத்து, ஒவ்வொன்றுக்கும் ஒரு பாஸேஜ் உள்ளது. ஒவ்வொரு பாதைக்கும் ஒரு பெயர். அந்தப் பெயரைப் பார்த்து அந்தக் கடைக்குப் போகமுடியும். அடிப்படையில் இது விளையாட்டு, படம் போட்டு விளையாடுவது.'

'அன்னா, உன் ஓவியம் பற்றிச் சொல்.'

'நான் என் ஓவியம் பற்றிச் சொல்வது, நானே என் தேகத்தின் அந்தரங்கத்தைப்பற்றிச் சொல்வது போல.'

'பியோத்தருக்குத் தெரியுமா?'

'என் தேகத்தின் அந்தரங்கமா?'

நான் அன்னாவை முறைத்துப் பார்த்தேன். அவள் தூரத்தில் தெரியும் ராயல் கலெக்‌ஷன் என்ற ரெடிமேட் ஆடைகள் விற்கும் மிகப்பெரிய கடையைப் பார்த்தபடி இருந்தாள்.

'என்ன பார்க்கிறாய்?'

'பியோத்தர் அந்தக் கடையில் ஒளிந்து கொண்டிருப்பானா?'

'எனக்கெப்படித் தெரியும்? அவன் என் பாய்ஃப்ரெண்டா?'

'இல்லை. நீங்கள் இருவரும் திருமணம் செய்வதாய் கற்பனை செய்து பாருங்கள் சந்திரன்?'

'அப்போது உனக்குப் பொறாமை வராதா?'

'எனக்குப் பொறாமை இல்லை இரண்டு ஹோமோ ஸெக்சுவல்களைப் பார்த்து.'

'இன்று இப்படி விளையாடவா இங்கே வந்தோம்?'

'ஷாப்பிங் காம்ப்ளக்ஸ் என்பது ஒரு விளையாட்டுதானே. இந்தக் காம்ப்ளக்ஸை இயக்கும் விதி, விளையாட்டுப் படம். இங்கு, மனித வாழ்க்கைக்கு அத்தியாவசியமான எந்த வஸ்துவும் இல்லை. உணவு, உடை, வீடு, பாதை, படிப்பு, உழைப்பு ஏதும் இல்லை. இங்கு இருப்பது இன்னொரு வகை உணவு, உடை, வீடு, படிப்பு, உழைப்பு. இவை ஆடம்பரமான உணவு, வீடு முதலியவற்றோடு தொடர்பு கொண்டவை. மனிதனுக்கு இந்த ஆடம்பர விளையாட்டு வேண்டியிருக்கிறது. தேவை எந்தளவு ஒரு நிஜமோ, அந்தளவுக்கு ஆசையும் நிஜம்தான். பழைய பொருளாதாரம், இந்த ஆசையைப் பற்றிச் சிந்திக்கவில்லை. தேவை, அதாவது நெசஸ்ஸிடி பற்றி மட்டும் சிந்தித்தது. அதுபோல் ஃபாஷன், அழகு இவை மனிதனுக்கு உயிர் வாழ இன்றியமையாதவை அல்ல. ஆனால், தொடர்ந்து மனிதன் ஃபாஷன், அழகு, பிரமை, கனவு, சினிமா, நாடகம் பற்றி பெரிய அளவில் கவலைப்படுகிறான். அதிலும் குழந்தைக்கு உணவு எந்த அளவு வளர்ச்சிக்கு அவசியமோ, அந்த அளவு விளையாட்டும் அவசியம்.'

'கேட்க நன்றாகத்தான் இருக்கின்றது.'

'உண்மையும் இதுதான் சந்திரன்.'

'இதெல்லாம் உன் ஓவியத்தில் கொண்டு வருகிறாயா?'

'டோன்ட் நோ.'

'ஜஸ்ட் கிட்டிங்?'

'நோ, ரியலி ஐ டோன்ட் நோ' என்றாள் அன்னா!

'எனக்கு உன் ஓவியங்களைப் பார்க்கவேண்டுமென்று ஆசையாக இருக்கிறது.'

'ஜஸ்ட் கொஞ்சம் கலர்கள். அப்புறம் கொஞ்சம் கிறுக்கல். சிலர், கார்ட்டூன் மாதிரி என்று சொல்கிறார்கள். ஒருவேளை, நான்

சிறுபிள்ளைத்தனமாக வரைகிறேன் என்று கிண்டல் செய்கிறார்களோ என்னவோ. ஆனால், போலந்து விமர்சகர்களை நான் மிக மோசமாக எடைபோட மாட்டேன். அவர்கள் மிக நல்ல ஓவிய விமர்சகர்கள். பட்...' என்று நிறுத்தினாள். இரண்டாவது மாடியின் வானிட்டி பைகள் விற்கும் ஒரு கடையின் முன் இருக்கும் இரும்பும் கண்ணாடியுமாக அமைக்கப்பட்டிருந்த ஒரு ரெயிலிங்கில் பிருஷ்டத்தை வைத்துக்கொண்டு கடையைப் பார்த்தபடி நின்று பேசினாள். நான் அவளருகில் நின்று கடைக்குமுன் வருவோர் போவோரை எல்லாம் பார்த்தபடி நின்றேன். அவள் தொடர்ந்தாள்.

'லிஸ்ஸன், நான் நிறங்களை விரும்புகிறேன். லாட்ஸ் ஆஃப் கலர்ஸ், கலர்ஸ், பூக்களின் நிறங்கள்... வானத்தில் வந்து மறையும் நிறங்கள்... எஸ். ஐ ஹேட் வார்... யுத்தத்தை வெறுக்கிறேன்' என்று சீரியஸாகத் தூரத்தில் பார்த்தாள் அன்னா.

ஆர்கேடியா காம்ப்ளக்ஸில் தூரத்தில் தெரிந்த கண்ணாடிகள், விளம்பரங்கள், பல்வேறு கடைகளின் போர்டுகள், கடைகளின் மார்பிள் தரை, குழந்தைகள் கொண்டுபோகிற பலவர்ண பலூன்கள், வந்துமறையும் எலக்ட்ரானிக் அடையாளங்களின் இடையே கடைகளில் சிப்பந்தியாக வேலை செய்யும் அதற்குரிய யுனிஃபார்ம் அணிந்த ஆட்கள். அவர்களின் சட்டைப் பைகளில் தொங்கும் அவர்களின் பெயர் தாங்கிய அட்டைகள் என்று எதையோ குறிவைத்துப் பேச முனைந்தாள்.

இந்த ஷாப்பிங் காம்ப்ளக்ஸில் இருக்கிற ஆட்களைப் பற்றி என் சிந்தனை போயிற்று. அதைப்பற்றிக் கேட்டேன்.

ஒரு வாரம் பார்க்கிற விற்பனையாளர்களை அடுத்தவாரம் பார்க்க முடிவதில்லை. அதிகநேர வேலை. அந்தளவு குறைந்த சம்பளம். வேலைக்கு உத்தரவாதம் இல்லை. இதுதான் முதலாளித்துவம். போலந்து, முதலாளித்துவத்தைக் கற்றுக்கொண்டு வருகிறது. கற்றுக்குட்டி முதலாளித்துவம். அதற்குப் பெயர் மூன்றாவது பாதை. சோசலிசத்துக்கும் கம்யூனிசத்துக்கும் நடுவில்.

'எனக்கு, உன் நாட்டுப் பொருளாதார வரலாறு தெரியாது அன்னா. சற்று விபரமாகச் சொல். என் துறையான கம்ப்யூட்டரைப் பொறுத்தவரை போலந்து இந்தியா அளவு வளரவில்லை.'

'எஸ்... கம்யுனிச ஆட்சிக்காலத்தில் வயதானவர்களுக்கு மருத்துவ வசதிகள் கிடைத்தன. ஆனால் இப்போது அரசாங்க மருத்துவமனைகளில் அட்மிஷன் கிடைக்க வேண்டுமானால்,

வரிசையில் காத்திருக்க வேண்டும். தனியார் மருத்துவமனையில் அவர்கள் கேட்கும் பணத்தைக் கொடுத்துக் கட்டுப்படியாகாது. தனியுடைமை இப்போது இங்கு வந்துவிட்டது. பொருளாதாரத்தை எப்படிக் கொண்டுபோவது என்று தெரிய வில்லை. ஐரோப்பிய யூனியனில் சேர்ந்தபிறகு, அதன் திட்டங்கள்படி பொருளாதாரம் இயங்குகிறது. போன வாரம் என் பாட்டிக்குக் கண்ணில் அறுவை சிகிச்சை. வெள்ளைத்தோல் பரவி விட்டது. வாட் டு யு ஸே இன் இங்கிலிஷ்?'

'காட்டிராக்ட்?'

'எஸ். அந்த அறுவைக்குத் தனியார் ஆஸ்பத்திரியில் எவ்வளவு கட்டணம் தெரியுமா?'

நான் தெரியாது என்று தலையாட்டினேன்.

'மொத்தம் சுமார் 2000 டாலர்கள். இருதய செக்கப், பல்சொத்தை அடைப்பு, எக்ஸ்ரே... இவையெல்லாம் சேர்த்து. இங்கு இந்த மாதிரி எல்லா செக்கப்பும் செய்யாமல் கண் அறுவை சிகிச்சை செய்யமாட்டார்கள்.'

'இந்தியப் பணத்தில் சுமார் ஒரு லட்சம் ரூபாய். கண்ணில் விழும் புரையை அறுவைச்சிகிச்சை மூலம் நீக்க சுமார் ஒரு லட்சம் ரூபாய். இந்தியாவில், இதே சிகிச்சைக்கு சுமார் ஐந்தாயிரம் ரூபாய் அதாவது, சுமார் நூறு டாலர்! இன்றைய மதிப்பில் உங்கள் முந்நூறு 'ஸ்வாதி' என்றேன்.

'ம்...' என்று அன்னாவின் வாயிலிருந்து பெருமூச்சு வந்தது. எதற்காக என்று எனக்குப் புரியவில்லை. இடது கையால் என் வலது கையைத் தட்டிவிட்டு நடந்தாள். என்னை அழைத்துவிட்டு முன்பு நடக்கிறாள் என்று யூகித்துக்கொண்டு அவளைப் பின்தொடர்ந் தேன். இடதுபுறம் இருந்த கடைகளையும் வலதுபுறம் தெரிந்த இரண்டு ரெயிலிங்ஸைத் தாண்டி தெரிந்த அழகான தோற்றம் கொண்ட கடைகளையும் பார்த்தபடி நடந்தேன். குட்டை யான ஸ்கர்ட்டுக்கு மேல் ஒரு கோட்டு போன்ற குட்டையான ஆடை அணிந்து வந்திருந்தாள்.

'அழகு அழகாக கடைகள்' என்றேன். இப்போது அவளும் நானும் ஒருமித்து நடந்து கொண்டிருந்தோம்.

'அழகுதான் இன்றைய கால முதலாளித்துவத்தின் உந்துசக்தி' என்றாள்.

'இதற்கு என்ன பெயர்? அந்தச் சொல் என் வாயில் வரமாட்டேன் என்கிறது.'

'போஸ்ட் மார்டனிசம்' என்றாள்.

'எஸ். எஸ். உன் ஓவியம் இந்த வகை என்று சொல்லலாமா?'

'என்னமோ! எனக்குத் தெரியல.'

'ரியலி...?'

'ரியலி...! இப்படி லேபல்கள் சிலவேளை பயன்பட்டாலும், இன்னொரு வகையில் பயன்படாது. நான் பாட்டுக்குத் தீட்டு கிறேன். ஏனென்றால், தனக்கு இரண்டு கொம்புகள் இருக்கின்றன என்று நினைத்துக்கொண்டிருக்கும் ஒரு மனிதன் இருக்கும்வரை தொன்மமும், எதார்த்தமும் எனக்கு வேறு வேறல்ல.'

அப்போது நானும் அன்னாவும் நின்ற இடத்தில் ஒரு மரம் பச்சைப்பசேல் என செராமிக் பொடிகளாக இட்டு நிரப்பப்பட்ட, சிமென்டால் செய்த பெரிய 'பாட்'டில் நின்றது. நான் அதன் இலை களைப் பார்த்து, இயற்கையா செயற்கையா என்று கேட்டேன்.

'அதனைக் கண்டுபிடிக்க முடிந்தால், உண்மைக்கும் தோற்றத் துக்கும் வித்தியாசம் உண்டு என்ற வாதம் பொய்யாகி விடுமே.'

'அந்த வாதம் பொய்யாகுமோ உண்மையாகுமோ தெரியாது. ஆனால், இங்கு வருகிறவர்கள் எவ்வளவு சந்தோஷமாக இருக் கிறார்கள்? சாதாரண மார்க்கெட்டுக்கு விலைகுறைவான பொருட் களுக்காகப் போகிறவர்களைவிட, ரொம்ப சந்தோஷமாக இருக்கிற அந்த ஸ்டூல் புள்ளிகளைப் பதித்த கறுப்பு பெல்ட் அணிந்த பெண்ணைப் பார். அவளது பாய் ஃப்ரெண்டும் அவளும் இந்த மாதிரி இடத்திற்கு வந்து சாப்பிட்டுவிட்டு, ஏதோ பானம் குடித்து விட்டுப் போவதற்கு எத்தனை நாள் கனவு கண்டிருப்பார்கள்? எங்கோ படிக்கிறவர்கள் இவர்கள். விடுமுறையில் போய் உடல் உழைப்பு செய்து படிக்கிறவர்களாக இருக்கும். ஆனால், அவர்களுக்கு ஒரு கனவு இருக்கிறது. அந்தக் கனவை விமர்சிக்க யாருக்கும் உரிமை கிடையாது. அந்தக் கனவுக்கும் இந்த ஷாப்பிங் காம்ப்ளக்ஸுக்கும் தொடர்பு இருக்கிறது.'

'எஸ்' என்று அவள் தலையாட்டியபோது, அவளது மொபைல் ஒலித்தது.

'ஸுஹாம்...' என்றாள். அப்போது ஏதோ ஒரு கடையைப் பார்த்தபடி நான் நின்றதால், 'சந்திரன்... கம் ஆன்.' என்று கூறி,

‘எங்கே போவோம் பியோத்தர்?’ என்றாள்.

நான், ‘முதலில் இங்கே வரச்சொல்’ என்றேன். பின்பு அவளும் பியோத்தருக்கு, நானும் அவளும் நிற்கும் இடத்தைப்பற்றிச் சொல்லிவிட்டு அங்கே வரச் சிரமமாக இருக்குமா என்று கேட்டாள். அவன் நாங்கள் நிற்கும் இடத்திற்கு வருவதாகக் கூற, நாங்கள் அதே இடத்தில் பியோத்தருக்காகக் காத்தபடி நின்றோம்.

நான் அன்னாவிடம், ‘பியோத்தரிடம் என்ன கேட்கப் போகிறேன் தெரியுமா? ’ என்றேன்.

‘என்ன கேட்பீர்கள்?’

‘அன்னாவின் அந்தரங்கம் பார்த்திருக்கிறாயா என்று.’

‘கேளுங்கள் தாராளமாக! அவன் ஒரு கத்தோலிக்கப் பையன்.’

‘அதை முன்பே சொல்லியிருக்கிறாய்.’

‘புதியதாகவும் அதையே சொல்கிறேன்.’

‘அது என்ன பழையதாகவும் புதியதாகவும் ஒரே விஷயத்தைத் திரும்பத் திரும்பச் சொல்கிறாய்?’

‘ஒவ்வொரு தடவை திரும்பத் திரும்பச் சொல்லும்போதும், ஒரே விஷயமாக இருந்தாலும் ஒவ்வொரு தடவையும் புதுப்புது அர்த்தம் கிடைக்கும்.’

‘இப்போது, அவன் கத்தோலிக்கப் பையன் என்பதற்கு என்ன அர்த்தம்?’

‘அவன் எனக்கு எந்த இடம் அதிக ஸென்ஸிடிவ் என்று தெரிந்து கொண்டுவிட்டான் என்று அர்த்தம்.’

‘வாவ். இந்தப் புதுச் சமாச்சாரத்தை என்னிடம் நீ இதுவரை சொல்லல.’

‘ஏன், பொறாமை உணர்வு ஏற்படுகிறதா?’ என்று, ‘பப்’ என்று முட்டிக்கொண்டு வந்த சிரிப்பை அடக்கினாள் அன்னா.

‘ஓ.. இன்னொரு விஷயம் என்னாயிற்று? ஹாலிவுட் படத்தில் நடிக்கும் உன் ஆசை?’

‘அப்ளிகேஷன் போட்டிருக்கிறேன், பார்ப்போம்’ என்று தூரத்தில் பார்த்தாள். அவள் கண்களில் அதிகமாக தீட்டப்பட்டிருந்த கறுப்பு மை இப்போது கொஞ்சம் குறைந்திருக்கிறது போல் பட்டது.

அப்போது என்ன நடந்தது என்று புரிந்துகொள்ளமுடியாத ஒரு சம்பவம் நடந்தது. திடீரென்று நான் எங்கோ ஓர் ஆழத்தில்

தள்ளப்பட்டதுபோல் உணர்ந்தேன். மேலிருந்து கட்டடம் கட்டடமாக விழ ஆரம்பித்து, நிற்காமல் விழுந்துகொண்டே இருந்தது. பெரிய பெரிய கம்பிகள், நீளமான குறுக்குச் சுவர்கள், பீம்கள்.. இப்படிக் கொஞ்சம் நேரம் சரேலென எல்லாம் சரிந்து கொண்டே இருந்ததாக நினைத்தேன். நினைக்கக்கூட முடிய வில்லை. என் பிரக்ஞை திடீரென்று இல்லாமல் ஆக, அதே பிரக்ஞை கல்லாக, இடிந்த சுவராக, இடிபாடுகளில் இருந்து உதிரும் பெயர்ந்த சுவர் பூச்சும் மண்ணுமாக மாறினால் எப்படி யிருக்குமோ அப்படி உணர்ந்தேன்.

நான் பிரக்ஞை இழந்தேன் அல்லது வார்ஸாவுக்கு முதன் முதலாக வந்த போது பிரக்ஞை இழந்ததை இப்போது மீண்டும் ஒருமுறை அனுபவிக்கலானேன்.

சிவநேசம் முகத்தில் கோபத்துடன் தென்பட்டார். அவர் இடது கைமணிக்கட்டை, வலது கையில் இருந்த கூர்மையான கத்தியால் 'சதக்' என்று ஒரே போடாய் போட்டார். கை துண்டானது. கண் களில் தீப்பொறி பறக்க ஒரு பார்வை.

எல்லாம் ஒரு கணத்துக்குள்! மீண்டும் கண் இமைகள் உயர்ந்தன. எல்லாம் மீண்டும் பழையபடி. அதே இடத்தில் நானும் அன்னாவும் நின்று கொண்டிருந்தோம். இடையில் பியோத்தர். பியோத்தர் எப்போது வந்தான் என்று மனதுள் கேட்டபடி அவர்களைப் பார்த்தேன். அவர்கள் ஏதும் நடக்காதது போல் நின்றுகொண் டிருந்தனர். பூகம்பம் ஏதும் ஏற்பட்டதா? அல்லது எனக்குள் மட்டும் நிகழ்ந்த நிகழ்வா இது? என் முன்னால் நிற்கும் இருவருக்கும் புரியாத அளவு மிக நுண்மையாய் நடத்திருக்கிறது.

லேசாக ஒருமுறை தலை வலித்தது. அதன்பிறகு, எல்லாம் சகஜம்.

'ஏன் நின்று கொண்டிருக்கிறோம்?' என்ற பியோத்தருடன், சகஜமாக நான் நடக்கிறேன். தூரத்தில் பல நாற்காலிகளில் ஆட்கள் அமர்ந்து சாப்பிடுகின்றனர்.

'லுக்கிங் டல்' என்று என்னை நோக்கிக் கூறிய பியோத்தர், முதுகில் தொங்கிய பையை அவன் தோளைச்சுற்றி ஒரு பக்கமாக என் அன்னா மீது இடித்தது.

'நாட் அட் ஆல்!' என்று பியோத்தருக்கு நான் பதில் தந்தபோது, அன்னாவை என் கண்கள் நோக்கின. அவள் பார்வையில் நான் ஏதும் வித்தியாசமாகக் காணவில்லை. எனவே, அவர்கள் இருவரும்

எனக்கு நடந்ததை அறியவில்லை என்று நம்பினேன்.

இப்போது நாங்கள் மூவரும் மக்டொனால்ட் சாப்பாட்டுக் கடைக்குப் பக்கத்தில் காணப்பட்ட ‘கேஎஃப்சி’ (கென்டுக்கி ஃபிரைட் சிக்கன்) முன்பு போய்ப் பார்த்தோம். அதற்கு அடுத்த கடையில் ‘தாய் ஃபுட்’ என்று எழுதியிருந்தது. நான் மீனும் உருளைக்கிழங்கும், பச்சைக் காய்கறித் துண்டுகளும் வாங்க, அன்னா இன்னொரு வகை கறுப்பு நிற மீனும் ஸ்க்ரேப் செய்யப் பட்ட பீட்ரூட்டும் உருளைக்கிழங்கும் வாங்க, பியோத்தர் கோழி இறைச்சியும் உருளைக்கிழங்கும் ஸ்கிரேப் செய்யப்பட்ட ராடிஷும் வாங்கினான்.

தூரத்தில் ஆங்காங்கு சாப்பிட்ட பேப்பர் பிளேட்டுகளைத் தள்ளி அழுக்கில் போடும் திறப்புகளுடன் கூடிய கூண்டுகள் காணப் பட்டன. அவற்றுக்கருகில் மேசைகளைத் துடைக்கும், ‘ஏப்பிரான்’ கட்டிய இளம்பெண்களும் பையன்களும் நடமாடினர். ஓரிருவர் தரையை நீண்ட பிரஷ்களால் குனியாமல் பெருக்கி வாரிக் கொண்டிருந்தார்கள். என் கண்கள் கைகழுவும் பேசினைத் தேடின.

நானும் அன்னாவும் பியோத்தரும் ஒரு மேசையின் முன்பு போனதும் அந்த மேசைக்கு இரண்டு நாற்காலிகளே இருப்பதை உணர்ந்தேன். அதற்குள் பியோத்தர் தான் பையை வைத்துவிட்டு இன்னொரு மேசைக்கு முன்பிருந்த நாற்காலி ஒன்றை வலது கையால் தூக்கிக்கொண்டு வந்தான்.

அவனது கையின் வலிமையையும், அதன் உறுதியையும் கண்டு வியப்படைந்தேன். அதற்கு இன்னொரு காரணம், இன்று அவன் ஒரு அரைக்கையுள்ள செக் சட்டை அணிந்ததும்.

‘தாங்க்ஸ் பியோத்தர்.’

‘ஸீ... சந்திரன், தட் ஸ்டோரி...’ என எதையோ என்னிடம் சொல்லப் போனவனைத் தடுத்தாள் அன்னா.

‘அப்புறம் பேசலாம், சாப்பிடுவோம் முதலில்’ என்றாள் அன்னா. நான் இப்போது சகஜ நிலையில் இருந்ததால் தமாஷ் பேச்சு மீண்டும் தலைதூக்கியது.

‘அன்னா அந்த அந்தரங்கம்...’ என்று நான் சிரித்தேன். அதற்குள் பியோத்தர், ‘வாட்?’ என்றான்.

சாப்பிட்டபடியே அன்னா, தலையைத் தூக்காமல் முகத்தை ஸீரியஸாக வைத்துக் கண்களை மட்டும் சற்று உயர்த்தி உறுதி

தொனிக்கும் முறையில் என்னைப் பார்த்தாள்.

'பியோத்தர் எந்த ஸ்டோரி பற்றிப் பேசினாய்?' என்றேன் பியோத்தரிடம். பியோத்தர் மேசையைப் பார்த்து வழக்கமாகச் செய்வதுபோல் லேசாக தலையைத் தூக்கி,

'உங்கள் சுயசரிதை... போன வாரம் வந்த தொடர், விஜயா நெருப்புப் பற்றவைத்துக் கொண்டது' என்றான். மீண்டும் அன்னா சொன்னாள்:

'லெட் அஸ் டாக் ஸம் குட் திங்ஸ். சாப்பிடும்போது...'

'தேர் ஈஸ் ஸம்திங் குட். கொஞ்சம் நல்லவை இருக்கின்றன' என்று கூறியபடி பியோத்தர் வலது கையால் சாப்பிட்டபடி இடது கையால் பையின் ஸிப்பைத் திறந்தான். ஆறு, ஏழு தாள்கள், கறுப்பு மை ஆங்காங்கு பூசப்பட்டவற்றை வெளியே எடுத்தான். மேசையில் சாப்பாட்டுப் பேப்பர் பிளேட்டுகள் இல்லாத இடத்தில் தண்ணீர் இருக்கிறதா என்று உற்றுப்பார்த்தபடி தாள்களை வைத்தான்.

'ஓ... ஒண்டர்புல் எச்சிங்க்ஸ்' என்றேன்.

'என் ஓவியக் கல்லூரியில் பயிற்சிக்குச் செய்தவை' என்றான். பின்பு, 'ஸாரி என் ஓவிய வகுப்பு நீட்டித்ததால் அப்போதே வந்து உங்களுடன் சேர்ந்துகொள்ள முடியவில்லை' என்றான்.

அன்னா, கைவிரலைச் சூப்பினாள். நான், மேசைமீது பியோத்தர் வைத்த தாள்களில் மேலே இருந்த ஒன்றை, வலது கையால் சாப்பிட்ட படியால், இடது கையால் தூக்கிப் பிடித்துப் பார்த்தேன். ஒரு பெரிய தோற்றமுடைய மனிதன், நுண்மையான கறுப்புக் கீறல்களில் பலமான படிமமாய் முன்புள்ள பரப்பில் பதிந்திருந்தான். தூரத்தில் பெரிய வெளி ஒன்று பதிவு செய்யப் பட்டது. அந்த வெளியைத் தாண்டி மிக மங்கலாய் நீரில் இழுத்ததுபோல் நிழலாய், இரண்டாம் உலகப்போரில் உடைந்த கட்டடங்கள் காணப் பட்டன. அதன் தலைப்பு 'வெளி' என்றிருந்தது.

நான் அன்னாவைப் பார்த்தேன். அவள் மீண்டும் கை சூப்பினாள்.

'என்ன?' என்பது போல் என்னைப் பார்த்தாள்.

நான் கண்களால் ஓவியத்தைச் சுட்டிக் காட்டினேன். அவளும் கண்களாலேயே 'தெரியும்' என்றாள்.

பேசாமல் அமர்ந்திருந்து எங்கள் செய்கைகளைப் பார்த்தாலும், பியோத்தரின் முகத்தில் எந்த உணர்வும் வெளிப்படவில்லை.

பரிகாசம் தொனிக்கும் முறையில் அன்னா சொன்னாள்:

'சந்திரன், இனி நீங்கள் ஓவியம் தீட்டும்போது நெருப்பு நெருப்பாகத் தீட்டுங்கள், சரியா?'

பியோத்தர் கோபத்தை மறைக்கிறானா, 'ஐ டோன்ட் கேர் யுவர் டாக்' என்கிறானா என்று இனம்காண முடியாத ஒருவித முகச் சாடையைக் காட்டியபடி, அவன் வாங்கிய கோழி இறைச்சியின் காலை வாயில் வைத்தான்.

இரண்டாவது தாளில் உள்ள எச்சிங் ஓவியத்தை இப்போது பார்த்தேன். கறுப்புப் பின்னணியில்தான் இதுவும் அமைந்திருந்தது.

நாஜி சோல்ஜர் ஒருவனின் நிழல் இடதுபுறத்திலிருந்து தாளின் நடுவில் விழுகிறது. அதே நடு வரிசையில் ஒரு பெண் நெருப்பில் குதிக்கிறாள். தாளின் இடப்பரிமாணத்தில் தெரியும் பின்பக்கமும் முன்பக்கமும், காலியாக வெள்ளையாக இருக்கின்றன.

'என் எழுத்து அது. உனக்கு அதைப் படம் போட எந்த உரிமையும் இல்லை. அது பெண்களின் பிரச்சினை. இந்தியா ஆனாலும் ஐரோப்பா ஆனாலும் அது பெண்கள் பிரச்சினை.'

எனக்கும் புரியட்டும் என்று அன்னா ஆங்கிலத்தில் சொன்னாள். அவள் சொன்ன முறையும் தொனித்த கோபமும் இனி என்றும் பியோத்தரையும் அவளையும் சேர்த்துப் பார்க்க முடியாது என்பது போலிருந்தது.

பியோத்தர் கோழி இறைச்சித் துண்டுகள் ஒன்றிரண்டு மீத மிருந்த தாளைப் பார்த்தபடி இருந்தான். அவன் முகத்தில் சோகம் நிழலாடியது. ஏதும் பேசவில்லை.

'உலக சரித்திரத்தில் இந்தியப் பெண்கள் புரியும் 'சதி' ஒரு முக்கியமான 'தீம்.' நான் போலந்துப் பெண்ணைப் பற்றித்தான் தீட்டியிருக்கிறேன். உற்றுப் பார். அந்த முகத்தில் போலந்துப் பெண் முகம் தெரியும்' என்றான்.

இரண்டு பேரும் சண்டை போடுகிறார்களே என்று நான் தர்மசங்கடத்துக்கு உள்ளானேன்.

'பல ஆண்டுகளுக்கு முன்பு என் வாழ்வில் நடந்த ஒரு விஷயம்' என்று பட்டும் படாமலும் சொன்னேன்.

என்னை எங்கோ ஈட்டி கொண்டு குத்தியது போல உணர்ந்தேன். எனக்கு விஜயாவின் நினைவு திடீரென்று பெரிய ரணமாக வலித்தது. நான் புண்பட்ட விஷயத்தை வெளிப் படையாகக் காட்டி இந்த இரு இளம் காதல் உள்ளங்களைப் பிரிக்கக்கூடாது என்று மனதில்

சங்கற்பம் செய்ததால், நிலைமை யைச் சீர்படுத்த இப்படிச் சொன்னேன்:

'எனக்கு இந்த இரண்டாவது ஓவியம் பிடித்திருக்கிறது. ஆனால், ஏன் அதன் இடப்பரிமாணத்தில் முன் மற்றும் பின் பகுதிகள் காலியாக விடப்பட்டு உள்ளன? வெறும் வெள்ளைத் தாளில் காலம் உறைந்திருப்பதைக் காட்டவா? மற்றும் இது ஒரே காலம்தான், அங்கு இங்கு என்னும் இடத்தின் அகாலத் தன்மையும் இதன் மூலம் இல்லாமல் ஆக்கப்படுகிறது. சரிதானே?' என்று பியோத்த ரைப் பார்க்க, அவன் என் கூற்றை ஆமோதிப்பது போல் என்னை நோக்கிக் கைகளை நீட்டினான். அன்னா ஏதும் பேசாமல் அமர்ந்து இருந்தாள்.

மூன்றாவது எச்சிங் பிரதி அடுத்த தாளில் காணப்பட்டது. அதுவும் ஒரு கறுப்பு வெளுப்பு ஓவியம்தான். அதனைச் சற்று உன்னிப்பாகப் பார்த்தபடி அன்னாவிடமும் பியோத்தரிடமும்,

'அன்னா, இனி என்ன சாப்பிடுகிறாய்? நீ பியோத்தர்?' என்றேன்.

பியோத்தர் 'கொக்கோ கோலா' என்றான்.

அன்னா ஓரளவு சகஜ நிலைமைக்கு வந்திருந்தாள். 'ஐஸ் டீ' என்றாள்.

நான் 'சாதாரண தேயிலையும் தண்ணீரும்' என்றேன்.

பின்பு இந்த மூன்று வகை பானங்களையும் வாங்கிவர அன்னா புறப்பட்டாள். என்னை கையால் அமரும்படி சைகை காட்டி விட்டு அவள் எழுந்தாள்.

'நான் வரவா?' என்ற பியோத்தரிடமும்,

'வேண்டாம்' என்று அழுத்திச் சொல்லித் தன் கோபம் இன்னும் தீரவில்லை என்பதைக் காட்டியபடி டக் டக் என்று காலில் போட்டிருந்த கோடைக்கால செருப்பு ஒலி எழுப்ப மிடுக்காக நடந்து சென்றாள்.

நான் பியோத்தரைப் பார்த்துச் சிரித்தேன். அவனும் சிரித்தான்.

நான்காவது ஓவியம் எப்படி என்று ஆவலோடு என்னைப் பார்த்தான்.

தாளின் நடுவில் ஒரு புராதனமான அழகிய கோயில். அதன் உச்சியில் சூரியன் போல ஒரு மலர். அங்கும் பின்பக்கத்தில் நிழலாய் இசை வாசிக்கும் சோல்ஜர்கள். என் மனத்தில் சோல்ஜர்கள்

வாசிக்கும் இசை பற்றிய படிமம் ஆழமாகப் பாதித்தது.

'அன்னாவின் பாதிப்பு இந்த ஓவியத்தில் இருக்கிறது' என்று பியோத்தர் கூறியவுடன், நான் 'மலர்' என்றேன்.

அவன் 'ஆம்' என்றான்.

தூரத்தில் அன்னா ஒரு டிரேயில் எங்கள் மூவரின் பானங்களையும் எடுத்துச் சிந்தாமல் மெதுவாக நடக்க, பியோத்தர் போய் ஒரு தாள் கப்பைத் தூக்கிக்கொண்டான். நான் எழுந்த வுடன் அன்னா தூரத்திலிருந்தே 'சந்திரன், டோன்ட் கம். ஸிட் தெயர்' என்று கட்டளை இடுவது போல் கூவினாள்.

நான் மீண்டும் என் ஸீட்டில் அமர்ந்தேன்.

அன்னாவும் பியோத்தரும் தங்களுக்குள் ஏதோ போலிஷ் மொழியில் பேசிக்கொள்ள, இந்த இரண்டு இளைஞர்களையும் பற்றி இனி கவலைப்படத் தேவையில்லை என்று மகிழ்ச்சியுடன் நான் அமர்ந்துகொண்டேன்.

இருவரும் என் அருகில் வரவும் அன்னா சொன்னாள்.

'ஸாரி.'

பியோத்தர் அன்னாவின் முதுகைத் தடவினான். இருவரும் புன்னகைத்தபடி என்னை நோக்கி வர நான் 'ஒன் மினிட்' என்று கூறிக்கொண்டு வேகவேகமாக பேஸின் இருக்கிறது என்று நினைத்த ஒரு திசையை நோக்கி நடந்தேன்.

அருகில் சென்றதும் பேஸின் இல்லை என்று அறிந்தேன்.

பின்பு பேஸின் இல்லாமல் இருக்குமா இவ்வளவு பேர் சாப்பிடும் இடத்தில் என்று எண்ணியபடி பேஸின் இருக்கும் இடத்தைக் கண்டுபிடித்தே தீருவது என்ற வீம்பில் நான்கு திசைகளிலும் நோட்டம் விட்டேன். எங்கும் பேஸின் இல்லை. அப்படியிருக்க முடியாது. இவ்வளவுபேர் சாப்பிடும் இடத்தில் கை கழுவவோ, வாய் கழுவவோ, வாந்தி எடுக்கவோ பேஸின் இல்லாமல் இருக்குமா என்று எண்ணிக்கொண்டு, போன அதே வேகத்தில் திரும்பவந்து அன்னாவுடனும் பியோத்தருடனும் பானத்தைக் குடிக்க ஆரம்பித்தேன்.

அப்படி என் தேநீரைக் குடித்த போதுதான் புரிந்தது சக்கரை யில்லை என்று. நான் திடீரென்று இடத்தை விட்டு அகன்றதும் மீண்டும் திரும்பி வந்ததும் பிரக்ஞையில் படாதபடி அமர்ந் திருந்தனர், அன்னாவும் பியோத்தரும். அதனால் அவர்களும்

கேட்கவில்லை, நானும் பேஸினைத் தேடுகிறேன் என்று சொல்ல வில்லை. ஆனால் எனக்கு, அன்னாவின் ட்ரேயிலிருந்த நீண்ட பொட்டலத்தில் சர்க்கரை கிடைத்தது. இடது கையில் சற்று அதிக மாக வளர்ந்திருந்த சுத்தமான என் நகங்களைப் பயன்படுத்தி, அந்த நீண்ட பொட்டலத்தைப் பிய்த்து போட்டு சர்க்கரை ட்ரேயில் கிடந்த நீண்ட பிளாஸ்டிக் குச்சியால் கலக்கியபடி குடித்த போது, தேயிலையின் சூடும் மணமும் இதமாகத் தொண்டையில் இறங்கியது பிடித்திருந்தது.

ஆனாலும் பேஸினைத் தேடும் என் உள்ளம் தேடிக்கொண்டே இருந்தது. நான் சகஜமாக அன்னாவுடனும் பியோத்தருடனும் பேச ஆரம்பித்தபோதும் என் உள் மனம் பேஸினைத் தொடர்ந்து தேடலாயிற்று.

அன்னாவைச் சந்தோஷப்படுத்தலாம் என்று எண்ணி, ‘அன்னா, இந்த மூன்றாவது எச்சிங் எப்படியிருக்கிறது பார்த்தாயா? உன் பாதிப்பால் தன் ஓவியத்தில் மாற்றம் ஆரம்பித்திருக்கிறது என்கிறான் பியோத்தர்.’

‘ஸாரி சந்திரன். ஐ லவ் பியோத்தர் ஸோ மச்’ என்றாள்.

பியோத்தரின் தலை குனிந்திருந்தது. அவன் நாற்காலி அன்னாவின் அருகில் இழுக்கப்பட்டு பியோத்தர் அன்னா மேல் சாய்ந்திருந்தது போல் பட்டது. பியோத்தருக்குள் இருந்த எதையோ உருவி எடுத்துவிட்டாள் அன்னா, பியோத்தரால் இனி அவள்மீது சாயாமல் இருக்க முடியாது. அவள் உதவியின்றி தனியாக இருக்க முடியாது என்பதுபோல் இருந்தது அவன் இருந்த நிலைமை.

மேசைமீது இருந்த ‘கோக்’கை எடுத்து அந்த கேனில் மடங்கி யிருந்த சிறுவிரல் மட்டும் நுழையும் துவாரத்துடனும் இழுப்பை நகத்தினால் தூக்கிப் பின் இழுத்தாள். இப்போது சிறு வட்டவடிவ துவாரம் கொக்கொ கோலா டின்னின் மேல் பகுதியில் தோன்ற அதை பியோத்தருக்கு ஊட்டினாள். என்னைப் பார்த்து ‘ஸாரி’ என்றும், போலிஷில் ‘ஷப்பிரஸாம்’ என்றும் கூறினாள்.

நான், ‘டஸ்ஸின்ட் மாட்டர். நான் மிகவும் மகிழ்கிறேன்’ என்றேன். என்னைப் பார்க்க வெட்கப்படுபவன் போல பியோத்தர் தலைகுனிந்து அவள் கொடுத்த கொக்கொ கோலாவைக் குடித்தான்.

எனக்குக் கவலையாக இருந்தது. பேஸின் எங்கே என்று என் கண்கள் என்னை அறியாமல் தேட ஆரம்பித்தன.

படபடவென்று பியோத்தருக்குக் காதில் குழந்தைகளுக்குத் தாய் சொல்லிக் கொடுப்பதுபோல் அன்னா எதையோ சொல்லிக் கொடுத்தாள். இலேசாக பியோத்தருக்கு முகத்தில் வெளிச்சம் வர ஆரம்பித்தது.

பியோத்தர் மனநிலம் பாதிக்கப்பட்ட இளைஞரோ என்று எனக்கு முதல்முதலாகத் தோன்றியது.

பியோத்தர், அன்னா சொன்னதற்கெல்லாம் தாய்க்குக் கட்டுப் பட்டுத் தலையாட்டும் குழந்தைபோல் தலையாட்டினான். சற்று நேரத்தில் பழையது போல் அவன் முகம் தெளிவாக ஆரம்பித்தது. அப்போது கொக்கொ கோலாவை அவன் தன் கையில் பெற்றுக் கொண்டான். இன்னும் என் முகத்தை நிமிர்ந்து பார்க்காமலே இருந்தான் பியோத்தர்.

நான் ஓரளவு இருவரும் சகஜமான நிலைக்கு வரட்டும் என்று கையில் இருந்த பேப்பர் கப்பிலிருந்து தேநீரை மிகச் சொற்பமாக உறிஞ்சினேன். எவ்வளவு குறைவாக ஒரு இழுப்பில் வரமுடியுமோ அவ்வளவு மிகச் சொற்பமாக நாவில் தேநீரை உறிஞ்சி எடுத்தேன். இப்படி ஓர் விளையாட்டு எனக்கு அவ்வப்போது பிடிக்கும். நேரத்தைக் கடத்த இப்படி ஓர் தந்திரத்தை நாக்கு செய்யும். அப்போது உலகத்திலேயே அதிகமான ருசியுடைய பானம் என்னுடைய நாக்கில் இருக்கும் தேநீர்தான் என்று படும். அது போல இப்போதும் தேநீர் ஏதோ தேவாமிர்தம் போல் சுவை தந்தது.

இதுபோல் அடிக்கடி பியோத்தர் மனம் தளரும்போது, எல்லாம் செய்து பழகியவள்போல் நடந்துகொண்டாள் அன்னா. அன்னாவின் இந்தச் செய்கையில் ஓர் தாய்மைக் குணம் ஒளிந்திருந்ததை என்னால் புரிந்துகொள்ள முடிந்தது.

'எனக்கு உன்னைப் பிடிக்கிறது அன்னா' என்று என் விரல்களை அவள் நீண்ட விரல்களோடு பிணைத்துவிட்டு எடுத்தேன்.

'பார்க்கலாம். அந்த ஓவியத்தை' என்று நான் முன்பு குறிப்பிட்ட ஓவியத்தை கையில் வாங்கினாள். இப்போது என்னைப் பார்த்த பியோத்தரின் முகத்தில் புன்முறுவல் தெரிந்தது.

நான் பியோத்தரை நோக்கிக் கை நீட்டியவாறு சொன்னேன்: 'நான் மிகவும் விரும்புகிறேன் உன் ஓவியத் தீட்டுதல்களை.'

'தாங்க்ஸ்' என்றான். முகம் பிரகாசமானது. மீண்டும் தலையைக் கவிழ்ந்து மேசையைப் பார்த்தான்.

இப்போது அன்னா என்னைப் பார்த்துப் பேசினாள்:

'பியோத்தர் சொன்னானா என் பாதிப்பென்று?'

நான் பட்டும் படாமலும் பதில் சொன்னேன்:

'பார்த்தாலே தெரிகிறதே உன் பாதிப்பு இருக்கிறதென்று.'

இப்போது அன்னா அவளது ஐஸ் டீயைக் குனிந்து இதழ் களால் இழுத்தாள்.

'திஸ் இஸ் நைஸ்... பியோத்தர் டு யு வான்ட் டு ட்ரை?' என்று கேட்டபடியே ஐரோப்பிய இளைஞர்கள் மாறி மாறி ஒரே கப்பில் குடிப்பதைப் போல், இருவரும் சேர்ந்து குடிப்பதற்காக பியோத்தரை நோக்கி ஐஸ் டீயை நீட்டினாள்.

பியோத்தர் 'தாங்க்ஸ்' என்று கூறி, வேண்டாம் என்று மறுத்தான். அன்னா, தன் இதழ்களோடு அவளது ஐஸ் டீயை இணைத்தாள்.

என்னை அறியாமல் என் கண்கள் இவ்வளவு பெரிய கூட்டமாக அமர்ந்து சாப்பிடும் இடத்தில் ஒரு பேஸின் இருக்காதா, அதைப் பார்த்துவிட வேண்டும் என்று அந்த பேஸினைப் பார்க்க அலைந்தன.

'சந்திரன், என் பாதிப்பு?'

'மலர்...' என்று இழுத்துவிட்டு நிறுத்தினேன். பியோத்தர் முகத்தில் சகஜபாவம் வந்திருந்தது.

'என்ன பியோத்தர்? வாட் டு யுஸே?'

அவன் முகம் அதிகமாக மலர்ந்தது.

'பூ...?'

'எனக்கும் பூவுக்கும் என்ன தொடர்பு?'

'போனமுறை நாம் சந்தித்தபோது என்ன சொன்னாய் ஞாபக மிருக்கிறதா?'

'என்ன சொன்னேன்? ஞாபகம் இல்லை.'

'எனக்கு யுத்தம் பிடிக்காது. என்னைக் கேட்டால் ஆயுதங்களை ஒவ்வொரு நாடும் ஸப்ளை செய்வதை நிறுத்திவிட்டுப் பூக்களை ஸப்ளை செய்யச் சொல்வேன். ஸம்திங் லைக் திஸ். ஐ டோன்ட் திங் ஐ கோட் ப்ராப்பர்லி.'

'இஸ் இட்...?' என்று கேட்டாள் அன்னா. அப்போது பியோத்தர் சொன்னான்:

'எஸ். யு ஆர் ரைட். எல்லாரிடமும் இப்படிச் சொல்வாள்

ரொமான்டிக்காக.'

'எனக்குப் பூ பிடிக்கும்' என்று கூறிவிட்டுச் சிரித்தபடி ஐஸ் டீயை ஒரு இழுப்பு இழுத்தாள் அன்னா.

நான், 'பியோத்தர் விவாதிக்க ஆரம்பித்துவிட்டான், ஹி ஹாஸ் கம் பாக் டு ஹிஸ் ஓல்ட் ஸெல்ஃப்' என்று என் மனதில் சொல்லிக் கொண்டேன். என் மனம் மகிழ்ச்சியடைந்தது.

ஆறு கடைகள் சாப்பாட்டுக்கு என்று வரிசையாக இருந்தன. இப்போதெல்லாம் கட்டப்படும் காம்ப்ளக்ஸ்களில், சாப்பிடும் இடத்தை ஓர் மூலைக்குத் தள்ளி, எல்லாக் கடைகளுக்குமாகச் சேர்ந்து சுமார் அறுநூறு எழுநூறு நாற்காலிகளை ஒருமிக்கப் போடு கிறார்கள் என்று நினைத்துக்கொண்டேன்.

முதலாளித்துவத்தோடு, மனிதர்களின் பழக்கவழக்கங்களும் மாறுகின்றன. முதலாளித்துவத்துக்கும் பேஸினுக்கும் என்ன சம்பந்தம்? இந்த முதலாளித்துவம் பேஸினை இழந்த முதலாளித் துவம் என்று எண்ணியபோது, என் மனத்தில் ஏதோ இனம் புரியாக் குதூகலம் தோன்றியது.

அப்போது எனக்கு, பியோத்தரோடு விவாதிப்பது அவனுக்கு மகிழ்ச்சி தரும் என்ற எண்ணம் கூடவே வந்தது.

'அந்த இசைக்கருவிகளை வாசிக்கும் சோல்ஜர்கள்' என்றேன்.

'தட் இஸ் எ ஃபன் இம்மேஜ் இல்லையா சந்திரன்?' என்று மறுபடியும் இதழ்களை ஐஸ் டீயுடன் சேர்த்து மெதுவாக இழுத்தாள் அன்னா.

அவள் செய்ததை என் உணர்வு அளவில் புரிந்த மனம், முழுதும் குடித்து முடித்த என் பேப்பர் கப்பை மீண்டும் என் இதழ்களுக்குக் கொண்டுபோயிற்று. என் விழிப்புநிலை, அது வெறும் தாள் கப், தேநீர் காலி என்று உணர்த்தியது. நான் தாள் கப்பை என் உதட்டி லிருந்து விலக்கினேன்.

'ஒண்டர்புல். இல்லையா? உலகில் உள்ள எல்லா நாடுகளும் தங்கள் தங்கள் சைன்னியங்களிடம் நாளையிலிருந்து ஆயுதங் களைத் தொடக்கூடாது; இசைக்கச்சேரி நடத்துவதே உங்கள் வேலை என்று சொல்வது எப்படிப்பட்ட ஆச்சரியமான விஷயம்?' என்றாள் அன்னா.

'கார்ல் மார்க்ஸில் இப்படி ஒரு கனவு இருக்கிறது' என்றான் பியோத்தர்.

மார்க்ஸ் என்ற சொல்லைக் கேட்ட அன்னா முகத்தில் கலவரம் தோன்றியதை ஒரு நிமிடத்தில் நான் புரிந்துகொண்டேன்.

சாமர்த்தியமாக, 'நாம் வேறு ஏதாவது பேசலாம்' என்றாள்.

'ஷி இஸ் அஃப்ரெய்டு ஆஃப் மார்க்ஸ். லைக் த ஹோல் மாடர்ன் போலண்ட்' என்றான் பியோத்தர்.

அன்னா ஏதும் சொல்லவில்லை.

சற்று நேரமாகத் தொடப்படாமல் இருந்த கோக் டின்னை நோக்கி மெதுவாக விரல்களை நகர்த்தினான் பியோத்தர்.

அப்போது என் பார்வை, சாப்பாட்டுக்காக வந்து சேர்ந்து கொண்டிருக்கும் கூட்டத்தைப் பார்த்தது. முதலில் இருக்கும் மக்டொனால்ட் கடைக்கு மிக அதிகக் கூட்டம். இரண்டாவதாக இருக்கும் கேஎப்சி கடையில் கென்டுக்கி சிக்கன் சாப்பிட இன்னும் குறைவான கூட்டம், மூன்றாவதாக இருக்கும் தாய்லாந்து உணவு சாப்பிடும் கடைக்கு இன்னும் குறைவான கூட்டம் போகிறது என்று கூட்டத்தின் அளவை ஆராய்ந்து கொண்டிருந்தேன். 'தாய்' உணவு விற்கும் கடைக்கு அடுத்தபடியாக என்ன கடை என்று பார்த்தபோது அது இத்தாலிய உணவுகளை விற்கும் கடை என்பது தெரிந்தது. தற்கால போலந்தினருக்கு இத்தாலியர்கள் உணவு மீது அதிகக் காதல் இல்லை என்பதை கூட்டத்தை வைத்து அறிய முடிந்தது அந்தக் கடையின் முன்பு பல நாற்காலிகளும் மேசைகளும் காலியாக இருந்தன.

அப்போது பியோத்தர் சொல்லிய விஷயம் பற்றி எனக்கு எந்தக் கருத்தும் இல்லாதது ஞாபகத்துக்கு வர அவனைப் பார்த்தேன். அவன் கொக்கோ டின்னைக் குடித்து முடித்த பாவனையில் 'டக்' என்று ஒலிவர மேசைமீது வைத்துவிட்டுக் கையை எடுத்தான்.

'எனக்கு மார்க்ஸ் பற்றிப் பேசும் அளவு அறிவு இல்லை' என்றேன்.

'யுவர் ஃபீல்ட் இஸ் கம்ப்யூட்டர். தற்கால இந்தியர்கள் ஏன் கம்ப்யூட்டருக்குப் போகிறார்கள்?'

பியோத்தர் கேள்விக்கு வேறு எந்தப் பதிலும் தோன்றாததால் நான் இப்படிச் சொன்னேன்:

'சாப்பாட்டுக்கு.'

'கம்ப்யூட்டரைச் சாப்பிடுவார்களா?'

பியோத்தரின் ஜோக்கைக் கேட்டு மூவரும் கொல்லென்று

சிரித்தோம்.

'தெரியாதா பியோத்தர் உனக்கு? சீனாவில் பாம்பு, தவளை சாப்பிடுவது போல இந்தியாவில் இப்போது பிரதான உணவு கம்ப்யூட்டர். விவசாயிகள் எல்லாம் அரிசி, கோதுமை என்று பயிரிடாமல் கம்ப்யூட்டர்தான் பயிர் செய்கிறார்கள்.'

அவ்வாறு கூறிய அன்னாவிடம்,

'ஏய் அன்னா, அதிகமாக வாலாட்டாதே! வாய்ப்பு கிடைத்தால் விடமாட்டியே நீ' என்றேன்.

அவள் எழுந்து குனிந்து நின்று அவள் கையைப் பின்பக்கம் வைத்து வாலிருப்பது போல் ஆட்டினாள். மூவரும் சிரித்தோம். அவள் மிக லூசாக ஒரு சட்டை போட்டிருந்ததால் மார்பு தாராளமாகத் தொங்கியது. இப்படியும் ஒரு வெள்ளை நிறமா என்று எந்த ஒரு கிழக்கத்தியனைப்போல் நானும் மயங்கினேன். எனக்கு அத்தருணத்தில் சிவநேசம் ஒரு கணத்தில் தோன்றிக் கையைத் துண்டித்த அபூர்வமான காட்சியும், நான் வார்ஸாவுக்கு வந்த அன்று மூர்ச்சை கெட்டு விழுந்ததும் நினைவுக்கு வந்தன. திடீரென்று இவை எதற்காக என் மனத்தில் வந்துமறைகின்றன என்ற கேள்வி வந்ததும் அந்த ஏப்ரல் மாதத்தில் என் உடல் சிலிர்த்தது.

'விஜயாவின் கதையைச் சோகத்தில் கொண்டுபோய் முடித்தபின் என்ன செய்யப்போகிறீர்கள்?'

'தெரியாது பியோத்தர்!'

நான் பியோத்தரிடம் அப்படிச் சொல்லிவிட்டு அன்னாவைப் பார்த்தேன். அவள் முகத்தில் எந்தக் குறிப்பும் இல்லை. சும்மா என்னையும் பியோத்தரையும் பார்த்தாள். அதற்கடுத்து, காலியான ஐஸ் டீயின் பேப்பர் கப்பை மேசைமீது வைத்து மெதுவாக உருட்டினாள். பின்பு இப்படிக் கேட்டேன் அன்னாவிடம்.

'அன்னாவுக்கு என்ன அபிப்பிராயம்?'

'நத்திங். நான் வெறுமே பிரதி செய்கிற பேனா. நீங்கள்தான் அந்தக் கதையின் ஆசிரியன்.'

'அது ஒரு கற்பனைக் கதையா?' என்று பியோத்தர் என்னையும் அன்னாவையும் பார்த்தான்.

'இங்கே பாருங்கள் இவனை' என்று வலது கையின் கடைக் குட்டி விரலின் நகத்தைக் கடிக்க ஆரம்பித்தாள். பியோத்தர்

விடமாட்டான் என்பது போல் அன்னா பேசினாள்:

'விஜயாதான் தன்னை எரித்துக்கொண்டாள் என்றால் எதற்காக எரித்துக் கொண்டாள்? அவளுடைய கணவன் ஏன் துப்புத் துலக்குவதை நிறுத்திக் கொள்கிறான்?'

நான் தூரத்தில் குழந்தைகளை வைத்துத் தள்ளும் வண்டியுடன் ஒரு தம்பதியினர் தாய் உணவுக் கடையில் வந்து ஆர்டர் கொடுத்தபடி நின்றதைப் பார்த்தேன். பின்பு நான் இப்படிச் சொன்னேன்:

'அவளுடைய நிஜமான கணவன் நான்' என் குரல் அடைத்தது.

எனக்கு வேறு என்ன சொல்வதென்று புரியவில்லை.

'ஆம் ஐ ஹார்ட்டிங் யு?' என்று மிகுந்த அன்புடன் என்னைப் பார்த்தான் பியோத்தர். பின்பு இப்படிச் சொன்னான்:

'வாசிக்கும்போது ஒரு கதை என்பதுபோல்தான் வாசித்தேன். என் முன்னால் இருக்கும் ஒருவர் வாழ்வில் நடந்தது என்று தோன்றவில்லை. எங்கள் சூழலில், ஒரு முழு மனிதர் தன்னை விறகுக் கட்டையை எரிப்பதுபோல் எரிப்பது என்பதைப் புரிந்துகொள்வது கடினம்.'

நான் ஏதும் சொல்லாமல் அமைதியானேன். அப்படியே சில நிமிடங்கள் கழிந்தன. தாய் உணவு எடுத்துக்கொண்டு கணவனும் மனைவியும் அந்த உணவு சிந்திவிடக் கூடாதே என்ற கரிசனையுடன் குழந்தையோடு மெதுவாக வண்டியைத் தள்ளியபடி எங்களுக்கு இரண்டு மேசைகள் தள்ளி அமர்ந்தனர்.

நாங்கள் மூன்று பேரும் அமைதியாக இருந்தோம். திடீரென்று அன்னா 'எழும்புவோம்' என்று கூறி, எழுந்துநின்று அவளது சட்டையை இரு கைகளாலும் கீழே இழுத்துவிட்டாள். இவ்வளவு நேரம் நாற்காலியில் கழற்றிப் போட்டிருந்த கோட்டை எடுத்து அந்தச் சட்டைமீது போட்டாள். அப்படிப் போடும்போது அவளது சட்டை குட்டையானதால் அவள் வெள்ளை நிற வயிறு தெரிந்தது.

புறப்பட்டபோது, இந்தக் கடைகள் எதற்கும் பேஸினே இல்லை என்ற உண்மை எனக்குப் புலப்பட்டது.

'இனி புறப்படுவோம். இனஃப் ஆஃப் ஆர்கேடியா' என்று கைகளை நீட்டி சோம்பல் முறித்தேன்.

பியோத்தரும் 'இனஃப் ஆஃப் ஆர்கேடியா' என்றான். அன்னா ஏதும் சொல்லாமல் புன்முறுவல் பூத்தாள்.

இருவரும் ட்ராம் வரும் இடத்திற்கு நடந்தோம்.

அப்போது நல்ல வெயில் இன்னும் இருந்தது. நான் ஷாப்பிங் காம்ப்ளக்ஸிலிருந்து ட்ராம் நிலையத்துக்கு வரும் திசையைப் பார்த்தபோது தூரத்தில் சிவப்புச் சூரியன் அழகாகத் தெரிந்தது. அன்னாவுக்கும் பியோத்தருக்கும் அந்தச்சிவப்பு வட்டவடிவத்தைக் காட்டினேன். இருவரும் 'ஆ பியூட்டிபுல்' என்று மகிழ்ந்தனர். நிறையபேர் ஷாப்பிங் காம்ப்ளக்ஸுக்கு வந்தவண்ணம் இருந்தனர். கையிலிருந்த தாளை வீசுவதற்கு, தூரத்தி லிருந்த அழுக்கு போடும் பெட்டிக்கு பியோத்தர் போனான்.

அன்னா என் அருகில் குனிந்து மெதுவாகச் சொன்னாள்:

'பியோத்தர், ஸைக்கியாட்டிரிஸ்டின் சிகிச்சையில் இருப்பவன். பிறகு சொல்கிறேன் எல்லாம். விஜயா எரிப்புப் பிரச்சினை அவனைச் சும்மா விடாது. அதே கனவு மீண்டும் மீண்டும் வருவதாகச் சொல் கிறான்.'

'ஓ காட்' என்றேன்.

நான் நடுங்க ஆரம்பித்தேன்.

'அப்புறம் பேசுவோம்' என்றாள், பியோத்தர் வருவதைப் பார்த்தபடி.

பின்பு சற்று நேரத்தில் நான் எனது ட்ராமில் ஏற, அவர்கள் தங்கள் ட்ராமுக்காகக் காத்து நிற்பதாகக் கூறி எனக்குக் கை அசைத்தார்கள்.

நான் வீட்டுக்கு வந்ததும் தொலைபேசி மணி ஒலித்தது. பேசிய தமிழ்க்குரலை உடனே அடையாளம் காண முடியவில்லை.

'உங்களைக் கவனித்துக்கொண்டே இருக்கிறேன். பயந்து போனீர்களோ?'

தொலைபேசியைக் கேட்டு யார் இது என்று எனக்குள் பீதி. என் மொழியில் பேசுகிறவர் வேறு யாராக இருக்கும்? உடனே ஊகம் செய்தேன்.

'வணக்கம் சிவநேசம். உங்கள் குரல் மிகவும் மாறி இருக்கிறது. யாரோ என்று நினைத்தேன்.'

'உங்களைக் கவனித்துக்கொண்டே இருக்கிறேன். பயந்து போனீர்களோ?'

'கவனிப்பது உங்கள் வழக்கம்தானே! கொஞ்சம் பயந்துதான் போனேன்.'

'உங்களுக்குத் தெரியும்தானே! ஏதும் ஆகாது. வேறு வழி

இல்லாமல் அப்படிச் செய்ய வேண்டியிருந்தது. பிறகுதான் தெரிந்தது நீங்கள் வேறு ஆட்களுடன் இருக்கிறீர்கள் என்பது. அந்தப் பையன் மோசமான நிலையைத் தாண்டிக்கொண்டு இருக்கிறான்.'

'யார்... பியோத்தரா?'

'பெயர் தெரியாது. நிலைமை தெரியும்.'

'நீங்கள் எல்லாம் தெரிந்தவர்' என்றேன்.

எதிர்முனையில் சிரிப்புடன் தொலைபேசி வைக்கப்பட்டது.

'எல்லாம் தெரிந்தவர்' என்று இரண்டு சொற்கள் என் மனதில் தொடர்ந்து இரைச்சல் போல கேட்டன.

வீட்டைப் பார்த்தேன். வெள்ளை நிறமான நான் வசிக்கும் வீடு அமைதியாக இருந்தது. சுவர் கடிகாரத்தின் செகண்ட் முள் சீராக டக் டக் என்று அசைந்தது. அதன் ஒலி என் உள்ளே புகுந்து என்னை அசைத்ததுபோல் உணர்ந்தேன்.

அப்போது எனக்கு ரெஃப்ரிஜிரேட்டரில் இருக்கும் விஸ்கி நினைவுக்கு வந்தது. நான் அதிகமாக விஸ்கியின் துணையை நாடுவதில்லை.

எனினும் அன்று எனக்கு, வட்ட வடிவ சூரியனும் விஸ்கியும் வேண்டுமென்று தோன்றியது.

13

லிடியா சொன்ன இடத்தில், ட்ராமில் போய், இறங்கினேன். எனக்காக முன்பு ஒருமுறை வந்து காத்திருந்ததுபோல் இப்போதும் காத்திருப்பார் என நினைத்தேன். அதே நாற்பது வயதோடும், பச்சைக் கண்களோடும் சிறிய ஒல்லியான தேகத்தோடும் வெள்ளி பிரவுன் வர்ணமான லெதர் பையுடனும் காத்திருப்பார். லிடியா ஒரு நிஜப் பெண்மணியாக இருப்பதைவிட ஒரு நிஜப் பெண் மறைந்து போக அந்த நிஜத்தின் நிழல் தொடர்ந்து வந்தால் எப்படி இருக்குமோ அப்படிப்பட்ட தோற்றத்தில் இருப்பார் என்று நினைத்தேன். ஏன், எதற்காக அப்படி ஓர் எண்ணம் வந்தது என்று தெரியவில்லை.

ஒருவேளை மாக்தா என்ற என் மனப்பிரமையை பார்க்கவும் பழகவும் இந்த வார்ஸாவில் விதிக்கப்பட்டவன் என்பதால் இந்த எண்ணம் வந்ததோ என்று நினைத்துக்கொண்டேன்.

வார்ஸா நகரின் பழைய வரலாற்று விபரப்படி கடந்த எழுபது ஆண்டுகளில் செத்துப்போனவர்களின் ஆவிகள் அலையும் ஊர் இது. எங்குப் பார்த்தாலும் ஒருவித வர்ண கண்ணாடி ஜாடிக்குள் எரியும் மெழுகுவர்த்தியும் கொஞ்சம் பூக்களும். இதுதான் ஆவிகளின் அடையாளம். பக்கத்தில் சிமென்டில் எழுதிய பெயர்கள். இதை விடப் பெரிய ஆவிகள் இருக்கின்றன. இன்னும் சாகாமல் அலுவலகங்களிலும் முக்கியமாய் ஞாயிற்றுக் கிழமைகளில் சர்ச்சுகளிலும் இருக்கின்றன. இன்னும் சிலவேளை அவை வரிசை வரிசையாக, மெதுவாக, இந்த வார்ஸாவின் வானத்தில் சாம்பல் நிறத்தில் ஊர்வலம் நடத்துகின்றன. அவ்வப்போது மாக்தா போன்றவர்கள் உருவம் பெற்று வந்து மறைந்தது போல் மாயமாய் மறைந்தும் போகிறார்கள்.

இப்படி ஏதேதோ எண்ணியபடி என்னைக் கொண்டுசெல்லும் ட்ராமைப் பார்க்கிறேன். ற்ட்றும்... ற்ட்றும்... என்று எல்லா இடத்திலும் ஒலி எழுப்பிக்கொண்டே வந்து மறையும் ட்ராம்கள்.

மாக்தாவைப் பார்த்த பிறகு, லிடியாவைப் பார்க்க அவர் எப்படித் தெரிவார் என்று என்னையே கேட்டபடி ட்ராமில் அமர்ந்திருந்தேன். லிடியாவைப் பார்த்து எத்தனை மாதமிருக்கும் என்று தோன்றிய போது எனக்கு அவள் மீது அளவுகடந்த உணர்வுப் பிரவாகம் தோன்றுகிறது. எனக்கும் லிடியாவுக்கும் நடுவில் வயதில் சில வருட இடைவெளி. அவர் அப்படித் தெரியாவிட்டாலும் அவரைவிட நான் நான்கு வருடங்கள் இளையவன் என்ற எண்ணம் ஏற்படுகிறது. அத்தோடு இந்த ஊரில் நான், என் முழுக் கதையையும் சொல்லத் தேர்ந்தெடுக்கப் பட்டவர் அவர் என்ற எண்ணம் ஏற்படுகிறது. அந்த வகையில் இன்றில்லாத போலந்து நாட்டில் ராஜாக்கள் வாழ்ந்த அந்த பார்க்கின் ஒற்றை அரண்மனையை நானும் லிடியாவும் பார்த்தபடி என் கதையை நானும் அவர் அண்ணன் கதையை அவரும் கூறியபடி நடந்ததும் ஞாபகம் வருகிறது.

ட்ராம் நின்றதும் நான் பார்த்த திசையில் காலங்காலமாக அப்படித்தான் நிற்பார் என்று எதிர்பார்த்ததுபோல் நின்று கொண்டிருந்தார் லிடியா. என்னைப் பார்த்த சலனம் ஏதும் அவர் முகத்தில் காணப்படவில்லை. சிலைபோல் நின்றிருந்தவர் நான்

கையை நீட்டியதும், கை நீட்டினார். சாயம் பூசப்பட்ட உதடு கொஞ்சம் அதிகம் உணர்ச்சிவயப்பட்டதோ என்று ஒருகணம் தோன்றி மறைந்த அசைவை நான் கண்டுபிடிக்கும் முன்பு, எனக்கு முன்னால் நடந்தார்.

இன்று வார்ஸாவில், டெல்லி போலவோ மும்பை போலவோ வெயில் அடித்தது. நான் லிடியாவைப் பார்த்தபோது பத்து மணி பதினெட்டு நிமிடம்.

குளிர் அவ்வப்போது சுள்ளென்ற வெயிலைத் தாண்டி என் உடலுக்குள் பாய்ந்தது. அப்போதுதான் கவனித்தேன். லிடியா போனமுறை வந்துநின்ற ட்ராம் கால அட்டவணை ஒட்டிய அதே இடத்திலேயே வந்து நின்றார் என்பதை. போனமுறை வந்தவரது நிழல் இது. லிடியா மிகவும் வெண்மையானதும் அவர் காலோடு ஒட்டியபடி தெரிவதுமான பேன்ட் அணிந்திருந்தார்.

நானும் லிடியாவும் அவர் வீட்டை நோக்கி நடந்தோம். அமைதியாகவே சென்றோம். திடீரென்று ஒரு கட்டிட நிழல் எங்கள் இருவர் மீதும் விழுந்த தருணத்தில், என்னைத் தீர்க்கமாகப் பார்த்து ஒருமுறை பெருமூச்சு விட்டார். அப்போது எனக்குத் தெளிவாகத் தெரிந்தது, அவர் பார்த்தது என் நடுநெற்றியை என்பது. விளக்கிச் சொல்லமுடியாத ஒரு வெறுமை உணர்வு எனக்குள்ளிருந்து எழுந்தது.

தூரத்தில் முன்பு பார்த்த அதே பழங்கால விளக்குக் கம்பம். அந்த விளக்குக் கம்பத்தின் துருப்பிடித்த ஓரங்களை நான் கவனமாகப் பார்த்தேன். அதே விளக்குக் கம்பம். அதன்முன் காணப்படும் அதே வீடு. அதே லிடியா மீண்டும் என்று நினைத்தபோது, அவர் வீட்டு வாசலை எட்டியிருந்தோம். தன் பேன்ட் பாக்கெட்டில் கை போட்டு ஒரு சிறு சாவியை எடுத்தார். கதவைத் திறந்து முன்பு போல் வீட்டில் இடதுபுறமாகத் தெரிந்த படிகளில் ஏறினோம். மேலே போனதும் காணப்படும் இரண்டு அறைகளில் வலது பக்கம் இருப்பதில் நுழையப் போகிறோம் என்று நான் நினைத்தது போல வலது பக்கம் திரும்பி அதன் கதவை அவர் திறந்தபோது நான் கேட்டேன்:

'அம்மா இல்லையா?'

'உள்ளே வழக்கம்போல் தூங்குவார்கள், அவர்களின் மகனை நினைத்தபடி. நான் இப்படித்தான் கதவுகளைப் பூட்டிவிட்டு வெளியில் கிளம்புவேன். இப்படி ஒருநாள் கதவு திறந்து உள்ளே

305

வருகையில் அவர் இறந்து கிடப்பார். அது என்றைக்கு என்பது தான் கேள்வி. அதுவரை அவர், அவரது மகனை கனவிலும் நான் நனவிலும் பார்த்து வாழ்ந்து கொண்டிருப்போம்.'

எனக்கும் ஏனோ வார்ஸாவின் ஆவிகள் என்ற ஞாபகம் மீண்டும் வந்தது.

மீண்டும் என் நெற்றியைப் பார்த்தபடி அவரது உதடுகளை ஒட்டி எடுத்தார் லிடியா. அப்போது எனக்கு மாக்தா ஞாபகத்துக்கு வந்து மறைந்தாள். ஆச்சரியமாக இருந்தது.

மாக்தா என்பவள் எங்கும் இல்லாதவள். ஆனால், என்னிட மிருந்து நீங்காதவள். மாக்தா, எனக்கு இன்னொரு லிடியா. அப்படி இன்னொரு இளமையான லியோனை விமர்சிக்கிற, லியோனை ஹோமோஸெக்சுவல் என்று ஆய்வு புரியக்கூடிய மாக்தாவை எனக்குப் பிடித்திருக்கிறது. உண்மை என்னவென்றால், மாக்தா ஒரு மாயை. என் மனத்திற்குள் மட்டும் வாழக்கூடியவள்.

அப்போது என்னை முன்பு அமரச் சொன்ன அதே நாற்காலி யில் அமரச் செய்தார்.

எல்லாம் முன்பு போல்.

இந்த லிடியா முன்பு என்னை அவர் வீட்டுக்கு வரவேற்ற அதே காலத்தில் உறைந்துபோன லிடியா, அல்லது காலத்தின் சலனத்தி லிருந்து அகன்று போனவர். எனக்கு எல்லாம் வேடிக்கையாக இருக்கின்றன. அவர் அறையைப் பார்த்தபோது முன்பு நான் பார்த்த கிட்டார், டீவி எல்லாம் அப்படியே அதே இடங்களில் இருக்கின்றன. எனவே, இந்தப் பொருள்களும் காலத்தின் மாற்றத் துக்குள் வரவில்லை என்று நினைத்தேன். அன்று போலவே இப்போதும் தரையில் கார்ப்பெட். அதேபோல இன்றும் அறை அழகாக இருக்கிறது.

முன்பு அமர்ந்த அதே நாற்காலியில் அதே விதமாய் அமர்ந்து ஒரு சிகரெட்டை எடுத்தார். 'ஓ... காட்!' அதே லிடியா, அதே சிகரெட், அதே புகை. இது எப்படி சாத்தியம்?

என் முன்னர் அமர்ந்து என் நெற்றியைப் பார்த்துக்கொண்டு சிகரெட்டை மெதுவாக இழுத்தபடி சொன்னார்:

'உங்களுக்கு ஆட்சேபணை இருக்கிறதா என்று முன்பு நீங்கள் வந்தபோது கேட்டுத் தெரிந்துகொண்டேன்.'

'ஆமா, இந்த முறை மீண்டும் கேட்டுத் தெரிந்துகொள்ள

வேண்டியதில்லை' என்ற நான், லிடியா போட்ட வலைக்குள் வந்தாகிவிட்டது என்று கருதினேன். என் பதிலும் அவருடைய எதிர்பார்ப்புக்குத் தக மாறியுள்ளதைக் கண்டு திருப்திகொண்டேனோ கலவரப்பட்டேனோ தெரியவில்லை. என் உடலுக்குள் ஏற்பட்ட மாற்றம் நன்கு புரிய ஆரம்பித்தது. நான் லிடியாவின் காலத்தில் வாழ ஆரம்பித்துவிட்டேன். இங்கு நடக்கப்போவது எல்லாம் இனி அவர் நிர்ணயிக்கும் விதிப் படிதான் என்று அறிந்தேன்.

'இங்கு நீங்கள் வந்தபோது நாம் பார்க்கில் நடந்துகொண்டு பேசியது ஞாபகம் இருக்கிறதா சந்திரன்?'

லிடியா எனக்கான மாய வலையை விரிக்கிறார் என்று நினைத்தேன். என் கதை முழுதும் தெரிந்துகொண்டு அதனைத் தன் அதிகார வட்டத்துக்குள் கொண்டுவந்ததன் மூலம் எனக்கான வாழ்க்கையை நிர்மூலமாக்கி அவரது வாழ்க்கையில் ஓர் அங்கமாக என்னை ஆக்கப்போகிறார் என்ற நினைப்பு வந்தது. அதுவும் காலத்தில் உறைந்துபோன அவரது வாழ்க்கையின் அங்கமாக!

'சந்திரன், இந்த கணத்தில் நீங்கள்தான் எனக்கு முக்கியம்.'

தன் ஆடைகளை நீக்கி என்னை அவர் உடலுக்குள் கொண்டு சென்று விடுவார் என்று ஒரு விநோத எண்ணம் என்னை அறியாமல் தோன்றியது. அந்தக் கணம் இப்படித் தொடங்கினார்:

'அந்தப் போலிஷ் பையன் ஒரு லித்வேனியப் பூர்வோத்திரம் கொண்டவன். முதன்முதலில் என்னைத் திறந்தவன் அவன்தான். அவனுக்கு அப்போது இருபத்து நாலு வயது, எனக்குப் பத்தொன்பது வயது' என்று நிறுத்தினார்.

'சரியான வயதுதான்' என்றேன்.

'திறந்தவன் என்றால் புரிகிறதா?'

நான் சிரித்தேன்.

'அவன் போலிஷ் கவி மிவோஷ் கவிதைகளில் பித்துப் பிடித்தவன். கேள்விப்பட்டிருப்பீர்களே, ஷெவாஷ் மிவோஷ். 'ஷெலாஷ் மிலோஷ்' என்று ஆங்கிலத்தில் எழுதுவார்கள். நோபல் பரிசுகூட அவருக்குக் கொடுத்திருக்கிறார்கள். ஆனால், எனக்குப் பிடிக்காது. உங்களுக்குப் பிடிக்குமா அக்கவிதைகள்?'

'எனக்கு இந்தியக் கவிதைகள் கூட பிடிக்காது. ஸீ, ஐ ஆம் எ கம்ப்யூட்டர் பர்ஸன். எல்லாப் பிச்சைக்காரர்களும் இந்தியாவில்

கவிஞர்கள் தான்.'

'ஸாரி, மன்னிக்கவும். அவனுக்கு ஷெவாஷ் மிவோஷ் கவிதைகள் என்றால் ரொம்பப் பிடிக்கும். ஒருவேளை மிவோஷின் பூர்வோத்திரம்கூட லித்வேனியா என்பது காரணமாயிருக்கும்' என்று மெதுவாகக் கண்களை மூடியபடி முகத்தில் புன்னகை மாறாமல் சிகரெட்டை இழுத்தார்.

'ஒருநாள், நாங்கள் யாரும் கேள்விப்படாத வேறு ஒரு போலிஷ் கவிஞன் பெயரைச் சொல்லி அவர் இந்தியாவுக்குப் போய், அங்குச் சாப்பிட்ட ஒரு விநோதமான பழத்தைப் பற்றிக் கவிதை எழுதி யுள்ளார், படித்துப் பார் என்று அந்த என் இளம் காதலன் சொன்னான்.

'அவன்மீது அபாரமான காதல் அந்த நேரத்தில் எனக்கு. அவனை எப்போது பார்ப்போம் என்று காத்திருப்பேன். அந்த வயதிலுள்ள காதல் பற்றித் தெரியுமே உங்களுக்கு. உலகமே எங்கள் இருவருக்கும்தான் சொந்தம் என்று நினைத்தோம். என் காதலன் இந்த மாதிரி அடிக்கடி தான் படிக்கிற விஷயங்களைக் கொண்டு வந்து எனக்குப் படித்துக் காட்டுவான். அவனது பலம் வாய்ந்த கால்கள் மீது என்னைத் தூக்கிவைத்து என் பின் கழுத்திலும், காது மடலிலும், முடியிலும் முத்தம் கொடுத்தபடியே கவிதைகள், இலக்கியம், கட்டுரை என்று வாசித்துக் காட்டுவான்.'

'அதில் ஏதும் தவறு இல்லையே. உங்கள் கலாச்சார இலக்கணத்தை அனுசரித்துத்தான் நடந்து கொண்டிருக்கிறீர்கள். இந்தியாவில் எங்காவது இந்த வயதில் ஒரு ஜோடி இந்த மாதிரி நான்கு பேருக்கு முன்பு நடந்துகொண்டால் அந்த இடத்தில் சின்னதாக ஒரு நிலஅதிர்ச்சி தோன்றும்' என்று, லிடியா கதை சொல்வதற்குப் பின்னணி அமையட்டும் என்று நானும் இடையே புகுந்து சொன்னேன்.

'அந்தப் பெயர் தெரியாத போலிஷ் கவிஞன் கவிதையில் வரும் விநோதமான பழம் பற்றிய கவிதையை என் காதலன் கொண்டு வந்து படித்தபோது...'

'அது மிவோஷ் அல்ல. வேறு ஒரு போலந்தின் கவிஞர்... சரிதானே?'

'சரிதான். அவன்' அவர் முடிக்குமுன் நான் தமாஷ் செய்தேன்:

'உங்களை மடிமீது தூக்கிவைத்து, பின் கழுத்தில் பின் காதில் முத்தம் கொடுத்தபடி...' என்று நான் இடையில் சொன்னபோது,

லிடியா சிரித்துக் கொண்டார். நானும் சிரித்தேன்.

'அந்தக் கவிதை உண்மையில் அபூர்வமான அழகோடு அந்தப் பழத்தைப் பற்றி எழுதியிருந்தது. அந்தக் கவிதையைக் கேட்டதும் எனக்கு அப்படி ஓர் ஆசை, அந்தப் பழத்தைச் சாப்பிட வேண்டு மென்று! அப்படிப்பட்ட முறையில் எழுதப்பட்டிருந்தது. அபூர்வ மான அழகுடைய கவிதை படித்தாலும் நாக்கில் நீர் ஊறும். அது என்ன தந்திரம் பயன்படுத்தி எழுதப்பட்ட கவிதையோ தெரியாது. ஒரு நீண்ட கவிதை. அறுபத்து நான்கு வரிகளில், தொடர்ந்து கவிதை அந்தப் பழத்தைப்பற்றிச் சொல்கிறது. சந்தத்தோடு எழுதப் பட்டிருந்த கவிதை படித்துப் படித்து, இலக்கியச்சுவையை நாக்கால் நாம் அனுபவிக்கக்கூடிய உணர்ச்சி வரும்படியான ஒரு கவிதை. என்ன மாயமான மொழிநடை பயன்படுத்தி எழுதப்பட்டதோ அந்தக் கவிதை! போலிஷ்மொழி தெரிந்த யாரும் நான் சொல்லும் இந்த உணர்ச்சியை அடைவார்கள் என்பது உறுதி. கற்பனையில் கவிதை விளக்குவது வேறு, உண்மை வேறு என்று புரிந்து சொல்ல முடியாத ஒரு உணர்வை அந்தக் கவிதை கண்டிப்பாகத் தரும். யார் படித்தாலும் அந்த உணர்ச்சி வரும். இதை நான் அடித்துப் பேச முடியும்.'

'ஐ. ஸீ! நீங்கள் சொல்வதைக் கேட்டால் எனக்குக்கூட அது என்ன பழம் என்று தெரிந்துகொள்ள ஆசை வருகிறது.'

'எஸ், சந்திரன்! யாருக்கும் அப்படி ஒரு ஆசை வரும். அந்தக் கவிதை பற்றி இப்போது சொல்லும்போதே என் உணர்வுகளை எனக்குக் கட்டுப்படுத்த முடியவில்லை. அப்போது, சரியாக இருபத்தி நான்கு ஆண்டுகளுக்கு முன்பு என்றால் பார்த்துக் கொள்ளுங்கள்.'

நான் அது என்ன பழம் என்று யோசிக்க ஆரம்பித்தேன்.

'தினம் அந்தப் பழம் பற்றிய கவிதையைப் படிப்பது என் காதலனுக்கு வாடிக்கையான விஷயமாயிற்று. அந்த வரிகளை மீண்டும் மீண்டும் சொல்வது. அக்கவிதையைப் புகழ்வது, எங்கள் இருவரின் காதல் வாழ்க்கையில் ஒரு முக்கியமான காரியமாயிற்று. அப்படிப்பட்ட காலத்தில்தான் மீண்டும் அண்ணனின் சில நண்பர்கள், அண்ணனின் வாழ்க்கை மற்றும் சிந்தனைகள் பற்றி ஒரு கருத்தரங்கும் ஒரு புத்தக வெளியீடும் செய்தார்கள். அதுவரை எனக்கு அண்ணனின் சிந்தனைகள், அண்ணன் பற்றிய பேச்சு முதலியன மிகவும் பிடித்த காரியங்கள்.

மற்றபடி அண்ணன் இந்தியா பற்றி எழுதிய கட்டுரைகளில் ஏதோ வாழ்க்கையில் புரியமுடியாத அல்லது நமது வாழ்க்கை யைப் புதிதாகக் காணக்கூடிய சிந்தனைகள் இருப்பதாக எல்லாம் நான் சுயமாக உணரவில்லை. பொதுவாக, அறிவைச் சேகரிப்பதற்கும் அந்த அறிவை உணர்வதற்கும் வேறுபாடு உண்டு. உங்களுக்குத் தெரியுமே' என்று நிறுத்தினார் லிடியா.

இப்போது லிடியா, தன் அண்ணனின் அறையைத் திறந்து என்னை உள்ளே அழைத்துக்கொண்டு சென்றார். அங்கு முன்பு பார்த்தது போலவே பொருள்கள் வைக்கப்பட்டிருந்தன. ஒரே ஒரு பொருள் மட்டும் என் கண்ணில் படவில்லை.

அந்தச் சூலம்.

அது வைத்த இடத்தில் இல்லை. எனக்கு ஏனோ அந்தச் சூலத்தைப் பார்க்கவேண்டுமென்று ஆசை வந்தது. நான் இந்தியாவில் இருக்கும்போதும்கூட சூலத்தைப் பார்க்க ஆசை. அபூர்வமான வடிவமைப்பு அந்தச் சூலத்துக்கு வாய்த்திருப்பது அதன் அதிருஷ்டம் என்று நினைப்பேன். வெயிலில் நடப்பட்டிருக்கும் சூலத்தைவிட நல்ல நிழலில் நடப்பட்டிருக்கும் சூலங்களுக்குக் கவர்ச்சி அதிகம். ஒரு சுவர்க் காம்பவுண்டுக்கு அருகில் நடப் பட்டிருக்கும் சூலத்துக்கு அருகில் மட்டும் என்னை உட்கார வைத்துவிட்டால் போதும். ஊணும் வேண்டாம், உறக்கமும் வேண்டாம். எத்தனை நாள் வேண்டுமானாலும் நிழல்தரும் சூலத்தைப் பார்த்தவண்ணம் இருக்கலாம் என்று நான் பலரிடம் கூறியிருக்கிறேன். இரு பக்கம் புடைத்துக் கட்டுமஸ்தான ஒருவனின் புஜங்கள் போன்று பருத்து நடுவில் வலிமையாக எழுந்து வானம் நோக்கிக் கூராய் சுட்டும் நடுவிரல் போன்ற அமைப்பு என்னைப் பயங்கொள்ளச் செய்வதோடு கவரவும் செய்கிற வஸ்துவாகும்.

ஆனால் வார்ஸா போன்ற ஐரோப்பிய நகரம் ஒன்றில் அது வந்திருக்கிற தென்றால், அதற்கொரு ஆழமான காரணம் இருக்க வேண்டும் என்று என் மனம் கூறியது. இந்த எண்ணத்தின் பின்னணியில்தான் என் மனமும் கண்களும் முன்பு நான் பார்த்த சூலத்தைத் தேடின. ஆனால், சூலத்தைக் காணவில்லை. சூலம் பற்றி நிறைய நம்பிக்கைகளும் கதைகளும் உண்டு. சூலத்திற்கு மனிதர்களைப் போல் தனியான ஜீவிதம் உண்டு என்றும், இரு பக்கமும் வளைந்து கூர்முனைகளில் முடியும் சூலத்தின் பக்க

முனைகள் மனிதனின் இரண்டு கண்கள் என்றும், நடுப்பகுதியின் முக்கோணம் நெற்றி என்றும் ஐதீகம் உண்டு.

இந்த நினைப்புடன் நான் இருக்க லிடியா ஒவ்வொரு அலமாரி யாக அவருடைய அண்ணனுடைய ஈடுபாட்டுக்குரிய இந்தியப் பண்பாட்டு அடையாளங்களைக் காட்டினார். தாமிரத் தகடுகளில் வரையப்பட்ட தந்திர யோகத்தைச் சார்ந்த படங்களும் என்னைக் கவர்ந்தன. இவையெல்லாம் எனக்கு இப்போது புது அர்த்தங்களைத் தந்தன. முன்பு லிடியா எனக்குக் காட்டிய அதே வஸ்துகள்தாம் இவை. என்றாலும், இப்போது பழமையின் சிறையிலிருந்து அவை வெளிப்பட்டு வந்திருக்கின்றன என்று தோன்றிற்று.

நான் சற்றுப் பிரமிப்புடன் லிடியாவைப் பார்த்தேன். லிடியா சாதாரணமானவர் இல்லை என்று நினைத்தேன்.

ஷோபினின் இசை லிடியாவின் அறையிலிருந்து கசிந்து மெதுவாக வந்துகொண்டிருக்க, நான் சக்கரங்களையும் வட்டங் களையும் ஒரு போலிஷ் நாட்டு இந்திய ஆர்வலனின் சேகரிப்பில் பார்த்துக்கொண்டிருந்தேன். லிடியா முன்பு செய்த அதே செயல் களையே திரும்பச் செய்கிறார். அதே 'சென்ரும்' என்ற இடத்தில் வந்து என்னை அழைத்தார். பெரும்பாலும் போன தடவை செய்த அதே காரியங்கள்தான் திரும்பவும் நடைபெறு கின்றன. அதேபோல் அவருடைய அண்ணனுடைய அறைக்கு அழைத்து வந்துள்ளார்.

ஆனால் ஒவ்வொன்றும் இப்போது வேறுவித உணர்வையும் அர்த்தத்தையும் மனதில் ஏற்படுத்துகின்றன என்று எண்ணிக் கொண்டேன். இதைத்தான் என் கையில் இருக்கும் படங்களும் உணர்த்துகின்றன. மீண்டும் மீண்டும் ஒரு வட்டத்தின் நடுப்புள்ளி வழியாக நேர்க்கோடுகள் பாய்ந்து வட்டத்தின் வெளிஎல்லையில் முனைகளாக மாறி பூமியின் பரப்பெங்கும் பாய்கின்றன. நிரந்தர மான ரெப்பிட்டிஷன்கள், திரும்பல்கள். இவையன்றி இந்தப் பிரபஞ்சம் என்ன என்ற கேள்வியை நான் வைத்துக் கொண்டிருக்கிற பழைய நோட்டுப் புத்தகத்தின் ஒவ்வொரு படமும் கூறியது. ஒவ்வொரு படத்தின் அடியிலும் போலிஷ் மொழியில் விளக்கம் எழுதிய கைகள் இன்று இல்லை. இந்த ரெப்பிட்டிஷன்கள்வழி அர்த்தத்தைத் தெரிந்தோ தெரியாமலோ இன்று உற்பத்தி செய்பவள் இவள் என்று எண்ணம் வந்தது.

'மார்வலஸ்' என்று நான் லிடியாவைத் திரும்பிப் பார்க்க, ஏதும் கண்டுகொள்ளாதவர் போல என்னை அழைத்து ஜன்னலைத்

திறந்து கீழே நிற்கும் பழங்கால விளக்கைக் காட்டினார்.

'ஓ' என்று, நான் மறந்துவிட்டேன் என்று எண்ணியபடி கீழே பார்க்கிறேன். லிடியா, போனமுறை நான் ஜன்னலைத் திறந்து பழைய விளக்குக் கம்பத்தைப் பார்த்ததை இந்த முறையும் நினைவூட்டுகிறார் என்று எண்ணி விளக்கைப் பார்க்கிறேன். அதே விளக்கு. அப்படியே இருக்கிறது. அப்படியே இருப்பதுதான் புதுமை என்ற எண்ணம் ஏனோ எனக்கு வர, என் நெற்றியில் வியர்வைகள் துளிர்ப்பதைத் துடைக்கிறேன்.

லிடியாவின் அம்மாவின் குரல் கேட்கிறது. லிடியா சொல்கிறார்:

'சரி, வாருங்கள் சந்திரன். அடுத்து சாப்பாடு.'

'ஏன் இந்த முறையும் சாப்பாட்டுக்கு ஏற்பாடு செய்தீர்கள்?'

'என் அம்மாதான் உங்களுக்குத் தன் மகனின் ஞாபகத்தில் உணவு செய்து தருகிறார்.'

நாங்கள் இருவரும் கீழே இறங்கி சாப்பாட்டு மேசைக்குப் போக, போனமுறை நான் சாப்பிட்ட உணவுப்பொருட்கள் அப்படியே மீண்டும் வைக்கப்பட்டுள்ளன. லிடியாவின் அம்மா ஏற்கெனவே முன்புபோல் ஒரு நாற்காலியில் அமர்ந்துள்ளார். அவர் முகத்தில் மிக அதிகமான கோடுகள் தெரிகின்றன. சற்று அதிகமாகக் கூனல் போட்டுள்ளார் என்று நினைக்கிறேன். எழுந்து எனக்குக் கைகளை நீட்டுகிறார். கைகள் ஆடுகின்றன. ஆனால் திடகாத்திரமாக இருக்கிறார் என்று தெரிகின்றது.

எனக்கும் லிடியாவிற்கும் அவருக்கும் கொஞ்சம் விஸ்கி ஊற்றுகிறார். கை ஆட்டத்தினால் கோப்பைகளில் கடகட என்று விஸ்கி பாட்டில் சப்தமெழுப்புவதைப் பார்த்து, லிடியா பாட்டிலை வாங்கி மூன்று பேருக்கும் ஊற்றுகிறார்.

லிடியாவின் தாய் போலிஷ் மொழியில் அவரது மகனைப் பற்றியும் லியோன் முதன்முதலில் இந்தியா போனபோது தனது அம்மாவுக்குத் தேன் வாங்கிக்கொண்டு வந்ததையும் சைவச் சமையலுக்கு இந்தியாவில் கிடைக்கும் ஸ்பைஸஸ் சிறப்பானவை என்று ஒரு சிறு துணிப்பையில் கொண்டுவந்ததையும் ஞாபகத்துக்குக் கொண்டுவந்து குறிப்பிடுகிறார். ஒவ்வொரு வாக்கியம் கூறிய பின்பும் தன் மகளிடம், வந்திருக்கும் இந்தியனிடம் ஆங்கிலத்தில் கூறினாயா கூறினாயா என்று கேட்டபடி இருக்கிறார். மீண்டும் கொஞ்சம் விஸ்கியை ஊற்றச் சொல்கிறார். அவர்

ஆசையைத் தீர்ப்பதற்காகவோ நானே விரும்புவதாலோ சற்று அதிகமாக விஸ்கியைக் குடித்து உணவையும் சாப்பிடுகிறேன். சற்றுநேரம் கழித்து லிடியாவின் அம்மாவிடம் கூறிக்கொண்டு நான் படிகளில் ஏற, லிடியாவும் மேலே ஏறுகிறார். இருவரும் லிடியாவின் அழகான அறையில் அமர்கிறோம். தன் அண்ணனின் கருத்தரங்கு பற்றி முன்பு சொன்னதைத் தொடர்ந்தார் லிடியா.

'அந்தக் கருத்தரங்கில் பேசியவர்கள் சில புதுப் பிரச்சினைகளை முன்வைத்தனர். அதில் ஒன்று அண்ணன் பற்றிய தனிப்பட்ட வாழ்க்கைக்கும் அவருடைய சிந்தனைகளுக்கும் இருந்த தொடர்பு. அதற்காக ஸைக்கோ அனலிஸஸ் என்ற மனோ விஞ்ஞான ஆய்வுமுறையைப் பயன்படுத்தி சில கட்டுரைகள் படிக்கப்பட்டன. அதில் ஒன்று, அண்ணனுடைய பாலியல் பழக்கங்களை ஆய முனைந்திருந்தது.'

அப்போது என் மன உலகப் பாத்திரமாய் நான் சந்தித்த 'மாக்தா' பற்றிய நினைவு வந்தது. அவள் கனவாயும் நனவாயும் என் மனதில் பதிந்திருந்தாள். லிடியா தொடர்ந்தார்:

'எனக்கு இந்த மாதிரிப்பட்ட விஞ்ஞான மயமான ஆராய்ச்சி களில் ஈடுபாடு இல்லை. சொல்லப்போனால், அண்ணனைப் பற்றிப் பேசுகிறார்களே என்ற ஈடுபாடன்றி வேறெதுமில்லை அப்போது. அவருடைய கருத்துக்கள், இந்தியச் சிந்தனையில் என் அண்ணன் கண்டதாகக் கூறப்படும் பிரத்தியேக அம்சங்கள்... இவையெல்லாம் எனக்கு ஈடுபாடு இல்லாதவை. எனக்கு என் பாய் ஃப்ரெண்டுடன் அண்ணன் பற்றிய கருத்தரங்கில் அவர்களுக்கு வேண்டிய உதவி களைச் செய்வதுதான் அப்போது தெரிந்த விஷயம், சந்திரன்!, என்று கூறி என் கண்களைப் பார்த்தவர் ஒரு நிமிடம் நெற்றியைப் பார்த்தார்.

நான் தலையாட்டினேன். மேசையிலிருந்து சிகரெட்டையும் சிகரெட் லைட்டரையும் எடுத்தார்.

'ஒவ்வொரு முறையும் சிகரெட் புகைப்பதற்கு உங்களிடம் மன்னிப்பு கேட்பேன் என்று நினைக்க வேண்டாம்' என்றார் லிடியா.

'ஆல்ரைட்' என்று நான் சிரித்தேன்.

'நான் சொல்லவந்தது வேறு விஷயம். எனக்கு முடிய மாட்டேன் என்கிறது' என்றவர், சற்றுநேரம் வானத்தைப் பார்த்தபடி கண்களை அடைத்தார்.

மௌனம்.

இருவரும் பேசாமல் இருந்தோம் கொஞ்சநேரம்.

'யாருக்கும் தெரியாத ஒரு சம்பவத்தைச் சொல்லப்போகிறேன் சந்திரன்' என்று என்னைப் பார்த்தார்.

'நீங்கள் இந்தியாவிலிருந்து வந்தவராகையால் எனக்குச் சொல்லத் தெரியாவிட்டாலும், நான் என்ன சொல்ல முயல்கிறேன் என்பதை உங்களுக்கு யூகிக்க முடியும். மேற்குக்கும் கிழக்குக்கும் உள்ள வேறுபாடு.'

மீண்டும் கனைத்தார்.

'நான் உங்களை நம்புகிறேன்' என்றார். எனக்குச் சற்றுக் குழப்பம் ஏற்பட்டது. உடன் அவர் முகத்தில் ஒரு தீவிரம் தோன்றியது.

'நீங்கள் எனக்கு மிக முக்கியமானவராகத் தெரிகிறீர்கள், சந்திரன்.'

என் அருகில் நாற்காலியை இழுத்துப் போட்டார். எதற்கோ கிடந்து சிரமப்படுகிறார் என்று எண்ணினேன்.

'அவனுக்கு வெறும் இருபத்து நான்கு வயது. பெரிய மனிதன் போல் எல்லாம் பேசுவான், செய்வான். நான் அவனை முழுதுமாய் நேசித்தேன். எனக்குப் பத்தொன்பது. அவனோடு ஏற்பட்ட ஒரு முக்கியமான அனுபவம், தொடர்ந்து கடந்த இருபது வருடங்களில் அடிக்கடி ஞாபகத்தில் வருகிறது' என்று கூறியவர் தொடர்ந்தார்.

'அன்று நான் அவனை என் பத்தொன்பதாவது பிறந்த நாளுக்காகக் கூப்பிட்டிருந்தேன். அப்போதெல்லாம் நானும் அவனும் அடிக்கடி சந்தித்துக் கொண்டிருந்தோம். ஆனால் அந்த நாள் திடீரென்று ஏதோ ஒன்று எனக்குள் திறந்துகொண்டது என்ற ஞாபகம் வந்துகொண்டிருந்தது. சந்திரன் உங்களுக்கு, ஆண்களுக்கு அப்படி உங்கள் பதினெட்டு, பத்தொன்பது வயதில் ஒரு நாள் உங்கள் உடம்பு திறந்துகொண்டது என்று ஒரு எண்ணம், வாழ்நாள் எல்லாம் தொடரும் எண்ணம், வருவதுண்டா?'

நான் லிடியாவின் முகத்தைப் பார்த்தேனே ஒழிய, ஏதும் சொல்லாததால் தொடர்ந்து பேசினார்.

'அப்போது என் உடம்பில் மாற்றங்கள் வரத் தொடங்கியதை ஒருவித ஆச்சரியத்துடனும் கோபத்துடனும் நான் கவனிக்கத் தொடங்கிய காலகட்டம். என்னுடம்பில் மாற்றத்தை நான் எதிர் பார்க்கவில்லை என்றிருந்தது எனது கோபம். யாரிடமும்

கோபத்தைச் சொல்லக்கூட முடியவில்லை. படிக்கிற 'லிட்செம்' என்ற ஸ்கூலில் இதுபற்றி யாரும் ஏதும் சொல்லிக் கொடுக்க வில்லை. பலர் என்னுடன் படிக்கும் பெண்கள் ஒருவித சுதந்திரம் கிடைக்கப் போகிறது, பதினெட்டு வயதானால் ஆண்களுடன் பழக வாய்ப்பு ஏற்படுகிறது என்று சந்தோஷப்பட்டதைப் பார்த்திருக்கிறேன். என் உணர்வுகள் வேறுவிதமாக இருந்தன. ஏதோ ஒரு புதிய சிறை என்னைச்சுற்றி எழுந்துள்ளது என்று எண்ணினேன். அதாவது, கிழக்கத்திய நாடுகளில் பெண்கள் அப்படிப்பட்ட மனநிலையை முதல் மாதவிடாய் வந்து வயதுக்கு வரும்போது உணர்வார்கள் என்று படித்திருக்கிறேன். உண்மையைச்சொன்னால், மேற்கத்திய நாட்டில் பிறந்த நானும் அப்படி ஓர் உணர்வைப் பெற்றேன். ஒருவேளை என் அண்ணன் இந்தியா இந்தியா என்று அடிக்கடி பேசிவிட்டுச் செத்துப்போனதால் எங்கள் வீட்டில் அப்படியொரு மன உணர்வை எற்படுத்திவிட்டானோ என்னவோ தெரியவில்லை.'

லிடியா உணர்வுகளின் ஆழத்திலிருந்து பேசிக்கொண்டிருந்தார்.

ஒருமுறை தனக்குத் தானே சிரித்துக்கொண்டு சொன்னார். அப்படித் தன்னை அறியாமல் சிரிக்கும்போது ஒரு ஐந்து வயது குழந்தைபோல லிடியா மாறுவதாகப் பலதடவை எனக்கு எண்ணம் வந்திருக்கிறது. அப்படி ஐந்து வயது குழந்தையாக லிடியா இருந்தபோது என்ன மாதிரி இருந்திருப்பார் என்று எண்ணியபோது, முன்பு ஒருதடவை லிடியா தன்னுடைய குழந்தைப் பிராயப் புகைப் படங்கள் இருக்கும் ஆல்பத்தைக் காட்டியது ஞாபகம் வந்தது. அதில் இரண்டு அடி உயரமான லிடியா வலது மற்றும் இடது கையால் இரண்டு பக்கம் தனது பிராக்கைப் பிடித்து விரித்தபடி சிரித்துக் கொண்டு நின்றது இப்போதும் எனக்கு நினைவு வந்தது.

'என் உடம்பு மாற ஆரம்பித்த பருவத்தில் அம்மாவோடு சண்டை போட்டு எங்கள் வீட்டுக் குளியலறையில் உடம்பு முழுதும் பார்க்கும்படியான ஒரு பெரிய ஆள் உயர கண்ணாடி யைப் பதிக்க எவ்வளவு முயன்றேன் தெரியுமா? கண்ணாடியைக் கடைசியில் அம்மா பதித்துக் கொடுத்தபோது, அம்மா முகத்தில் தெரிந்த உணர்வு எனக்கு இன்றும் ஞாபகம் இருக்கிறது. அப்போது அம்மா வுக்கு இப்போது இருப்பதை விட இருபது வருடங்கள் இளைய வயது என்பதை மறக்காதேயுங்கள்.' ஆள்காட்டி விரலை உயர்த்தி என்னைச் சுட்டிவிட்டுத் தொடர்ந்தார்.

'ஆனால் அம்மா, தனது டீன் ஏஜ் வயதை மறந்து போயிருந்தார் என்பதுதான் எல்லாவற்றையும்விட பெரிய சோகம்.'

லிடியா அப்படிச் சொல்லி எனக்கு உடல் மாற ஆரம்பித்த என் டீன் ஏஜ் வயது ஞாபகத்தை மிக எளிதாகத் தூண்டிவிட்டார். அந்த நினைப்பு என் ஆண் உறுப்புக்கள் பெரியதாக ஆரம்பித்த அந்த நாட்களை எனக்கு ஞாபகத்திற்குக் கொண்டுவந்தன. அப்போது என் இரு மார்பகங்களும் பிற பையன்களைவிட அதிகமாகத் தள்ள ஆரம்பித்த நாட்களில் நான் பயந்தது இப்போது ஞாபகம் வந்தது. அந்த நாட்களில் சில தினத்தாள்களில் அடிக்கடி பெண்ணாக மாறிய ஆண்களைப்பற்றிச் செய்திகளும் முழுப்பக்க படங்களும் வந்துகொண்டிருந்த நேரம். ஆணாக மாறுவதற்கு முன்பு இருந்த உருவம், ஆணாக மாறிய பின்பு இருக்கும் உருவம் படங்களாக அச்சிடப்பட்டிருந்ததை மக்கள் படித்து எதையோ திருப்திப் படுத்திக்கொண்டிருந்த நாட்கள் அவை. நல்ல காலமாக அப்பத்திரிகைகள் ஆணாக மாறும் முன்புள்ள பெண் குறியையும், மாறிய பிறகுள்ள ஆண் குறியையும் படமாகப் போடவில்லை என்று நினைத்துக் கொண்டேன். எனக்கும் இதுபோல் ஏதாவது மாற்றம் வருகிறதோ என்று எண்ணிப் பயந்தது, அப்போது எனக்கு லிடியாவின் முன்பு அமர்ந்திருந்த தருணத்தில் நினைவு வந்தது. லிடியாவிடம் என் ஞாபகத்தில் வந்ததைச் சொல்லாமல் மறைத்துக் கொண்டு அவர் பேசியதைக் கேட்டுக்கொண்டிருந்தேன்.

'என் உடம்பு மாற்றத்தை ஒரு தேவைக்கதிகமான அச்சத்துடனும் ஆச்சரியத்துடனும் பார்த்துக்கொண்டிருந்தேன், சந்திரன்! நீங்கள் நம்புவீர்களோ இல்லையோ, மாலையில் பள்ளியிலிருந்து வந்ததும் நான் செய்யும் முதல் காரியம், என் ஆடைகளை அவிழ்த்துவிட்டு வெள்ளை வெளேர் என்ற என் உடம்பைத் திருப்பித் திருப்பி, முன்பும் பின்பும் என்னென்ன புதுமாற்றங்கள் வந்திருக்கின்றன என்று கவனிப்பதும், அதில் ஏதோ கற்பனை செய்துகொண்டு கவலைப்படுவதும். எனக்கு அதிகமாக, ஏன் ஒரு தோழிகூட இந்த விஷயங்கள் பற்றிப் பேசு வதற்கு இல்லாமலிருந்தாள் என்று புரியவில்லை. அது ஒரு சோகம். என் தாயிடம் சாடைமாடையாக இந்த விஷயத்தைப் பற்றிப் பிரஸ்தாபித்தபோது நான் அறிந்தது, அம்மாவுக்கு அவருடைய டீன் ஏஜ் முழுதும் ஞாபகத்திலிருந்து அகன்றிருந்தது என்பது. ஹௌ ஸாட், யு நோ? ஒருவேளை அம்மா, நான் பிறந்தபோது இப்போதிருப்பதுபோல் பெரிய மார்புகளுடன் பிறந்தேன் என்றுகூட எனக்குப் பதில் சொல்லலாம் என்று

நினைத்தேன். நான் கண்களை உயர்த்தி லேசாகப் புன்முறுவல் காட்டி அவர் தொடர்வதை ஆமோதித்தேன்.

'எங்கள் பள்ளி நூலகத்தில் பிற பெண்கள் பார்க்காதவாறு சில உளவியல் புத்தகங்கள் இந்த மாதிரியான உடல் மாற்றம் பற்றிக் கூறியதை விழுந்து விழுந்து படித்தேன். பின்பு, என் உடல் மாற்றங்கள் பற்றி ஓரளவு தெரிந்து கொண்டேன். அதனால் நான் ஒரு விநோதமான மிருகமாகவோ, ஒரு துருவப் பிரதேசக் கரடி யாகவோ மாறிவிட மாட்டேன் என்ற உண்மையை அறிந்தேன்.'

இப்போது ஒருமுறை நீளமாக மூச்சை இழுத்து விட்டார்.

'சந்திரன், நீங்கள் எல்லாம் நினைப்பதுபோல் கிழக்கு ஐரோப்பாவில் அப்படிப் பெரிய மனவளர்ச்சி ஏற்பட்டுவிட்ட தென்று கூறமுடியாது. நாங்கள் எல்லாம் வளர்ந்த விதம் இப்படித் தான். நான் சொல்லவந்த விஷயத்துக்கு வருகிறேன். இப்படிப் பட்ட முறையில் உடம்பு வளர்ச்சியைக்கூடப் புரிந்துகொள்ள முடியாத மர்மம், அச்சம் கொண்ட ஒரு சிறுமியாக நான் இருந்த போது நடந்த அந்த நிகழ்ச்சியைத்தான் என்னைத் திறந்த நிகழ்ச்சி என்று, நான் இத்தனை ஆண்டுகளாகக் கருதி வந்திருக்கிறேன். அதைச் சொல்லப் போகிறேன்.'

'என் உடம்பு வளர்வதை ஆச்சரியத்தோடும் பயத்தோடும் நான் கவனித்த ஒருநாள் என் பாய்ஃப்ரெண்ட் எங்கள் வீட்டுக்கு வந்தான். நானும் அவனும் அம்மாவுடன் கீழே இருக்கும் எங்கள் சாப்பாட்டு மேசையில் அமர்ந்து சாப்பிட்டுவிட்டு மேலே வந்தோம். அது ஒரு குளிர்காலம். பெரும்பாலும் ஒரு நவம்பர் மாதம் என்று நினைவு. நானும் அவனும் மேலே என் அறைக்கு வர, அம்மா வழக்கம் போல் கீழே அவரது அறையில் தூங்கப் போனார். இப்படி வழக்கமாக நானும் அவனும் அவ்வப்போது அம்மாவுடன் சாப்பிட்டுவிட்டு மேலே வந்து பேசிக்கொண்டோ, செஸ் விளையாடிக்கொண்டோ, வேறு ஏதோ வேலை செய்து கொண்டோ இருப்போம். அது நவம்பர் மாதக் குளிர்காலமாக இருந்ததால் இருட்டாக இருந்தது. குளிருக்குப் பயந்து அறையின் ஜன்னல் களை அடைத்து, திரைகளையும் இழுத்துவிட்டிருந்தேன். கிட்டார் ஒன்றை அவன் எடுத்து, ஏதோ ஒரு பாடலை மீட்ட எனக்குச் சொல்லிக் கொடுத்துக்கொண்டிருந்தான். என்னைவிட அவனுக்குக் கிட்டாரில் நன்றாகப் பயிற்சி உண்டு. எனக்கு இசைக்கருவிகளைப் பொறுத்தவரையில் திறமையில்லை என்பது என் கருத்து. பள்ளியில்

சிறப்பு வகுப்பாக எனக்குப் பியானோ கற்பித்தபோதுகூட இந்த எண்ணம்தான் வந்தது. என்னைவிடத் திறமையான மாணவிகள் இருந்தார்கள். நான் மோசமில்லை என்றாலும், மிக உயர்ந்த மாணவியும் அல்ல. இசை என்னுடைய குறிக்கோளாகவும் இல்லை. படிப்பைப்பற்றிச் சொல்வதுபோல் பியானோ வகுப்பில் பிற மாணவிகளுடன் ஒப்பிட்டு ஒருவர் உசத்தி, இன்னொருவர் தாழ்த்தி என்று பேசுவதை நான் வெறுத்தேன். வெறுத்தது மட்டுமல்ல, இசை எல்லோரையும் திறமை உள்ளவரையும் இல்லாதவரையும் சமமாக்கும் என்ற எண்ணம் இருந்ததால், போட்டி மனப்பான்மையைப் பியானோ வகுப்பில் ஏற்படுத்தும் முறையில் பேசும் ஆசிரியர்களைப் பாவம் செய்பவர்கள் என்று எண்ணி வந்தேன்.

சரி, கிட்டார் புரிந்துகொள்வதில் ஏதோ ஒரு தவறு செய்தேன். என் நண்பன், முதல் முறை சரியாகச் செய்து விரல்களை எப்படி வைக்கவேண்டும் என்று எனக்கு விளக்கினான். என்ன குழப்பமோ என் மனதில் அன்று குடிகொண்டிருந்தது என்று இன்று இத்தனை ஆண்டுகளுக்குப் பிறகு யோசிக்கும்போது தோன்றுகிறது. மூன்றுமுறை அவன் சரிசெய்ய, மூன்று முறையும் தவறு செய்தேன். அவனுக்குக் கோபம் வந்துவிட்டது. கிட்டாரை என் மடியில் படார் என்று பலமாக வைத்துவிட்டுத் தூரத்தில் போய் நின்றான். எனக்கு அன்று என்ன ஆயிற்றோ! சற்றுநேரம் நானும் அவனும் பேசவில்லை. நான் தலைகவிழ்ந்து அமர்ந்திருந்தேன். கீழே ஒரு அரை ஸ்கர்ட்டும் மேலே கழுத்துவரை பட்டன் போடப்படாத ஒரு ஸ்லாக் போன்ற தொளதொள டெனிம் சட்டையும் போட்டிருந்தேன். ஒவ்வொன்றும் எனக்கு இன்றும் ஞாபகம் இருக்கிறது. அன்று நடந்தது ஒவ்வொன்றும் நான் கவனிக்கவில்லை. தூரத்தில் நின்று என்னை அவன் பார்த்துக்கொண்டு நின்றான் என்று உள்ளுணர்வு கூறியது. அவ்வளவுதான் தெரியும். எவ்வளவு நேரம் அப்படி நின்றானோ? நான் அவனைப் பார்க்கவேண்டும் என்று விரும்புகிறேன். அவன் கோபத்தில் இருந்தால் அவனைச் சமாதானம் செய்யவேண்டும் என்று எண்ணுகிறேன். ஆனால், ஏதோ ஒரு உணர்வு என்னைத் தடுக்கிறது. இந்த உணர்வு எனக்கு விசித்திரமாகப் படுகிறது. ஏனென்றால், அவன் கோபத்தில் போய்விட்டால் அந்த இழப்பை என்னால் சகிக்க முடியாததை நன்கு அறிவேன்.

ஆனால், தலையை உயர்த்தி அவனைப் பார்க்க முடியவில்லை. என்ன செய்வதென்று நான் நினைத்தபடி தலையைக் கீழே போட்டபடி அமர்ந்திருக்கிறேன். கிட்டார் என் மடியில் போட்ட படியே இருக்கிறது. என் மனப் போராட்டத்தில் கிடந்து, நான் அவஸ்தைப்படும்போது, ஒரு கை என் குட்டையான ஸ்கர்ட்டின் உள் தொடையில் படுகிறது. நான் திடுக்கிட்டுப் பார்க்கும் போது, அவன். என் அந்தப் பதினெட்டு வயதில், அவன் முகத்தில் தென்பட்ட அந்த உணர்வை எனக்கு என்ன என்று இனம்காண முடியவில்லை. அவன் கோபம் இன்னொரு உணர்வாக மாறி யிருக்கிறது என்பது மட்டும் எனக்குப் புரிந்தது. நான் அமர்ந்திருந்த ஸோபாவில் என்னைச் சாய வைக்கிறான். பின்பு, என் சட்டைப் பித்தான்களை ஒவ்வொன்றாகக் கழற்றிக் கொண்டே இருக்கிறான். எனக்கு, அவன் செயலைத் தடுக்க வேண்டும் என்று தோன்றுகிறது. ஆனால், தடுக்கப் பலமில்லை. பயம்! அவன் மீண்டும் கோபித்து விட்டால். இப்படி அவன் தொடர்ந்து சட்டையைத் திறந்து வெறித்துப் பார்த்தபடி என்னைக் கட்டிப்பிடிக்கிறான்.

'நான் என்னை அறியாது எழுந்து நிற்கிறேன். என் உடலில் ஏதோ உணர்வுகள் தோன்றுகின்றன. மயிர்க்கால்கள் சில்லிடு கின்றன. அந்த உணர்வை எனக்குப் புரியவோ, அதற்குப் பெயர் வைக்கவோ தெரியவில்லை. ஆனால், அவன் செயலைத் தடுக்கக் கூடாது என்பது தெரிகிறது. சிலவேளை ஒன்றும் புரியவில்லை என்று சொல்வதுதான் சரியான சித்தரிப்பு. தடுக்கலாமா தடுக்கக் கூடாதா என்ற புத்தி சார்ந்த நினைவு அற்ற பிராந்தியத்தில், உணர்வின் கொந்தளிப்பில் அடித்துச் செல்லப்படுகிறேன். என் உடலைச் சற்றுநேரம் பார்த்தவன் மெதுவாக என் உச்சந்தலையில் தன் நாக்கை வைக்கிறான். என் முகமும் அவன் முகமும் ஒன்று இன்னொன்றோடு ஒட்டி இருப்பது இன்பமாகத் தெரிகிறது. மெதுவாக அவன் நாக்கு கீழே இறங்குகிறது. என் மூக்குவழி வந்து என் உதடுகளை அவன் நாக்கு ஒரு கைபோல் மாறி திறக்கிறது. அது என் இரு உதடுகளையும் திறந்து என் வாய்க்குள் செல்ல முயல்கிறது. என் நாக்கும் அவன் நாக்கைத் தொடுகிறது. நான் மின் உணர்வுச்சுழிக்குள் ஆழமறியாது போய்க்கொண்டே இருக்கிறேன். என் வாய் நீரும் அவன் வாய் நீரும் கலக்கின்றன. ஏதோ ஒரு குழந்தையின் நாக்கு போல் அவன் நாக்கு பவித்திரமாக இருப்ப தாக எண்ணிக்கொண்டிருக்கையில் அவன் நாக்கு மேலும் பயணத்தைத் தொடர்கிறது. கீழே இறங்குகிறது. அனிச்சைச்செயல்

✽ 319

போல் அவன் இதழ்கள் முத்தமிட்டு முத்தமிட்டு மெதுவாக நகர்கையில், நான் மேலே என் கழுத்தை உயர்த்துகிறேன். கண்கள் எல்லாம் நிறைகின்றன. ஆனந்தக் கண்ணீரா, பரவசத்தினாலா அந்தப் பதினெட்டு வயது உடம்பு கண்ணீரைக் கொட்டுகிறது என்று எனக்குத் தெரியவில்லை. மேலும் மேலும் என் உடம்பில் ஒரு காந்தம் பரவிக்கொண்டே போகிறது. இப்படியே போய்க் கொண்டே போனால் என் உடம்பு வெடித்துச் சுக்குநூறாகிப் போய்விடுமோ என்று எங்கிருந்தோ ஒரு பயத்தின் அலை என் பரவசத்துக்குக் கூடவே ஒட்டியிருப்பது அப்போது புலனில் பதிகிறது. அழிவில் பயமும் பரவசமும் இணைந்திருக்கின்றன என்று எண்ணும்போது, அவன் என்னைத் தழுவியபடி இடுப்புக்கு மேல் அம்மணமாக இருக்கும் தோள்களை வருடி, நாக்கால் முதலில் வலதுதோளுக்கும் பின்பு இடதுதோளுக்கும் வருகிறான். பின் முகத்தில் அழுத்தி மெதுவாக நெஞ்சுக்கு வருகிறான். என் இரு மார்புக் காம்புகளையும் மாறிமாறி முத்தமிட்டு முத்தமிட்டு உதடுகளை அழுத்தி இழுத்தெடுத்தபோது நான் அப்படியே அவன் மடியில் விழுந்துவிட, என் 'நான்' என்பது என்னைவிட்டுத் தப்பிவிட்டது என்று அறிகிறேன். வயிற்றில் ஏதோ புக, ஏதும் இல்லை என்று உணர்ந்த அந்தக் கணம் அவன் தலையை என் இரண்டு கைகளாலும் பலமாகப் பிடித்துத் தள்ளினேன். அப்போது ஏதோ ஒன்று எனக்குள் மீண்டும் வந்து என்னிடம் சேர்ந்து கொண்டது என்று நினைத்தேன். என் உடம்பை விட்டுப்போன சூடு அது என்று எண்ணியபடி என்னை அடக்கமுடியாமல், ஸோபாவில் மேல் சட்டையைக்கூட போடாமல் என் கால்களை நெஞ்சுக்கு உயர்த்தி கால்களால் என் இளம் மார்பைப் பொதிந்தபடி கிடந்து ஏங்கி ஏங்கி அழுதேன்.

சற்று நேரத்திற்குப் பின்பு மீண்டும் அவனை இழந்துவிடக் கூடாது என்று எங்கிருந்தோ என்னைத் துரத்திய வெறிக்குக் கட்டுப்பட்டுத் திடுக்கிட்டு எழுந்து பார்த்தால், அன்று வெகு நேரம் ஆகிவிட்டதும் மாலையிருள் எங்கும் பரவியிருப்பதும் எந்தச் சுவடும் தெரியாமல் என் நண்பன் எப்போதோ போய் விட்டிருப்பதும் தெரிகிறது. விளக்கைப் போட்டேன். அப்போது இடுப்புக்கு மேல் நான் அம்மணமாக இருப்பதை உணர்ந்து, குனிந்து என் இரண்டு மார்புக் காம்புகளையும் பார்க்கிறேன். அவை சிவப்பாகச் சீற்றத்துடன் இருப்பதாகக் கருதி வழக்கமாக அக்காலங் களில் செய்வதுபோல ஓடிச்சென்று குளியலறைக்குள் இருக்கும்

ஆள் உயரக் கண்ணாடியின் முன் விளக்குப் போட்டு நின்று என் மார்பை நெடுநேரம் பார்க்க ஆரம்பிக்கிறேன்.

அப்போது ஆச்சரியமான ஒரு காட்சி எனக்கு ஏற்பட்டது போல் ஓர் உணர்வு ஏற்பட்டது. அவன் என் ஸ்கர்ட்டுக்குள் என் தொடையில் கைவைத்த இடத்தில் ஒரு நிழல் படர்ந்திருப்பது போல் பட்டது. குனிந்து பார்த்தபோது ஆச்சரியமாக அன்று முழுதும் கைவிரல் நிழல்போல் ஏதோ ஒன்று படர்ந்திருந்தது என்று ஏற்பட்ட எண்ணத்தை எனக்கு மறக்க முடியாமலிருந்தது. அதன்பிறகு எப்போது அந்த எண்ணம் என் மனதிலிருந்து அகன்றது என்றும் எனக்குத் தெரியவில்லை.'

திடீரென்று நிறுத்தினார் லிடியா. எனக்கு என் உணர்வுகளை அடக்க முடியவில்லை. லிடியாவின் கழுத்தில் அவர் வாய் நீரையும் மூச்சையும் தொண்டைவழி இறக்கும் அசைவு தெரிகிறது. அந்த அசைவிலிருந்து அவரது உணர்வுகளைப் பார்த்தபடி அமர்ந்திருக் கிறேன். என் முகத்தை நேரடியாகப் பார்க்காமல் சொல்கிறார்:

'இதன் பெயர்தான் அவன் என்னைத் திறந்தது.'

லிடியா தொடர்ந்தார்:

'அவன் மீண்டும் ஒருநாள் வந்தபோது எங்கள் வீட்டில் யாரும் இல்லை. அந்தப் போலிஷ் கவிதையை மீண்டும் எடுத்துப் படித்தான். ஒரு கவிஞர் இந்தியாவிலிருந்தபோது சாப்பிட்ட ஆச்சரியமான பழம் பற்றிய அதே கவிதை. எத்தனைமுறை அவன் அதைப்பற்றிப் பேசினாலும் அவனுக்குச் சோர்வோ திருப்தியோ ஏற்பட்டுவிடாது என்று எனக்குத் தெரியும். அவன் உணர்வுப்படி என் உணர்வுகளை அமைத்துக்கொண்டுவிட வேண்டும் என்று நான் நம்பத் தொடங்கிய காலம். என்னிடம் எத்தனைமுறை வேண்டு மென்றாலும் அந்தக் கவிதையைப்பற்றி அவன் பேசமுடியும். இது அவனுக்குத் தெரியும். எனக்கும் தெரியும். இது பழம் பற்றிய கவிதை என்பதால் அல்ல. பத்தொன்பது வயது இளம்பெண்ணும் இருபத்தி நாலு வயது பையனும் காதலிக்கிறோம். அந்தக் கவிதையில் சொல்லப்படுகிற பழம் இந்தியாவில் உண்டா இல்லையா என்று எல்லாம் பேசியதுண்டு நாங்கள். பல நூல்களில் இருந்து குறிப்புகள் திரட்டி வைத்திருந்தான். அந்தப் பழத்தின் வடிவம், அதன் ருசி, அந்தப் பழம் பூக்கும் காலம், கனியும் காலம் இப்படி இப்படி.. அந்தப் பழம் பற்றி நூற்றுக்கணக்கான பக்கங் களில் குறிப்புக்கள் எடுத்துவைத்து என்னிடம் காட்டுவான்.

'ஓ கடவுளே! இவனை நாம் திருமணம் செய்து, இந்தியாவில் இந்தப் பழம் இருக்கும் பகுதிக்குப் போய் மூன்று நான்கு மாதங்கள் வேறு எங்கும் போகாமல் இந்தப் பழத்தைச்சாப்பிட்டுச்சாப்பிட்டுக் காலம் கழிக்க வாய்ப்புக் கொடு' என்று முழந்தாள் போட்டு கண்கலங்கிய நாட்கள் உண்டு. கடைசியாக என்ன நடந்தது என்று சொல்கிறேன் கேளுங்கள்! அந்தப் பழத்தைப்பற்றிப் பேசுவது அல்லது அந்தக் கவிதையைப் பற்றிப் பேசுவது ஒன்றும் எனக்குப் புதிது அல்லவே! என் தலைமுடியைக் கோதியபடிப் பேசிக் கொண்டேயிருந்தான். 'ஆச்சரியமான பழம் இல்லையா லிடியா, நம் வாழ்க்கையைப் போல' என்று கூறி நிறுத்திவிட்டு, என் நாடியைப் பிடித்துத் தூக்கி என் கண்கள் வழித் துருவி எனக்குள்ளே பார்த்தான்.'

நிறுத்திவிட்டு அவரது இரண்டு கைகளையும் சேர்த்து அமுக்கிப் பிடித்தவாறு தூர எங்கோ பார்க்கமுயன்ற லிடியா இப்படிச் சொன்னார்:

'முதலிலேயே சொல்லிவிட்டேன். எனக்குச் சொல்ல முடியாது. இத்தனை வருடமாகச் சொல்ல முடியல. நீங்க எனக்கு இப்போது மிகவும் முக்கியமான ஒரு மனிதர். சந்திரன், ஐ ஆம் வெரி ஸாரி' என்று கூறி கடகடவெனச் சொன்னார்:

'ஏதோ நடக்கப்போகிறதென்று எண்ணி நான் எழுந்து நின்றேன். எப்போதும் அவனோடு இந்த மாதிரி நான் உணர்ந்ததில்லை. அவ்வளவுதான் தெரியும். ஏதோ நடக்கப் போகிறது. அப்போது எனக்கு உலகம்பற்றித் தெரியாத பத்தொன்பதாம் வயது. எழுந்தவன் மீண்டும் என்னைப் பார்த்துக் கேட்டான்: 'அந்த விசித்திரமான இந்தியப்பழம் மட்டும் எனக்கு இன்று சாப்பிடக் கிடைத்துவிட்டால் எப்படியிருக்கும், இல்லையா லிடியா? ஆசையா இருக்கிறது அதைச் சாப்பிட, ப்ளீஸ் லிடியா' என்றான். சந்திரன், இதுதான் அவன் அன்று பேசிய கடைசி வாக்கியம். நம்புகிறீர்களா? மறுநாள் இந்த வழி போகிற பெரிய விஸ்துலா ஆற்றில் குதித்துத் தன்னை மாய்த்துக் கொண்டான். நிமிடத்தில் தன் வாழ்வை முடித்துக் கொண்டான்.'

லிடியா அதன்பிறகு ஏதும் பேசவில்லை. அப்படியே எந்த அசைவும் இல்லாமல் கற்சிலையாக மாறிவிட்டாரோ என்று சந்தேகப்படும்படி அப்படியே அமர்ந்திருந்தார்.

நான் தலைகுனிந்து அமர்ந்திருந்தேன்.

தூரத்தில் கண்காணாத தூரத்தில் போகிற ட்ராம் வண்டியின்

ஒலி இப்போது எனக்குக் கேட்க ஆரம்பிக்கிறது. எங்கோ ஒரு மூலையில் இருக்கும் விமானத்தளத்தில் மேலே ஏறி மறையும் விமானத்தின் சப்தம்கூட கேட்கிறதென்று என் புலன்கள் உணர்த்தின. இருந்த இடத்திலிருந்து கண்ணாடி வழியாக அந்த ஏப்ரல் மாத வெளிச்சத்தில் என் கண்கள் அவசியமின்றி தூரத்தில் பார்க்கின்றன. இலையின்றி ஊசிபோல் நின்ற மரக்கிளைகளில் லேசாகப் பச்சைநிறம் துளிர்விட ஆரம்பித்திருக்கின்றது. ஆனால், அந்த இடத்திலிருந்து பார்த்தால் எந்த இலையும் தெரியவில்லை. அது எனக்குப் பொருட்டாகப் படவில்லை. ஆனால், ஒவ்வொரு மரத்திலும் கூடுகட்ட ஆரம்பித்திருக்கும், எனக்குப் பெயர் தெரியாத பட்சிகள் எல்லாம் கூடுகளில் ஜனிக்கும் ஆசையிலிருந்து எழுப்பும் ஒலிகள் கேட்கின்றன. மனத்தில் ஏதோ ஒன்று திடீரென்று திறந்துவிட்டது மட்டும் அறியமுடிகிறது.

லிடியா என் கண்முன் உயிரில்லாத பெண்மணி போல் உறைந்து போயிருக்கிறார்.

மீண்டும் சற்றுநேரம் அப்படியே அமர்ந்தவரிடம் அந்தப் பழம் எது என்று கேட்கலாமா என்று எனக்குத் தோன்றியது. அந்த அந்நிய நாட்டு இளைஞன் சாகும்முன் சாப்பிட விரும்பிய அபூர்வமான சுவையுள்ள இந்தியப்பழம் எதாக இருக்கும்? அதுவும் இவ்வளவு தகவல்கள் அந்தப் பழம் பற்றிச் சேகரிக்க முடிந்திருக்க வேண்டு மானால், ஏதோ ஒரு புராணத்தில் வரும் கற்பனைப் பழமல்ல அது என்ற எண்ணம் வர, எனக்கு அந்தப் பழம் எது, இந்தியாவில் அந்தப் பழத்தை என்ன மொழியில் எப்படி அழைப்பார்கள் என்றெல்லாம் அறியும் ஆசை ஏற்பட்டது. திடீரென்று ஒரு பெரிய வெறிபோல் எனக்குள் இந்த ஆசை வர ஆரம்பித்துவிட்டது. லிடியாவிடம் அந்தப் பழம் பற்றிக் கேட்கலாமா என்று எழுந்த ஆசையை உடனடியாகத் தடுத்தேன். அவருடைய உணர்வுகளை நான் மதிக்கவில்லை என்று ஆகும் என்று கருதினேன். என் ஆசையைத் தற்சமயத்துக்கு என் மனதுக்குள் பூட்டிவைப்பது என்று முடிவு செய்தபோது லிடியா என்னைப் பார்த்தார்.

'இருபது ஆண்டுகள் ஓடிவிட்டன, சந்திரன்' என்று கூறிக் கொண்டு வலது கை உள்ளங்கையை இடது கை பெருவிரலால் அழுத்தி அழுத்தித் தேய்த்தார். மீண்டும் ஒருமுறை நீண்டதாக ஒரு பெருமூச்சுவிட்டார்.

'திடீரென்று நிறுத்தப்படுகிற கதை எழுப்பும் அதிர்வுகள்

அசாதாரணமானவை. அது ஏற்படுத்தும் மௌனத்துக்கு முடிவே இல்லை. என் வாழ்க்கையை நான் இந்த மௌனத்தின் சாட்சியாக வாழ்ந்து கொண்டிருக்கிறேன்.'

அவர் சொன்னது புரியவில்லை என்று சொல்லும் திறனற்று அமர்ந்தேன்.

'இருபத்து நான்கு வயது' என்று எதையோ சொல்ல வருகிறவர் போல் சொன்னார். பின்பு நான் ஏதும் சொல்லாததை அறிந்து, 'எனக்குள் பலமுறை தற்கொலை செய்துகொள்ள வேண்டுமென்று ஒரு குரல் தோன்றியதுண்டு. பலமுறை அப்போதெல்லாம் ஏன் எனக்கு அப்படி ஓர் எண்ணம் வருகிறதென்று அமர்ந்து யோசிப்பேன். இந்த விஷயத்தில் மிகத் தெளிவாக இருந்தேன். ஏனெனில், எனக்குத் தெரியும் தற்கொலை ஒரு மடத்தனம் என்று. அப்படித் தெளிவாக யோசித்தபோது ஒரு விஷயம் முடிவாக அறிய முடிந்தது. அந்தப் பழம் பற்றிய ஞாபகத்தை நான் மீண்டும் பெறக் கூடாது. நான் பெற்றால் அது என்னைச் சும்மா விடாது.'

நான் அவருக்கு ஏதும் சொல்லவில்லை. வெறுமனே கேட்டுக் கொண்டிருந்தேன்.

'ஸோ, உங்களை நான் பின்தொடர்ந்து கொண்டிருப்பதற்குக் காரணம் புரிந்ததா? நீங்கள் ஒரு முக்கியமான மனிதர் என்று கூறவந்தேன். அர்த்தம் புரிந்ததா?'

அதன்பிறகு நானும் லிடியாவும் அவரது அண்ணனுடைய சேகரிப்பில் இல்லாத சில விஷயங்களைப்பற்றிப் பேசினோம். அண்ணன் அவற்றைத் தெளிவாக எழுதி வைத்தபிறகுதான் விபத்தில் இறந்தார். இப்போது விபத்து என்ற சொல் லிடியாவை எந்தப் பாதிப்புக்கும் ஆளாக்காமல் இருந்ததைக் கவனித்த எனக்கு, விபத்து என்ற சொல் பல நூறு அர்த்தங்களை ஒரே கணத்தில் எழுப்பின. இப்போது எழுந்த ஞாபகங்களை மனத்துக்குள் தடை செய்துவிட்டு லியோன் போலந்துக்கு இந்தியாவிலிருந்து கொண்டு சேர்க்கவேண்டும் என்று ஆசைப்பட்ட புகைப்படங்கள், புத்தகங்கள், கையெழுத்துப் பிரதிகள், கட்டிடக்கலை சார்ந்த ஆவணத் திரைப்படங்கள், புராதனச் சின்னங்களைப் பற்றி ஈடுபாட்டுடன் லிடியாவுடன் விவாதிக்க ஆரம்பித்தேன். எனவே, இதில் உதவ எவை எவை என்னால் முடியும், எவை எவை என்னால் முடியாதவை என்று மிகத் தெளிவாக அவரிடம் கூறும்போது லிடியாவின் கண்களில் ஒளி தோன்றியது.

இப்போது, லிடியாவின் காலத்தை வென்று வாழும் வாழ்க்கைக்குள் வெளியிலிருந்து யாரும் அவரவர்களின் காலத்துடன் வரலாம். அதுபோல், அவரவரின் காலத்தை எடுத்துக்கொண்டு போகலாம் என்று நினைத்தேன். அவர் தன்னுடைய காலத்தைப் பழமை மாறாமல் வாழ்வதற்கான நியாயத்தை அறிந்தேன்.

லிடியாவைச் சந்தித்த பல சமயங்களில், அவர் எப்படி என் தொலைபேசி எண்ணைக் கண்டுபிடித்து முதன்முதலில் என் அலுவலகத்துக்குப் போன் செய்தார் எனக் கேட்கவேண்டும் என்று நினைத்ததுண்டு. இப்போது எனக்கு அப்படிக் கேட்க வேண்டுமென்ற எண்ணம் அடியோடு இல்லாமலாயிற்று. ஒரு பொருள் மீது ஈர்ப்பு ஏற்படும்போது, அந்தப் பொருளை அடைவது அப்படியொன்றும் கஷ்டமான காரியமல்ல, தானாகவே கைகூடும் என்ற எண்ணம் ஏற்பட்டது.

இந்த எண்ணம் தோன்றியவுடனேயே அவருக்கு ஈர்ப்பு ஏற்பட்டது என் மீதல்ல என்பதும் பதிலாக அவருடைய உயிர் மீது என்பதும் எனக்கு இயல்பாகவும் அழுத்தமாகவும் புரிந்தது.

14

நான் இதுவரை கவனிக்காத விஷயம், சிவநேசத்துக்கு இடது கையில் இரண்டு விரல்கள் மட்டும் தான் இருந்தன என்பது. ஏனோ எனக்கு இது ஆச்சரியத்தைத் தரவில்லை. வழக்கம்போல் வாயை மீறி நிற்கும் கீழ் மற்றும் மேல்தாடைகளின் பற்களால் மெதுவாகச் சிரித்தார்.

'அன்று மிகவும் பயந்து போனீர்களோ?'

அன்று அன்னாவுடனும் பியோத்தருடனும் இருந்தபோது கை வெட்டியபடி ஒருகணம் எனக்கு ஒரு உற்பாதம் ஒன்று காட்டி மறைவதுபோல் செய்த அவரது செயலைச் சுட்டுகிறார் இப்போது என்று அறிந்துகொள்வது எனக்குக் கடினமாக இருக்கவில்லை. எனினும், அவரது அந்தப் பேச்சைத் தொடர நான் விரும்பவில்லை. அதனால் இப்படிப் பேச்சை ஆரம்பித்தேன்:

'உங்கள் கதையை நம்பவே முடியவில்லை!'

'ஓ அதுவா? என்னோடு கள்ளத்தனமாக ஐரோப்பாவுக்கு வந்த பையன்கள் மரணமான விதம் பற்றித்தானே சொல்கிறீர்கள்?'

'ஆமா' என்று கூறிய நான், இந்தியரான சிவநேசத்தின் பேச்சில் கொஞ்சம் இலங்கைக்காரர்களின் பேச்சுப்பாணி கலந்திருப்பதைக் கவனித்தேன்.

சிவநேசத்திற்கு இப்போது வார்ஸாவில் ஒரு வீடு இருக்கிறது சொந்தமாக. அதில் மிகுந்த பெருமையுடையவராகத் தென்பட்டார். வீடு பலமாடிக் கட்டிடம் கொண்ட பெரிய பிளாக்கில், இரண்டாம் ஃப்ளோரில் உள்ளது. மிகமிகப் பழைய கட்டிடமாகக் காணப்பட்டதால், அதிகப் பராமரிப்புகள் இல்லாத கட்டிடம் என்று கருதினேன்.

பலவித ரகசிய சக்திகள் தனக்கு இருப்பதாக சிவநேசம் கருதுவது போலவே அவரைத் தேடிவரும் பலரும் நம்புகிறார்கள். ஒரு நவீனமான ஐரோப்பாவின் நடுவில், இதுபற்றி எனக்கு எந்தத் தெளிவும் இல்லை. அல்லது தெளிவு இருக்கிறது.

'இரண்டு ஆண்டுகளுக்கு முன்பு நடந்த ஒரு விமான விபத்தில் பல குழந்தைகள் பலியானபோது ஒரேஒரு குழந்தை ஆச்சரியமாகத் தப்பியது. அந்த ரஷ்யக் குழந்தையின் பின் தலையில் ஓர் அடையாளம் இருந்தது. நான் அந்தக் குழந்தையின் தாய் தந்தையருக்கு எனது ரஷ்ய சீடர் ஒருவரின் துணையுடன் விபத்து நடப்பதற்கு இரண்டு மணிநேரம் முன்பே தொடர்பு கொண்டேன். அவர்களின் குழந்தை விபத்தில் தப்பிவிடும். பயப்பட வேண்டாம் என்று சொன்னேன். ரஷ்யாவிலிருந்து அந்தத் தம்பதியினர் எனக்கு நன்றி சொல்ல வந்ததோடு என் சீடர்களாகவும் மாறினார்கள்' என்றார்.

பின்பு சிவநேசம் சொன்னார்:

'அதோ தெரிகிறதே நீலநிற கண்ணாடிக் கட்டிடம். அதன்மீது தான் வெள்ளை நிறமாக ஓர் உருவம் மூன்று நாட்கள் காட்சி தந்தது. அது, இந்தியாவில் மகாராஷ்டிராவில் ஏற்பட்ட பூமி அதிர்ச்சியால் முப்பதாயிரத்துக்கும் மேற்பட்ட ஆட்கள் இறந்தபோது நான் கண்ட காட்சி. நான் இங்குப் பலருக்கும் அழைத்துக் காண்பித்தேன்.'

நான் கண்களை அகலவிரித்து சிவநேசத்தைப் பார்த்தேன். 'அன்றுதானே நீங்கள் முதன்முதலாக கடவுளின் குரலைக் கேட்டது?' என்று நான் முடிக்கும் முன்பு,

'ஓ, அதா? இல்லை. அதுவேறு சம்பவம். எனக்கு நடந்த கதையை நான் உங்களுக்குச் சொல்லவில்லையே' என்றார்.

அவரிடம், 'ஏன் உங்களைக் கும்மாங்குத்து என்று அப்போ தெல்லாம் அழைத்தார்கள்?' என்று ஒரு கேள்வியைப் போட்டு வைப்போம் என்று கேட்டேன்.

'தமாஷான பெயர் இல்லையா?' என்றாரே ஒழிய, அதற்கான பதில் தரவேண்டுமென்று நினைக்காதவர் போலப் பேசினார்.

'கடவுள் என்னோடு பேசுகிறார் என்றால் யார் நம்புவார்கள் சந்திரன்? யாரும் நம்பவில்லை. எனக்கு அவர்கள் நம்புகிறார்களா இல்லையா என்ற கவலை முக்கியமாக இருக்கவில்லை. அதன் பிறகு போலந்து நாட்டில் வெளிநாட்டார் பிரச்சினை தொடர்பான அலுவலகத்துக்கு என்னை, போலந்து நாட்டு எல்லையில் பிடித்தவர்கள் கொண்டுவந்தார்கள். நான் இங்கு போலந்து நாட்டில் இருக்க விரும்பி வந்தவன் அல்ல. நான் ஜெர்மனிக்குப் போக விரும்பியவன். அதனால் என்னுடைய ஏஜென்டுகளுடன் தொடர்பு கொண்டு ஜெர்மனிக்குப் போனேன். அங்கு என்னுடைய துரதிருஷ்டம் பாருங்கள். எல்லையில் பிடித்துவிட்டார்கள். மூன்று மாதம் ஜெயிலில் வைத்தார்கள். ஜெயிலில் போடுவதற்கு முன்பு கோர்ட்டில் என்னைக் கொண்டுவிட்ட போது என் மொழி பெயர்ப்பாளரிடம் நீதிபதியிடம் நான் பேசவேண்டுமென்று சொன்னேன். மொழிபெயர்ப்பாளர் இலங்கை நாட்டுக்காரர். பல ஆண்டுகளாக இங்கு வாழ்கிறார். இப்போது அவர் ஜெர்மன் நாட்டுப் பிரஜை. அவர் நீதிபதியிடம் சொன்னபோது, நீதிபதி என்னை ஆச்சரியமாகப் பார்த்தார். 'என்னிடம் கடவுள் பேசுகிறார், நீங்கள் நம்பவேண்டும்' என்றேன். நீதிபதியிடம் மொழி பெயர்ப்பாளர் சரியாக மொழிபெயர்த்திருக்க வேண்டும். நீதிபதி என்னை ஆச்சரியமாகப் பார்த்தார். 'உங்கள் கிறிஸ்துவ மதத்தில் பூஜாரிகள் இருப்பது போல், நான் பின்பற்றும் மதத்திலும் பூஜாரிகள் உண்டு. கடவுளுக்குச் சேவை செய்வது அவர்கள் தொழில். நான் அந்தத் தொழிலைச் செய்யும் குலத்தில் பிறந்தவன்' என்றேன். ஆச்சரியகரமாக, நீதிபதியின் முகத்தில் மகிழ்ச்சி தோன்றியதுபோல் இருந்தது. உடனே மொழிபெயர்ப்பாளர் என்னைப் பார்த்து 'நீ பிராமணனா?' என்று நீதிபதி கேட்கிறார் என்றார். அதற்கு நான் மொழிபெயர்ப்பாளரிடம் 'ஆம்' என்று சொல்லுங்கள் என்றேன். அதை மொழிபெயர்ப்பாளர் சொன்ன

வுடன் என் பூணூலைப் பார்க்க நீதிபதி ஆசைப்படுகிறார் என்றார் மொழிபெயர்ப்பாளர். நான் என் தலையைக் குனிந்து சட்டையின் கழுத்துப் பகுதியில் உள்ள இரண்டு பித்தான்களை நீக்கி என் கழுத்துக்குக் குறுக்காகக் கிடந்த பூணூலை வலது கையின் பெரு விரலால் இழுத்து நீதிபதிக்குக் காண்பித்தேன். நீதிபதி ஆச்சரிய மாக எட்டி எட்டி என் பூணூலைப் பார்க்க விரும்பியது தெரிந்தது. நான் அவர் நன்கு பார்க்கட்டும் என்று நன்றாக இழுத்துக்காட்ட, கோர்ட்டில் பலர் ஆசையோடு என் பூணூலைப் பார்க்க தலையை நீட்டினர். ஐரோப்பிய நீதிபதி ஒருவரை வியப்பிலாழ்த்தும் சக்தி என் அழுக்குப் படிந்த பூணூலுக்கு இருப்பது அறிந்து ஆச்சரியம் ஏற்பட்டது. ஏழு அதிசயங்களில் ஒன்றான தாஜ்மகாலைப் பார்க்க இன்னும் வாய்ப்புக் கிடைக்கவில்லை; அதுபோன்று இந்தியாவின் இன்னொரு ஆச்சரியமான பூணூலையாவது பார்ப்போம் என்று சொல்வதுபோல் இருந்தது பலருடைய செயல்.'

பேசுவதை நிறுத்திவிட்டு, சிவநேசம் என்ற கும்மாங்குத்து என்னைப் பார்த்துச் சிரித்தார்.

எனக்கு என் முன்னால் அமர்ந்திருக்கும் நபர் எப்படிப்பட்டவர் அறிந்துகொள்ள முடியாதவராகத் தோற்றம் தர ஆரம்பித்தார். இந்தியாவிலிருந்து நான் கிளம்பும்போது வார்ஸாவில் தேவைப் படும் ஓர் உதவிக்கு இவரிடம் தொடர்பு வைத்திருப்பது நல்லது என்றுதான் இவரது அறிமுகத்தை நான் பெற்றிருந்தேன். ஆனால், வார்ஸாவில் வந்த முதல் நாள் மூர்ச்சையான அனுபவத்தை நான் ஒரு கெட்ட சகுனமாகப் பார்த்தேன். இவர் அது ஏதோ ஓர் உயர்ந்த காரியம் என்பதுபோல் எனக்கு வியாக்கியானம் சொல்ல வந்தது ஞாபகத்துக்கு வந்தது.

தான் சொல்லிவந்ததைத் தொடர்ந்தார் சிவநேசம்:

'பிறகு நான் கேள்விப்பட்டேன், அந்த நீதிபதி பெரிய படிப் பாளியாம். உலகத்தின் பழைய நாகரிகங்கள், புத்தகங்கள் இப்படிப் படித்தவராம். அவர் இந்தியாவில் வாழும் பிராமணர்கள் பற்றி படித்தபோது இப்படி மனிதர்கள் இருக்கமுடியுமா என நம்ப வில்லையாம். முதன்முதலாக ஒரு பிராமணனைப் பார்த்திருக் கிறார்.'

சிவநேசம் தனது பழங்கதையை ஒரு நகைச்சுவைத் தொனியுடன் சொன்னதால் நாங்கள் இருவரும் அதை ரசித்துச் சிரித்தோம்.

'நீங்கள் அந்த ஆளுக்குச் சிங்கம் போல, யானை போல ஒரு

காட்சிப் பொருளாக அமைந்திருக்கிறீர்கள். அதனால், உங்களுக்குக் கொடுத்த தண்டனையில் ஏதாவது கருணை காட்டினாரா?'

'எங்கே கருணை காட்ட? எல்லோருக்கும் கொடுக்கும் தண்டனையான மூன்று மாத ஜெயில் தண்டனையை எனக்கும் கொடுத்தான் அந்தப் பாவி' என்று மீண்டும் சிரித்தார் சிவநேசம்.

'அப்புறம் அந்தக் கடவுள் விஷயம்?'

'அவன் நம்பியிருக்க மாட்டான் போலிருக்கிறது. தோள்வழி நூல் போட்டு இருக்கிற இந்தப் பழையகால சாதி ஒன்றைச் சார்ந்த மனிதன் புளுகுகிறான் என்று நினைத்திருப்பான்.'

'நீங்கள் கொஞ்சம் வற்புறுத்திச் சொல்லிப் பார்த்திருக்கலாம்.'

எனக்கு வார்ஸாவுக்கு வந்ததிலிருந்து என் நகைச்சுவை உணர்வு கொஞ்சகாலத்தில் வற்றிவிடும் என்ற கவலை உண்டாகி இருந்தது. அதனால் சிவநேசத்தின் நகைச்சுவை உணர்வுக்குச் சற்றும் தாழ்ந்தது அல்ல. நகைச்சுவை உணர்வு என்று காட்டிக்கொள்வதற்காக இப்படி 'நீங்கள் கொஞ்சம்..' என்ற வாக்கியத்தை அரைச் சிரிப்புடன் கூறினேன்.

'என்ன சொல்கிறீர்கள் சந்திரன்? நீதிபதியிடம் பலதடவை சொல்லிப் பார்த்தேன், கடவுள் விஷயம் பற்றி' என்றார் சிரித்தபடி.

பிறகு முகத்தைச் சீரியஸாக வைத்துக்கொண்டு, 'நீங்கள் நம்ப வில்லை இல்லையா? அது முக்கியமான விஷயம். யாராவது நம்ப இயலாதவர்களிடம் அதுபற்றி நான் பேசுவதில்லை. ஓர் ஐரோப்பியனுடன் நான் இந்த மாதிரி சொன்னபோது, அது ஸைஷோபிரனியா, நீ போய் மனநோய் மருத்துவரை எவ்வளவு சீக்கிரம் பார்க்கிறாயோ அவ்வளவு நல்லது என்றான்.'

இப்படிச் சொன்ன சிவநேசம் என்னை அமைதியாகப் பார்த்து, வழக்கமாய் சிரிப்பதுபோல், முன்பக்க பற்கள் மெதுவாய் பொதிந்திருக்கும் உதடுகளைத் தள்ளிக்கொண்டு வெளியே வர சிரித்தார்.

நான் அந்த நேரத்தில் அவரது வீட்டின், முன் அறைக்கு அடுத்த தாக உள்ளே இருந்த இரண்டாம் அறையின் கதவுச் சட்டத்தோடு சாய்ந்தபடி இருந்த ஒரு வஸ்துவைப் பார்த்துத் திடுக்கிட்டேன்.

மரத்தாலான வளைந்த கைப்பிடியுடன் கூடிய பெரிய முரட்டுத் தனமான குடை.

கோபக்காரர் ஒருவர் அந்தக் குடையின் கைப்பிடியால் ஒருவரை

எக்குத்தப்பாய் அடித்துவிட்டால், அடிபட்டவர் அதே இடத்தில் காலி. அப்படிப்பட்ட குடை. நான் ஏன் திடீரென திடுக்கிட்டேன் என்று எனக்கு விளக்க முடியாமலிருந்தது. ஆனால், முன்பு ஒருமுறை இதே குடையை 'பீர்'கடையில் சாய்த்து வைத்தபடி, சிவநேசம் பீர் குடித்துக்கொண்டிருந்தபோது இன்று போலவே அன்றும் நான் பார்த்தேன். என் எண்ணம் இப்போது குடைகளைப் பற்றிச் சென்றது. மனிதர்களின் தலையைப்போல குடையின் வளைந்த கைப்பிடி அமைவதற்கு ஏதேனும் காரணம் உண்டா என்று தெரியவில்லை. இந்த மாதிரிப்பட்ட குடைக்கான மரக் கைப்பிடிகளை இந்தியாவிற்கு சுதந்திரம் வந்தபோது வெள்ளைக் காரன் எடுத்துக்கொண்டு போய்விட்டானோ என்று கூறும்படி சமீபத்திய இந்தியாவில் நீண்ட கையில்லாத குடை ஃபேஷனாகி விட்டிருந்தது எனக்கு ஞாபகத்துக்கு வந்தது. ஒரு மனிதன் அறையின் இருட்டில் மறைந்திருந்து நின்று நானும் சிவநேசமும் பேசுவதைக் கேட்டபடி இருக்கிறான் என்ற தோற்றத்தை அந்த மரக் கைப்பிடி கொண்ட குடை எனக்கு அளித்தது. அது ஓர் ஆச்சரிய உணர்வை ஏற்படுத்தியது.

அந்த நேரத்தில் நான் இன்னொன்றும் மிக முக்கியமாக உணர்ந்தேன். அது என்னைத் தொந்தரவு செய்த ஒரு கேள்வி. சிவநேசத்தை நோக்கிவந்த கேள்வி. கடவுளிடம் சிவநேசம் பேசும்போது கடவுள் முதலில் பேசுவாரா அல்லது இவர் முதலில் பேசுவாரா என்பது. இதை நான் எந்த சங்கோஜமும் இல்லாமல் பேசும்படியான ஒரு சூழல் எனக்கும் சிவநேசத்துக்கும் இடையில் இருந்ததென்று நம்பி அந்தக் கேள்வியை நான் சிவநேசத்தின் முன்பு வைக்க, அவர் எந்தத் தயக்கமும் இல்லாமல் பதில் சொன்னார்:

'அது எங்கள் இருவரின் பிற காரியங்களைப் பொறுத்தது.'

'அதாவது நீங்கள் ஓய்வாய் இருந்தால், நீங்கள் முதலில் பேசுவீர்கள், கடவுள் ஓய்வாக இருந்தால் அவர் முதலில் பேசுவார்.'

மிக சகஜமாக - ஒன்றும் தெரியாத குழந்தையின் வாயில் நாம் நம் விரலை வைத்தால் அது கடிப்பது எப்படி சகஜமோ அதுபோல் மிக சகஜமாக - 'ஆம்' என்று பதில் சொன்னார்.

பின்பு வேறு விஷயங்களின்பால் நாம் இனி நம் கவனத்தைத் திருப்பலாம் என்பதுபோல் இருந்தது சிவநேசத்தின் செய்கை.

'நீங்கள் வார்ஸா நகரில் வாழும் ஒரு மிக விசேஷமான மனிதர்.'

சிவநேசம் இப்படிக் கூறியபோது அவரது இடது கையின்

இரண்டு விரல்களும் ஒரு நிமிடம் வெளிப்பட்டு என்னை நோக்கி சுட்டிவிட்டு மறைந்ததை மின்னல்போல் உணர்ந்தேன். மற்றபடி அவரது இரண்டு விரல்களை நான் வழக்கமாக எப்போதும் பார்த்தது கிடையாது.

இந்தக் கூற்று, லிடியாவின் வாயிலிருந்து இவர் திருடிக் கொண்டது. லிடியா அவரது போலிஷ் - ஆங்கிலத்தில் உணர்ச்சி கலந்து மிக அழுத்தத்துடன் சொல்கிறார். இவர் தமிழில் சொல்லி மொழியின் அழுத்தத்தை என் மனதில் பதிக்கிறார். இதுதான் வேறுபாடு.

'நீங்கள் மூர்ச்சை அடைந்தபோது இன்னொரு உலகத்தை அடைந்துவிட்டு மீண்டும் உயிர்பெற்று நம் உலகத்திற்கு வந்து விட்டீர்கள். நம் உலக நியதிப்படி இது கண்மூடித் திறக்கும் முன் நடந்தாலும், நீங்கள் போய்விட்டு வந்த உலக நியதிப்படி, இது பல நூறு ஆண்டுகள். கேள்விப்பட்டிருப்பீர்களே, ஏழு உலகங்கள் உண்டு என்று.'

அவர் பேசியதைக் கேட்டு எனக்கு ஆச்சரியமும் பயமும் ஒருசேர ஏற்பட்டன. அந்தப் பயம் இதயத்துக்குள் ஒரு ஐஸ் கத்தியைத் திடீரென்று பாய்ச்சியது போன்றது. அந்தப் பயம், ஒரு மனிதன் தன்னைப்பற்றி வைத்திருந்த அபிப்பிராயத்துக்கும் அப்பால் உள்ள ஓர் அபிப்பிராயத்திலிருந்து உற்பத்தியானது என்று அறியும் போது ஏற்படும் பயம். இது ஒருவித தத்துவ ரீதியான பயம் என்று எண்ணி சமாதானமடைந்து சிவநேசத்தைக் கண் கொட்டாது பார்த்தேன்.

'ஆங்.. அப்புறம் என்ன நடந்தது என்று சொல்லவில்லையே! கேளுங்கள். பிறகு என்னை ஜெயிலில் அடைத்தார்கள். அப்போது எனக்குத் தேக பரிசோதனை செய்தபோது என்னை காசநோய் பீடித்திருப்பதை ஜெர்மன் மருத்துவர்கள் கண்டுபிடித் தார்கள்.'

'உங்களுக்கு க்ஷயரோக வியாதி?'

'ஆம்.'

நிறுத்திவிட்டு மெதுவாகத் தனது இரண்டு அடுக்குப் பற்களை மெதுவாக முன்பக்கமாகக் கொண்டுவந்து யாரையும் தொந்தரவு செய்யாத அந்தக் குழந்தைச் சிரிப்பைக் காட்டினார்.

'அந்த உங்கள் பூணூல்?'

'ஓ... உங்கள் ஈடுபாடு அங்கே...! புரிகிறது.'

குனிந்து சீரியஸாக முகத்தை வைத்துத் தனது பூணூலை சட்டையின் வழியே பார்க்கமுடிந்தவர் போலப் பார்த்தார். பிறகு என்னை நோக்கினார். ஏதோ கேட்கிறார் என்று எண்ணி,

'நான் ஒரு கம்ப்யூட்டர் இன்ஜினியர்' என்றேன்.

வெறும் ஒரு சிரிப்புப் பதிலாக வர, நான் சம்பந்தமில்லாமல் பேசியது புரிந்தது. சற்றுநேரம் மௌனம். அன்று ஏப்ரல் மாதம் இருபத்தொன்றாம் தேதி.

வார்ஸா நகரில் காலை பதினொரு மணிக்கு நான் சிவநேசத்தின் வீட்டின் முன் அறையில் அமர்ந்து உள்ளறையின் இருட்டைப் பார்த்தேன். அந்த இருட்டிலிருந்து வெளிப்படும் குளிரை என் உடலுக்குள் உணர்ந்தபடி இருந்தேன். நானும் அவரும் சற்றுநேரம் எதுவும் பேசவில்லை. வெளியில் வெயில் சுள்ளென்று அடித்தது. சென்னையில் அடிப்பதுபோல் வெயில் அடிக்கிறது என்று அவரிடம் கூறலாமா என்று யோசித்த நான் எனக்குத் தோன்றிய எண்ணத்தைக் கூறாமல் இருந்தேன்.

அவர் அப்போது சொன்னார்:

'சென்னை போல் வெயில் அடிக்கிறது இல்லையா?'

நான் அதிர்ச்சி அடையும் உணர்வை இன்னும் இழந்துவிடாத தால், உண்மையைச் சொல்வதென்றால் பெரிய அதிர்ச்சி அடைந்தேன். சிலவேளை கோமாளிபோல் தன்னை அமைவு செய்து எனக்கு அவரை ஒரு பொருள்போல விளையாடத் தருகிறாரோ என்று எண்ணினேன். அதன்மூலம் எதையோ குறி வைக்கிறாரோ என்று எண்ணியபோது உஷாரானது என் அந்தராத்மா. இப்போது சற்றுநேரத்துக்கு முன்பு அவர் சொன்ன ஏழு உலகம் என்ற விஷயம் உண்மை என்று என் மனது சொன்னது. என் விதியின் செயலால் இந்த இடத்தில் அமர்ந்திருக்கிறேன் என்று ஒரு பலமான எண்ணம் உதித்தது.

அப்போது திடீரென்று என்னை ஒரு பாறைபோல் உடைத்துக் கீறிப் பிளந்துகொண்டு என் மனைவி விஜயா பற்றிய எண்ணம் வந்தது.

மிக உயர்ந்த மரத்திலிருந்து பனை ஓலை ஒன்று சடால் என மரத்தின் கீழ் அமர்ந்திருப்பவனின் பக்கத்தில் விழுவதுபோல் அந்த எண்ணம் வந்து என்னை ரணமாக்கியது.

நான் அமைதியாக அமர்ந்திருந்தபோது தன் கதையில் ஆழ்ந்த

வண்ணம் எப்போதோ ஆரம்பித்துச் சொல்லிக்கொண்டிருந்ததைத் தொடர்ந்தார் சிவநேசம்.

'மூன்றுமாத ஜெயில் தண்டனையில் மிக அதிகமான நாட்கள் நான் ஜெர்மனியின் ஆஸ்பத்திரியில்தான் கழித்தேன். அடிக்கடி எக்ஸ்ரே, ஊசி, மருந்து இப்படியே ஆஸ்பத்திரியில் காலங் கழிந்தது. தன் நாட்டுக்கு ஒரு அனாதைபோல் சென்னை யிலிருந்து வந்த ஒரு மனிதனைப் பாதுகாக்க வேண்டும் என்று ஓர் எண்ணம் யாருக்காவது இருக்குமா சந்திரன்? அதற்கு அர்த்தம், நம் மக்கள் மனதில் பிற மனதினைப் பாதுகாக்கும் கரிசனை இல்லை என்பதல்ல. நம் மக்களுக்கும் இருக்கிறது. ஆனால், ஒரு பெரிய வித்தியாசம் இவர்களுக்கும் நமக்கும். எனக்கு காசநோய் ஏற்பட்டபோது, ஒவ்வொரு நிமிடமும் நான் அதைப் புரிந்து கொண்டேன் சந்திரன்' என்று நிறுத்திய சிவநேசம், அவரது வீட்டுக்குள்ளிருந்து தூரத்தில் பார்த்தபடி இருந்தார். திடீரென்று என்னை அழைத்து அவரது வீட்டுக்கும் பிற வீடுகளுக்கும் பொதுவாக இருந்த வராண்டா வுக்கு வந்து ஒரு திசையில் என்னைப் பார்க்கும்படி சுட்டிக் காட்டினார்.

'அதோ தெரிகிறதே வானத்தில் வெள்ளையாக வெள்ளி நிறத்தில் ஒரு சூரியகாந்திப் பூ.'

'ஆமா, அதோ. இப்போது தெரிகிறது. முதலில் நீங்கள் காட்டிய போது தெரியவில்லை. இப்போது தெரிகிறது. செடியில் பூத்த சூரியகாந்திப் பூ..' என்றேன்.

அப்போதுதான் அவரது இடது கையின் இரண்டு விரல்கள் எனக்குச் சுட்டிவிட்டு மின்னல்போல் மறைந்துவிட்டன என்ற உண்மை புரிந்தது. அந்தக் கணத்தில் ஓர் எண்ணம் உதித்தது. ஒருவேளை அந்த இரண்டு விரல்களும் உற்பத்தி செய்ததோ இந்தக் காட்சியை! எனக்குக் குழப்பமாகவும் புரிந்துகொள்ள முடியாததாகவும் இருந்தது. என்மனம் குழம்பி இருப்பதால் இப்படிப்பட்ட பிரமைகள் தோன்றுகின்றனவோ?

சிவநேசம் வீட்டுக்குள்போய் தன் தலையைக் கீழே நெஞ்சைப் பார்த்து குனிந்தபடி அமைதியாக அமர்ந்தார். அப்போது அந்த வீட்டில் வேறு யாரும் இல்லை என்ற எண்ணம் ஏற்பட்டது. சற்றுநேரம் அவர் அப்படியே இருக்க, நானும் ஏதும் பேசாமல் இருந்தேன். பின்பு 'ம்' என்று கனைத்துவிட்டு வெளியில் வந்து சொல்லிக்கொண்டு வந்ததைத் தொடர்ந்தார்.

'ஆமா, சந்திரன். இங்குத் தங்கியிருக்கும்போது அதைக் கொஞ்சம் நீங்கள் கவனித்துவிட்டுப் போங்கள். உங்களைப் போலுள்ளவர்கள் மனது வைத்தால் நம் நாட்டை மாற்றமுடியும். உங்களுக்கு அம்மா வழியிலும் அப்பா வழியிலும் நல்ல ரேகைகள் ஓடுகின்றன. வந்தவுடன் அதைத்தான் கவனித்தேன் உங்களிடம். ம் சரி.. என் கதைக்கு வருவோம். என்னைக் காப்பாற்றவேண்டும் என்று ஜெர்மன்காரனுக்கு என்ன தேவை? இரண்டாம் உலகப்போரில் நாஜி அரசியல் என்ற மனிதகுல வெறுப்புத் தத்துவத்தை வைத்து இவர்கள் யூதர்களைக் கொன்றவர்கள் என்கிறார்கள். அது ஒரு விபத்து என்று நினைக்கிறேன். ஐரோப்பியர்களுக்கும் நமக்கும் உள்ள வித்தியாசம், அவர்கள் மனிதநேயத்தைச் சட்ட மாக மாற்றி யிருக்கிறார்கள். நமக்கு மனிதநேயம் விரும்பினால் காட்டக்கூடிய காரியமாக இப்போது மாறியிருக்கிறது. மத உணர்விலிருந்து நவீன தேசம் மாறிக்கொண்டு வரும்போது நமக்கு மனித நேயத்தைச் சட்டமாக, ஒரு பொதுஜனத் தேவையாக மாற்ற முடியவில்லை. மீண்டும் இந்துமதத்தைக் கொண்டுவந்து, நம் பழைய உணர்வைக் காக்க முடியுமா என்றால் அதுவும் கடினமாக இருக்கிறது. ஏன், இந்தியாவில் இந்துமதத்தை மனிதநேயமாக மாற்றுவதற்குப் பதிலாக மதத்தை மனித நேயமற்ற தேசியச் சட்டமாக மாற்ற முயல்கிறார்கள்? அரசியலாகப் பார்க்கிறார்கள்? நம் நவீன அரசியலில், உலகமெங்கும் மதம் செய்த காரியத்தைச் செய்யும் காலம் இன்னும் வரவில்லை. இன்று கிறிஸ்து, இந்து, முஸ்லீம், புத்தமதங்கள் இந்த வகையில் தோற்றுப்போனதாகவே தெரிகிறது. என்ன சொல்கிறீர்கள், சந்திரன்? நான் பாட்டுக்குப் பேசிக் கொண்டு போகிறேன்.

'ஒரு வயதான ஜெர்மன் நர்ஸ் எப்போதாவது வருவார். என் தலையைக் கோதிவிட்டுப் போவார். காசநோய் இருக்கும்போது, 'செத்துப் போனால் போகட்டும். வாழ்ந்தது போதும்' என்ற எண்ணம் எனக்கு அடிக்கடி வந்தது. அந்த வயதான பெண்மணி யுடன் பேசவேண்டும் என்று பலமுறை உணர்ச்சி வரும். அவர் டூட்டி எப்படியோ? இரவில் நான் ஆழ்ந்த நித்திரையில் இருக்கும் போதுதான், கனவில் வருவதுபோல் வருவார் அந்த வயதான ஜெர்மன் நர்ஸ். வந்தால் என் தலையைக் கோதிவிடாமல் போகமாட்டார். ஏன் என்று தெரியாமல் எனக்கு உயிர்மீது ஒரு ஆசையை அவர்தான் உருவாக்கினார். உங்களுக்குப் புரியும். கடைசியில் ஒருநாள் நான் அந்த ஆஸ்பத்திரியைவிட்டுப்

போகும்போது, 'அவரைப் பகலில் பார்த்ததில்லை. பார்க்க வேண்டும்' என்று சொன்னேன். அவரை வரச் சொன்னார்கள். மெதுவாக நடந்துவந்தார் அந்த நர்ஸ். முகமெங்கும் கோடு, சுருக்கம். முதுகு கூனியிருந்தது. ஆனால், நடக்க கையில் தடியில்லை. கூனியபடியே நடந்து வந்து வழக்கமாய் செய்வது போல் தலையைக் கோதி விட்டுவிட்டு ஏதும் பேசாமல் புறப்பட்டார். என் கண்ணெல்லாம் கண்ணீர்! பிறகுதான் தெரிந்தது. இரண்டாம் உலகப்போர் சமயத்தில் ஆஷ்விஸில் ஒரு காஸ் அறையில் யூதர்களைக் கொன்றபோது அங்கு நர்ஸ் வேலை செய்தவர் இவர். இவர்மீது வழக்கு போடப்பட்ட பிறகு விடுதலை செய்யப்பட்டவராம். எனக்கு ஏற்பட்ட அதிர்ச்சிக்கு அளவேயில்லை. கொலையும், உயிரைப் பாதுகாப்பதும் ஒரே மனித மூலத்திலிருந்து எப்படித் தோன்ற முடியும்?'

மாயவேலைகள் செய்யும் இந்த மனிதர் என்னென்னவோ பேசுகிறாரே என்று யோசித்தேன்.

'சிவநேசம், இப்படி யோசித்துப் பாருங்கள். ஒருவேளை அந்தப் பாவச் செயலுக்குப் பரிகாரமாக இப்படிச் செய்கிறவராய் இருக்கும்' என்றேன்.

'இல்லை இல்லை, மன்னிக்கணும். அந்த இரவுகளில் பிச்சைக்காரனைப் போல் ஜெயில் ஆஸ்பத்திரியில் கிடந்த என் தலையைக் கோதிவிட்டுப் போன கைகளை எனக்குத் தெரியும். எந்தக் குற்ற உணர்வும் இல்லாத கைகள் அவை. எனக்கு வேறு ஏதும் தெரியாவிட்டாலும், இது மட்டும் நன்கு தெரியும். அந்த கைகளில் அப்படி ஒரு மனோபாவம் இல்லவே இல்லை. அதற்குப் பிறகு நடந்ததும் இங்கு முக்கியம். கேளுங்கள். நான் பார்க்க வேண்டும் என்று அழைத்ததற்கு அடுத்த நாள் ஒரு இளம் நர்ஸ் வந்து, என் உடல் நிலையை எல்லாம் பரிசோதித்துவிட்டு என்னிடம் அந்த வயதான நர்ஸைப் பார்க்க விருப்பமா என்று கேட்டார். நான் ஆர்வம் மீதூர, 'ஆமா, என் அம்மாபோல அவர்கள்' என்று கூறினேன். வேறு ஏதும் எனக்குச் சொல்லத் தெரியாத வயது பாருங்கள் அது. அந்த இளம் நர்ஸுக்கும் ஏதோ ஒருவகையில் இந்த வயதான நர்ஸைப் பிடித்திருக்கிறது. 'சரி, நாம் இன்று மாலையில் அவரைப் பார்க்கலாம்' என்று, அவள் முழுப் பெயரையும் சொன்னார். இளம் நர்ஸ் கூறியதுபோல மாலை நேரம் என்னை ஆஸ்பத்திரியில் வந்து சந்தித்தார். அப்போது எனக்குச் சிகிச்சை பெரும்பாலும்

முடிந்திருந்தது. சில மருந்துகளை மட்டும் தொடர்ந்து கொடுத்து வந்தார்கள். எனவே, அப்போதெல்லாம் சுதந்திரமாக நடமாட முடியும். நான் படுக்கையிலிருந்து எழும்பக்கூடாது என்ற கட்டுப்பாடு ஏதும் எனக்கு இருக்கவில்லை. அப்போது நான் படுத்திருந்த வார்டில் பிற நோயாளிகளுக்கு ஓரளவு நான் உதவவும் ஆரம்பித்திருந்தேன். மொழி தெரியாமல் நீங்கள் எல்லோரிடமும் ஆழ்ந்த நட்புகொள்ள வேண்டுமென்றால் அதற்குரிய இடம் ஆஸ்பத்திரிதான். நான் எல்லோருக்கும் உதவுவதன் மூலம் எல்லோரின் நட்பையும் பெற்றிருந்தேன். அப்படி ஒரு மனநிலை மாற்றத்திற்கும் எனக்குக் காரணமாயிருந்தவர் இந்த வயதான நர்ஸ்தான் என்பது என் அபிப்பிராயம். படுக்கையிலிருந்து எழுந்து 'பெட்பானை' கட்டிலின் அடியிலிருந்து எடுக்கக் கஷ்டப்படுகிறவர்கள் என்னை அழைப்பது எனக்கு அவர்கள் அளிக்கும் கௌரவமாக உணர்ந்தேன். அந்த வார்டில் இளையவர்கள் முதல் வயதானவர்கள் வரை இருந்தார்கள். மனித குலம் ஒன்று. யாரும் யாருக்கும் தாழ்ந்தவர்கள் அல்ல என்பதை நான் அந்த இளம் வயதில் உணர்ந்தற்கு அந்த ஆஸ்பத்திரியும் பெரும்பங்கு வகித்தது என்றுதான் கூறவேண்டும். அந்த நோயாளிகள் என்னை 'கும்மா' என்றோ 'மிஸ்டர் குத்து' என்றோ அழைத்து உதவி கேட்பது வாடிக்கையாக இருந்தது. அப்படி என் வாழ்க்கையில் மிகவும் சந்தோஷமான நாட்கள் அந்த என் க்ஷயரோக நோய்வந்த நாட்கள்.இந்தியாவில் இருந்தபோது ஆஸ்பத்திரியில் நான் கிடக்க நேரிட்டிருந்தால் எவ்வளவு பெரிய நரகமாக இருந்திருக்கும் இல்லையா? அதுவும் என்னைப் போன்ற ஒரு யாருமற்ற மனிதனுக்கு! சரி, சொல்லிக்கொண்டிருந்த விஷயத்துக்கு வருகிறேன்.

'என்னை அந்த இளம் நர்ஸ் அழைத்தபோது நான் கட்டிலில் படுத்திருந்தேன். மிகவும் நிறைவான மனதுடன் நான் கட்டிலிலிருந்து எழுந்து அந்த இளம் நர்ஸுடன் நடக்க ஆரம்பித்தேன். அப்போது குளிர்காலமாகையால் ஆஸ்பத்திரியில் எனக்கு அளித்திருந்த குளிராடைகளை எடுக்கட்டுமா என்று இளம் நர்ஸிடம் கேட்டபோது அவர், 'வேண்டாம்' என்றார். ஏனெனில், ஆஸ்பத்திரி குவார்ட்டர்ஸில் ஒரு அறையில்தான் அந்த நர்ஸ் தங்குகிறார் என்றார். சரி என்று நானும் நடக்க ஆரம்பித்தேன். அந்த இளம் நர்ஸ் என்னைப் போலவே குதூகலத்துடன் இருப்பதை உணர்ந்தேன். துள்ளித் துள்ளிப் படிகளில் இறங்கும்போது அந்த

நர்ஸின் மனநிலை எனக்கும் புரிந்தது. நான் வம்பளப்பதில் தீராத ஆசை உள்ளவன் என்று நர்ஸ்களும் டாக்டர்களும் சக நோயாளிகளும் ஒத்த கருத்துள்ளவர்களாக இருந்தனர். அவர்களின் அந்த எண்ணத்தைத் தவறாக்கக் கூடாதென்றோ என்னவோ, நான் அந்த இளம் நர்ஸிடம் பேச்சுக் கொடுக்க ஆரம்பித்தேன்.

'உங்களுக்கும் அந்த நர்ஸைப் பிடிக்குமா?'

அந்த இளம் நர்ஸ் என்னை விநோதமாகப் பார்த்து, பின்பு முதுகில் தட்டினார்.

'ஏன்?'

'இல்லை சும்மா கேட்டேன். எனக்கு ரொம்பப் பிடிக்கும் அவரை. அவர் தங்குமிடத்தைப் பார்ப்பதற்கு எவ்வளவு சந்தோஷமாக இருக்கிறது தெரியுமா? என்னை அழைத்துப் போனதற்கு உங்களுக்கு நான் நன்றி சொல்கிறேன்' என்றேன். இப்படியெல்லாம் நான் பேசப் பழகியிருந்தேன். நீங்கள் புரிந்து கொள்வீர்கள். நம் பாஷைகளில் இப்படியெல்லாம் சம்பிரதாயமாகப் பேசுவது பழக்கத்தில் இல்லை. நமக்கு மொழி, வேறு காரியங்களுக்குப் பயன்படுகிறது இல்லையா சந்திரன்?'

என்னைப் பார்த்துத் தொடர்ந்தார் சிவநேசம். அப்போது எங்கிருந்து வந்ததென்று நான் அதிசயக்கும்படி ஒரு நீலநிற பால் பாயிண்ட் பேனா அவர் கையில் இருந்தது.

'அந்த இளம் நர்ஸ் என் முகத்தை இரண்டு மூன்று முறை, நாங்கள் நடக்கும்போது பார்த்துவிட்டுச் சொன்னது இன்று சொன்னது போல் படுகிறது.

'பழைய நாஜிக் கைதிகளைத் தண்டிப்பதற்காக ஆயிரத்துத் தொள்ளாயிரத்து நாற்பத்தைந்தில் நியுரன்பர்க் கோர்ட்டை இரண்டாம் உலகப் போர் முடிந்ததும் பல நாடுகள் சேர்ந்து நடத்தியதும் பலருக்குத் தண்டனை கொடுத்ததும் தெரியுமா?'

'நான் முகத்தை வைத்த விதத்திலிருந்து எந்த உலகச் சரித்திரமும் தெரியாத ஒரு பகுதியில் இருந்து கள்ளத்தனமாக ஐரோப்பாவில் பிச்சை எடுக்க வந்தவன் என்பதை அந்த நர்ஸ் சரியாக உணர்ந்திருக்க வேண்டும்.

'நியுரன்பர்க் கோர்ட்டில் வழக்கில் ஆஷ்விஸ் போன்ற பல இடங்களில் ஜனங்களைச் சித்ரவதை செய்தவர்களையும், ஹிட்லரின் அதிகாரிகளையும் அவர்களின் ஆதரவாளர்களையும் தண்டித்தார்கள்.

அதில் இந்த வயதான நர்ஸும் ஒருவர் தெரியுமா? அதன்பிறகு கருணை காட்டி ஜெயிலில் இருந்து வந்தபிறகு நர்ஸ் வேலையை அரசாங்கம் கொடுத்தது. ஆனால், எனக்கு நாஜிகளைப் பிடிக்காது. எங்கள் நாடு அப்படி ஒரு பாவம் செய்ததை நாங்கள் இன்று ஏற்கவில்லை. அப்படிப்பட்ட பெரிய பாவமான காரியத்தைச் செய்த காலத்தில் ஜெர்மன் மக்கள் அத்தனைபேரும் நாஜி ஆதரவாளர்கள் அல்ல. ஹிட்லரைத் தோற்கடித்ததற்கு ஜெர்மன் மக்களும் காரணம் என்றுதான் நினைக்கிறேன். ஆனால், எனக்கு இந்த நர்ஸை எப்படியோ பிடித்துவிட்டது. உனக்கும் அவரைப் பிடித்துவிட்டது அல்லவா?' என்று நர்ஸ் கேட்டார்.

'வழக்கமாக ஏதும் பேசாமல், சிரிக்கக்கூடச் செய்யாமல் கையில் நாடி பார்ப்பது, வாயில் ஒரு தெர்மாமீட்டரை வைப்பது, என் நரம்புகள் தெரிவதுவரை கையைப் புரட்டிப் புரட்டிப் பார்த்து அழுத்தி ஏதாவது ஒரு ஊசியைப் போடுவது என்ற காரியங்கள் செய்யும் இந்த இளம் நர்ஸ் இன்று இவ்வளவு பேசுகிறாரே என்று எனக்கு ஆச்சரியமாக இருந்தது. அவர் கேள்விக்கு நான் பதில் சொல்லவில்லை என்பது என் மனதில் பட்டதும், 'ஆம்' என்பதுபோல் தலையை ஆட்டினேன். மீண்டும் இளம் நர்ஸ் அவர் மிக உயரமாக இருந்ததால், குனிந்து குனிந்து என் முகத்தைப் பார்த்தார். அவர் பார்த்தது எனக்கு விசித்திரமாக அன்று தோன்றியது போலவே இன்றும் தோன்றுகிறது. பிறகு சொன்னார். 'மேலதிகாரிகள் கட்டளை இட்டபடி இந்த நர்ஸ் செய்திருப்பார். அப்படித் தண்டிப்பதென்றால் ஹிட்லர் ஆட்சியில் வேலை செய்த மேலதிகாரியிலிருந்து சாதாரண ஆபீஸ் செக்யூரிட்டி, ப்யூன், கேட் கீப்பர், சமையல்காரன், போஸ்ட்மேன், ஸ்கூல் டீச்சர், ரயில்வே புக்கிங் கிளார்க், கவர்ன்மென்ட் கான்டீனில் சாண்ட்விச் தயாரிப்பவன் எல்லாரையும் தண்டித்திருக்க வேண்டும். இவர்கள் எல்லாரும் ஹிட்லர் ஆட்சி நடப்பதை எதிர்க்காமலிருந்து அவரது ஆட்சிக்குத் துணை போயிருப்பார்கள். ஒரு ஏழை நர்ஸை நியூரன்பர்கில் எதற்கழைத்தார்கள் என்று தெரியவில்லை?'

'எனக்கு அந்த இளம் நர்ஸ் பேசிய விஷயங்களில் அவ்வளவு அறிவு இல்லாவிட்டாலும் அவர் பேசியவிதம் பிடித்திருந்தது. அவர் பேசப்பேச எனக்கு அவரையும் பிடிக்க ஆரம்பித்திருந்தது. அப்போது நாங்கள் நடந்துகொண்டிருந்த கட்டிடத்தின் ஓரத்திற்கு வந்திருந்தோம். எனக்கு ஏன் ஒரு கட்டிடத்தின் மாடியில் நடந்து

கொண்டிருக்கிறோம் என்று புரியவில்லை. அப்போது இடது புறமாக ஒரு படிக்கட்டு தெரிய அந்தப் படிக்கட்டில் இறங்க ஆரம்பித்தார் இளம் நர்ஸ். நானும் அவரைப் பின்பற்றினேன். அந்தப் படிக்கட்டு மிக அதிக தூரம் இறங்கிக்கொண்டே போனது. அது சாதாரணமான ஒரு படிக்கட்டாக எனக்குத் தோன்றவில்லை. சுமார் நூறு படிகளாவது இருந்திருக்கலாம். பேசிக்கொண்டு இருந்ததை இளம் நர்ஸ் தொடர்ந்தார்.

'இந்த வயதான நர்ஸ் எனக்கு மிகவும் பிடித்தமானவர். பிடித்த மானவர் என்றால், என் தாய் தந்தை தலைமுறையின் சரித்திரத்தைப் புரிந்துகொள்ள எனக்கு உதவுகிறார் என்று அடிக்கடி அவருக்குக் கொடுக்கப்பட்ட குவார்ட்டர்சுக்குப் போய் பேசிக்கொண்டு இருப்பேன். அந்த முதிய நர்ஸ் அதிகம் பேசக் கூடியவர் அல்ல. சிலவேளை என் கண்களுக்குள் ஏதோ ஒன்றைத் தேடுவார். அவ்வளவுதான்! ஒருமுறை அவருக்குப் பல மொழிகள் தெரியும் என்று கண்டுபிடித்தேன். பிரெஞ்சு, போலிஷ், செக் மற்றும் ரஷ்ய மொழியில் அவர் பேசமுடியும். அவரைப் பெரும்பாலும் நான் ஏதோ ஒரு முகம்பார்க்கும் கண்ணாடிபோல் பயன்படுத்தினேன் என்று நினைக்கிறேன். அவரது சிறிய அறையில் போய் அவரைப் பார்த்தபடி இருந்துவிட்டு வந்துவிட்டாலே போதும் என்று இருக்கும். எங்கள் பள்ளிக் காலங்களில் ஹிட்லர், பாசிசம் போன்ற பெருமைகள் ஏதும் பாடநூல்களில் கிடையாது. நான் படித்து வளர்ந்தது ஒரு புதிய ஜெர்மனி. நான் மேற்கு ஜெர்மனியைச் சேர்ந்தவள்.'

தொடர்ந்து அந்த இளம் நர்ஸ், 'அது பெர்லின் சுவர் இருந்த காலம். நான் எப்போது அங்கு இருந்தேன் என்று நீங்கள் யூகிக்கலாம்' என்றார்.

இப்படிக் கூறிய சிவநேசத்தின் கையில் நீலநிற பால் பாயின்ட் பேனா பசைபோட்டு ஒட்டியதுபோல ஒட்டிக்கொண்டிருந்தது எனக்கு வியப்பளித்தது. தொடர்ந்தார் அவர்:

'அந்த இளம் நர்ஸ் தொடர்ந்து வயதான நர்ஸ் பற்றிக் கூறினார். அப்போது எனக்கு ஏதாவது இந்த இளம் நர்ஸிடம் கேட்க வேண்டுமென்று தோன்றியது. 'மன்னிக்கவும், உங்களின் பேச்சில் குறுக்கிடுவதற்காக. நீங்கள் பலதடவை இந்த வயதான நர்ஸின் அறையில் போய் அமர்ந்திருக்கிறீர்கள். அந்த அறையில் என்ன என்ன பார்த்தீர்கள்? எப்படிப்பட்ட வாழ்க்கையை அவர் நடத்திக்

கொண்டிருந்தார்? அவருக்கு யாரேனும் உறவினர்கள், குழந்தைகள், நண்பர்கள் உண்டா? இவற்றைச் சொல்ல முடியுமா?' என்று கேட்டேன். அப்போது அந்த நூறு படிகளில் சுமார் 25ஆவது படியில் மெதுவாக இறங்கிக் கொண்டிருந்தோம் என்று நினைக்கிறேன். என்னை முதுகில் தட்டிக் கொடுத்துவிட்டு லேசாகப் புன்முறுவல் பூத்த இளம் நர்ஸ் என் முகத்தை இரண்டுமுறை அப்போதும் பார்த்துவிட்டு சொல்ல ஆரம்பித்தார்...

'ஆமா! நான் போனபோதும் அந்த நர்ஸுக்கு யாராவது உறவினர்கள் வருகிறார்களா, குழந்தைகள், நண்பர்கள் உண்டா என்பதைத் தெரிந்துகொள்ள மிகவும் முயன்றேன். ஆனால், இந்த என் கேள்விகளை அவரிடம் நேரில் கேட்க முடியாது. அப்படிக் கேட்டால் அவர் புண்பட்டுவிடுவார் என்ற ஓர் எண்ணம் எனக்கு இருந்தது. ஆனால் நான் போனபோது, எப்போதும் அவர் அறையில் யாரையும் பார்த்ததில்லை. எப்போதும் யாரைப் பற்றியும் அவர் என்னிடம் சொன்னதும் இல்லை. அதனால் அவர் திருமணம் ஆகாதவர், எந்த உறவினரும் இல்லாதவர், எந்த நண்பர்களும்கூட இல்லாதவர் என்றே நான் நினைத்தேன். ஏனென்றால், அவரது அறையில் நான் என்னைத்தவிர யாரையும் எப்போதும் பார்த்ததில்லை. அவரது சமையல் அறை போன்ற சிறு பகுதியில் சிலவேளை நான் தயாரிக்கும் தேநீரை அல்லது காபியை அவர் அருந்துவார். அது தவிர, எனக்கும் அவருக்கும் வேறு எந்தத் தொடர்பும்கூட இல்லை. அதாவது அவரது கருத்துக்கள், ஆசைகள், நினைவுகள் என்று எதையும் நான் அறிந்ததில்லை. என் வயதினால், அவரது தோழி என்றுகூட என்னைச் சொல்ல முடியாது. என் தொழில் மற்றும் அவர் தொழில் பற்றிக் கூட நாங்கள் இருவரும் ஏதும் பரிமாறிய தில்லை.' அடுத்து நான், 'உங்களுக்கு எத்தனை வருடங்களாக அவரைத் தெரியும்?' என்று கேட்டபோது அவர் விரிவாகப் பதில் தந்தார்:

'நான் இந்த ஆஸ்பத்திரிக்கு வந்து நான்கு ஆண்டுகள் ஆகின்றன. அந்த நான்காண்டுகளாக அவரது அறைக்கு நான் போய்க் கொண்டிருக்கிறேன். முதல்நாள் அவர் அறைக்கு நான் போன போது எப்படியோ, அப்படியே இன்று வரை அவரைப் பற்றி எனக்கு ஒன்றும் தெரியாது. அதுபோலவே என்னைப் பற்றி, என் குடும்பத்தைப்பற்றி, என் சிநேகிதிகள், தம்பி, தங்கைகள், ஆசைகள், பாய் ஃப்ரெண்ட், சாப்பாட்டு ருசி பற்றி ஏதும் அவருக்குத் தெரியாது. உணர்ச்சியை வெளிக்காட்டாத வயோதிகம்

பீடித்த அவரது வறண்டுபோன முகத்தில் எந்த உணர்வையும் நான் பார்த்ததில்லை. எப்போதும் பூட்டிக்கிடக்கும் அவரது அறைக் கதவு நான் போகும்போது திறக்கும். பூட்டியிருந்தால் நான் காத்திருப்பேன். ஒரு சில நிமிடங்களுக்குள் கதவு திறக்கும். திறப்பதைப் பார்த்து சரி, நாம் போவதை விரும்புகிறார் என்று நினைப்பேன். கிறிஸ்துமஸ் போன்ற முக்கியமான பண்டிகை நாட்களில் நான் அவருக்கு கேக் கொண்டு போகிறேனோ இல்லையோ, அவர் எனக்காக கேக் செய்து வைத்திருப்பார். இதுதான் எனக்கும் அவருக்கும் உள்ள உறவு.'

'அப்போது நாங்கள் இன்னும் சில படிகளில் இறங்கி யிருப்போம். 'உனக்கு ஆச்சரியமாக இருக்கிறது இல்லையா?' என்று என்னைப் பார்த்தார் அந்த இளம் நர்ஸ். நான் ஏதும் சொல்லவில்லை. ஆனால், அவர் பேசுவதில் ஏதோ ஒன்று காந்தம் போல் என்னை ஈர்த்துக்கொண்டே இருந்தது. அவர் தொடர்ந்து பேசவேண்டும் என்று விரும்பினேன். அதைப் புரிந்தவர்போல தொடர்ந்தார்... 'ஒருமுறை உடல்நலமில்லாமல் இருந்தார். அப்போது முதிய நர்ஸை தினம் போய் பார்த்துக் கொண்டிருந்தேன். மருந்து ஏதும் வேண்டுமா என்று கேட்டேன். வேண்டாம் என்று தலையசைத்தவாறே படுத்திருந்தார். ஒரு வாரம் தினம் அவரும் நானும் என் வேலை முடிந்ததும் சந்தித்துக் கொண்டது ஒரு மௌனமான சடங்குபோல இருக்கும். ஆனால், என் மனதுக்குள் மிகுந்த சந்தோஷம் ஏற்பட்ட நாட்கள் அவை' என்று சொல்லி நிறுத்தியவரிடம், 'ஒருவர் இன்னொருவருக்குச் செய்யும் உதவியில் ஒரு சந்தோஷம் இருக்கிறதை நானும் என் சக நோயாளிகளுக்கு உதவும்போது அறிகிறேன்' என்று சொன்னேன்: அதற்கு ஏதும் பதில் சொல்லாத அந்த இளம் நர்ஸும் நானும் இன்னும் சில படிகள் இறங்கினோம்.

'அப்படி ஒரு வாரம் படுத்தவர் உடல்நலம் பெற்றுவிட்டார் என்பதை அடுத்த நாள் நான் போனபோது அவர் தெரிவித்த விதம் சற்று வித்தியாசமானது. வழக்கமாக அவரது பேத்தியின் வயது கொண்ட நான் அந்த முதிய நர்ஸுக்குத் தேநீர் அல்லது காபி தயாரிப்பேன். அன்று அவர் எனக்கு நான் போகிற நேரத்தைத் தெரிந்து தேநீருடன் தயாராகக் காத்திருந்தார். வேறு ஏதும் இருவரும் பேசிக்கொள்ளவில்லை. நான் அப்போது அவர் உடல்நலம் பெற்றுள்ளார் என்று புரிந்துகொண்டேன்.'

'நாங்கள் அப்போது இன்னும் சில படிகள் இறங்கியிருந்தோம். இளம் நர்ஸிடம் நான், 'ஏன் அவர், இரவில் மட்டும் நம் ஆஸ்பத்திரிக்கு வருகிறார்?' என்று கேட்டபோதுதான் ஒரு முக்கியமான தகவல் எனக்குத் தெரிந்தது. 'உனக்குத் தெரியாதா, அவருக்குப் பகலில் எதையும் பார்க்க முடியாது. அந்தக் காலத்து ஜெர்மன் பாஸிஸ்டுக்கு இந்தக் கால ஜெர்மனியை எப்படி யிருக்கிறது என்று பகலில் பார்க்க முடியாது.'

'அப்படியென்றால் நீங்கள் சொல்வதன் அர்த்தம், அவருக்கு இரவில் மட்டும்தான் பார்க்க முடியும்.'

'ஆம். அதனால்தான், அவர் இரவில் வந்துவிட்டுப் போவார். அது அவருக்குச் சுமார் பத்து வருடங்களுக்கும் மேலாகப் பழகிப் போனது. ஆனால், அவர் செய்யும் வேலைகளைச் சரியாகச் செய்வார் இரவில் மட்டும். பகலில் பெரும்பாலும் தூங்குவார். அதாவது, அவரது உலகம் தலைகீழானது. பகலில் தூக்கம். பிறர் இரவு என்று சொல்வது அவருக்கு வேலை நேரம். ஆனால், இரவில் அவரது புலன்கள் மிக நல்ல கூர்மை அடையும். எந்தப் பிழையும் நடக்காது. கொடுக்கவேண்டிய ஊசிகள், மருந்துகள், உடல் பரிசோதனைகள் எதிலும் எந்தப் பிழையையும் இதுவரை யாரும் சொன்னதில்லை. அப்படிப்பட்ட புத்திக்கூர்மை இரவுகளில் இன்னும் அவருக்கு இருக்கிறது. அதனால் எந்தவிதமான குற்றச் சாட்டுக்கும் அவர் இடம் வைப்பதில்லை. இது யாருக்கும் புரிந்து கொள்ள முடியாத ஒரு விஷயம். இப்போது எல்லோருக்கும் அவரைப்பற்றித் தெரிந்த ரகசியங்கள் இவை.'

இரவில் அவர் வந்து என் தலையைக் கோதிச்சென்ற இரவுகள் அப்படிப்பட்ட இரவுகள் என்று நான் எண்ணிக்கொண்டேன். என் மனதில் ஓடும் சிந்தனையை இந்த இளம் நர்சுக்குச் சொல்ல வேண்டும் என்று எனக்குத் தோன்றவில்லை. நான் இந்த இளம் நர்ஸுடன் இன்னும் சில படிகளைத் தாண்டியிருந்தேன். இப்படிப் படிகளில் இறங்கும்போது அவர் முதலிலும் நான் இரண்டாவ தாகவும் இறங்கிக்கொண்டிருந்தோம். நான் பேசும்போது சில வேளைகளில் அவர் படியில் நின்று திரும்பி என்னைப் பார்த்தார். ஆனால், இப்போது அவர் தலையைக் கீழே போட்டபடி படிகளில் இறங்கியவாறே நான் சொல்வதைக் கேட்டுக்கொண்டிருந்தார்.

'அந்த வயதான நர்ஸுக்குக் கடவுள் நம்பிக்கை இருந்ததா? அதுபற்றி உங்களுக்கு ஏதேனும் தெரியுமா? சர்ச்சுக்கு ஞாயிறு களில்

போனாரா அல்லது கிறிஸ்துமஸுக்காவது சர்ச்சுக்குப் போனாரா அல்லது வீட்டில் இருந்தவாறே கடவுளை வணங்கினாரா? உங்கள் கருத்தென்ன?'

'நான் பார்த்தவரையில் அவருக்குக் கடவுள் பற்றி நினைப்பு இருந்ததாகத் தெரியவில்லை. சர்ச்சுக்குப் போவதில்லை. வீட்டிலும் எந்தவித அடையாளமும் நான் பார்த்ததில்லை. கடவுள் நம்பிக்கைக் குரிய வெளி அடையாளம் எதையும் அவர் வீட்டுக்குப் போன எப்போதும் நான் பார்த்ததில்லை. மனதுக்குள் எப்படிப்பட்ட நம்பிக்கைகள் வைத்திருந்தாரோ என்று நான் கூறமுடியாது. அவருக்கு இரவில் வந்து நோயாளிகளுக்கு மருந்து போன்றவை கொடுப்பது தவிர எந்தக் காரியமும் தெரியாது' என்று நிறுத்திய இளம் நர்ஸ் ஏதோ நினைவு வந்தவராகப் படியில் நிற்க, நானும் அவருக்கு அடுத்த படியில் நின்றேன்.

'ஒரு விஷயம் எனக்கு நினைவு வருகிறது. கடவுள் நம்பிக்கை இல்லாவிட்டாலும் அவரது வீட்டில் ஒரு மீன் தொட்டியை வைத்து நன்கு பராமரிக்கிறார்.'

'அவரது வீட்டில் மீன் தொட்டியா?' என்ற என் கேள்வியில் தொனித்த ஆச்சரியத்தைக் கண்டுகொள்ளாதவர்போல் பேசிய வாறே இறங்க ஆரம்பித்தார்.

'சுமார் நான்கு அடி நீளமும் இரண்டு அடி அகலமும் கொண்ட மிக நல்ல முறையில் செய்யப்பட்ட மீன் தொட்டி. அவரது அறை காற்றோட்டமுள்ள ஜன்னல்கள் கொண்டதாகையால், நான்கு பக்கமும் கண்ணாடிகளைக் கொண்ட மீன் தொட்டி எப்போதும் வெளிச்சம் மிக்கதாகக் காணப்படும். பலவித வண்ணங்களில் மீன்கள் அசைந்து அசைந்து அழகாக நீந்துவதை என்னோடு அலுப்பே இல்லாமல் பார்த்துக்கொண்டே இருப்பார். ஏதோ ஒரு தொழுகை செய்வதுபோல், ஏதோ ஓர் அதீத ஆற்றல் உலகில் இருக்கிறது என்று அங்கீகரிக்கிறாரோ என்று தோன்றும் அந்த மீன்களை அவர் பார்க்கும் முறை. அப்படி மீன்களைப் பார்க்கும் முறையில் ஒருவர் கடவுளை நம்புகிறாரா இல்லையா என்று அறியமுடியுமா என்று, இவர் நின்று பார்ப்பதைப் பற்றி அறியாதவர்கள்தான் கேட்பார்கள். அவர் நிற்கும்போது அவர் கண்களில் தோன்றும் விசேஷ அர்த்தம் யாருக்கும் புரியக்கூடிய தாகவே இருக்கும். இதுதான் என் அனுபவம். பெரும்பாலும் இதற்குமேல் அந்த வயதான நர்ஸ் பற்றி வேறு ஏதும் எனக்குத்

தெரியாது. எதற்கும் நீதான் பார்க்கப் போகிறாயே, நீ அறிந்து கொள்வாய் அவரைப்பற்றி' என்று அந்த இளைய நர்ஸ் கூறியபோது பெரும்பாலும் ஒரு பத்து படிகளே எஞ்சியிருந்தன. நானும் இளைய நர்ஸுூம் ஏதும் அதன்பிறகு பேசிக்கொள்ளவில்லை. கீழே இறங்கியதும், 'தினமும் அவர் ஹாஸ்பிட்டலுக்கு இந்தப் படிகளின் வழியாக வருகிறாரோ?' என்ற என் கேள்விக்குச் சிரித்தபடி, 'அவர் எங்கே ஏற முடியும்? வேறு வழிகள் உள்ளன. எனக்கு இந்தப் படிகளில் எப்போதும் ஏறவும் இறங்கவும் பிடிக்கும். உனக்கும் பிடிக்கும். ஏனெனில், நீ இந்தியாவிலிருந்து வந்திருப்பவன் அல்லவா?' என்றார்.

'இப்போது என் மனம் பலவற்றை எதிர்பார்த்தது. பகல் நேரத்தில் பார்க்கப் போகிறேன். என் தலையில் அவர் கைவைத்த போதெல்லாம் ஏதோ ஒன்று என் முதுகில் ஜில்லென்று பாய்ந்து இன்னும் வாழ வேண்டும், இன்னும் அனுபவிக்க எவ்வளவோ இருக்கிறதென்று கூறியதை எண்ணினேன். பகலில் எனக்கு அவர் எத்தகைய நினைவுகளைத் தருவார் என்று யோசித்தேன். இளைய நர்ஸ் சொன்ன தகவல்கள் இன்னும் அதிக மர்மம் மிக்க நபரைப் பார்க்கப் போகிறேன் என்ற எண்ணத்தை ஏற்படுத்தின.

'படிகளிலிருந்து இறங்கிய பின்பு நானும் இளைய நர்ஸுூம் சிமெண்ட் போடப்பட்ட தரையில் நடந்தோம். இடதுபுறமாக இருந்த கட்டிடத்தில் பல கதவுகள் வரிசையாக இருந்ததைப் பார்த்து இருபத்தெட்டு என்ற எண்ணை மெதுவாக உச்சரித்தபடி நடந்தார் நர்ஸ். சற்றுதூரம் நடந்து ஆறாவது கதவுக் கருகில் போய், ஒரு பித்தானை அழுத்தினார். வந்து கதவைத் திறக்கப் போகிறவரைக் கனவில் பார்ப்பதுபோல் ஓரிருமுறை மட்டும் நான் பார்த்திருக் கிறேன். அவருக்குப் பார்க்க முடியாவிட்டாலும் நான் கண் நிறைய பார்க்க முடியும். நாளை டிஸ்சார்ஜ் ஆகி ஆஸ்பத்திரியிலிருந்து போகப்போவதாய் சொல்லும்போது எப்படிப்பட்ட உணர்வுகளைக் காட்டுவார்? அல்லது எந்த உணர்வுகளையும் காட்டாமல்கூட இருக்கலாம். அவரைப் பார்த்தால் போதும் என்று எண்ணியபடி காத்து நின்றேன். இளைய நர்ஸுூம் காத்து நின்றார். யாரும் வந்து திறக்காததைப் பார்த்து, இரண்டாவது முறையும் பொத்தானை அழுத்திவிட்டுக் காத்து நின்றார் இளைய நர்ஸ். இன்னும் சற்றுநேரம் ஆனதே ஒழிய கதவு திறக்கப்படவே இல்லை. என்னைத் திரும்பிப் பார்த்த நர்ஸின் முகத்தில் கலவரம் தென் பட்டதைப் பார்த்தேன்.

‘உடனே திரும்பி வந்த வழியே நடக்க ஆரம்பித்தார் இளைய நர்ஸ். அவரது முகத்தில் விளக்கமுடியாத கேள்விகள் தென்பட்டதை அவரைப் பார்த்து நான் புரிந்துகொண்டேன். பிறகு சொன்னார்: ‘நான்கு ஆண்டுகளில் எப்போதும் நான் இரண்டாவதுமுறை பெல் அடித்ததில்லை. இன்றுதான் முதன் முதலாகச் செய்தேன். அவர் இல்லை.’

‘அவர் இல்லை என்ற இரண்டு சொற்களையும் எப்படி அர்த்தப் படுத்துவது என்று புரியவில்லை. படிகளை நோக்கி நடந்தவர், திடீரென்று நின்று என்னைப் பார்த்தார். படிகள் வழி நடப்போமா? வேறு எளிய வழிகளில் போகச் சொல்கிறாயா என்று கேட்பது போலிருக்க, நான் படிகளை நோக்கி நடந்தேன். இளைய நர்ஸ் இப்போது இரண்டாவதாகவும் நான் முதலாவ தாகவும் ஏற ஆரம்பித்தோம். சுமார் நூறு படிகளையும் இருவரும் ஏதும் பேசாமல் மௌனமாகக் கடந்தோம். பின்பு, வந்த அதே வழியில் ஆஸ்பத்தி ரிக்குப் புறப்பட்டு என் வார்டுக்குச் சென்றோம். நான் என் கட்டிலை நோக்கி நடக்க, இளைய நர்ஸ் வேறு எங்கோ நடந்தார். நான் நாளை டிஸ்சார்ஜ் ஆகும்முன் என் அம்மா போல் தோன்றி, தலைமுடியைக் கோதிக்கொடுத்த ஒரு முதிய பெண்மணியைப் பார்க்க முடியாது என்று என் மனதுக்குள் சொல்லிக்கொண்டேன்.’

பேச்சை நிறுத்திக்கொண்டு என்னை நோக்கி மெதுவாக அவரது பற்கள் இலேசாக முன்னே அசைந்து வெளிவர சிரித்தார் சிவநேசம். நான் அவரது கையில் இருந்த நீலநிற பால் பாயின்ட் பேனாவை ஆச்சரியமாகப் பார்த்தேன்.

ஏனோ எனக்கு என் கைக்கடிகாரத்தைப் பார்க்கத் தோன்றியது. மணி இரண்டாகியிருந்தது. அவரது வீட்டிலுள்ள மரப்பிடியுடைய குடை எங்காவது போயிருந்தாலும் இரண்டு மணிக்குச் சரியாக வந்து அதே இடத்தில் அமர்ந்திருக்கலாம் என்று நினைத்தேன்.

‘எதுக்கும் கொஞ்சம் கவனம் வேண்டும். நீலம், உங்கள் உடம்பில் புகுந்திருக்கிறது. முன்பு மூர்ச்சையானபோதும் நீலம் உடம்பில் புகுந்தது.’

இப்படி சிவநேசம் சொன்னது ஒன்றும் எனக்குப் புரியவில்லை. சிவநேசம் சிரிக்க, நான் தூரத்தில் வானத்தைக் காட்டினேன். அங்கு ஒளி வண்ணத்தில் வெள்ளை மேகத்துக்குக் கீழ் முன்பு ஒரு பூ போன்று தெரிந்த இடத்தில் எனக்கு இப்போது பூ தெரிய வில்லை. ஒரு வண்ணத்துப்பூச்சி தெரிந்தது. ‘செடியில் பூத்த மலர்

வண்ணாத்திப் பூச்சியானது' என்றார் சிவநேசம். அப்போது அவர் சிரிக்கவில்லை.

'அதன்பிறகு அந்த ஜெர்மன் முதிய நர்ஸை நான் எங்கும் பார்க்க முடியவில்லை. எத்தனையோதடவை ஆஸ்பத்திரிக்குப் போனேன். ஆனாலும், அந்த வயதான பெண்மணியைப் பார்க்க முடியவில்லை. ஒருவேளை தனது கைகளால் கோதிய தலைமுடியை ஏதோ மரக்கட்டையைத் தொடுவதுபோல் அவர் தொட்டிருக்கலாம். ஒருவேளை ஆஷ்விஷ் கொலைக்கூடத்தில் ஸிவிக்ளான் - பீ என்ற விஷமருந்தைக் கலந்து குளிப்பதற்கு என்று குழாயைத் திறந்த போது மனிதர்கள் எல்லோரும் இறந்து போவார்கள் என்பதை அறிந்தவளின் கையாககூட இது இருக்கலாம். அந்தக் கைகளில் ஜீவனை அறியும் ஓர் ஆற்றல் இருந்தது என்று மட்டும் நான் கூற முடியும். அதேபோல் அவர் மீன்கள் ஓடுவதை நின்று பார்த்த போதும், அந்தக் கைகளில் மீண்டும் காற்றில் பரவியிருக்கும் உயிர் வந்து புகுந்திருக்கும். ஜீவனைத் தரவல்ல கைகள் அவை என்பதை மட்டும் நான் மறக்க மாட்டேன். அதுபோல் எனக்குச் சிகிச்சை யளித்த டாக்டர்களும் என்னை ஒரு மனிதனாக மதித்தார்கள். நான் திருட்டுத்தனமாக அவர்கள் நாட்டில் புகுந்தவன் என்ற எண்ணத்தை அந்த டாக்டர்கள் யாருடைய கண்ணிலும் நான் பார்க்கவில்லை. நான் ஒரு மனிதன் அவர்களுக்கு!'

சுமார் இருபது நிமிடங்கள் கழிந்திருந்தன. எங்கும் சாம்பல் நிறம் பரவியிருந்தது. வெயிலின் சுள்ளென்ற தன்மை மாறி குளிர் உடலில் ஊடுருவ ஆரம்பித்தது. மெதுவாக துளிர்க்க ஆரம்பித்திருக்கும் ஊசி போன்ற இலைகளுடைய பாப்லார் மரங்கள் காற்றில் ஆடியவண்ணம் காட்சி தந்தன. எங்கோ வார்ஸா நகரில் தொடர்ந்து ஓடிக்கொண்டிருக்கும் எலக்ட்ரிக் ட்ராமின் ஓசையும் கேட்டுக்கொண்டே இருந்தது. ஆங்காங்கு நீல வானத்தில் திட்டுத் திட்டாக பஞ்சுப் பொதிபோல் வெள்ளை மேகக்கூட்டங்கள். சிவநேசத்தின் வீட்டினுள் படர்ந்திருக்கும் அமைதி வெளியேயும் கசிகிறது. அமைதிக்கும் தண்ணீர்போல் கசியும் தன்மை உண்டு.

'இன்னும் நிறைய சம்பவங்கள் நடந்தன. எனது வாழ்வில் இப்படிப்பட்ட அனுபவங்களை அவ்வளவு இளம்வயதில் அனுபவித்ததால்தான், இன்று முக்காலுக்கும் அதிகமான என் காரியங்கள் மாயமந்திரம் சார்ந்ததாய் இருக்கிறது போலும்' என்று நிறுத்தினார் சிவநேசம்.

தொடர்ந்தார்.

'எத்தனையோ வருடங்கள் ஓடிவிட்டன என்றாலும், அன்று நடந்தவை நேற்று நடந்தவை போல் மனதை விட்டுப் போகாமல் இருக்கின்றன. இலங்கையில் ஒரு சின்னப் பெண்ணின் அன்பை நினைத்தபடி பனியாற்றில் மூழ்கி நிமிடத்திற்குள் இறந்து மரத்துப் போன ஒருவனையும், அன்பு காட்டுவதில் ஆர்வம் கொண்ட ஒளி பொருந்திய கண்களைக்கொண்ட ஓர் ஆப்பிரிக்க இளைஞன் எலக்ட்ரிக் ஷாக்கில் இறந்ததும் ஞாபகத்தில் இருக்கின்றன. அவர்களை உயிரோடும் செத்தபிறகும் பார்த்த அனுபவங்கள் யாருக்கும் எளிதில் கிடைக்கக்கூடியதல்ல. அதன்பிறகு செத்துப் போவோம் என்று எண்ணியபடியே பல நாட்களைக் கழித்து, பிறகு காசநோயைக் குணப்படுத்திவிட்டு வெளியே வந்தேன். வந்த பிறகும் ஏதும் சொல்லிக்கொள்ளும்படி நடக்கவில்லை என்பதுதான் எனக்கு வாழ்க்கையில் சந்தோஷப் படுவதற்கு ஏதும் இல்லை என்ற எண்ணத்தை ஏற்படுத்தியது. மிகச் சரியாக ஒரு டிசம்பர் மாதம் 30ஆம் தேதி ஜெர்மனியின் ஜெயிலிலிருந்து வெளியே வந்தேன். மீண்டும் 7ஆம் தேதி ஒரு ஜனவரி மாதம் நீலநிறமான ஒரு வேன் வந்து அழைத்தது. எதற்கு அழைக்கிறார்கள்? எங்கே போகிறோம்? ஏதும் தெரியாமல் பிரயாணம்! அந்த வேனிலும் பல ஆப்பிரிக்க இளைஞர்களும் ஆசிய இளைஞர்களும் ஒரு பங்களாதேஷ் இளைஞனும் இருந்தனர். நான் யாரிடமும் நட்புக் கொள்வது கூடாது என்று கருதியிருந்தேன். யாரும் என்னுடன் பேசவில்லை. யாருடன் என்ன பேசி என்ன பிரயோஜனம்? நடப்பது நடக்கட்டும் என்று ஒரு மரத்துப்போன மனநிலை வந்திருந்தது. பின்புதான் தெரிந்தது, போலந்திலிருந்து ஜெர்மனிக்குப் போன எல்லோருக்கும் ஜெயில் தண்டனை கொடுத்து, மீண்டும் போலந்துக்கே கொண்டுவந்து விட்டுவிடுகிறார்களாம். நான் மீண்டும் போலந்துக்கு வந்த கதை இது.'

சொல்லி நிறுத்தியதும் முகத்தில் எந்த உணர்வுமின்றி வெள்ளைச் சுவர் போல அவர் முகம் தென்பட்டது. ஆனால், கைவிரல்கள் நாற்காலியை அவ்வப்போது தட்டுவது நிற்கவில்லை. விரல் களுக்கு நடுவில் கொஞ்சம் கீழேயோ மேலேயோ, நகராமல் நீலநிற பாய் பாயின்ட் பேனா அப்படியே பசைபோட்டு ஒட்டியது போல் காணப்பட்டது.

இப்போது வலது பக்கத்துத் தொடை இரண்டு, மூன்று, நான்கு,

347

ஐந்து, ஆறு என்று ஆறுமுறை அசைந்து அடுத்து எந்த அசைவு மின்றி இருந்தது.

இந்த மாதிரி உடல் அசைவு, கண் அசைவு, முகத்தில் வந்து மறையும் பாவங்கள் - இவை மனிதர்கள் தங்களுக்குள் அறியாமல் செய்யும் காரியங்கள். ஆனால், இவை வேறு ஒரு தீவிரநிலை சார்ந்த அடிப்படையோடு தொடர்பு கொண்டிருக்க முடியாது என்றில்லை. இப்படித் தொடர்ந்து பல்வேறு தொடர்புகளால் சில விளைவுகள் ஏற்படுகின்றன. இவற்றைக் கவனிக்க ஆராய்ச்சி செய்யும் மனிதப் பிரயத்தனங்கள் இதுவரை மனித ராசியால் கண்டுபிடிக்கப் படவில்லை.

இப்படி எண்ணங்கள் என் மனதில் தோன்றுகையில் ஒரு முறை என்னை அறியாமல் என் கண்கள் அந்த மரக் கைப்பிடியுள்ள முரட்டுக் குடை அந்த இடத்தில் அசையாமல் இருக்கின்றதா என்று பார்க்க முனைந்தாலும் என் உடல் குடையைப் பார்க்க சிரத்தை எடுக்காததால், குடை வேறு என்ன செய்யும் என்ற எண்ணம் வந்தது. நான் குடையைப் பார்க்காது நேராக அமர்ந்தேன். என்னை யறியாமல் என் வலதுகை, நான் இருந்த நாற்காலியின் கைப் பிடியைத் தட்ட ஆரம்பித்தது.

அப்போது சிவநேசம் என்னிடம், 'அடுத்த அரைமணி நேரம் நீங்கள் உடலில் எந்தவித புது அசைவையும் காட்டாது அப்படியே அமர்ந்திருங்கள். நீல நிறம் உங்கள் உடலுக்குள் இப்போது தான் புகுந்தது' என்றார்.

எனக்கு வியப்பு ஏற்பட்டாலும் நான் ஏதும் பேசாமல் அமர்ந்தேன். என் வலது கை விரல்களை எனக்குத் தெரியாமல் ஆட்டவேண்டுமா கூடாதா என்று எனக்கு முடிவு எடுக்க முடிய வில்லை. அவர் கூற்றை நான் கவுரவிக்கவில்லை என்று எடுத்துக் கொள்வாரோ என்ற பயம் ஏற்பட்டது. அதனால் எந்தவித அசைவுமின்றி அப்படியே அமர்ந்திருப்பது என்று தீர்மானித்தேன்.

வெளியில் ஒன்றிரண்டு காகங்கள் ஒலி எழுப்பின. வேறுவித பறவைகளாகவும் இருக்கலாம். பறவைகள் இனி வார்ஸாவின் மரங்களில் அதிகமாகக் காட்சித் தரும். வேறு நாடுகளில் இருந்து கூட ஆயிரக்கணக்கான மைல்கள் பறந்து சில பறவைகள் போலந்து நாட்டுக்கு வரும் என்கிறார்கள். என்மனதில் சிவநேசம் சொன்ன வாக்கியம் மீண்டும் தோன்றியது. 'நீல நிறம் உங்கள் உடலில் இப்போதுதான் புகுந்தது.' ஏனோ என் கையிலிருந்த

கடிகாரத்தைப் பார்க்கத் தோன்றாமல், சிவநேசம் வீட்டில் இடது புறமாகத் தொங்கிய பெண்டுலம் இல்லாத வட்டவடிவமான கடிகாரத்தைப் பார்த்தேன். அது மணி ஒன்று என்று காட்டியது.

வினோதமான ஒரு சிந்தனை முறை என் மனதுக்குள் புகுந்தது. பன்னிரெண்டுக்கும் ஒரு மணிக்கும் இடையில் அந்த மரக் கைப்பிடி கொண்ட குடை இங்கேயே இருந்திருக்குமோ, எங்காவது போய் விட்டு வந்திருக்குமோ? இப்படிப்பட்ட சிந்தனை ஆபத்தானது என்று உடனேயே எனக்குப் பட்டது. ஏனெனில், இந்த மாதிரி சிந்தனையை நிரூபிக்க பரிசோதனை சாத்தியமில்லை. இப்போது போய்ப் பார்த்தால் குடை இருக்கும். அதற்கு அர்த்தம் பன்னி ரெண்டில் இருந்து ஒரு மணிக்குள் அது அங்கேயே இருந்திருக்க வேண்டுமென்று இல்லையே! இப்போது என் கைக்கடிகாரத்திலும் ஒரு மணி என்று காட்டுகிறது.

இந்த மாதிரி தீர்வு காணமுடியாத பிரச்சினைகள் மண்டைக்குள் தோன்றுவதைத்தான் நீலநிறம் புகுகிறது என்று சிவநேசம் கூறுகிறாரோ என்று கேட்டுக்கொண்டேன்.

சிவநேசத்திடமிருந்து விடைபெற்று என் வீட்டுக்கு வந்த போது சோர்வாக இருந்தது.

ஆகையால் என் வெள்ளைநிற வீட்டின் சமையலறைக்குள் சென்று இலங்கையின் தேநீர் 'தில்மன்' குடிக்கும் ஆசை வந்தது. கெட்டிலின் பொத்தானை ஆன் செய்தேன். அதன் விளக்கு எரிந்ததும் நான் போய் வரவேற்பு அறையின் சோபாவில் சாய்ந்து சோம்பல் முறித்தபோது என் கண்கள் ஃபேக்ஸ் மெஷினைக் கண்ணுற்றன. சில தாள்கள் வந்திருந்தன. யாருடைய செய்தியாக இருக்கும் என்று எண்ணியபடியே எழுந்து தாள்களை உற்று நோக்கினேன். ஆச்சரியமாக அவை சிவநேசத்திடமிருந்து வந்திருந்தன. இப்போது தானே அமர்ந்து சாவகாசமாகப் பேசிவிட்டு வந்தேன். அதற்குள் ஏன் எனக்கு ஃபேக்ஸ் அனுப்பியுள்ளார் என்று நினைத்தவாறே தாள்களைப் பார்வை யிட்டேன்.

அன்புள்ள சந்திரன்,

நாமிருவரும் விரிவாகப் பேசினாலும் நீங்கள் புறப்படும்போது உங்களிடம் சொல்லாத சில விஷயங்கள் என் நினைவில் வந்தன.

முதல் விஷயம்:

நான் உங்களிடம் சொல்லாத என் வாழ்க்கைச் சம்பவத்தில் ஒன்று, நான் சாகக்கிடந்த நவம்பர் 2ஆம் நாள். இந்த நாளில் நான் மரணத்தைப் பார்த்தேன். அதன் வர்ணம் எனக்குச் செந்நீல நிறமாகத் தெரிந்தது. அதன் வடிவம் இரண்டாம் உலகப்போர் சமயத்தில் பயன்படுத்திய ட்ரககுகளின் பின்பகுதி. தொடர்ந்து ஆறு நிமிட நேரம் என் கண்முன் என் சாவு தெரிந்தபோது, உலகில் வேறு ஏதும் இல்லை; சாவு மட்டுமே உள்ளது என்று தெரிந்தது. அது பெரிதல்ல. அந்த ஆறு நிமிட நேரச் சாவு இந்தியாவில் அதிகமான வெயில் விழும் ஒரு மலையடிவார சூழ்நிலையைப் பின்னணியாகக் கொண்டிருந்தது. அப்போது கடவுள் என்னிடம் பேசினார். உடலெங்கும் வலியெடுத்த அந்த நேரத்தில் நானே கடவுள் என்பதும் எனக்குப் புரிந்தது. கடவுள் பேசிய குரல் என் குரல். அதன்பின் உலகின் ஆச்சரியங்கள் என்னைவிட்டு அகன்றன. எனக்கு இப்போது இரண்டு போலிஷ்நாட்டுச் சீடர்கள் இருக்கிறார்கள். அவர்கள் இருவரில் ஒருவர், இங்கிருக்கக்கூடிய கத்தோலிக்கப் பல்கலைக்கழகம் ஒன்றில் கிழக்கத்திய தத்துவத்தில் டாக்டர் பட்டம் பெற்றவர். இன்னொருவர், புத்தமதத் தத்துவத்தில் டாக்டர் பட்டம் பெற்றவர். அவர்கள் இருவரும் ஏற்கெனவே என்னைக் கனவில் கண்டதாக, என்னிடம் தீட்சை பெற வந்த போது கூறினார்கள்.

இரண்டாவது விஷயம்:

நான் ஜெர்மனியிலிருந்து போலந்துக்கு வந்த பிறகு என் கதை ஒருவகையில் தொடர்ந்தது என்றுதான் கூறவேண்டும். கடவுளாகிய நான் யாரைச் சிருஷ்டிக்க வேண்டுமென்று விதிக்கப்பட்டிருந்தது என்று கருதுகிறீர்கள்? நான் சிருஷ்டித்த நபரின் பெயரை நீங்கள் கேட்டால் அதிர்ச்சி அடைவீர்கள்.

அது நடந்தது இப்படித்தான். நான், குழந்தைகளுக்கு உதவும் பௌண்டேஷன் ஒன்று வெளியிட்டிருந்த ஒரு காலண்டரைக் கண்டபோது அதில் ஒரு ஓவியத்தைப் பார்த்தேன். சிறு வயதி லிருந்தே ஓவியம் தீட்டும் பழக்கம் எனக்கு இருந்த விபரத்தை உங்களுக்குச் சொல்லியிருக்கிறேனோ என்னவோ? என் ஓவிய ஆசையால் அதில் இருந்த ஓவியத்தைத் தீட்டிய வரைப் பார்க்க வேண்டுமென்று ஓர் ஆசை ஏற்பட்டது. அதை என் இரு சீடர்களில் ஒருவருக்குத் தெரிவித்தேன். அவர், ‘அந்த ஓவியரைத் தெரியும்.

நான் அழைத்துப் போகிறேன்' என்றார். எனக்கு மனமெல்லாம் குதூகலம் தொற்றிக்கொண்டது. அதாவது அந்த ஓவியத்தில் நாட்டுப்புற உள்ளடக்கம், எந்திரத்தனம், அதர்க்கம், ஆச்சர்யம், இப்படிப்பட்ட உணர்வுகளை எழுப்பும் தன்மை இருந்தது. எனக்கு அது மிக அபூர்வமான ஓவியமாகப்பட்டது. அதுதான் நான் இந்த ஓவியரைப் பார்க்க விரும்பியதற்கான காரணம்.

அந்த ஓவியரின் வொர்க் ஷாப்பில் நான் போய் அவர் ஓவியம் தீட்டுவதைப் பார்க்கப் போனபோது, எனக்கு என் உணர்வுகளைக் கட்டுப்படுத்த முடியவில்லை. ஓவியரின் வீட்டின் கீழ்த்தளத்தை முழுதும் ஓவியக்கூடமாக அவர் பயன்படுத்திக் கொண்டிருந்தார். ஓவியரின் தோற்றம் நான் எதிர்பார்த்ததுதான். நான் போகும் முன்பு என்னுடைய சீடர் அவருக்குத் தொலைபேசியில் என்னைப் பற்றிக் கூறியிருக்க வேண்டும். நான் போனபோது ஓவியர், ஒரு ஓவியத்தைத் தீட்டுவதில் தன்னை மறந்திருந்தார். நாங்கள் இறங்கிப் பார்த்த கீழ்த்தளம் இருட்டாக இருந்தது. அங்கு ஓவியம் தீட்டும் ஸ்டாண்டும், ஓவியப்பொருட்கள் வைத்திருக்கும் மேசையும் பலவித பிரஷ்கள், பெயின்டுகள், ஆயில் பாட்டில்கள் என்று நிறைந்திருந்தன. ஓவியரின் வெள்ளைநிறத் தாடியிலும் சில வர்ணங்கள் தென்பட்டன. நீள மூக்கும் பரந்த முகமும் கொண்ட ஓவியர் ஒல்லியானவராகத் தென்பட்டார். தலையின் பின்பக்கம் வழுக்கை விழுந்திருந்தது. முன்பக்கம் முடி காணப்பட்டது. கழுத்தில் ஒரு ஆப்ரான், வெள்ளை நிறத்தில் கழுத்துவழி கட்டிக் கொண்டிருந்தார்.

ஒரு கறுப்பு மனிதன், மயில்கள், மரங்கள், எந்திரங்கள் வின்டேஷ்கார் முன்பக்கம், ஆட்டுக்குட்டி பின்பக்கம் என்று அவருடைய பாணியில் ஓவியம் தீட்டிக் கொண்டிருக்கும்போது நான் போய்ச் சேர்ந்தேன்.

அவர் என்னைக் கண்டுகொள்ள மாட்டார் என்று என் சீடரின் மூலம் ஏற்கெனவே தெரிந்திருந்தது போலவே, ஓவியர் தன் பாட்டுக்கு ஓவியம் தீட்டுவதில் மும்முரமாயிருந்தார். நான் ஓசைப்படாதவாறு மெதுவாகப் படிகள்வழி இறங்கி ஓவியத்தை நன்கு பார்க்குமிடத்தில் நின்றிருந்தேன். யாருமில்லாத ஏகாந்தம் சிருஷ்டிக்கு ஒரு புது ஊக்கத்தைக் கொடுத்தது என்பது ஓவியரின் கைகள் இயங்கிய அசாதாரணமான முறையிலிருந்து தெரிந்தது.

இப்போது கறுப்பு மனிதனின் மூக்கைச் சற்று சப்பட்டையாகத்

தீட்டுவதில் கவனம் செலுத்தினார் ஓவியர். ஆசியாவிலுள்ள கறுப்பு மனிதனைத் தீட்டுவதில் அவருக்குப் பரிச்சயம் இல்லாதது போல் அவர் சிரமப்பட்டார் என்று கருதினேன். கறுப்பு மனிதனின் மூக்கு இப்போது இரு துவாரங்களுடன் உள்ளிருந்து மூச்சு வெளியில் வந்தால் எப்படி விரிந்து அடங்குமோ அதுபோல் விரிந்தடங்கியது. அதன்பிறகு ஏற்கெனவே தீட்டியிருந்த கண்களுக்குக் கடைசி டச்சப் செய்தபோது புருவங்கள் மூடித்திறந்தன. அடுத்ததாகக் காதுகளைத் தீட்டியபோது ஏதோ ஒரு வடிவத்திற்காக ஓவியர் சற்று சிரமப்பட்டார் என்று எண்ணினேன். ஒரு குறிப்பிட்ட வடிவம் வந்ததும் தத்ரூபமாகக் காதுகள் காட்சி தந்தன. அந்தக் காதுகள் எனக்கு யாரையோ நினைவூட்டின. யாரென்று எனக்கு உடனடியாக நினைவுக்கு வரவில்லை. ஆனால், என் எதிர்பார்ப்புக்கேற்ப ஓவியம் அமைந்து வருகிறது என்பது மட்டும் எனக்குத் தெரிந்தது. ஏகாந்தம் இப்போது ஒரு சிருஷ்டிக்கான சூழலைத் தந்ததென அறிந்தேன். அடுத்ததாக வாயிதழ்களை டச்சப் செய்ய முனைந்த ஓவியர், வாயிதழ்களை மிகவும் குறைந்த நேரத்தில் முடித்துவிட்டு ஓவியத்திலிருந்து ஒரு இரண்டடி தள்ளி நின்று ஒரு மூன்று நிமிடம் அசையாமல் பார்த்தார். ஓவியத்தில் தெரிந்த உயிரோட்டத்தால் மகிழ்ந்தார்.

அப்போது வலது புறங்கையால் இரண்டுமுறை வாயைத் துடைத்தார் ஓவியர். மீண்டும் ஓவியத்தை அணுகி வலதுபுறமாய் தலையைத் திருப்பிப் பார்த்து ஒரே ஒரு தொடலில் நான் நினைத்த அந்தச் சாயலைக் கொண்டு வந்திருந்தார். நான் என் மனதிற்குள் அதேதான் என்று சொல்லிக்கொண்டேன். பின்பு மூட்டுவரையுள்ள அந்தக் கறுப்பு மனிதன் உருவத்தை ஒவ்வொரு உறுப்பாகத் தீட்டிக் கொண்டே சென்றபோது, கடைசியில் அந்த ஓவியம் இலங்கையிலிருந்து வந்து பனியாற்றில் இறங்குமுன் அவனது இளம் காதலி பற்றிச் சொல்லி என் மனதில் மறையாமல் சித்திரமான மதன் என்ற குலசிங்கத்தின் நினைப்பைத் தந்தது.

அவனை நான் ஓவியரின் மூலமாகச் சிருஷ்டி செய்ததை அறிந்தபோது எனக்கு வேறு ஏதும் தோன்றவில்லை.

ஓவியர் நான் நின்றதையோ, நான் அங்கிருந்து மெதுவாக இருளில் படிகள் வழி ஏறியதையோ கவனிக்காதது போலவே மதன் என்னைப் பார்த்துச் சிரித்தபடி, 'எப்படியிருக்கிறாய் கும்மாங்குத்து?' என்று வினவியதையும் ஓவியர் உணரவில்லை.

அதன்பிறகு, பலதடவை நான் இறந்துபோன இலங்கை இளைஞன் மதனை என் வீட்டில் சந்தித்திருக்கிறேன்.

இந்த இடத்தில் ஃபேக்ஸ் செய்திகள் முடிவடைந்தன.

எழுந்துநின்று வார்ஸா நகரில் தூரத்தில் பெரிய கட்டடங்களில் இருளுக்கிடையில் வெளிச்சத்துடன் காணப்படும் விளக்குகளை யாராலும் எண்ண முடியாதென்று பெருமூச்சுவிட்டேன். உடனேயே மனதின் இன்னொரு குரலாய் 'இந்த மனிதரின் மூடநம்பிக்கை களுக்கு முடிவே இல்லையா' என்ற கேள்வியும் எனக்குள் எழுந்தது.

15

அன்று என் அலுவலகத்துக்கு விடுமுறை.

குளிர்பதனப்பெட்டியிலிருந்து எடுத்து முந்திய நாள் பாதி குடித்த விஸ்கி பாட்டில், டைனிங் டேபிளின் மீது வைத்தபடி இருந்தது. அதனை எடுத்து ஃப்ரிட்ஜில் மீண்டும் வைத்த போது தான் இன்னும் குடித்த 'ஹாங் ஓவர்' போகவில்லை என்பதை உணர்ந்தேன்.

என்னை ஒரு நிஜ மனிதனாக நானே உணராதபடி வைக்கும் என் வெள்ளைநிற வீடு, என்னைச் சுற்றிய ஒளிக்குகை போல் தெரிந்துகொண்டு இருந்தது.

அப்படி நினைவு வந்ததும் காலையில் நான் பார்த்த கனவு நினைவுக்கு வந்தது.

நான் விஜயாவின் மரணத்திலிருந்து தப்புவதற்காகத்தான் கம்ப்யூட்டர் தொழிலுக்குப் போனேன். என் சாதாரண அலுவலக வேலையை ராஜினாமா செய்தேன். இப்போது உலகின் பல பகுதிகளுக்கும் கம்ப்யூட்டர் தொழிலைக் காரணம் காட்டி அலைந்து கொண்டிருக்கிறேன். ஒருவேளை, விஜயா நினைப்பிலிருந்து என்னை மறக்கடிப்பது ஒன்றுதான் இனி என் வாழ்க்கையில் ஒரே சாதனை என்று நினைக்கிறேனோ? இந்தக் கேள்வி வந்ததும் உடல் பதறுகிறது. ஒருவேளை நேற்று நிறைய குடித்துவிட்டேன் போலிருக்கிறது. வார்ஸாவின் ஏதோ ஒரு சாலையில் சிவப்பு

விளக்கை 'பளிச் பளிச்'சென்று எரியவிட்டு வேகமாகப் பாயும் ஆம்புலன்ஸ் அல்லது போலீஸ் வாகனம் எழுப்பும் ஒலி திடீரென்று எழுந்து சற்று நேரத்தில் அடங்குகிறது. என் வெள்ளைநிற வீட்டைச்சுற்றி இந்த மே மாத தொடக்கத்தில் சூடான காற்று நிறைய வீசுகிறது.

மரங்கள் நன்கு துளிர்த்து விட்டிருக்கின்றன. மரங்களில் பிலுபிலு என்று இலைகள் தோன்றி பட்டுப்பட்டாகத் தோற்றம் தருகின்றன. காற்றையும் சூரிய ஒளியையும் கண்டு ஆனந்திக்கும் குழந்தைகள் போல் அவை கைகால்களை மெதுவாக நீட்டுகின்றன. நேற்று இரவில் ஜன்னலில் வீசிய மெல்லிய மழையின் துளிகள் இன்னும் முற்றாக சூரியனால் காய்ந்து போகவில்லை. நான் தனியாக எந்தக் குறிக்கோளுமின்றி கடந்த ஒரு வருடமாய் எதிலிருந்தோ தப்பவோ, எதையோ கண்டுபிடிக்கவோ, எந்தக் காரண காரிய தொடர்புமின்றி, எந்த முன் திட்டமுமின்றி யார் யாரையோ சந்திக்கிறேன். எதை எதையோ பேசுகிறேன். எதிலும் எந்தத் தொடர்புமில்லை அல்லது ஏதோ தொடர்பு இருக்கிறது. எனக்குத் தெரியாதவிதமாய் பூமி சுழல்கிறது. சூரியன் தினம் தினம் வருகிறது. தொடர்பு இல்லாமல் இருக்குமா? நான் எங்குப் போனாலும் திரும்பி வருகிறேன், இந்த வெள்ளைநிற வீட்டுக்கு. இரண்டாம் உலகப்போரில் மயானமாக்கப்பட்ட இந்த நகரில், ஒரு பேய் போல் வளைய வளைய வருகிற நானும் ஒரு பேயோ என்று நினைப்பு வராமலில்லை. எனக்குத் தெரிந்த அந்த நீண்ட நிலத்தடி பாதையில் தூரத்தில் போகப்போக இருள் மட்டும் தெரிகிறது.

நேற்று விஜயா கனவில் வந்தாள். அவளின் தாய் வீட்டுக்கு வெளியே இருக்கும்போது, என்னுடன் அவள் படுக்கையறை கட்டிலில் அமர்ந்து சாப்பிடுகிறாள். அவள்மீது எனக்குத் தெரியாத சந்தேகம் ஒன்று மெதுமெதுவாய் உருவாக, அவளை என் நினைவி லிருந்து தூரப்படுத்தியிருந்தேன். அவள் கனவில் வந்ததில் அது சரியாகிறது. அதே உடல்வாகு. அதே மார்பகங்கள். கழுத்துக்குக் கீழே மார்பகம் தொங்கும் சதைப்பிடிப்பான பகுதி. அவள் முகத்தில் என்னைப் பார்க்கும்போது தெரியும் நிம்மதி. அவள் முதன்முதலாக எனக்கு மட்டுமே உரியவள் என்று, முதல் இரவில் அவள் உடலைப் பார்த்த சம்பவம் நினைவுக்கு வருகிறது.

முதல் இரவு முடிந்த மறுநாள், இரத்தம் பட்டிருக்கும் அவளது

சேலையைத் திருப்பித் திருப்பிப் பார்த்து மிரண்டாள். ஏதோ புண்ணிலிருந்து இரத்தம் வருகிறது என்று, எங்கோ புண்ணோ பருவோ இருக்கிறது என்று உடலெல்லாம் தேடினாள். நான் விழுந்து விழுந்து சிரித்து, அந்த இரத்தத்தின் குறியீடு நம் கலாச்சாரத்தில் எதைச் சுட்டுகிறது என்று எனக்குள் ஓர் ஆழ்ந்த திருப்தியோடு அவளுக்கு ஒரு குட்டிப் பிரசங்கம் செய்தேன்.

நௌ எவரித்திங் இஸ் கான்... என் வாய் முணுமுணுக்கிறது. அந்த இளமையும் அந்தக் கருத்துக்களும் இன்று எனக்கில்லை.

வார்ஸா நகரமெங்கும் இளம்பிள்ளைகள், பதினெட்டு வயது வந்ததும் அவர்களின் தாய் தந்தையர், பாட்டி, தாத்தா முன்பு நின்றவண்ணம் ஆணும் பெண்ணும் மாறி மாறி பரஸ்பரம் வாயைக் கடித்துக் குதறாத வகையாய், சாலைகளிலும் பல்கலைக்கழக வராந்தாவிலும் ட்ராமிலும் மெட்ரோவிலும் முத்தமிடும் செயலைப் பார்க்கையில், கிழக்கத்திய கலாச்சாரத்தில் பெண், அவளது மனம், அவள் வாழ்வு இவற்றுக்கான அர்த்தம் என்ன? விஜயா எந்த மாதிரிப் பெண்? எதற்காகப் பல ஆண்டுகள் காத்திருந்து உற்பத்தியான கருவைப்பற்றி யோசிக்காமல் அப்படி ஒரு செயலைச் செய்தாள்? ஒருவேளை, 'இந்தியப் பெண்கள் டைவர்ஸ் செய்ய மாட்டார்கள், தீயில் குதிப்பார்கள்; போலிஷ் பெண்கள் தீயில் குதிக்க மாட்டார்கள், டைவர்ஸ் செய்வார்கள்' என்று நேற்றுச் சாதாரண கடை வைத்திருக்கும் ஒரு போலிஷ்காரர் சொன்னதில், இரண்டு கலாச்சாரங்கள் பற்றிய ரகசியம் அடங்கியிருக்கிறதா? சிந்தனை யிலிருந்து விடுபட வேண்டும். இத்தனை ஆண்டுகளாய் நான் கண்ட ஒரே உண்மை அதுதான். சிந்தனை, விடுதலையைத் தராது. சிந்தனையிலிருந்து தப்புவது விடுதலை தருகிறது. இதுதான் நான் கண்டது. வாழ்க்கையை வருவது போல் எதிர்கொள்வது, மிகவும் வசதியாகவும் சந்தோஷமாகவும் இருக்கிறது. விஜயா கனவில் வந்து எதையும் சொல்லவில்லை.

நான் எழுந்து வெள்ளைநிற வீட்டின், வெள்ளைநிறக் குளியல் அறையில் போய்க் கண்ணாடியைப் பார்த்தபடி நின்றேன். உடலுக்குள் புகுந்த அசதி முற்றிலும் போகவில்லை. கண்ணாடி முன்பு நிற்கும்போது என் உடல் கண்ணாடியில் பிரதிபலிக்கிறது. ஏனோ, அது பிடிக்காமல் இடதுபுறம் கையை நீட்டி விளக்கை அணைக்கிறேன். கண்ணாடியில் இருள் புகுகிறது. என் உருவம் இல்லாமலாகிறது. நான் இல்லாமலாகிறேன். 'சரக் சரக்' என்று

வாயில் பிரஷ் அசைந்து கொண்டிருக்கிறது. எவ்வளவு நேரம் இருளில் நின்றபடி டூத்பிரஷ்ஷால் மீண்டும் மீண்டும் பற்களைப் பல்வேறு திசைகளில் தேய்க்கிறேன் என்று கூறமுடியாதபடி தேய்த்துக்கொண்டே இருக்கிறேன். மேற்பற்களை, உள்ளிருந்து பிரஷ்ஷைத் திருப்பிப் பிடித்தபடி தேய்த்துக்கொண்டிருக்கிறேன். மனதில், இருள் தன் எல்லா வடிவங்களையும் காட்டுகிறது. சிறு வயதில் குழாயில் வரும் நீரைத் திறந்துவிட்டபடி குழாயின் கீழே இருக்கும் பக்கெட்டில் நீர் விழும்போது ஏற்படுத்தும் நீர்ச் சுழிகளை எண்ண முனைந்ததுண்டு. ஒன்றை எண்ணும்முன் அடுத்தது தோன்றும்; அடுத்ததை எண்ணும்முன் அதற்கடுத்தது தோன்றும். ஓயாமல் அவை தோன்றிக்கொண்டே இருக்கும். மீண்டும் மீண்டும் எண்ணுவதை மறந்து அந்த நீர்வட்டங்கள் மிக மெதுவாய் குழாயிலிருந்து வடியும் நீருக்குத்தக ஏற்படுவதைப் பார்த்துச் சொக்கிப்போய் அவற்றின் அழகை எந்தவித அர்த்தமும் இன்றிப் பார்த்துக்கொண்டே நின்றதுண்டு.

இப்போது தன்னிச்சையாய் வாய்க்குள் இருக்கும் பிரஷ்ஷைச் சுழற்றியபடி நான் என்னை மறந்து இருளுக்குள் தோன்றும் இருள் வட்டங்களைப் பார்த்தபடி நிற்கிறேன். நீள் வட்டங்களின் வடிவைப்போல் இருள் வட்டங்கள். கடந்த சில வாரங்களாய் ஏதோ ஒரு காரணத்தால் விஜயாவின் நினைவு மீண்டும் மீண்டும் வருவது தவிர்க்க முடியாமலாகிறது. என்னை அறியாமல் விஸ்கி அதிகம் குடிக்க வேண்டியிருக்கிறது. எனக்குப் பிடிக்காவிட்டாலும் அப்படிச் செய்வது ஒன்றே சாத்தியப்படுகிறது. அதனால் மன உணர்வுகளைக் கட்டுப்படுத்த முடிகிறதோ என்னவோ தெரியவில்லை. இது ஒரு சனிக்கிழமை.

நான் சிறுவனாக இருந்தபோது என் தந்தையின் தம்பியினுடைய ஊருக்குப் போவேன். அந்த ஊருக்கு அடிக்கடி போயிருக்கிறேன். அந்த ஊரில் ஒரு பெரிய ஊற்று இருந்தது. சுத்த நீர் எடுப்பவர்கள் எல்லாம் அந்த ஊற்றில் வரிசையாக நின்று குடங்களில் நீர் எடுத்துக் கொண்டு சமையலுக்கும் குடிக்கவும் கொண்டு போவார்கள். அதன் பக்கத்தில் வாய்க்கால் ஒன்று போகிறது. வாய்க்காலில் குளித்து விட்டுக் குடிப்பதற்கு ஊற்றிலிருந்து பெண்கள் நீர் கொண்டு வருவார்கள். இப்படிப்பட்ட ஊர்கள் பல இப்போதும் இந்தியாவில்

இருக்கலாம். எவ்வளவு சுத்தமான நீரூற்று? புல்தரையால் சூழப்பட்ட அந்த நீரூற்றின் அடியில் வெண்மையான மணல். எங்கிருந்தோ அந்த மணலில் ஒரு புள்ளி. அதன்பின் ஒரு குமிழ், உப்பி மெல்ல உடையும் போது ஒரு சிறுவட்டம். அதன்பின் அது பெரிதாய், மீண்டும் பெரிதாய் ஊற்றின் முழுமையையும் ஆக்கிரமிக்கும். பிறகு ஒரு மூலையில் காணப்படும் வெளிப் பகுதியுடன் இணைக்கும் ஓடைவழி நீர் அங்கிருந்து புறப்பட்டு, பக்கத்தில் பாயும் வாய்க்காலுடன் சேரும். நீரை யாராவது கலக்கி விட்டாலும், அழுக்குத் தோன்றி ஓரிரு நிமிடங்கள் அழுக்கு மடைவழி போக, மீண்டும் எங்கோ ஓரிடத்திலிருந்து அந்தப் புள்ளி மெதுவாக வர புது நீர் தோன்றி, ஊற்று முழுவதும் மீண்டும் அந்தப் பரிசுத்தமான நீர் நிறையும். பலமுறை அம்மாவிடம் சண்டை போட்டு அந்த ஊருக்குச் சித்தப்பாவைப் பார்க்கப் போயிருக் கிறேன். அந்த நீரூற்றே, ஒருநாள் முழுதும் நான் பார்த்துக் கொண்டே இருந்து என்னை மறக்கக் காரணமாகியது. சித்தப்பா வீட்டில் அவர்கள் என்னைத் தேடும்படி ஆகிவிட்டது. அந்த ஊற்று, எனக்குக் கனவுகளை நிமிடத்தில் கொண்டுவந்து தரும் ஜீவித ஊற்று. அந்த ஊற்றுக்கு எங்கு ஊற்றுக்கண் இருக்கிறது என்று சொல்ல முடியாது. இன்று நீர் முழுதும் நீக்கப்பட்டதென்றால் ஓரிடத்தில் தோன்றும் கண், நாளைப் பார்க்கும்போது வேறொரு இடத்தில் காணப்படும். என்னுடன்படித்த ஒரு சிறுவன் என்னுடன் நீரூற்றைப் பார்த்தபோது நான், என்னைவிட நீரூற்றுப் பற்றி நன்கு தெரிந்தவன் அவன் என்று கருதி அவனிடம் நீரூற்றில் வரும் நீர் எங்கிருந்து வருகிறது என்று கேட்டேன். அவன், 'தெரியாது. அது கடவுளுக்கு மட்டும் தெரிந்த விஷயம்' என்று கூறினான். அன்றி லிருந்து இன்றுவரை கடவுள் பற்றிய மிகப்பெரும் விளக்கம் அந்தச் சிறுவன் சொன்னதுதான் என்று நான் கருதினேன். நீரூற்று எங்கிருந்து வருகிறது என்பதை அறிந்தவர் கடவுள்.

நான் சொல்லவந்தது அந்த ஊரில் எனக்கு நடந்த இன்னொரு சம்பவம். அந்தச் சிறுவனின் வீட்டுக்கும் என் சித்தப்பாவின் வீட்டுக்கும் நடுவில் வேலி கிடையாது. இரு குடும்பங்களின் நிலம் எங்குத் தொடங்குகிறது, எங்கு முடிகிறது என்பதும் தெரியாது. சொத்துப் பற்றிய ஞாபகம் வராத கலாச்சாரம் அது என்று இப்போது ஓர் எண்ணம் தோன்றுகிறது.

அந்த வீட்டில் உயரமாக வளர்த்த ஓர் அழகான பெண் இருந்தாள்.

நண்பனின் உறவினர் பெண். வெளி ஊரிலிருந்து அவர்கள் வீட்டில் தங்குவதற்காக வந்தவள். நான் என் நண்பனைப் பார்க்க அவர்கள் வீட்டுக்குப் போனபோது அவள் என்னிடம் பழகினாள். ஊற்றைப்பற்றி நிறைய தெரிந்தவளாக இருந்தாள். நானும் என் நண்பனும் ஊற்றைப் பார்க்கப் போவதைச் சொன்னபோது, ஐந்தடி ஏழு அங்குலம் உயரமிருக்கும் அந்தப் பெண் தானும் வருவதாகக் கூறினாள். அவளுக்குப் பல பூக்களின் பெயர்கள் தெரிந்திருந்தன. புல்லில் எத்தனை வகை இருந்தன என்பதைச் சொன்னாள். சிறு செடிகளில் மணமுள்ள பூக்கள் எவை, மண மில்லாத பூக்கள் எவை, உடம்பில் வரும் காயத்தைப் போக்கும் பூக்கள் எவை, காயத்தை அதிகப்படுத்தும் பூக்கள் எவை என்று பேசினாள். இவை அவளுக்கு மட்டுமே தெரிந்த ரகசியம் என்பதுபோல் குரலைத் தாழ்த்தி கிசுகிசுப்பது போலச் சொன்னாள். பூக்களுக்கு நாம் பேசுவது கேட்கும் என்ற விஷயத்தை எனக்கு முதன்முதலில் சொன்னவள் அவள்தான். அவள் வளர்ந்த ஒரு பெண் என்பதை அவளது உப்பியிருந்த மார்பகம் காட்டியது. அவள் போட்டிருந்த சோளியில் பித்தான்கள் வெடித்து விடுவதுபோல் இழுத்தபடி இருந்தன. அவள் பற்றிச்சொல்ல இன்னொரு விஷயம் என்று இன்று எனக்குத் தோன்றுவது, சோகமான அவள் கண்கள். ஆனால், கண்களுக்கு எதிர்மாறாக முகம் சிரித்தபடி இருந்தது. அவள் வாய் எப்போதும் திறந்தபடிதான் இருக்கும் என்ற எண்ணத்தை, அவள் இலைகளையோ பூவிதழ்களையோ வாயில் போட்டபடியே இருந்ததானது, எனக்கு ஏற்படுத்தியது. வாயில் போட்டு மென்றதைத் துப்பிவிடுவாள். அவள் துப்புவது மிக அழகாக இருக்கும். குழாயிலிருந்து நீர் போவது போல் துப்புவாள். நெற்றியில் ஒரு பொட்டு வைத்திருந்தாள். எப்போதும் பேசிக் கொண்டு இருந்தாள் அந்த விசித்திரமான பெண். அவள்தான் எனக்கு புது ஊற்றைத் தோண்டுவதைப் பற்றிச் சொன்னாள். 'பழைய ஊற்றுத் தீர்ந்து போனால் என்ன செய்வது? உலகின் அழகுகளில் ஒன்று மனித குலத்துக்கு நசித்துப் போகுமோ' என்பதுபோல் நான் சொன்னபோது, 'கவலைப்படத் தேவை யில்லை. மீண்டும் புது ஊற்று பூமிக்குள் எங்கிருக்கிறது என்று கண்டுபிடிக்கலாம்' என்றாள். 'கடவுள் நல்லவர். அவருக்கு ஊற்றை அனுப்புவது முக்கியமான வேலைகளில் ஒன்று' என்று சொன்னாள்.

'எப்படிக் கண்டுபிடிப்பது?' என்று நான் கேட்டேன். எங்கோ

ஒரு திசையில் திரும்பித் துப்பியவள், 'ரொம்ப சுலபம்' என்றாள்.

அதற்குள் தன் வாயில் வெகுவாகத் துப்பல் கூடிவிட, வாயில் இருந்த துப்பலோடு பேசினாள். அதனால் பேச்சு தெளிவில்லாமல் இருந்தது. அவள் பேசியதை இப்படிச் சொல்லலாம்:

'எனக்கு முதியும்... மேலே... எல்லா நின்னு பாக்கணும் அவ்வளவுதான்... நிலத்தை உத்து உத்து பார்க்கணும். எங்கே ஊற்று இருக்கு எங்கே இல்லேன்னு தெரியும்... இருக்கின்னு... படும் அங்கே தோன்றணம்.'

நான் அவளை ஆச்சரியத்தோடு பார்த்தேன். அப்போது ஒன்று சம்பவித்தது. அப்போதுதான் முதன்முதலாகப் பார்ப்பவள் போல் என் முகத்தை உற்றுப்பார்த்தாள். அந்தப் பார்வையை எனக்கு இன்றுவரை மறக்க முடியவில்லை. அப்படிப் பார்த்தபோது எனக்குள் ஏதோ ஒரு வெட்கம் திடீரென்று என் உடம்புக்குள் பாய்ந்தது போல் இருந்தது. ஆனாலும் எனக்கு, ஊற்று ஓர் அதிசயமாய் தெரிந்தது என்பதுதான் உண்மை. என்னை, ஊற்று எந்த அளவு பித்தாக்கி இருந்தது என்பதற்கு ஓர் உதாரணம் என் வகுப்பில் நடந்த ஒரு சம்பவம்.

வரலாறு கற்பிக்கும் ஆசிரியை ஒருவர் இளமையானவர். அவர் வேறு ஓர் ஊரிலிருந்து தினம் பஸ்ஸில் வந்து, தினம் மாலையில் வீடு திரும்புவார். எப்போதும் கையில் வைத்திருக்கும் பூப்போட்ட குடையைச் சுழற்றிக்கொண்டே நடப்பார் அவர். அவருடைய வரலாறு வகுப்பு எனக்கு மிகவும் பிடிக்கும். அந்த வகுப்பில் அவர் கரும்பலகை பக்கமாகத் திரும்பி படம் வரைந்து பாடம் நடத்தும் போதும், நான் அவர் கையில் பூப்போட்ட குடையை வைத்தபடி சுழற்றுகிறார் என்ற நினைவை மறக்க முடிந்ததில்லை. அவர் மார்பகங்களும் உப்பிக் காணப்படும். அவரும் நெற்றியில் பொட்டு வைத்திருப்பார். அவர் ஒருமுறை வரலாறு வகுப்பில் குடையை இப்படிச் சுழற்றினார். உலக அதிசயங்கள் என்று ஏழு விஷயங் களைக் கணக்கிட்டிருக்கிறார்கள். அந்த ஏழில் ஒன்று இந்தியாவில் டெல்லிக்குப் பக்கத்தில் இருக்கும் ஆக்ரா என்ற ஊரில் காணப் படும் தாஜ்மகால் என்ற கட்டிடம் என்றார். அவர் இப்படிச் சொன்னதும் நான் எழும்பி நின்று கேட்டேன்.

'மிஸ், அப்படிப்பட்ட அதிசயங்கள் ஏழில் ஒன்று ஊற்று இல்லையா?'

அந்த ஆசிரியை என் முகத்தில் தெரிந்த பாவத்திலிருந்து இது

ஒரு நேர்மையான, உள்ளபடி உணர்ந்த ஒரு மாணவனின் கேள்வி என்று எண்ணினாலும், எந்தப் பதிலும் சொல்லாமல் பாடத்தைத் தொடர்ந்தார். அவர் முகத்தில் நான் சூனியத்தைக் கண்டேன். ஆனால், அவர் பதில் சொல்லாததால் அந்த வயதில் மேற்கூறிய என் கருத்தை அவர் மறுத்துவிட்டதாக நான் உணரவில்லை. இந்த அளவு நான் ஊற்றால் கவரப்பட்டிருப்ப தால் என் நண்பனின் வீட்டில் வசித்த உயரமான, பொட்டு வைத்த, அடிக்கடி துப்பும் பெண் என்னை ஆட்டிப் படைத்தாள். அவளுக்குத் தெரிந்த எல்லாத் தகவல்களையும்கூறி, சிலவேளை அவளே இட்டுக்கட்டிச் சொல்லியிருக்கலாம் என்றாலும், என்னை ஒரு மாய உலகத்துக்குக் கொண்டுசென்றாள் என்றுதான் கூறவேண்டும். நீரூற்றுகளின் வகைகளைக் கூறி, சில ஊற்று களில் சிவப்பாக நீர் வரும் என்று கூறியபோது என்னால் நம்பவே முடியவில்லை. மெதுவாக நான் அவளைப் பார்த்துச் (அவள் அன்று அப்படிப் பார்த்த பின்பு, நான் அவள் முகத்தை நேரடியாகப் பார்ப்பதைத் தவிர்த்து வந்தேன்) சொன்னேன்.

‘அக்கா, எனக்கு ஆசையாக இருக்கிறது. அந்தச் சிவப்பு நிற ஊற்றைப் பார்க்கணும்.’

என் தலையில் லேசாகத் தட்டிவிட்டு என்னையும் என் நண்பனையும் பார்த்து இலேசாகச் சிரித்தபடி சொன்னாள் (அப்போதும் அவள் கண்களின் சோகம் என்னிடம் ஏதோ ஒரு செய்தி சொன்னது என்றே உணர்ந்தேன்).

‘கள்ளப் பயல், நான் சொல்றதை நம்பல.’

அந்த நேரம் அவளது வாயில், எந்த இலையோ பூவிதழோ நல்ல காலமாக இல்லாததால் பேச்சுத் தெளிவாக இருந்தது. பேச்சில் ஒவ்வொரு எழுத்தும் தெளிவாக உச்சரித்தாள். ‘டி’க்குப் பதிலாக ‘தி’யோ, ‘வ’க்குப் பதிலாக ‘ம’வோ, ‘ணு’வுக்குப் பதிலாக ‘நு’வோ வரவில்லை. எனக்கு அது ஆறுதலாக இருந்தது. ஏனென்றால் அந்தச் சின்ன வயதிலேயே, மொழியைச் சிதைத்துப் பேசுபவர்களைக் கண்டால் முகத்தில் அறைந்துவிட வேண்டும் என்ற என் கோபத்தை எனக்குத் தடுக்க முடிந்ததில்லை.

ஆனால், அவள் என் தலையில் மெதுவாகத் தட்டியவிதம் என் மனதில் ஏதோ ஒரு கிளர்ச்சியை ஏற்படுத்தியிருந்தது. அந்த மாதிரி ஒரு வகையாகத் தட்டுவதற்குத் தெரிந்திருந்தாள் என்று எனக்கு இப்போது புரிகிறது. அதுவரை என் பதின்மூன்று ஆண்டுகால

வாழ்வில் இல்லாத ஒரு அனுபவத்தை என் வாழ்வில் பதிக்கிறாள் என்று, இன்றுபோல் புரிந்துகொள்ள முடியாத அந்தப் பருவத்தில் அது ஓர் அழகான, ஆகர்ஷணமான அனுபவமாகவும் இருந்தது என்பதுதான் உண்மை.

அவள் சொன்னாள்:

'சரி. அடுத்த சனிக்கிழமை நாமெல்லாம் சிவப்பு ஊற்றைப் பார்க்கப் போகிறோம்.'

'உண்மையா அக்கா?'

இப்படி நான் சொன்னதும் என் தலையில் பலமான அடி விழுந்தது. திரும்பிப் பார்த்தபோது அந்தப் பெண் சாதாரணமாகச் சொன்னாள்:

'நான் என்ன உன் அக்காவா? எதற்கெடுத்தாலும் அக்கா, அக்கா' என்று கோபப்பட்டவளை, நான் திரும்பிப் பார்க்க வில்லை. அதன்பிறகு ஊற்று எப்படித் தோண்டுவது என்று விளக்கினாள். முதலில் பெரிய ஆட்களை அழைத்து மேலே இருக்கும் புல் தரையை வெட்டி நீக்க வைப்பது, அதன்பிறகு மண்ணும் சகதியும் கலந்து ஊற்று தோண்டுவது, அப்படி எத்தனை நாட்களுக்குப் பிறகு அந்தப் புது ஊற்று, பயன் படுத்தத்தக்க ஊற்றாக மாறும், எப்போது நல்ல மணல் ஊற்றுக்குள் தெரியும், மண்ணில்லாத நல்ல தண்ணீர் எப்படிக் கிடைக்கும் என்றெல்லாம் அந்தப் பெண் விஸ்தாரமாகப் பேச ஆரம்பித்தாள். ஒருவேளை நான் கோபித்துக்கொள்ளக் கூடாது என்று இப்படி ஊற்று பற்றி விரிவாகப் பேசுகிறாளோ என்றும் நினைத்தேன்.

ஏனென்றால் அவள், தன்னை அக்கா என்று நான் அழைக்கக் கூடாதென்று கூறுகிறாள். அப்படியென்றால் அவளை எப்படி நான் அழைப்பது என்ற எண்ணங்கள் என் மனதில் தோன்றியதை என் முகமும் செயல்களும் அவளுக்குக் காட்டிக் கொடுத்திருக்க வேண்டும். அவள் என்னைவிட ஆறு அல்லது ஏழு வயது மூத்தவ ளாக இருந்தாள். திடீரென்று என்னைப் பார்த்துக் கேட்டாள். அவள் பேச்சு அவள் மார்பிலிருந்துதான் வருகிறது என்று நினைக்கும்படி இருக்கும் அவள் பேச்சு.

'கோபமாடா, சந்திரன்?'

'இல்லை' என்று அவசரமாகக் கூறினேன்.

ஒருவேளை நான் பதில் சொல்ல தாமதமானால், கோபம் என்று

361

கருதி அடுத்து வரும் சனிக்கிழமை என்னை அவள் சிவப்புநிற ஊற்று இருக்கும் இடத்துக்கு அழைக்காமல் என் நண்பனை மட்டும் அழைத்துப் போய்விட்டால், என் வாழ்வில் அது எப்படிப் பட்ட மகத்தான இழப்பாக இருக்கும்! அப்படிப்பட்ட இழப்பு என்னை முற்றிலும் தகர்த்துவிடும் என்று என் மனது நிச்சயமாகச் சொல்லியது.

அதன்பிறகு நாங்கள் மூவரும் நல்ல வெயிலில் அந்தப் பழைய ஊற்றைப் பார்க்கப் போனோம். எவ்வளவுக்கு எவ்வளவு பழைய தாக ஓர் ஊற்று மாறுகிறதோ அந்த அளவு அது நல்லது. அந்த ஊற்றின் நீர் அந்த அளவு இனிமையானது என்று அவள் கூறிய போது, சூரியன் நடு உச்சியில் வந்திருந்தது.

நீர் ஊற்றின் கண் இருக்கும் இடத்தை, ஊற்றின்மேல் மூடி யிருக்கும் நிலம் நீண்டு தள்ளியபடி சூரியனிலிருந்து பாதுகாத்தது போல் ஊற்றின் வடிவம் காணப்பட்டது. மேல் பகுதியில் நன்கு புல்தரை அடர்த்தியாக வளர்ந்திருந்ததால் அப்பகுதி நிலம் கட்டியாகத் தெரிந்தது. ஆட்கள் பல வருடங்களாக வந்து வந்து தண்ணீர் எடுத்ததால், ஊற்றின் இரண்டு பகுதியிலும் நடந்து பாதை அழுக்காகாமல் இருக்க கற்களை இட்டிருந்தார்கள். பெண்கள் அந்தக் கற்களின் வழி நடந்து வந்து குடங்களிலும் பாத்திரங்களிலும் தண்ணீர் எடுத்துச் சென்ற வண்ணம் இருந்தனர். சூரியன் படாத ஊற்றின் கண்ணை எனக்குக் காட்டுவதற்காக ஊற்றின் எதிர்ப் புறமாக உயர்ந்த மேட்டில் எங்களை நிற்க வைத்த அந்தப் பெண், அவளது நீண்ட கைகளை நீட்டி விஸ்தாரமாகப் பேசினாள். நான் அந்த ஊற்றைப் பற்றி அவள் பேசும்போது அடைந்த பரவசத்தை அவள் இப்போது நன்கு புரிந்தவளாக இருந்தாள். என் பரவசத்தி லிருந்து ஊற்று ஒரு சாதாரண வஸ்து என்ற அவளது எண்ணம் இப்போது மாறியிருந்தது என்று எனக்கு நன்கு புரிந்தது.

அவளும் மெதுமெதுவாக ஊற்று என்பது ஒரு ஆச்சரியமான வஸ்து என்ற எண்ணத்தை அடைய ஆரம்பித்தாள். அவள் முதலில் என் ஆச்சரியத்தை அனுகரணம் செய்து ஒரு போலி ஆச்சரிய உணர்வை அடைந்தாள். அந்தப் போலி உணர்வு இப்போது நிஜ உணர்வாக மாறிக்கொண்டேயிருந்தது. நிஜத்தில் அவள் ஆச்சரிய உணர்வை அடைந்ததும் ஊற்று பற்றிய அவள் பேச்சில் நிஜமான ஒரு மர்மத்தன்மை உருவாகியிருந்ததை நான் எளிதில் அறிந்தேன். ஊற்று ஆட்களை வைத்துத்தான் இருக்கிறது. ஒரு மாதம் நாம்

போய்த் தண்ணீர் எடுக்கவில்லையென்றால் அது கெட்டுப் போகும்; அழிந்து போகும். மனிதர்களுக்கும் ஊற்றுக்கும் உள்ள பந்தம் அப்படிப்பட்டது என்று அவள் சொல்லும்போது, அந்தச் சுள்ளென்ற சூரிய ஒளியில் அவள் கண்கள் அடைந்த மாயத் தோற்றம் என்னை வசீகரிக்க ஆரம்பித்தது. அவள் திடீரென்று தன் பேச்சில் ஒரு மாயத் தன்மையை ஏற்படுத்தியது எனக்கு நம்ப முடியாததாக இருந்த அந்தத் தருணத்தில் நான் சொன்னேன்:

'தோண்டத் தோண்டத்தான் ஊற்று இருக்கும் என்று பழைய கவிஞர் ஒருவர் சொல்லியிருப்பதாய் நாங்கள் பள்ளியில் படித்திருக்கிறோம்.'

அவள் தலையில் தட்டிய பிறகு நான் 'அக்கா' என்ற சொல்லைக் கவனமாகத் தவிர்த்து வந்தேன். அது அவளுக்கு மகிழ்வைக் கொடுத்தது என்பது அவளது முகத்தில் இருந்த ஒரு நிறைவடைந்த உணர்வுடன் அவள் என்னைப் பார்த்து நீண்ட ஒரு பெருமூச்சு விட்டபோது நாங்கள் மூவரும் எதிர்பாராத அது சம்பவித்தது.

ஒரு சூறாவளிக்காற்று திடீரென்று வீசியது. உயர்ந்த நீண்ட மரங்கள் காற்றில் அங்குமிங்கும் வெகுதூரம் அசைந்தன. குட்டையான மரங்களின் கிளைகளும் அங்குமிங்கும் ஓயாமல் ஆடின. தரையில் இருந்த புல் கூட ஆடியது. அப்போது அவள் மெதுவாகச் சொன்னாள்:

'நான், படிக்கப் பள்ளிக்கூடம் போனதில்லை.'

பின் சூறாவளியைப் பொருட்படுத்தாது அவள் மெதுவாக எங்களுக்கு முன்னே நடக்க, நாங்கள் அவளுக்குப் பின் அவள் முதுகைப் பார்த்தபடி தொடர்ந்தோம். அவளது நீண்ட ஆடை யைக் காற்று அங்குமிங்கும் அலைத்தது.

அவளது வெள்ளையான தொடைவரைத் தெரியும்படி துணி திடீர் திடீர் என உயர்ந்தது. ஒருமுறை வட்டவடிவமான அவளது ஆடை அவள் எதிர்பாராத நேரத்தில் முழுவதும் உயர்ந்து அவளது தலையில் போய் ஒட்டிக்கொண்டு சிக்கியது. அவளின் வெள்ளை வெளேர் என்ற பிருஷ்டபாகம் எங்களைத் திக்குமுக்காட வைத்தது. அவள் திடீரென்று கைகளால் பின்பக்கமாய் அந்த ஆடையை இழுக்க அவசரப்பட்டாள். அவளது வாளிப்பான பிருஷ்டபாகம் எந்த உள்ளாடைகளும் இல்லாமல் வெறுமனே இருந்ததை அன்று முழுதும் மறக்க முடியவில்லை. சற்றுநேரத்தில் அவள் தலையிலிருந்து அந்த ஆடையைக் கீழே இழுத்து பிருஷ்டத்தை மூடுவதில்

வெற்றி பெற்றாள்.

திடீரென்று திரும்பிக் கோபமாகப் பின்னால் வந்த என்னைப் பார்த்தாள். இப்படி ஒரு கோபம், இந்த வளர்ந்த, பள்ளிக்குப் போகாத பெண்ணுக்கு வரமுடியுமா என்பதுபோல் ஒரு கோபம். ஏதோ ஒன்று அவள் கட்டுப்பாட்டை மீறிவிட்டது என்பதுபோல் தென்பட்டாள். அவள் சொன்னது என்னது என்று முதலில் புரிய வில்லை எனக்கு.

'இவனால்தான் இந்தச் சூறாவளி.'

அப்படிக் கூறிக்கொண்டு என் நண்பனின் வீடுவரை ஒரே ஓட்டமாக ஓடி மறைந்தாள், அந்த மாயத்தன்மைகொண்ட ஆச்சரியமான பெண்.

நாலாபக்கமும் மரங்களும், வாழை மரங்களும், செடி கொடிகளும், புல் பூண்டும் காற்றில் அசைந்தபடியே இருந்தன. நான் திக்பிரமை பிடித்தபடி நின்றேன். அந்தப் பதின்மூன்றாம் வயதில் நடந்தது ஏன் இன்று இவ்வளவு தெளிவாக, ஒவ்வொரு காட்சியாய் ஞாபகத்துக்கு வருகிறது? அதுதான் தெரியவில்லை.

அதன்பிறகு நான் சித்தப்பா வீட்டிலிருந்து மறுநாள் காலையில் எங்கள் ஊருக்குப் புறப்பட்டேன். அவளை எங்கும் காண வில்லை. முக்கியமாய், அவள் அந்தத் தெளிந்த நீர் ஊறும் ஊற்றுக்கு அருகில் எங்காவது தென்படுகிறாளா என்று கவனித்தபடி நடந்தேன். எங்கும் இல்லை. எங்கள் ஊருக்குப் போய் நான் பள்ளிக்குப் போனாலும், மறுவாரம் சனிக்கிழமை எப்போது வரும் என்று காத்திருந்தேன். அந்தப் பழைய ஊற்றுக்குள் தெரிந்த நீர் எனக்கு எப்போதும் மனதில் தெரிந்தது. கண்ணீர்போல் தெளிவாக இருக்கிறது என்று தெளிந்த நீரை எல்லோரும் ஏன் சொன்னார்கள் என்று புரிந்தது. உடம்பிலிருந்து நீர் ஊறுவது போல், பூமி என்னும் உடம்பிலிருந்து ஊறும் தண்ணீர் இந்த ஊற்று என்று கற்பனை பண்ணிய சாதாரண மனிதர்களின் அறிவில் ஓர் அர்த்தம் எனக்குத் தென்பட்டது. ஒரு முனையில் அல்லது பலமுனைகளில் குமிழியிட்டு ஊறிக் கொண்டேயிருக்கிற ஊற்றை எனக்கு மறக்க முடிய வில்லை.

ஆனால் அந்த உயர்ந்த, அழகான, படிப்பறிவில்லாத பெண் சொன்ன சிவப்பு ஊற்று எப்படியிருக்கும்? சிவப்பு நீரை எதற்குப் பயன்படுத்துவார்கள்? அதைக் குடிக்க முடியாது என்பது எனக்குத் தெரியும். சிவப்பு ஊற்று ஏன் தோன்றுகிறது? எதுவும் எனக்குப்

புரியவில்லை. அந்தப் பெண் ஒரு மாயமந்திர உலகத்தைச் சார்ந்தவள் என்பதுபோல், எனக்குப் பூரணமாய் விளங்காத ஒரு சித்திரம் என் அடிமனதில் உருவாக ஆரம்பித்தது. ஆனால், அவள் கூறியபடி சூறாவளியை நான் எப்படி வரவைத்தேன் என்பது மட்டும் எனக்குப் புரியவில்லை. இதுவரை எத்தனையோ முறை சூறாவளி வந்திருக்கிறது. நான்தான் சூறாவளிக்குக் காரணம் என்று யாரும் சொன்னதில்லை. சூறாவளி, வாழை மரங்கள் மற்றும் பலா மரங்களையும், தோட்டங்களையும், ஓலைகளால் கட்டியிருக்கும் வீடுகளின் கூரைகளையும் அடித்துப் போட்டுவிட்டுப் போகும் போதெல்லாம் எல்லோரையும் போல நானும் பயந்தபடி ஓடி வந்துவிடுவேன். எப்போதும் யாரும் நான் சூறாவளியைக் கொண்டுவந்ததாய்ச் சொல்லவில்லை. அவள்மீது கோபம் வந்தது. அவள்மீது ஒருவித மர்மமும் கோபமும் இணைந்து வந்தன. ஆனாலும் அவள் எனக்குக் காட்டித்தரப் போகும் சிவப்பு ஊற்று, எனக்கு மாயமான ஒரு புது விஷயம் என்ற ஆகர்ஷணம் மாற வில்லை.

ஆறு இரவுகள் இடையில் வந்தன.

இரவுகளில் வானம் முழுதும் நட்சத்திரங்கள். அந்த ஏழாவது நாள் நான் முற்றிலும் மாறிப்போனதுபோல் உணர்ந்தேன். என் உடம்புக்குள் யாரோ புகுந்துள்ளார்களா அல்லது ஆறு நாளும் ஜுரத்தில் கிடந்து எழுந்து வந்திருக்கிறேனா என்று எதுவும் புரியவில்லை. சிவப்பு ஊற்று. அந்தப் படிப்பறிவில்லாத மாய மான பெண்ணின் வெள்ளைநிறத் தொடைகள், அவளது முகம் சிரிக்கும்போதும் சிரிக்காத கண்கள். இவை ஞாபகத்தில் தங்கி இப்போது முழுவதும் என் மனது மாறிப்போயிருந்தது. ஓயாமல் இலைகள் நாலா பக்கங்களிலிருந்தும் விழும் நடுக்காட்டிலிருக்கும் கூரையில்லாத வீடு என் மனமாகியிருந்தது.

தொடர்ந்து காற்று வீசுகிறது. மரங்கள் நிற்காமல் ஆடியபடியே இருக்கின்றன. கிழக்குப் பக்கமாகவும் மேற்குப் பக்கமாகவும் எவ்வளவு தூரம் வளைய முடியுமோ அவ்வளவு தூரம் வளைந்து கொடுக்கின்றன, கிளைகள். எல்லா உலர்ந்த இலைகளும் ஒன்று கூட கிளைகளில் ஒட்டமுடியாத காற்று. மனம் அலைந்துகொண்டு கிடக்கிறது என்று கூறுவதுபோல் வீசுகிறது காற்று. ஒரேவிதமான ஒலியுடன் வீசிக்கொண்டிருக்கும் காற்று, ஒவ்வொரு தடவையும் உற்றுக் கேட்கும்போது புதுப்புது ராகங்களை வானத்தில்

✱ 365

எழுப்புகிறது என்று ஓர் எண்ணம். அதுபோல் இந்த ஒலிகள்தான் வானவில்லாய்த் தெரிகின்றன என்ற ஒரு காட்சிரூபம் தெரிகிறது. காற்று நிற்கவே இல்லை. தரையில் சருகுகளை எல்லாம் ஒரு தரைவிரிப்பு போல் சுருட்டி வெகுதூரம் உருட்டிக்கொண்டு ஓடுகிறது. நான் அந்தக் காற்றைத் தொடர்ந்து ஓடுகிறேன். எவ்வளவு தூரம் என்று தெரியாதபடி தொடர் ஓட்டத்தில் சிக்கிக்கிடக்கும் கால்களின் மீது எனக்கு எந்த உறவும் இல்லாததுபோல் ஓடிக் கொண்டிருக்கின்றன, கால்கள். ஆங்காங்கு ஓடிய புதுச் சருகுகள் காற்றுடன் ஒப்பந்தம் செய்துகொண்டது போல அவையும் பறக்கின்றன. படர்ந்திருக்கின்ற வெள்ளைப் பூக்களுள்ள பச்சைக் கொடிகள் மரங்களின் தண்டுகளில் கிடந்து அலைகின்றன, காற்றில். காற்று, ஏதும் கண்டுகொள்ளாது உலகை அசைப்பதுதான் தன் கடமை என்பது போல் ஒவ்வொரு வஸ்துவையும் உயிருள்ளதாக ஆக்குகிறது. அந்தக் காற்று திடீரென்று நிற்கிறது. எந்த அசைவும் இல்லை. காற்றைக் காணவில்லை. அமைதி. நம்பவே முடியாத ஒரு பயங்கர அமைதி. ஒரு இலையும் ஆடவோ அசையவோ செய்யாத பேரமைதி.

'சோ' என எங்கிருந்து இப்போது வந்தது என்பதுபோல் ஒரு பெரிய மழை. இலை, தழைகள், மரம், செடிகள், கிளைகள், காய்கனிகள் எல்லாம் அந்த மழையில் முற்றிலும் கழுவப் பட்டுவிட்டன என்பதுபோல் குடம் குடமாகக் கொட்டி, நீர் திடீரென்று மண்ணின் மணத்தைக் கிளப்பியபடி ஓடுகிறது. சருகுகள், விழுந்த இலைகள், தழைகள், உதிர்ந்த பூக்கள் என்று அடித்துச் செல்லும் அந்த மழை.

நான் எங்கும் ஒதுங்காது என் சித்தப்பாவின் வீட்டை நோக்கிச் சென்றபோது அந்த ஊற்றைத் தாண்டியதும் அந்தப் பெண் எங்காவது தெரிகிறாளா என்று பார்த்தபடி நடந்தேன். அவள் எங்கும் தென்படவில்லை. நான் சித்தப்பா வீட்டுக்குப் போன போது மழை ஓய்ந்திருந்தது. அவர்கள் வீட்டில் கொடுத்த ட வலை வாங்கித் தலையைத் துவட்டிவிட்டு வழக்கமாகப் போவது போல் வீட்டுக்குப் பின்புறமாக நடக்க ஆரம்பித்தேன். முல்லைப் பூக்கள் என் சித்தப்பாவின் நிலத்தில் வெள்ளை வெள்ளையாகப் பூக்கும். அவற்றின் மணம் ஒருவனைப் பித்தனாக்கிவிடும். அப்படிப் பட்ட மணம். அங்கு நடக்கையில்தான் வழியில் பெய்த மழை இங்கு அவ்வளவு பெய்திருக்கவில்லை என்று எனக்குப் புரிந்தது.

சற்றுத் தூரம் நடந்தபோது அங்கும் ஒரு கூரையில்லாத வீடு இருப்பது ஞாபகம் வர, அந்த வீட்டை நோக்கி நான் நடந்தேன். அந்த வீடு யாரோ குடியிருந்து காலி செய்து, மீண்டும் யாரும் குடிவராமல் பாழான வீடு.

கூரையிலிருந்த மரங்கள் பயன்படத் தக்கவையாக இருந்திருக்கும். அதனால் கூரையை நீக்கியிருந்தார்கள். நேரடியாகக் கூரையில்லாத அந்த வீட்டில், வெயிலும் மழையும் விழும் மூன்று கூடங்கள் இருந்தன. அதுபோல் ஒரு சமையலறை. அந்தச் சமையல் அறையில் பழையகால பீங்கான் ஓடுகள் பதிக்கப்பட்டிருந்தன. உரல், ஆட்டுக்கல் போன்றனவும் இருந்தன. அதனால் யாரோ வசதியானவர்கள் பல தலைமுறைகளாக வசித்த வீடு என்பது இன்றைய பாழான நிலையிலும் யாருக்கும் தெரியும்விதமான வீடு அது. ஒவ்வொரு கூடத்திலும் படுக்கும் திண்ணைகள் கட்டப் பட்டிருந்தன. தலை வைக்கும் பகுதியில் திண்டு போல் அந்தத் திண்ணைகள் உயர்ந்திருந்தன. அது யாரோ இன்னும் படுத்துக் கிடப்பது போன்ற பிரமையைக் கொடுத்துக் கொண்டிருந்தது. ஒவ்வோர் இடத்திலும் யாரோ மனிதர்கள், ஆண்களும் பெண்களும் தாங்கள் பழங்கால வாழ்க்கையை விட்டுச்சென்றது அந்த வீட்டைப் பார்த்ததும் தெரிந்தது. மனிதர்கள் இன்னும் அலைந்து கொண்டிருக்கிறார்களோ என்று ஒரு மனித நிழல் நிறைந்திருந்த வீடு.

ஒருவேளை, கூரையில்லாத வீடுகளுக்கு இப்படிப்பட்ட உணர்வு எழுப்பும் ஒரு தன்மை உண்டோ என்னவோ என்று நான் நினைத்துக்கொண்டு காலங்காலமாக மனிதர்கள் ஏறிய அந்தப் பாழ் வீட்டின் படிகளை மிதித்தபோது யாரோ சிலரின் ஒலி கேட்டது. உள்ளே பெயர்க்கப்பட்டிருக்கும் கதவுத் துவாரங்களின் வழியே என் இடது மற்றும் வலது கைகளைப் பிடித்து உள்ளே பார்த்த போது நான்கு சிறுவர்கள். என்னைவிட வயதில் குறைந்தவர்கள். விளையாடிக் கொண்டிருப்பது தெரிந்தது. நான் அந்த வயதிலிருந்த விளையாட்டு ஆர்வத்தில் அவர்களோடுக் குனிந்து அவர்களைப் போல ஏதோ விளையாட்டில் ஆழ்ந்திருந்தபோது, எங்கிருந்து வந்தாள் என்று கூற முடியாதபடி சட்டென என்முன் தோன்றி, பெயர்த்தெடுக்கப் பட்ட வேறொரு கதவுத் துவாரத்தில் இரண்டு நீண்ட கைகளையும் பிடித்தபடி என்னையே பார்த்துக் கொண்டு நின்றாள், அந்தப் படிப்பறிவு இல்லாத அழகிய பெண். அவள் அப்படி நின்றதை நான் ஒருமுறை விளையாட்டினிடையில் எதேச்சையாகத் தலையை உயர்த்தியபோதுகண்டேன்.

'சிவப்பு ஊற்று' என்றேன். தலையை மட்டும் ஆட்டியதன் மூலம் போகலாம், நான் மறக்கவில்லை என்ற அர்த்தம் வரும்படி எனக்குத் தெரிவித்தாள்.

என் மனதில் குதூகலம் ஏற்பட்டுவிட்டது.

ஒரு வாரத்திற்கு முன்பு எனக்குள் ஏதோ உணர்வுகளை அவள் ஏற்படுத்தியது என் விளையாட்டு மும்முரத்தில் இப்போது தோன்றாமலிருந்தது. என்னோடு விளையாடும் சிறுவர்கள் என்னை விட வயது குறைந்தவர்களாக இருந்தனர். எனினும், அவளைப் போன்ற வயதுகூடிய பெண், சிறுவர்களோடு விளையாடிக் கொண்டு இருப்பது கிராமத்தில் சகஜம். எனவே, அவள் அந்த இடத்தில் தோன்றிய விதம் வியப்பளித்த அளவு, சிறுவர்கள் இருக்கு மிடத்தில் வந்தது இல்லை.

அவள் என்னைக் கைகாட்டி அழைத்ததைக் கண்டு, நான் அணிந்திருந்த தொளதொள என்ற பெரிய கால்சட்டையின் இருபுறத்திலிருக்கும் பாக்கெட்டில் கைகளில் இருந்த மண்ணை துடைத்தபடி அவளருகில் போனேன். அவள் சகஜமாக என் தோளில் கைபோட்டபடி, 'வா, ஒரு விஷயம் சொல்கிறேன்' என்றாள். நான் அருகில் போனதும், 'இந்த வீடு நன்றாக இருக்கிறது இல்லையா?' என்றாள். அவள் முகத்தைப் பார்த்தேன். கண்கள் சிரிக்காதபடி முகம் சிரித்தது. அது போன முறையைவிட அதிகம் மாயத்தன்மையை இந்த முறை காட்டியதாக நினைத்தேன். ஏதோ ஒரு வாழைத்தண்டை இந்தத் தடவை அடிக்கடி கடித்துத் துப்பிக் கொண்டே இருந்தாள்.

'அந்த வீட்டில் அந்தக் காலத்து ஆட்கள் இன்னும் வசிக்கிறாங்க. அதுதான் ஆட்டு உரல், அம்மிக்குழவிகள் எல்லாம் இன்னும் இருக்குது தெரியுமா உனக்கு?' என்று கேட்டாள். அவளே தொடர்ந்தாள்.

'ஆனா, நம் கண்ணுக்குத் தெரியமாட்டாங்க.'

எனக்கு அவள் கண்களைப் பார்க்காமல் இருக்க முடிய வில்லை. அதில் உலகின் சோகம் எல்லாம் குடிகொண்டிருந்தது.

'அந்த மனிதர்கள் தங்கள் ஆசைகளை நிறைவேற்றாமல் ஒரு காலத்தில் வாழ்ந்தவங்க. அதனால் ஆசையைத் தீர்த்துக்கொள்ள எப்போதாவது வருவாங்க.'

இப்போதும் நான் ஒன்றும் சொல்லவில்லை. பதின்மூன்று வயது சிறுவனாகையால் இயல்பாக என் மனதில் பயம் ஏற்பட்டது.

என்னுடைய முகத்திலிருந்து அந்தப் பயத்தை உணர்ந்திருப்பாள் போலிருக்கிறது. அதனால் இப்படிச் சொன்னாள்:

'நீ அதுக்குப் பயப்பட வேண்டாம். அவங்களுக்கு குழந்தைகள் என்றால் ரொம்பப் பிடிக்கும்.'

நான் ஏதோ ஒரு உந்துதலால் கேட்டேன்:

'சரி, இப்போ நாம் எங்கே போகிறோம்?'

'சிவப்பு ஊற்றைப் பார்க்க.'

'எவ்வளவு தூரத்தில் இருக்கு?'

'நிலத்துக்கடியில் இருக்கு. சில இடத்தில்தான் அது வெளியில் தெரியும். எல்லாக் கண்களிலேயும் விழாது. செவப்பு நீருண்ணா விஷநீரு. யாரும் குடிக்கக் கூடாது. வெள்ளை வெள்ளையா ரோட்டில பெட்ரோல் விழுந்தா எப்படிப் படருமோ, அதுபோல் படர்ந்திருக்கும். அதுதான் சிவப்பு ஊற்று.'

இப்போது நானும் அவளும் வெகுதூரம் வந்துவிட்டோம். அந்த இடத்தில் ஒரு பழைய சிவன் கோயில் இருந்தது. அந்தக் கோயில் முழுதும் கல்லால் செய்யப்பட்டிருந்தது. முன்பக்கம் ஒரு நந்தி படுத்திருந்தது. நந்தி முழுதும் பாசி பிடித்து விஷ ஜந்துக்கள் ஊர்ந்து கொண்டிருந்தன. அந்த இடத்தையும் தாண்டி அடர்ந்த காடு போன்ற இடத்தில் ஒரு சிறுபாதை தென்பட்டது. ஆள் நடமாடிய அடையாளமுள்ள அந்தப் பாதையில் கொஞ்சதூரம் நடந்தபோது, வலதுபக்கம் கையைப் பிடித்து அழைத்துச்சென்று 'நில்' என்றாள். அது ஒரு மேடான நிலப் பகுதி. நின்ற இடத்தில் இடுப்பளவு உள்ள தடுப்புச்சுவர் இருந்தது.

'இதோ பார். பார்ப்பதற்கு ஒரு விதிமுறை இருக்கு. முதலில் கண்ணை மூடிவிட்டுக் குனி. கொஞ்சநேரம் கண் இருட்டுக்குப் பழக்கப்பட்டபின் பார். சிவப்பு ஊற்றுத் தெரியும்' என்றாள்.

நானும் அதுபோல் கண்ணை மூடினேன். சற்றுநேரம் கண்ணை மூடியபடி நின்று அதன்பின்பு கண்ணைத் திறக்க, அழகான சிவப்பு நிறத்தில் ஊற்று காணப்பட்டது.

நானும் அந்த உயரமான பெண்ணும் குனிந்து பார்த்த அந்த நேரத்தில், சூரியன் நடுவானில் வந்திருந்தது. அதிக ஆழமில்லாத அந்தக் கிணறு போன்ற ஒடுகலான பள்ளத்தில் சூரிய ஒளியில் சிவப்பு நீர் கட்டிநிற்பது தெரிந்தது. அது மாயமான ஒரு காட்சியாக எனக்குப் பட்டது.

நான் ஆச்சரியத்துடன் அவள் முகத்தைப் திரும்பிப் பார்த்தேன். அவள் எப்போது குனிந்தாளோ தெரியாது. என் தொளதொள அரைக்கால் சட்டையின் வழி அவளது கையைப் போட்டு, நீண்ட விரல்களால் என் உறுப்பை உடும்புப் பிடிபோல் பிடித்துக் கொண்டு இருந்தாள்.

அப்போது புதரிலிருந்து ‘சரேல்’ என்று சப்தம் கேட்க, நான் அது ஒரு பாம்பு என்று நினைத்தேன். என் கால் பெருவிரல்களைத் தரையில் பலம் கொண்ட மட்டும் அழுத்திக்கொண்டு நின்றேன். அது என் பதின்மூன்றாம் வயதில் நடந்தது.

வியப்பான விஷயம் என்னவென்றால், அதன்பின்பு அவளை அந்த ஊரில் எங்கும் காணவில்லை.

கனவில் விஜயா என்னுடன் அமர்ந்து சாப்பிட்ட காட்சி வந்த மறுநிமிடம் நான் விஜயாவுடன் படுத்திருப்பது நன்கு தெரிகிறது. வார்ஸாவில் நான் வசிக்கும் வெள்ளையான என் அழகிய வீட்டின் படுக்கையறை மிக சொகுசாக அமைந்து, மெல்லிய தூவல்களால் நிரப்பப்பட்ட மெத்தை என் உடம்பைப் போர்த்தியிருக்கிறது. அதனிடையில் என் தொடை வழியாக ஏதோ ஒரு கை புகும் எண்ணம் வர, அது எந்தக் கை என்று பார்க்கிறேன். அது என்னுடைய பதின்மூன்றாம் வயதில் நான் பார்த்த படிப்பறி வில்லாத அழகிய பெண்ணின் கையென்பது தெரிகிறது. அவளுக்குப் போலிஷ் பெண்கள் போல பச்சைநிறக் கண்கள் ஏன் தோன்றவேண்டும் என்பது மட்டும் விளங்கவில்லை. இவ்வளவு தூரம் ஆழமான பச்சைநிறக் கண்களுடன் அவள் என் தொடைகளில் போட்ட கையை எடுக்க நான் முயன்றபோது எனக்கு விழிப்புத் தட்டி யிருந்தது.

இது நனவோ, கனவோ என்று அறிய படுக்கையறையின் மேலிருந்து கீழ்நோக்கி தாழ்ந்திருந்த அழகிய திரையை இழுக்கும் நீண்ட கயிறை மெதுவாக இழுக்க என் இருவிரல்கள் சென்றன. அந்தத் திரை கீழிருந்து நான்கு இடங்களில் சுருங்கி மெதுவாகப் படிப்படியாக உருண்டு மேலே போயிற்று. அதனால் மிக அதிகம் வெளிச்சம் காலை ஆறுமணிக்கு மே மாதம் வார்ஸாவில் வந்துவிட்டது. என்னுடைய லுங்கியெல்லாம் ஈரமாகியிருப்பதை அப்போதுதான் உணர்ந்தேன். ஆடையை மாற்றும்போது கனவு

நம் நனவு வாழ்வில் ஏற்படுத்தும் உடல் சார்ந்த விளைவு ஞாபகம் வருகிறது. கனவும் எதார்த்தமும் வேறுவேறல்ல என்று முணு முணுத்துக் கொள்கிறேன்.

கனவில் கண்ட விஜயாவைத் தொடர்ந்து, அமலா நினைப்பும் திடீரென்று என்னைத் தொடர ஆரம்பித்தது.

அமலாவை அந்தக் கதிரறுப்பு முடிந்த வயல்களில் அவள் நிழலைப் பார்த்தபடி, விஜயா மறைந்த வலி மறைவதற்கு முன்பே காமத்துடன் நான் துரத்தியது ஞாபகத்துக்கு வந்தது. அது எனக்கு இன்று நினைத்தாலும் கொஞ்சம்கூட வெட்கத்தைத் தரவில்லை. அந்த வயல்கள், வயல்கள் முடிந்தபோது தொடர்ந்த திராட்சைத் தோட்டம், இடையில் அமலா கால் நனைத்த தெளிந்த நீரோடை, அதில் ஓடிய மீன்கள், பூசப்படாத செங்கல் வீடு எல்லாம் ஞாபகத் திற்கு வந்தன. என்னை வரவேற்று அறையில் உட்கார வைத்து விட்டு டி ஷர்ட்டுக்கும் பேன்டுக்கும் மாறி என்முன் சிரித்துக் கொண்டு அமர்ந்தவள் இறுதியில் கண்கள் குளமாக அமர்ந்திருந்தது - இவையெல்லாம் என்ன? என் விதியுடன் மனிதர்கள் இன்னும் தொடர்ந்து விளையாடுகின்றனர் என்ற நினைப்பு வர, எனக்குச் சிவநேசம் நினைப்பு வந்தது. என்னை அறியாமல் என் துக்கங்களின் பரிகாரத்துக்குச் சிவநேசத்தைத்தான் நான் தஞ்சம் புகுகிறேனோ? சிவநேசத்தின் போலிஷ் மொழி பேசும் அந்த இரண்டு சீடர்கள் பற்றிச் சொன்னாரே அவர்களும் என்னைப் போல் ஒரு துக்கத்தின் வலி தாங்காமல் வந்தவர்களோ சிவநேசத்திடம்?

நான் எதிர்பார்க்காமல் தொலைபேசி மணி அடித்தது.

ஏதோ ஒரு பயங்கர மனவருத்தம் என்னை இதுநாள்வரை தாக்காத முறையில் இன்று தாக்குகிறது என்ற நினைப்பு வந்தது. அதற்கு அமலாவின் மீதுள்ள எனக்குத் தெரியாத தேடல்தான் காரணம் என்று புரிந்தபோது குழப்பம் அதிகரித்தது. நான் தொலை பேசிக்குப் போகக்கூட வலிமையில்லாதவனாக அமர்ந்தேன். விடாது அடித்த தொலைபேசி நின்றது. தலையைப் பிடித்துக் கொண்டு அமர்ந்தேன். அழுகிறேனோ?

அப்போது மீண்டும் தொலைபேசி அடிக்க, என் வலிமையை எல்லாம் சேர்த்து எழுந்து தொலைபேசி முனையைக் காதில் வைத்தேன்.

‘சிவநேசம் பேசறேன். மனதைத் தளரவிடக் கூடாது’ என்றார். என்னைப் பற்றி இவருக்கு எப்படித் தெரியும் என்றுகூட யோசிக்க

முடியாமல் அவர் குரலில் ஆறுதல் பெற்றேன்.

'நன்றி' என்றேன்.

அவரிடம் சுயபரிதாபத்தைத் தெரிவித்துவிடுவேனோ என்று பயந்தபோது,

'வேறொன்றுமில்லை. போனை வைக்கட்டுமா?' என்றார். ஆனால், தொலைபேசியை வைக்கவில்லை.

எதற்கு இப்போது தொலைபேசி செய்தார்? எப்படி இதெல்லாம் நடக்கிறது? நான் குழப்பமடைந்தேன். நான் உடைந்து சுக்கு நூறாகிக் கொண்டிருக்கிறேன் என்று பட்டது. என் கனவைப் பற்றிச் சொல்லலாமா? என்று யோசித்தேன். அமலா என்றொரு பெண்ணை - விஜயாவின் துக்கம் ஆறாத அந்த ஒரு நாள் - வயல்கள் வழி விரட்டிக்கொண்டு அவள் வீடுவரை சென்றதை இவரிடம் சொல்லி ஏன் இந்த நினைப்புகள் இத்தனை ஆண்டுகளுக்கு அப்புறம் எனக்கு வருகின்றன? அவை ஏன் செத்துத் தொலைய வில்லை? ஒருவேளை நான் வார்ஸாவில் சந்திக்கும் லிடியாவும், அன்னா மாலினோவ்ஸ்காவும்கூட இந்த என் பழைய உறவுகளின் தொடர்ச்சியோ? வேறு ரூபத்தில் என்னைத் தொடர்கிறார்களோ? சிவநேசம் காலில் போய் விழுந்துவிடலாமா? இதுவரை இந்த மாதிரி சிறுகடவுள்களிடம் நம்பிக்கை வைக்காததற்குப் பிராயச் சித்தமாய் இப்போது சிவநேசத்தைக் கடவுளாகக் கருதுவதில் தப்பென்ன? கேள்விகள் என்னை வெகுவேகத்தில் ஆக்கிரமிக்க நானும் ஒன்றும் பேசவில்லை. சிவநேசமும் ஒன்றும் பேசவில்லை. இருவரும் மௌனத்தைச் சாட்சியாக்கிவிட்டுச் சும்மா இருந்தோம். சற்றுநேரம் இப்படி இருந்தபோது லேசாகச் சிவநேசம் சிரித்தார். அவரது வாயின் அமைப்பை நேரில் பார்க்காவிட்டாலும், எப்படிப் பற்களை முன்தள்ளிச் சிரிக்க, உதடுகளும் முகத்தசைகளும் மெதுவாய்ப் பின்பக்கமாய்த் தள்ளுவது என்னுடைய மனக்கண் முன் தெரிகிறது.

'சரி வைக்கிறேன். உங்கள் காது கேட்டுக்கொண்டிருந்தது. அது மயில் அகவுவதுபோல கேட்கிறது. ரசமாயிருந்தது. அப்புறம் ஒரு விஷயம். அந்தக் கடிதத்தைப் படிக்கலாமா என்று யோசிக்க வேண்டாம்.'

'டக்' தொலைபேசி வைக்கப்பட்டது.

நான் ஒரு பக்கரிசீவரை கீழே வைக்கவேண்டுமென்ற பேதமற்று

கையிலேயே வைத்திருக்கிறேன்.

என் உடல் நடுங்குவதைக் கவனித்தேன். ஏதாவது நிலநடுக்கம் வார்ஸாவில் வந்துவிட்டதா? என் வெள்ளைநிற வீடு நடுங்கு கிறது. ஆம். ஜன்னல்கள், கதவுகள், கீழ்த்தளம், மேல்மாடி, சமையல் அறை, படுக்கையறை, சோபா, மதுவருந்தும் இரண்டு நிறமற்ற கண்ணாடி கிளாஸ்கள், விஸ்கி பாட்டில் இவற்றுடன் அசைகிறது. நிலநடுக்கம் ஏற்படும்போது எனக்குத் தலையை வலிக்கும். இப்போதும் வலிக்கிறது. நிலநடுக்கம்தான் என்று நெற்றிப்பொட்டைப் பிடித்தபடி வெளியில் பார்க்க முயன்றேன். ஒருவேளை இரண்டாம் உலகப்போரில் குண்டுகளால் நாசம் செய்யப்பட்ட இடிபாடு மீண்டும் உயிர்பெற்று வார்ஸாவில் சரித்திரத்தை ஞாபகமூட்டுகிறதோ? அப்போது செத்த மனிதர் களின் ஆவிகள் எழுந்து ஊழிக் கூத்தாடுகின்றனவா? எதுவும் புரிய வில்லை. கண்கள் இருண்டபோது நான் தடுமாறி விழுந்து விடாதபடி இருக்க, சோபாவில் பின்பக்கமாய்ச் சாய்ந்து கால் களைத் தரையிலிருந்து தூக்கி, சோபாவின் மேல் வைத்துக் கொண்டு சுருண்டேன்.

சற்று நேரத்தில் சரியாகிவிட்டதுபோல் உணர லேசாகக் கண் களைத் திறந்தேன். வெளியில் வெயில் சுள்ளென்றடித்த இன்னொரு மே மாத காலை நேரம் அது என்பதை உணர்ந்த போது மனதிற்கு ஆசுவாசம் தென்பட்டது. மாயமாகத் தலைவலி மறைந்து விட்டிருந்தது.

கடந்த ஒரு வருடமாக ஊரிலிருந்து பிரிக்காமல் கொண்டுவந்த அமலாவின் கடிதத்தை எடுத்துப் பிரித்துப் படித்தேன்.

ஏன் ஓராண்டாகப் பிரிக்கப் பயந்தேன் என்பது புரியவில்லை. பலதடவை பிரிக்க என் மனம் விரும்பியது. என் உடலோ குதி யாட்டம் போட்டது. என் உடலின் விருப்பத்தைத் தடுக்க வேண்டும் என்று அறிந்து கொண்டதாலோ என்னவோ, வேண்டாமென்று ஒரு அலமாரி இரும்பறையில் போட்டிருந்த அந்தக் கடிதத்தை எடுத்துப் பிரித்தேன். சிவநேசத்துக்கு நான் இந்தக் கடிதம் பற்றி எப்போதும் பிரஸ்தாபித்திருக்கவில்லை என்பது மட்டும் எனக்கு நன்கு தெரிந்திருந்தது.

'அன்புள்ள சந்திரன்', என்று சாதாரணமாக எந்த உணர்வை யுமோ, அதீத அன்பையோ வெளிப்படுத்தாமல் கடிதம் ஆரம்பித் திருந்தது. கையெழுத்தைக் கவனித்தேன். கோணல்மாணலான

எழுத்து. ஆனால் அந்தப் பால்பாயின்ட் பேனாவால் எழுதப் பட்டிருந்த கடிதத்தில் ஓரிடத்தில்கூட அடித்தல், திருத்தல் இருக்க வில்லை. ஓரிரு எழுத்துக்களின்மீது மீண்டும் மீண்டும் எழுதி யிருந்தது தெரிந்தது. என் கைகளும் மனமும் பரபரத்தன. இதயத் துடிப்புக் கூடியிருந்ததை அறிந்தேன். கடிதம் இதுதான்:

இந்த ஆண்டு ஜனவரி மாதம் ஆறாந்தேதி விஜயா நினைப்பு வந்தது. அவள் தன்னை இல்லாமலாக்கிக்கொண்டது ஆறாம் தேதி என்பது உங்களுக்கு எப்படி மறக்கும்?

நீங்கள் இந்தியாவிலிருந்து வேறுநாடு ஒன்றுக்கு உங்கள் வேலையின் பொருட்டுப் புறப்படுவதாய் அறிந்தேன். ஒருவேளை இந்த இரு நினைப்புகளும் இக்கடிதத்தை எழுதத் தூண்டியிருக்க வேண்டும் அல்லது எனக்குத் தெரியாத வேறு ஏதோ ஒன்று தூண்டியது என்று வைத்துக்கொள்ளுங்கள். இத்தனை ஆண்டுகள் கழித்து எழுதுகிறேனே என்று உங்களைப் போல எனக்கும் ஆச்சரியம் தான்.

இக்கடிதம் கிடைக்கும் முன்பே நீங்கள் இந்தியாவிலிருந்து புறப்பட்டிருந்தால் இக்கடிதம் கிடைக்காமல் போகலாம். ஒருவேளை கிடைக்கலாம். எனக்கு இரண்டும் ஒன்றுதான். கிடைக்காமலும் போகலாம் என்ற நினைப்புடன், அதாவது ஒரு சூனியத்தைக் குறிக்கோளாக்கி எழுதுவது எளிதல்ல இல்லையா? எனக்கு முடிகிறது.

நான் அந்த ஊரில் இருந்த நாட்களில், அதே வீட்டிற்குத் தினம் பள்ளியிலிருந்து மாலையில் வரும் ரயிலில்தான் வந்து கொண்டிருந்தேன். ஒவ்வொரு முறையும் எல்லோரும் இறங்கும் பக்கமாக இறங்காமல் மறு பக்கமாகத்தான் இறங்குகிறேன். ஆனால், தூணின் மறைவில் உங்களை எதிர்பார்த்து ஏமாந்து போவேன். ஆனால், அது பெரிய விஷயமல்ல என்று எனக்குத் தெரியும்.

அன்று உங்களைப் பார்த்தபோதே, நீங்கள் உடனே என்னைத் தொடர்வீர்கள் என்று ஏனோ மனதில்பட்டது. அது ஆச்சரிய மல்லவா, ஆமா. அந்த ஆச்சரியம் அன்று நடந்ததால் நான் தொடர்ந்து கடவுளை நம்பிவருகிறேன். எந்த சர்ச்சிலோ, மாஸ்கிலோ, டெம்பிளிலோ நம்பிக்கை இல்லாதவள். என்னுடைய தந்தை அந்த வகையில் வளர்த்திருக்கிறார். அவர் பம்பாயில் ஒரு திராவிடக் கழக அனுதாபி. என் தாயும் அந்த எண்ணம் உள்ளவர்.

அவர்களைப் போலன்றி ஒரு கடவுள் உண்டு என்ற கொள்கையில் நான் நம்பிக்கை வைத்திருந்தேன். ஒருவேளை அவர்களை எதிர்க்கும் கருவியோ என்னவோ இந்த என் சிந்தனை.

சரி, விஷயத்துக்கு வருகிறேன். உங்களுக்கு ஞாபகம் இருக்கிறதா? நீங்கள் கேட்ட கேள்விக்கு நானும் பதில் சொல்லும் முன்பு பேச்சு வேறு திசையில் மாறியது. நீங்கள் கேட்டீர்கள்: 'நான் உங்களைத் தொடர்வது தெரிந்தும் ஏன் என்னைத் திரும்பிப் பார்க்கவில்லை என்று.' நான் அதற்கு என்ன பதில் சொன்னேன் தெரியுமா? (என்னையும் நான் கேட்டதையும் ஞாபகத்தில் வைத்திருக்க என்னைப் போல பெண்ணா நீங்கள் அல்லது வேலையும் தொழிலும் அற்றவரா?) நான் பதிலாகச் சொன்ன வாக்கியத்தை அப்படியே இன்னும் ஞாபகத்தில் வைத்திருக்கிறேன். 'டியர் சந்திரன்! என்ன பதிலை எதிர்பார்க்கிறீர்கள்?' மீண்டும் ஒருமுறை சொல்லட்டுமா? 'டியர் சந்திரன்! என்ன பதிலை எதிர்பார்க்கிறீர்கள்?' எத்தனை முறையோ இந்த வாக்கியத்தை என் மனதில் திரும்பத் திரும்பக் கேட்டுவிட்டேன். சரி. நீங்கள் மறந்து போயிருக்கக்கூடிய இந்த வாக்கியத்தைத் தொடராமல் நாமிருவரும் பிரிந்தோம். அதன்பிறகு அந்த ரயில்வே ஸ்டேஷன், வயல்கள், திராட்சைத் தோட்டம், என் வீடு இவை தொடர்ந்தன. இவை அத்தனையும் எனக்கு ஞாபகத்தில் மீண்டும் மீண்டும் தொடர்ந்தன.

நீங்கள் கேட்ட கேள்விக்குப் பதிலாக நான் எதை உணர்ந் தேனோ அந்த உண்மையைச் சொல்லியிருந்தால், ஒருவேளை விஜயாவின் துக்கம் தீர்ந்ததும் என்னை நீங்கள் சந்திக்க வந்திருக் கலாம். எனக்கு, நான் வாழ்ந்துகொண்டு இருக்கும் வீட்டை முதலில் வாடகைக்கும் அதன்பிறகு அன்பளிப்பாகவும் கொடுத்தவன், என் நண்பனாக வாழ்ந்தவன். ஐந்து ஆண்டுகளுக்குப் பிறகு அவன் இறந்த செய்தி வந்தபோது உணர்ந்தேன். நானும் அவனும் திருமணம் செய்திருக்கவில்லை என்று. அதனால் ஒருவேளை நாம் (ஒருவேளைதான்) திருமணம்கூட செய்திருக்கலாம். இதெல்லாம் ஒருநாள் மட்டும் பரிச்சயமும் என்மீது காமமும் கொண்ட ஒரு மனிதனிடம் கூறுவதற்கு இன்று எந்தத் தேவையும் இல்லை என்று நன்றாகத் தெரிகிறது.

இந்தக் கடிதம் உங்களுக்குக் கிடைக்காமலும் போகலாம் என்ற சாத்தியப்பாடு, அதிக உண்மைகளைத் தன்னுள் அடக்கும் சக்தியைக்கொண்டிருக்கிறது. இது என்னைப் போலவே உங்களுக்கும்

இப்போது தெரிந்திருக்கும். மனிதர்கள் தங்கள் உறவை இல்லாமை யின் வழியாக உருவாக்கும்போது, எவ்வளவு அழுத்தமும் ஆழமும் அந்த உறவில் ஏற்படுகிறது இல்லையா?

ஒருநாள் மட்டுமே ஆன பரிச்சயத்திலே என்மீது காமம் கொண்டீர்கள் என்று சுதந்திரம் எடுத்து நான் எழுதும்போது என் உரிமையை மறுக்கமாட்டீர்கள் என்று நம்புகிறேன். எத்தனையோ பேரிடம் பரிச்சயம் ஏற்படுகிறது. ரயிலில், பஸ்ஸில், வேலை செய்யுமிடத்தில், பஸ் ஸ்டாண்டில் என்று. அது போன்ற பரிச்சயத்தைவிட ஏதேனும் அதிக ஆற்றல் நம் பரிச்சயத்திற்கு உண்டா என்றால், உண்டு. அந்த ஆற்றலை ஏற்படுத்தியவள் விஜயா. உங்களைப் பற்றிய ஒவ்வொரு கவலையையும் என்னோடு பகிர்ந்ததின் மூலம். அப்படிப்பட்ட பகிர்தலால் உங்களைச் சாதாரணமாய்ப் பரிச்சயம் கொண்டவராய் நான் பார்க்கவில்லை. அதனாலேயேதான் என்னைப் பின்தொடரும் போது ஏற்பட்ட என் உடம்பு பற்றிய உங்கள் ஆசையை நான் புரிந்துகொண்டேன். சாதாரணமாக அல்ல. உங்கள் மனதில் ஏற்பட்ட எண்ணங்கள் காமமா, சாதாரணமான வெறும் ஒரு ஆடவனுக்குப் பெண்ணைப் பார்க்கும்போது ஏற்படும் எண்ணமா என்று எனக்கு எப்படித் தெரியும் என்று நீங்கள் கேட்க உரிமை உண்டு. என் விரலில்லாக் கால்களை நீங்கள் பார்த்தது போல் உலகில் யாரும் பார்க்க முடியாது. அன்று என்னுடைய அங்கஹீனத்திற்கு ஒரு பூரணத்துவம் கொடுத்துவிட்டீர்கள் என்று நான் இத்தனை ஆண்டுகளாய் மனப்பூர்வமாய் நம்பி வாழ்ந்துவந்தேன். என் துபாய் நண்பனிடம் எத்தனை தடவை, நீங்கள் என் விரலில்லாக் கால்களைப் பார்த்த விதத்தைப் பற்றிச் சொல்லிச் சொல்லி அவனைக் காமம் அடைய வைத்திருக்கிறேன்.

இவ்வளவு துணிச்சலாக, இத்தனை ஆண்டுகளுக்கு அப்புறம் ஏதோ ஒரு நாள் பார்த்த பரிச்சயத்தைத் தொடராத ஒருவரிடம் இவற்றைச் சொல்கிறேனே, நான் எப்படிப்பட்ட பெண்ணோ என்று என்னைப்பற்றித் தவறாக, கண்டிப்பாக எண்ணமாட்டீர்கள் என்பது எனக்குத் தெரியும். இதை விஜயா மூலம் தெரிந்ததைவிட அந்தச் சில நிமிடங்கள் நான் உங்கள்முன் இருந்தபோது உணர்ந்தேன். இப்போது இதனை எழுதுவதற்கான முகாந்திரம், 99 சதமானம் இக்கடிதம் உங்களை வந்தடையாது என்ற எண்ணத் தோடுதான். இந்தக் கடிதம் உங்களை வந்தடையாது என்று எண்ண எண்ண, அந்த வந்துசேராத கடிதத்தோடு அதிகபட்ச உண்மையும்

உறவும் சேர்ந்திருக்கட்டும் என்று என் மனம் கூறுகிறது. நான் இந்தச் சூழ்நிலையில் இப்படிக் கூடுதல் உண்மையுள்ளவளாக மாறு கிறேன். அதனால் என்னைச் சம்பிரதாய எழுத்திலோ, சிந்தனை யிலோ மறைக்கக்கூடாது என்று தோன்றுகிறது. அன்று இன்னும் சற்று நேரம் அமர்ந்திருந்தால் இருள் வந்திருக்கும். அந்த ஆளில்லாத பகுதியில் ஒரே ஒரு வீட்டில் நாம் இருவரும் மட்டும் இருக்கும் சூழல், என்னைத் தொடர்ந்து இத்தனை ஆண்டுகளாக ஆகர்ஷித்து வந்தது என்றால் நீங்கள் கண்டிப்பாக நம்புவீர்கள். ஆனால், நீங்கள் போய்விட்டீர்கள். உங்களுக்கும் என்னைப் போன்ற எண்ணம் இருந்தது என்றே நான் எண்ணிக்கொண்டேன். ஒரு வேளை நீங்கள் அன்று திரும்பி வந்தாலும் வரலாம் என்றுகூட நினைத்தேன். நீங்கள் திரும்பி வராததைப் பார்த்து சஞ்சலம் கொள்ள ஆரம்பித்தேன். யாரும் எனக்கில்லை என்ற சஞ்சலம். மறுநாளில் இருந்து பள்ளிக்குப் போவது ஒரு தண்டனை போல உணர்ந்தேன். அந்த வயல்களில் நடப்பது வியர்த்தமான நடை என்று எண்ணினேன். அந்த ஓடையை ரசிப்பது எனக்குப் பிடிக்காம லானது. இப்படியே அர்த்தமில்லாமல் என் வாழ்க்கை ஆகும் என்று நான் நினைக்கவில்லை. உங்களை எப்படியாவது கண்டு பிடிக்க வேண்டும் என்ற எண்ணம், முதலில் இருந்த அளவு வேகத்தைப் போகப் போக இழந்தது. அதுவும் நல்லதுதான் என்று எண்ணினேன். உங்கள்மீது நான் மதிப்பும் கௌரவமும் காட்டும் முறை அது ஒன்றேதான் என்று எண்ணினேன். உங்கள் வாழ்க்கையை வாழ உங்களை அனுமதிப்பது. மீண்டும் இனி நாம் சந்திக்க மாட்டோம். தேவையுமில்லை என்று எண்ணினேன். பள்ளிக் கூடம் போவது வருவது என்ற எந்திர கதியிலான வாழ்க்கைக்குப் பழகி விட்டிருந்தேன்.

பம்பாய்க்குப் போகலாமா என்ற எண்ணம் அடிக்கடி வரும். ஆனால் பம்பாய் போய்விட்டால் என்னைத் துரத்தும் தனிமையும், ஆளற்ற தன்மையும் என்னை அதிகம் தீவிரமாய்க் கொல்லத்தான் செய்யும் என்ற எண்ணம் வந்ததால், வாழ்க்கையைக் கண்டு பயப்பட ஆரம்பித்தேன். என் பள்ளிக் கூடத்திலும் என் பழக்க வழக்கங்களிலும் மாற்றம் ஏற்பட ஆரம்பித்தது. என்னோடு ஒட்டி உறவாடும் ஒருசில இளம் ஆசிரியர்கள் இருந்தார்கள். அவர்களுக்கும் ஒன்றும் புரியவில்லை. எனக்கு என்ன நடக்கிறது? எனக்கே புரியாதபோது அவர்களுக்கு எப்படிப் புரியும்? அப்படி எனக்குள் இருந்த ஒழுங்கு எல்லாம் சிதைந்தபோதுதான் அது நடந்தது.

377

அன்பழகனைச் சந்திக்க வாய்ப்புக்களை ஏற்படுத்தினேன்.

அவன் ஸ்கூலில் ஆசிரியனாக இருந்தாலும் ஒரு பொம்பளைப் பொறுக்கி என்பது தெரிந்ததால் அவனை என் வலையில் விழவைப்பது எனக்கு எளிதாக ஆனது. விஜயா பற்றிச் சுவரில் அவனோடு சேர்த்து அவன் எழுதியது விஜயாவைப் பாதித்தது என்று எனக்குத் தெரிந்த விஷயத்தை உங்களுக்கு நான் தெரிவித்திருந்ததும் என் ஞாபகத்தில் இருந்தது. ஆனால் அன்பழகன் என்ற எங்கள் ஸ்கூல் உடல்பயிற்சி ஆசிரியரை நீங்கள் தேடிச்சென்றதோ அவனோடு சண்டையிடப்போனதோ அப்போது தெரியாது. என் இரண்டாவது சந்திப்பில் அவன் உங்கள் இருவரின் சந்திப்பு பற்றி என்னிடம் சொல்லிவிட்டான். அடிக்கடி அவனுடன் அவனுடைய பைக்கில் போக ஆரம்பித்தேன். (இப்போது உங்களுக்கு என்மீது கோபம் வரும் என்பது எனக்குத் தெரியும் என்றாலும் எதையும் மறைக்கக்கூடாது என்ற ஒரே எண்ணத்தின் தீவிரத்தில் செயல்படும் என்னை உங்களுக்குப் புரிந்துகொள்ள முடியும். எனவே, என்னைத் தவறாக நினைக்காது இக்கடிதத்தைக் கோபத்தில் கிழித்து விடாமல் தொடர்ந்து படிக்கும்படி நம்பிக்கையோடு கேட்டுக் கொள்கிறேன்.) இரண்டாவது சந்திப்பில் அன்பழகன் யார் என்பதை ஓரளவு புரிந்துகொள்ள ஆரம்பித்தேன். அதாவது, எனக்கு ஒருவன் மனத்தைப் புரியும் சக்தி வேறு யாரையும்விட அதிகம் உண்டுஎன்று ஓர் எண்ணம் இன்றுவரை இருப்பதற்குக் காரணங்கள் உண்டு. எனவே, அவனது பலம் எது, பலவீனம் எது என்று புரிந்து கொண்டேன். அவன் சிறுவயதிலேயே தந்தையை இழந்தவன். அவன் தந்தையை ஒரே ஒருமுறை நான்காவது வயதிலோ ஏதோ பார்த்த ஞாபகம். அவனது முரட்டுத்தனம், பொம்பளைப் பொறுக்கிக் குணம் எல்லாம் இப்போது எளிதில் உங்களுக்கும் புரிந்துகொள்ள முடியலாம். எனக்குப் புரிந்துகொள்ள முடிந்தது. அதனால் அவனைத் தண்டிப்பது எனக்கு எளிதானது. நம்மூரில் ஒரு பழமொழி சொல்வார்களல்லவா, 'பெண் நினைத்தால் ஆகாதது ஒன்று மில்லை' என்று. அந்தப் பழமொழியை, கொச்சை அர்த்தத்தில் புரிந்துகொள்ளக் கூடாது என்பது உங்களுக்கு நான் சொல்லத் தேவையில்லை.

நான் பம்பாயில் பிறந்து வளர்ந்த பெண். அந்த நகரத்தின் முகமற்ற குணம், பெண்களைத் தனி நபர்களாய் வளரத் துணை செய்தது. தென்னிந்தியர்களோடு அதிகம் தொடர்பில்லாமல் வாழ்ந்ததும் அதற்குக் காரணமாகலாம். நான் அன்பழகனோடு

சுற்றும்போது அந்தப் பள்ளிக்கூடத்தில் என்னையும் அவனைப் போன்ற பெண் என்றே பேச ஆரம்பித்தார்கள். அப்போதிருந்த என் வெறுமையான மனநிலையில், அந்த நாராசமான சகிக்க முடியாத பேச்சு எனக்குத் தேவையாக இருந்ததாக உணர்ந்தது தான் விந்தை. சந்திரன், உங்களை நான் திகிலிலும் மர்மத்திலும் ஆழ்த்துகிறேன் என்பது எனக்கு நன்கு தெரிகிறது. எனக்கு ஏதும் பைத்தியம் பிடித்திருக்குமா என்று உங்களுக்குத் தோன்றலாம். எனக்கு அப்படித்தான் தோன்றியது. அந்தத் திராட்சைத் தோட்டத்தின் ஓரத்தில் தனிமையாக இருந்த வீட்டில், நடுசாமம் வரை தூக்கமில்லாமல் கிடந்து ஜன்னலைத் திறக்காமல் மாடிக்குச் சென்று தெளிவான வானத்தையும், அதன் எண்ணிலடங்கா நட்சத்திரங்களையும், என் அந்தரங்கத்தைப் போன்ற எல்லையற்ற ஆழத்தில் காணப்படும் இருளையும் உற்று உற்றுப் பார்த்துக் கொண்டு சாய்வு நாற்காலியில் கிடந்தபோது பைத்தியம் முற்றிப் போனவளின் மனநிலையோ இது என்ற கேள்வியே எனக்கும் மிஞ்சியது.

வளராத கிராமமும் நகரமும் அல்லாத ஓர் இந்தியக் கிராமம் எப்படிப்பட்டதென்று பம்பாயிலிருந்து வந்த ஓரிரு வருடங் களிலேயே புரிந்துகொண்டேன். அது இருண்ட குகைபோன்ற உலகம். ஓர் இளம்பெண் அந்த இடத்தில் வாழ ஆரம்பித்த வுடனேயே அவள் வரையறுக்கப்படுகிறாள். அவள் வருவது, போவது, யாருடன் இருக்கிறாள் அல்லது இல்லை, எங்கு வேலை செய்கிறாள், எப்படிப் பேசுகிறாள் என அதற்குள் அந்த இடம் அவளை வரையறை செய்துவிடுகிறது. அந்த வரையறையை அவள் மீறும்போது, அந்த இடம் பொறுத்துக் கொள்ள வேண்டிய அளவு பொறுத்துக்கொள்ளும், பொறுத்துக்கொள்ளக் கூடாது என்று நினைக்கும்போது தண்டிக்கும், அந்த இடம். இந்தியாவின் தரைக்கு இந்தக் குணம் உண்டு. எனவே, ஒரு பெண்தன் எல்லையை மீற முடியாது. சமீபத்தில் வந்துள்ள பெண்ணிய இயக்கங்கள் இந்த 'இடத்'தின் குணாம்சங்களைப் புரிந்துவிடவில்லை என்றே எனக்குத் தோன்றுகிறது, சந்திரன். ஆமா, இந்த விஷயத்துக்கு அப்புறம் வருகிறேன். இடம் என்னை எப்படி வரையறுத்து அணுகியது என்ற விஷயத்துக்கு இடையில் ஒரே ஒரு தகவல்.

நான் தனியாக அந்த இடத்தில் வாழமுடியாது என்பது எனக்குப் புரிந்தவுடன், என்னை என்னிடம் இருந்த பிஸ்டல் பாதுகாக்கிறது என்ற செய்தியைப் பரப்பினேன். இரவுகளில் வந்து கதவு தட்டிய

379

தடியன்கள் உடனே காணாமல் போனார்கள். பம்பாயில் பிறந்து வளர்ந்த பெண் எப்படிப்பட்டவளோ என்ற அவர்களின் புரிய முடியாமையும் அவர்களிடமிருந்து என்னைப் பாதுகாக்கும் கவசமாகியது. அன்பழகன் வெகுவிரைவில் பெட்டிப் பாம்பாகி விட்டான். இவ்வளவு சாகசங்களையும் செய்யும் பெண்ணாக, அன்று உங்கள் முன்னிலையில் ஜீன்ஸ் பேன்ட்டும் தொளதொள சட்டையும் போட்டுக்கொண்டு வந்து அடக்கமாக அமர்ந்த பெண்ணை நீங்கள் கற்பனை செய்வது உங்களுக்குச் சிரமமாக இருக்கும் என்பது தெரியும் சந்திரன். உங்களுக்கு, உண்மையைச் சொல்வதென்றால் நம்புவதுகூட சிரமமாக இருக்கும். நான் சரடு விடுகிறேன் என்றுகூட நீங்கள் நினைக்கலாம். ப்ளீஸ்.. தொடர்ந்து படியுங்கள் என்பது ஒன்று மட்டுமே உங்களின் புரிதல் எல்லைக்கு அப்பால் மெதுமெது வாக நகர்ந்து போய்க்கொண்டிருக்கும் இந்தப் பெண்ணின் ஒரே வேண்டுகோள்.

அன்பழகன் வெகுசீக்கிரத்தில் பிடிகொடுத்தான். எனக்கு உங்களைப் பார்த்த அன்று, ஏதோ ஒரு கடமையை எனக்கு நீங்கள் கொடுத்துவிட்டுப் போயிருக்கிறீர்கள் என்று உணர்ந்தேன். அத்தியந்த அந்தரங்கமாய் ஓர் ஆணும் ஒரு பெண்ணும் யாருமற்ற ஓரிடத்தில் ஒரு நேரத்தில் சந்தித்து, தவிர்க்க முடியாத ஓர் உணர்வு முத்திரை பதித்த முறையில் செய்துகொண்ட உடன்படிக்கை அது. அதை மீறுவது என் வாழ்க்கையின் உயிர் ஒழுங்குகளை மீறுவது என்று அபிப்பிராயங்கொண்டு செயல்பட ஆரம்பித்தேன்.

அன்பழகன் வெகு எளிதாய், தனக்கும் விஜயாவுக்கும் எந்தவிதத் தொடர்பும் இல்லை என்று ஒப்புக்கொண்டான். ஆனால் அவள் பெண், அவள் அகங்காரி என்று மீண்டும் மீண்டும் கூறினான். அவனுடன் திரைப்படக் கொட்டகையின் இருளில் அவன் தொடையில் கைபோட்டுக்கொண்டு, யாருமற்ற மூலையிலிருந்து நான் கறந்துகொண்ட செய்திகளைவிட அதிக சத்தியமுள்ள பிரமாணம் வேறு ஏதும் இருக்க முடியாதென்பது உங்களுக்குத் தெரியாததல்ல. அவன் பேசிக்கொண்டிருந்ததைப் பார்த்தபோது விஜயாவின் ஈகோவை மட்டம்தட்டத்தான் அவன், சுவரில் அவளையும் அவனையும் இணைத்து எழுதியதற்கான காரணம் என்று நான் முடிவுக்கு வந்தேன்.

விஜயா ஒரு பெண் என்பது, அவனுடைய சகிக்க முடியாத வன்மத்துக்குக் காரணமாக இருந்தது.

உங்களுக்கு இந்த விஷயம் நம்பமுடியாததாக இருப்பது போலவே புரியவும் முடியாததாகவும் இருக்கலாம். அதுதான் இங்கு சுவாரஸ்யமே! அவள் பெண்ணாக இருக்கக்கூடாது என்பதல்ல இதற்கர்த்தம். அவள் பெண்ணாக இருக்கும்வரை அவன் ஆணாக நடந்து தீரவேண்டிய ஒரு கட்டாயம் இருப்பதுதான் அவனது இருத்தலியல் நெருக்கடிக்குக் காரணம். இருத்தலியல் அது இது என்று எந்த வார்த்தைப் பிரயோகமும் தெரியாத நிரட்சரகுட்சி அவன். அதுதான் சுவாரஸ்யம். ஒரு மடையன் ஒரு அதிநவீன மனநிலையால் பாதிக்கப்பட்டிருக்கிறான். அவன் விஜயாவைப் பார்க்கும் ஒவ்வொரு கணமும் தன்னுடைய ஆண் அடையாளம் வலிமையடைந்ததை உணர்ந்தான். அதனால், அவளை அழிக்க விரும்பினான். அது ஓர் உளவியல் சிக்கலாக மாறியிருக்கிறது. விஜயா, ரொம்ப மெஜஸ்டிக்காகத் திடீரென்று தலையை உயர்த்திக் கம்பீரமாகப் பார்ப்பாள். கவனித்திருக் கிறீர்களா? அந்தப் பார்வை அவனைக் கணம் கணம் சித்திரவதை செய்திருக்கிறது. அதாவது, அவள் இருக்கும் இடத்தில் அவன் இருக்கமுடியாத ஓர் அதிபயங்கரமான உளவியல் சிக்கல். இந்த விஷயங்களை அறியும்தோறும் எனக்குப் பயங்கரமான கனவுகள் வர ஆரம்பித்தன. 'பீரியட்கள்' எனக்குக் கடினமும் வலியும் கூடியதாக மாற ஆரம்பித்தன. பல்லைக் கடித்துக்கொண்டு அந்த நாட்களை, அன்பழகனைச் சந்திக்காமல் கழிக்க ஆரம்பித்தேன். என் உடல் உபாதை, சுற்றுச்சூழலில் என்னை ஓர் ஒழுக்கம் கெட்ட பெண் என்று எல்லோரும் பேசும் பேச்சு, நான் வேலைபார்த்த இடத்தில் யாரும் என்னை மதிக்காத நிலை, என் சக ஆசிரியர்கள் புதிதாக எடுத்திருக்கும் முகம் கொடுத்துப் பேசக்கூடாது என்ற நவீன தீண்டாமை, என் பழைய தோழிகளின் பாராமுகம் - இவை யெல்லாம் ஒரு பெண்ணுக்கு நரகம் என்று உங்களுக்குத் தெரியுமல்லவா, சந்திரன்?

இந்தச் சிலுவையை நான் தூக்குவது, நான் விரும்பிய உளவியல் நிலையை எனக்கு உற்பத்தி செய்துதர உதவின. ஆம்! நான் இந்தக் கடுமையான, புற ரீதியான புண்ணை ஏற்படுத்துவது அன்பழகனுக்குள் ஆழமாகப் போக என்னை அனுமதித்தது. எனக்கு நன்கு தெரிந்தது, நான் என்னைச் சித்திரவதை செய்கிறேன் என்று. எனக்கு விஜயா பற்றிய உண்மை தெரிந்தாக வேண்டும். இல்லையென்றால், நான் வாழ்ந்து பயனில்லை என்ற வெறி ஏற்பட்டுவிட்டது. ஏனென்றால், இந்தியாவில் திருமணமான

இளம்பெண்கள் எரிவது உலகமெங்கும் செய்தியாகிறது. அது மட்டுமல்ல. ஒவ்வொரு தடவையும் பத்திரிகைகளில் இளம் பெண் தீ வைத்து எரித்துக்கொண்டாள் அல்லது வரதட்சணைக் கொடுமையால் பெண்ணை எரித்தார்கள். இப்படிப்பட்ட செய்தி களைப் பார்க்கும்போது என் சிறுவயதிலிருந்தே எனக்குள் ஒரு பயங்கர வெறி ஏற்பட்டிருக்கிறது. அந்த வெறி வந்து என்னைப் பேயாய்ப் பிடித்தாட்ட ஆரம்பித்திருக்கிறது என்று நினைக்கிறேன். ஆனால் உள்ளே போகப்போக, அன்பழகன் எனக்கு ஒரு குழந்தை ராட்சஸனாக மாற ஆரம்பித்தான். கொடுக்க வேண்டிய மிட்டாயைக் கொடுத்தால் குழந்தையை நம் நோக்கத்துக்கு ஏற்ப பயன்படுத்த முடியும். நான் சாட்சாத் செய்தது அதுதான். ஆனால், அவனுக்கு என் உள்நோக்கம் தெரியக் கூடாது என்பதில் சாமர்த்தியமாகச் செயல்பட்டேன். மறந்தும் ஒருநாள்கூட நீங்கள் என் வீட்டுக்கு வந்துசென்ற செய்தியோ, நான் உணர்வு ரீதியாக உங்கள் அந்த ஒரு நாள் சந்திப்பைப் பல வருட சந்திப்புப் போல் நினைத்து வாழ ஆரம்பித்ததோ ஏதும் அவனுக்குத் தெரியாது.

என்னை ஒரு தியாகி என்று நாமகரணம் சூட்டுவீர்களாயிருக்கும். அது சரியான குண விளக்கமல்ல என்பதால், அந்தத் தியாகி என்ற பட்டத்தை நான் அங்கீகரித்தால் அது ஒரு பித்தலாட்டக்காரியாய் என்னைக் காட்டும். நான் பித்தலாட்டக் காரியல்ல. என் சக ஆசிரியைகள் கூறுவதுபோல் ஒழுக்கத்தைக் காப்பாற்றாதவளும் அல்ல! இந்தக் காலகட்டத்தில்தான் நான் மரபாகப் பேசும் ஒழுக்கம், கட்டுப்பாடு, குணசீலி போன்ற வார்த்தைகளை நம்பாத மன நிலையை அடைந்தேன். அன்பழகன் பயங்கரமான காரியங்களைச் செய்தான். டெல்லியில் அரசியல் தொடர்புள்ள ஒரு தலைவரின் மெய்ப்பாதுகாப்பாளர் ஆனான். அந்த அரசியல்வாதியின் தயவில் என் பள்ளிக்கூட மானேஜ்மென்ட் இருந்தது. அதனால் அன்பழகன், 'பள்ளிக்கூடத்தில் யாரையும் பார்த்துப் பயப்படாதே. நான் பார்த்துக் கொள்கிறேன்' என்றான். இதைத்தான் நான் பயங்கரமான சோதனையாகக் கண்டேன். உடனே புரிந்தது, நான் பள்ளிக் கூடத்தின் கடமைகளைச் செய்யாதிருக்கக்கூடாது என்று. நான் அன்பழகனுக்கு வேண்டியவள் என்று எந்தவிதச் சலுகையும் பெற்றதில்லை, பெறக்கூடாது என்றும் உறுதியாக இருந்தேன். அன்பழகன் பெரும்பாலும் செய்யும் ஆள்கடத்தல், மோசடி, பிளாக்மெயில் இவற்றையெல்லாம் என்னிடம் சொல்ல தொடங் கினான். அன்பழகன் அடிக்கடி டெல்லிக்குப் பயணமானான். இந்தக்

காலகட்டங்களில் நான் உஷாரானேன். சிலவேளை என் எல்லை எது என்றால், இவனைப் போன்ற அயோக்கியனுக்கு அடிபணி யாதிருப்பது என்பதை வெகுவிரைவில் கண்டுகொண்டேன். ஆனால், இவனை விட்டு ஒதுங்கக்கூடாது. அன்பழகன் தன்னை ஆணாக நினைத்திருப்பதால், உலக இயற்கையின் ஒரு பக்கத்தை மட்டும் அறிந்த மூடனாக இருந்தான்.

எந்த ஆண் தனக்குள் இருக்கும் பெண்ணை அறிகிறானோ, அவன்தான் முழு மனிதன். அதுபோல் எந்தப் பெண் தனக்குள் இருக்கும் ஆணைப் புரிகிறாளோ அவளே முழுமையானவள்.

எனக்கு நான் முழுமையானவள் அல்ல என்பது புரிந்த அளவு, அன்பழகனுக்கு அவன் முழுமையானவன் அல்ல என்பது புரிய வில்லை. அது அவனுக்குப் புரியாதபடி அவன் வாழ்க்கைச் செயல்களில் தன்னை மூழ்கடித்திருந்தான். இது எனக்கு, அவனைத் தாக்கவும் அவன் தனக்குள் ஒளித்தவைகளை நான் திறக்கவும் எனக்கு உதவி செய்தன. இவன் இன்றைய இந்திய சமுதாயத்தில் மிக உயர்ந்த ஸ்தானத்தில் போய், ஏழை எளியவர்களை எல்லாம் தன் கட்டுப்பாட்டில் வைக்கப் போகிறான் என்ற எண்ணம் என்னை நடுங்க வைத்தது.

அந்நேரத்தில்தான் அவனது அரசியல் தலைவர் ஓர் உபதேர்தலில் நாடாளுமன்றத்திற்குப் போட்டியிடப்போகும் செய்தி வந்தது. அன்பழகன் வெகுவிரைவில் தொகுதி முழுதும் சுற்றவும், அபரி மிதமான பணத்தைக் கையாளவும் ஆரம்பித்தான். என்னை ராணியாக வைக்கப்போவதாய் அடிக்கடிக் கூறிக் கொண்டிருந்தான். பள்ளிக்கூடத்தில் எல்லோரும் என்னைப் பார்த்துப் பயப்பட ஆரம்பித்தார்கள். எனக்கு மனதுக்குள் சிரிப்பு வந்தது. என் பழைய தோழிகள் என்னுடன் நட்பை மீண்டும் ஸ்தாபிக்க ஆசைப்பட்டதை மிக நாசூக்காக நான் நிராகரித்தேன். என் மனதுக்குள் மாதச் சம்பளத்தையும், பிள்ளைக் குட்டிகளையும் நேசிக்கும் சாதாரண மனித ராசியின் பலவீனம் புரிந்தது. அப்போது இந்த விளை யாட்டைப் பாதியில் விட்டுவிடக்கூடாது என்று மனம் கூறியது.

ஒருமுறை டெல்லிக்கு அன்பழகனோடு சென்றேன். அவனது தலைவரின் அருகில் நான் போகக் கூடாதென்பது அன்பழகன் விருப்பம். நானும் உஷாராக இருக்கவேண்டும் என்பதால் தலைவரைத் தவிர்த்தேன். ஆனால் தூரத்திலிருந்தபடியே ஒவ்வொன்றையும் மிக உன்னிப்பாகக் கவனித்தேன். அதிகாரத்

383

தின் ரகசிய முகம் எது என்ற ஆய்வு என் மனதில் ஏற்பட்டது. அந்தத் தலைவருக்கும் அன்பழகனுக்கும் உள்ள உறவு ஆண்டான் - அடிமை உறவு அல்லது தகப்பன்-மகன் உறவு என்று விரைவில் கண்டு பிடித்துக்கொண்டே வந்த எனக்கு, விஷயங்களைக் கிரகிக்கும் என் சாதுரியம் சந்தோஷத்தைத் தந்தது. பம்பாயில் பிறந்து வளர்ந்ததில் இந்தி மொழியில் திறமைகொண்ட நான், அன்பழகனை ஆட்டிப் படைக்கக்கூடிய ஒரு ஸ்தானத்தை அவனுக்குத் தெரியாமல் எளிதில் உருவாக்கினேன். எதற்கெடுத்தாலும், 'அமலா அமலா' என்று என் அறைக்கு வரவைத்தேன். இந்த விளையாட்டின் போது எனக்கு ஏற்பட்ட மகிழ்ச்சி என்னையே வியக்கவைத்தது. ஆனாலும், என்னை இழந்துவிட மாட்டேன் என்ற உறுதி எனக்கு இருந்தது. இரவு நேர பார்ட்டிகளுக்கு அன்பழகன் என்னைத் தயங்கியபடியே அழைத்தாலும், நான் உறுதியாக அவற்றில் கலந்து கொள்வதில்லை என்று என் மனதிற்குள் சில கட்டுப்பாடுகளை விதித்தேன். அதிகாரத்தைப் பார்த்து அதன்மீது ஆசை எனக்கு ஏற்படவில்லை. எனக்கு இயற்கையை ரசிப்பது, கைப்பொருள்கள் வாங்குவது, புதிய இடங்களைப் பார்ப்பது, குழந்தைகளோடு இருப்பது, தனியாய்ச் சிந்திப்பது என்பது போன்ற ரசனைக் குணங்கள் உண்டு. அவைதான் என் குணங்களே தவிர, அதிகாரத் தைப் பார்த்து மயங்குவது அல்ல! ஆனால், அதிகாரத்திற்குமுன் மனிதர்கள் ஆடும் ஆட்டம் என்னை வியக்கவைத்தது போல, டெல்லி போன்ற இடங்களுக்கு வராவிட்டால் இந்தியாவின் இந்த முகம் யாருக்கும் தெரிய வாய்ப்பில்லை என்ற எண்ணமும் ஏற்பட்டது.

சந்திரன், நீங்கள் வியப்படைகிறீர்கள் இல்லையா? இப்படி யெல்லாம் இந்தியாவில் இன்னொருஜீவிதம் இருப்பது, உங்களைப் போன்ற சாதாரண ஆசைகளே போதும் என்று வாழும் மனிதர் களுக்குத் தெரியாது. ஆனால், தெரிந்துகொள்ள வேண்டும் என்பது என் தரப்பு வாதம். நம்மை ஆளுபவர்களை, நம்மைச்சுற்றி நடக்கும் அதிகாரச் சுழற்சியை, அதற்குள் ஒரு பகுதியாகிப்போய் நாம் வாழும் முறையை நாம் புரிந்துகொள்வது தேவை.

இவற்றைப் புரிந்துகொள்ள சிலவேளை நாம் தவறான வழி களைப் பின்பற்ற வேண்டும். அதாவது தவறான வழி, சரியான வழி என்று ஏதும் இல்லை என்பதை டெல்லியில்தான் கண்டு கொண்டேன். குற்றவாளிகள் தலைநிமிர்ந்து நடந்தபடியே தங்க ளைத் தலைவர்கள் என்று நினைப்பதற்கு, ஏதும் செய்யத் தயாராக

இருக்கிறார்கள். மேல்மட்டம் என்று அடையும் இடம்தான் முக்கியம். யார் அந்த இடத்தை அடைந்துவிட்டார்களோ, அதன் பிறகு அவர்கள் செய்ததெல்லாம் நியாயம் என்று அவர்கள் மட்டுமல்ல வாதிடுவது, வரலாறும் அதை ஆமோதிக்கிறது. முதுகெலும்பற்ற புத்திஜீவிகள், பேராசிரியர்கள், அறிவாளிகள், பத்திரிகையாளர்கள் நம்மைச்சுற்றி இருக்கிறார்கள். ஏதோ ஒரு வெளிநாட்டுக் குழுவில் இரண்டு வாரம் போய்வரும் வாய்ப்புக் காக, இவர்கள் எல்லோரும் ஏதும் செய்பவர்கள். யாரையும் புகழ்கிறார்கள். இவர்கள்தானே இன்றுள்ளதை எழுத்தில் பதிப்பவர்கள். அதுதான் நீதித்துறையும். ஓய்வுபெற்ற முன்னாள் நீதிபதிகள் தலைமை தாங்கும் கமிஷன்கள் கொடுக்கும் தீர்ப்புகளை உண்மை என்று மக்கள் நம்பத் தயாராக இல்லை. அதனால் தேர்தல் சமயத்தில் யார் பணம் கொடுக்கிறார்களோ, அவர்களுக்கு நியாயமாய் ஓட்டுப்போடும் மக்களுக்குப் போய், உண்மை இது என்றோ பொய் இது என்றோ ஏதும் இல்லை.

உண்மை அல்லது பொய் என்பது, பழைய சமூகத்தின் எச்சச் சொச்ச விழுமியங்கள். இன்றைய ஒரே விழுமியம் அதிகாரம். அரசியல்வாதியோடு மட்டும் தங்கியிருந்த காலம் மலையேறி, அதிகாரம் இது இன்று ஒவ்வொரு தனி நபரையும் பிடித்தாட்டும் பேயாகிவிட்டது. அது ஃபைலை நகர்த்தும் குமாஸ்தாக்கள் நடக்கும் விதத்தில் நன்கு தெரியும். இதுபோல் ஒரு பெண் பேசுவது உங்களுக்கு நம்பமுடியாதது. அதுவும் அன்று உங்கள்முன் நகத்தைக் கடித்தபடி தொளதொள சட்டையைப் போட்டபடி உங்கள் மனதின் எண்ணத்தை அறிந்து உள்ளூர ஆனந்தப்பட்டபடி இருந்த ஒரு பெண் இதையெல்லாம் இப்போது சிந்திக்கிறாளே என்று உங்களுக்கு நம்பமுடியாமல் போகலாம். எஸ்... ஐ கான் அண்டர்ஸ்டாண்ட் யு சந்திரன். என் பழைய உலகத்தை நானே தகர்த்துவிட்டேன். அந்த அறியாமை கொண்ட உலகத்தில் எல்லாப் பெண்களும் வாழ ஆசைப்படுவதன் அடிப்படையில்தான், இன்றைய ஒரு மூன்றாம் உலக நாட்டின் தலைவிதி அடங்கி யிருக்கிறது. நம் நாட்டின் தலைமைப் பீடத்தில் பெண்கள், தாங்கள் பெண்கள் என்ற பிரக்ஞையோடு அவர்களின் எல்லைகளை அகற்றாமல் எவ்வளவு எளிதாக அதிகாரம் செலுத்துகிறார்கள்? கொலைகாரர்கள் எவ்வளவு எளிதாய் அவர்களின்முன் தலை தாழ்த்தி சேவகம் புரிகிறார்கள்? அதிகாரத்தின் முன் ஆண்-பெண் என்ற வித்தியாசம் இல்லை. அடக்குபவன், அடிமை என்ற

இரண்டே ஸ்தானங்கள்தான் இருக்கின்றன.

அன்பழகன் அவனுடைய தலைவருக்காகப் பணம் பட்டுவாடா செய்வது, ஆட்களைப் பட்டுவாடா செய்வது போன்றவற்றை, தான் வாழ்க்கை பற்றிய முழு உண்மையும் தெரியாமல் வாழ்பவன் என்பதை அறியாமலே செய்கிறான். நான் அவனைப் போல் செயலில் ஈடுபடாததால் என்னை நான் தூரத்தில் வைத்துக் கொண்டு, நடக்கும் காரியங்களின் உள்ளே இருக்கும் ஓட்டையைப் புரிந்துகொள்கிறேன். எனக்குத் தூரத்தில் இருந்து பார்க்கும் வசதி இருப்பதால், இரவு வந்தவுடன் என் பார்வை சரிதானா என்று அன்பழகனிடம் சரிசெய்து கொண்டுவிட்டு நிம்மதியாகத் தூங்கி எழுந்தவுடன் மறுநாள் எனக்கு விடிந்துவிடும். அப்போது அவனும் அவன் தலைவனும் சேர்ந்துவிட்டிருக்கிற ஓட்டை எனக்குத் தெரிந்துவிடும். அவர்களை விழுத்தாட்டும் பகைவன் ஒருவன் இருந்தால் என்ன செய்து அவனைத் தேர்தலில் தோற் கடிக்கலாம் என்று கற்பனை செய்வது எனக்கு எளிதாக முடிந்தது. ஆனால், நான் எனக்கு எல்லை வகுத்துக்கொண்டு இந்தக் காரியங் களில் ஈடுபட்டுவந்ததால், அவனது பகைவனைத் தொடர்பு கொள்வது என்பது என் திட்டங்களுக்குள் அடங்காது என்று எனக்குச் சொல்லிக் கொள்வேன். சந்திரன், ஒருமுறை நான் நினைத்தது உண்டு. நீங்கள் எனக்குக் கிடைக்கக்கூடியவராக இருந்தால் அந்தப் பகைவனை உங்கள் மூலம் உருவாக்கியிருப்பேன் என்று.

இது வெறும் கற்பனை என்பது எனக்குத் தெரியும். என் வாழ்க்கையில், அதிகம் பொருளாதாரம் சார்ந்த விஷயங்களை எனக்குப் புரிந்துகொள்ள முடியவில்லை. எனக்கு அதில் ஈடுபாடு இல்லாதது ஒரு காரணமாகலாம். பெரிய கம்பெனிகளை எப்படி அன்பழகனின் தலைவர் ஆட்டிப்படைத்து, தன் தேர்தல் செலவு களைப் பெற்றுக்கொள்கிறார் என்பது தெரிந்தது. தொழிற்சாலை போன்றவற்றை நடத்தும் அதிபர்களும், ஒரு சிறிய அரசாங்கத்தை தானே நடத்துகிறார்கள். அதனால், அதிகாரம் கொண்டவர்கள் தான் அவர்களும். அவர்களுக்கு அரசியல் வாதிகளோடு பேரம் நடத்துவதில் சிரமமே இல்லை.

சந்திரன், இந்த மாதிரி காரியங்களை டெல்லியில் பார்த்து எனக்குள் சிரித்தபடி ஒரு நூலகத்திற்கோ, ஒரு பழம்பொருட் களை வைத்திருக்கும் மியூஸியத்திற்கோ அல்லது பழங்கால

மொகலாயரின் கட்டிடக் கலையைத் தெரிவிக்கும் இடங்களுக்கோ நான் போகும்போது, பெரும்பாலும் நான் என்னை யார் என்று கேட்பதுண்டு. எப்படி ஒரு கிராமத்து ஸ்கூலுக்குள் அடைத்துக் கொண்டு வாழ்ந்தவள் உலகத்தின் முக்கிய நகரம் ஒன்றிற்குத் தகவும் வாழமுடிகிறது என்று என்னைக் கேட்டுக்கொண்டேன். எனக்குத் தெரியும். இது எல்லோருக்கும் முடியாது. விஜயாவுக்கு முடியாது. அதற்குப் பெரிய தடை, உங்களை அவள் தன் 'ஹீரோ' என்று வரித்துக் கொண்டிருப்பது (இந்த ஆச்சரியமான விஷயம் பற்றி இக்கடிதத்தின் இறுதியில் சொல்வேன்). நான் அப்படிப் பட்டவள் அல்ல. முக்கியமாய் என் இளமை. நானே மிகச்சிறிய வயதிலேயே தனியாய் ஸ்கூலுக்குப் போய்ப் படித்தவள். பிற பெண்களுக்குத் தாய் தந்தையர் அவர்களின் பத்தாம் வகுப்பு வரை வந்து ஸ்கூலில் ட்ராப் செய்யும்போது நான் தனியாகத்தான் ஸ்கூலுக்கு வருவேன். தனியாகத்தான் ஸ்கூலிலிருந்து வீடு திரும்புவேன். அந்தப் பழக்கம், இன்று என்னைப் பிரத்தியேக மான ஒரு பெண்ணாய் உருமாற்றி யிருக்கலாம். நான் பிரத்தியேக மென்றால் விஜயா யார்? தமாஷான கேள்வி இல்லையா? அல்லது நான் பெண்ணல்ல. ஆணும் பெண்ணுமில்லாத ஒரு ஜீவராசி. விஜயா, கண்டிப்பாகப் பெண். அதனால்தான் அன்பழகனுக்கு அவள்மீது கோபம். கீரிக்குப் பாம்பைப் பார்த்தால் வரும் கோபம். பூனைக்கு எலியைப் பார்த்தால் வரும் கோபம். கோபத்தில்தானே கொல்லுகின்றன! எதிரெதிர் குணம்கொண்ட ஜீவராசிகளின் இயற்கையான கோபம். ஆனால் இந்தியாவில் விஜயா போன்றவர்கள்தானே காலங்காலமாக அதன் நாகரீகத்தைக் கட்டிக் காத்தவர்கள்? எந்தக் கருத்தும் இல்லாது, தாயாய் அல்லது மனைவியாய்க் காலம் காலமாக இருந்தவர்கள். ஒருவேளை அவர்கள்தான் உயர்ந்த கருத்து உள்ளவர்களோ? தாயாய், மனைவியாய் மட்டும் வாழப் பழகியவர்கள் கருத்து இல்லாதவர்களாய் எப்படி அப்படி வாழமுடியும்? கற்பு, அன்பு, பாசம், கட்டுப்பாடு இவையெல்லாம் கருத்தில்லாதவர்களிடம் எப்படித் தோன்றும்? அன்பழகனுக்கு, விஜயா போன்றவர்கள் சிம்ம சொப்பனம். அது எப்படி சந்திரன்? ஒருவேளை எனக்குப் புரிந்து கொள்ள முடியாத விஷயமா இது? எல்லாம் புரிந்து கொள்ளக் கூடியவள் என்று கருதும் என்னாலேயே புரிந்து கொள்ள முடியாதவர்கள், இந்த மரபான இந்தியப் பெண்கள்!

விஜயா மரணம் பற்றி துப்பு ஏதும் என் கடிதத்தில் கிடைக்கலாம் என்று ஆவலோடு முதலிலிருந்தே எதிர்பார்ப்புடனும் கரிசனையு

டனும் படித்தீர்களா? அப்படியென்றால் நான் உங்களின் எதிர் பார்ப்பைப் பூர்த்தி செய்வேனோ என்னவோ! எனக்குத் தெரியாது. சிலவேளை நானே குழப்புகிறேனோ என்றும் தோன்றுகிறது.

நான் யார் என்ற கேள்வி தோன்றியபோதுதான் டெல்லியில் சுற்றிக்கொண்டிருக்கிறேன் என்ற நினைவு வந்தது. டெல்லி ஒருவகையில் அல்லது என்னைப் பொறுத்த அளவில் சுதந்திரப் பூமியாய்த் தெரிந்தது. இந்த வாழ்க்கையை எந்தக் கணமும் உதறும் சுதந்திரமும் முடிவெடுக்கும் தைரியமும் எனக்கு இருக்கிறதா என்று அவ்வப்போது கேட்டுக்கொண்டேன். நான் அன்பழகனை எந்தளவு ஆழமாக அறிகிறேனோ அந்தளவு அவன் என்னைப் பார்த்துப் பயப்படுவான் என்று என் உள்ளுணர்வு கூறியது. அப்படிச் சிந்திக்கும்போதுதான், அன்பழகன் போன்றவர்கள் எப்போதும் யாருக்காவது அடிமைகளாக மட்டும்தான் வாழ முடியும் என்றுகண்டுகொண்டேன். ஆனால் ஒன்று, அடிமைகளுக்கு ஒரு விஷயம் தெரியும். அவர்கள் எஜமானனாக முடியாதென்று. அதனால் மிகமிக அதிகமாக அடிமையாவதன் தேவையை உணர்ந்திருப்பர். அன்பழகன் ஒருநாள் அவன் எண்ணத்தை ஈடேற்ற என்னை விலை பேசுவான் என்பது எனக்கு நன்கு தெரிந்திருந்தது. அந்த நாளை எதிர்பார்த்திருந்தேன். அந்த நாள் வரும்போது நான் யார் என்பதைக் காட்டும் வாய்ப்புக்குக் காத்திருந்தேன். சந்திரன், உங்களுக்குப் புரிகிறதா நான் என்ன சொல்ல வருகிறேன் என்று?

ஆனால் டெல்லியில் நடக்கும் காரியங்களைக் கவனித்த போது, அன்பழகன் தொடர்ந்து தன்னை அடிமை என்று நிரூபிக்க அதிகம் சிரத்தை எடுத்தான் என்று புரிந்தது. எங்கே அடிமை ஸ்தானம் இல்லாமல் போய்விடுமோ என்று பயப்பட்டான் போலத் தோன்றியது. அப்போது ஓர் உண்மை எனக்கு நன்கு விளங்கியது.

அடிமைத்துவம் வரலாற்றிலிருந்து அழிக்க முடியாதது என்று.

முதலாளித்துவத்தின் வெற்றி பற்றியும், இந்தியாவின் சுதந்திரப் பொருளாதாரம் பற்றியும் பேசக்கூடியவர்களைப் பார்த்திருக் கிறேன். ஆங்கிலத்திலும், இந்தியிலும் அப்படிப் பேசுபவர்களுக்கு சிகரெட் வாங்கிக் கொடுப்பதிலும், பை தூக்குவதிலும், டாக்ஸி கொண்டு வருவதிலும் அன்பழகன் கரிசனம் காட்டும் போது நான் என் ஒரு காலின்மீது இன்னொரு காலைத் தூக்கிப் போட்டபடி சிகரெட் பிடித்துக்கொண்டு இந்தியில் பேசிக் கொண்டு இருப்பேன். பெரும்பாலும் ஆட்கள் என்னை அன்பழகனுடைய 'பாஸின்'

மகளாக இருக்கவேண்டும் என்று கருதிக்கொண்டு போவார்கள். நான் ஃப்ளைட்டில் அன்பழகனுடன் வந்தாலும் எந்த நேரமும் டெல்லியிலிருந்து பம்பாய்க்கு ஒரு சாதாரண இரண்டாம் வகுப்பு ரயில் பிடித்துப் போவதற்குத் தயாராய் இருந்தவளாதலால், யாருக்கும் என்னோடு வாலாட்ட முடியாத முறையிலேயே நடந்துகொண்டேன். ஆனால், என்னை அறியாமல் என்னிடம் எதையும் திணிக்க முடியாது என்பதை அன்பழகன் வெகுவிரைவில் புரிந்து கொண்டுவிட்டான் என்பதைத்தான் அவன் நடவடிக்கைகள் எனக்கு விளக்கின. அவனது மொழிபெயர்ப்பாளியாய் வேலை செய்வது, எனக்கு எந்த ஆட்சேபமும் இல்லாத வேலை. இந்த வேலையை என் மூலம் மிக அதிக அளவிலேயே பெற்றுக் கொண்டான் அன்பழகன்.

அன்று அன்பழகனின் 'பாஸ்' பம்பாய் வழி ஊருக்கு வருவேன் என்று புறப்பட, நானும் அன்பழகனும் டெல்லியிலிருந்து அருகருகே அமர்ந்து பயணம் செய்தோம். அன்றுதான் முதன் முதலாக, 'சந்திரன் யோகம் செய்தவன். அவனை அவன் மனைவி 'ஹீரோ'வாக நினைக்கிறாள்' என்று ஒரு பெரிய ரகசியத்தைச் சொல்வதுபோல் சொன்னான் அன்பழகன். 'ஏன்' என்றேன். ஏதும் பேசாமல் சற்றுநேரம் இருந்தவன், 'அவளை மனைவியாய் அடைபவன் அவளது ஹீரோ' என்றான். இந்தத் தர்க்கம் எனக்கு அப்போது புரியவில்லை. இப்போது புரிகிறது. என் போன்ற பெண்ணைத் திருமணம் செய்பவன், என்னால் ஹீரோவாக நினைக்கப்பட மாட்டான். ஆனால் விஜயாவைத் திருமணம் செய்பவர், அவளைத் திருமணம் செய்தார் என்ற காரணத்திற்காக ஒரு அந்தஸ்து பெற்றுவிடுகிறார். புரிகிறதா?

இப்போது இந்தக் கடிதத்தின் இறுதிப்பகுதிக்கு வந்துவிட்டேன், சந்திரன். நீங்கள் எப்படிப்பட்ட மனநிலையில் இப்போது இருக்கிறீர்களோ, தெரியாது. ஒருவேளை நான் நினைத்து வைத்திருப்பது எல்லாம் உங்களை மீண்டும் நேரில் பார்த்துப் பேசிவிட்டால், 'பட்' என்று ஒரு நீர்க்குமிழி போல உடைந்து போய்விடவும் செய்யலாம். ஒரே ஒருமுறை பார்த்த ஞாபகத்தில் ஏதேதோ எழுதியுள்ளேன். நான் நினைப்பது போலவே இக்கடிதம் கிடைக்காவிட்டால் பரவாயில்லை. கொஞ்சமும் கவலைப்பட மாட்டேன். இக்கடிதம் கிடைத்தால் மட்டும் ஒரே ஒரு வரி, 'கிடைத்தது' என்று தெரிவியுங்கள்.

பி.கு: மேலே சொல்லியுள்ளவை ஐந்தாண்டுக்கு முன்பு நடந்தவை. அதன் பிறகு அன்பழகனை ஒரு கட்டத்தில் விட்டுவிட வேண்டும் என்று நினைத்தேன். அந்த ஸ்கூலில் வேலையில் இருக்கவும் விரும்பவில்லை. நீங்கள் பதில் கடிதம் போட்டால், ஒருவேளை நான் துபாயில் வேலை செய்துகொண்டிருந்த என் வீட்டின் சொந்தக்காரரான இன்ஜீனியரை - அன்பழகனை உதறிய பிறகு - திருமணம் செய்யாமலே அவருடன் வாழ்ந்த கதையைச் சொல்வேனாயிருக்கும். உறுதியாகச் சொல்வேனா, நிச்சயமில்லை. நான் இருக்கும் மனநிலையைப் பொறுத்தது அது. அந்த மனிதரும் இப்போது உயிருடன் இல்லை. இந்தக் கடிதம்கூட இத்தனை ஆண்டுகளுக்குப் பிறகு உங்களுக்கு வருவதற்கான ஒரே காரணம், திடீரென்று ஏற்பட்ட ஒரு மனநிலை. அதன் தீவிரம் உங்களுக்குத் தெரிந்திருக்கலாம். ஆனாலும், அந்த மனநிலை ஏற்பட்டது ஒரேயொரு கணம் தான். எழுதாமல் இருக்கமுடியாத ஒரு கணம். புரியவில்லையா அந்த மனநிலை பற்றி? கண்ணை அடைத்து மனதின் ஆழத்தில் போய்த் தியானம்போல் எல்லாம் மறந்து யோசியுங்கள், புரியும். இன்னொரு முக்கியமான விஷயம். விஜயா உங்களை ஹீரோவாக வழிபட்டது எனக்கு முழுதும் புரியவில்லை. அதென்ன? தெரிந்துகொள்ள மிகவும் ஆசையாக உள்ளேன். இக்கடிதம் எழுத எனக்கு உரிமையில்லை என்றால் என்னை மன்னித்துவிடவும், இவ்வளவு நீண்ட பின்குறிப்புக்கும்.

கடிதம் இத்துடன் முடிந்தது.

நான் கடிதத்தைப் படித்த பிறகு அதிர்ச்சியும் திக்பிரமையும் அடைந்து சோபாவில் தலைசாய்த்து அப்படியே அமர்ந்தேன். சற்றுநேரம். என்னை அறியாமல் மூர்ச்சையடைந்தேனோ என்றும் தெரியாது.

16

ஆயிரத்துத் தொள்ளாயிரத்து முப்பத்தொன்பதாம் ஆண்டு செப்டம்பர் மாதம் ஹிட்லரால் போலந்து தாக்கப்பட்டதற்கும், அன்னா மாலினோவ்ஸ்காவின் பாய்ஃப்ரெண்ட் பியோத்தர் இன்று அவளின் தோளில் எதற்கெடுத்தாலும் சாய்வதற்கும் சம்பந்தமிருக்கிறது.

பியோத்தரின் தாய்க்கும் அவனைப்போல கொஞ்சம் மனநிலை பாதிக்கப் பட்டிருந்தது. பியோத்தரின் தாய் வழியில் பியோத்தரின் பாட்டி, போஸ்னான் என்ற இன்றைய போலந்தின் முக்கியமான நகரங்களில் ஒன்றில்தான் வாழ்ந்து கொண்டிருந்தாள்.

அவள் பெயர் காத்தரினா லுபோமிர்ஸ்கா.

காத்தரினாவை, போலந்து நாட்டில் சுருக்கமாக 'காசா' என்று அழைப்பார்கள். பியோத்தரின் பாட்டி காசாவுக்கு ஹிட்லரைப் பிடிக்காவிட்டாலும் ஜெர்மன் பாஷையைப் பிடித்திருந்ததால் அம்மொழியை நன்கு கற்றிருந்தாள். போரில் முதல் குண்டு ஒன்று ஹிட்லரின் ஆணையால் போலந்தில் வீசப்பட்டபோது, காசா வுக்குப் பெரிதாக ஏதும் பீதி ஏற்படவில்லை. ஆனால், அவ்வளவு சீக்கிரமாக போஸ்னான் ஹிட்லரின் படைகளின் வசம் வந்துவிடும் என்று அவள் நினைத்திருக்காததால், அவளுக்கு ஆச்சரியமான ஓர் உணர்வு ஏற்பட்டது. ஜெர்மன் மொழி தெரிந்திருந்தவள் அவள். போஸ்னான் மற்றும் சுற்றுவட்டாரங்களிலுள்ள நான்கு ஜில்லாக் களைப் போலிஷ் விவசாயிகளிடமிருந்து குடிபெயர்த்து ஜெர்மன் காரர்களுக்குக் கொடுக்கும் ஜெர்மானியர்களின் திட்டம் பற்றி அவளுக்கு எந்த அபிப்பிராயமும் இல்லை.

பக்கத்தூரில் இருக்கும் சென்ஸ்தஹோவா என்ற இடத்தில் மாதம் ஒருமுறை கறுப்பு மேரி சிலையைக் கொண்ட சர்ச்சில் நடக்கும் விசேஷமான பலி பூஜையைப் பார்த்துவிட்டு 'நன்மையும்' எடுத்துவிட்டால் மனம் சுத்தமான ஓர் உணர்வைப் பெறும். அவள் கணவன் திடீர் என்று ஒரு பெண் குழந்தை இருப்பதையும் அறியாமல் மாயமாக எந்தக் காரணமும் இல்லாமல் (அப்போது ஒரு பிரஸ்ஸில் ப்ரூஃப் ரீடராக வேலை பார்த்துக் கொண்டிருந்தான்) ஓடிப்போன பின்பு, காசாவுக்கு மாதந்தோறும் தான் மேற்கொள்ளும் கறுப்பு மேரி சர்ச்சுக்கான பயணம் ஒன்று மட்டும் போதும் என்று வாழ்க்கை ஆகிப் போனது. ஆனால், ஹிட்லரின் யுத்த தந்திரங்கள் உலகைத் திக்குமுக்காட வைத்ததுபோல் காசாவையும் திக்கு முக்காட வைத்தது.

உயர்ந்த தோற்றமும் ஹிட்லர் மீசையும் கொண்டிருந்தவன் கொன்ராட் குருன்ட்ஸ் என்ற ஜெர்மன் ரிசர்வ் போலீஸின் கம்பெனி கமாண்டர். காசாவை மொத்தம் பத்து மொழிபெயர்ப் பாளர்களில் ஒருத்தியாகத் தேர்ந்தெடுத்தபோது இருபத்தாறு வயது காசாவுக்குப் பெருமையாகத்தான் இருந்தது. அவளது வேலை, ஜெர்மன்

391

அதிகாரிகளும் மிலிட்டரி சோல்ஜர்களும் அவ்வப்போது இடும் கட்டளைகளைப் போலிஷ் மொழியில் மொழிபெயர்ப்பது. சிலவேளை மொழிபெயர்த்து எழுதவேண்டியது இருந்தாலும், பல வேளைகளில் ஜெர்மனியர்களுடன் அவர்களின் ஜீப்பில் கூடவே போய் ஊரைக் காலி செய்யும்படியான அவர்களின் நோக்கத்தை போலிஷ் விவசாயிகளுக்குப் புரியவைக்க வேண்டும். காசா ஒன்றும் முட்டாள் பெண்ணல்ல. எனவே, அவளை எந்த அளவு நம்பலாம் என்று கொன்ராட் குருன்ட்ஸுக்கு ஒரு கணிப்பு இருந்தது அவளுக்குத் தெரியும். மற்ற ஒன்பது மொழிபெயர்ப் பாளர்கள் மீதும் உளவு பார்ப்பதுபோல் தன்மீதும் உளவு பார்ப்பான் என்று அறிவாள். பலதடவை தன் கணவன் ஓடிப்போனதால் தனது நான்கு வயது மகளைத் தான் ஒருத்தியாக வளர்க்கவேண்டிய கடமை இருப்பதை மறக்கமுடியாத காசா, வாழ்க்கை கடின மானது என தொடர்ந்து யோசிக்கத்தான் செய்தாள்.

காசாவின் பள்ளிக்கூடத் தோழி ஒருத்தி இருந்தாள். எப்படியோ அவளது வாழ்க்கை துக்ககரமானதாக மாறிப்போனது என்பது காசாவின் அபிப்பிராயம். காசாவின் பள்ளித் தோழியையும் அவளது குடும்பத்தையும் ஜெர்மன் சோல்ஜர்கள் விரட்டாததற்குக் காரணம், காசாவின் பள்ளித்தோழி தன் வாழ்க்கையை மேலும் துக்ககரமானதாக ஆக்கிக்கொண்டதுதான். கொன்ராட் குருன்ட்ஸ் எப்படிப்பட்டவனாக இருந்தாலும், ஏதோ காரணத்தால் தன் அதிகாரத்திலிருக்கும் பிராந்தியத்தில் ஜெர்மன் இளம் சோல்ஜர் களைக் கெடுக்கும் பெண்களை மிகவும் கொடூரமாகத் தண்டித்தான். கம்யுனிஸ்டுகளைவிட உடலை விற்று வாழ்பவர்களே நாசிசத்தின் எதிரியாகப் பிரகடனப்படுத்தப்படவேண்டும் என்ற கொள்கை உடையவன். கொன்ராட் குருன்ட்ஸ் ஒருமுறை சென்ஸ்தஹோவா வில் பாதிரியிடமிருந்து பயபக்தியுடன் நாக்கு நீட்டி, நன்மை வாங்கும காசாவைப் பார்த்தபோது, அவன்மீது அவளுக்கு நல்ல மதிப்பு ஏற்பட்டது.

ஆனால், சமீப நாட்களாகத் தன் பள்ளித்தோழியைப் பற்றி வரும் தகவல்கள் அவளுக்குச் சந்தோஷத்தைத் தரவில்லை. ஜெர்மன் சோல்ஜர்களும், ரிசர்வ் போலீஸ்காரர்களும் போஸ்னானில் நடமாடும் முன்பே தன் பள்ளித்தோழி பற்றி அறிவாள். பழைய தன் தொழிலின் தொடர்ச்சியாகவோ அல்லது புதிய நிலைமையின் சூழ்நிலை உருவாக்கிய தேவையாகவோ, தன் பள்ளித்தோழி மீண்டுவர முடியாத ஒரு நரக வாழ்க்கையை நடத்துகிறாள் என்று

மிகுந்த கத்தோலிக்க மதப் பக்தியுள்ளவளான காசா நினைத்தபடி வாழ்ந்து வந்தாள்.

ஒவ்வொரு நாளும் வந்துசேரும் செய்திகள் காசாவைப் பயங்கொள்ளச் செய்தன.

அன்று ஆயிரத்துத் தொள்ளாயிரத்து நாற்பதாம் ஆண்டு. ஜூன் மாதம். ஒன்றாம் தேதி.

கோடைக்காலம் பொதுவாய் ஆரம்பித்திருந்தாலும் தொடர்ந்து வெயில் அடிக்க ஆரம்பித்துவிட்டது என்று கூறமுடியாது. இரண்டு நாள் காலையிலிருந்து மதியம் வரை வெயில் சுள்ளென்று அடித்தால், மதியத்துக்குப் பின் குளிர் அதிகமாக ஆரம்பித்து விடுகிறது. சில நாட்களில் வெயிலே இருப்பதில்லை. இரண்டு நாட்கள் மெதுவான மழை தொடர்கிறது. மழை இருக்கும் போது மரங்கள் புது இலைகளுடன் பிலுபிலுவென பச்சைச் சிரிப்புக் காட்டுவதுபோல் காட்சி தருவது காசாவுக்குச் சிறுவயதிலிருந்தே பார்க்கப் பிடித்தமான காட்சி.

நேற்று மே மாதம் முப்பத்தொன்றாம் தேதி. கொன்ராட் குருன்ட்ஸின் ஆட்கள் வேலை முடிந்ததால் தன்னை அவர்களோடு ஏற்றிச்சென்ற ஜீப்பில் சீக்கிரமாக அழைத்து வந்து விட்டார்கள். அப்போது தன்னை முறைத்துப் பார்த்த ஒரு போலிஷ் நாட்டு விவசாயியான இளைஞனின் பார்வை ஏன் அவ்வளவு குரூரமாகப் பட்டது என்று நினைத்தபடி அவள் வந்தாள். அந்தப் பார்வையை அவளுக்கு மறக்க முடியவில்லை. ஜெர்மன் சோல்ஜர்களுக்கு நான் உதவுகிறேன் என்பது, பல போலிஷ் ஆட்களுக்குத் தன்னைப் பகைவர்களின் ஆளாய்த்தான் காட்டும் என்பது காசாவுக்குத் தெரியும் என்றாலும், மொழிபெயர்ப்பாளர் நினைத்தால் சிலரைக் காப்பாற்ற முடியும். ஒரு வார்த்தையைச் சற்று வேறு விதமாய் மொழிபெயர்த்துவிட்டால் அவர்கள் காப்பாற்றப்படுவார்கள். போஸ்னானிலும் வார்ஸாவைப் போல் ஜெர்மன் பாஸிஸ்டுகளை எதிர்க்கும் அண்டர்கிரவுண்ட் இயக்கம் அந்நாட்களில் பரவிக் கொண்டு இருந்தது. பெரும்பாலும் இளைஞர்கள்தான் இந்த இயக்கத்தில் சேருகிறார்கள். தன்னை அப்படி முறைத்தவன் இத்தகைய தேசபக்தி உள்ள இளைஞர் இயக்கத்தைச் சார்ந்தவனோ என்று கேட்டுக்கொண்டாள். உடல் சிலிர்த்தது. சிலவேளை, இந்த வேலையை வேண்டாம் என்று விட்டுவிடலாம் என்றுகூட நினைப்பது உண்டு, காசா. ஆனால், வேறு வழி? சரி, வேலையை

393

விட்டுவிட்டால் இந்த ஊரில் இருக்க முடியாது. ஜெர்மனியர்கள் தன்னைச் சும்மா விடமாட்டார்கள். மொழிபெயர்ப்பு என்பது மிக முக்கியமான வேலை என்பது அவர்கள் கருத்து. ஏனெனில், மிகுந்த நம்பிக்கையானவர் களைத்தான் இந்த வேலைக்கு வைக்க வேண்டுமென்று அவர்கள் நினைக்கிறார்கள். முதலில் யாரையும் மொழிபெயர்ப்பாளராகச் சேர்த்தாலும் போகப்போக அவர்களின் தத்துவம், ஹிட்லர் பற்றிய புகழ் என்றெல்லாம் போதனைகள், நேரம் கிடைக்கும் போதெல்லாம் மொழிபெயர்ப்பாளர்களுக்குக் கொடுக்கப்படுகிறது. தனக்கும் இந்தப் போதனைகள் செய்யப் பட்டன என்பது காசாவுக்குத் தெரியும். கடந்த ஒரு வருடமாக மொழி பெயர்ப்பாளராக இருந்ததால், ஜெர்மன் சோல்ஜர்களும் மேலதிகாரிகளும் தன்னை நன்கு அறிவார்கள். போலிஷ்காரர் களையும் பகைக்காமல், ஜெர்மன் அதிகாரிகளையும் பகைக்காமல் வாழ்க்கையை மிகச் சிக்கலான முறையில் நடத்தினாலும் தனக்குத் திறமை உண்டு என்று கருதியதால், காசா காரியங்களை நன்றாகவே செய்துகொண்டிருந்தாள்.

ஆனாலும், நேற்றுபோல் ஒருநாளும் அவள் கலங்கியது இல்லை.

தன்னை, மாலை சுமார் நான்கு மணிக்கு மொழிபெயர்ப்பு வேலை முடிந்த பிறகு ஜீப்பில் இருந்து இறக்கிவிட்டார்கள். தெருவில் ஆட்கள், காய்கறிகள் வாங்கினார்கள். சிறுசிறு உப கரணங்கள் விற்கும் ஓரிடம், பஸ் ஸ்டாண்டுக்கு எதிரில் உள்ள எலக்ட்ரிக் கம்பத்துக்குக் கீழ் இருக்கிறது. அந்த பஸ் ஸ்டாண்டோடு ஒட்டிய கட்டிடத்தின் கீழே, அன்று அவள் கண்ட காட்சி அவளைத திடுக்கிட வைத்தது. நின்றவர்கள் ஜெர்மன் மிலிட்டரிக்காரர்கள். ஒரு ஜெர்மன் மிலிட்டரி ஜீப்பும் நின்றிருந்தது. நான்கு ஜெர்மன் சோல்ஜர்கள் தரையில் இறங்கி நின்றனர். அந்த பஸ் ஸ்டாண்டோடு ஒட்டிய கட்டிடத்தின் முன்புள்ள சுவரைப் பார்த்தபடி வேறு பதின்மூன்று பேர் இரு கைகளையும் பின் தலையில் வைத்த படி நிற்க, நான்குபேரில் ஒரு சோல்ஜர் மட்டும் துப்பாக்கி யுடன்முதுகுகாட்டி நின்றவர்களின் பின்புறம் வந்து ஒவ்வொருவ ராகத் தலையில் சுட்டான். முதலில், வலது மூலையில் நின்றவன் சுடப்பட்டுத் தரையில் விழுந்தான். அடுத்து இரண்டாமவன், அதற்கடுத்து மூன்றாமவன், அதற்கடுத்து நான்காமவன்... இப்படி பதின்மூன்று பேரும் தலையில் சுடப்பட்டபோது, பதின்மூன்றாவது குறி மட்டும் தப்பியது. உடனே, சுட்ட சோல்ஜர் கொஞ்சமும்

நேரத்தை வீணாக்காது அடுத்த துப்பாக்கிக் குண்டால் மிகச் சரியாகப் பதின்மூன்றாவது நபரைச் சுட்டுத் தரையில் வீழ்த்தினான். பின்பு, சுடுவதற்குக் கட்டளையிட்ட அதிகாரியிடம் வந்தபோது தான் அது நடந்தது.

காசாவுக்கு, தான் கேட்ட ஜெர்மன் வாக்கியத்தை மறக்க முடியவில்லை.

'தேவடியா மகனே, அந்த வீணாக்கிய துப்பாக்கிக் குண்டுக்கு யார் பதில் சொல்வது?'

பதின்மூன்று தலைகளையும் சரியாகச் சுவரில் வைக்க வரையப்பட்ட பதின்மூன்று வட்டங்களில் இரத்தம் சொட்டிக் கொண்டிருந்தது.

இன்றுபோல் காசா என்றும் சஞ்சலம் கொண்டதில்லை. இதுபோல் அவ்வப்போது கொடூரமான காரியங்கள் நடக்கத்தான் செய்கின்றன. தான் போகிற இடத்தில் பொதுவாய் ஜெர்மன் சோல்ஜர்களையும் போலீஸையும் பார்த்துப் பயப்படும் போலிஷ் நாட்டு விவசாயிகளே இருக்கிறார்கள். போலந்தின் இந்தப் பகுதி, இப்போது எங்கள் தலைவரின் கட்டளையால் ஜெர்மனியின் ஒரு பகுதி ஆகிவிட்டது. நீங்கள் எல்லோரும் 12 மணி நேரத்திற்குள் எடுக்க வேண்டியவற்றை எடுத்துக்கொண்டு உங்களுக்கு ஒதுக்கப்பட்ட இடத்திற்குப் போங்கள். அழைத்துச்செல்கிறோம். நீங்கள் சரியாக நடந்துகொண்டால் நாங்களும் சரியாக நடந்து கொள்வோம் என்று தான் போலிஷில் கூறியவுடன், அவர்கள் பெரும்பாலும் எந்த எதிர்ப்பும் காட்டாமல் நகர்ந்துவிடுவார்கள். அதனால் தான் அதிகக் கொடூரங்களைப் பார்க்க நேரிடுவதில்லை என்று நினைத்த காசாவுக்கு, நேற்று பார்த்த காட்சி மறக்க முடியாததாக இருந்தது.

அப்போது அவளுக்கு மீண்டும் தான் பார்த்த அந்தப் போலிஷ் விவசாயி இளைஞனின் ஞாபகம் வர, அவளுக்கு விளக்கமுடியா ஒரு பயங்கர உணர்வு ஏற்பட்டது.

உடனே அவள், தனது நான்கு வயது மகளை ஒப்படைத்துவிட்டு வந்த பக்கத்துவீட்டுப் பாட்டியை நினைத்தாள். இந்த மாதிரி யாரும் தன்னை முறைத்துப் பார்த்ததில்லை என்று தனக்குள் முனகிக் கொண்டாள், காசா. நேற்று பார்த்த பதின்மூன்று இரத்தம் சொட்டும் வட்டங்களுக்கும், நேற்று தன்னை முறைத்துப் பார்த்தவனுக்கும் ஏதோ சம்பந்தம் உண்டோ? என்ன சம்பந்தம் என்று யோசனை

வந்தது. தான் குழப்பமடைய ஆரம்பித்ததை அறிந்தாள். தன் மகளைப் பார்க்க ஓட்டமும் நடையுமாக ஓடினாள்.

காசாவின் மனதிலிருந்து, தன்னை முறைத்தவன் முகத்தை அவளால் அப்புறப்படுத்த முடியவில்லை. அதுபோல் நேற்று பார்த்த அந்தக் கொடூரமான காட்சி, பதின்மூன்று வட்டங்கள். பதின்மூன்று இரத்த அடையாளங்கள். சில வட்டங்களில் தலை சிதறி தலையின் சதைகளும் சிதறி ஒட்டியிருந்தன. வெள்ளையும் சிவப்புமாய்த் தெரிந்தன. மூளையாகவும் இருக்கலாம். அந்த சோல்ஜர்கள் வேறு பகுதியிலிருந்து போஸ்னானைக் கடந்து கொண்டிருந்தவர்கள். செத்த யாரும் இந்த ஊரைச் சேர்ந்தவர்கள் அல்ல. யூத ஜனங்களாகவும் இருக்கும். யாரும் இல்லாததான அமைதி, அன்று அந்தப் பதின்மூன்று பேரையும் ஜெர்மன் சோல்ஜர்கள் சுட்டபோது ஏற்பட்டது. தெருவில் வேறு ஜனங்கள் இல்லை. அந்த இடத்தில் இருந்த ஒன்றிரண்டு பேரும் ஏதும் நடக்காதது போல் போய்க்கொண்டிருந்தார்கள். ஜூன் மாதம், ஆகையால் பகலில் நன்கு வெயில் அடித்துக்கொண்டிருந்த மாலை நேரம்.

நேற்றிலிருந்து காசாவுக்கு, வெயிலும் மூளை சிதறி மனிதர்கள் சாகும் சித்திரங்களும் மனதில் வந்தவண்ணம் இருக்கின்றன.

சரியாக, இரவு சாப்பிடவும் முடியவில்லை. தூங்கவும் முடிய வில்லை. காலம் கெட்டுக் கிடக்கிறது. என்னென்னவோ சம்பவிக்கின்றன. தன்னால் எல்லாம் புரிந்துகொள்ள முடிய வில்லை. தன்னை ஒத்த போலிஷ் நாட்டுப் பிரஜைகள் வீடு களுக்குள் இந்த அசாதாரண நிலை பற்றிப் பேசலாம். ஆனால், யாரும் தன்னிடம் பேச வரமாட்டார்கள் என்று நினைத்தாள் காசா. தன் உடலை விற்று வாழும் தன் பள்ளித்தோழியிடம் பேசிப் பார்த்தால் என்ன என்று யோசித்தாள். அவளுக்கு எதையும் முடிவுசெய்ய முடியவில்லை. அவளுக்குள்ளும் ஏதோ ரகசியங்கள் இருக்க வேண்டும். அவளைப்போல வாழ்க்கை நடத்துகிறவள், ரகசியத்தின் துணைகொண்டுதான் வாழவேண்டும் என்பது காசாவுக்குத் தெரியாததல்ல.

நேற்றிலிருந்து தன் ஒழுங்கான வாழ்க்கைக்குள் ஏதோ ஓர் ஒழுங்கைச் சிதைக்கும் தனக்குப் புரியாத ஒன்று புகுந்துவிட்டதாய் நினைத்தாள், காசா. அது, அந்தப் பதின்மூன்று பேர் தன் கண்முன்னால் நாய்களைப்போல வரிசையாகக் கொல்லப்

பட்டதால் உற்பத்தியான மனநிலையா என்று தீர்மானிக்க முடிய வில்லை. ஒன்று மட்டும் அவளுக்குப் புரிந்தது. இனி, தன் வாழ்நாள் முழுதும் வெயில் அடிக்கும்போதெல்லாம் மனிதர்கள் எந்த எதிர்ப்பும் பயனற்றது என்று கருதி, அடிபணிந்து பள்ளிப் பிள்ளைகள் போல் தலையில் பின்புறமாக இரு கைகளையும் கட்டிக்கொண்டு, முதுகைக் காட்டிக்கொண்டு நிற்க, பின்புறமாய்த் தலையில் சுடப்படும் காட்சி மறக்க முடியாது என்பது. அந்த உறைந்து இறுகியிருந்த அமைதியும் அவளால் மறக்க முடியாது. அன்று யாரும் எதிர்த்து ஏதும் சொல்லவில்லை. அந்த எலக்ட்ரிக் கம்பம், வானில் குறுக்கே பறந்த ஓரிரு பறவைகள்.. இவை காட்சிகள். சுட்டுக் கொல்லப்பட்ட பின்பு, அந்த உடம்புகளில் துடிப்பு அடங்கும்வரை அந்த நான்கு ஜெர்மன் சோல்ஜர்களும் காத்து நின்றனர். அதன்பின், ஜீப்பினுள்ளிருந்து கீழே இறங்காத ஒருவனின் ஆணை வர, அந்த உடம்புகள் கூண்டுபோல் அடைக்கப் பட்ட அந்த வேனுக்குள் ஒவ்வொன்றாகத் தூக்கிப் போடப்பட்ட பிறகு ஜீப் மறைந்தது.

அப்போது, எங்கிருந்தோ ஒரு கூட்டம் ஜனங்கள் வந்து அந்தப் பதின்மூன்று இரத்தம் தோய்ந்த வட்டங்களையும் பார்த்தார்கள். வேறு நாட்டிலிருந்து ஏதோ இடத்துக்குக் கொண்டுபோகும் யூதர்கள் என்றார்கள். காசாவுக்கு, அருகில் போய் பார்க்க வேண்டுமென்று ஏனோ தோன்றவில்லை.

அப்போது ஒரு விமானம் மேலே பறக்கும் சப்தம் கேட்டது. ஜெர்மனி, போலந்தைத் தாக்கிய பிறகு அடிக்கடி அந்தப் பிராந்தியத்தில் விமானங்கள் போக ஆரம்பித்திருந்தன. காசா நேற்று நடந்தவற்றை நினைவிலிருந்து அப்புறப்படுத்த எவ்வளவோ முயன்றும் முடியாமலிருக்கிறது. இப்படியே தன் மனநிலை தொடர்ந்தால், தன்னால் ஜெர்மனியர்களின் மொழி பெயர்ப்பாளராகத் தொடர முடியாது என்று முதலில் தோன்றியது. அதன்பிறகு, வாழ்க்கையைக்கூட தொடர முடியாது என்று இப்போது தோன்ற ஆரம்பித்துவிட்டது.

இதற்கிடையில்தான் அந்த ஒரு மனிதனின் முறைப்பு.

இந்தப் பதின்மூன்று யூதர்களின் கொலையைவிட கொஞ்சமும் குறைந்ததல்ல, அன்று பார்த்த அவனது முகத்தில் தோன்றிய குரூரம். அவன் முகம் முதலில் ஆண்முகமா, பெண்முகமா என்று பகுத்தறிய முடியாததிலிருந்து இந்தக் கொடூரம் ஆரம்பிக்கிறது. எதுவும்

பழக்கப்படுத்தப்பட்டால் சகஜமாகவும், பழக்கத்தை மீறியதால் கொடூரமாகவும்தான் ஆகின்றனவோ என்று அவளுக்கு ஐயம் தோன்றுகிறது. அந்த முகத்தில் தெரியும் பார்வை, உடலை ஊடுருவிப் போகும் பார்வை. இந்தப் பார்வை, படுபயங்கரமான கிழக்கத்திய நாட்டுக் காடுகளில் வாழும் புலியின் பார்வையை ஞாபகப்படுத்துகிறது. அடுத்ததாக, அவனது ஆடையையும் மீறித் தென்படும் பலமிக்க தோள்கள். அவை ஸ்பெயின் நாட்டு புல் ஃபைட்டின் போது காணப்படும் காளையின் முன்பக்கத்துக் கால்களை ஒட்டிய தோள் பகுதியை ஞாபகமூட்டக்கூடியது. அவன் ஒரு காளையோ? மனித முகத்துடன் தோன்றியிருக்கிறானோ என்று தோன்றியது. இன்னொன்று, அந்த முகத்தில் மறைக்கப் பட்டிருக்கும் சிரிப்பு. மொத்தத்தில் பாலியல் திருப்தியடையா பெண்களைத் திருப்தி செய்ய, ஊட்டச்சத்து கொடுத்து வளர்த்தப் பட்ட மனித மிருகம் போலக் காட்சி தந்தான் அவன். அதுதான், கொடூரத்திற்கெல்லாம் கொடூரமாக வெளிப்படும் பண்பு. அவனை மீண்டும் ஒருமுறை எங்கும் தான் எதிர்கொள்ளக் கூடாது என்று கடவுளை அவள் வேண்டிக்கொண்டாள். அப்படிக் கண்டிப்பாகத் தான் எதிர்கொண்டால் அந்த இடத்திலேயே இறந்துவிடுவேன் என்று ஒரு குரல் தனக்குள் கேட்பதுபோல் நடுநடுங்கினாள்.

காசா இந்த மாதிரி நினைவுகளுடன் இருந்ததால், தன்னை அறியாமல் நடையின் வேகம் குறைந்திருந்தது. பக்கத்துவீட்டு வயதான மூதாட்டியைச் சந்தித்தபோது, அவர் முகத்திலும் கலவரம் படர்ந்திருந்தது நன்கு தெரிந்தது. திடீரென்று வேனில் கொண்டுசெல்லும் சிலரை, வேனை நிறுத்தி, சுட்டு அவர்கள் பிணங்களை உயிரோடு கொண்டுவந்த அதே வேனிலேயே தூக்கிப்போட்ட செய்தி ஊரை உலுப்பியிருந்தது. மூதாட்டி, காசாவின் மகளுக்குப் பலதடவை முத்தம் கொடுத்து அதன்பிறகு காசாவிடம் கொடுத்தாள்.

அதன்பிறகும் காசா மொழிபெயர்ப்பாளராகவே தொடர்ந்தாள். சுமார் ஒரு வாரம் கழிந்தது. ஒருநாள், கொன்ராட் குருன்ட்ஸ் நேரடியாகக் காசாவை அழைத்து ஒருபக்கம் முழுதும் எழுதியுள்ள தாளைக் கொடுத்து அதனைப் போலிஷ் மொழியில் மொழி பெயர்க்கச் சொன்னபோது குருன்ட்ஸ் கண்களை வாய்ப்புக் கிடைக்கும்போதெல்லாம் கூர்ந்து பார்த்தாள் காசா. தன்னைப் பற்றிய சந்தேகம் தனது மேலதிகாரியான குருன்ட்ஸின் மனதில் உள்ளதா என்று காணப் பயன்படுத்திய முறை அது. அவளைப்

பொறுத்தவரையில் குருன்டஸ் சகஜமாக எப்போதும் பழகுவது போல்தான் பழகினான். ஆனால், கேட்ட கேள்வியின் அர்த்தத்தைக் காசாவால் புரிந்துகொள்ள முடியவில்லை.

'காசா, உனக்கு அந்தக் கேடுகெட்ட தொழில் செய்யும் பெண் பள்ளித் தோழியாமே?'

காசாவின் ஆறாவது புலன் அவளை உஷார்படுத்தியது. அந்தப் பிராந்தியம் முழுவதற்குமான ஜெர்மன் ரிசர்வ் போலீஸின் லெப்டினென்ட் என்ற பதவியை வகிக்கும் குருன்ட்ஸ் வாயில் இருந்து வரும் ஒவ்வொரு சொல்லும் மிகுந்த அர்த்தம் செறிந்தவை என்பதை அறிந்தாள் காசா. மேலும், காசா புத்திச் சாதுரியம் உள்ளவள். அவள் வாழ்க்கை ஒருவிதமான இக்கட்டான வாழ்க்கை. தன்னை எந்த போலிஷ் நாட்டு ஜனங்களும் வெறுக்கக்கூடாது. தன்னை வேலைக்கு வைத்திருக்கிற ஜெர்மன் அதிகாரிகளும் சந்தேகப்படக் கூடாது. காசாவிடம் அவன் கேட்ட இந்த வாக்கியம் அவளை உஷாராக்கியது. அவள் மிகுந்த எச்சரிக்கையுடன் மெதுவான குரலில் பதிலளித்தாள்:

'அவள் மோசமான தொழிலைச் செய்கிறாள் என்பதுதான் எல்லோரின் அபிப்பிராயமும். நான் அவளோடு ஒரு காலத்தில் படித்தேன்; அவ்வளவுதான்!'

பட்டும் படாமலும் உணர்ச்சி கலக்காமல் பதிலளித்தபோது, தன் பதில் எத்தகைய மன உணர்வை அந்த ஜெர்மன் போலீஸ் அதிகாரியிடம் ஏற்படுத்தியிருக்கும் என்று அறிய அவன் முகத்தைக் கூர்ந்து பார்த்தாள், காசா. அவனது பச்சைநிறக் கண்கள் ஒருமுறை அவளை ஏறிட்டுப் பார்த்துவிட்டு தாழ்ந்தன. அதன்பிறகு காசாவிடம் மாமூலான வேலைகளை அளித்த அந்த அதிகாரி ஏதும் பேசவில்லை.

அது இன்னும் தன் பழையகாலப் பள்ளித்தோழி பற்றி அறியும் தூண்டுதலாகக் காசாவுக்கு மாறியது. அன்று மாலை வழக்கம் போல் வேலை முடிந்து வரும்போது சற்று அதிகநேரம் ஆகியிருந்தது அல்லது சற்று பிந்துவோம் என்று வேண்டு மென்றே போஸ்னான் வந்து சேரும்போது பிந்தி வர, அவளே காரியங்களைப் பிந்திப் பிந்திச் செய்தாள் என்று கூறலாம். அவள் போஸ்னான் வந்தபோது மாலை ஏழு மணி ஆகியிருந்தது. மூதாட்டி, 'காலம் கெட்டுக் கிடக்கிறது. நீ ஏன் பிந்தி வருகிறாய்? உன் குழந்தை வெகு சமர்த்து. அக்குழந்தையை நான் என் சொந்தப் பேத்தி போல் எவ்வளவு

நேரமும் வைத்துக் கொள்வேன். அதற்காகச் சொல்கிறேன் என்று நினைக்காதே. நேரத்தோடு வந்து சேர். காலம் கெட்டுக் கிடக்கிறது, உஷாராக இரு' என்று கூறியபோது, அதுதான் தக்க சந்தர்ப்பம் என்று கருதிய காசா, மூதாட்டியின் போலிஷ் மொழியில் 'பாப்சாயா' (பாட்டி) என்று அழைத்தபடி அமர்ந்து, 'எனக்கு மிகவும் சோர்வாக இருக்கிறது. அந்த ஜெர்மன்கள் வேலை வாங்குவதில் யாருக்கும் சளைத்தவர்கள் அல்ல பாட்டி' என்று காலையும் கையையும் நீட்டியபடி அமர்ந்தாள் காசா. உடனே மூதாட்டிக்குக் காசாவின் மீது பரிதாபம் ஏற்பட, மெதுவாகத் தன் வெந்நீர் வைக்கும் எலக்ட்ரிக் கெட்டிலின் பொத்தானை அமுக்கினாள்.

பாட்டியை அழைத்து அதன்பின் ஏதேதோ பேசியபடி தன் பழைய பள்ளித்தோழி பற்றிக் கேட்டாள் காசா. பாட்டிக்கு, காசா ஜெர்மனியர்களுக்கு வேலை செய்தாலும் தனக்கு ஆபத்து வராத முறையில் போலந்துக்காரர்களுக்கு உதவும் பெண் என்பது நன்கு தெரிந்திருந்தது. ஆகையால் இப்படிச் சொன்னாள்:

'அவள் மோசமான பெண்தான். அவள் நரகத்துக்குத்தான் போவாள். அதில் சந்தேகம் இல்லை.' பின்பு நாலாபக்கமும் பார்த்தபடி காசாவின் அருகில் வந்து குரலைத் தாழ்த்திப் பேசினாள்:

'அவளிடம் வரும் ஜெர்மன் உயர் அதிகாரிகளிடமிருந்து முக்கியமான தகவல்களை நம் போலிஷ் நாட்டவர்களுக்குக் கொடுக்கிறாள் தெரியுமா?'

காசா தலையை ஆட்டினாள். வேறு ஒன்றும் சொல்லவில்லை. காசாவுக்கும் அந்த குருன்டஸ் இன்று தன்னிடம் அந்தப் பெண்ணைப் பற்றி விசாரித்ததைச் சொல்லாவிட்டால் நல்லதில்லை என்ற எண்ணம் ஏற்பட, பாட்டியிடம் கொன்ராட் குருன்டஸ் அப்படிக் கேட்டானென்றால் உயர் அதிகாரிகளுக்கு அவளைப் பற்றி ஏதோ சந்தேகம் வந்திருக்கலாம் என்ற தகவலைத் தெரிவித்தாள். தன் மனத்துக்குள் தன்னால் ஆன உதவியை இப்படித் தன் நாட்டவர்களுக்குச் செய்வதாய் நினைத்தாள் காசா. காசாவுக்குத் தெரியும், பாட்டியின் மூலம் தக்கமுறையில் அந்தப் பெண் உஷாராகும்படி செய்தி போகும் என்று. இந்த மாதிரி காதுவழி பரவும் செய்திகளை யாரும் தடுக்க முடியாது. அவை அதிகமாகப் பயனுள்ள செய்திகளாகவும் இருக்கும்.

மகளை அழைத்து வரும்போது காசா திடீரென்று இன்று இருட்டி விட்டிருக்கிறது என்று கருதினாள். தன் கையைப் பிடித்துக்

கொண்டு, போலிஷ் ரைம் ஒன்றைப் பாடியபடி உலகத்தைப் பற்றிக் கவலைப்படாமல் நடந்து கொண்டிருக்கும் தன் மகளைப் பார்த்தபோதுதான் திடீரென்று அந்த எண்ணம் வந்தது. ஒருவேளை அந்த மாதிரி கொன்ராட் குருன்டஸ் கேட்ட விஷயத்தைப் பாட்டியிடம் சொல்லியிருக்கக் கூடாதோ? இந்த எண்ணம் வந்தவுடன், மனதில் கலவரம் தோன்ற ஆரம்பித்தது காசாவுக்கு. எவ்வளவுதான் தைரியமான பெண்ணாகவும் திறமையான பெண்ணாகவும் தான் இருந்தாலும், கையைப் பிடித்துக்கொண்டு வரும் சிறு மகளை நினைக்கும்போது, தன்னைப் பயம் வந்து சூழ்ந்துகொள்வது ஏன் என்று தெரிய வில்லை என்று நினைத்தாள். ஒருவேளை, கொன்ராட் தன்னைச் சோதிக்க இந்த மாதிரி கேட்டிருக்கலாம். அந்த பழைய பள்ளித்தோழிக்கும் காசாவுக்கும் இன்னும் தொடர்பு இருக்கிறதா என்று சோதனை செய்வதற்காக கொன்ராட் குருன்ட்ஸ் இப்படிக் கேட்டிருக்கலாம். இனி, ஒரு சாதாரண போலீஸ்காரனை வாடிக்கைக்காரன்போல காசாவின் பள்ளித்தோழியிடம் கொன்ராட் அனுப்பமாட்டான் என்பது என்ன நிச்சயம்? இந்த எண்ணம் வந்தவுடன் ஒருகணம் அதிர்ச்சி யடைந்த காசா தன்னை அறியாமல் நின்றாள். திரும்பப் போய், மூதாட்டியிடம் தனக்கு இப்போது தோன்றிய இந்த எண்ணத்தைத் தெரிவித்தால் என்ன? ஒருகணம்தான் தடுமாறினாள் காசா. வேண்டாம், விஷயம் பெரியதாகிவிடும். கண்டும் காணாமலும் எதேச்சையாக நடக்கும் காரியங்கள், அவற்றுக்கான தர்க்கத்தின் படி நடக்கும். இப்போது தான் மூதாட்டியிடம் திரும்பிப் போனால், மூதாட்டி ஏதோ இது ஒரு மிகவும் முக்கியமான செய்தி என்று நினைக்கலாம். எனவே காசா, மனத்துள் சமாதானம் சொல்லிய படி தன் வீட்டிற்கு வந்தாள்.

இரண்டு நாட்கள் இப்படியே போயின. போஸ்னானில் ஏதும் நடக்கவில்லை.

மூன்றாம் நாள், சர்ச்சில் காசா தனது பழைய பள்ளித் தோழி யைத் தூரத்திலிருந்து பார்த்தாள். எனினும், இருவரும் அருகில் வந்து குசலம் விசாரிக்கவோ பேசவோ இல்லை. காசாவுக்கு, தன் தோழிக்கு எந்தப் புதுச்செய்தியும் மூதாட்டி மூலம் போய்ச் சேர்ந்திருக்காது என்ற அபிப்பிராயமும் ஏற்பட்டது. சரி, அப்படியே இருக்கட்டும் என்று சகஜமானாள் காசா. ஆனால், அன்று இரவு சாப்பாட்டை முடித்துவிட்டுத் தன் மகளைத் தூங்கவைத்த பிறகு தனக்கு ஒரு தேநீர் குடிக்கத் தோன்றியதால் கெட்டில் பொத்தானை

அழுத்திக்கொண்டு வேகமாகச் சூடாகும் நீரைப் பார்த்தபடி நின்றாள். அப்போது தன் வீட்டில் பின்பக்கம் யாரோ நடமாடும் ஓசை கேட்டதும், காதைக் கூர்மையாக்கினாள். ஓரிரு நிமிடங்கள் கழிந்திருக்கும். யாரோ பின்பக்கம் கதவை மெதுவாகத் தட்டியது தெளிவாகக் கேட்டது. திறக்க வேண்டுமா வேண்டாமா என்று யோசிக்கும்முன் ஒரு மெதுவான குரல் கேட்டது.

'காசா, நான்தான். கதவைத் திற.'

யார் குரல் என்பது காசாவுக்கு உடனே புரிந்துவிட்டது. கதவைத் திறந்ததும், காசாவின் பள்ளித்தோழி நின்று கொண்டிருந்தாள். அன்று வெளியே நல்ல இருட்டாக இருந்ததைக் கவனித்தாள் காசா. பள்ளித்தோழி வந்ததும் அவளைக் கட்டிப்பிடித்து போலிஷ் நாட்டவர் நண்பர்களுக்குச் செய்வதுபோல், இருவரும் இரு பக்கத்துக் கன்னங்களுக்கும் முத்தம் கொடுத்தார்கள். 'நல்ல காலம் அதிகம் நீர் கெட்டிலில் வைத்திருந்தேன். நீயும் தேநீர் அருந்து' என்று, காசா தன் பள்ளித்தோழிக்குத் தேநீர் கொடுத்தாள். இந்த மாதிரி சந்தர்ப்பங்களில் அன்றைய அரசியல் சூழ்நிலை பற்றி இருவரும் பேசவில்லை. பொதுவாகப் பலராலும் கடைப் பிடிக்கப்பட்ட நடைமுறை. வந்து குசலம் விசாரித்துவிட்டுப் போவார்கள். ஆனால் அதற்கு, குசலம் விசாரித்த இருவரும் மட்டுமே புரிந்துகொள்ளும் வேறொரு அர்த்தமும் இருக்கும். ஆனால் காசா அப்படிப் புரிந்ததற்கு மாறாக, பள்ளித்தோழி கொஞ்சநேரம் அடிக்கடி பெருமூச்சு விட்டபடி இருந்தாள். வந்ததன் நோக்கத்தைச் சொல்ல வேண்டுமா வேண்டாமா என்று யோசித்துத் தடுமாறுகிறாள் என்று நினைக்கும்படி இருந்தது, வீட்டுக்கு வந்தவளின் நடவடிக்கை. மற்றபடி காசா, மூதாட்டி சொல்லியிருப்பாள் என்று எண்ணிய விஷயம் பற்றி வந்தவளும் ஒன்றும் சொல்லவில்லை, காசாவும் ஏதும் கூறவில்லை. இன்னொரு தடவை பெருமூச்சு விட்டபடி வந்தவள் கூறியது, அன்று ஒருநாள் தன்னை முறைத்தவனைப் பற்றிய கதை என்பதை காசா அறிந்த போது அவளுக்கு உடலில் நடுக்கம் பரவியது.

அவள் தோழி சொன்ன விஷயம் அரசியல் சம்பந்தப்படாதது. அவள் சொல்லிக்கொண்டிருந்தது இதுதான்:

'அந்த ஆணும் பெண்ணும் அல்லாதவன் போல் தோன்றிய மனிதன் ஓரிரு நாட்களுக்கு முன்பு இரவில் என்னிடம் வந்த போது, முதலில் நான் அவனை இதற்குமுன் பார்த்ததில்லையே என்ற

எண்ணம்தான் தோன்றியிருந்தது. அதன் பிறகுதான் என் விலைமகள் வாழ்க்கையில் இவனைப்போல ஒருவனைச் சந்தித்ததில்லை என்ற எண்ணம் வந்தது. அவன் முதன்முதலாக என்னைத் தொட்டதும், ஏதோ ஒரு ஆடோ மாடோ உடம்பில் உரசிக்கொண்டு போவது போல் ஓர் உணர்வு ஏற்பட்டது. போகப் போக, அந்த மனிதன் மாட்டின் உடலையும் மனிதனின் மனத்தையும் கொண்டவன் என்ற எண்ணம் தோன்றியதை எனக்குத் தடுக்க முடியவில்லை. அவன் வழக்கமான பாலியல் முறைகளைவிட, வழக்கமில்லாத முறை களையே அதிகம் விரும்பியவன் போல முதலில் நடந்து கொண்டான். அது எனக்குப் புதிதல்ல. ஜெர்மன் ஆக்கிரமிப்புக்குப் பிறகு என்னிடம் வருபவர்களின் குணம் அதிகமும் மாறி யிருப்பதைக் கவனித்தேன். என்னைப்போல உடம்பை அளவிடக் கூடிய தொழிலைச் செய்பவளைப் போல, மனிதர்கள் மாறுவதை வேறு யாருக்கும் அவ்வளவு கச்சிதமாக அறியமுடியுமா என்று தெரியவில்லை. ஆனால், எனக்கு நன்கு தெரிந்தது. ஆயிரத்துத் தொள்ளாயிரத்து முப்பத்தொன்பது செப்டம்பருக்கு முந்திய ஐரோப்பியர்கள் வேறு, அதற்குப் பிந்திய ஐரோப்பியர்கள் வேறு. அந்த விஷயம் தெரிந்தபோதுதான், ஐரோப்பாவின் மனித சரித்திரத்தில் ஒரு பெரிய மாற்றம் ஏற்படப் போகிறது - அதாவது, அதன் உள்மன பரிணாமத்தில் ஒரு பெரிய மாற்றம் வரப்போகிறது என்பது எனக்குப் புரிந்தது. காலநிலையை எப்படிப் புறக்கருவிகள் துல்லியமாகக் கணித்துக் கூறுகின்றனவோ, அதுபோல் மனிதர் களின் கூட்டுமனநிலையை அவர்களுடன் படுக்கும் நான் அறிந்தேன். மற்ற பெண்கள் எப்படியோ, நான் ஆண்களின் அகத்தில் ஓர் பெரிய மாற்றம் நடந்ததை அவர்களுடன் இருக்கும் நேரங்களில் நுட்பமாக அறிந்தேன். அது புற ரீதியான செயல்களில் வெளிப் படாததால், எனக்கு அதைப் புற ரீதியான உறுப்புக்களை வைத்து விளக்க முடியாது. சில ஆண்கள் அது அதற்கான உறுப்புகளைத் திடீரென்று மறந்து, ஒவ்வொரு உறுப்பையும் வேறுவிதமாகப் பயன்படுத்துவதில் இன்பம் காண்பார்கள். நான் சொல்வது இதல்ல. நான் சொல்வது மனம் சம்பந்தப்பட்டது. பாலியல் செயலில் சகஜமான நேரங்களில் நான் ஒரு விஞ்ஞானி போல அந்தச் செயலில் இருந்து விடுபட்டு, 'இதோ இந்த மனிதனைப் பார்' என்று சொல்லியபடி என் உடலைக் கொடுத்துவிட்டுத் தூர நிற்பேன். அதாவது என் உடல் வேறு, என் மனம் வேறு என்று எனக்கு எளிதாகப் பிரித்துப்பார்க்க முடியும். ஜெர்மன் ஆக்கிரமிப்புக்குப்

பிறகு இதில் பெரிய மாற்றம் ஏற்பட்டது. மனிதர்கள் இரு பக்கத்திலும் மாறியிருந்தார்கள். அதாவது ஜெர்மனியர்களும் மாறியிருந்தார்கள், நம் நாட்டவர்களும் மாறியிருந்தார்கள்.'

அதிக நேரமாக மிகக் கொஞ்சமாகத் தேநீரை அருந்திவிட்டு, தேநீர் கப்பை அதில் இருக்கும் தேநீர் சிந்தாதபடி உருட்டி உருட்டிப் பார்ப்பதில் கவனம் செலுத்தியபடி பேசிக் கொண்டிருந்தவள், திடீரென்று சூடாறிப்போன தேநீரை ஒரே மடக்கில் குடித்தாள். காசா, அவளிடம் அனுமதி கேட்காமல் அடுத்த அறையில் இருந்த கெட்டிலில் மீண்டும் நீரை ஆன் செய்துவிட்டு சில செகண்டுகளில் இருவருக்கும் இன்னொரு கப் தேநீரைக் கொண்டுவந்தாள். அவள் தோழியின் பேச்சு தொடர்ந்தது.

'அந்த ஆணும் அல்லாத பெண்ணும் அல்லாத முகத்தைக் கொண்ட தோற்றத்தில் இருந்த மனிதன், உண்மையில் சரியான உடல் உறுப்புகள் வளர்ந்த ஆண்தான். வெளித்தோற்றத்தில்தான் அவன் ஒரு குழப்பமான தோற்றம் கொண்டவன். அவன் முதலில் என் உடலைத் தொட்டதும் நான் ஏற்கெனவே சொன்னதுபோல் ஒரு மிருகம் நம்முடன் படுத்திருக்கிறது என்ற எண்ணத்தைத் தந்தாலும் விரைவில் அவன் தன்னை மறந்துவிட்டான். அப்போது முதன்முதலாக என்னை ஒதுங்கி நிற்கும் பார்வையாளர் என்ற என் வாடிக்கையான வழக்கத்தை நான் விட்டுவிடும்படியான நிர்ப்பந்தத்தை ஏற்படுத்தினான். அவன் தான் ஒரு மிருகமாக மாறுவது போலவே அவனோடு படுக்கும் பெண்ணையும் மிருகமாக மாற்றும் தன்மை கொண்டவன் என்ற உண்மை எனக்குப் புரிந்தது. அதாவது உடலில் அல்ல, மனதில்! மனதில் மிருகமாவது என்பதை எனக்குப் பேச்சில் சொல்ல முடியாது. விளக்க முடியாது. உதாரணங்கள்கூடச் சொல்ல முடியாது என்றுதான் சொல்ல வேண்டும். அதாவது, நீரில் இறங்கினால்தான் நீச்சல் தெரியும் என்பது போன்றது இது. அவனுடன் இருக்கும் அந்தக் கணத்தில் தனக்குத் தேவையான மிருகத்தின் மனதை உற்பத்தி செய்யக் கூடிய மிருக மனம் கொண்டவன் அவன் என்பதை அறிய முடியும். உடலைப் பல படிநிலைகளில் மறக்கவைக்கக் கூடியவன் அவன். முதல் படி, இரண்டாம்படி என்று தொடர்ந்து பல படிநிலைகளில் செயல் படக்கூடியவன். மாறி மாறிக் கொலை செய்யவும் கொலை செய்யப்படவும் கூடிய போதையை, கனவற்ற வெறும் நிஜத்தில் ஏற்படுத்தக்கூடியவன் அவன். எனக்கென்னவோ அவன் - யுத்தத்தின் மனநிலையைப் பிரதிநிதித்துவப்படுத்துபவன், இந்த யுத்தத்தின்

சந்தர்ப்பத்தில் பிறந்தவன், முன்பும் அவன் இருக்கவில்லை, எதிர்காலத்திலும் இருப்பதில்லை என்ற எண்ணமே அன்று இரவு பதினொரு மணி முதல் காலை நான்கு மணிவரை ஏற்பட்ட அனுபவம் விளக்கியது. காலையில் நான்கு மணிக்கு என் வீட்டிலிருந்து போக மனமில்லாமல் வெளுத்துவிட்டது என்று கூறியபடி புறப்பட்ட அவன், போன பின்பு எனக்கு அவனை மறக்கவே முடியவில்லை. அவனைக் கொலை செய்வதில்தான் திருப்தி அடங்கியிருக்கிறதென்று கண்ணாடிமுன் போய் என் அம்மண உடலோடு நின்றபோதுதான், என் கண்களில் தெரிந்த கொலை வெறியினுடைய உக்கிரத்தின் உண்மை சொரூபம் தெரிந்தது.'

காசாவின் பழைய பள்ளித்தோழி இப்போது சோர்வாக மூச்சுவிட முடியாதவள் போல் சிரமப்பட்டபின், அதுவரைக் குடிக்காமல் வைத்திருந்த தேநீரை ஒரு மடக்கு எடுத்து மெதுவாக உறிஞ்சி விட்டு எழுந்தாள். வேறு ஏதும் பேசாமல், வந்ததுபோல் இருளில் எந்தவித சப்தமும் வராதபடி மெதுவாக நடந்து கட்டிடங்களின் நிழலில் மறைந்ததை, காசா தன்னை யாராவது ஜெர்மன் சோல்ஜர்கள் நோட்டம் விடுகிறார்களோ என்ற பாதுகாப்பு உணர்வையும் இழந்து பார்த்துக்கொண்டே நின்றாள்.

பின்பு வீட்டின் பின்கதவைப் பூட்டி, விளக்கை அணைத்து அழகாய் தூங்கிக்கொண்டிருக்கும் மகளுக்கருகில் வந்து காசா வழக்கமாகத் தான் செய்யும் இரவு ஜெபத்தை வெகுநேரம் செய்ய முயன்றும் முடியாதபோது, குனிந்து முழங்கால் போட்டுக் கொண்டு படுக்கையில் மீண்டும் மீண்டும் தலையைப் போட்டு முட்டினாள். கண்கள் இருண்டன. உடல் பதறியது. மூச்சு அடைப்பது போல் உணர்ந்தாள். அன்று முறைத்துக் கொண்டு நின்ற மனிதனின் ஞாபகம் அவள் மனதெல்லாம் பரவி வியாபித்தது. அவனது குரூரத்தின் இன்னொரு இருண்ட பக்கத்தை, தனக்கு விநோதமான ஒரு வாழ்க்கையை வாழும் தன் தோழி விளக்கிவிட்டுப் போனாள் என நினைத்தாள். அதன் பின்புதான் காசாவுக்கு உலகம் திடீரென்று மாறிப்போன விஷயம் முழுமையாய்ப் புரிந்தது.

இவையெல்லாம் நடக்குமா, இதற்கு அர்த்தம் என்ன என்று தன்னைத் தொடர்ந்து கேட்டுக்கொண்ட காசாவுக்கு ஒரு விஷயம் புரிந்தது. தன் கேள்விகளுக்கு யாரும் எந்தப் பதிலும் தரமாட்டார்கள் என்பதுதான் அது. உலகம் மாறும்போது தான் ஒரு மொழி பெயர்ப்பாளராய், இரண்டு மொழி தெரியாத உலகங்களை

405

ஒட்டுப்போட்டு வாழ்க்கையை எந்தப் பாதிப்புமில்லாமல் நடத்திக்கொண்டு போகலாம் என்று கனவு கண்டவள் காசா. எங்கோ ஓரிடத்தில் இதுவரை தான் வாழ்க்கை என்று அறிந்தது உடைத்துக் கொண்டது என்று புரிந்ததும், காசாவுக்கு என்ன செய்வது என்று புரியவில்லை. தன் பழைய பள்ளித்தோழி வந்துசொன்னது ஒன்றும் அவளுக்குப் புரியவில்லைதான். ஆனால், அதன் அர்த்தம் புரிந்தது. ஒரு பயங்கரம் நடக்கப்போகிறது. மனிதனின் உள்ளிருக்கும் மிருகத்தை உலகம் தோன்றிய நாள் முதல், மனிதன் பல்வேறு மூக்கணாங்கயிறுகளால் கட்டிப் போட்டிருந்தான். அது அறுத்துக் கொண்டுவிட்டது. அந்த மிருகம், நாகரிகத்தின் மையம் என்று கருதிய ஐரோப்பாவில் அதன் கொடூரத்தைக் காட்டப் போகிறது. இந்த வரப்போகிற கொடூரத்தின் முன்னறிவிப்புதான், தன் பள்ளித்தோழி குறிப்பிட்ட நபரும் அவள் கூறிய அந்த அனுபவமும்.

இறுதியில் எப்படியோ தன்னையும் அறியாமல் தூங்கிய காசா, காலையில் வெகுநேரம் கழித்து எழுந்தாள். கோடைக்காலத்தில் வழக்கமாய் வருவதுபோல் சூரியன் அந்த ஜூன் மாதம் அதி காலையிலே சுள்ளென்று கதிர்களை நாலாப் பக்கமும் வீசிக் கொண்டு தோன்றியது. அவளது எளிய வீட்டில் போடப்பட்ட திரைச் சீலைகளால் மறைக்கப்பட்ட சூரிய ஒளி, திரையை நீக்கியதும் அவள் கண்களைச் கூசச் செய்தது. காசாவினுடைய மகள் தூக்கம் நீங்கிய பிறகும் படுக்கையிலேயே படுத்துக் கிடந்தாள். தான் எழும்புவதைப் பார்த்ததும் அவளும் எழும்பினாள். ஏதும் நடக்காததுபோல் தன் மகளைப் பார்த்து ஒரு புன்முறுவல் செய்த தாயை, குழந்தை புதுவிதமாகப் பார்த்தது. எழுந்த வுடன் பேஸினுக்குப் போய் பிரஷை எடுத்துத் தன் மகளுக்குக் கொடுத்து விட்டுத் தானும் பிரஷை எடுத்து, பற்பசையை முதலில் மகளுக்கும் அதன்பிறகு தனக்கும் எடுத்து உபயோகித்தாள் காசா.

வழக்கம்போல் தினம் வேலைக்குப் போனாள் அவள். தன் மொழிபெயர்ப்பு வேலையும் வழக்கம்போல் செய்துகொண்டு இருந்தாள். ஒரே ஒரு தடவை கொன்ராட் குருன்ட்ஸையும் சந்திக்க வேண்டி இருந்தது. முன்பு ஒருமுறை செய்ததுபோல் தன்னைப் பார்க்காதபோது அவன் கண்களைத் துருவிப் பார்த்தாள். அவள் அவன் தனக்கு எதிராக எதையோ தன் உள்ளே வைத்திருப்பதை அவள் அறியக் கூடாது என மறைக்கிறவனாகத் தெரியவில்லை. எல்லாம் சகஜமாக நடந்தன. அதுபோல் ஒருநாள்கூட அந்த

ஆணும் அல்லாத பெண்ணும் அல்லாத மனிதனை, காசா பார்க்க வேண்டி இருக்கவில்லை. கடவுளே! அவன் தன் கண்ணில் பட்டுவிடக் கூடாது என்று அவளை அறியாத அவளது உள்குரல் மன்றாடியது. அவனைப் பார்ப்பது என்பது அவளைப் பொறுத்த வரையில் இயற்கையில் நடக்கக்கூடாதது நடந்துவிட்டதாய் அர்த்தம் என்று அவளது அந்தராத்மா கூறியது. காலையில் சூரியன் தோன்றுவதற்குப் பதிலாகச் சந்திரன் தோன்றினால் எப்படி இருக்குமோ அப்படிப்பட்ட காரியம் என்று கருதினாள். நல்ல காலம் அப்படிப்பட்ட சம்பவம் ஏதும் நடக்கவில்லை. அந்த மனிதன் எங்கும் தென்படவில்லை.

கொன்ராட் குருன்ட்ஸ் பற்றி மீண்டும் அவளுக்கு நினைவு வந்தபோது, சில நாட்களுக்கு முன்பு அவனைச் சந்தித்த சூழல் காசாவுக்கு ஞாபகத்துக்கு வந்தது. ரிசர்வ் போலீஸ் தலைமை அலுவலகம் என்று ஒரு பழைய அரண்மனையை ஜெர்மன் போலீஸ் துறையினர் ஏற்பாடு செய்திருந்தனர். கடந்த சுமார் ஒரு ஆண்டுக் காலமாக அந்த இடம்தான் தலைமை அலுவலகம். அங்குத் தன்னை அழைக்கும்போது சில தாள்களை மொழிபெயர்க்க வேண்டியிருக்கும். அதுபோல் அவனைப் பார்க்கப் போகும் போது காவல் காப்பவர்களைக் கடந்து அடையாள அட்டையைக் காட்டியபிறகு போக வேண்டும். அந்த அளவு கெடுபிடியான அலுவலகம் அது. கொன்ராட் குருன்டஸ் காசாவைச் சற்றுநேரம் தன் அறைக்கு வெளியே காத்திருக்கும்படி கூறினான். பின்பு அவளைக் காத்திருக்கக் கூறியதற்காக ஐரோப்பியர் வழக்கப்படி மன்னிப்புக் கேட்டபிறகு, அவன் அறையில் அங்குமிங்குமாகத் தன்னை மறந்து நான்கு ஐந்து முறை நடந்துவிட்டு ஒரு தாளைக் கொடுத்து ‘படி’ என்றான். அந்தத் தாளைப் படித்த காசா, உண்மையிலேயே பயந்து போனாள். இளம் ‘கம்யூனிஸ்ட் இளைஞர் லீக்’ ஒன்று பற்றிய தகவல் அது. போஸ்னானில் இருக்கும் ஜெர்மன்காரர்கள் மீது தாக்குதல் தொடுக்கும் விஷயம் தொடர்பான கடிதம். அதில் பல தகவல்கள் இருந்தன. அதனை ஜெர்மன் மொழியில் கூறுமாறு கட்டளையிட்ட கொன்ராட் குருன்ட்ஸ் உண்மையிலேயே மன அமைதி இழந்தவனாகக் காணப்பட்டான். அன்று மாலையில் வீட்டுக்கு வந்த காசா, எந்த மனச்சஞ்சலமும் இல்லாதவளாய் இருந்ததற்குக் காரணமிருந்தது.

அவள் இப்போது, போலந்தின் கிழக்குப் பக்கத்தில் ஒரு கிராமத்தில் வாழ்கிறாள். தன் தாய் வழியினரின் பூர்வீகக் கிராமம்.

போலந்தின் மேற்குப் பக்கத்தில் இருந்த போஸ்னான் அவளை நிம்மதியாக வாழவிடாது என்று புரிந்தபோது மிகக் கெட்டிக் காரத்தனமாக அவள் எடுத்த முடிவு, பின்னால் நடந்த காரியங் களைப் பார்க்கும்போது அவளுக்குச் சரியானதாகவே பட்டது. இந்தக் கிராம வாழ்க்கைக்குத் தற்சமயம் பழகிவிட வேண்டும். ஜெர்மன்காரர்கள் இங்கு வருவது முடியாத காரியம். தான் எந்தக் காரியம் செய்யாவிட்டாலும்கூட தன்னைப் பற்றிய தகவல்கள் கிடைத்துவிட்டால் ஜெர்மன்காரர்கள் பிடித்துக் கொண்டு போக முடியும். அவர்களுக்கு நம்பிக்கையானவளாய் நடித்து அவர்களிடம் மொழிபெயர்ப்பாளராக வேலை பார்த்த ஒரே காரணம் அவர் களுக்குப் போதும், அவளைக் கைது செய்ய. அதிக மக்கள் நடமாட்டமில்லாத, உக்ரேனிய மொழியும் போலிஷ் மொழியும் பேசும் கிராமம் இது. தனது மொழிபெயர்ப்பாளி ஒருத்தி சொல்லாமல் கொள்ளாமல் ஓடிப்போனதற்காக ஜெர்மனியர்கள் இந்தக் கிராமம்வரை வந்து தேடிப் பிடித்துப்போக ஒன்றும் முட்டாள்கள் அல்ல. காசாவுக்கு இந்தக் கிராமம் வாழ்க்கையோடு பொருந்தமுடியாமல் இருந்தாலும் வேறு வழியில்லை. வீட்டு வாடகை பிரச்சினை இல்லை. அவள் தாயின் ஒன்றுவிட்ட சகோதரி இவளிடமும் இவள் குழந்தையிடமும் அன்பாகவே இருக்கிறாள். அவள் வீட்டிலும் இடமில்லாத பிரச்சினை இல்லை. அவளுக்குக் குழந்தைகள் இல்லை. குழந்தைக்கு இந்த இரண்டு மாதத்தில் இன்னும் இந்த ஊர் பிடித்துப் போகவில்லை. தனக்கு ஓர் வேலையைப் பெற்றுக்கொள்ள வேண்டும். இந்தக் கிராமத்தை, நடந்துகொண்டிருக்கும் யுத்தம் பாதிக்கவில்லை என்றாலும் பள்ளிக்கூடங்கள் ஒழுங்காக நடக்கவில்லை. ஏதாவது பள்ளிக் கூடத்தில் தன்னை ஆசிரியையாகச் சேர்த்துக் கொள்வார்களா என்று கேட்க வேண்டும். ஜெர்மன் மொழிமீது இப்போது போலந் தினருக்கு வெறுப்பாக இருப்பதால், தனக்குத் தெரிந்த ஜெர்மன் மொழியைக் கற்றுக்கொள்ள யாரும் முன்வர மாட்டார்கள். தன் தாயின் சகோதரி அவள் பார்க்கும் விவசாயம் மற்றும் மாடுகளைப் பராமரிக்க ஒரு கைகூட சேர்ந்திருப்பதில் இன்னும் கொஞ்ச நாளைக்கு மகிழ்ச்சியாகவே இருப்பாள். இப்படித் தன் வாழ்க்கை யைப் பற்றி காசா சிந்தித்துக் கொண்டாள்.

அவளுக்கு எந்த நாடு எந்த நாட்டோடு உடன்படிக்கை செய்து கொள்கிறது என்ற செய்தியோ அல்லது ரஷ்யா என்ன செய்யப் போகிறது என்பதோ, போலந்தில் எந்தெந்தப் பகுதிகளில் ஜெர்மன்

படைகள் புதிதாய் ஆக்கிரமித்துக் கொண்டிருக்கின்றன என்பதோ இப்போது தெரியாது. அவள் தெரிந்துகொள்ள விரும்பவில்லை. தெரியத் தெரிய மனநிம்மதி குலைந்து போய்க் கொண்டிருக்கிறது. தூக்கம் இல்லாமலாகிறது. போஸ்னானிலிருந்து ஓடிவந்து விடுவதற்கு இதுதான் காரணம் என்று எண்ணிய காசா, கடந்த இரண்டு மாதத்தில்தான் இப்போது இருப்பதுபோல் ஏதும் தெரியாதவளாக இருந்திருந்தால் எவ்வளவு நல்லதாக இருந் திருக்கும் என்று எண்ணினாள். அவளுக்குத் தெரியும் செய்திகள் அவளை வந்து அடைய அவள் பொறுப்பில்லை. யாரையும் சில செய்திகள் வந்து சேரத்தான் செய்யும்.

போஸ்னான் பகுதியின் ஜெர்மன் ரிசர்வ் போலீஸ் தலைமை அதிகாரி கொன்ராட் குருன்டஸ், இளைஞர் கம்யூனிஸ்ட் லீகினரால் கொலை செய்யப் பட்டதும், அதற்கு அடுத்த நாள் தன் பள்ளித் தோழி அவளது யோனியில் ஜெர்மானிய சோல்ஜர்களால் கையெறி குண்டு ஒன்றை வெடிக்க வைத்து உடலின் கீழ்ப்பகுதி சிதறிச் செத்ததும் அவளால் மறக்க இன்னும் பல காலமாகும்.

ஆனால், தன் மனநிலை பாதிப்பையும் தாண்டி தன் மகளுக் காகத் தான் வாழவேண்டுமென்ற அவள் சங்கற்பம் தொடரும் என்பது காசாவுக்குத் தெரிந்தே இருந்தது. மனச்சஞ்சலம் வரும்போ தெல்லாம் அந்தக் கிராமத்தின் பள்ளத்தாக்கில் இருக்கும் தன் கத்தோலிக்க வழிபாட்டுக்கு மாற்றான வழிபாட்டு முறையைக் கடைபிடிக்கும் ஆர்த்தடாக்ஸ் சர்ச்சில் போய் அமர்வது காசா வுக்குத் தற்காலிக அமைதியைக் கொடுக்கிறது.

ஆனால், காசா நினைத்தது போல காரியங்கள் எளிதாக இருக்க வில்லை. பிற்காலத்தில் அவள் மனநோயாளி ஆனதற்கும், அவள் மகள் தொடர்ந்து மனநல மருத்துவரை நம்பி வாழ்க்கையை நடத்தியதற்கும், காசாவின் மகளின் மகன், அதாவது காசாவின் பேரன் பியோத்தர் என்ற ஓவியக் கல்லூரி மாணவன் அவ்வப் போது மனநோய் மருத்துவரிடம் போவதற்கும் சம்பந்தமில்லை என்று சொல்ல முடியாது.

17

அன்று நான் எனக்கு வந்த இ-மெயில்களை என்னுடைய டெல் லேப்டாப்பில் பார்த்துக்கொண்டிருந்தேன்.

என் டெலிபோன் பில்களையும் வாடகையையும் என் பணியைப் பயன்படுத்திக்கொண்டிருக்கும் கம்பெனி கட்டிவிடும். ஆகையால் எனக்கு என் கண்களில் சூடு ஏறும்வரை இ-மெயில் பார்ப்பது எளிது. நானாகக் கட்டணம் கொடுக்கத் தேவையில்லை. அதுபோல் 'எம்எஸ்என்' சாட் மூலம் எனக்கு வேண்டியவர்களோடு அவ்வப் போது 'சாட்' செய்வேன். பிற சமயங்களில் ஓய்வாக இருக்கும் போது www.com போய் பிற சைட்களில் எனக்கு வேண்டியவை களைப் படிப்பது, தகவல்களைத் தேடுவது, அவை அனுமதிக்கப் பட்டால் அவற்றைக் கம்பெனி எனக்கு வழங்கியிருக்கும் பிரிண்டரில் அச்சிட்டுக்கொள்வது என்று சில காரியங்களை வீட்டில் வைத்திருக்கும் என்னுடைய லேப்டாப்பில் பெரும்பாலும் முடித்துக்கொள்வேன்.

இன்று திடீரென்று எனக்குப் பழக்கப்படாத ஓர் நபரின் இ-மெயில் வந்திருந்தது.

சிலவேளை ஜங்க் இ-மெயில் வந்துவிடுவதுண்டு என்பதால் இது ஜங்க் இ-மெயிலாக இருக்கலாம் என்று முதலில் நினைத்தேன். 'pirash 1975@yahoo.com' என்ற முகவரியைப் பார்த்ததும் யாரோ வைரஸுடன் அனுப்பும் ஜங்க் மெயில் என்று நினைத்தேன். ஏதோ என்னை அறியாத ஒரு பொறி, அந்த 'பிர்அஷ்' என்ற ஆங்கில எழுத்துக்களைப் பார்த்ததும் என் உள்மனதில் ஏற்பட்டிருக்க வேண்டும். அதனால் 'டெலிட்' என்ற அம்பை அழுத்தப்போன நான் திடீரென்று நிறுத்தினேன். 'அஷ்' என்ற ஒலி, ஏதோ ஒரு சங்கேதத்தை என் ஞாபக மண்டலத்தில் கிளப்பியிருக்க வேண்டும். திறந்து பார்த்தபோது அது ஒரு 'அட்டாச்மென்ட்' என்று புரிந்தது. அந்த அட்டாச்மென்டுக்குப் போய்த் திறந்தேன். எந்த அறிமுக வரிகளும் இல்லாமல் அஷ்வினியிடமிருந்து என்று மட்டும் இருந்தது. ஜெயிலில் இருக்கும், எனக்குத் தெரிந்த, அஷ்வினி யிடமிருந்து இ-மெயில் வருமா என்று எனக்கு யூகிக்க முடிய வில்லை. முன்பு அவளைப் பற்றி நான் கேள்விப்பட்டிருந்த பல செய்திகளும் ஒரு கதம்பமாகி, நினைவும் கனவும் கலந்துகொண்டது

ஞாபகத்திற்கு வந்தது. சமீபத்தில் அஷ்வினி பற்றி ஏதும் எனக்குத் தெரிந்துகொள்ள வாய்ப்பில்லாமல் இருந்தது. 'அட்டாச்மென்ட்' ஒரு கட்டுரை போல் நீளமாக இருந்தது. 'அன்புள்ள சந்திரன்' என்று அழைக்கப் பட்டிருந்ததால் கடிதம் என்றும் கருதலாம். தேதி இல்லை. அஷ்வினியிடமிருந்து என்பது தலைப்பு. அஷ்வினி யிடமிருந்து என்று அவளது 'டாக்குமென்டில்' சேமித்து வைத்திருப்பாளாக இருக்கும்.

அன்புள்ள சந்திரன்,

உங்கள் இ-மெயில் முகவரி கிடைத்தபோது நீங்கள் தற்சமயம் இந்தியாவில் இல்லை என்பது தெரிந்தது. எத்தனை ஆண்டுகள் வெளிநாட்டில் இருக்கப்போகிறீர்கள், எப்போது போனீர்கள் என்பதெல்லாம் எனக்குத் தெரியாது. தற்சமயம் என் மனநிலையில் அவை முக்கியமாகவும் எனக்குப் படவில்லை. உங்களோடு அன்று பிரதாப்பை முன்னிட்டு சண்டை போட்ட போது நம் தொடர்பு இப்படி ஆகும் என்று நான் எதிர்பார்த் திருப்பேனா, தெரியாது. ஒருவேளை உங்கள் வீட்டில் ஒருத்தியாகஇருப்பேன் என்று எல்லாச் சிறுமியும் நினைப்பது போல் நினைத்திருப்பேன். வேறென்ன நினைத்திருப்பேன்? ஆனால், இப்போதைய நம்முடைய தொடர்பு வேறுவிதமானது. பல ஆண்டு ஜெயிலில் இருந்து ஒருவகையில் முதிர்ச்சி பெற்றுவிட்டவள் நான். முன்பக்கம் காது அருகில் வெள்ளை முடிகள் கற்றையாகத் தோன்ற ஆரம்பித்துவிட்டிருக் கின்றன. அப்படிப்பட்ட ஜெயில் பறவையிடமிருந்து இந்தக் கடிதத்தைப் பெறுகிறீர்கள். இப்போது எல்லோரும் கம்ப்யூட்டரைப் பயன்படுத்துவதால் நானும் கம்ப்யூட்டரைப் பயன்படுத்துகிறேன். உண்மையைச் சொல்லப் போனால் நம் உலகம் கடித உலகம். எனக்கு, கம்ப்யூட்டர் வேறொரு தலைமுறையின் சாதனம் என்ற நினைப்பை மாற்ற முடியவில்லை சந்திரன்.

என் கடிதத்தின் வரிகளுக்கிடையே அந்த அழகிய கண்கள் உள்ள பத்தொன்பது வயது குறும்புக்காரப் பெண் தெரிகிறாளா? இல்லை என்று நிச்சயம் பதில் சொல்வீர்கள் என்பது தெரிந்துதான் இந்தக் கேள்வியைக் கேட்கிறேன். அந்தப் பத்தொன்பது வயதுப் பெண் எனக்குள்ளும் இல்லை என்பது உங்களுக்கு ஆச்சரியத்தைத் தராது. அன்று என் தந்தையைக் கொன்றபோது அந்தப் பத்தொன்பது வயதுப் பெண்ணையும் சேர்த்துக் கொன்றுவிட்டேன் என்பது

ஜெயிலில் இருக்கும்போதுதான் கண்டுபிடித்தேன். மனிதர்கள் எவ்வளவு வேகமாக மாறு கிறார்கள்! ஒருவேளை பிரதாப்பும் உயிருடன் இருந்தால் நான் இளமையில், சாவுக்குக் காரணமாகச் செய்த காரியங்களை ஒருவேளை நிராகரித்திருக்கலாம்; ஒருவேளை தொடர்ந்திருக்கலாம். இறந்துபோன ஒரு இலட்சியவாதி இளைஞ னைப் பற்றிச் சொல்ல எனக்கேதும் தனித் தகுதி இல்லை, சந்திரன்.

ஆனால் பிரதாப்பைப் பற்றி யோசிக்க அவனுக்காகச் சொந்தத் தந்தையையே கொன்ற ஒரு பெண்ணுக்கு, கண்டிப்பாகத் தகுதியிருக்கிறது என்பதை நீங்கள் மறுக்கமாட்டீர்கள். நாம் இருவரும் சந்தித்துக்கொண்டது அபூர்வம். ஆனால் சந்தித்த சில நிமிடங்களில், எவ்வளவோ உரிமை எடுத்துக் கொண்டிருக் கிறேன் உங்களிடம். கோபப்பட்டிருக்கிறேன், சண்டை போட்டிருக் கிறேன். இப்படியே ஒரு உறவை வளர்த்திருக்கிறேன் போல இருக்கிறது (அதனால்தான் விஜயா பற்றி செய்திகளைத் தெரிந்ததும் பைத்தியம் பிடித்தவள்போல ஆனேன். சரி, இது அப்புறம்). நீங்கள் என்னை வந்து பார்த்திருக்க வேண்டும் என்று கோபம் கொண்டிருக்கிறேன். இறுதியில் அழுகையில் போய் முடித்திருக் கிறேன். ஆனால் நான் ஜெயில் தண்டனையை முடித்து வெளியில் வந்து இந்த இ-மெயில் கடிதத்தை எழுது வதால், உங்களுக்கு இனி என்னை ஜெயிலில் வந்து பார்க்கும் வாய்ப்பு இல்லை.

சரி. அது போகட்டும். நான் சொல்லவந்தது, ஜெயிலில் இருந்த போது நான் உங்களை நினைத்துக்கொண்டேன் சந்திரன். ஒரு ஜெயிலுக்குள் இருப்பது என்பது பெரிய தண்டனை இல்லை. எப்போது தண்டனையாகும் என்றால், நீங்கள் செய்தது தவறு என்று பச்சாதாபப்பட்டால். அப்படிச் செய்திருந்தால் நான் பிரதாப்பைக் காதலிக்கவில்லை என்று அர்த்தம். நான் அவனை, சாகும் முன்பும் பின்பும் காதலித்தவள்; காதலிக்கிறவள். செத்தவனைக் காதலிப்பது எப்படி என்று கேட்பீர்கள். பிரதாப்பைப் போன்று சமூகக் காரியங்களுக்காகச் செத்தவர்கள் எல்லோரையும், காதலிக்க குறைந்தது ஒரு பெண் இருப்பாள். இப்படி நான் எழுதும்போது பைத்தியம்போல் உளறுகிறேன் என்று உங்களுக்குப் படலாம். பைத்திய நிலை, கடவுளைக் காதலிக்கும் பக்தர்களுக்கு வரும் என்பது கேள்விப் பட்டிருப்பீர்கள். என் உணர்வுகளைக் கொட்டிக் கொண் டிருக்கிறேன் என்று கொஞ்சம் செவி சாயுங்கள் சந்திரன். எனக்கும் என் உணர்வுகளைக் கொட்ட ஒரு வாய்ப்பு வேண்டு மல்லவா? நான் பிரதாப்பை மறக்க முடியாததாலோ என்னவோ

உங்களையும் விஜயாவையும் மறக்கவில்லை. விஜயா இறந்தபின்பு இத்தனை ஆண்டுகளாய் நீங்கள் மறு விவாகம் செய்யவில்லை என்பதைக் கேட்டபோது உங்கள்மீது அப்படி ஏதும் எனக்கு மதிப்பு வந்துவிடவில்லை. ஒருவேளை என்னைப் போலவே, அதாவது நான் பிரதாப்பை என் மனதின் ஒரு பகுதியாகக் கொண்டிருப்பது போலவே நீங்களும் விஜயாவை ஒரு பகுதியாகக் கொண்டிருக்கிறீர்களோ என்று தோன்றுகிறது. ஒருவேளை, நீங்கள் அப்படிப் பட்டவரில்லை என்று நீங்கள் சொல்லலாம். ரொம்பச் சரி. அப்படியும் இருக்க உரிமை உண்டு உங்களுக்கு.

என் எதிர்பார்ப்பு என்னும் சிறையில் உங்களை அடைத்து, நீங்கள் சுயேச்சையாக வாழும் சுதந்திரத்தைப் பறித்துக்கொள்ளக் கூடாது என்பதை நன்கு அறிவேன் நான். எனக்கு எந்த எதிர்பார்ப்புமற்று, எனக்கு எந்தத் தொடர்புக்கும் சாத்தியமற்ற மனிதராய் உங்களைத் தூரத்தில் வைத்துக்கூடக் கற்பனை செய்யமுடியும். அப்போதும் உங்களுக்கு ஒரு கடிதமோ, இ-மெயிலோ என்னிடமிருந்து வரும்போது அந்தக் கடிதமோ இ-மெயிலோ, எந்த எதிர்பார்ப்பு மற்ற தொடர்பு என்றுதானே அர்த்தம்? அத்தகைய தொடர்பு இது என்று வைத்துக்கொள்ளுங்கள்.

முன்பு நீங்கள் சீண்டியபோது உங்கள் ஹோட்டலுக்கு வந்து சண்டைபோட்ட அந்தச் சின்னப் பெண் இப்படியெல்லாம் பேசமாட்டாள். ஆம் சந்திரன், என் வாழ்க்கை இப்போது மிகவும் மாறிப் போய்விட்டது. ஜெயிலில் பிடிவாதத்தோடு என் செய்கை களுக்குப் பச்சாதாபப்படாமல் இருந்ததால் பிழைத்தேன். இது தவறு என்று, சில மதத் தொடர்புள்ளவர்கள் என்னைச் சந்தித்த போது சொன்னார்கள். நான் விடுதலையாவதற்கு ஒரு மாதத் திற்கு முன்பு ஜெயிலுக்குக் கைதிகளைச் சந்திக்கவந்த ஒரு புதிய மதத்தைச் சார்ந்த (ஏதோ பெயர் சொன்னார், மறந்துவிட்டேன்) பெண்மணி, 'நான் ஒரு ராட்சசி, மனித சக்தி வழிபாட்டுக்காரி, சக்தியை வழிபடுகிறவர்கள், ஹிட்லர், ஸ்டாலின் போலத்தான் மாறுவார்கள்' என்று சாபம் போட்டார். சரி. நாம், மாறி மாறி உணர்வுகளைப் பரிமாறிக்கொள்வது சற்று வித்தியாசமாக இருக்கிறது இல்லையா?

என்னை மன்னித்துக் கொள்ளுங்கள் - இப்படித் திடீரென்று உங்களுக்கு ஒரு நீண்ட கடிதம் எழுதுவதற்கும், என் கதையைச் சொல்வதற்கும்.

முற்றிலும் உங்களைப்பற்றி அறியாத விதமாய் வாழ்க்கையை நடத்திக்கொண்டிருக்கவில்லை என்பதை, நான் விஜயா பற்றிக் குறிப்பிட்டதன் மூலம் உணர்த்துகிறேன் என்பது உங்களுக்குத் தெரிந்திருக்கும். அதுபோல் கொஞ்சம் ஆண்டுகள் எந்தத் தொடர்பும் வைத்துக்கொண்டிருக்காததால் உங்கள் வாழ்க்கையின் அந்தரங்கங்கள், வேதனை, சபலங்கள், உங்கள் தொடர்புகள், உங்கள் நண்பர்கள், உங்களுக்குத் தோன்றியுள்ள கேள்விகள், தேடல்கள் இவற்றை முற்றிலும் அறியாதவளும் அல்ல. என் கடிதத்தின் இதுவரையிலான தொனி இதை உங்களுக்கு விளக்கி யிருக்கும். இனி, தொடர்ந்து சொல்லப் போகிற விஷயங்கள் இன்னும் அதிகம் விளக்கும்.

முதலில் நான் அரசியல்வாதி அன்பழகனைச் சந்தித்தது அகஸ்மாத்தாகத்தான். சிறையிலிருந்து விடுதலையான பிறகு, பிரதாப் தொடர்பு வைத்திருந்த சிலரைச் சந்தித்தேன். அவர்களில் சிலர் கவிஞர்களாகவும், சிலர் ஆன்மீகவாதிகளாகவும், இன்னும் சிலர் வட்டிக்குப் பணம் கொடுப்பவர்களாகவும் மாறியிருந்தனர். பிரதாப் சார்ந்திருந்த இயக்கம் இன்னும் இருக்கிறது. நான் ஆதிவாசிகள் இருந்த மலைப்பகுதிக்குப் போய், அந்தக் குளிரான பகுதியில் காலையிலும் மாலையிலும் இரண்டே இரண்டு முறை போகும் பஸ்ஸில் பயணம் செய்து, பக்கத்தில் இருந்த ஒரு லாட்ஜில் என் பெட்டியை வைத்துக்கொண்டு தங்கினேன். என் அம்மா அந்த ஊரைப்பற்றிச் சொல்லி, என்னிடம் ஸ்வட்டரும் தலையில் வைக்க உல்லன் தொப்பியும் கொடுத்திருந்தார்கள். அம்மா ஏனோ என்னை இன்னும் விட்டுவிடவில்லை. ஏகாந்த வாழ்க்கையில், என் பின்னால் நிற்கிற நிழலாய் ஏனோ நிற்கிறார்கள். அங்கு நடந்துகொண்டு இருக்கும் ஆதிவாசிப் போராட்டத்தில் இருப்பவர்கள், போலீஸ் இன்பார்மர் என்று ஒரு ஆதிவாசியை அப்போதுதான் கொன்றிருந்தார்கள். அதனால் போலீஸ் கெடுபிடி அதிகமாக இருந்தது. நான் தங்கியிருந்த லாட்ஜில்கூட, வந்து தங்குபவர்களைப் பற்றிய தகவல்களைப் போலீஸ் பெற்றுக் கொள்கிறது என்று எனக்கு அறை தந்த லாட்ஜின் மானேஜரான, ஒரு உயர்ந்த தோற்றமும் நீண்ட மூக்கும் கொண்ட ஆதிவாசி இனத்தைச் சார்ந்த மனிதர் கூறினார். அந்த மனிதர் மலையில் இன்னொரு இடத்திலும் இதுபோல் லாட்ஜ் நடத்தி வருவதாகவும், கடந்த பல ஆண்டுகளாய் நகரத்திலிருந்து புரட்சிக்கார இளைஞர்கள் வந்து அமைதியான ஆதிவாசிகளின் மனத்தைக் கெடுத்து, ஆயுதப்

புரட்சி அது இது என்று இந்த அழகான மலைப்பிரதேசத்தை நாசம் பண்ணி விட்டதாகக் கூறி அவர்களைச் சாபம் இட்டார். என்னை யாரோ ஒரு மத்திய வயதுப் பெண் என்று அவர் நினைத் திருந்தார். முப்பத்து மூன்று வயதை, மத்திய வயது என்று கூறலாமா? தெரியவில்லை.

அரசியல்வாதி அன்பழகனைப் பற்றி குறிப்பிட்டுவிட்டு ஏதோ ஒரு மலைப்பிரதேசத்தைப் பற்றி விளக்கிக்கொண்டிருக்கிறாளே இவள் என்று நினைக்க மாட்டீர்கள் என்று நம்புகிறேன். இன்னொரு விஷயத்தையும் கூற வேண்டும் சந்திரன். நான் எதையும் இந்த இ-மெயிலில் கோர்வையாக எழுதுவேனோ என்னவோ தெரிய வில்லை. ஓரளவு என் மனதில் இருப்பவை களைக் கொட்டுவதாக இது இருந்தாலும் தவறு என்று எடுத்துக்கொள்ள மாட்டீர்கள் தானே?

அந்தக் காலத்தில் நான் இரண்டு பேரை மீண்டும் மீண்டும் நினைத்தேன். பிரதாப் மற்றும் ஜெயிலர் சிங். ஜெயிலர் சிங் என் வாழ்க்கையில் ஒரு வித்தியாசமான குணத்தைப்பற்றி யோசிக்க வைத்தவர். நான் மலர்களைப் பார்த்துக்கொண்டே வாழ்க்கையைக் கடத்திவிட முடியும், வானத்தைப் பார்த்து ஆன்ம திருப்தியை அடையலாம். அவற்றில் ஓர் அழகு இருக்கிறது என்று எனக்குச் சொன்னவர் சிங். ஆனால் பிரதாப், வாழ்க்கை என்பது போராட்டம் என்று மட்டும் அறிந்தவன். இந்த இரண்டு பேரும் எதிரும் புதிருமானவர்கள். ஆனால் இருவர் சொன்னதிலும் உண்மை யிருக்கிறது என்று நான் கண்டுகொண்டது இக்கால கட்டத்தில். ஆனால் ஆரம்பத்தில், எந்தச் சுதந்திரமும் சக மனிதனால் பெற முடியாத மனிதன், வாழ்க்கையில் என்னதான் அழகைத் தரிசிக்க முடியும் என்றுதான் நம்பியிருந்தேன் சந்திரன். இளமை மீது வெறுப்பும்கூட வந்தது. இளமையை யாராவது வெறுப்பார்களா என்று ஆச்சரியப்படுகிறீர்களோ என்னவோ? தெரியவில்லை. இளமையில் நிறைய ஊக்கம் இருக்கிறது. ஆனால், பார்வை தெளிவடைவதில்லை. ஒருபக்கம் மட்டும் உண்மை என்று நினைக்கிறோம். இதுகூட, சரியோ தவறோ தெரியவில்லை. ஒருவேளை பிரதாப், நித்திய காலம் இளமையாக இருக்க முடியும் என்று நிரூபித்திருந்தவனாக இருக்கலாம். சிலர், வரலாற்றில் அறுபது வயதிலும் புரட்சிக்காரர்களாய் இருந்திருக்கிறார்கள். அவர்கள் நித்திய காலம் இளமையை நம்பியவர்களோ என்னவோ! அவர்கள் எண்ணமும் சரியாக இருக்கலாம். என் மனதில் ஓடுவதை

எல்லாம் எழுதுகிறேன். என் நியாயங்களும் அவற்றுக்குள் இருக்கும் முரண்பாடுகளும் சேர்ந்த வண்ணம் உங்களுக்குத் தெரியட்டுமே! ஏனோ தொடர முடியவில்லை. எனக்குள் ஏதும் இல்லை என்று தெரிகிறது. சரி, நான்... நான் கொஞ்ச நேரம் அழுகிறேன். இன்று இத்துடன் முடிகிறது. மன்னித்துக் கொள்ளுங்கள்.

அஷ்வினி.

அடுத்த நாள் இன்னொரு 'அட்டாச்மென்ட்' வந்தது.

அன்புள்ள சந்திரன்,

போன கடிதத்தை நான் அனுப்பியிருக்கக் கூடாது. சுய பரிதாபமும் பச்சாத்தாபமும் அதில் இழையோடியிருந்தால் என்னை நீங்கள் கண்டிப்பாக மன்னிக்க வேண்டும். அந்த இரு உணர்வும் என் கடிதத்தில் தலைகாட்டியிருந்தால் நான் வாழத் தகுதியற்றவள். ஆனால், நான் வாழ விரும்புகிறேன். எனக்கு எதிரான சூழலின் சதிதான் அந்த இரு உணர்வுகளும். நிற்க.

அந்த ஆதிவாசிகளின் ஊரில் நான் தங்கியிருந்த லாட்ஜ் மரத்தாலானது. அது ஆச்சரியமில்லையா? மற்ற மலைப்பகுதிகள் எப்படியோ, இந்த மலைப் பகுதியில் நிறைய கட்டிடங்கள் இந்த மாதிரி இருந்ததை, பிறகு கண்டு பிரமிப்பு அடைந்தேன். வெறும் மரத்தால் ஆன, குளிர் கொஞ்சமும் உள்ளே புகாத லாட்ஜ் மற்றும் வீடுகள் கொண்ட மலைப்பகுதி. ஓர் அறைக்கும் இன்னொரு அறைக்கும் நடுவில் வராந்தா போன்ற நீண்ட மரச்சட்டங்கள் பொருத்தப்பட்டிருந்தன. வெள்ளைக்காரர் காலத்துக் கட்டிடங்கள் என்று சொன்னார்கள். உயரமான ஆதிவாசிகளின் இனத்தைச் சார்ந்த அந்த லாட்ஜ் சொந்தக்காரரிடம் பேசிப் பார்த்தேன். அவருக்கு, தான் ஒரு ஆச்சரியகரமான கட்டிடத்தின் சொந்தக்காரர் என்ற உணர்வு கொஞ்சமும் இருக்கவில்லை. அதனால், யாரும் சீண்டாத மரத்தாலான பழைய கட்டிடம் என்பதுபோல் பேசினார். கான்க்ரீட்டாலான புதிய லாட்ஜ்கள் வருவதை அசூயையோடு சுட்டிக்காட்டினார். நான் அவர்மீது மிகுந்த கோபம் கொண்டேன். அதனால், அவருக்கு இப்படிச் சொன்னேன்:

'நான் இந்த மலைப்பகுதிக்கு எப்போது வந்தாலும் இந்தக் கட்டிடத்தில்தான் தங்குவேன்.'

'ஏன்?'

‘இப்படிப்பட்ட மரத்தாலான பழையகால கட்டிடத்தில் தங்கும் வாய்ப்பு சாதாரணமாகக் கிடைக்குமா?’

‘ஏன்?’

‘கான்க்ரீட் கட்டிடம் எல்லா இடத்திலும் இருக்கிறது. மரக் கட்டிடத்தில் தங்கும் சுகம், கான்க்ரீட் கட்டிடத்தின் மூலம் கிடைக்குமா?’

‘ஏன்?’

அப்போதுதான் அந்த ஆதிவாசி மனிதருக்கு ‘ஏன்’ என்ற சொல்மீது அபரிமிதமான பற்று இருப்பது புரிந்தது. இன்னொரு விஷயம் என்னைப்பற்றிப் புரிந்தது. எனக்கு மரத்தாலான கட்டிடத்தின் அழகை ரசிக்க முடிகிற அளவு, ஏன் நான் ரசிக்கிறேன் என்பதை விளக்க முடியவில்லை என்பது தெரிந்தது. பழையது எல்லாவற்றையும் ரசிக்கிறேனாயிருக்கும் அல்லது இன்று அபூர்வ மாகி விட்டதையெல்லாம் ரசிக்கிறேனாயிருக்கும்.

அந்த மரத்தாலான லாட்ஜில் மூன்று மாடிகள் இருந்தன. மேல் மாடி ஆட்களால் நிரம்பியிருந்தது. தரையின் நாற்சதுரத் தளத்தி லிருந்த அறைகள் மிகப் பெரிதாகவும், இரண்டாவதான மத்தியில் இருந்த நாற்சதுர மாடி இன்னும் சிறிதாகவும், மூன்றாவது மேல் மாடி இன்னும் சின்னதாகவும் ஒருவித நாற்சதுர கூம்புபோல் அமைக்கப்பட்டிருந்த மரத்தாலான கட்டிடம். அங்கு வரவேற்பு அறையும் அதற்கு அருகில் ஓர் மூலையில் மானேஜர் அறையும் காணப்பட்டன. வரவேற்பறை என்பது, ஆங்காங்கு மேசைகளைச் சுற்றிப் போடப்பட்ட இரண்டு இரண்டு நாற்காலிகள். அவையும் மரத்திலும் பிரம்பாலும் மாறி மாறி அழகுடன் செய்யப்பட்டிருந்தன. தரையில் மண் சமமாக்கப் பட்டிருந்தது. நடுவில் ஒரு பழங்கால கடிகாரம் தொங்கியது. அதன் இரண்டு பக்கமும் இரண்டு மான் கொம்புகளும் மாட்டப்பட்டிருந்தன. அந்தக் கடிகாரத்துக்கு மேல், தரையை நோக்கிச் சாய்த்தபடி நீண்ட முறுக்கிவிடப்பட்ட மீசை யுடன் ஒரு மனிதர் துப்பாக்கி ஒன்றைப் பிடித்தபடி நின்ற ஓவியம் தீட்டப்பட்டிருந்தது. எளிமையாகவும், ஒருவித அழகாகவும் அந்த மரத்தாலான லாட்ஜ் எனக்குத் தென்பட்டது.

ஒருசிலர் வந்தவண்ணமும் போனவண்ணமும் இருந்தனர். ஒன்றிரண்டு புதிய கட்டிடங்கள் பஸ் ஸ்டாண்டை ஒட்டி எழுந்த வண்ணம் இருந்தன. பஸ் ஸ்டாண்ட் கூட அப்படி ஒன்றும் பெரிதாக இல்லை. தலையில் கம்பளிகளுக்குப் பதிலாக கோணிப் பைகள்

போட்ட கூலிக்காரர்கள், பஸ்ஸில் வரும் பிரயாணிகளின் பொருட்களை பஸ்ஸின் மேலிருந்து இறக்க உதவினர். என்னைப் போன்று, வெளியூர்க்காரர்கள் அவ்வப்போது வருவார்கள் போலிருந்தது. அந்த லாட்ஜிலும் அதிகம் ஆள் நடமாட்டம் இல்லை. பஸ் ஸ்டாண்டின் நாலாப் பக்கமும் தேயிலை பயிரிடப்பட்டிருந்தது. அந்தக் கூலிக்காரர்கள் பெரும்பாலும் ஆதிவாசிகள். எல்லோரும் கையில் பச்சைக் குத்தியிருந்தார்கள். காதில் வளையம் போட்டிருந்தனர். முகத்தில் நீக்கமற எல்லோருக்கும் அம்மைத் தளும்புகள் இருந்தன. அதுபோல் கோணிப்பையை மடக்கித் தைத்து தலையை மூடி இடுப்புவரைத் தொங்கப் போட்டிருந்தனர். இன்னொரு விசேஷம் அவர்கள் எல்லோரும் கிழிந்த பேன்ட் அணிந்திருந்தனர். ஒருவேளை வெள்ளைக்காரர்களிடமிருந்து இவர்கள் கற்றுக்கொண்ட ஒரே நாகரிகம் இந்த பேன்டாக இருக்கலாம் என்று நினைத்துக்கொண்டேன்.

ஆக, சந்திரன் கற்பனை செய்து பாருங்கள். எப்போதும் இலேசாகத் தூறல் போடும் ஒரு மலையில், தேயிலை தோட்டத்துக்கு நடுவே, எப்போதோ பஸ்கள் வரும் ஒரு பஸ் ஸ்டாண்ட். அதனருகில், அந்தப் பஸ்ஸில் வரும் பயணிகளுக்காகக் கொஞ்சம் கூலிக்காரர்கள் கோணிச்சீலையுடன் தலையை மூடியபடி காத்திருக்கிறார்கள். அதாவது, பக்கத்தில் உள்ள பெட்டிக் கடைகளில் பீடியோ காபியோ குடித்தபடி எப்போதும் காத்திருக்கும், தலையில் கோணிச்சீலை போட்டு மூடிய ஆதிவாசி கூலிக்காரர்கள். என்னைப் போல் எப்போதாவது தூரத்துப் பட்டணத்திலிருந்து வரும் பயணி. உங்களுக்கு இப்படி ஓர் இடம் கற்பனை செய்து பார்க்க முடியும்.

எனக்கு அந்த இடத்தில் உள்ள அந்த மரத்தாலான லாட்ஜில் மொத்தம் நான்கு நாட்கள் தங்க வேண்டும் என்று மானேஜரிடம் முதல்நாளே சொன்ன போது, அது ஏன் அவருக்கு விசித்திரமாகத் தோன்றிற்று என்று தெரியவில்லை. தலையைத் தூக்கிப்பார்த்து விட்டு, லெட்ஜரில் என் பெயரையும் முகவரியையும் எழுத பேனாவையும் லெட்ஜரையும் என்னை நோக்கி நகர்த்தினார். நான் முகவரி போன்ற விவரங்களைக் கூறியபோது இரண்டு நாள் அட்வான்ஸ் வாங்கிவிட்டு, தேவையெனில் அப்புறம் இரண்டு நாள் நீட்டித்துக் கொள்ளுங்கள் அட்வான்ஸ் இல்லாமல் என்றார், அந்த மிக உயர்ந்த தோற்றம் கொண்ட மனிதர். எல்லா ஆதிவாசிகளையும் போல இவருக்கும் முகத்தில் அம்மைத் தழும்புகள் காணப்பட்டன. இரண்டு நாள் அட்வான்ஸ் மற்றும் இரண்டு நாள் அட்வான்ஸ்

இல்லாமல் தங்குவது பற்றிய தர்க்கம் எனக்குப் பிடிக்கவில்லை. அந்த மனிதர் அதைச் சொன்னபோது, எல்லோருக்கும் தெரிந்த ரகசியத்தையோ நம்பிக்கையையோ தான் கடைப்பிடிப்பதாக அவரது முகத்தோற்றம் இருந்தது. நான் அந்த மனிதரிடம் அந்த இரண்டு நாள் மட்டும் அட்வான்ஸ் வாங்கும் சடங்கு போன்ற காரியத்தைப்பற்றிக் கேட்கவில்லை. எனக்குத் திடீரென்று ஹோட்டல் அறைகள் எல்லாம் நிறைந்து மூன்று நாட்களுக்குப் பிறகு, மூன்றாம் நாள் அறையில்லை என்று சொல்லி, கடைசி இரண்டு நாள் இந்த, எனக்கு மிகவும் பிடித்த மரத்தாலான லாட்ஜிலிருந்து துரத்திவிடும் தந்திரம் இது என்று மனதுக்குள் பட்டிருக்க வேண்டும்.

என் முகத்தைப் பார்த்த மானேஜர், 'எத்தனை நாள் வேண்டு மானாலும் தங்குங்கள். இந்த லாட்ஜை நான் வாங்கி பதினைந்து வருடங்கள் ஆகின்றன. ஒருதடவைகூட எல்லா முப்பத்தி - ஒரு அறைகளும் நிறைந்ததை நான் பார்த்ததில்லை' என்றார். மொத்தம் முப்பத்து இரண்டு அறைகள். மானேஜர் தங்க ஓர் அறை. அதனால் முப்பத்தொன்று என்று கூறுகிறார். நான் அங்குத் தங்கியபோது ஆதிவாசிகள் வசிக்கும் இடத்துக்கு நான் போகமுடியாது என்றும், போவது ஆபத்து என்றும் கூறினார்கள். நான் அங்கு யாருக்கும் என்னைப் பற்றிச் சொல்ல விரும்பவில்லை. அங்கு நடக்கும் போராட்டம், பிரச்சினை போன்றவை பிரதாப் இங்கு வந்த போது இருந்ததைவிட இப்போது முழுதும் மாறிவிட்டது என்பது தெரிந்தது. நிலத்தை வைத்திருக்கும் ஆட்களும் மாறியிருந்தார்கள். ஆனால் பஸ் ஸ்டாண்டில் இருப்பவர்களுக்கு, மலைகளுக்குள் நடக்கும் பல காரியங்கள் தெரியவில்லை. அதாவது பஸ் ஸ்டாண்டை நம்பி வாழ்பவர்கள் வேறு, மலைக்குள் இருக்கும் ஆதிவாசிகள் வேறு என்பதுபோல் இருந்தது அவர்களின் போக்கு. நான் நான்கு நாட்கள் இருந்து டெல்லியில் உள்ள சில குழுக் களுக்காக மனித உரிமை சார்ந்த, அவர்கள் தேவை என்று கேட்டிருந்த சில தகவல்களையும் உண்மைகளையும் திரட்டுவதை நோக்கமாகக் கொண்டுவந்தேன். என் வேலை மூன்று நாட்களில் முடிந்துவிட்டது எனலாம். நான்காவது நாள்தான் நான் ஒரு மனிதனைச் சந்தித்தேன்.

ஜீன்ஸ் பேன்டும், கழுத்தில்லா வெள்ளைநிறச் சட்டையும் அணிந்திருந்த அந்த நபர், தன் சட்டையின் கைகளை முட்டுவரை மடக்கி வைத்து, கழுத்தில் உள்ள பித்தான்களைப் போடாமல்,

419

ஒரு சிவப்பு நிற மப்ளரை கழுத்தில் தொங்கப் போட்டபடிக் காட்சி தந்தார்.

நான் லாட்ஜ் மானேஜர் இருந்த இடத்துக்கு முன்பு கிடந்த பிரம்பு நாற்காலியில் அமர்ந்து ஒரு பணி ஆள் கொண்டுவந்த தேநீரை மெதுவாக இழுத்தபோது என் முன்னால் அந்த ஆள்வந்து அமர்ந்துகொண்டு,

'ஐ ஆம் ராஜேஷ்' என்றார்.

என் பாப் செய்யப்பட்ட முடி அவரை ஆங்கிலத்தில் அறிமுகம் செய்ய வைத்திருக்கும் என்று எண்ணி, இந்த ஹோட்டலுக்குக் கொடுத்த எனது புனைபெயரான 'வனஜா' என்பதை இந்தப் புது நபருக்கும் சொன்னேன். அந்த மானேஜர் ஏதோ மோசடிக்காரி என்று என்னை நினைக்கக் கூடாது என்பதால் மட்டுமே, ஹோட்டல் காரருக்குக் கொடுத்த அதே பெயரை ராஜேஷுக்கும் சொன்னேன். அந்தப் புனைபெயரைச் சொல்வதற்கான இன்னொரு காரணம், யாரோ ஒரு ராஜேஷிடம் ஏன் என் புகழ்பெற்ற இயற்பெயரைச் சொல்லி, அதன்பிறகு எத்தனையோ கேள்விகளுக்கப்புறம் நான் உண்மையில் யார் என்பதை அந்த நபர் அறியும்போது, எப்போதும் ஒரு அசாதாரணமான தர்மசங்கடமே அந்த நபரிடம் தோன்றும். அதைத் தவிர்ப் பதற்காக, இப்போதெல்லாம் சந்தர்ப்பத்துக்குத் தக ஒரு புனைபெயர் என் ஞாபகத்துக்கு வந்துவிடுகிறது. வனஜா என்பது என் பொதுவான இன்னொரு பெயர் ஆகிவிட்டிருக்கிறது.

'நான் இங்கு வரும்போதெல்லாம் இந்த ஹோட்டலில்தான் தங்குவேன். மரத்தாலான இந்த மாதிரி கட்டிடம் இப்போது அதிகம் இல்லை. பிரிட்டிஷார் விட்டுவிட்டுப் போனது' என்றார் ராஜேஷ்.

'யு லைக் இட்?'

'ஐ லவ் இட்... வாவ்' என்றார் ராஜேஷ். என்னைப் போன்ற ரசனையுள்ள இன்னொரு மனிதர் என்று நினைத்துக் கொண்டேன்.

'உங்கள் பிரேக் ஃபாஸ்ட் முடித்துவிட்டீர்களா அல்லது நானும் உங்கள் மேசையில் அமர்ந்து என் பிரேக் ஃபாஸ்டை உங்களோடு பேசியபடி சாப்பிடலாமா?' - மிகவும் வினயமாக ராஜேஷ் கேட்டார்.

'எனக்கு ஆட்சேபணை இல்லை.'

அப்புறம் என்னைப்பற்றிக் கேட்டார் ராஜேஷ். நாங்கள் பல

விஷயங்களைப் பற்றிப் பேச ஆரம்பித்தோம். அந்த லாட்ஜ் மானேஜர் அவ்வப்போது மேசைக்கருகில் வந்து போனார். எதற்கென்று தெரியவில்லை. அவ்வப்போது அந்த லாட்ஜைச் சுற்றி ஒரு மௌனம் சுழன்று கொண்டிருப்பது போல் நினைத்தேன். வெளியே பார்த்தபோது, மேகம் ஆகாயத்தை அதிகம் மூடிக் கொண்டிருந்தது தெரிந்தது.

ராஜேஷ் இந்த ஹோட்டலுக்கு கடந்த பல வருடங்களாக வருவதையும், இந்தத் தேயிலைத் தோட்டங்களும் இந்த ஊரின் எளிமையும் இதன் மழையும் தனக்கு மிகவும் பிடித்துப் போனதையும் கூறினார். ஆங்காங்குப் பொருத்தமாக ஆங்கில வாசகங்களை இடையில் அவர் பயன்படுத்திய விதம், இயல்பாக கான்வென்டில் ஆங்கிலம் படித்த என்னைப் போன்றவர்களை நின்று கவனிக்க வைப்பதாக இருந்தது.

நானும் ராஜேஷும் மட்டுமே அந்த ஹோட்டலில் தங்கி இருக்கிறோமோ என்பதுபோல் ஒரு மௌனம் அங்கு நிறைந்திருந்தது. அங்கே வேலை செய்யும் ஒருசில ஆட்கள்கூட ஏதும் பேசாமல் இருந்தனர். பழைய மரத்தாலான கட்டிடத்தில் ஹோட்டல் நடப்பதால், அந்தப் பழைய மரத்தின் தன்மை மனிதர்களுக்கும் வந்துவிட்டதோ என்று நினைத்தேன். ஹோட்டலாகவும் லாட்ஜாகவும் இருந்த அந்த மௌனக் கட்டிடம், போகப் போக ஏதோ மர்மத்தன்மை கொண்டதோ என்ற என் எண்ணம் உறுதிப் பட்டுக்கொண்டே போனது.

காலைச் சிற்றுண்டி முடித்ததும் ராஜேஷ் தூரத்தில் இருக்கும் ஒரு மாநில தலைநகரத்தின் பெயரைச் சொன்னார். எதையும் விரிவாகச் சொல்லவில்லை. போதிய அளவு வருவாய் உள்ளவர், வசதியானவர் என்ற செய்தி அவரது நடவடிக்கைகளில் தென்பட்டது. ஸாரி, மன்னிக்கவும் என்பது போன்ற சொற்களை அடிக்கடிப் பயன்படுத்தினார். பேசும்போது ஒரு பண்பாடு தெரிந்தது. ராஜேஷையும் ஜெயிலர் சிங்கையும் ஒப்பிட பலவேளைகளில் என்னுடைய மனம் விழைந்தது.

எழுந்ததும் ராஜேஷ் சொன்னார்.

'மன்னிக்கவும். உங்கள் பிரேக் ஃபாஸ்டுக்கு நானே பில் ஸெட்டில் செய்துவிட்டேன்.'

'ஸோ கைண்ட் ஆப் யு' என்றேன்.

'நீங்கள் பொருட்படுத்தவில்லை என்றால் நாம் ஒரு நடை

போகலாம். தேயிலைத் தோட்டம் அழகானது. காலையில் சூரிய ஒளியில் அவை மின்னியபடி காட்சி தருவதைப் பார்ப்பது மனதிற்கு மிகவும் ரம்மியமான காட்சி.'

இலேசாகத் தூறல் போட்ட மழை இப்போது முற்றும் நின்றிருந்தது.

திடீரென்று மேகம் விலக வானம் நீலமாகத் தெரிந்தது. எல்லா இடங்களிலும் வெயில். பஸ் ஸ்டாண்டில் ஒரு பஸ் வெளி யூரிலிருந்து வரும்போலத் தெரிந்தது. தலையில் கோணிப்பை போட்ட ஆதிவாசிகள் தங்கள் கிழிந்த பேன்டுகளுடன் பஸ் ஸ்டாண்டை ரோட்டுடன் இணைக்கும் பகுதியைப் பார்த்த வண்ணம் எழுந்து நின்றார்கள்.

நான் அறைக்குப் போய் என் சீப்பை எடுத்து அறைக் கண்ணாடி யைப் பயன்படுத்தாமல் என் வானிட்டி பேகில் இருந்த சிறிய கண்ணாடியைப் பார்த்துத் தலைமுடியை வாரி, லிப்ஸ்டிக்கால் உதட்டில் பூசிவிட்டு, தரையில் நடந்தாலும் கால்மண் படாதபடி ஒரு கேன்வாஸ் மஞ்சள் ஷூவைப் போட்டு ஸ்வெட்டரையும் போட்டுக்கொண்டேன். மழைக்கான ஒரு விண்ட்சீட்டரையும் அணிந்தேன். இந்தப் பொருட்களைக் கவனமாக என்னுடைய ஏர்பேக்கில் போட்டு அனுப்பிய அம்மாவை நன்றியுடன் நினைத்துக் கொண்டேன். நான் மேனேஜர் அறைக்கு வரும்போது ராஜேஷ் அங்குத் தயாராக இருந்தார். கழுத்தில் ஒரு மப்ளரும் காலில் ஒரு ஸ்போர்ட் ஷூவும் ராஜேஷ் அணிந்திருந்தார். தன் சிறிய அரும்புமீசையில் கொஞ்சம் கறுப்பு மை தடவியிருப்பாரோ என்றிருந்தது அவரது தோற்றம். அப்புறம் அவரது அதிக தொந்தி போடாத அளவான வயிற்றில், அதிகம் பயன்படுத்தாதது என்று கருதும் நிலையில் இருந்த ஒரு 'டி' ஷர்ட்டைப் போட்டு அழகிய அகலமான ஒரு பெல்ட் கட்டி, ஓர் இளம்சிவப்பு ப்ளேஸியர் போட்டிருந்தார். ஒரு மப்ளரை கழுத்தில் போட்டவண்ணம் தனது அறையின் சாவியை மேனேஜரிடம் கொடுத்துவிட்டு என்னைப் பார்த்தார் ராஜேஷ்.

'நான் வழக்கமாய் ஹோட்டல்களுக்குப் போகும்போது சாவி சிறிய வடிவத்தில் இருந்தால் நானே வைத்துக்கொள்வது வழக்கம். தட் இஸ் ஸேப் டூ' என்றார் ராஜேஷ். சற்று நேரத்தில் அதிக முன்பின் தெரியாத ஒரு மத்திய வயதினருடன் நான் ஒட்டிக் கொண்டேன் என்று நினைத்தேன். ஒருவேளை எனக்குள் ஏதோ மாற்றம்

நடக்கிறதோ?

ஹோட்டலுக்கு வெளியில் வந்ததும், திரும்பி ஹோட்டல் கட்டப்பட்ட மரங்களைப் பார்க்க ஒரு திட்டில் ஏறினார் ராஜேஷ். அந்தத் திட்டு, புல்லால் ஆனது. 'பச்சைப்பசேல்' என்று அளவாக வளர்ந்திருந்த புல். பச்சைநிறமான பிரஷ் போல் கட்டியான ஏதோ ஒருவகை புல். நானும் இன்னொரு புல்திட்டில் ஏற, வேறொரு புல் திட்டைக் காட்டிக் கொடுத்தார். நான் அந்தப் புல்திட்டில் என் கேன்வாஸ் ஷூவுடன் ஏறச் சற்றுத் தடுமாறி பின்பு சமாளித்துக் கொண்டு ஏறி நின்றதும், தெரிந்த ஹோட்டலின் முன் வடிவத்தையும் பார்த்து என் குதூகலத்தைக் காட்டினேன். ஓர் ஓரத்தில் மரத்தில், 'பின்லே லாட்ஜ்' என்று மரத்தால் வெட்டப்பட்ட, மங்கிய ஒரு பலகை என் கண்ணில் பட்டது. ராஜேஷிடம் கூறியபோது, 'சுதந்திரத்துக்கு முன்பு இந்த ஹோட்டல் லாட்ஜின் பெயர் அது' என்று நம்பிக்கையுடன் கூறினார். உண்மையிலேயே மரக் கட்டிடங்களில் என்னைப்போல மிகுந்த ஈடுபாடு கொண்டவர் ராஜேஷ் என்று எண்ணினேன். அந்த மரத்தாலான லாட்ஜில்கூட சில இடங்கள் ஆஸ்பெஸ்டாஸ் ஷீட்டுகளால் வேயப்பட்டிருந்தது. சில இடங்களில் கான்க்ரீட்டும் ஒரு பக்கத்தில் கட்டியான தகரமும் போடப்பட்டிருந்தன. முடிந்தவரை பழைய தோற்றம் அந்த மரத்தாலான கட்டிடத்திலிருந்து அகற்றப்படாமல் பாதுகாக்க முயற்சி எடுக்கப்பட்டிருந்தது.

'வாவ்' என்று என் சந்தோஷத்தை வெளிப்படுத்திவிட்டு ஏறிநின்ற புல் திட்டிலிருந்து நான் கீழே குதிக்க, ராஜேஷும் கீழே இறங்கினார். பின்பு இருவரும் சற்றுதூரம் ஈரமானதும் ஓராள் நடக்கும் அகலம் கொண்டதுமான ஒரு பாதையில் நடந்ததும் தேயிலைச் செடிகள் வந்தன. அவை நன்கு நறுக்கப்பட்டிருந்தன. ஆனாலும் புதிய தளிர் வந்தபடி இருந்தது. புதிய தளிர்களில் தென்பட்ட செழிப்பும் ஒளியும் சந்தோஷமும் எனக்கு ஏனோ மிகவும் பிடித்திருந்தன. சூரியன் சுள்ளென்று அந்தத் தளிர்களில் படும்போது பொன் போன்று பிரகாசித்தன, அந்தப் புதியதாய் தளிர்த்த பட்டு இலைகள். ஏதோ ஒரு மணம் அவற்றிலிருந்து வருவதாய் உணர்ந்தேன்.

'ராஜேஷ், அந்த இலைகளில் சூரிய ஒளி படும்போது ஒரு மணம் வருகிறது பாருங்கள்' என்றேன். சற்றுநேரம் அமைதியாக நின்ற ராஜேஷ் மூக்கை வைத்துக் காற்றைச் சுவாசித்துவிட்டுச் சொன்னார்:

‘எஸ். உங்களுக்கும் என் குணம்தான். ஏதாவது ஒன்று புதியதாய் தோன்றுவதைக் காணும் ஆசை.’

‘அப்படியென்றால், உங்களுக்கும் அஃப்கோர்ஸ் எனக்கும் அறுதப் பழையதான மரக்கட்டடங்களில் ஏன் ஆசை?’

‘ஒருவேளை நீங்கள் சொல்லும் அந்த அறுதப் பழமையான மரங்களுக்கிடையிலிருந்து ஒரு பழைய கதை நமக்குச் சொல்லப் படுகிறதோ என்னவோ?’

நான் ஆமோதித்தேன்.

‘ஏதொன்று மிகப் பழையதாக இருக்கிறதோ, அதில் மிகமிகப் புதியது இருக்கிறது.’

இதை நான் சொன்னபோது வார்த்தைகளைத் தாண்டி ஒரு கனவு என் உடம்பில் புகுந்ததுபோல் உணர்ந்தேன். சூரியன் இப்போது திடீரென்று மறைந்தது. அழகான சுத்தமான காற்று மெதுவாக வீசியது. நாங்கள் சென்று கொண்டிருந்த தேயிலைச் செடிகளுக்கு நடுவிலிருந்த பாதைக்கு இடதுபுறத்தில் ஓரளவு வளரவிட்ட, வெட்டப்படாத தேயிலைகள் காற்றில் கனவில் வரும் தங்க மயில்கள்போல் இறகுகளை ஆட்டத் தொடங்கின. மழை வருமோ என்று நினைத்தேன். அப்போது நாங்கள் இருவரும் தங்கியிருந்த ஹோட்டலில் இருந்து சற்று தூரம் வந்துவிட்டோம். சூரியன் முற்றாய் மேகத்துக்குள் போனது. மேகம் சூரியனை மறைத்தபடி நகர்ந்து கொண்டிருந்ததை என் கண்களை மேலே உயர்த்திப் பார்த்தேன். ‘அதோ பாருங்கள்’ என்றார் ராஜேஷ். அவர் கைசுட்டிய திசையில் நான் பார்க்க அங்கு உயரமான மரங்கள் நின்றன. தேயிலைச் செடிகள் இருக்கும் பகுதியில் இருக்கும் வெளிச்சம் இல்லை. ஏதோ உயர்ந்த மரங்கள் கொண்ட இருண்ட பகுதிபோல் தென்பட்டது. ராஜேஷ் எதைச் சுட்டிக்காட்டுகிறார் என்று எனக்குத் தெரியவில்லை.

‘என்ன?’ என்று ஏதும் புரியாதவளாகக் கேட்டேன்.

‘மர வீடு, அந்த உயர்ந்த மரங்களுக்கு இடையில் பாருங்கள்.’

இப்போது எனக்கும், அந்த உயர்ந்த மரங்களுக்கும் நடுவில் ஒரு வடிவம் தெரிந்தது.

‘ஒரு வடிவம் தெரிகிறது, ராஜேஷ்.’

‘சரி. கொஞ்சம் பொறுங்கள்’ என்று கூறிய ராஜேஷ், இடது புறமாகக் கிளை பிரிந்து தேயிலைச் செடிகளுக்கிடையே சென்ற

பாதையில் சுமார் அரை பர்லாங் தூரம் முன்னால் நடக்க நான் பின்னால் நடக்கலானேன். இப்போது சூரியன் மேகங்களுக் கிடையிலிருந்து வெளியே வந்து சுடர்விட்டுப் பிரகாசித்தது. செடிகளில் சூரியக் கிரணங்கள் மீண்டும் விளையாட ஆரம்பித்தன. தேயிலைச் செடிகளின் குட்டையானதும் உறுதி வாய்ந்ததுமான அடிப்பகுதியில் மண் அழகாய் இருந்தது. செடிகளின் கிளைகள் வளராதபடியும் சுத்தமாகவும் பராமரிக்கப்பட்டிருந்தது தெரிந்தது. இப்போது முதுகுகளில் பிரம்பாலான கட்டைகளைக் கட்டிய தலையில் துணியை மூடியவண்ணம் தேயிலைச் செடிகளில் இலை கிள்ளுபவர்கள் எனக்கும் தெரிந்தனர். அந்தப் பெண்கள் என்னையும் ராஜேஷையும் தலையை உயர்த்திப் பார்த்துவிட்டு தங்கள் வேலையில் தொடர்ந்து ஈடுபட்டார்கள். இப்போது ஒரு குன்று போன்ற பகுதி வர அதில் நானும் ராஜேஷும் ஏறினோம்.

'இங்கிருந்து இப்போது பாருங்கள் அந்த மர வீட்டை' என்றார் ராஜேஷ்.

ராஜேஷ் காட்டிய திசையில் பார்த்தபோது மர வீடு அழகாகத் தெரிந்தது. ஹோட்டல் நாற்சதுரமான மரக்கட்டிடம் என்றால் இது நீளமான நீள் சதுரமாகத் தெரிந்தது. இந்த வீடு இன்னும் புராதனமாகவும் சிவப்பு மஞ்சள் வர்ணங்களில் ஆதிவாசி ஓவியங் களுடனும் காணப்பட்டது. மர அட்டை, எறும்புத் தின்னி, ஓணான் போன்ற பிராணிகளும் மரத்தில் உருவங்களாய் செய்யப்பட் டிருந்தன. அவற்றிற்கிடையில் கவசமணிந்த அம்மைத் தழும் புள்ள முகத்தோற்றமுள்ள ஆதிவாசி மன்னவர்கள் மற்றும் அவர்களுடைய மூதாதையர்களின் தனித்தனி உருவங்கள் தெரிந்தன. என் ஆர்வம் கட்டுக்கடங்காமல் ஆனது.

'ராஜேஷ், அங்கு இன்னும் அருகில் போக முடியாதா?'

'ஸாரி, இதற்குமேல் நாம் போக முடியாது, நமக்குத் தடை. அது ஆதிவாசிகளின் எல்லை.'

'எங்கே? வேலி போட்டிருக்கிறார்களா?'

'இல்லை...' என்று தயங்கினார் ராஜேஷ்.

'ஏன்?' என்றேன். அங்குப் போகும் என் ஆவல் எரிச்சலாக ஆரம்பித்தது என் மனதில். 'இப்படி ஓரிடம் இருப்பது எனக்குத் தெரியாமல் இருந்தது.'

'ஆனால் நாம் போக முடியாது. நாம் இப்போது நிற்பதுகூட

முழுதும் பிறருடைய இடமல்ல.'

'என்ன அது, பிறர் இடம்?'

'உங்களுக்குத் தெரியாது வனஜா. இங்கு ஆதிவாசிகள் போராட்டத்தில் உள்ளார்கள். அவர்களின் எல்லையை நாம் காணமுடியாது. அது ஆதிவாசிகளுக்கு மட்டுமே தெரிந்த எல்லை. அவர்கள் முகர்ந்து பார்த்து அவர்களின் எல்லையா இல்லையா என்ற கூறுவார்கள்.'

'என்ன, முகர்ந்து பார்ப்பார்களா? நாய்கள் போல?'

'ஆம். நாய்கள் அன்புள்ள பிராணி என்று நாம் கருதுவதற்குக் காரணமே இந்த சிக்ஸ்த் சென்ஸ் அவற்றுக்கு உள்ளதால்தான்.'

'சிக்ஸ்த் ஸென்ஸா?'

'ஆம். ஆதிவாதிகளுக்கு இந்த சிக்ஸ்த் ஸென்ஸ், ஆறாவது அறிவு அதிகம். நாய்களுக்கு மனிதர்கள்மீது அன்பு இருப்பதையும் நான் ஆறாவது அறிவு என்றே அழைப்பேன். அந்த அபூர்வ அறிவு இந்த ஆதிவாசிகளுக்கு அதிகம். அவர்களின் உலகம் தனி.'

நான் ராஜேஷின் முகத்தில் பார்த்த உணர்வு, என்னை ஆச்சரியப் படுத்தவோ ஏமாற்றவோ இல்லை. நம்பியதைக் கூறும் நேர்மை யான முகத் தோற்றம் ராஜேஷிடம் தெரிந்தது. திடீரென்று எங்கோ பறை அடிப்பது போலவும் குரவையிடுவது போலவும் கேட்க, ராஜேஷின் முகம் மாறியது. திடீரென்று நாங்கள் நின்றிருந்த இடத்திலிருந்து ஓடுவதுபோல ராஜேஷ் திரும்பி என்னையும்கூட அழைக்காமல் நடந்தது ஆச்சரியமாக இருந்தது. நானும் ஏதோ ஒரு ஆபத்து வரப்போகிறதென்று அவசரமாக ராஜேஷைத் தொடர்ந்தேன். இந்த இடத்தில் தேயிலைச் செடிகள் அதிக மில்லாததால் தளிர் பறிக்கும் பெண்கள் இல்லாத பகுதியாக அது இருந்தது.

ராஜேஷ் சற்றுத் தூரம் வந்ததும் திரும்பிப் பார்த்தார். நான் அவரைத் தொடர்ந்து வேகமாக நடந்துகொண்டிருப்பதைப் பார்த்துச் சந்தோஷப்பட்டார். எனினும், பழைய ராஜேஷ் அல்ல இவர் என அறிந்தேன். திடீரென மாறிப்போனார்.

'அது சரியான இடமல்ல. பெரிய சூனியக்காரர்கள் அவர்கள். அவர்களின் பார்வையே சரியில்லை. நான் இவர்களின் கண்களைப் பார்ப்பதில்லை' என்றார் ராஜேஷ்.

அதன்பிறகு நாங்கள் அந்த ஆதிவாசிகளைப் பற்றிப் பேச

வில்லை. ஆனால், அங்குத் தெரிந்த மரக்கட்டிடம் மிகப் புராதன வகையைச் சார்ந்ததாக இருக்கவேண்டும் என்று கருதினேன். இப்போது அந்தப் பகுதியை விட்டு வெகுதூரம் கடந்திருந்தோம். ஆனாலும், அந்தப் பகுதியிலும் ஆதிவாசி ராஜாவின் கட்டிடம் தெரிந்தது. பாதைகள் அந்த ஆதிவாசி ராஜாவின் மரக்கட்டிடத்தைச் சுற்றிச் சுற்றி வருவதுபோல் அந்த நிலப்பகுதி அமைந்திருந்தது. அதிகம் குன்றுகளும் சிறுசிறு பள்ளங்களுமாக, ஓர் அழகிய கம்பளம் போல் நிலப்பகுதி தெரிந்தது. இப்போது ராஜேஷ் முன்னால் நடந்துகொண்டிருந்ததைப் பார்த்தபோது, திடீரென்று என் வானிட்டி பையில் இருக்கும் பைனாக்குலர் ஞாபகத்துக்கு வந்தது. அதை எடுத்து அந்த ஆதிவாசி ராஜாவின் மரக்கட்டிடத்தைப் பார்த்தேன். ராஜேஷின் திடீர்மாற்றம் என் செயலை அனுமதிக்காது என்று ஏனோ எண்ணியதால், என் நடையை வேண்டுமென்றே தாமதப்படுத்தினேன். இப்போது நானும் ராஜேஷும் மிகவும் தூர இடைவெளியில் நடந்து கொண்டிருந்தோம். நான் பைனாக்குலர் வழி பார்த்தபோதுதான் அந்தக் கட்டிடத்தின் அழகு, உண்மையில் நான் நினைத்ததற்கும் பல மடங்கு அதிகமானது என்பது புரிந்தது. அந்தக் கட்டிடத்தின் ஒவ்வொரு பகுதியும் எத்தனையோ ஆண்டு கால உழைப்பால் செய்யப்பட்டதாகத் தெரிந்தது. வெள்ளைக் காரர்கள் கட்டிய மரக் கட்டிடங்கள்கூட, இந்த ஆதிவாசி ராஜாவின் கட்டிடக்கலையின் போலி செய்யப்பட்ட வடிவமாயிருக்க வேண்டும் என்ற எண்ணம் அப்போது ஏற்பட்டது. வர்ணங்கள், சித்திரங்கள் முக ஓவியங்கள் போன்றவை எல்லாம் என்னை அதிசயப்பட வைத்தன. ஆனால், ராஜேஷிடம் ஏதும் கேட்க முடியாது என்பது ஓட்டமும் நடையுமாகத் தூரத்தில் ராஜேஷ் போக ஆரம்பித்த போது புரிந்தது. இப்போது ராஜேஷை பார்க்க முடியாத தூரத்தில் இருவரும் இருந்தோம். ஏனெனில், குன்றுகள் மேலும் கீழுமாக பக்கத்திலிருப்பவரையே மறைக்கும் பகுதி அது. ராஜேஷ் எங்கே என்று பார்த்தேன். காணவில்லை. நான் நடையைத் துரிதப்படுத்த வேண்டும். இந்த ஆதிவாசிகளின் பகுதியில் ஆபத்துக்கள் இருக்கலாம்.

நான் என் நடையை இன்னும் வேகப்படுத்த, ஒரு குன்று மறைந்து இன்னொரு பள்ளம் வர, ராஜேஷ் எனக்காகக் காத்து ஒரு மரநிழலில் நின்றிருந்தது தெரிந்தது. நான் வேகமாக நடந்து ராஜேஷை அடைய, ராஜேஷ் பழையபடி உற்சாகமாக இருந்ததை அறிந்தேன்.

'அந்த இடத்திற்கு நான் போவதில்லை. எனக்குப் பிடிக்காது.

இனி உள்ள பகுதிகள் ஆபதில்லாதவை' என்று ராஜேஷ் கூற, நாங்கள் வலது பக்கமாகத் தெரிந்த ஒரு பாதையில் நடந்தோம். அங்குத் தேயிலைத் தோட்டத்தின் எல்லை முடிந்தது. யூக்கலிப்டஸ் மரங்களின் நெடி தென்பட்டது. ஒருசில சிறு பெட்டிக்கடைகளும் தென்பட்டன. ஓலைகளால் ஆன அக்கடைகளில், சில தினத் தாள்கள் விற்பனைக்காகத் தொங்கின. தினத்தாள் வந்து எட்டும் பகுதி என்று நினைத்துக்கொண்டேன். சோடா, காபி போன்றவை அக்கடைகளில் விற்கப்பட்டதால், நானும் ராஜேஷும் அங்குச் சற்று ஓய்வு எடுத்துக்கொண்டோம். ஒரு பழைய மர பெஞ்சில் அமர்ந்தோம். நான் ஒரு தினத்தாளை விலைகொடுத்து வாங்கி பிறகு படிக்கலாம் என்று என் பைக்குள் திணித்துக்கொண்டேன். நானும் வியர்வையுடனிருந்த ராஜேஷும் அதற்குப்பிறகு அதிகம் பேசிக் கொள்ளவில்லை.

இப்போது நாங்கள் நடந்த ரோடு, விரைவில் நாங்கள் தங்கிய ஹோட்டலுக்கு எங்களைக் கொண்டு சேர்த்தது. அதை நான் எதிர்பார்க்காததால் ஆச்சரியமடைந்தேன். என் மனதில் ஓர் எண்ணம் உதித்தது. இன்று புறப்படுவதாக இருந்த என் திட்டத்தை ஒரு நாள் தள்ளிப்போட்டால் என்ன? ஆனால் எதனையும் முடிவு எடுக்கும் முன்பு, ஹோட்டல் சொந்தக் காரரிடம் கலந்து பேசிவிட்டு முடிவு எடுக்கலாம் என்று எண்ணினேன்.

நாங்கள் ஹோட்டலுக்கு வந்தபோது காலை மணி பதினொன் றாகி விட்டிருந்தது.

'நான் மிகவும் சோர்வாகிவிட்டேன் வனஜா' என்றார் ராஜேஷ். அவர் முகத்தில் மழையில் நடந்ததுபோல் வியர்வை கொட்டியது.

'எனக்கு மகிழ்ச்சியாக இருக்கிறது ராஜேஷ்! நீங்கள் மீண்டும் மகிழ்ச்சியோடிருப்பதைப் பார்த்து' என்றேன்.

'ஆமா, அங்குப் பார்த்தோமே அந்த இடங்கள்! அவை என்னை நோயாளியாக்குகின்றன. எனக்குப் பிடிக்காத இடங்கள்.'

'நான்தான் உங்களை அந்த இடத்திற்கு இட்டுச் சென்றேன். என்னை மன்னியுங்கள்' என்றேன்.

ஆனால் எனக்கு மனதில் அந்த ஆதிவாசி ராஜாவின் மரக் கட்டிடம் மற்றும் ஆதிவாசிகள் முகர்ந்து அவர்களின் எல்லையைக் கண்டுபிடிக்கும் முறை போன்றவை மிகுந்த பிரமிப்பையும் குதூகலத்தையும் கொடுத்தன. ரகசிய எல்லைகளை ஆதிவாசி ஜனங்கள் யாருக்கும் தெரியாமல் வைத்திருப்பது பற்றிக் கேள்விப்

பட்டும் படித்தும் இருக்கிறேன். அவற்றைப்பற்றி முழுவதும் அறியாமல் போய்விடுவதா என்று எனக்குள் ஓர் ஆசை உருவாக ஆரம்பித்தது. ரகசிய எல்லை - வெளியில் இல்லாதது, மனதில் இருப்பது. வெளியில் இருக்கக் கூடிய எல்லைகளை மந்திர ஆற்றலால் பிறர் பெற்றுவிட முடியும் என்று ஆதிவாசிகள் கருது கிறார்கள். எனவே, ஆதிவாசிகள் நில எல்லைகளை மனதில் வைத்து முகர்ந்து அறிகிறார்கள் என்று நினைத்தேன். இவை பற்றி தெரிந்து கொள்ளும் புது ஆசை என்னைப் பிடித்தாட்ட ஆரம்பித்தது.

'பிறகு பார்க்கலாம்; உடனே போய் நான் குளிக்க வேண்டும்' என்று கையை ஆட்டியபடி புறப்பட்டார் ராஜேஷ்.

நான் கையாட்டி, 'பை, தாங்க்ஸ் ஃபார் யுவர் நைஸ் கம்பெனி' என்றேன்.

எனக்கு, ராஜேஷுக்குத் தக்கமுறையில் நன்றி சொல்ல வேண்டும் என்று பட்டது. தன் மனதுக்குப் பிடிக்காத ஒன்றைக்கூட நகரத்தி லிருந்து வந்த எனக்காகச் செய்ய முன்வந்தாரே என்று எண்ணினேன். எப்படி ராஜேஷுக்கு நன்றி சொல்வது என்று சிந்திக்க ஆரம்பித்த படி நான் திரும்பியபோது, பின்லே லாட்ஜின் மானேஜர் அவரது வரவேற்புக் கவுன்டரில் நின்றிருப்பதைக் கண்டேன். அவர் இப்போது, ஆதிவாசிகள் அணியும் ஓலையில் வர்ணத்துடன் முடைந்த ஒரு தொப்பியை அணிந்திருந்தார். உயர்ந்த தோற்றமுள்ள அந்த ஆதிவாசி மனிதனின் அம்மைத் தழும்புள்ள முகத்திற்கு அந்தத் தொப்பி மிகவும் பொருத்தமாக இருந்தது என்று எண்ணினேன். அவரை அணுகினேன். என் கேன்வாஸ் செருப்பின் குதியடி 'டக் டக்' என்று அந்தத் தரையில் அடித்தது. அப்போது என் பாப் கட் செய்யப்பட்ட தலைமுடிக்கு அடியில், பிடரியில் வியர்வை ஓடுவதை உணர்ந்தேன். என் வானிட்டி பையை என் சிறுபார்டர் போட்ட நீலவர்ண சாரியுடன் இணைந்து இருந்த கையில் பிடித்தபடி, இடது கையைத் தூக்கி என் பாப் தலைமுடி நுனியை லேசாக உயர்த்தி, ஆள்காட்டிவிரல் நகத்தால் ஓடும் வியர்வையைத் தரையில் சுண்டினேன். என் ஜாக்கெட்டிலும் பிராவிலும் வியர்வை ஐஸ்போல் இறங்குவது தெரிந்தது. ஹோட்டல் கட்டிடத்தின் நிழலில் வந்ததும் உடலில் அதிகம் வியர்வை ஊற ஆரம்பித் திருக்கிறது. அறைக்குப் போனதும் ஜாக்கெட் ஹுக்கு களை இழுத்து விரலால் பிரித்துக் கழற்றிவிட்டு, எடுப்பாக நிற்கும் பிராவை பின்பக்கம் கையைச் செலுத்திப் பிரித்து எடுத்துக் கழற்ற

வேண்டும் என நினைத்தேன். அப்படி என்னுடைய இரண்டு மார்பு களுக்கும் சுதந்திரம் கொடுக்கும்போது எவ்வளவு சந்தோஷமாக இருக்குமென்று நினைத்தேன்.

நான் மேனேஜரின் கவுன்டரைச் சமீபித்ததும், தொப்பியைக் கையில் எடுக்காமல் சிரித்தபடி தலையை லேசாகக் குனிந்து புன்சிரிப்புடன் வரவேற்றார் மேனேஜர்.

'இன்று கிளம்புகிறீர்களா?' மேனேஜரின் அம்மைத் தழும்புகள் உள்ள முகத்தில் ஏற்பட்ட புன்சிரிப்பு, பெரிய சிரிப்பாக மாறியது.

'அதுபற்றித்தான் உங்களுடன் பேசலாம் என்று வந்தேன். நான் குறைந்தது ஒரு நாளாவது இங்கு அதிகம் தங்க ஹோட்டலில் எந்த அசௌகரியமும் இல்லையே?'

வானிட்டி பையை கவுன்டர் மேசைமீது வைத்தேன். என் மார்பு கவுன்டர் பலகையுடன் இணைந்தபோது வியர்வை உடம்பெங்கும் பயங்கரமாக ஊறும் உணர்வு எழுந்தது.

'எந்த அசௌகரியமும் ஹோட்டலுக்கு இல்லை. உண்மை யைச் சொல்வதென்றால் எங்கள் கஸ்டமர்கள் எவ்வளவு அதிக நாள் தங்குகிறார்களோ அந்த அளவு நாங்கள் மகிழ்கிறோம். ஒவ்வொரு கஸ்டமரும் புறப்படும்போது எங்கள் ஹோட்டலில் நகரங்களைச் சேர்ந்த பெரிய மனிதர்களுக்குத் தக்க வசதிகள் இல்லாததால்தான் வேகமாகப் புறப்படுகிறார்கள் என்ற எண்ணமே எங்களுக்கு ஏற்படுகிறது. ஒருவேளை நீங்கள் என் பேச்சை நம்பமாட்டீர்களாக இருக்கும். இல்லையா?'

தலையைச் சாய்த்துப் புன்முறுவல் மாறாமல் பாம்பு வடிவ முடைய மோதிரம் ஒன்றை விரல்களில் சுழற்றியபடியே பேசினார். அவர் பேசியது எனக்குப் புரிந்தது. மிகவும் ஓய்வாகவும் ஆள் நடமாட்டமில்லாததாகவும் ஹோட்டல் இருந்தது. நேரம் மதியத்தை நெருங்கிக் கொண்டிருந்தது. வரவேற்பு அறையுடன் ஹோட்டல் பகுதியின் 'லானும்' இணைய, எல்லா இடத்திலும் மேசை நாற்காலிகள் கிடந்த பகுதியைப் பார்த்தேன். எப்போதாவது ஓரிரு சர்வர்கள் குறுக்கே போனதைத் தவிர்த்து வேறு யாரும் இல்லை.

'அப்படியென்றால் நான் பிறகு சொல்கிறேன், இன்று காலி செய்யவில்லை!' என்று நான் சொன்னபோது, ஹோட்டல் மேனேஜர் சற்று முன்பு கூறியது உண்மை என்பது அவர் முகத்

தோற்றத்திலிருந்து புரிந்தது. அவர் மகிழ்ந்தது தெரிந்தது.

'அப்படியானால் ஒன்று செய்வோம். நீங்கள் என்றைக்குக் கிளம்புகிறீர்களோ அன்று ஒரு மணி நேரத்திற்கு முன்பு கூறுங்கள், போதும்' என்றார் அந்த மனிதர்.

'அது ஒரு நல்ல ஏற்பாடு' என்றேன். நகரங்களில் பெரிய ஹோட்டல்களிலோ லாட்ஜ்களிலோ இருந்து பழகியவர் போல், மிகவும் உயர்ந்த நாகரிகத்துடன் நடந்துகொண்ட மேனேஜரிடம் அடுத்ததாக நான் என் சந்தேகத்தைக் கேட்டேன்.

'கூடுதல் அட்வான்ஸ் ஏதாவது நான் செலுத்த வேண்டுமா?'

'ஏதும் வேண்டாம். முதல் இரண்டு நாள் அட்வான்ஸ் வாங்குவது இந்த லாட்ஜில் பழக்கம். அதற்குப்பின் ஏதும் வாங்குவது இல்லை.'

'அதுதான் புரியவில்லை. அது என்ன பழக்கம்?'

'எனக்கும் புரியவில்லை' என்றார் மேனேஜர். பிறகு, 'இது மேனேஜ்மென்ட் பாலிஸி' என அவர் சிரித்தபோது, முழுப் பல்லும் வெளியே வந்து மறைந்தது. மனம்விட்டுச் சிரித்தபோது அந்த மனிதர் எப்படிப்பட்டவரோ என்ற எண்ணம் எழும்படி ஒரு விசித்திரத் தோற்றம் நிமிடத்திற்குள் வந்துபோனது. ஒருவேளை ஆதிவாசியாக இருப்பதால் அந்தத் தோற்றம் வருகிறதோ என்னவோ. தொடர்ந்து அவர் பேசியதால் அவர் ஒரு சாதாரண மனிதர் என்று என்னை எண்ணவைத்தது.

'நான் பதினைந்து ஆண்டுகளுக்கு முன்பு இந்த ஹோட்டலை ஒரு வெள்ளைக்காரரிடமிருந்து வாங்கியபோது அந்த வெள்ளைக் காரர் போட்ட மூன்று ஷரத்துக்களைக் கேட்டு, அந்த வெள்ளைக் காரர் மிகவும் தமாஷானவராக இருப்பார் அல்லது ஒரு பைத்திய மாக இருப்பார் என்று கருதினேன். அவர் போட்ட மூன்று ஷரத்துக்களைக் கேளுங்கள் மேடம்! ஒன்று, ஹோட்டல் பெயரை மாற்றக் கூடாது. இரண்டு, அவர் கொடுக்கும் பழைய ஐரோப்பிய லாங் ஃப்ளேயிங் ரெக்கார்டுகளை நான் ஹோட்டலில் அவர் வைத்துவிட்டுப் போவதுபோல் அவ்வவ்போது துடைத்து சுத்தம் செய்து பாதுகாக்க வேண்டும். மூன்றாவது, உங்களுக்கோ எனக்கோ யாருக்குமே புரியாத இந்த விஷயம்: எந்த கஸ்டமருடனும் முதல் இரண்டு நாட்களுக்குமேல் எப்போதும் அட்வான்ஸ் வாங்கக் கூடாது.'

சொல்லியதும் மிருதுவான புன்னகை சற்று நேரத்தில் ஒரு பெரிய சிரிப்பாக மாறியது. அவரோடு நானும் சிரிப்பில் கலந்து கொண்டேன். என் பிரா இப்போதும் கவுன்டர் மேசையில் ஒட்டிய படி இருந்தாலும், எனக்கு வியர்வை ஊறும் உணர்வு ஏனோ இப்போது ஏற்படவில்லை.

'ஆச்சரியமில்லையா அந்த வெள்ளைக்காரரின் மூன்று நிபந்தனை களும்?' என்று கேட்டேன்.

'உண்மையிலேயே ஆச்சரியமானவை' என்று என்னுடன் சேர்ந்து ஆமோதித்தார் ஹோட்டலை நடத்துபவர்.

'நான் இந்த மூன்று நிபந்தனைகளையும் இன்றுவரைக் காப்பாற்றுகிறேன். நான் எப்படிப்பட்டவனோ என்று மனதுக்குள் கற்பனை செய்துகொள்ள மாட்டீர்கள் என்று கருதுகிறேன்' என்று தனது வலது கையை ஓலைத் தொப்பிக்கு மேல் கொண்டுசென்று வட்ட வடிவமான ஒரு சைகை செய்தார் அந்த மனிதர். அப்போது நானும் அவரும் இன்னும் சற்று அதிகம் சிரித்தோம். அவர் தொடர்ந்தார்:

'ஹோட்டல் பெயரை அப்படியே வைத்துக்கொள்ள வேண்டும் என்று அவர் கூறியது சற்று அதிகபட்சமாகத் தெரிந்தது என்று பதினைந்து வருடங்களுக்கு முன்பு பட்டது எனக்கு. அதனால் அவரிடம் எதிர்த்துப் பேசினேன். அதற்கு அவர் இதே ஹோட்டல் பெயரை வைத்துக்கொள்வதானால் ஒரு குறிப்பிட்ட தொகையைக் குறைக்க முடியும் என்றார். உடனே நான் சம்மதித்தேன். அப்புறம் எல்.பி. ரெக்கார்டுகள் விஷயத்தில் எனக்கு ஆட்சேபணை இல்லை. ஏனெனில், எனக்கு ஓரளவு பழைய கால எல்.பிகளில் ஈடுபாடு உண்டு. பின்பு அந்த மூன்றாவது நிபந்தனை பற்றிக் கேட்டபோது, 'ஒவ்வொரு மனிதனும் இந்தப் பூமியில் மறையும்போது ஒரு மர்மத்தை விட்டுப் போகிறான். என் மர்மம் இந்த வடிவத்தில் இருக்கட்டுமே என்று பதில் தந்தார் அந்த வெள்ளைக்காரர்' என்றார் ஹோட்டல் மேனேஜர்.

'அவை என்ன என்ன எல்.பி. ரெக்கார்டுகள்? இன்றும் சுத்தமாக வைத்துப் பாதுகாக்கிறீர்களா?'

'ஆம். அவை பீதோவனின் ஐந்தாவது சிம்பனி, மொஸார்ட் போன்றவை. நம்புகிறீர்களா? நான் இன்னும் பாதுகாக்கிறேன் அவற்றை. என் ரெக்கார்ட் பிளேயர்கூட பழையகால பூனைப் படம் போட்ட மிக நீளமான தங்க நிறமான ஒலிபெருக்கியின் குழாய்

தோற்றமுடையது. கையால் சாவி கொடுக்க வேண்டும். ஓர் ஆள் அளவு உயரத்துடன் மிகவும் மெஜஸ்டிக்காகக் காட்சிதரும் ஒன்று. நீங்கள் இங்கிருந்து புறப்படும் முன்பு, உங்களுக்கு ஆட்சேபம் இல்லையென்றால், நான் உங்களை அழைத்துச்சென்று காட்ட முடியும்.'

மிகுந்த நட்புடைய மனிதராக மாறிவிட்டார் அந்த மேனேஜர் என்று எண்ணினேன். அதனால், என் பயணம் ஏன் மாறுகிறது என்பதை அவரிடம் தெரிவிப்பதில் தப்பில்லை என்று கருதினேன். யாரோடாவது பேசவேண்டுமென்றிருந்தது என் அப்போதைய மனநிலை. மேனேஜரும் பேசும் மனநிலையில் ஓய்வாக இருந்தது போல் காணப்பட்டதால் இப்படி ஆரம்பித்தேன்:

'நான் இன்று காலையில் ராஜேஷுடன் வாக்கிங் கிளம்பினேன்.'

'ஆமா, நான் பார்த்தேன். அந்த இருபத்தெட்டாவது அறைக் காரர்தானே?'

ராஜேஷ் இருக்கும் அறை தெரியாததால், எனக்கு அந்த எண் பற்றி ஏதும் சொல்ல முடியவில்லை. அதனை மேனேஜரிடம் தெரிவித்துவிட்டு இப்படிக் கேட்டேன்:

'இங்கு ஆதிவாசிகளின் குடியிருப்பில் இருக்கும் அந்த மரக் கட்டிடம் எவ்வளவு அழகாக இருக்கிறது. அதனை என் பைனாக்குலரில் பார்த்தபோது பிரமித்துப் போனேன். அங்கு நான் போக முடியுமா?'

இந்தக் கேள்வியைக் கேட்டதும் மேனேஜரின் முகம் மாறியது. அவர் ஏதோ யோசித்தது போல் தோன்றியது.

'உங்களுக்கு மரக்கட்டிடங்கள் என்றால் மிகவும் பிடிக்குமா?'

'ஓ! ஐ லவ் இட்...' என்றேன். மீண்டும் நான் பேசியதைக் காதில் வாங்காதவர் போல் ஏதோ யோசித்தார். பிறகு கேட்டார்:

'அந்த இருபத்தெட்டாவது எண் அறைக்காரர் என்ன சொன்னார்?'

'அந்தப் பகுதிகள் ஆபத்தானவை என்றார். அவர் அந்தப் பகுதியில் இடதுபக்கம் போகும் பாதையில் சற்றுதூரம் நடந்ததும், அந்த ஆதிவாசிகள் குடியிருப்பிலிருந்து குரவை ஒலியுடன் பறை அடிப்பது கேட்டது.'

மேனேஜர் ஒரு பெருமூச்சு விட்டார் என்று கருதும்படி அவரது மார்பு மேலேறி இறங்கியது ஒருமுறை.

'அந்த ஆதிவாசிகள் அவ்வளவு ஆபத்தானவர்களா? உங்கள் அபிப்பிராயம் என்ன?' நான் தொடர்ந்து பேசினேன்.

இப்போது என் பிரா கவுன்டரின் மரத்தில் அழுத்தி இருந்தது. ஆனால், வியர்வை ஓடும் உணர்வு கொஞ்சமும் இல்லை. என்னுடைய இரு கைகளுக்குமிடையில் இன்னும் ஈரமிருந்தது எனக்குத் தெரிந்தது. மார்புகளை விடுவித்து கவுன்டரிலிருந்து விலகி நின்றேன்.

அப்போது மானேஜர் கூர்ந்து ஏதோ ஓர் ஒலியைக் காது கொடுத்துக் கேட்டதுபோல நின்றார். சற்றுநேரம் வரை ஏதும் சொல்லாதவர் பின்பு, 'உங்களுக்கு ஏதேனும் ஒலி கேட்கிறதா?' என்று கேட்டார்.

நான் காதுகளைத் தீட்டிக் கேட்டுவிட்டு 'இல்லை' என்றேன் சர்வ சாதாரணமாக.

'உங்களுக்குக் கேட்காது. அந்தக் கூட்டத்தில் பிறந்தவர்களுக்குத் தான் கேட்கும். எனக்குக் கேட்கிறது' என்றார். எனக்கு ஏற்பட்ட ஆவலை அடக்க முடியவில்லை.

'என்ன கேட்கிறது?'

'அவர்கள் ஆடுகிறார்கள்; ஆடிப் பாடுகிறார்கள். ஒவ்வொரு ஆட்டத்திற்கும், பாட்டிற்கும் அர்த்தம் உண்டு. வெளியார்களோடு பகிர்ந்துகொள்ள முடியாத அர்த்தமும் அந்தரங்கமும் உண்டு. நானும் அவர்களைச் சார்ந்தவன், பாருங்கள்.'

முதன்முதலாக அந்த மனிதர் தன்னையும் ஆதிவாசிகளோடு இணைத்துப் பேசியதைக் கேட்டேன். எல்லாம் எனக்கு ஆச்சரிய மாக இருந்தன. வெள்ளைக்காரர், பீத்தோவனின் ஐந்தாவது சிம்பனி கேட்கிறவர்கள் இருக்கிற இந்த மலைப் பிராந்தியத்தில் காதுக்குக் கேட்காத ஆதிவாசிகளின் பறை ஒலி பற்றி யோசித்தேன். மேனேஜரைப் பார்த்துக் கேட்டேன்:

'உங்கள் ஆட்கள் முகர்ந்து பார்த்து அவர்களின் நில எல்லையை அறிய முடியுமா?'

'நிச்சயமாக' என்று கூறியவரின் முகபாவம் மாறியது. அங்குமிங்கும் பார்த்தார்.

'அதுதான் இங்குப் பிரச்சினை. எங்கள் ஆட்களுக்குத் தெரியும். அவர்கள் சாதாரண ஆதிவாசிகள் பாருங்கள், மேடம். பொய், சூது வாது தெரியாதவர்கள். நிலத்தை முகர்ந்து பார்த்து அந்நியர் வரக்

கூடாது என்பார்கள். அவர்களுக்கு இன்னொரு நம்பிக்கையும் உண்டு. நிலத்தையும் காற்றையும் பிறர் அபகரிப்பதை விரும்ப மாட்டார்கள். உங்களுக்குக் கேட்காத இந்தப் பாட்டின் பொருள் அதுதான். எங்கள் நிலமும் எங்கள் காற்றும் எங்களுக்கு உயிர் போல என்பது பொருள்.'

நிறுத்தியவர் பேச்சை மாற்ற விரும்புகிறார் என்று நான் அறிந்தேன்.

'ஓரிரு நாட்கள் தங்கி இந்த ஆதிவாசி குடியிருப்பில் உள்ள மரவீட்டைப் பார்க்கலாம் என்று நினைக்கிறேன். அதுபோல் அந்த ஆதிவாசி மனிதர்களைச் சந்தித்து அவர்களைப்பற்றித் தெரிந்து கொள்ளலாம் என்றும் நினைக்கிறேன். அதனால்தான், ஹோட்டலில் ஓரிரு நாட்கள் கூட தங்க விரும்புகிறேன். உங்கள் ஹோட்டல் பாதுகாப்பானதுதானே?'

இந்தக் கடைசி வரியானது, அந்த மேனேஜரிடம்பேசிய போது அவரிடம் ஏற்பட்ட முகமாற்றத்தின் காரணத்தால் என்னை அறியாமல் என் வாயில் தோன்றிய வாக்கியம் என்று நினைத்துக் கொண்டேன்.

'ஒரே ஒருமுறை இந்த ஹோட்டலின் அறைகளுக்கு மேலே காணப்படும் சூரிய ஒளிக்கான கண்ணாடியை உடைத்து ஒரு மனிதர் பறந்து போனார். மற்றபடி இன்றுவரை வேறு எந்தச் சம்பவமும் இந்த ஹோட்டலில் நடந்ததில்லை மேடம்.'

'மனிதர் பறந்து போனாரா?'

'ஆம் மேடம். நான் வெள்ளைக்காரரிடமிருந்து ஹோட்டலை வாங்குவதற்கு முந்தியகாலச் சம்பவம் அது. அப்போதும் ஆதி வாசிகள் வெள்ளைக்காரர்களை எதிர்த்து, அவர்களுக்கு நிலமும் காற்றும் கொடுக்க மாட்டோம் என்று போராட்டம் நடத்திய காலகட்டம். வெகு கறாராகச் சொல்வதென்றால், அது முதன் முதலாக ஆதிவாசிகள் நடத்திய நிலத்துக்கான போராட்டம்.'

'ஹோட்டலில் இருந்து பறந்துபோனவர் நம் நாட்டவரா, வெள்ளைக்காரரா?'

என் கேள்விக்குச்சகஜமாக எந்த யோசனையுமின்றி ஹோட்டலின் சாவிகள் தொங்கும் போர்டைப் பார்த்தபடியும் ஏனோ கவனக் குறைவாகவும் பதில் சொன்னார் மேனேஜர்.

'அப்போது பறந்து போனவர் ஒரு வெள்ளைக்காரர் மேடம்.

❈ 435

தூங்கச் சென்றவரை மறுநாள் காலையில் காணவில்லை. மாற்றுச் சாவி கொண்டு திறந்து பார்த்தபோது, வைத்த பொருள்கள் வைத்தபடியே இருக்கின்றன. மேலே இருக்கும் சூரிய வெளிச்சத்துக்கான கண்ணாடி மட்டும் உடைந்து சிதறியிருந்தது.'

அதன்பிறகு நானும் ஏதும் கேட்கவில்லை. மேனேஜரும் ஏதும் சொல்லவில்லை. நான் என் அறைச்சாவியுடன் என் அறைக்குப் போனேன். அறைக்கு வரும்முன் அறைச்சாவிகள் தொங்கும் போர்டைப் பார்த்தேன். மங்கலான எழுத்தில் 'பின்லே லாட்ஜ்' என்று மரத்தில் எழுதப்பட்டு, வரிசையாக சாவிகள் அந்தந்த எண் கொண்ட கொளுத்தில் தொங்கியபடி இருந்தன. ஒவ்வொரு வரிசையாக என் கண்கள் போனபோது, முப்பத்திரண்டாவது அறையின் சாவிகளில் இரண்டு சாவிகள் தொங்க கொளுத்து இல்லை என அறிந்தேன். இன்னும் இரண்டு அறைகளுக்குக் கொளுத்தில் சாவி தொங்கவில்லை என்பதையும் கவனித்தேன். ஒன்று இருபத்தெட்டாவது அறை. அதாவது, ராஜேஷின் அறை. இன்னொன்று என் அறை. அந்தச் சாவி இதோ என் கையில் இருக்கிறது என்று எண்ணிக்கொண்டு என் அறைக்குச் சென்று சாவியால் கதவைத் திறந்தபோதுதான் என் கண்கள் தானாகவே மேலே சென்றன. ஆம்! மிகப்பெரிய துவாரத்தைக் கண்ணாடி மூடியிருந்தது. அறையை நோட்டம் விட்டேன். ஒரு பழைய கார்ப்பெட் தரையின் மீது கிடந்தது. சுத்தமாகத் தரைபெருக்கப் பட்டிருந்தது. ஒரு பழைய மரத்தில் கண்ணாடி பொருத்தப் பட்டிருந்த டிரெஸ்ஸிங் டேபிளில் ஓர் இழுப்பறை இருந்தது. உள்ளே இருந்த குளியலறையில் வெளிநாட்டுப் பாணியில் ஒரு கமோட். நான் என் சேலையை எடுத்துக் கட்டிலில் போட்டுவிட்டு, உள் பாவாடையுடன் சென்று டிரெஸ்ஸிங் டேபிளின் கண்ணாடி யின்முன் போய்நின்று என் பிராவைக் கழற்றினேன். பின்பு, கண்ணாடியில் என் மார்பகங்களில் ஏதேனும் மாற்றம் நடந்து இருக்குமோ என்று கவனமாக ஆராய்ந்தபோது எந்த மாற்றமும் நடக்கவில்லை என்று மனம் கூறியது. பின்பு அம்மணமானேன். திடீரென்று யாராவது வந்துவிட்டால் என்று ஓர் எண்ணம் என்னை உலுக்க, ஓடிச்சென்று கதவில் கொண்டி போடப்பட்டிருக்கிறதா என்று சோதித்து நிம்மதியுடன் குளியலறைக்கு அம்மணமாக நடந்து குளிக்கப்போனேன்.

திடீரென்று இன்று காலையிலிருந்து மர்மமும் அதிசயமுமான

நிகழ்வுகளைச்சுற்றி என் நினைவுகள் அமைந்திருப்பதை எண்ணினேன். குளித்துவிட்டு வந்து அமைதியாகப் படுக்கையில் படுத்து, படிக்கும் மேசைமீது கிடந்த ஒரு பழைய லெதர் ஃபோல்டரைத் திறந்தேன். அதுவரை அதைத் திறந்து பார்க்காதது எனக்கு ஆச்சரியமாக இருந்தது. அதில் இந்த ஹோட்டலில் பயன்படுத்தப்பட்டுள்ள மரங்களின் ஆதிவாசிப் பெயர்களும் ஆங்கிலப் பெயர்களும் கொடுக்கப்பட்டிருந்தன. மேலும் அந்த மரங்களால் ஏற்படும் ஆரோக்கியம் சம்பந்தப்பட்ட நலன்கள், மரங்களின் இயல்புகள் போன்றவை எழுதப் பட்டிருந்தன. ஆண் தன்மையுள்ள மரங்கள், பெண் தன்மை யுள்ள மரங்கள் பற்றிய தகவல்களும் அந்த ஃபோல்டரில் காணப்பட்டன. ஆனால், திடீரென்று நான் உறங்கும் முன்பு மனதில் ஒரு கலவரம் வந்து நிரம்ப ஆரம்பித்தது. ஆதிவாசிகள் பற்றிய என் ஆசையை மீறி ஏதோ ஒரு கலவர மனநிலை என்னைச் சூழ ஆரம்பித்தது. எழுந்து ஜன்னலைத் திறந்து பார்த்தபோது பஸ்ஸ்டாண்ட் தெரிந்தது. ஏதோ ஒரு பஸ் வெளியூரிலிருந்து வர, தலையில் கோணிப்பைகளைப் போட்ட ஆதிவாசிக் கூலிக்காரர்கள் சுறுசுறுப்பாகப் பயணிகளின் பொருட்களைப் பஸ்ஸிலிருந்து எடுக்க உதவி செய்தவண்ணம் இருந்தனர். அந்தக் காட்சி, என் சகஜ உணர்வை மீண்டும் கொண்டுவந்தது.

எனவே, மறுநாள் மற்ற விஷயங்களைப் பார்த்துக்கொள்ளலாம் என்று எல்லாம் மறந்து இரவு ஆனதும் தூங்க ஆரம்பித்தேன். காலையில் கொஞ்சம் நடக்கப் போகவேண்டும். நேற்றுப் போன பாதையில் சென்று அந்த ஆதிவாசிக் குடியிருப்புக்கும் போக வேண்டும் என்று எண்ணிக்கொண்டு தூங்கப் போனேன். எதிர் பார்த்ததிற்கு மாறாக அன்று நல்ல தூக்கம். எழுந்ததும்தான் தெரிந்தது, ஏதோ ஒன்று ஹோட்டலில் சம்பவித்திருக்கிறதென்று. அதாவது, வழக்கமாக நடக்கமுடியாத ஓர் உண்மையான அசம்பா விதம். கீழே மேனேஜர்கவுன்டரில் காணப்பட்டார்.

'அறை எண் இருபத்தெட்டில் இருந்தவர் பறந்துவிட்டார்' கலவரத்தோடு மேனேஜர் சொன்னார்.

'என்ன ராஜேஷா? பறந்துவிட்டாரா? என்ன சொல்கிறீர்கள்?'

'ஆம்! அறை எண் இருபத்தெட்டு, மேலே கண்ணாடி உடைந்து கிடக்கிறது. அவர் கொண்டுவந்த பொருள்கள் அப்படியே காணப் படுகின்றன. எந்தப் பொருளுக்கும் எந்தச் சேதமும் இல்லை. நான்

கொஞ்சமும் எதிர்பார்க்கவில்லை. ஐ ஆம் வெரி வெரி ஸாரி மேடம்.'

உண்மையில் திகிலடைந்த நிலையில் மேனேஜர் என்னிடம் பேசினார். இப்போதுதான் மேனேஜருக்கு ஆங்கிலத்தில் பேசத் தெரியும் என்பது எனக்குப் புரிந்தது.

'பறந்துவிட்டாரா?'

எனக்கு ஹோட்டல் உரிமையாளர் சொல்வதை நம்பும் மனநிலை இன்னும் உருவாகவில்லை.

'யாருக்கும் நம்ப முடியாது. ஆனால், அந்த மனிதர் பறந்து விட்டார். எனக்கு உறுதியாகத் தெரியும். இருபத்தெட்டாம் எண் அறையில் இருந்தவர் இப்போது எங்கும் இல்லை. காலையில் அவர் வழக்கமாய் பெட் காபி அருந்துபவர். அவர் விசேடமாய் பெட் காபிக்கு மிகவும் முக்கியத்துவம் கொடுக்கிறவர். அதனால், ஹோட்டல் பணியாளர் அவருக்கு மறக்காமல் காலை ஆறு மணிக்கு பெட் காபி கொடுப்பார். இன்று அதுபோல் போய் ரொம்ப நேரம் கதவைத் தட்டியும் கதவு திறக்கவில்லை. ஏதோ சந்தேகம் வந்திருக்கிறது அவனுக்கு. என்னிடம் வந்து, 'என்ன ஆனது என்று தெரியவில்லை. அறை எண் இருபத்தெட்டில் ஏதோ ஒன்று நடந்திருக்கிறதென்று நினைக்கிறேன், போய்ப் பாருங்கள்' என்றான். நான் போய்ப் பார்த்தேன். கொஞ்சம் தட்டிப் பார்த்தேன். கதவு திறக்கவே இல்லை. ஒரு துவாரம்வழி எட்டிப் பார்த்த போதுதான் மேலிருந்து வெளிச்சம் வருவதும், மேலே கண்ணாடி உடைந்திருப்பதும் தெரிந்தன. கொஞ்சம் இறகுகள், மேலே உடைந்த கண்ணாடியில் ஒட்டியபடி இருக்கின்றன. எனக்கு, முப்பத்தைந்து வருடங்களுக்கு முன்பு ஒரு வெள்ளைக்காரர் பறந்துபோனது ஞாபகம் வந்தது மேடம்.'

மூச்சுவிடாமல் கூறிய ஹோட்டல் மேனேஜர் இப்போது ஒரு பெருமூச்சுவிட்டார்.

ஏனோ, எனக்கு அதற்குமேல் அங்கு இருக்கப் பிடிக்கவில்லை. எல்லாம் பைத்தியக்காரத்தனமாகப்பட்டது எனக்கு.

என் பொருட்களுடன் உடனேயே அந்த ஹோட்டலைக் காலி செய்துவிட்டு வந்துவிட்டேன்.

நான் புறப்படும்போது ஹோட்டல் மானேஜர் வருத்தத்துடன் சொன்னார்:

'எங்கள் ஹோட்டலை, ஏதோ பேயோ பிசாசோ பிடித்தது என்று நினைக்கமாட்டீர்கள் என்று நம்புகிறேன் மேடம்.'

ஆனால், அவர் பேசியதற்கு மாறாக நான் காலி செய்தது அவருக்குச் சந்தோஷத்தைக் கொடுத்தது என்ற விதமாக அவரது முகபாவம் இருந்தது.

'கண்டிப்பாக இல்லை' என்று கூறினாலும், பில் செட்டில் செய்யும்போது குழம்பிய மனத்துடன் இருந்தேன். ராஜேஷ் என்ற மனிதன் முகம் என்முன் இப்போது எழுந்தது.

இப்போதைக்கு இந்த இ-மெயிலை இத்துடன் நிறுத்திக் கொள்கிறேன், சந்திரன். பொறுமையுடன் இவ்வளவு நேரம் படித்தமைக்கு நன்றி. ராஜேஷ் உண்மையில் யார் என்று அறிந்து கொண்டால் ஆச்சரியப்படுவீர்கள். அது என்னுடைய அடுத்த இ-மெயிலில்.

அஷ்வினி.

18

நான் வசித்துக்கொண்டிருக்கிற இந்த வெள்ளை நிறமான அழகிய கட்டிடத்தை எத்தனையோ முறை இன்னொரு வஸ்து போலப் பார்த்திருக்கிறேன். அதன் வெள்ளை நிறமும் கண்ணாடிகளும் அழுக்குப் படியா உயர்ரக ஜன்னல்கள், கதவுப் பொருத்துக்கள், ஃப்ரிஜ்கள், மைக்ரோ ஓவன்.. இப்படி ஒவ்வொன்றும் என் அங்கத்தின் ஒவ்வொரு பகுதியாக மாறி என் கவனத்திலிருந்து பிறழ்ந்து போயிருக்க வேண்டும்.

ஆனால், நான் வசிக்கும் இந்தக் கட்டிடம் அப்படி ஆகவில்லை. எப்போதும் இன்னொன்றாய் என்னிலிருந்து ஒதுங்கியே நிற்கிறது. சிலவேளை இந்த வெள்ளைநிறக் கட்டிடம் என்னோடு வசிக்கிறது என்னும் விசித்திரக் கற்பனை ஏற்படுகிறது. ஆச்சரியமாக இல்லையா இது? நான் வசிக்கிற கட்டிடம் என்னோடு வசிக்கிறது என்பதான கற்பனை. என்னோடு ஓர் ஆண் போலவோ, பெண் போலவோ ஒரு வெள்ளைநிறக் கட்டிடம் வசிக்கிறது. ஆனால் கட்டிடம், ஆணோ பெண்ணோ அல்ல. அதனால், ஆணாகவும் இல்லாமல் பெண்ணாகவும் இல்லாமல் அது என்னுடன் வசிக்கிறது.

அது பெரிதாக விடும் பெருமூச்சு எனக்குக் கேட்கிறது. அதன் பெருமூச்சு சற்று அமானுஷ்யத்தன்மை உடையது. அந்தப் பெருமூச்சு உயிரில்லாத ஒரு வஸ்துவின் பெருமூச்சுக் காற்று போலக் கேட்கிறது. ஆனால் ஒரு வித்தியாசம், காற்றுக்கு உயிர் இல்லை; பெருமூச்சு விடும் வீட்டுக்கு உயிர் இருக்கிறது.

இந்த என் வெள்ளைநிற வீட்டின் கீழ்த்தளத்தில் ஒரு நடை நடந்துவிட்டு வந்தபோது, வீடு பற்றிய என் எண்ணம் உறுதிப் படுகிறது. பெருமூச்சு தொடர்ந்துவிட்டபடி, கதவுகளை ஓசையின்றி அசைத்தபடி வீடு இருக்கிறது. கதவு திறக்கும்போது வெளிச்சமும், கதவுகள் ஓசையின்றி அடைத்துக்கொள்ளும் போது இருளும் மாறி மாறித் தெரிகின்றன.

இப்படிப்பட்ட தருணத்தில் நான் எதிர்பார்த்ததுபோல் தொலை பேசி மணி அடிக்கிறது. எனக்கு மனம் குழம்பிப்போய் கிடக்கிறது என்று தெளிவாகத் தெரிகிறது. அதனால் தொலை பேசியின் ஒலியிலிருந்து எங்கிருந்து வரும் ஒலி என்று எனக்குப் புரியவில்லை. அதிக நேரமாக யாரோ தொடர்ந்து அடிக்கிறார்கள் என்பதாக எனக்குப் படும் தொலைபேசி, அடிக்கவில்லையோ என்றும் தோன்றுகிறது.

நான் சென்று 'ஹலோ' என்கிறேன். அடிக்கிறதா இல்லையா என்ற வேறுபடுத்த முடியாத அந்தத் தொலைபேசியின் ரிசிவரை எடுத்துக் கூறுகிறேன்:

'ஹலோ நான்தான்.'

'நான்தானென்றால்?'

அப்போதுதான் புரிகிறது நான் யாரோடும் பேசிக்கொண் டிருக்கவில்லை என்று. நான் யாரோடும் பேசவில்லை என்றால் இப்போது என்னிடம் பேசியது யார்? எனக்குத் தெளிவாகத் தெரிகிறது. யாரோ இன்னொருவர் பேசினார். அது இன்னொரு வருடைய குரல் என்பதில் சந்தேகமில்லை. நானே என் குரலோடு எப்படிப் பேசமுடியும்? எனக்கும் எனக்கும் உரையாடலா? அது சாத்தியமா? மனம் பிளவுண்டு இருக்கும் மனநோய் எனக்கு ஏற்பட்டுவிட்டதா? இல்லை. அதை நான் நிச்சயமாகக் கூற முடியும். எனக்கு என்மீது நல்ல கட்டுப்பாடு இன்னும் இருக்கிறது. என் குரலையும் இன்னொருவர் குரலையும் வேறுபடுத்தும் ஆற்றல் எனக்கு நன்றாகவே இருக்கிறது. இப்போது மீண்டும் தொலைபேசி அடிக்கிறது. நான் எப்போது ரிசிவரைத் திரும்ப

வைத்தேன் என்பது விளங்கவில்லை.

'ஹலோ நான்தான்.'

குரல் மிக மெதுவாகக் கேட்கிறது. என்னை ஏமாற்ற முடியாது. நான் என் ஆற்றல்களை எல்லாம் ஒன்றுதிரட்டிக் கவனமாகக் கேட்கிறேன். என் செவியின் ஆற்றலின் மூலம், அதில் பதியும் ஒலியின் முழுப்பரிமாணத்தையும் பிடித்துவிட முடியும். என் செவியின் கூர்மையைக் கூட்டுவதோ குறைப்பதோ இப்போது என்னுடைய கட்டுப்பாட்டில் இருக்கிறது. இது எனக்கு நன்றாகத் தெரியும்.

'ஹலோ, நான்தான் என்றால்?'

யாரும் என்னோடு பேசவில்லை. ரிசீவரின் மறுமுனையில் ஒரு பெரிய மௌனம். எவ்வளவு நேரம் நான் ரிசீவரை அப்படியே, மௌனத்தைக் கூர்மையான என் செவியின் மூலம் பிடித்துவிட வேண்டும் என்ற நோக்கில் வைத்திருந்தேன் எனத் தெரியவில்லை. இதுபோல் ஒரு தொலைபேசியில் என் தாயின் மரணத்தையும் யாரோ இப்படித்தான் சொன்னார்கள் என்று நினைத்த போது எனக்கு சிவநேசம் நினைவில் வந்தார். அவர் ஒருவர்தான் எல்லாம் தெரிந்தவர்.

அன்று என் தாயின் மரணச்செய்தி வந்தபோது, ஏற்கெனவே அவர் அந்தச் செய்தியை அறிந்து எனக்கு அறிவுறுத்தியது ஞாபகம் வருகிறது.

'வந்தவங்க எல்லாம் போக வேண்டியதுதானே.'

அவருக்கு இப்படியெல்லாம் பேசத் தெரிகிறது. அவர்மீது பொறாமையாக இருக்கிறது எனக்கு. வந்தவர்கள் எல்லாம் போகிறார்கள் என்ற வாசகம், என் மனதில் இப்போது ஏன் வந்தது என்று தெரியவில்லை. எத்தகைய மனோநிலையை நான் பெற்றுக் கொண்டிருக்கிறேன் என்று புரியவில்லை.

நான் தூரத்தில் போய் சோபாவில் அமர்ந்தபோது என் வீடு என்னோடு பேச ஆரம்பித்தது. அது பேசியதுதான் எனக்குத் தொலைபேசி போல் ஒலித்ததா என்றும் சொல்ல முடியவில்லை. எனக்கு இப்போது எல்லாம் நன்றாகத் தெரிகின்றன. வீடு ஒரு சிறிய படம்போல என் மனதில் பதிந்தபடி பேசுகிறது.

'நாம் இருவரும் காலாற கொஞ்ச நேரம் நடந்துபோக முடியுமா?'
'ஓ, நிச்சயமாக!'

'சரி, நட. என் மொழியில், மதிப்பு கொடுக்கும் சொல் முடிபு கிடையாது. அதனால், நீ என்னோடு கோபம் கொள்ளாதே.'

'உங்கள் மீது கோபம் கொள்ள மாட்டேன்.'

'நீயும் என்னை மதிப்பில்லாமல் பேசலாம்.'

'பரவாயில்லை. உங்களைப் போன்ற பெரிய மனிதரிடம் பேசும்போது நான் மதிப்புடன் பேசுகிறேன்.'

'நீ என்னை இப்போது கிண்டல் செய்யவில்லை என்று நிச்சய மாகக் கூற முடியுமா?'

இந்தக் கேள்வி 'வீட்டு'க்கு மனம் இருக்குமா இல்லையா என்ற என் ஆரம்ப சந்தேகத்தை நிவர்த்தி செய்தது. வீட்டுக்கு மனம் இருக்கிறது. நான் இப்படி யோசித்துக் கொண்டிருந்தபோது வீடு சிரித்தது. அப்போது, நில அதிர்வு வந்தால் நாற்காலியில் இருப்பவர்கள் எப்படி உடல் ஆடியதாய் உணர்வார்களோ அதுபோல் உணர்ந்தேன்.

'பயப்படாதே! நில அதிர்வு ஏற்படவில்லை' என்றது வீடு. நான் இப்போது வெளிப்படையாய்க் கேட்டேன்.

'உங்களுக்கு மனம் இருக்கிறதா?'

'மனம் இல்லை. ஆனால், எனக்கு உன் யோசனைகள் தெரியும். அதனால், நீ என்னைப்பற்றி என்ன நினைத்தாலும் எனக்குத் தெரியும்' என்றது வீடு.

நான் பயப்பட ஆரம்பித்தேன். அப்போது என்னோடு பேசும் வீட்டின் வடிவத்திற்கு இடதுபுறம் ஒரு கண் தோன்றியது. கண்ணைச் சுற்றி இமைகள் அடித்துக்கொண்டிருந்தன. வீடு எப்போதும் சந்தோஷமாக இருக்கிறதென்று நான் நினைக்கும்படி அந்த ஒற்றைக் கண் சிரித்தபடி இருந்தது.

'பயப்படாதே' என்று சொல்லிய வீடு, கண் வழி சிரித்தது.

'நான் பயப்படுவதுகூட உங்களுக்குத் தெரிகிறதா வீடு அவர்களே?'

'அது என்ன வீடு அவர்களே?'

நான் விளக்க ஆரம்பித்தேன்:

'நான் உங்களை மதிப்புடன் அழைக்கவேண்டும். ஏன் என்று கேட்டால், எனக்கு விளக்கம் தெரியாது. நான் எல்லோரையும் மதிப்பு விகுதி சேர்த்துத்தான் பேசிப் பழக்கம். அதனால்

உங்களையும் மதிப்புடன்தான் பேசமுடியும். அடுத்த பிரச்சினைக்கு வருகிறேன். எங்கள் மொழியில் உயர்திணை பொருட்களுடன் தான் பேசமுடியும். உயர்திணை என்றால் உயிருள்ளவர்கள். உயிரில்லாத பொருள்களுடன் பேசமுடியாது. எனவே, உயிரில்லாத பொருளாகிய வீட்டோடு எனக்கு எப்படிப் பேசவேண்டும் என்று தெரியாததால் நான், 'வீடு அவர்களே' என்று அழைத்தேன். இதில் கொஞ்சமும் கௌரவக் குறைச்சல் இருப்பதாக நீங்கள் கண்டிப் பாக நினைக்கக் கூடாது.'

நான் ஒரு சிறு பிரசங்கம் செய்ய ஆரம்பித்தேன். இவ்வளவு நேரம் வீடு கண்ணை மூடியிருந்தது. ஒருவேளை வீடு தூங்கி விட்டதோ என்று நான் கருதினேன். நல்ல காலமாக மீண்டும் வீட்டின் கண் திறந்தது.

'நீ என்னை மதிப்புடன் அழைப்பதற்கு நான் நன்றி சொல்கிறேன். எங்கள் சாதிக்கு இந்த அறியும் சக்தி சற்று ஜாஸ்தி. சரி, அந்த இரண்டாவது பிரச்சினை மிகவும் சுவாரஸ்யமானது. 'வீடு அவர்களே' என்பது பற்றிய உன் வியாக்கியானம் எனக்குச் சிரிப்பை உண்டுபண்ணுகிறது. நான் சிரித்தால் மீண்டும் நீ நிலம் அதிர்கிறதோ என்று சந்தேகப்படுவாய். அதனால், நான் சிரிக்க வில்லை. உன்னைப்போன்ற மனித சாதி, சுயநலமுள்ள சாதி. உன்னைப் போன்ற உயிருள்ள மனிதர்களைப் பற்றியே மட்டும்தான் நினைக்கிறார்கள். அதனால்தான் மிக அதிகம் பயன்படத்தக்க ஒரு பொருளை எப்படி அழைப்பது என்பதற்கு உன் போன்ற மனிதர்களிடம் மொழி இல்லை. மனிதர்கள் கண்டுபிடித்திருக்கும் மொழிகூட மனிதர்களைப் போலவே தன்னலம் உடையது என்பதை நிரூபிக்கிறது உன்னுடைய வியாக்கியானம். எங்களைப் போன்ற உயிரில்லாதவை எங்களுக்கான மொழியை இனி சிருஷ்டிக்க வேண்டியதுதான்.'

இப்போது வீட்டுடன் எப்படிப் பேசவேண்டும் என்று எனக்கு ஓரளவு பரிச்சயமானது. புதுநாடு ஒன்றில் சில ஆண்டுகள் தங்கிய பின்பு அந்தப் புதுமொழி நமக்குப் பழகியதுபோல், வீட்டின் மொழி எனக்குப் பரிச்சயமாகாவிட்டாலும் அதனுடன் எப்படிப் பேசுவது என்று எனக்கு விளங்கியது.

'நீ நினைப்பது பாதிதான் சரி' என்றது வீடு. அந்தக் கண்ணில் ஒரு ஹாஸ்ய உணர்வு இப்போது தென்பட்டது.

'ஏன்?' என்றேன்.

'நீ நினைப்பதுபோல் என்னுடன் பேச இன்னும் நீ பழகிவிடவில்லை. உனக்குக் கொஞ்சம் தைரியம் வந்துவிட்டது என்று வேண்டுமானால் வைத்துக்கொள்.' வீடு சிரிக்க ஆரம்பித்தது. என் உடலுக்குள் நிலநடுக்கம்போல உணர ஆரம்பித்தேன்.

'சிரிக்காதே' என்றேன்.

'உனக்குக் கொஞ்சம் அதிகம்தான் தைரியம்' என்றது வீடு. நான் சற்று நேரம் யோசித்துவிட்டுக் கேட்டேன்:

'வீடு அவர்களே! உங்களுக்கு வேறு என்ன தெரியும்? உங்களைப் பற்றிக் கொஞ்சம் சொல்லுங்கள்.'

'நீ பெரிய இவன் என்று நினைத்துக்கொண்டு என்னைப்பற்றித் தெரிந்துகொள்ளாமல் ஏதேதோ உளறுகிறாய். இப்போது என்னைப் பற்றிக் கொஞ்சம் சொல்லச் சொல்லுகிறாய்.'

'மன்னித்துக்கொள்ளுங்கள் வீடு அவர்களே.'

'இதோ பார் அய்யா! மன்னித்துக்கொள்ளக் கேட்காதே. எனக்கு மன்னிக்க விருப்பம் இருந்தாலும் எனக்கு மன்னிக்க முடியாது. ஏனென்றால், எனக்கு மனம் இல்லை. உனக்குத் தெரியாதா? மன்னிக்க மனம் இருக்கவேண்டும் என்று.'

'ஓ அப்படியா?' என்றேன்.

'ஆம், அப்படித்தான்' என்ற வீடு. அதன் உருண்ட கறுப்பு முட்டை போன்ற சிரிக்கும் கண்ணால் என்னைப் பார்த்தது.

'சரி, மனம் இல்லை. வேறு என்ன இல்லை?'

'வரலாறு இல்லை' என்றது வீடு, அதற்கு அடுத்தபடியாக. எனக்கு அது பேசியது புரியவில்லை.

'அப்படியென்றால்?' என்று, எனக்குப் புரியவில்லை என்பதை வீடு தெரிந்துகொள்ளட்டும் என்று கூறினேன். சற்றுநேரம் பேசவில்லை. அதன் கண்ணை அடைத்துக் கொண்டிருந்தது. நான் சற்றுநேரம் காத்திருந்தேன். அதன்பிறகும் அது கண்ணைத் திறக்கவில்லை.

'தூங்கிவிட்டாயா?'

'இல்லை. அவ்வப்போது சடத்தன்மை அடைந்து விடுவோம், நாங்கள். என்ன கேட்டாய்?'

'வரலாறு இல்லை என்றால் என்ன அர்த்தம்?'

'நாங்கள் எளிமையானவர்கள். அதாவது, பழையதை ஞாபகத்தில் வைக்க மாட்டோம்.'

'ஓகோ அப்படியா?' என்றேன். என் மனநிலையை உணர்ந்தோ என்னவோ வீடு சொன்னது. 'ஆனால் எங்களுக்கு குளோபலை சேஷன் பற்றித் தெரியும்.'

'அடிச்சக்கை' என்று நான் குதித்தேன்.

'ஏன் குதிக்கிறாய்? குளோபலை சேஷன் என்றால் என்ன தெரியுமா?'

'குளோபலைசேஷன் என்றால் என்ன? நீயே சொல்.'

'உங்கள் மொழியில் என்ன பொருளோ எனக்குத் தெரியாது. எங்கள் மொழியில், உலகமெல்லாம் இருக்கும் வீடுகள் தங்களுக்குள் பேசுவதை குளோபலைசேஷன் என்கிறோம்.'

எனக்கு, இவ்வளவுதானா உங்கள் புரிதல் சக்தி என்று பட்டது. உடனே, வீடு கோபப்பட்டது. அது கோபப்பட்டது எனது கையில் கட்டியிருந்த கடிகாரம் மூலம் எனக்குத் தெரிந்தது. கைக்கடிகாரம் ஆடியது.

'வீடு அவர்களே, ஏன் கோபம்?' என்றேன்.

'என்னைப்பற்றிக் கேலியாகவா நினைக்கிறாய்?'

'இல்லை வீடு அவர்களே…' என்று கூறிய நான், தொடர்ந்து என்ன சொல்வது என்று புரியாமல் தடுமாறினேன். என்னடா வம்பாகப் போய்விட்டது இந்த வீட்டோடு என்று நினைத்தபடி திடீரென்று மவுனமானேன்.

வீடு பேசியது:

'எங்களுக்கு, எந்த வீடுகளில் நாய் உயிரோடு வாழும் என்று தெரியும். எந்த வீட்டில் கடிகாரம் காணாமல் போகும் என்று தெரியும். ஆனால், சரித்திரம் இல்லாதவர்கள் நாங்கள்.'

'அப்படியா?'

'சரித்திரம் இல்லாமலிருந்தாலும் நாய் உயிரோடு இருக்குமா என்றும், கடிகாரம் காணாமல் போகுமா என்றும் தெரியும்.'

என் மண்டையில் திடீரென்று ஏதோ ஒன்று தோன்றியது. விஜயா பற்றிய துக்ககரமான செய்தி வந்தபோது நான் அம்மாவிடம் பேசியது ஞாபகம் வந்தது. அம்மா கூறினார்கள் கடிகாரம் காண வில்லை என்று.

'கடிகாரத்தை வீடுகள் ஒளித்து வைக்குமா?'

'ஓ, ஒளித்து வைக்குமே! பழைய கடிகாரமா?'

'ஆமா, பழைய கடிகாரம்.'

'நிச்சயம் ஒளித்துவைக்கும்' என்று பதில் சொன்ன கண் அதன்பிறகு மூடியிருந்தது. எனக்குப் பதற்றம் ஏற்பட்டது. சரித்திரம் இல்லாதது, நாய் உயிரோடு இருப்பது, கடிகாரம் காணாமல் போவது.. என் மண்டைக்குள் எல்லாம் குழப்பமாகத் தெரிந்தன.

எனக்குக் குழப்பம் ஏற்படும்போதெல்லாம், நான் போட்டிருக்கும் பேன்ட் எங்கோ தொங்கிக்கொண்டிருப்பதாக நினைப்பது எனக்குச் சமீபகால வாடிக்கை. இப்போதும் நான் போட்டிருக்கும் பேன்ட் எங்கே தொங்கிக்கொண்டு கிடக்கிறது என்று தேட ஆரம்பித்தேன். என்னைத் தவிர வேறு யாரும் என்னுடன் இல்லாததால் என் பேன்டை எப்போதும் ஹாங்கரில் போட்டு நான் ஒழுங்காக நடந்துகொள்வதில்லை என்பதை நினைத்தேன். எனக்கு அப்போது மிகுந்த வருத்தம் உண்டானது. உடனே வீடு என்னிடம் சொல்லிற்று:

'நீ ஏன் வருத்தப்படுகிறாய்?'

'என் பேன்டைக் காணவில்லை.'

'அந்தக் கறுப்பு நிறத்திலுள்ள பியர் கார்டின் பேன்ட்தானே நீ தேடுகிறாய்?'

என் பேன்டின் நிறம், கம்பெனி பெயரும்கூட என் வீடு தெரிந்து வைத்திருப்பதைப் பார்த்து, கொஞ்சம் பிரமிப்பும் அசூயையும்கூட எனக்கு ஏற்பட்டது.

'ஆம்' என்றேன்.

வீடு குலுங்கிக் குலுங்கிச் சிரித்தது. சிரிக்கும்போது பழைய ஸ்பிரிங் கட்டில் ஒலி எழுப்புவதுபோல ஒலி வந்தது.

'உன் சிரிப்பு ஒலி தாங்கவில்லை.'

'உன் முட்டாள்தனத்தைப் பார்த்துச் சிரிப்பு வந்தது.'

'அப்படியென்ன முட்டாள்தனத்தைக் கண்டுவிட்டாய்?'

'உன் பேன்டை நீ போட்டுக்கொண்டு அதை மறந்து எங்கெல்லாமோ தேட ஆரம்பித்திருக்கிற உன்னைப் பார்த்துச் சிரிப்பு வராமலா இருக்கும்?'

அப்போது என் கண்கள் என் கால்களைக் குனிந்து பார்க்க, என் கறுப்புநிற பியர் கார்டின் பேன்ட்டை நான் அணிந்திருப்பது தெரிந்தது. என் முட்டாள்தனத்தைத் தட்டி உதறிவிடுவதாக நினைத்தபடி, என் பியர் கார்டின் பேன்டை எனது வலது கை

விரல்களால் மூன்று முறை அனாயாசமாகத் தட்டினேன்.

அப்போது என் மூக்கில் ஓடிக்கோலோன் மணம் வீச, நான் நாலாபக்கமும் தலையைத் திருப்பிப் பார்த்தேன். ஏதும் தென்பட வில்லை.

அந்த நிமிடம் என் உணர்வுகள் திடீரென்று என்னை நிலை குலைய வைத்தன. ஏனென்று புரியவில்லை. ஒருவேளை என் வீட்டில் இருந்த பழைய கடிகாரம் காணாமல் போனதும், என் மனைவி விஜயா தன்னை அழித்துக் கொண்டதும் ஏதோ ஒன்று இன்னொன்றோடு பின்னிப் பிணைந்தது என்ற ஓர் எண்ணம் என் மனதில் தோன்றியது காரணமாகலாம். நான் விஜயா பற்றி எவ்வளவு முடியுமோ அந்த அளவு நினைக்காமலிருக்க முயன்று வருவதால், எனக்கு இப்போது பலத்த யோசனை உண்டானது.

அப்போது பார்த்து வீடு பேசியது.

'நீ என்னைப்பற்றி என்ன நினைக்கிறாய் என்று இப்போது எனக்குக் கண்டுபிடிக்க முடியவில்லை. ஒருவேளை என்னை ஒரு மடையன் என்று நீ நினைக்கலாம் அல்லது நான் தேவையில்லாத முறையில் உன்னுடைய நேரத்தைப் போக்க வந்துள்ளேன் என்று நினைக்கலாம் அல்லது...' என்று தயங்கியது வீடு.

'சொல்' என்றேன். நான் எந்தவித உணர்வும் வெளிப்படாதவாறு பேச வேண்டும் என்று கண்டிப்பாக என் மனத்திடம் கட்டளை யிட்டிருந்தும் 'சொல்' என்று நான் கூறியதை வீடு கேட்டபோது, வீட்டின் முகத்தில் தெரிந்த உணர்வை வைத்து என் எரிச்சல் வெளிப்பட்டுவிட்டதோ என்று நினைத்தேன். ஆனால், வீடு சொன்ன பதில் அந்த உணர்வை வெளிப் படுத்துவதாக இல்லை. சடத்தனம் என்று சொல்வோமே, அந்த உணர்வு தென்பட்டது.

'அல்லது ஒருவேளை என்னை நீ மனமார வரவேற்கலாம்.'

இவ்வாறு சொல்லி முடித்தபோது, வீடு தன் கண்ணைத் தமாஷான பேர்வழிகள் வைப்பதுபோல் சிரிப்புடன் வைத்துக் கொண்டது.

எனக்கு வீடு பேச ஆரம்பித்தவுடன், வீடு என் மனத்தின் ஆழத்தில் என்னை அறியாமல் படிந்து கிடக்கும் பலவீனங்களையும் சந்தேகங் களையும் அறியாத ரகசியங்களையும் காணப் பயன்படும் ஒரு புதிய சக்தி என்ற எண்ணமே அதிகம் மேலோங்கியிருந்தது. நான் ஏதும் பேச ஆரம்பிக்கும் முன்பு இந்த என் எண்ணத்தைத் தனக்கு

447

புரிந்ததுபோல வீடு நினைக்க ஆரம்பித்திருக்க வேண்டும்.

நான் வீட்டின் முகத்தைப் பார்க்க ஆரம்பித்தேன். அதன் கண்ணின் வழி சிரிப்புத் தெரிந்தது.

'உன் யோசனை எனக்கு மகிழ்ச்சி அளிக்கிறது' என்றது வீடு.

நான் தலையை மட்டும் ஆட்டினேன். ஒன்றும் சொல்ல வில்லை.

அப்போது நடந்ததை எனக்கு நம்ப முடியவில்லை. வீட்டின் உள்ளிருந்து ஒரு சதுரமான பொருள் வெளிப்பட்டது. அது வேறு ஒன்றுமல்ல. என்னுடைய வீட்டில் தொங்கிய அதே பழைய கடிகாரம். ஓடாத பழைய கடிகாரம். என்னைப் பார்த்ததும் அந்தக் கடிகாரம் மெதுவாக ஏதோ சொல்லியது. எனக்குக் கேட்க வில்லை.

தலையை மெதுவாக உயர்த்திய கடிகாரம் என்னைப் பார்த்ததை இப்போது உணர்ந்தேன்.

'வயதாகிப் போனது, கோழிக்குஞ்சு' என்றது கடிகாரம். கோழிக்குஞ்சா என்று நான் யோசித்ததும், திடீரென்று பள்ளிக் கூடத்துக்குப் போகுமுன் சிறுவனாக என் கிராம வழக்கப்படி அம்மணமாக நான் நடமாடிக்கொண்டிருந்த நாட்கள் ஞாபகத்துக்கு வந்தன. அப்போது என்னை எல்லோரும் கோழிக்குஞ்சு என்று தான் கூறுவார்கள். எனக்குச் சற்று பெரிதாகத் தொங்குமாம். அதனால் கோழிக்குஞ்சு என்று தடவ வருவார்கள். நான் கண்ணைப் பொத்திக்கொண்டு ஓடிவிடுவேன்.

'எப்படி இருக்கிறாய் நீ?' என்றேன்.

'எனக்கு இப்போது நூற்றைம்பது வயதுக்கு மேல். பர்மா விலிருந்து உன் தாத்தா என்னைக் கொண்டுவந்தார். அதன் பிறகு தான் நான் என்னென்ன பார்த்துவிட்டேன்! உலகம் எவ்வளவு மாறிவிட்டது? காலத்தைக் காட்டுவது மட்டும்தானே என் வேலை. இந்தக் காலத்தை மாற்றவா முடியும்? அதற்கு எங்களுக்குச் சக்தியில்லையே' - ஒரு இலேசான பெருமூச்சுடன் பேசியது பழைய கடிகாரம்.

'பார்த்தாயா உன் பழைய கடிகாரத்தை? இப்போது நம்புகிறாயா எங்கள் ஆற்றலை! உலகத்தில் இருக்கிற எந்த வீட்டுக்குள்ளும் எது ஒளிந்திருந்தாலும், அதை எனக்கு உன்முன் கொண்டுவந்து நிறுத்த முடியும்' - வீடு கண்சிமிட்டிப் பேசியது.

இப்போது ஒருவித மணம் எங்கும் பரவியது. என்னைச்சுற்றி எனக்குப் பழக்கமில்லாத ஏதோ பூக்கள் பூத்ததுபோல் உணர்ந்தேன்.

கடிகாரம் மீண்டும் என்னை உற்று உற்றுப் பார்த்தது.

'என்ன பார்க்கிறாய்?' என்றேன்.

'இல்லை, நீ மிகவும் மெலிந்து போயிருக்கிறாயே என்றுதான் பார்க்கிறேன்.'

'அப்படிப் பார்க்காதே! எனக்குப் பிடிக்கவில்லை.'

'காலம் உன்னைப் பார்ப்பது உனக்கு எங்கே பிடிக்கும்?' என்று, வயதான பாட்டிபோல் முணுமுணுத்தது கடிகாரம். பிறகு, அது தன் தலையைக் கீழே போட்டது. நான் இப்படிக் கடுமையாகப் பேசியிருக்கக் கூடாதோ என்று, எனக்குப் பழைய கடிகாரத்தின் மீது பச்சாத்தாபம் ஏற்பட்டது.

நாங்கள் இருவரும் இந்த மாதிரி சண்டை போடுவது வீட்டுக்குப் பிடிக்கவில்லை போல இருந்தது.

'வீடு அவர்களே! நான் கடிகாரத்தோடு இப்படிப் பேசுவது பிடிக்கவில்லை என்றால் சொல்லுங்கள். நான் மன்னிப்புக் கேட்டுக்கொள்கிறேன்.'

இப்போது கடிகாரம் வீட்டை நோக்கிப் பேசியது.

'வேண்டாம். அவன் என் குழந்தையைப் போல. அவன் தாத்தா என்னை அவ்வளவு பாதுகாப்புடன் பர்மாவில் இருந்து கொண்டு வந்தார்! எனக்கு இப்போதும் மறக்க முடியாது. இரண்டாவது உலகப் போரின் போது பத்திரமாக ஊருக்குக் கொண்டுவந்து சேர்த்தது, அவனுடைய பர்மிய அம்மாவையும் என்னையும்.'

வீடு, 'அப்படியா?' என்று எங்கள் இருவரையும் பார்த்தது. வீடு பேசும்போது அதன் கண்ணில் உணர்வுகள் தெரிந்தன. குழந்தைகள் விளையாடும் வீடியோ விளையாட்டில் வரும் ஒற்றைக்கண் ரப்பர் பொம்மை போல், தத்தக்கா பித்தக்கா என்று மடங்கி மடங்கி நடந்தது. அதன் தலை போன்ற பகுதியில் இப்போது கண் வந்து ஒட்டிக்கொண்டிருந்தது.

பழைய கடிகாரம், இப்போது அதன் அடிப்பகுதியில் இருந்த ஸ்பிரிங் மூலம் வெளியே வந்த தவளையின் இரண்டு கால்களைப் போன்ற தன் கால்களால் நடக்க ஆரம்பித்தது. சுமார் ஓரடி உயரமுள்ளதும் பச்சை நிறத்தோடு கூடியதும் விரல்களுக்கிடையே தோலொட்டியபடி இருந்ததுமான கடிகாரத்தின் பச்சைநிறத் தவளைக் கால்களில் ஸ்பிரிங் இப்போது தென்படவில்லை.

எனக்கு விநோதமான ஓர் உணர்வு ஏற்பட்டது.

அப்போது, வீடு என்னை ஒருமுறை திரும்பிப் பார்த்துக் கொண்டு நடந்தது.

வீட்டுக்கும் கடிகாரத்துக்கும் என்னளவு நீளமான கால்கள் இல்லாதது கண்டு எனக்குச் சிரிப்பு வந்தது.

'சிரிக்காதே' என்றது வீடு. வீடு இப்படிச் சொன்னது எங்கள் வீட்டுப் பழைய கடிகாரத்துக்குப் பிடிக்கவில்லை.

'என்ன, எங்கள் வீட்டுப் பிள்ளையை அதட்டுகிறாய்? அவன் பிறந்தபோது தரையைப் பார்த்தபடி பிறந்தான்' என்றது பழைய கடிகாரம். இந்த விஷயம் எனக்கு ஒரு புதுத் தகவலாக இருந்தது.

நான் காலத்துக்கும் இடத்துக்கும் இடையில் அகப்பட்டவன் போல், வீட்டுக்கும் பழைய கடிகாரத்துக்கும் நடுவில் நடக்க லானேன்.

அப்போது, நான் யாருக்கோ உரியவன் என்ற உணர்வு தோன்றியது. பழைய கடிகாரம் அந்த உரிமை உணர்வை எனக்குள் ஊட்டுகிறது என்று நினைத்தேன். அப்போது தொலைபேசி ஒலித்தது. இன்னும் நாங்கள் என் வெள்ளைநிற வீட்டுக்குள்ளேயே நடந்து கொண்டிருந்தோம். வீடு நடப்பதில் சாதுரியமற்றது, நகர்வது போல்தான் நடக்க முடிகிறது என்று உணர்ந்தேன். நான் தொலை பேசியை எடுக்கலாமா என்று யோசித்தபடி திரும்பினேன். பழைய கடிகாரத்தின் கரகரப்பான குரல் சற்றுத் துயரத்துடன் கேட்டது.

'எடுக்காதே, அது சாவுச் செய்தி!'

'சீ, புத்தியைப் பார். சாவுச் செய்தி என்றால் எடுக்க வேண்டும். இது போலந்து. கத்தோலிக்க நாடு. செத்தவர்களுக்கு மதிப்புக் கொடுக்கும் நாடு' என்றது வீடு.

'உன்னை மகன்போல் நினைப்பவர் இந்த ஊரில் யாராவது இருக்கிறார்களா?' - பழைய கடிகாரம் என்னைப் பார்த்துக் கேட்டது.

'ஆமா' என்று லிடியாவின் தாயைப்பற்றிச் சொன்னேன். இப்போது வீடு முன்வந்து யோசனை சொன்னது. 'சப்பளக்கா, பிச்சளக்கா' என்று அது நடந்தாலும் வீட்டின் யோசனை சரியென்று பட்டது.

'இப்போது மிகவும் பிந்திவிட்டது, இரவு பத்தரை மணி. நாளை காலை நீ துக்கம் விசாரிக்கலாம்.' ஏனோ அந்த நேரத்தில் எனக்கு அது சரியென்றுபட்டது. நான் ஓடிச்சென்று தொலை பேசியை எடுக்காததால், தொலைபேசி மிக விரைவில் நின்றது. இப்போது

நானும் பழைய கடிகாரமும் வீடும் வெளியில் நடக்க ஆரம்பித் தோம். இரவு சுமார் பதினொரு மணி என்று என் கைக்கடிகாரம் மூலம் எனக்குத் தெரிந்தது. நடக்கும்போது திடீரென்று வீடு திரும்பிநின்று சொன்னது.

'சின்ன வயதில் உன்னை எல்லோரும் கோழிக்குஞ்சு என்று தான் சொல்வார்களா?' பின்பு 'க்ளுக்' என்று சிரித்தபடி உச்சந் தலையில் உள்ள கறுப்புமுட்டை போன்ற கண்ணைப் பெரிதாக உருட்டியது.

ஏற்கெனவே கடிகாரம் சொன்னதை வீடு இவ்வளவு நேரம் கழித்துச் சொன்னதால், வீட்டின் ஒரு குணம் எனக்குப் புரிந்தது. ஹாஸ்யங்கள் சற்று நேரம் பிந்தித்தான் புரிகிறது வீட்டுக்கு. அதன் புத்தி அந்த மாதிரி அமைந்திருக்கிறது என்று நினைத்துக் கொண்டேன்.

'நீ நினைப்பது சரிதான். ஹாஸ்யத்தைப் புரியும் புத்தி மட்டும் வீட்டுக்குக் கொஞ்சம் கம்மி' என்றது கடிகாரம்.

'ஏன்?' என்று வீட்டைப் பார்த்தேன்.

'ஏனோ தெரியவில்லை. உலகத்திலேயே எங்களுக்கு மிகக் கடினமான காரியம், ஹாஸ்யத்தைப் புரிந்துகொள்வது. இந்த மனித சாதி எதை எதையோ ஹாஸ்யம் என்று சொல்வதும், எதை எதையோ ஹாஸ்யமல்ல என்பதும் புரிந்துகொள்ளவே முடிவதில்லை எங்களுக்கு' என்று பதிலிறுத்தது வீடு.

அப்போது வார்ஸாவின் ஒரு புறநகர் பகுதியிலுள்ள குடியிருப்புப் பகுதியில் அழகான வீடுகளுக்கு நடுவே உள்ள சாலையில் நாங்கள் மூவரும் காலாற நடந்து சென்று கொண்டிருந்தோம். அது ஒரு கோடைக்கால ஜூன் மாதம் ஆகையால் இரவு குளிராக இருக்க வில்லை. காற்று சுத்தமாக இருந்தது. வீட்டின் மெதுவான நகர்தலைப் போன்ற நடை, நத்தை ஊர்வதுபோல் இருந்தது. அப்போதுதான், நத்தையும் அதன் முதுகில் ஒரு வீட்டை எப்போதும் வைத்திருக்கிறது என்று நினைத்தேன். 'ஏன் நண்டு, ஆமை போன்றவையும் வீட்டோடு நடக்கவில்லையா?' என்று கேட்டது வீடு. அதன் குரலில் கொஞ்சம் கோபம் தென்பட்டது. வீட்டின் தன்மானத்தைச் சிதைக்கும் முறையில் இனி பேசவோ நினைக்கவோ கூடாது என்று எண்ணினேன்.

'கோடைக்காலத்தில் வார்ஸா மிகவும் அழகாக இருக்கிறது' என்றது பழைய கடிகாரம்

'அழகு கடினமானது' என்று பதில் கொடுத்தது வீடு. நான் வீட்டின் ஆலோசனைக் கிரமத்தைப் புரியாமல் விழித்தேன்.

இந்த இரண்டு அஃறிணைப் பொருள்களும் என்ன நினைக்கின்றன என்று என்னை அறியாமல் ஓர் எண்ணம் தோன்றியது.

'அப்போது உயர்திணைப் பொருளான நீ உசத்தியோ?' என்றது வீடு.

'எதிர்காலத்தின் புரட்சி, அஃறிணைப் பொருள்களுக்கும் உயர்திணைப் பொருள்களுக்கும் சமஉடைமை வேண்டும் என்பதே' என்று பழைய கடிகாரம் பேசியது. நான், ஆண்களுக்கும் பெண்களுக்கும் நடுவில் சமஉரிமை வேண்டுமென்ற சண்டை நடப்பதை நினைத்தேன்

'ஒரு சந்தேகம்' என்றது வீடு, இடையில் புகுந்து.

'என்ன?' என்றேன்.

'உன்னிடமல்ல, நான் கடிகாரத்திடம் பேசுகிறேன்.'

'கடிகாரம் அவர்களே! உங்களிடம் வீடு அவர்கள் பேசுவதால் பதில் சொல்லுங்கள்' என்றேன்.

இப்போது கடிகாரமும் வீடும் என் பேச்சில் ஏதோ நக்கல் இருப்பதைப் புரிந்திருக்க வேண்டும். என்னை நோக்க மேலே பார்த்த அவை இரண்டும் பாதையில் நடந்தபடியே மேலே என்னைப் பார்த்தது, ஆகாயத்தைப் பார்ப்பதுபோல இருந்தது.

'நான் மனிதர்களின் பேச்சைப் பேசுவதாலேயே உங்களுக்கு என் பேச்சு நக்கலாகத் தெரிகின்றது. மற்றபடி நான் உங்களை நக்கல் செய்யவில்லை என்பதை நம்புங்கள்' என்றேன்.

அப்போது ஒரு கார் எதிரில் அதிகமான விளக்கு வெளிச்சத்துடன் வந்தது. கார் டிரைவர் என்னைப் பார்த்ததும் என் கண்ணில் விளக்கு படாமல் விளக்கைத் தரையை நோக்கித் திருப்பினான். ஆனால், எனக்கருகில் சுமார் ஓரடி உயரத்தில் நடந்துகொண்டிருக்கும் கடிகாரத்திற்கு, அந்த விளக்குத் தொந்தரவு கொடுக்கும் என்பது அவனுக்குத் தெரியவில்லை. வீடு ஏதோ ஒருவிதமான ஒலியை எழுப்பியது. பழைய கடிகாரம் பரவாயில்லை. புத்திசாலியாக ரோட்டின் ஓரத்தில் புற்களுக்கிடையில் ஒளிந்து கண்களை மூடிக் கொண்டது. கார் இவை எதையும் எதிர்பார்க்காது அது பாட்டிற்குப் போன பின்பு, வீடும் கடிகாரமும் பழையபடி என்னோடு நடக்க ஆரம்பித்தன.

அந்த இரண்டு பொருள்களையும் பற்றி யோசிக்க ஆரம்பித்தேன்.

வீடு, கொஞ்சம் மந்தபுத்தி உள்ளது. ஹாஸ்யத்தைப் புரியத் தெரியவில்லை. அதற்கு மனம் இல்லை. அழகு என்பது கடினமானது என்கிறது. ஆனால், கடிகாரம் கொஞ்சம் வித்தியாசமானது. அதற்கு, பலமான ஞாபக சக்தி. நான் தரையைப் பார்த்துப் பிறந்தேனா, வானத்தைப் பார்த்துப் பிறந்தேனா என்பதையும், என்னைச் சிறுவயதில் 'கோழிக்குஞ்சு' என்று எல்லோரும் அழைப்பார்கள் என்பதையும் அது ஞாபகத்தில் வைத்திருக்கிறது. அது கார் லைட்டைப் பார்த்துப் பயப்பட்டதைப் பார்த்தால், நவீன விஷயங்கள் அதைப் பயமுறுத்துகின்றன. மேலும் கடிகாரத்துக்கு, மனது போன்ற ஏதோ ஒன்று இருக்கிறது. அதனாலேயே என்னை மிகவும் உரிமையோடும் அன்போடும் நினைத்துக்கொள்கிறது என்று பட்டது.

அப்போது வீடு, சற்றுப் பின்னால் நடந்துகொண்டுவந்த கடிகாரத் திடம் பேசியது:

'ஏன் பிந்துகிறாய்? என்னைவிட உனக்கு நீண்ட கால்கள்!'

'என் கால் நகத்தில் ஒரு கல் தட்டியது. இந்தியாவைப்போல வார்ஸாவில் கற்கள் இருக்காது என்று நான் நினைத்தது தப்பாகி விட்டது. என் நகம் கழன்று போயிருந்தால் வலி தாங்கமுடியாமல் போகும்.'

'அய்யய்யோ' என்று பரிதாபப்பட்டது வீடு

'விடு, போனது போகட்டும்' என்றது கடிகாரம்.

'இல்லை. போனது போகாது. அது முடியாது.'

'எது?' என்று இப்போது இடையில் புகுந்தேன். அவர்கள் பேசிக்கொள்ளும் முறை அபூர்வமாகத் தெரிந்தது. ஏதோ ஒன்றை மனிதர்கள் இழந்துவிட்டிருக்கிறார்கள் என்று நினைப்பு ஏற்பட்டது.

என்னைத் தலையை உயர்த்திப் பார்த்தபடி, வீடு அழுத்தம் திருத்தமாகச் சொன்னது:

'போனது எப்போதும் போகாது. ஏனென்றால், அது முடியாது.'

நான் குழம்பினேன். ஆனால், என் குழப்பத்துக்கு அப்பால் இது தெளிவானது. திடீரென்று மனதின் அடியாழத்தில் ஏதோ ஒரு சலனம் ஏற்பட்டது.

453

அஃறிணைப் பொருள்களின் ஆலோசனைக்கிரமம் ஏதோ ஒருவகை நுட்பத்தைக் கொண்டது என்பது மனதில் உறைத்தது. மனித சாதி, அதை முற்றிலும் இழந்துவிட்டது. அதனால்தான் மீண்டும் மீண்டும் யுத்தம் செய்து மடிகிறது என்ற எண்ணம் ஏற்பட்டது. நான் எனக்குள் சொல்லிக்கொண்டேன்: 'போனது போகாது.' இவ்வளவு நேரம் நடந்து, ஒரு தெரு விளக்கிலிருந்து அடுத்த தெரு விளக்குக்கு வந்திருந்தோம். நான் கவனமாக நடந்தேன். என் கால் பட்டு வீடு சிதைந்து போகக்கூடாது. அதுபோல் கடிகாரத்தின் மீதும் நான் மோதிவிடக் கூடாது. ஆனால் சற்றுச் சிரமமாக இருந்தாலும், அந்த இரு அஃறிணைப் பொருள் களுடனும் நடப்பது எனக்குப் புது அனுபவமாக இருந்தது. மெதுமெதுவாக அவற்றின் சிந்தனைக்கிரமம் எனக்குள் புகுகிறது எனப்பட்டது. ஆண்டவா! கடைசியாக, ஓரிரண்டு மரத்துண்டு களிடமிருந்தும் இரும்புத் துண்டுகளிடமிருந்தும் தானா மனிதன் இதுவரைப் படிக்காத பாடத்தைப் படிக்க வேண்டி யிருக்கிறது என்று என் மனம் புலம்ப ஆரம்பித்தது.

அப்போது மனதில் சிவநேசம் தோன்றினார். சிவநேசம் தூங்குகிற நேரம். ஆனால், தூக்கத்திலும் ஒரு விழிப்பில் இருக்கிறார் என நினைத்தேன். வீடும் கடிகாரமும் என்னை ஒரே நேரத்தில் பார்த்தன. என் மனநிலை அவற்றுக்குப் புரிந்திருக்க வேண்டும்.

தூங்கும்போது விழிப்பில் இருக்கும் யோகிகளின் மூளையும், போனது போகாது என்பதைப் புரிந்துகொள்ளும் மரத்துண்டும் சிந்தனையின் உயர் எல்லையைத் தொடுகின்றன. என் மனம் இளக ஆரம்பித்தது.

இதுவரை தெரியாத ஒன்று எனக்குள் நுழைந்தது. அதன் பிம்பம் என் கண்முன் நிழலாடியது. இதோ இதோ என்று என் புலன்கள் ஒரு தெளிவைப் பெற்றன. என்னைச்சுற்றி நீல நிறம் வீசியது. கால்கள் மிதப்பதுபோல் இருந்தன.

'சரி, நாங்கள் இரண்டு பேரும் வந்த விஷயத்தைப் பேசலாமா?' ஒரே குரலில் இரண்டு வகையான ஒன்றுக்கொன்று தொடர்பில்லாத பொருள்கள் பேசமுடியும் என்பதை அவை எனக்கு உணர்த்தின.

'ஓகோ. அப்படியா? ஏதோ ஒரு எண்ணத்தோடுதான் வந்துள்ளீர்களா?'

என் குரலில் ஒரு எகத்தாளம் தொனித்தது. இந்தச் சடப் பொருட்களின் உலகம்கூட காரண காரியத் தொடர்பிலிருந்து

விடுபடவில்லையா என்று ஆயாசத்தோடு பார்த்தேன்.

'காரணம், காரியத்திலிருந்து விடுபட்டுவிட்டதென்றால் எல்லாம் சரியாகி விடுமா?' என்று வீடு என்னைப் பார்க்காமல் கேட்டது. அப்போது பாதையில் குறுக்கே ஒரு பள்ளம் கிடப்பதைப் பார்த்த என் கண்கள், வீட்டுக்கும் கடிகாரத்துக்கும் கவனமாக நடக்கும்படி என் கையால் சைகை செய்தேன். வீடும் கடிகாரமும் என் சைகையை உணர்ந்தன. அந்தப் பள்ளத்திற்கு அருகில் வந்ததும் ஓரமாக நடந்தன.

'என்ன சொன்னீர்கள்?' என்றேன். வீடு மீண்டும் திரும்பச் சொன்னது.

'காரணம், காரியத்திலிருந்து விடுபட்டுவிட்டதென்றால் எல்லாம் சரியாகிவிடுமா?'

'புரியவில்லையா சந்திரன்?'

இப்போது கடிகாரம் பேசியது. அது என்னை முதன்முதலாக சந்திரன் என்று பெயர் சொல்லி அழைத்தது. அந்த ஒலி, மதுரமாக என் காதுகளில் ஒலித்தது. மணி அடிப்பதுபோல் இருந்தது.

'உன் தாய் மனநோய் முற்றி இறந்தபோது நீ போயிருக்க வேண்டும் என்று உன் உறவினர்கள் சொன்னாலும், நான் இவ்வளவு தூரத்திலிருந்து நீ போயிருக்க முடியும் என்று கருதவில்லை.'

வீடு எதுவும் சொல்லாவிட்டாலும், அதன் தலையை உயர்த்தி என்னைப் பார்த்தது.

நான் ஏதோ ஓர் அவஸ்தையில் இருந்தேன். தாய் பற்றிய பிரஸ்தாபம், என் மனதிற்குள் பதுங்கிக்கிடந்த ஒரு பாறையைப் புரட்டியது. என்னென்னவோ நினைவுகளும் உணர்வுகளும் எனக்குள் பிரவாகமெடுக்க ஆரம்பித்தன. நான் அவற்றை மொழி வடிவில் மாற்ற முடியாதென்பதை உணர்ந்தேன்.

நான் மெதுவாக நடந்தேன். வானத்தைப் பார்த்தேன். நட்சத்திரங்கள் தெரிந்தன. இவ்வளவு நேரம் இப்படி ஓர் அழகான நீலநிறம் கொண்ட வானம் மேலே இருப்பதை அறியாமல் இருந்தேனே என்று வானத்தை மீண்டும் மீண்டும் பார்த்தேன். சில மேகங்கள் மலர் போலவும், இன்னும் சில யானை போலவும், இன்னும் சில தேர் போலவும் இருப்பதாகக் கற்பனை செய்தேன்.

நானும் வீடும் பழைய கடிகாரமும் ஏதும் பேசவில்லை. மூவர் நடப்பதும் மூவருக்கும் தெரியாதபடியான மௌனம். வீடு

நகர்வதும், கடிகாரம் தவளைக் கால்களால் மிருதுவாக நடப்பதும் நான் ஒலி எழுப்பாமல் நடப்பதும் எங்களைச் சுற்றிய மௌனத்தை ஆழப்படுத்தின.

'விஜயா பற்றிய நினைவிலிருந்து இப்போது முற்றிலும் விடுபட்டுவிட்டாயா?'

கடிகாரம் கேட்டது. அதன் தலை, தரையைப் பார்த்தபடி குனிந்திருந்தது. ஆனால் நடை தடைபடவில்லை. நடந்து கொண்டிருந்தோம்.

நான் ஏதும் பதில் சொல்லவில்லை.

என் பெருமூச்சு, அந்த நிச்சலனத்தில் காற்றில் பரவி அந்த இரண்டு அஃறிணை வஸ்துகளின் ஆன்மாவைத் தொடும் தீவிரம் கொண்டது என்று உணர்ந்தேன்.

வீடு தொடர்ந்து நகர்ந்துகொண்டே இருந்தது. கடிகாரம் அதன் தவளைக் கால்களால் பதற்றமில்லாமல் தோலொட்டிய தனது பாதங்களை உறுதியாக நிலத்தில் பதித்து முன்னேறிக்கொண்டு இருந்தது. நான் என் ஸ்போர்ட்ஸ் ஷூவிலிருந்து ஒலி வராதபடி மெதுவாக, ஆனால் உறுதியாக கால்களை நிலத்தில் பதித்து நடந்துகொண்டிருந்தேன்.

'நான்கு மாத கர்ப்பமாக இருந்தவள், எதற்காக நெருப்பை வைத்து எரித்துக்கொண்டாள்?'

இப்போது என் துக்கத்தில் பங்கெடுப்பதாகவோ என்னவோ, வீடு கேட்டது. அது என்னை ஏறெடுத்துப் பார்க்கவில்லை. கடிகாரம், எல்லா என் பின்னணியையும் வீட்டுக்குச் சொல்லி விட்டது என்று எண்ணினேன்.

அப்போது நாங்கள் மூவரும் எதிர்பார்க்காத முறையில் ஒரு யோகி, செஸ் போர்டில் உள்ள சோல்ஜர் வடிவில் எங்கள்முன் திடீரென்று தோன்றினான். வீட்டைவிட சற்று உயரம். ஆனால், பழைய கடிகாரத்தைவிட குள்ளம். அவன் எங்களைப் போலவே தரையில் ஒலி எழாமல் நடந்தபடி இருந்தான். குரல் மட்டும், இரும்புச் சாமான்கள் ஒன்றை ஒன்று தட்டும்போது ஏற்படும் ஒலிபோல் கேட்டது.

'நீங்கள் என்னை எதிர்பார்க்கவில்லை அல்லவா? ஆனால், நானும் வந்துவிட்டேன்.' இப்போது யோகியைப் பார்த்து வீடு கேட்டது:

‘எப்போது வந்தாய்? நாங்கள் பார்க்கவே இல்லை உன்னை. நான் வார்ஸாவிலேயே பல ஆண்டுகளாக இருக்கிறேன்.’

‘என் பெயர் லியோன். வெள்ளைக்கார யோகி.’

நான் ஆர்வத்தோடு என்னை அறியாமல் கேட்டேன்: ‘லிடியாவின் அண்ணனா?’

யோகியின் சிவப்பு முகம் பதில் தரவில்லை. மௌனமானான்.

‘என் அம்மாவைப் பார்க்க வந்தேன்.’

‘அவர்கள் இறந்த செய்தி உனக்கு வந்ததா?’

‘ம்...’ என்ற ஒலி மட்டும் எனக்குப் பதிலாகக் கிடைத்தது.

நான் முன்பு ஒருமுறை மாக்தாவை மனக்குறளியாகப் பார்த்த அன்று பார்த்த தொப்பியும் நீண்ட அங்கியும் அணிந்த அதே முகமா என்று ஒப்பிட்டுப் பார்த்தேன். குள்ள உருவமாக மாறிவிட்டதால், அந்தத் தோற்றத்திலிருந்து மிகவும் வித்தியாசமாகத் தெரிந்தது யோகியின் வடிவம்.

‘ஏதோ கேட்டாயே! அதுதான் என்னை அடக்கிக்கொள்ள முடியாமல் நிலத்துக்குள்ளேயே போய்க்கொண்டிருந்த நான் வந்துவிட்டேன்.’

யோகியிடம் வீடு, விஜயாவுக்கு நடந்த சம்பவத்தைச் சொன்னது.

‘அது பிரச்சினையே இல்லையே இந்தியர்களுக்கு! எந்தக் காரணத்துக்கும், காரியத் தொடர்பு இல்லை என்று அவர்களுக்கு ஒரு சிந்தனை உள்ளது. அதன்படி, எந்தத் துக்கமும் எந்தத் துயரமும் இயல்பானது என்று கருதும் மனநிலை அவர்களுக்கு!’

குள்ள யோகி உற்சாகமாக ஒரு தத்துவ வகுப்பு எடுப்பது போல பேச ஆரம்பித்தான். நான் சற்றுநேரம் ஏதும் சொல்லவில்லை. நான்கு பேரும் இப்போது மெதுவாக நடந்து கொண்டிருந்த சாலையின் மூலையில் வந்து சேர்ந்திருந்தோம். அந்த ரோடு இன்னொரு பெரிய ரோடுடன் சேர்ந்தது.

நான், ‘யோகி அவர்களே! இப்போது, காரண காரியத்தை அடிப்படையாகக் கொண்ட கம்ப்யூட்டர் இந்தியாவில் வளர்ந்து விட்டது’ என்றேன்.

‘அதுதான் எனக்குப் பிடிக்கவில்லை. ஞான மார்க்கத்தைவிட்டு சாதாரண தொழில்நுட்பத்துக்கு இந்தியா திரும்பிவிட்டது’ என்றான் யோகி. வீடு, யோகியைப் பார்த்தது. பழைய கடிகாரம் என்னைப்

பார்த்தது.

அப்போது நாங்கள் தொடர்ந்து நடப்பதா திரும்புவதா என்று முடிவு செய்யும் முன்பு, யோகியும் வீடும் கடிகாரமும் தடதட வென்று பெரிய சாலையின் குறுக்கே பாய்ந்தன. என்ன நடந்தது என்று தெரியவில்லை. பெரிய சாலையில் இடது பக்கத்திலிருந்து வந்த கார், கொஞ்சம் தயங்கி மீண்டும் சீறிப் பாய்ந்தது. மூன்று உயிர்கள் காரில் அடித்துத் தள்ளப்பட்டன. எந்த ஓசையும் இல்லாமல் மூன்று ஜீவன்கள் காரில் சிக்கி, மூன்று இடங்களில் கொஞ்சம் கொஞ்சம் இரத்தத்திட்டு ஏற்பட்டிருந்தது. கார் போன பிறகு, தெருவிளக்கில் அது நன்கு தெரிந்தது. வீடும் யோகியும் ஓரிடத்திலும், கடிகாரம் கொஞ்ச தூரத்திலும் இரத்த வெள்ளத்தில் இறந்து கிடந்தன.

நான் என்ன நடந்தது என்பதைப் புரியும் சக்தியை முற்றாக இழந்திருந்தேன். என்னை இருள் சாகரம் தன் வயிற்றுக்குள் ஆழ்த்தியிருந்தது. ஏதும் புரியவில்லை.

கண்களைத் திறந்தபோது என் கையில் தொலைபேசி ரிசீவர் இருந்தது. ஏதோ ஒரு குரல் மெதுவாகக் கேட்டது. திடீரென்று, சிவநேசம் பேசுகிறார் என்று மனது உணர்த்தியது.

'என்ன நடந்தது என்று சொல்கிறேன். இப்போது ஆரோக்கிய மாக இருக்கிறீர்கள். ஒரு பத்து நிமிடம்தான். பத்து நிமிடத்தில் சரியாகிவிட்டீர்கள். வார்ஸாவுக்கு வந்த அன்று ஆனது போல்தான் பத்து நிமிடம் மூர்ச்சை அடைந்தீர்கள். இனி, எல்லாம் சகஜமாகி விடும். எதற்கும் கவலைகொள்ள வேண்டாம்.'

என் முகம் வியர்த்திருந்தது. கையில் லேசாக ஓர் நடுக்கம். இதயத்தில் கொஞ்சம் படபடப்பு இருந்ததுபோல உணர்ந்தேன்.

'சந்திரன், பிறகு பேசிக்கொள்வோம். போதிய ஓய்வு எடுங்கள்.'

'சிவநேசம் நன்றி. இப்போது நேரம் என்ன?'

'காலை பத்து நாற்பது. இன்று சனிக்கிழமை.'

'பிறகு பார்ப்போம்.'

'வணக்கம்.'

நான் முகத்தைக் கழுவி, கொஞ்சம் தேநீர் தயாரித்துக் குடித்து விட்டுப்போய் என் படுக்கையில் படுத்தேன். இவர் போன்ற மனிதர்களும் மனித குலத்துக்குதேவையா என்று யோசித்தபடியே எப்போது தூங்கினேன் என்று தெரியாது. விழித்தபோது மணி

மதியம் இரண்டு பத்து. நன்றாக வயிறு பசித்தது. அப்போது பார்த்துத் தொலைபேசி அடித்தது.

'ஹலோ.'

தொலைபேசி செய்தவர் ஏதோ யோசனையில் ஆழ்ந்திருப்பார் போலிருக்கிறது. யாரோ ரிசிவரைக் கையில் வைத்தபடியே பேசாமல் நிற்கிறார்கள் என்று கருதினேன்.

மீண்டும் நானே பேசினேன். தொலைபேசியை எடுத்தவுடன் ஏதும் யோசிக்காது ஹலோ என்று சொல்வதற்கும், மிகவும் யோசித்துத் தன்னை அழைத்தவர் ரிசிவரைக் கையில் வைத்தபடியே இருக்கிறார் என்பதைத் தெரிந்துகொண்டு ஹலோ என்று சொல்வதற்கும் வேறுபாடு இருக்கிறது. இது என் குரலில் தெரியும்படி இரண்டாவது முறை 'ஹலோ' என்றேன். இப்போது ஏதோ ஓர் அசைவு தொலைபேசியில் தென்பட்டது என்று நினைத்தேன்.

'ஹலோ, மன்னிக்க வேண்டும். இப்ப ஒரு துயரச்செய்தி தருவதற்கு' என்றார் லிடியா. குரலில் இருந்து லிடியாதான் யோசித்த படி தயக்கத்துடன் போன் செய்கிறார் என்று எண்ணினேன். 'நோ.. ஏதோ யோசிக்கிறீர்கள் போலிருக்கிறது.'

'எஸ்...' என்று வெளிப்படும் ஒரு பெருமூச்சை தொலைபேசியில் உணர்ந்தேன். பின்பு தெளிவாகப் பேசினார் லிடியா.

'என் அம்மா இன்று காலையில் பதினொன்றரை மணிக்கு இறந்து போனார்கள். எனக்கு, வேறு யாருக்கும் எங்கள் உறவினர்களுக்குக் கூறும்முன் உங்களுக்குக் கூறவேண்டும் என்று தோன்றியது.'

'ஸோ ஸாரி டு ஹியர் திஸ் ஸாட் மெஸேஜ். என்றேன். பின்பு ஏதோ ஞாபகம் வந்தவனாகக் கேட்டேன்:

'எத்தனை மணிக்கு இறந்தார்கள்?'

'இன்று காலை பதினொன்றரை. ஏன்? எல்லோருக்கும் ஒரு முடிவு என்பது உண்டு. அவர்களுக்கு அந்த முடிவு இப்போது வந்திருக்கிறது.'

நான், ஏற்கெனவே இந்தச் செய்தி எனக்குத் தெரியும் என்பதாக ஏதோ ஓர் ஞாபகம் இருந்ததை எண்ணினேன். லிடியா தொடர்ந்து சொன்னார்:

'ஆனால், ஆஸ்பத்திரியில் மிக நன்றாக என் அம்மாவை வழி அனுப்பினார்கள். எப்படி எல்லாம் செய்தார்கள் தெரியுமா?'

'சொல்லுங்கள். எத்தனை நாளாக ஆஸ்பத்திரியில் உங்கள் அம்மா இருந்தார்?'

'ஒரு வாரமாக. இன்று காலையில் டாக்டர் வந்து பார்த்த பிறகு நர்ஸிடம் அம்மாவின் முடிவைப் பற்றிச் சொல்லியிருப்பார் போலிருக்கிறது. நர்ஸ் எனக்கு போன் செய்தார். 'அதிகமான வேலை இருந்தால் வேண்டாம். இல்லை எனில் வரமுடியுமா?' என்றார். நான் ஓரளவு ஊகித்திருந்ததால் புறப்பட்டுப் போனேன். அங்குப் போகும்போது ஆஸ்பத்திரியின் பால்கனிக்கு அழைத்துச் சென்றார்கள். அங்கு ஓர் அழகிய பந்தலை வெள்ளை மஞ்சள்ரிப்பன் மூலம் கட்டியிருந்தார்கள். போலந்து தேசியக்கொடியின் நிறம் இவை என்பது உங்களுக்குத் தெரிந்திருக்கலாம். அம்மாவைக் கட்டிலில் கிடத்தியிருந்தார்கள். நன்கு குளிக்க வைத்துப் புதிய பஞ்சும் மருந்தும் வைத்துக் கட்டுப் போட்டிருந்தனர். நிறைய மலர்கள் கட்டித் தொங்கவிட்டிருந்தனர். எங்கள் அம்மாவுக்குப் பறவைகளின் ஒலி மிகவும் பிடிக்கும். பால்கனியில் எல்லா இடத்திலும் மரங்களின் நிழலில் பறவைகள் ஒலித்துக்கொண்டிருந்தன. சிறு குழந்தைகளாக இருக்கும்போது பாடும், 'பாபா பிளாக் ஷீப்' என்பதற்குச் சமமான ஒரு போலிஷ் மொழிப்பாட்டை இரண்டு நர்ஸ்கள் பாடினார்கள். எங்கள் அம்மா கண்களைத் திறக்காவிட்டாலும் இதழ்களை அசைத்தார். அவரும் பாடியிருப்பார் என்று நான் யூகித்தபடி இருந்தேன். அம்மாவுக்குச் சூரிய வெளிச்சமும் பறவைகளின் ரீங்காரமும் மிகவும் பிடிக்கும். இளம்வயதில் மலைகளில் ஏறி சூரிய வெளிச்சத்தில் நன்கு ஸ்கீயிங் போவார், அம்மா. அவர் எப்போதும் ஆரோக்கியமாகவே இருந்தார். படுக்கையில் படுத்துவிட்டு அதன்பிறகு அவர் எழும்ப முடியாமல் போய்விட்டார். கவலைப்படுவதற்கு ஏதும் இல்லை. வயது எண்பதுக்கு மேல். இனி, இந்த உலகத்தில் ஏதும் அவர் பார்ப்பதற்கு இல்லை என்பது அவருக்கும் எனக்கும் தெரியும்.'

நிறுத்தினார் லிடியா. நான் ஆஸ்பத்திரியின் முகவரியை லிடியாவிடமிருந்து வாங்கினேன். உடனே வருவதாகவும், அவர்களைப் பார்க்கவேண்டும் என்றும் கூறினேன். இன்னும் ஒருநாள் ஐஸில் வைத்து ஆஸ்பத்திரிலேயே உடம்பை வைத்திருப்பார்கள் என்றார் லிடியா. 'வேறு யாருக்குச் சொன்னீர்கள்?' எனக் கேட்டேன். 'அதுதான் யோசித்துக்கொண்டிருக்கிறேன்' என்றார் லிடியா.

19

மீண்டும் ஒரு அட்டாச்மென்ட் வந்திருந்தது.

அன்புள்ள சந்திரன்,

போன அட்டாச்மென்டில் ஒரு நீளமான கதையை வாசிக்க வைத்தேன். அதன் கதாநாயகர் ராஜேஷ். ஹோட்டலிலிருந்து பறந்து போனவர்.

ஆனால், சற்று வேறுபட்ட இந்தக் கதையில் வரும் கதாநாயகனின் பெயர் அன்பழகன். உங்களுக்குத் தெரிந்த அதே அரசியல்வாதி அன்பழகன். முன்னாள் விஜயாவின் ஸ்கூலில் உடல் பயிற்சி யாசிரியன். அவன் பிறகு டெல்லியில் உள்ள அரசியல்வாதிகளின் தொடர்பின் மூலம் படிப்படியாக உயர்ந்து ஒருமுறை இரண்டு ஆண்டுக்காலம் பாராளுமன்ற உறுப்பினர் என்று விஸிட்டிங் கார்ட் வைத்திருந்த அன்பழகன்.

முதலில், இத்துடன் நான் ஒரு பத்திரிகையில் வந்த செய்தியை அப்படியே டைப் செய்துள்ளேன் (எனக்கு ஜெயிலில் மிகப்பிடித்த வேலை டைப் செய்வது. என் டைப் ஸ்பீடு மிக அதிகம். எனவே, கம்ப்யூட்டரில் டைப் செய்வது மிகவும் பிடித்த வேலை. ஜெயிலில் இருந்த ரெமிங்க்டன் டைப்ரைட்டர் பழைய மாடல்). சரி, கவன மாக இந்தப் பத்திரிகைச் செய்தியைப் படியுங்கள்.

கரையம்பாடி... ஏப்ரல்... முன்னாள் பாராளுமன்ற உறுப்பினரும் டெல்லி வட்டாரத்தில் அரசியல் செல்வாக்குமுள்ள அரசியல்வாதி அன்பழகன், பெருமலைத் தோட்டத்திற்குப் போவதாகக் கூறிப் புறப்பட்டுப் போனவர் காணாமல் போயுள்ள தாகத் தெரிகிறது. நான்கு நாட்களாகியும் தோட்டத்திற்கோ வீட்டுக்கோ எந்தத் தகவலும் கொடுக்காமல் அவர் காணாமல் போயுள்ள செய்தி, அரசியல் வட்டாரத்தில் 'கிலி'யை ஏற்படுத்தியுள்ளது.

கரையம்பாடிக்குப் போவதாகக் கூறிச்சென்ற அன்பழகன் தனது தோட்டத்திற்குப் போனதும், வழக்கமாக வீட்டிலுள்ளவர் களுக்குத் தகவல் கொடுப்பார். இந்த முறை கரையம்பாடிக்குப் போனதும் தகவல் கொடுக்காத அன்பழகன் பற்றி வீட்டினர் பயப்பட ஆரம்பித்தனர். ஆனாலும் அன்பழகன், மூன்று நாளாகியும் யாருக்கும் எந்தத் தகவலும் கொடுக்கவில்லை. நான்கு நாட்கள்

காத்திருந்த குடும்பத்தினர் அதன்பின்பு போலீஸிடம் அன்பழகன் இந்த மாதிரி நான்கு நாட்களாகக் காணாமல் போன செய்தியைத் தெரிவித்தனர்.

கரையம்பாடியிலிருந்து சுமார் அறுபது கிலோ மீட்டர் தொலைவில், அன்பழகன் வாங்கி நடத்திக்கொண்டிருந்த தோட்டம் ஒன்று உள்ளது. அந்தத் தோட்டத்தில் நிலத் தகராறு இருந்ததாகக் கூறப்படுகிறது. அந்தத் தோட்டம் வாங்கும்போதே பிரச்சினை இருந்ததாகவும் கூறப்படுகிறது.

தனது அரசியல் செல்வாக்கால் தோட்டத்தை வாங்கி நடத்திக் கொண்டிருந்த அன்பழகன், நான்கு நாட்களுக்கு முன்பு தோட்டத்தைக் கவனித்துக்கொண்டிருந்த மேனேஜர் சண்முக வேலிடமிருந்து ஒரு தொலைபேசி வந்ததைத் தொடர்ந்து புறப்பட்டார். அவர் தனது காரில் புறப்படாமல் வேறு முறையில் பயணம் மேற்கொண்டதாகத் தெரிகிறது.

போலீஸார், நான்கு நாட்களாகக் காணாமல் போன அரசியல் வாதி அன்பழகனைக்கண்டுபிடிக்க, தோட்டம் இருக்கும் பகுதியில் உள்ள எல்லா போலீஸ் ஸ்டேஷன்களையும் உஷார்படுத்தியுள்ளதாக, மாநகரத் தலைமை போலீஸ்துறை அதிகாரி ஒருவர் நிருபர்களுக்குத் தெரிவித்தார்.

பெருமலைத் தோட்டம், சின்னக்கால் போலீஸ் நிலையத்தின் கீழ் வருவதால், தோட்டத்தின் மேனேஜரான சண்முகவேல் சின்னக்கால் போலீஸ் நிலையத்தின் சப் இன்ஸ்பெக்டரான ஆர்.எஸ். முத்து அவர்களிடம்தான் தோட்டத்தின் முதலாளி காணாமல் போயுள்ள சம்பவம் பற்றிய விபரங்களைக் கூறி புகார் கொடுத்துள்ளார்.

இந்த வழக்கை சப் இன்ஸ்பெக்டர் ஆர்.எஸ். முத்து பதிவு செய்து, முன்னாள் எம்.பியும் டெல்லி வட்டாரத்தில் அதிகச் செல்வாக்கு உள்ளவருமான அன்பழகன் அவர்களைத் தன் போலீஸ் படையுடன் காடுகளில் தேடி வருவதாகத் தகவல்கள் கூறுகின்றன.

மேலே, நான் கொடுத்துள்ளதுதான் பத்திரிக்கைச் செய்தி. இந்தப் பத்திரிகைச் செய்தியைத் தந்துள்ள ரிப்போர்ட்டரின் செய்தியில் நேர்த்தியில்லை என்று எனக்குத் தெரிந்தாலும், அதனை அப்படியே வரிக்குவரி பிறழாமல் உங்கள்முன் தருவதற்காகவே இப்படிக் கவனக்குறைவாக எழுதப்பட்ட ரிப்போர்ட்டை கம்ப்யூட்டரில் டைப் செய்து அனுப்புகிறேன். வரிக்குவரி உன்னிப்பாகப்

படித்திருப்பீர்கள். தூரத்தில் இன்னொரு நாட்டில் வசிக்கும் உங்களுக்கு, இந்தச் செய்தியில் ஏதேனும் மறைந்திருக்கும் தகவல்கள் தெரிகின்றனவா? இப்படி நான் கேட்டதற்குக் காரணம் இருக்கிறது.

இந்தச் செய்தியுடன் அன்பழகனின் புகைப்படம் என்று ஒரு புகைப்படம் பிரசுரிக்கப்படாமல் இல்லை. ஒரு புன்னகையுடன் படம் பிரசுரிக்கப்பட்டிருக்கிறது. அதன்கீழ் அன்பழகன் என்று எழுத்தும் உள்ளது. ஆனால் நியுஸ் பிரிண்டில் அச்சிடப்பட்டிருக்கும் - வட்டார மொழிப் பத்திரிகையாகையால் - தாள் மிகவும் தரம் குறைந்ததாகவும், புகைப்பட அச்சாக்கம் இன்னும் அதிகம் குறைந்த தொழில்நுட்பம் கொண்டதாகவும் அமைந்துள்ளன. அதனால் புகைப்படத்தில் அச்சிடப்பட்டிருக்கும் நபரின் கண்களோ முகமோ, தெளிவில்லாமல் உள்ளது.

இன்னொரு தகவலையும் உங்களுக்குத் தருகிறேன். இத்தகவல் ஒரே ஒரு அதிக சர்க்குலேஷன் உள்ள பத்திரிகையில் மட்டும்தான் செய்தியாக வந்து உள்ளது. வேறு பத்திரிகைகளில், முக்கியமாக மாநிலங்களின் செய்திகளைத் தரும் ஓரிரு ஆங்கிலப் பத்திரிகை களில் இச்செய்தி இன்னும் வரவில்லை, விரைவில் வரக்கூடும்.

இனி, எனது சில கருத்துக்களையும்கூட இந்த அட்டாச்மெண்டில் இணைக்கலாம் என்று நினைக்கிறேன்.

நான் ஆதிவாசிகள் பற்றிய கமிஷன் ஒன்றுக்கு, சில தகவல்கள் பெறுவதற்காகச் சென்ற விஷயத்தை முன்பு கூறியுள்ளேன். அதன் பொருட்டு நான் மேற்கொண்ட பயணத்தின்போது மரத்தாலான பின்லே லாட்ஜில் தங்க நேர்ந்தது பற்றி முன்பே உங்களுக்குத் தெரிவித்திருக்கிறேன். எல்லாவற்றையும் உன்னிப்பாகப் படித்து வருவீர்கள் என்று கருதுகிறேன். ஏதோ ஒரு குறிப்பிட்ட செய்தி, இந்தத் தகவல்வழி உங்களுக்குக் கிடைக்கலாம் அல்லது கிடைக்காமல் போகலாம். பொதுவாக, ஆதிவாசிகளின் கலவரங் களுக்குப் பின்பு அவர்கள் முன்வைக்கும் நியாயம் ஒளிந்திருக்கிறது என்பது, இப்போது இந்தக் கமிஷனின் தலைவராக இருக்கும் ஓய்வுபெற்ற நீதிபதியின் எண்ணம். அதனால், ஜெயிலர் சிங் மூலம் என்னைப் பற்றிக் கேள்விப்பட்டு அந்த ஓய்வுபெற்ற நீதிபதி, என்னிடம் பேசி இந்தப் பகுதியில் உள்ள ஆதிவாசிக் கலவரங்களின் உண்மை நிலவரத்தை அறிய விரும்பினார். நான் புறப்படும் போதுகூட என் பயணம் நடைபெறக் கூடாது என்று சிலர்

முயன்றனர். நான் முன்பு குறிப்பிட்ட மரத்தாலான பின்லே லாட்ஜுக்கு வந்தபோது எனக்குத் தகவல்கள், தஸ்தாவேஜுக்கள் போன்றன தருவதற்கு நான் ஏற்பாடு செய்தவர்கள் என்னைச் சந்திக்காதபடி ஒருசிலர் சூழ்ச்சி செய்ய முயன்றனர். இவற்றை முன்பு நான் உங்களுக்குத் தெரிவிக்கவில்லை. ஆனால், என்னைச் சந்திக்கவேண்டும் என்று ஏற்கெனவே திட்டமிட்டிருந்த சிலர், என்னிடம் நடக்கும் நிலவரங்களைக் கூறி எனக்குப் பாதுகாப்பு இருப்பதாகவும், அது எனக்குத் தெரியாது என்றும் கூறினார்கள்.

இப்போது ஓரளவு உங்களுக்கு எல்லாம் புரிய ஆரம்பித்திருக்கும். நான் பின்லே லாட்ஜுக்குப் போனதின் பின்னணியில் ஒரு நோக்கம் இருந்தது.

கடைசியாக ஒரு செய்தி. ஆங்கிலப் பத்திரிகை ஒன்றில், அன்பழகன் காணாமல் போன செய்தியும் புகைப்படமும் வந்திருந்தன. அந்தப் புகைப்படம், நான் பின்லே ஹோட்டலில் தங்கியிருந்தபோது சந்தித்த சாட்சாத் ராஜேஷின் புகைப்படம்.

எல்லாம் இப்போது உங்களுக்குப் புரிந்திருக்குமென்று கருது கிறேன். அன்பழகன் வேறு யாருமல்ல, ராஜேஷ்தான். உங்கள் கற்பனை ஆற்றல்மீது எனக்கு நம்பிக்கை இருந்தாலும், நான் சென்ற இடம் கரையம்பாடி என்பதைத் தெரிவிக்கிறேன். அங்குப் பக்கத்தில் இருந்த தோட்டத்தின் பெயர் இப்போதுதான் எனக்குத் தெரிந்தது. அதன் பெயர் பெருமலைத் தோட்டம்.

தங்கள்
அஷ்வினி.

20

பியோத்தருக்குச் சற்று சுகவீனம். மனநல மருத்துவரிடம் அவனுக்குக் காலை பத்து முப்பதுக்கு அப்பாயின்ட்மென்ட் கிடைத்திருந்தது.

அந்த அறையில் விளக்கு வெளிச்சம் குறைவாக இருந்ததோ என்ற தோற்றம். ஆனால், ஒரு நாற்காலியும் நோயாளிகள் அமரும் 'கௌச்'சும் இருந்தன. 'கௌச்'சை நோக்கி மருத்துவர் கை காட்டினார். மருத்துவர் இளைஞர். அவர் முகம் பளிச்சென்று

இருந்தது. கண்கள் பிரகாசமாகவும், புருவம் அடர்த்தியாகவும் தலைமுடி கறுப்பாகவும் இருந்தன.

முதலில் பியோத்தரின் பிளட் பிரஷர், கொலஸ்ட்ரால் போன்ற வற்றுக்கு நடந்த டெஸ்ட்களைப் பற்றிக் கொஞ்சநேரம் டாக்டரும் பியோத்தரும் பேசினார்கள்.

அப்புறம் பியோத்தர் சொன்னான்:

'இரவுகளில் தூக்கமில்லாமல் இருக்கிறது. தூங்கினாலும் அடிக்கடி என் தந்தையின் உருவம் தெரிகிறது. நான் பள்ளியில் படிப்பதற்காக, நானும் என் அம்மாவும் வார்ஸாவுக்கு வந்தோம். அப்போதே என் அம்மாவுக்கும் அப்பாவுக்கும் அடிக்கடி தகராறு நடக்கும். அது எனக்குப் பிடிக்காது. நாங்கள் வார்ஸாவுக்கு வருவதற்கு முன்பு வாழ்ந்தது ஒரு சிறு கிராமம். அதன் சிறப்பு, அந்தக் கிராமத்திற்குத் தெற்கே இருந்த அழகிய மலைகள். அந்தக் கிராமத்தில் எல்லோருக்கும் என் பாட்டியைத் தெரிந்திருந்தது. என் பாட்டி காசா, ஜெர்மன்காரர்கள் போலந்தில் இரண்டாம் உலகப்போர் நேரத்தில் இருந்தபோது அவர்களின் மொழி பெயர்ப்பாளராக இருந்தவர். இச்செய்தி ஒருநாள், என்னோடு விளையாடும் சிறுவன் கூறித்தான் எனக்குத் தெரியும். அன்று நான் விளையாடிவிட்டு வீட்டுக்கு வந்தபோது பாட்டி எங்கோ போயிருந்தாள். அவளை நான் அதுவரை பார்த்திருக்காததுபோல ஓர் எண்ணம் ஏற்பட்டது. நான் 'அவள் எங்கே எங்கே' என்று என் அம்மாவிடம் கேட்டுக்கொண்டே இருந்தேன். அன்று மாலை வரை பாட்டி காசா வரவில்லை. எனக்கு அன்று முழுவதும், அம்மா கொடுத்த உணவைச் சாப்பிட முடியவில்லை. அன்றும், வேலைக்குப் போகாத அப்பாவுக்கும் அம்மாவுக்கும் சண்டை நடந்தது. 'நான் ஏன் சாப்பிடாமல் இருக்கிறேன்' என்று அம்மா கேட்டுக்கொண்டே இருந்தாள்.'

'ம்... அப்புறம்?' என்றார், பியோத்தரிடம் பேசிய மனநல மருத்துவர்.

'பாட்டி, அன்று மாலையில் லேசாக மழை பெய்தபோது இருமியபடி வந்தாள். அவளது கையில் ஒரு ஜெபமாலை இருந்தது. நான் ஓடிச்சென்று பாட்டியை முதன்முறையாகப் பார்ப்பது போல் பார்த்தேன். பாட்டி காசாவுக்கு, நான் ஏன் அப்படிப் பார்க்கிறேன் என்று புரியவில்லை. லேசாகச் சிரித்தபடி வீட்டுக்குள்ளே போனார். நான் கேட்டேன்: 'பாட்டி! நீ ஜெர்மன்காரர்களுக்கு உதவி செய்தாயா?' என்று. எனக்கு அப்போது ஆறு அல்லது ஏழு

வயதிருக்கும். பாட்டி காசாவின் முகத்தில் ஆச்சரியமா வேதனையா என்று விளக்கமுடியாத ஓர் உணர்வு தென்பட்டது. அவர் முகமெங்கும் திடீரென்று ஆயிரமாயிரம் கோடுகள் தோன்றியது போல் உணர்ந்தேன் அல்லது உண்மையில் அவர் முகத்தில் இருந்த தோல் சுருக்கங்கள் அன்று நான் கேட்ட கேள்வியால் கூடியிருக்க வேண்டும். ஆனால், பாட்டி காசாவின் முகத்தில் அன்றுவரை தோல் சுருக்கம் விழுந்த கோடுகளை நான் பார்த்திருக்கவில்லை என்ற உணர்வு எனக்கு ஏற்பட்டது. என்னைப் பொறுத்தவரையில் அவருக்கு, அன்று மாயமாகத் திடீரென்று முகத்தில் ஆயிரமாயிரம் தோல் சுருக்கங்கள் தோன்றிய நாள். அன்றிலிருந்து தினம் தினம் முகத்தில் கோடுகள் வெகுவேகமாக அவருக்குத் தோன்றின. கண் இமைகள், உதடுகள், மூக்கு, காது மடல் என்று சுருக்கங்கள் பரவ ஆரம்பித்தன.'

'ஹூம்...' என்றார் மனநல மருத்துவர்.

'இதோ தெரிகிற வான்கோவின் ஓவியம் அழகாயிருக்கிறது' என்றான் பியோத்தர், சுவரில் ஓவியம் தொங்குவதைக் காட்டி.

'பியோத்தருக்கு ஓவிய ஈடுபாடு உண்டு இல்லையா?'

'ஆமாம் டாக்டர்! நான் படிப்பது ஓவியத்துறைதான். ஆனால், நான் சிறு வயதில் ஓவியம் வரைந்ததில்லை என்று அடிக்கடி அம்மா சொல்லிக் கொண்டிருப்பாள். எப்படி நான் ஓவியத்துறையில் படிக்கப்போனேன் என்பது ஆச்சரியமாக இருக்கிறது என்று அம்மா சொல்வாள். பிற பிள்ளைகள் எல்லாம், எந்தத் தாளையும் பென்சிலையும் பார்த்ததும் கிறுக்குமில்லையா! நான் அப்படித் தாளையும் பென்சிலையும் தந்ததும் அவற்றைத் தூர வீசுவேனாம். எனக்குக் கொஞ்சம்கூட தாளும் பென்சிலும் பிடிக்காதாம். ஓவியமோ ட்ராயிங்கோ எனக்குப் பிடிக்காதது மட்டுமல்ல, என் முன்னால் குழந்தைகள் வரைய ஆரம்பித்தால் அழுகிற அளவுக்கு நான் ஓர் ஓவிய வெறுப்பாளனாக இருந்திருக் கிறேன்.'

'எந்த வயதில் ஓவியம் தீட்டவேண்டுமென்ற ஆர்வம் வந்தது பியோத்தர்?'

'நான் சொன்னால் நம்ப மாட்டீர்கள்.'

'சொல் பியோத்தர்.'

'என் பாட்டி காசா செத்த அன்று.'

அறையில் மௌனம் நிலவுகிறது. பியோத்தரின் கண்கள்

மீண்டும் வான்கோவின் ஓவியத்தில் பதிகிறது.

'அப்புறம்?'

'பாட்டி காசாவின் பிணத்தைப் பெட்டியில் வைக்க இருந்த போது, ஒரு மூலையில் நின்று வெள்ளைத்தாள் ஒன்றை எடுத்து மும்முரமாக ஒரு கறுப்புப் பென்சிலால் தீட்டிக்கொண்டிருந்தேன். மிகவும் தத்ரூபமாகப் பாட்டி போல இருக்கிறதென்றாள் என் அம்மா. ஆனால் அப்பாதான், 'முகத்தில் கோடுகள் கொஞ்சம் அதிகம் தீட்டியிருக்கிறாய்' என்றார். அம்மா, அதற்கும் அப்பா விடம் சண்டை போட்டார். என் மகன் ஓவியத் திறமையைக்கூட பாராட்டத் தெரியாத மனிதஜடம் என்றும், அதிகம் குடித்திருக்கிறார் என்றும். பாட்டி இறந்தபிறகு, அடிக்கடி பாட்டியை நான் கனவில் பார்க்க ஆரம்பித்தேன்.'

'பாட்டி கனவில் வந்தாரா?'

'பாட்டி துப்பாக்கியாகத் தெரிந்தார்.'

'துப்பாக்கியாகவா?'

'ஆமா, டாக்டர்! அசல் துப்பாக்கி ஒன்றைத் துணி போர்த்தி ஒரு பெட்டியில் வைத்திருப்பதுபோல், இறந்த பாட்டி அடிக்கடி கனவில் வர ஆரம்பித்தார். ஒரே ஒருமுறை பெட்டியில் யாரோ கை வைத்தார்கள். என் அம்மாவாக இருக்கும் அல்லது அப்பாவாக இருக்கும். அப்போது துப்பாக்கி வெடித்தது. வெடித்த சப்தம் ஜெர்மன் மொழி சப்தமாக இருந்தது.'

'தமாஷாக இருந்திருக்கும்.'

'தமாஷாக இருந்தது என்று சொல்ல முடியாது. ஆனால், அந்த மாதிரி கனவு காணும்போது எனக்குப் பீதி கூடும். மிகவும் பயப் படுவேன். அந்தக் கனவிலிருந்து தப்பிவிட வேண்டும் என்று தோன்றும். ஆனால், தப்ப முடியாது. இருள் தொடர்ந்து ஏதோ ஒரு சுழலுக்குள் ஆழ்த்துவது போல இருக்கும்.

'ம்...அப்புறம்?'

'பாட்டி இறந்தபிறகு, என் அப்பாவும் அம்மாவும் எதற்கெடுத் தாலும் சண்டைபோட ஆரம்பித்தார்கள். பாட்டி இருந்தவரை பாட்டியைக் கண்டு அப்பா பயப்பட்டது போல் இருந்தது அல்லது என்முன் சண்டை போட மாட்டார்கள் அல்லது அவர்கள் சண்டை போட்டிருப்பார்கள், நான் பார்த்திருக்க மாட்டேன். அப்பா, சண்டையை விநோதமாக ஆரம்பிப்பார். நானும் அம்மாவும் ஒரு

கோடை விடுமுறையில் மலைக்குப் போகத் திட்டமிட்டோம். அம்மாவுக்கு மலையில் பனிச்சறுக்கு விளையாட்டுப் பிடிக்கும். நானும் அம்மாவும் ஒரு திங்கட்கிழமை புறப்படுவதாக இருந்தோம். அப்பா, தனக்கு ஏதோ வேலை இருப்பதாகக் கூறினார். பின்பு, அந்தத் திங்கள் வந்தது. நானும் அம்மாவும் ஆடை மாற்றி, எடுக்கவேண்டிய பொருள்களை எல்லாம் எடுத்தோம். பின்பு, ஒரு பெரிய பையை அம்மா தயார் செய்தார். ஆனால், பயணம் போக முடியவில்லை. அதற்கு அப்பாதான் காரணம் என்று அம்மா மட்டுமல்ல, நானும் அப்பாவைக் குற்றம் சொன்னோம்.'

'ம்... அப்பா என்ன செய்தார்?'

'அப்பா அன்று குடித்திருந்தார். பின்பு, எங்கோ புறப்படுவதாக எங்களுக்கு விடைகொடுத்துவிட்டுக் கிளம்பினார். எல்லாத் தயாரிப்புகளையும் முடித்துப் பார்த்தபோது, நாங்கள் மலையில் தங்குவதற்கும் ரயிலுக்கும் புக் செய்திருந்த டிக்கெட்டுகளைக் காணவில்லை. அந்த டிக்கெட்டுகள் போட்டிருந்த வெள்ளை நிறமான பழைய தபால் வந்த கவரை திங்கள்கிழமை வரை மேசைமீது அம்மா பார்த்ததாகச் சொன்னார். ஆனால், திடீரென்று காணவில்லை. டிராயருக்குள் தேடினோம். எங்கெங்கு அம்மா பொருள்களை வைப்பாரோ எல்லா இடமும் தேடினோம். டிக்கெட் இல்லாமல் கோடைக்காலத்தில் போக முடியாது. அம்மா பேய் பிடித்தவர் போல ஆனார். அவருக்குக் கோபத்தைக் கட்டுப்படுத்த முடியவில்லை. மாலையில் ஒன்றும் தெரியாதவர் போல அப்பா வந்ததும் பெரிய சண்டை நடந்தது. அம்மா அவ்வளவு மூர்க்கத் தனமாக மாறியதை நான் கண்டதில்லை. கடைசிவரை அம்மா அப்பாவை அன்று அவர் செய்த காரியத்துக்கு மன்னிக்கவில்லை. ஆனால், அப்பா அந்தக் காரியத்தைத் தான் செய்ததாக ஒருநாளும் ஒத்துக்கொள்ளவே இல்லை. ஆனால், எனக்கும் அம்மாவுக்கும் அந்தக் காரியத்தை அப்பாதான் செய்தார் என்பதில் சந்தேகமே இல்லை. ஒருநாள் நான் வளர்ந்த பிறகு. அம்மாவிடம் கேட்டேன்: 'அப்பாதான் டிக்கெட்டுகளை எடுத்தார் என்பதற்கு என்ன ஆதாரம்?' என்று. அவருடன் இத்தனை ஆண்டுகள் வாழ்ந்த எனக்குத் தெரியாதா என்று பதில் சொன்னார் அம்மா. அது எப்படி பெரிய ஆதாரம் ஆகுமென்று எனக்குத் தெரியாவிட்டாலும், அம்மா சொல்லிய முறையிலிருந்து, அது சரியாகத்தான் இருக்குமென்று இத்தனை ஆண்டுகள் நம்பினேன்.'

'ம்...' என்றார் மனநல மருத்துவர்.

'ஆனால், இது சரியானது அல்ல. எப்படி அம்மா அவ்வாறு நினைத்தார் என்று தெரியவில்லை. இப்படி என் அபிப்பிராயத்தை ஒருதடவை நான் சொல்லியபோது, 'உன் அப்பாவை உனக்குத் தெரியாது' என்றார். நான், இதுபோல் வேறு எப்போதாவது செய்துள்ளாரா என்று கேட்டேன். 'இல்லை' என்றார். 'அப்படி யென்றால் அப்பாதான் செய்தார் என்று நீங்கள் சொல்ல முடியாது. நீங்களே எங்காவது மறந்து வைத்திருப்பீர்கள்' என்றேன். 'இல்லவே இல்லை. எனக்குத் தெரியும் உன் அப்பாவின் புத்தி' என்றார். எனக்கு அம்மா சொன்னது விநோதமாகப்பட்டது. முதலிலேயே போக வேண்டாம் என்று தடுப்பதை விட்டு ஏன் கடைசியில் பயணத்தைத் தடுத்தார் என்று நான் கேட்டபோது, 'அதுதான் அவர் பிறரை வதைக்கும் முறை அதில்தான் அவருக்குத் திருப்தி' என்றார் அம்மா. புரிகிறது என் தந்தைக்குள்ளே குடியிருந்த ஒரு பண்பு. என் தந்தைக்கு என் அம்மாவைப் பார்த்துப் பயம். அதனால், அப்படி குற்றம் தன் மீது நிரூபிக்கப்பட முடியாத முறையில் செய்தார் என்றும் சொல்ல முடியாது. எப்போதும் அம்மாவைப் பார்த்து, அப்பா பயப்பட்டது போல் நடந்துகொள்ளவே இல்லை. அதன்பிறகு எல்லாம் சகஜ மானதாக ஒரு நினைப்பு. அப்புறம் ஒருநாள் அம்மா வேலைக்கோ எங்கோ போய்விட்டு மதியமே வீட்டுக்கு வந்தார். அன்று மழை வந்தது. வழக்கமான கோடைக்கால மழைபோல இல்லாமல், காற்று மரங்களைச் சுழன்று சுழன்று அடித்தது. நிறைய இலை களுடன் மரக்கிளைகள் ஒடிந்து விழுந்தன. எங்கள் வீட்டுப் பக்கத்தில் நிறைய செஸ்ட்நட் காய்கள் உதிர்ந்தன. தரையெங்கும் பூக்கள் சிதறியிருந்தன. அம்மா, அன்று என்றுமில்லாமல் அப்பாவைத் தேடிக்கொண்டே இருந்தார். காலையில் வந்தாரா அல்லது மதியம் வந்தாரா என்று தேடிக்கொண்டே இருந்தார். ஏதேனும் செய்தி வந்ததோ தெரியவில்லை அல்லது ஏதோ ஓர் உணர்வு அம்மாவின் மனதில் அப்படி அப்பாவைத் தேட வைத்ததோ! அப்படியும் இருக்கலாம். அதன்பிறகு நான் அப்பாவைப் பார்க்கவில்லை.'

'ஹூம்... ம்...' என்றார் மனநல மருத்துவர்.

'இந்தச் சம்பவங்களால் நான் மிகவும் பாதிக்கப்பட்டேன் என்பது மட்டும் தெரிந்தது. பாட்டி காசா இயற்கையான முறையில் இறப்பின் மூலம் என் கண்களைவிட்டு மறைந்தார். ஆனால்,

அப்பா அப்படியல்ல! மழையும் புயலும் வந்த அன்றுமுதல் காணாமல் போனார். அதுவும் அம்மா, 'உன் அப்பா பிறரை வதைக்கும் முறை இதுதான்' என்று ஏதோ ஒரு புதிரை தான் மட்டும் உணர்ந்தவள்போல வேதனையுடன் சொன்ன சம்பவம் என் மனதிலிருந்து மறையும்முன்பு, காற்றும் மழையும் செஸ்ட்நட் மரக்கிளைகளை ஆட்டி ஒடித்து வீசி ஓய்ந்த அன்றிலிருந்து காணாமல் போனார்.'

'ம்... வேறு என்ன?'

'இருக்கிறது. நான் தூக்கத்திலிருந்து விழித்த ஒருநாள் அமைதியாக அம்மா அழுதுகொண்டிருந்த சம்பவம். அன்று இரவு வெகு அடர்த்தியான இருள் எல்லோரையும் மறைத்திருந்தது. வழக்கமாக, நான் தனி அறையில் தூங்கமாட்டேன். பாட்டி ஓர் அறையில் தூங்குவார்கள். அப்போது பாட்டி உயிரோடு இருந்த நாட்கள். அதனால், மிகப்பழைய நினைவு இது. எனக்கு நினைவுகள் பழையதும் புதியதுமாகக் கலந்தபடி வருகின்றன. கோர்வையாக ஒன்றன்பின் ஒன்றாக ஒருவேளை எனக்குச் சொல்லத் தெரியவில்லை என்றும் நீங்கள் சொல்லலாம். நான் ஒத்துக்கொள்வேன். ஆனால், கோர்வையைவிட எதைச் சொல்லத் தோன்றுகிறதோ அதைச் சொல்வதில் எனக்கு ஓர் ஆனந்தம் இருக்கிறது. சரி, அம்மாவின் விசும்பல் மிக மெதுவாகக் கேட்டது. திடீரென்று நான் விழித்துக்கொண்டிருக்கிறேன் என்று எனக்குப் பட்டது. நான் அசையாமல் படுத்துக் கிடந்தேன். நான் எழும்பக்கூடாது என்று எண்ணினேன். மெதுவாக அழுத அம்மாவின் வாயில் இருந்துவந்த வார்த்தைகள் எனக்குப் புரியாததாக இருந்தன. அவ்வளவு சின்ன வயதில் நான் கேட்ட அம்மாவின் விசும்பல் சற்று நேரத்தில் புரிந்தது. அம்மாவுக்கும் அப்பாவுக்கும் ஏதோ சண்டை அது. என் அப்பா ஏதாவது தகாத முறையில் அம்மாவிடம் நடந்துகொண்டு இருக்கலாம். குடித்துவிட்டு அப்பா வருவது, வேறு பெண் சிநேகிதிகளிடம் போய்ப் படுத்துவிட்டு வருவது என்று அப்பாவை அம்மா அவ்வப் போது குற்றம் சாட்டிக்கொண்டிருப்பதை நான் கேட்டிருக்கிறேன்.

நான் தூங்குகிறேன் என்று நினைத்து, அம்மாவும் அப்பாவும் தூங்கும் தாழ்ப்பாள் போடப்பட்ட அறையிலிருந்து என் கதவு இல்லாத ஹால் போன்ற அறைக்கு வந்து என் மேசைக்கு அருகில் கிடக்கும் நாற்காலியில் வந்து அமர்ந்திருக்கிறார்கள். ஜன்னல்

கண்ணாடி பூட்டியிருந்தாலும் வெளிச்சம் இருந்ததால் அம்மாவின் உருவம் தெரிகிறது. ஆனால், அம்மாவுக்குத் தெரியாது நான் விழித்துவிட்டேன் என்பது. அம்மா அப்படி நான் விழித்து விட்டதைத் தெரிந்துகொள்ளக் கூடாது என்று என்னுடைய உடலில் எந்த அசைவும் காட்டாது படுத்துக் கொண்டிருந்தபோது, அம்மாவின் வாயிலிருந்து வரும் வாக்கியம் அன்று புரியாமல் இருந்தது. 'பெண்ணாகப் பிறந்திருப்பதால் ஆண்கள் எப்படியும் வதைக்கலாம் என்று நினைக்கக் கூடாது; அது நீதி அல்ல. தன்னைப் போல் பெண்களையும் நினைக்காத மனிதனோடு சேர்ந்து வாழ்வதில் என்ன சந்தோஷம் இருக்கிறது? தெரிந்தே கடைசி நிமிடம் பாதியில் தூக்கி வீசிவிட்டு எழுந்திருப்பதன் மூலம் ஒரு பெண்ணைத் தண்டிக்கலாம் என்ற மனோபாவத்தை எப்படிப் புரிந்துகொள்வது?' என்று மீண்டும் மீண்டும் முனகிக்கொண்டே இருக்கிறார். 'இந்த மனிதரிடம் கெஞ்சவும் இல்லை, கேட்கவும் இல்லை. இப்படி ஒரு தண்டனை கூடாது. தானே வந்து எல்லாம் தொடங்கி விட்டு, கடைசி நேரத்தில் வீசிவிட்டு எழும்பிவிடுவதன் மூலம் கொடுக்கிற தண்டனை வேண்டுமென்றே செய்கிற வேலை! மனதிற்குள் கோபத்தை ஒளித்து வைத்துவிட்டு வெளியில் காட்டிக் கொள்ளாமல் செய்கிற வேலை இது!' இந்த மாதிரி பேசிவிட்டு, தன் ஆற்றாமை எல்லாம் தீர்ந்தபின்பு எழும்பி நான் படுத்திருக்கிற அறையிலேயே மூலையில் படுத்து மறுநாள் காலையில் எழுந்திருந்தார் அம்மா.'

இப்படிப்பட்ட அம்மாவுக்கும் அப்பாவுக்குமான அந்தரங்க படுக்கையறை தண்டனை பற்றி, பிறகு ஆண் பெண் உடலுறவு பற்றி எல்லாம் தெரிந்த பிறகுதான் எனக்குப் புரிந்தது. முக்கியமாக நான் இந்த விஷயத்தைப் புரிந்துகொண்டது, காம்யு என்ற பிரஞ்சு எழுத்தாளர் எழுதிய 'அந்நியன்' என்ற நாவலை பிரெஞ்சு மொழியில் படித்தபோது. என் பிரெஞ்சு ஆசிரியர் விளக்கிச் சொன்னார். அந்த நாவலில் ஓரிடத்தில் ஒரு பாத்திரம், இப்போது அதன் பெயர் மறந்துவிட்டது. பெண்ணைத் தண்டிக்க அவளோடு உடல் புணர்ச்சி செய்துவிட்டு அவளும் 'ஆர்காசம்' வருகிறதென்று அடையாளம் காட்டும்போது, தூக்கி வீசிவிட்டு எழுந்துவிடுகிற பாத்திரம். பிரெஞ்சு நாவலும் என் செக்ஸ் அறிவும் இந்த மாதிரி ஒரு வக்கிரமான இடத்திலிருந்து தொடங்குவதை என்ன சொல்ல! ஆனால், இது என் குடும்பத்தில் இருந்த ஒரு பிரச்சினையை நான் அறிந்துகொள்ள உதவியது.'

'ம்... வெரி இன்ட்ரஸ்டிங்' என்றார், மனநல மருத்துவர்.

'நான் வளர்ந்த பிறகுதான், என் அப்பா டிக்கெட்டை மறைத்து விட்டு அம்மாவுக்குக் கொடுத்த தண்டனையின் கனம் புரிந்தது. அம்மா ஓராண்டு முழுதும் பலரிடம் சொல்லி மிகவும் ஆசைப்பட்டு பணத்தைச் சேர்த்தும், மனதில் கட்டிய கனவான, கோடையில் மலையில் போய் பனிச்சறுக்குவதை கடைசி நிமிடத்தில் நடக்காமல் செய்வதில் அப்பா என்ன இன்பம் கண்டிருப்பார் என்று புரிகிறது இப்போது. கடைசிவரை அனுமதித்துவிட்டு உச்சநிலை வரும் போது அது முழுமை அடையாதபடி செய்வதன் மூலம் எந்தத் தண்டனையைக் கொடுத்தாரோ, அதே காரியத்தைப் பயணம் செய்யும் திட்டத்தை அனுமதித்துவிட்டுக் கடைசி நிமிடத்தில் டிக்கெட்டை எடுத்துக் கொள்வது. இப்போதுதான், 'உனக்குத் தெரியாது' என்ற அம்மா எந்த ஆதாரமுமில்லாமல் 'அப்பாதான் டிக்கெட்டை கடைசி நிமிடத்தில் எடுத்துக்கொண்டிருப்பார்' என்று கூறியதன் அடிப்படை புரிந்தது. இந்த விஷயம், அன்று சிறுவனாக நான் இருந்தபோது நான் தூங்கிய இடத்தில் என் நாற்காலியில் வந்து அமர்ந்து அழுத அதே காரியம் என்று பட்டது எனக்கு. நீங்கள் என்ன சொல்கிறீர்கள்... சரிதான் இல்லையா?'

'ம்... சொல்லுங்கள்...' என்று தொடர்ந்து நான் சொல்வதை ஊக்கப்படுத்தினார் என் கதையைக் கேட்டுக்கொண்டிருந்த மருத்துவர். 'என் உற்பத்திக்குக் காரணமானவரைக் கொடியவர் என்று சொல்ல முடியுமா? அப்படியென்றால், அந்த மழை வந்த நாள் அவர் காணாமல் போவார் என்று, எப்படியோ மனதில் ரகசியமாய் உணர்ந்து, அவர் வரமாட்டார் இனி என்று கருதிய அம்மாவுக்கு என்னென்ன ரகசியங்கள் தெரிந்திருக்கும்? ஒரு மனிதனைப் பற்றிய ரகசியம் முழுதும் அவனோடு ஒருசில நாட்களாவது அந்தரங்கமாக வாழ்ந்த பெண்ணுக்கு மட்டும்தான் தெரியும். அப்படியென்றால், என் அம்மாவுக்கு என் அப்பா ஏன் ஓடிப்போனார் என்று தெரிந்திருக்கலாம். அது இன்னொரு இரவு நேரக்கதையாக இருக்கலாம்; இல்லாமலும் இருக்கலாம். ஆனால் எனக்கு, தொடர்ந்து மழைநாட்கள் என் மனதில் சஞ்சலத்தைத் தர மறப்பதில்லை என்பதைச் சொல்லத்தான் வேண்டும்.'

'ம்... வேறு என்ன சொல்ல வேண்டுமோ சொல்லுங்கள். இன்னும் நேரமிருக்கிறது' என்றார் கேட்டுக்கொண்டிருந்த மருத்துவர்.

‘சரி... நான் சொல்லத்தானே வந்திருக்கிறேன். அதன்பிறகு ஒருமுறை அப்பா என் கனவில் வந்தபோது, அவர் ஒரு ஆழமான சமுத்திரத்தில் ஒரு பெரிய குமிழிக்குள் அமர்ந்து மூச்சு விட்டுக் கொண்டிருந்ததை நான் கண்டேன். அந்த மாதிரி அவர் விட்ட மூச்சுக்காற்று சமுத்திரத்தின் மேலே வரை குமிழியாய் வந்து உடைந்துகொண்டே இருந்தது. மறுநாள் எனக்கு, மறக்கமுடியாத ஒரு சம்பவம் நடந்தது.. சொல்லலாமா, இங்கே நிறுத்தலாமா? உங்களுக்கு நேரம் இருக்கிறதா?’

‘எனக்கு நேரம் இருக்கிறது. சொல்லுங்கள்.’

‘அந்தச் சம்பவம் என்னவென்றால் இதுதான்.. அப்பாபோல் அம்மாவும் சமுத்திரத்தின் உள்ளே ஒரு பை போன்ற குமிழிக்குள் கால்களை நெஞ்சுடன் சேர்த்து அமர்ந்து கொண்ட மறுநாளில் இருந்து நான், டால்ஸ்டாயின் ‘போரும் அமைதியும்’ என்ற பெரிய நாவலைப் படித்தேன்.’

‘ரஷ்யனிலா?’

‘ஆமாம்! எனக்கு ரஷ்யமொழி தெரியும். அதனால் ரஷ்ய மொழியில் படித்தேன். நான் என் உறவினர் ஒருவர் வீட்டில் 25 நாட்கள் தங்க வேண்டியதிருந்தது. அந்த 25 நாட்களும் இரவு பகலாகப் படித்து முடித்தேன். படித்த மறுநாள் நினைத்துப் பார்த்தபோது, அந்த நாவலின் ஒரு சம்பவமோ பாத்திரமோகூட என் ஞாபகத்துக்கு வரவில்லை. அதாவது, ஒரு விநோதமான மறதி. அதுவும் நாவலைப் பொறுத்த ஒரு மறதி என்னைப் பீடித்தது. அதாவது, கற்பனையை மறப்பது. பலநாள் அதுபற்றியே நினைத்துக் கொண்டிருந்தேன். ஏதோ ஒரு நோய்க்கு நான் பலியாகிவிட்டேன் என்று அந்த மறதி என்னை நினைக்க வைத்தது. யாரோ ஒருவர் கற்பனை செய்ததை, நான் நினைத்துப் பார்க்காத படி ஏதோ ஒன்று எனக்குள் செய்திருக்கிறது. அப்படி உணர்வது விநோதமானது இல்லையா? நான் அப்படி உணர்ந்தேன். என்ன படித்தேன் என்பது, நான் 25 நாட்களும் எப்படி எப்படி அமர்ந்தேன், ஒவ்வொரு தடவை புத்தகத்தை எப்படித் திறந்தேன், எப்போது புத்தகத்தை மூடினேன்.. எல்லாம் ஞாபகமிருக்கின்றன. என்ன படித்தேன் என்பது மட்டும் மனதில் வரவில்லை. ஓர் இருட்டு, திடீரென்று ஓர் இருட்டுத் தோன்றுகிறது. அவ்வளவுதான்! முதல் பக்கத்திலிருந்து கடைசிப்பக்கம் வரை ஒரு விளக்கமுடியாத இருட்டு. ஆனால், அது என்னை வருத்தப்படவோ ஏமாற்றம்

அடையவோ செய்யவில்லை. அதற்குப் பதிலாக, மது அருந்தினால் ஏற்படும் மயக்கம் போன்ற ஓர் உணர்வைக் கொடுத்தது என்று மட்டும் அறிவேன். இதையும் உங்களிடம் சொல்லவேண்டும் என்று தோன்றுகிறது. உங்களுக்கு இன்னும் நேரமிருக்கிறதா?'

'ஓ! எனக்கு நிறைய நேரமிருக்கிறது. நீங்கள் தொடர்ந்து பேசிக்கொண்டே இருக்கலாம்.'

'அப்புறம், டாக்டர்! அந்தப் பூந்தோட்டத்தில் நெருப்புப் பிடித்த கனவு பற்றிச் சொன்னேனா? இது இப்போதெல்லாம் அடிக்கடி என் மனதில் தோன்றும் கனவு. ஆனால், நானாகவே சில கனவு பற்றிய நூல்கள் படித்திருப்பதால் இன்ன இன்ன காரணங்களால் இப்படி வந்திருக்கிறது என்றும்கூட நினைத்துக் கொள்வேன். ஒருவேளை உங்கள் தொழிலின் எல்லைக்குள் நுழைகிறேனோ என்னவோ?'

'அப்படியெல்லாம் இல்லை. நீங்கள் தொடர்ந்து சொல்லுங்கள்.'

'ஓர் அழகான மலர்த் தோட்டம். அழகிய மஞ்சள், சிவப்பு. நீளமான நீண்ட காம்புகளில், சிறுசிறு முட்டைகள் போல் பூத்திருக்கின்ற பூந்தோட்டம். வார்ஸாவில் விற்றுக் கொண்டிருக் கிறார்களே அந்த மாதிரியான பூக்கள். என்ன காரணத்தினாலோ அந்தப் பூந்தோட்டத்தில் தீப்பிடித்துக் கொண்டது. அந்தக் கனவு வந்த நாள் நான் நினைத்துக்கொண்டேன். என் சிநேகிதி யுத்த ஆயுதங்களுக்குப் பதிலாக ஒவ்வொரு நாடும் பூக்களை ஏற்றுமதி இறக்குமதி செய்தால் உலகம் எவ்வளவு அழகிய இடமாக மாறும் என்றோ, இதுபோல வேறு ஏதோ சொன்ன செய்தி இப்படி என் கனவில் மாறியிருக்கலாம் என்று நினைத்துக்கொண்டேன். இதுமாதிரி, விழிப்பு நிலையில் ஏற்பட்ட ஏதோ ஒன்று கனவில் இப்படி மாறியிருக்கலாம் என்று எனக்குள்ளேயே ஒருவிதமான மன அலசல் நடத்திக்கொள்வேன் டாக்டர்!'

'தாங்க் யூ... பியோத்தர்.'

பியோத்தர் பற்றி நீங்கள் தெரிந்துகொள்ள இவ்வளவும் உதவலாம் சந்திரன். அதனாலேயே ஃபேக்ஸில் இந்தச் செய்திகளை உங்களுக்கு அனுப்புகிறேன். ஃபேக்ஸில் இதுவரை நீங்கள் சொன்ன கதைகளை அனுப்பிக்கொண்டிருந்தேன். அதன் ஆசிரியர் நீங்கள். ஆனால், மொழிபெயர்ப்பு செய்தவள் நான். இந்த ஃபேக்ஸ் செய்தி அப்படிப்பட்டதல்ல. ஆனால், மனநல மருத்துவரிடம்

பியோத்தர் சொன்ன அதே வாக்கியங்களோ வரிகளோ அல்ல இவை. என் தொழில், மற்றவர்களின் கதைகளை என் வார்த்தை களிலும் வாக்கியங்களிலும் மறுபிரசுரம் செய்வது. நல்லமுறையில் மறுபிரசுரம் செய்துள்ளேன் என்று நம்புகிறேன்.

இதனை நான் ஏன் அனுப்புகிறேன் என்றால். நீங்கள் வார்ஸாவை விட்டுப் போகும்முன் வழக்கம்போல் நாம் இன்னொரு ஷாப்பிங் காம்ப்ளக்ஸில் சந்தித்து பியோத்தருடனும் என்னுடனும் பேசும் வாய்ப்பு பெரும்பாலும் இல்லை. மீண்டும் நாம் மூவரும் சேர்ந்து காபியோ வேறு ஏதோ, குடிக்கவோ சாப்பிடவோ வாய்ப்பு பெரும்பாலும் இருக்காது என்பதை உணர்கிறேன். அதனால், நீங்கள் அவனைப் பற்றிய இந்த முக்கியமான செய்திகளை உணர்ந்து கொள்வது நல்லது என்று கருதினேன். பியோத்தரின் பின்னால் இருக்கும் மிகச்சில செய்திகள் இவை. அவனுடைய அன்பு எனக்குத் தெரியும். அவனுடைய 'எச்சிங்குகளை' நீங்கள் தான் அதிகம் ரசித்தீர்கள். அவன் வாழ்வும் படைப்பும் பற்றிய இன்னொரு பரிமாணத்தை, நான் அனுப்பிய தகவல்கள் உங்களுக்குக் கொடுக்கும். அதுபோல், போலந்து பற்றிய ஒருவகை நுட்பமான வரலாறும் இந்தத் தகவல்களில் இருக்கிறது என்பதை நான் உண்மையாகவே நம்புகிறேன். எப்படி உங்கள் வாழ்க்கைக் கதையில் வரும் நெருப்பின் உக்கிரத்தில் உங்கள் நாட்டின் பழைய மற்றும் புதிய வரலாறு இருக்கிறதோ அதுபோல். உங்கள் குழப்பங்கள்கூட, இந்த வரலாறல்லாத வரலாற்றால் தெளிவு பெறலாம்.

இன்னொரு வகையில் சொல்வதானால், உங்களைப்பற்றித் தெரிந்து கொண்டது எனக்கும் பியோத்தருக்கும் மிகவும் உதவியாக இருக்கிறது. நான் சில முடிவுகளை வாழ்க்கையில் எடுப்பதற்கு, இன்னொரு கலாச்சாரத்திலிருந்து வந்து எங்களுடன் நண்பர் போல் பழகி உதவினீர்கள். எங்களைவிட வயதில் கூடியவர் நீங்கள் என்றாலும், நாங்கள் எப்போதும் வித்தியாசமாக உணராத முறையில் பழகினீர்கள். நீங்கள் சொன்ன உங்கள் மனைவி பற்றிய கதையை, மிகப்பழைய உங்கள் வாழ்க்கையின் கதைபோல் சொன்னாலும் உங்களைப் பொறுத்தவரையில் எப்போதும் நீங்கள் அந்தக் கதையிலிருந்து உங்களைப் பிரிக்க முடியாது, உங்கள் மரணம் வரை! இதை நான் உங்கள் வாக்கியங்கள் ஒவ்வொன்றின் பின்னாலும் உங்களுக்குத் தெரியாமல் உற்றுநோக்கி அறிந்தேன்.

அது போலிஷ் வாசகர்களுக்கு வெறும் கதை. உங்களுக்கு, உங்கள் தற்சமய வேதனை களுக்கும் விசும்பல்களுக்கும் எதிர்காலத்தில் நீங்கள் சந்திக்கப் போகிற இருட்டுகளுக்கும் காரணமான மூலவேர்!

இவற்றையெல்லாம் மறந்துவிடலாம். ஆனால், சமீபகாலமாக நான் ஓவியங்களுக்குள் நுழையும்போதும், ஓவிய மனநிலையைப் பெறும்போதும் எனக்குள் ஒரு புதிய விஷயம் இருக்கிறதென்று ஓர் எண்ணம் வருகிறது. அதுதான் மனித உறவு பற்றிய ஒரு புதிய தரிசனம்.

வழக்கமான உறவுகள், தாய், மகள், கணவன், மனைவி, காதலன், காதலி இத்தியாதி. இந்தப் புதிய உறவு, இனி உள்ள காலத்தில் முக்கியமானதாகலாம். அந்த உறவுதான் உங்களுடன் பழகும்போது நான் கண்டது. நாம் - தகப்பன் மகள் அல்ல; காதலன் காதலி அல்ல; கணவன் மனைவி அல்ல. ஆனால் இந்த மூன்று உறவு களுக்கும் உள்ளே இருக்கும் சக்திமிக்க அந்நியோன்யத்தை, ஆழமாக நான் உங்களிடம் உணர்ந்தேன். இது தவறு அல்ல. தேவையிருந்தால், நான் உங்களிடம் என்னை இழந்திருப்பேன். அனால் இது புது உறவு. இத்தனை நூற்றாண்டுகளில் மனித குலம் புதிய உறவை ஸ்தாபிக்காதது பரிதாபம் என்றே நினைக் கிறேன். நான் சொல்வதைப் புரிவீர்கள். நாம் பேசியதன் பின்னால், சந்தித்ததன் பின்னால் இந்த ஆழமான, இறப்புவரை என்றும் மறக்காத சில கணங்கள் இருக்கின்றன.

எனவேதான், நான் திடீரென்று இந்த உறவை முறித்துக் கொள்கிறேன். நம் உறவு பலவீனமானதென்பதால் அல்ல; மிகப் பலமானதென்பதால்! அந்தப் பலம்தான் எங்கிருந்தோ என்னையும் உங்களையும் இணைத்தது. முதலும் முடிவும் இல்லாத கதை, இனிவரும் காலத்தில் இலக்கிய வகையாக ஏன் ஆகக் கூடாது? ஓவியத்தை, இனி என் வாழ்நாள் எல்லாம் புதிய அறிவுக் காகப் பயன்படுத்தப் போகிறேன். சந்திரன், நீங்கள் தந்த எல்லா வற்றுக்கும் நன்றி.

இந்தக் கடைசி ஃபேக்ஸ் செய்தியை அதற்குக் கொடுக்க வேண்டிய கௌரவத்தைக் கொடுத்து வாசிப்பீர்கள் என்று கருது கிறேன். திடீரென்று, உங்களுக்கும் எங்களுக்குமான உறவு அற்று விட்ட துக்கம் உங்களுக்கு ஏற்படத் தேவையில்லை. நான் முதன் முதலாக உங்களைச் சந்தித்தது இப்போது உங்களுக்கு ஞாபகத் துக்கு வரலாம். நான் யார் என்பதைத் தெரிந்துகொள்ளாது என்னைச்

சந்திக்க ஒத்துக்கொண்டீர்கள். அது நினைவு இருக்கலாம் உங்களுக்கு. இப்போது திடீரென்று உங்களை நேரில் பார்க்காது விடை கொடுக்கிறேன். அதையும் ஏற்றுக் கொள்ளும்படி வேண்டு கிறேன். எப்படி இந்தக் கதை தொடங்கியதோ அப்படியே முடிகிறது. ஒரு வட்டம். வட்டம் என்றால் உங்களுக்குத் தெரியும். தொடக்கமும் இல்லை. முடிவும் இல்லை. அல்லது எங்கும் தொடங்கலாம். அதுபோல் எங்கும் முடியலாம். இதுதான் வட்டத்தின் தத்துவம். பெரும்பாலும் இந்தியர்களுக்கு நன்கு தெரிந்த தத்துவம் என்று கேட்டிருப்பீர்கள்.

இடையில் ஒரு விஷயம். இடைச்செருகல் என்றும் கூறலாம், சந்திரன்.

வார்ஸாவில் வாழும் அதீத ஆற்றல்கள் கொண்ட ஒரு மனிதரைப் பற்றித் திடீரென்று கேள்விப்பட்டேன். அவரைப்பற்றி நானும் பியோத்தரும் மதிக்கும் ஓர் ஓவியத்துறை பேராசிரியர் சொன்னார். உண்மையாகவே மனிதசக்திக்கு அப்பாற்பட்ட ஆற்றல்கள் கொண்டவர் அவர் என்பது எங்கள் பேராசிரியருக்கு அசைக்க முடியாத நம்பிக்கை. அப்படிப்பட்ட ஆன்மீக ஆற்றல் சிலருக்கு உண்டு. அதுவும் கிழக்கத்திய கலாச்சாரங்களில் அப்படிப்பட்ட ஆற்றல்கள் கொண்ட மனிதர்கள் உதிப்பது சுலபம் என்பது எங்கள் பேராசிரியரின் எண்ணம்.

என் பேராசிரியருக்கு சமீபத்தில் ஒரு பிரச்சினை ஏற்பட்டது. அது அவரது தனிப்பட்ட பிரச்சினை. அவரது மகள் பற்றிய பிரச்சினை. அவள் திருமணமாகாமல் ஒரு குழந்தையுடன் இருப்பவள். ஒருவனுடன் பழகி, சிகரெட் குடிப்பதையும் குழந்தை பெறுவதையும் பழகியவள். இப்போது அவனைவிட்டு மிகுந்த வேதனையில் வாழ்ந்துகொண்டிருப்பவள். தந்தையிடம் ஆலோசனைக்கு அவள் வந்திருக்கிறாள். இன்னொருவனோடு இப்போது பழகுகிறாள். அவனைத் திருமணம் புரியலாமா வேண்டாமா என்று குழம்புகிறாள். அவள் தந்தை, நான் குறிப் பிட்ட அதீத ஆற்றல்களுடைய மனிதரிடம் அழைத்துக்கொண்டு போயிருக்கிறார். பேராசிரியர் ஒருவகையில் இந்த அதீத ஆற்றல் களை உடைய மனிதரின் பரம சிஷ்யர். அந்த அளவு அந்த மனிதரை மதிக்கிறார். அந்த அதீத மனிதர், அதாவது அந்த சூப்பர்மேனின் பெயர் சிவநேசம். சிலவேளை பேராசிரியர் அந்த மனிதரை, 'கடவுள்' என்றும் கூறுகிறார். எங்கள் பேராசிரியர் அந்த அளவு

❋ 477

முட்டாள் ஒன்றும் இல்லை. முன்பு கம்யூனிஸ்டாகவும் நாத்திக ராகவும் இருந்தார். அந்த மனிதர்தான் தன்னுடைய கண்களைத் திறந்தார் என்கிறார். வார்ஸாவில் இப்போது அந்த அதீத மனிதருக்கு நூற்றுக்கணக்கான சிஷ்யர்களை உருவாக்குவதற்கு எங்கள் பேராசிரியர் மிகவும் உழைக்கிறார். நானும் பியோத்தரும் பேராசிரிய ரிடம் பேசியபிறகு, சிவநேசத்தைச் சந்திக்க முடிவு செய்துள்ளோம். பேராசிரியர் எங்களைத் திருப்திப்படுத்தியுள்ளார். சரி, நான் சொல்லிக்கொண்டு வந்த விஷயத்துக்கு வருகிறேன்.

எங்களின் பேராசிரியரின் மகள் சிவநேசத்தைப் பார்க்க ஒருநாள் காலை பத்து மணிக்கு, சிவநேசத்தின் வீட்டுக்கு வந்து வாசலில் பேராசிரியருடன் நின்றாள். அப்போது பேராசிரியரை மட்டும் உள்ளே அழைத்து, 'உங்கள் மகளை அழைத்துக் கொண்டு வீட்டுக்குப் போங்கள். நீங்கள் கேட்பதற்காக வந்த கேள்விக்கு. உங்கள் வீட்டில் விடை காத்திருக்கிறது' என்று, சிவநேசம் கூறி அனுப்பினாராம். பேராசிரியருக்கும் அவரது மகளுக்கும் ஏதும் புரியவில்லை. வீட்டிற்குப் போனபிறகு அங்கு ஒரு கடிதம் காத்திருந்ததாம் பேராசிரியரின் மகளுக்கு. அதாவது, தற்சமயம் பேராசிரியரின் மகள் காதலிக்கும் நபருக்கு கேன்சர் என்று கடிதம் தெரிவித்திருக்கிறது. பேராசிரியர் மகளைக் காதலிக்கும் நபரே விஷயத்தைத் தெரிவித்துக் கடிதம் எழுதி யிருந்தாராம். பேராசிரியர் இந்த விஷயத்தை எல்லோரிடமும் சொல்லிச் சொல்லி மாய்ந்து போகிறார். 'என் மகள் வாழ்வில் நிகழ இருந்த இன்னொரு விபத்துத் தடுக்கப்பட்டது சிவநேசத்தின் ஆற்றலால்' என்கிறார் பேராசிரியர். அவர் மகள்கூட, இப்போது சிவநேசம் பக்தையாக மாறி விட்டாராம். கேட்பதற்கு வியப்பாகவும் தமாஷாகவும் இருக்கும் இந்த விஷயங்கள், என்னையும் பியோத்தரையும் மிகவும் பாதித்துள்ளன.

ஒருவேளை நீங்கள் சிரிக்கலாம் எங்களைப் பார்த்து. எங்களுக்கு அதீத மனிதர்கள் இன்று தேவைப்படுகிறார்களோ என்னவோ! புரியவில்லை. அவ்வப்போது கிறிஸ்தவப் புனிதர்கள் காட்சி கொடுப்பது, சிலைகளில் இருந்து கண்ணீர் வருவது போன்ற அதிசயங்கள் கிறிஸ்தவ நம்பிக்கையாளர்கள் மத்தியிலும் இருந் தாலும், எந்த ஒரு மனிதரும் கடவுள் என்று தன்னைச் சொல்லிக் கொள்வதில்லை.

இடையில் ஒரு தகவல்: பியோத்தர் ஒரு புதிய 'எச்சிங்'

செய்துள்ளான். உங்களுக்கு அந்தத் தகவலைத் தெரியப்படுத்தச் சொன்னான். குழாயிலிருந்து விழும் நீருக்கடியில் தெரியும் அமைதி. இதுதான் அந்தப் படத்தின் 'தீம்' என்று சொல்லச் சொல்கிறான்.

நான் எழுதும்முறை, உங்களுக்குக் குழப்பமாகவோ தடுமாற்ற மாகவோ இருக்கலாம். நான் நினைவுக்கு வரும் எல்லாவித விஷயங்களையும் இந்தக் கடைசி ஃபேக்ஸில் கொடுக்கும் முறை இது. எனக்கு இதுகூட, எந்த முன் தீர்மானமுமற்ற சுயத்துவத்தைச் சுயத்துவமாய் சொல்லும்முறை என்று படுகிறது. இது கடைசியான கடிதப் பரிமாற்றம்.

வட்டம், அதீத மனிதர், சுயத்துவம். விஷயங்கள், சொல்வதற்கோ எழுதுவதற்கோ அப்பால் எப்போதும் இருந்து கொண்டிருக்கின்றன என்பதுதானே உண்மை.

அடுத்த விஷயத்தையும் கேட்டுக்கொள்ளுங்கள், சந்திரன். உங்களை முதன்முதலில் நான் சந்தித்தபோது, நம் இருவருக்கும் ஒருவரைப்பற்றி ஒருவருக்குத் தெரியாது. அதாவது 'தெரியாது' என்பதுதான், என்னையும் உங்களையும் இணைத்தது என்று சொல்லலாமா? ஓர் அறியாமை, ஓர் இருட்டு, ஓர் அளவை அல்லது எல்லையைக் கடந்தநிலை. பியோத்தர் கெட்டிக்காரன்! அவனுக்குச் சொல்லத் தெரிகிறது. 'குழாயிலிருந்து விழும் நீருக்கடியில் தெரியும் அமைதி.'

உங்களைச் சந்திக்க வந்தபோது எனக்கு, உங்களுக்குள் ஏதோ ஒன்று தெரிந்தது. அதை நிழல் என்றோ வடிவம் என்றோ சொல்ல முடியாது. அதைக் கண்டுபிடிக்கத்தான் உங்களோடு என் தொடர்பு களை மேலும் வளர்க்க விரும்பினேன். அந்தத் தொடர்பு ஒரு வாழ்க்கைக் கதையாக எங்களுக்குக் கிடைத்தது. அதை எழுதும் போதும், நான் சொல்கிற இன்னொன்று பற்றிய பிரக்ஞையே என்னை ஆட்டிப் படைத்துக்கொண்டிருந்தது. சந்தித்து சாதாரண விஷயங்களை உப்பு சப்பற்ற முறையில் முடிக்கும்போதும் அதைத் தான் கண்டேன். உங்களைப்பற்றி உங்களுக்கே எழுதுவதில், எனக்கு ஓர் ஆயாசம் இருக்கிறது. எனவே, இத்துடன் நிறுத்திக் கொள்கிறேன். ஞாபகத்தில் வைத்துக்கொள்ளுங்கள். குழாயி லிருந்து விழும் நீருக்கடியில் தெரியும் அமைதி.

இதுதான் நாம் பரிமாறிக்கொள்ளும் கடைசி கடிதப் பரிமாற்றம். வட்டத்தில் நீங்கள் சேர்ந்துகொள்கிறீர்கள்.

21

மும்பைக்குச் செல்லும் விமானத்தில் அமர்ந்திருக்கும் என்னை ஏதோ ஒரு மறதி வந்து பீடித்தது. கடந்த சுமார் 5 மணி நேரம் எந்த நினைவும் என்னைப் பாதித்ததாகத் தெரியவில்லை அல்லது நினைவுகள் என்னிடமிருந்து விடைபெற்றுவிட்டன என்றும் சொல்லலாம்.

இவ்வாறு ஒரு வருட வார்ஸா வாழ்க்கை முற்றுப்பெற்றது. ஆனால் வார்ஸாவில், ட்ராம் வண்டிகள் வந்துகொண்டும் போய்க்கொண்டும் இருக்கும்.

அதற்கு எந்தப் பாதிப்பும் இருக்காது. பனி கொட்டும் போதும், கோடைக்காலத்தில் வெயில் அடிக்கும் போதும், ட்ராம் வண்டிகள் வந்துகொண்டும் போய்க்கொண்டும் இருக்கும்.

வேறு ஏதும் தோன்றவில்லை. வார்ஸாவிலிருந்து திரும்பிய என் பயணத்தை மட்டும், ஒருமுறை வலிந்து மனத்தில் கொண்டு வந்தேன்.

வார்ஸா விமான நிலையம் சிறியது. அன்று நான் புறப்படும் போது, பெரிய வரிசை ஒன்று இருந்தது. மாலையில் ஆறு மணிக்கு ஃப்ராங்க்பர்ட் வழி புறப்படும் விமானம். விமானத்தில் பயணம் செய்யும்போது, வழக்கமாக இருக்கும் மன உணர்வுகள் இருந்தன. எப்போதும்போல் ஒரு படபடப்பு. மேலாக ஓர் அமைதி. இப்படிப் பட்ட உணர்வுடன் இருந்த எனக்கு விடைகொடுக்க லிடியாவும் சிவநேசமும் என் அலுவலகத் திலிருந்து ஒருவரும் வந்திருந்தனர். சிவநேசம் ஒரு கழுத்தில்லாத நீளமான தூய வெள்ளைநிற ஜிப்பா அணிந்து, சிமென்ட் வர்ணத்தில் ஒரு இறுக்கமான பேன்டுடன் கையில்லா கோட் அணிந்து ஒரு வட இந்தியர்போல் வந்திருந்தார். லிடியா மட்டுமின்றி வேறு ஒரு சிறு பெண்ணும் காணப்பட்டார்.

'என் மகள்' என்று அப்பெண்ணை எனக்கு அறிமுகப் படுத்தினார் சிவநேசம். நான் அவரது இரண்டு மகள்களையும் சந்தித்ததில்லை. ஒருவகை கறுப்பும் வெள்ளையுமான நிறத்தில் அவரது மகள்கள் இருப்பார்கள் என்று நினைத்தது பொய்யாயிற்று. போலிஷ் தாய் தந்தையர்களுக்குப் பிறக்கும் குழந்தைகள் போல் வெள்ளை நிறத்துடன் இந்த இளம்பெண் காணப்பட்டார். அப்பெண்ணின்

பார்வை எங்களிடம் இருப்பதற்குப் பதிலாக, விமான நிலையத்தின் பிற பாகங்களில் அலைந்தது. தனக்கு விருப்பமில்லாமல் அங்கு வந்தவளைப் போலக் காணப்பட்டாள்.

லிடியா, வழக்கம்போல் இருந்தார். ஏதோ ஓர் ஏமாற்றம் அவர் முகத்திலிருந்ததோ என்று பட்டது. என்ன ஏமாற்றம் என்று இனம் புரியாத வகை வெளிப்பாடு அது. ஆனால், சிரித்துக் கொண்டும் தமாஷாகப் பேசிக்கொண்டும் இருந்தார்.

பேச்சுக்கிடையில் தன்னை, சிவநேசத்தின் புதிய சிஷ்யை என்று சொல்லி சந்தோஷமாக சிவநேசத்தைப் பார்த்தார். சிவநேசத்தின் மகள், திரும்பி இன்னொரு வரிசையில் ஆட்கள் முண்டியடித்துக் கொண்டு போவதைப் பார்த்தபடி இருந்தாள். சிவநேசத்தின் முகத்தில் லிடியாவின் பேச்சால் எந்தவித உணர்வும் ஏற்படவில்லை. உண்மைதான் சொல்கிறாரா என்று எண்ணிய நான் மனதுக்குள் ரகசியமாக ஆச்சரியமடைந்தேன். சிவநேசம் சாதாரணமாக இருந்தார். ஏதாவது, காபியோ டீயோ குடிக் கிறீர்களா என்று சிவநேசம் கேட்டார். நான் பயணம் புறப்படும்முன் இப்படி ஏதும் குடிப்பதில்லை என்று சொன்ன போது, அது ஏதோ ஒருவகை குதூகலத்தை சிவநேசத்தின் மகளுக்கு ஏற்படுத்தியிருக்க வேண்டும். அவள் என்னிடம், ஏன் என்று இரண்டு மூன்று முறை மீண்டும் மீண்டும் எனக்கான முக்கியமான ஒரு பதில் இருக்கலாம் என்று நினைத்துக் கேட்டபடி இருந்தாள். நான் சிரித்துவிட்டுச் சும்மா நின்றேன். மீண்டும் ஒருமுறை ஏன் என்று கேட்டபடி, கை நகத்தைக் கடித்தாள். கை நகத்தைக் கடித்தபின் இதுபோன்ற கேள்வியைக் கேட்கக் கூடாது என்று நினைத்தவளைப் போல் அமைதியானாள். பின்பு லிடியாவிடம், விமான நிலையத்தின் ஒவ்வொரு பகுதியையும் பற்றி கமென்ட் அடித்தபடி என்னை மறந்தாள். அவள் அப்பாவைப் போல் ஆறடி உயரம் கொண்ட அந்தப் பெண்ணின் கண்கள், பிற போலிஷ் பெண்களைப் போல முழுவதும் பச்சை நிறமாக இருக்கவில்லை. கொஞ்சம் அதிகம் கறுப்புநிறம் தெரிந்தது. சிவநேசத்தின் உபயம் அவ்வளவுதான் என்று நினைத்தேன். நிற்கும் ஒவ்வொரு வரிசையையும் பற்றி சிவநேசம் பேசினார்.

ஒருமுறை, தான் நிற்கவேண்டிய வரிசையை மறந்து இன்னொரு வரிசையில் நின்று கடைசியில் விமானம் புறப்படும் முன்பு பதினைந்து நிமிடம் இருக்கும்போது, அடித்துப் பிடித்துக்கொண்டு ஓடியதைச் சொல்லி அதில் மிகுந்த மகிழ்ச்சியடைந்துகொண்டு

✸ 481

இருந்தார் சிவநேசம். அதன்பின்பு லிடியா, தனக்கு நேர்ந்த ஓர் அனுபவத்தைச் சொல்லிக்கொண்டிருந்தார். அவருக்கு இந்த விமான நிலையத்தில் பயணிகள் கிளம்பும் பகுதி மேலேயும், பிற இடங்களிலிருந்து பயணிகள் வந்துசேரும் பகுதி கீழேயும் இருக்கிறதென்று ஒருமுறை தெரியாமல், கீழே போய்நின்று நேரத்தை வீணடித்ததை தமாஷாகச் சொன்னார். ஒவ்வொரு தமாஷ் பேச்சுக்கும் சிவநேசம் சிரித்துக்கொண்டு நின்றார். சாதாரண மனிதர் என்று காட்டுகிறாரா?

இந்த மாதிரி சின்னச் சின்ன காரியங்களில் ஈடுபாடு காட்டும் மனிதர் ஒரு கடவுள் என்று நினைக்கும்போது, அறிவியல்வழி வந்த எனக்கு அளவற்ற ஓர் ஆச்சரியம் மனத்துக்குள் பரவியது.

பின்பு இவர்களிடம் விடைபெற்றபோது, எனக்குள் ஒரு கேள்வி தொங்கிக்கொண்டிருந்ததை நினைத்தேன். லிடியாவுக்கும் சிவநேசத்துக்கும் எவ்வளவு நாட்களாகப் பழக்கம் இருக்கலாம்? ஏனோ எனக்கு அதைக் கேட்க வேண்டுமென்று தோன்றவில்லை. மனிதர்கள் பலவீனமானவர்கள்.

விமானத்தில் இருக்கும்போது கொஞ்சம் மதுவைக் குடித்து விட்டு மீண்டும் சுழற்றிக்கொண்டு வந்த கண்களை, அதன் பாட்டில் ஓய்வு எடுத்துக் கொள்ளட்டும் என்று தலையைப் பின் பக்கமாகச் சாய்த்தேன். யாரோ, நான் தலை வைக்கும் பகுதியில் வைத்திருந்த கையை சரக்கென இழுத்தார்கள். நானும் தலையை நன்கு பதித்து உடலை வாகாக வைத்துக் கண்களை மூடினேன்.

அமலாவுக்கு ஏற்கெனவே நான் வந்துசேரும் விபரம் தெரிவித் திருந்ததால், மும்பை இன்டர்நேஷனல் விமான நிலையத்திற்குக் காலையில் வந்திருந்தார்.

கொஞ்சமும் வித்தியாசமில்லாமல் இருந்தார். ஆனால், ஒருவித உடல் அழகு கூடியிருந்ததுபோல் காணப்பட்டார். ஏதாவது ஒரு ஹோட்டலில் நான் கொண்டுவந்த பொருட்களை வைக்கலாம் என்றேன். 'ஏன்? பக்கத்திலேயே என் வீடு இருக்கிறது. வசதியோடு தான் இருக்கிறேன்' என்றார். 'கார் கொண்டுவந்திருக்கிறேன்' என்றார். வாழ்க்கைமுறை மிகவும் மாறி இருக்கிறது என்று மனத்துக்குள்நினைத்துக்கொண்டேன். 'பாப்' கட் செய்திருந்த முடி, கழுத்தையும் முதுகையும் நன்கு காட்டியது. காலை எழுந்து குளித்துவிட்டு ஃப்ரெஷாக வந்திருக்கிறார் என்று அவரது பளபளக்கும் கழுத்தின் கீழ்ப்பகுதி காட்டியது. இறுக்கமான

ப்ளவுஸ் உடம்பை சிக்கென்று இறுக்கியது. நீளமான அதே விரல்கள். பிங்க் வர்ணத்தில் நெயில் பாலிஷும் சாரியும் உடுத்தியிருந்தார். நவீனமான முறையில் ஆடை அணிவதில் விருப்பமுடையவர் என்ற என் பழைய எண்ணத்தைத் தொடர்ந்து பாதுகாத்து வருகிறார் என்று எண்ணினேன். வலது கையில் மணிக்கட்டுக்கு சற்று மேலே பிங்க் வண்ணத்தில் ஸ்ட்ராப் உள்ள, கருமையான பிளாஸ்டிக் போன்ற கைக் கடிகாரத்தைக் கட்டியிருந்தார். கொஞ்சம் அதிகமான கறுப்பு நிறம் இடையில் இத்தனை காலத்தில் அவர் பெற்ற சொத்து என்று நினைக்கும்படி தோற்றமளித்தார். ஒவ்வொரு உடலசைவையும், பிருஷ்ட அசைவையும், கழுத்து, கை, வயிறு என்று எல்லா பாகங் களையும் கண் நிறைய பார்த்தேன். அதே அமலாதான். கொஞ்சமும்கூட மாற்றமில்லை. பெரிய மனிதர்களுடன் பழகிய தாலும், டெல்லி போன்ற இடங்களில் நடமாடியதாலும், ஒருவகை நளினமும் மெருகும் கூடிய நடை, அசைவு, பார்வை என்று ஒரு புதுத் தோற்றம் பெற்றிருந்தார் என்று எண்ணினேன்.

குறிப்பாக, கார் ஓட்டும்போது ஸ்டியரிங்கில் கை அசைவு மிகவும் கவர்ச்சிகரமாக இருந்தது. எந்தத் தயக்கமும் இல்லாமல், இயல்பாக ஆக்ஸிலேட்டர் மாற்றி அழகாக கார் ஓட்டினார். மெதுவாகக் கால்களைப் பார்த்தேன். அவரது காலில் ஒரு விரலில்லாதது திடீரென்று ஞாபகம் வந்தது. அந்த நேரத்தில் திடீரென்று என் உடம்புக்குள் ஓர் உடல் இச்சை நான் எதிர்பார்க்காதபடி புகுந்தது எனக்கே ஆச்சரியமாக இருந்தது. நான் காலைப் பார்க்காதபடி அவரது பிங்க் வர்ண சில்க் சாரி, ப்ரேக் பெடலோடும் ஆக்ஸிலேட்டரோடும் மறைத்தபடி கிடந்தது. கார், புதிய ரகமான மாட்டிஸ். கடும் சிவப்பு வர்ணம். கார் சிக்கென்று அவர் சொல்வதற்குத் தக கீழ்ப்படிந்து நடந்துகொண்டது. அமலா, தான் எஜமானி என்று காரை ஒவ்வொரு சிக்னலிலும் திருப்பத்திலும் கையாண்ட விதத்திலிருந்து நிரூபித்துக் கொண்டிருந்தார்.

நானும் அமலாவும் காரில் அதிகம் பேசிக்கொள்ளவில்லை. ஒருமுறை என் முகத்தை ஆனந்தத்தோடு பூரணமாகப் பார்த்துக் கொண்டார். அரைகுறையாக அல்ல! பூரணமாக. எனக்கு அந்தப் பார்வை, என் முகத்தின் பூரணத்தைப் பார்க்கும் பார்வை என்று புரியட்டும் என்று பார்த்துப் புன்னகைத்தார். ஒவ்வொரு செய்கையிலும், என்னைத் தொடர்ந்து அதிசயப்பட வைத்தார். லேசாக ஓர் சென்ட் அவர் ஆடைகளில் இருந்துவந்ததை எனக்கு இப்போது

உணர முடிந்தது. காலையில் சுமார் நான்கு மணிக்காவது எழுந்து குளித்து, எனக்காக என்று இத்தனை தயாரிப்புகளையும் செய்து இருப்பார் என்று நினைத்தேன்.

'கொஞ்சம் தூரத்தில் வீடு இருக்கிறது இல்லையா?'

என் கேள்வியைப் பார்த்து, முகத்தில் குறும்புடன் இடது கையை ஸ்டியரிங்கிலிருந்து எடுத்து என் தொடையில் தட்டிவிட்டுச் சொன்னார்.

'சும்மா வாங்க.'

ஏதோ ஒரு வாத்சல்யம் கொண்ட செயல்போலப் பட்டது எனக்கு. நானும் அவரும் பேசாவிட்டாலும், அவர் கைகள் ஸ்டீரிங் சுழற்றும் முறை, உடம்பு அதற்கு ஏற்ப அசைவது, உடலின் ஓரமாக அவரது பாதி மூடிய மார்பு போன்றவை முன்பு போலவே என்னை ஓர் அபரிமிதமான மிடுக்குடன் வசீகரித்தன. அவை என்னோடு ஏதோ ஒரு பாஷையில் பேசியபடி இருந்ததாக உணர்ந்தேன். என் முடிவு இந்தப் பெண்ணோடுதான் என்று என் இதயம் அடித்துக்கொண் டிருக்க, அவரது கார் மைய சாலையிலிருந்து ஒரு குடிசைப் பகுதி வழியாக இறங்கி மண் சாலைவழி மெதுவாகப் போய் இன்னொரு பரந்த ரோட்டில் ஏறி வலது பக்கம் திரும்பி அங்கு மிக உயரமாகத் தென்பட்ட கட்டிடங்களின் திசையில் மெதுவாகப் போனது.

'ஃபிளாட்டில் இருக்கிறேன். எல்லா வசதியும் உண்டு. வந்து பாருங்க.'

நான் சிரித்தபடி 'ம்...' என்று மட்டும் கூறினேன்.

அப்போது எதிர்பார்க்காதவிதமாக அமலாவின் விரலில்லாத கால் என் கண்ணில் பட, ஏனோ திடீரென்று சிவநேசம் விமான நிலையத்தில் சொன்னது ஞாபகத்தில் வந்தது. அமலாவின் விரலில்லாத காலுக்கும் சிவநேசம் சொன்னதுக்கும் ஏதும் சம்பந்தமிருக்க முடியாது.

அவர் சொன்னார்: 'நடுவில் புகுந்து எதுவும் செய்யாதீங்க.'

இதற்கு என்ன பொருள் என்று எனக்குப் புரியவில்லை. திடீரென்று ஏதும் சம்பவிக்கலாம் என்று ஒரு மனநிலை அமலா வோடு இருக்கும் இந்த கடந்த ஒரு மணிநேரமாக எனக்குள் ஏற்பட்டது. இங்கேதான், நான் நடுவில் புகுந்து எதையும் செய்யக் கூடாது என்று கூறுகிறாரா? எப்படி நான் நடுவில் புகுந்தேன்? எனக்கு

ஒவ்வொன்றும் அதனதன் போக்கில் போகட்டும் என்று தோன்றியது. அப்போது ஒரு பெரிய கட்டிடத்தின் முன்பு காம்பவுண்டில் முரட்டுத்தனமான தோற்றமுடைய செக்யூரிட்டி ஒருவன் நின்று கொண்டிருக்க, கட்டிடத்தின் பேஸ்மென்டில் தெரிந்த பாதை வழியாக ஒரு துவாரம் போன்ற பகுதிக்குக் காரை மெதுவாக ஓட்டிக்கொண்டு போனார் அமலா. சற்று நேரத்தில் இருட்டு வர, காரை ஏதோ ஓர் இடத்தில் நிறுத்தி இறங்குங்கள் என்றார். நான் இடதுபுற கதவைத் திறந்து இறங்கியபோதுதான் அது ஒரு பெரிய பேஸ்மென்ட் ஏரியா, அதில் நிறைய கார்கள் நிற்கின்றன என்பது புரிந்தது. நான் நினைத்தது போல அது ஒரு இருட்டான பகுதி அல்ல என்று இப்போது பட்டது.

அமலா முன்னால் தடதட என்று போய் ஒரு லிஃப்ட்டின் முன் நின்றார். அவர் நடந்தபோது அவரது அங்கங்களின் அசைவில் யாராலும் அடக்கமுடியாத ஒரு பெருமை தளும்பியது என்ற எண்ணம் வந்தது. அமலா சந்தோஷமாக வாழ்கிறாரா அல்லது வாழ்க்கையை முழுதும் புரிய இன்னும் நாட்கள் இருக்கின்றன என்று நினைக்கிறாரா என்பது எனக்கு முழுதாகப் புரியாது என்றே எண்ணினேன். நானும் அவரும் அதிகமாகப் பழகியது இல்லை என்ற எண்ணமே எனக்கு ஏற்பட்டது.

அப்போது லிஃப்ட்டின் வாசல்கள் திறக்க, உள்ளே போகக் கையைக் காட்டிவிட்டு நான் லிப்ஃடுக்குள் போனதும் என்னோடு ஒட்டி நின்றுகொண்டு லிஃப்ட் பொத்தானை அமுக்கினார். நான் அவர் அழுத்திய எண்களைக் கவனிக்கவில்லை. சற்றுநேரம் மௌனம். சிவப்பு நிறத்தில் லிஃப்ட் எண்கள் மாறிக்கொண் டிருந்ததைப் பார்த்தேன். அவ்வப்போது, அமலாவின் மூடப்படாத சதை தள்ளாத இடுப்பைப் பார்த்தேன். அதற்குள் லிஃப்டின் அசைவு நிற்க கதவு திறந்தது. முதலில் அமலா வெளியேற நான் அவரைப் பின்பற்றினேன்.

லிஃப்டுக்கு வெளியில் ஒரு நீண்ட காரிடோர் போனது. அதில் வீடுகளின் கதவுகளில் சில வட இந்திய அல்லது மராட்டிப் பெயர்களும் எண்களும் காணப்பட்டன. சற்றுதூரம் போன பிறகு இடதுபுறம் திரும்பி, அங்கு இரண்டாவது வீட்டின்முன் நின்று தன் பையிலிருந்த சாவியால் கதவைத் திறந்தார். நான் எதிர்பார்த்தது போலவே மிகவும் அழகான பிளாட் அது என்று எண்ணினேன். ஃப்ளைட் லேபல் ஒட்டிய சூட்கேஸை அமலாவே எடுத்து என்னை

அழைத்துக்கொண்டு, ஒரு தனி அறையில் என் சூட்கேசை அதன் சக்கரத்தால் இழுத்துக்கொண்டு வைத்தார்.

'எல்லா வசதியும் இருக்கிறது. குளித்தபின்பு பிரேக் ஃபாஸ்ட் சாப்பிடலாம். குளித்து டிரஸ் மாற்றியதும் வாருங்கள் உள்ளே. ஃபீல் ஃப்ரீ...' என்றார். நான் 'யு ஆர் ஸ்மார்ட்...' என்றேன். இருவரும் சிரித்தோம்.

பின்பு இன்னொரு அறையில் பிரேக் ஃபாஸ்டுக்கு நானும் அமலாவும் அமர்ந்தோம்.

'எத்தனை வருஷம் ஆகிறது நாம் சந்தித்து?' என்று இவ்வாறு கேட்டபடியே அமலா தென்னிந்திய முறையில் செய்திருந்த ப்ரேக் ஃபாஸ்டை ருசி பார்க்க ஆரம்பித்தார்.

'சுமார் பதினொரு வருடம்.'

'ஒருவகையில் நாம் அந்நியர்கள்' என்றார் அமலா.

'அந்நியர்களல்லாத அந்நியர்கள்' என்றேன். 'உங்களை அந்த ரயில்வே ஸ்டேஷனில் சந்தித்த பிறகு இப்போதுதான் சந்திக்கிறேன் இல்லையா?'

'ம்...' என்று கூறி, மீண்டும் என் முகத்தைப் பூரணமாகப் பார்த்தார். பூரணமாக என்றால், அவர் பார்வையின் சக்தி என்னை நாலாபக்கமும் கட்டிப் போட்டது. என் உணர்வுகள் பரவசம் கொள்ள ஆரம்பித்தன. என்னை ஒருவித கட்டுப்பாடின்மை ஆட்கொண்டது.

ஆனால் அமலா, மிகவும் நிதானமாக இருந்ததுபோல் பட்டது. என் அளவு அவர் உணர்ச்சிவசப்பட்டவர் அல்ல என்று நினைத்தேன். அப்போது மீண்டும் அவர் கால் தெரிகிறதா என்று அந்த விரலில்லாத பாதத்தை என் மனம் நாடியது. ஆனால், நான் பார்க்க முடியாத படி அழகான மரத்தால் செய்யப்பட்ட சாப்பாட்டு மேசையின் மறுபக்கம் அமர்ந்திருந்தார்.

'ஆனால், உங்கள் கடிதத்தைப் படித்தபோது இத்தனை வருட மாக நாம் பிரிந்து இருந்ததான மனோபாவம் வெளிப்படவில்லை. நாம் தொடர்ந்து சந்தித்துக் கொண்டிருந்தது போன்ற மனநிலையை அந்தக் கடிதம் கொடுத்தது.'

'ம்...' என்று, சற்றுநேரம் அவர் என்னைப் பார்த்துக்கொண் டிருக்க பின்பு இருவரும் சிரித்தோம்.

'அப்படியா நினைக்கிறீங்க?'

'ம்...' என்றேன்.

'அப்படியானால், ஏன் கடிதம் கிடைத்த உடனே பதில் தரவில்லை?'

'உங்கள் கடிதத்தை ஏனோ நான் உடனே படிக்கவில்லை. ஏதோ ஒன்று தடுத்தது. கொஞ்சநாள் அப்படியே போட்டிருந்தேன்.'

'அப்படியா! ஏன்?'

'தெரியாது. படிக்க முடியவில்லை. பின்பு, வார்ஸாவில் வைத்துக் கடைசியாகப் படித்தபோதுதான் உங்களைப் பற்றிய எல்லாத் தகவலும் தெரிந்தது.'

எனக்கும் அமலாவுக்குமிடையே சற்றுநேரம் அமைதி. பின்பு, நிதானமாக என்னைப் பார்க்காமல் காலை உணவோடு வைத்திருந்த ஜூஸை ஒரு ஸிப், மெதுவாகக் குடிப்பது தெரியாத முறையில் இழுத்தபின்பு சொன்னார்.

'எல்லாத் தகவலும் அதில் இல்லை. அன்பழகனோடு என் நட்பு பற்றிய ஒரே ஒரு தகவல்தான் இருந்தது.'

'இல்லை. துபாய் இன்ஜினியர் பற்றி, அந்த ஊரிலிருந்து நீங்கள் கிளம்பி வந்துவிட்டது... இப்படி இப்படி பல விஷயங்கள் இருந்தன. என்னைப் பொறுத்தவரையில் எல்லாமே எனக்குத் தெரியாத தகவல்கள்தான்.'

'தட்ஸ் ரைட்' என்றார்.

அமலாவோடு பேசிக்கொண்டிருக்கும்போது எனக்குச் சில வேளை சகஜ உணர்வு இருந்தாலும் அவரது தோற்றம், அவரது கண் அசைவு, உடல் அசைவு, கழுத்து, பாப்கட் செய்யப்பட்ட தலைமுடி என்று ஒவ்வொன்றிலும் ஒரு மர்மம் ஆசையை எழுப்பக்கூடிய தாக இருந்தது. ஆனால், என்னை முற்றிலும் தன் கன்ட்ரோலில் வைக்கும் திறமையுள்ள பெண் என்பதுபோல் ஓர் எண்ணம் கூடவே தொடர்ந்து வந்துகொண்டிருந்தது.

'கொஞ்ச வருடங்கள்தான் அன்பழகனோடு சுற்றினேன். அதன்பிறகு ஏதோ தெரியாத ஒரு காரணத்தால், எனக்கும் அன்பழகனுக்கும் பொருந்திப்போக முடியாது என்பதாகப் பட்டது. அவனுக்குப் புரியவைக்கும் முறையில், நான் அதைப் புரியவைக்க வெகுவேகமாகக் கற்றுக்கொண்டேன். மொத்தத்தில் அவன்தான், இப்போதும் எனக்கிருக்கும் அரசியல் வாதிகளோடான நட்புக்குக் காரணம் எனலாம். ஒரு திறப்பை என் இன்றைய வாழ்க்கை

முறைக்கு அளித்தவன் அன்பழகன். அவன் அப்போது ஒரு எம்.பி.யாக இருந்தான். ஆனால் ஒன்று. டெல்லியில் தென்னிந்திய எம்.பிக்கள் ஒளிவிட வேண்டுமென்றால், பம்பாயில் படித்து சி.பி.எஸ்.இ. தேர்வில் பாஸ் செய்த என் போன்ற பெண்கள் தேவை.'

திடீரென்று நிறுத்திய அமலாவுக்குப் பின், என்னால் யூகிக்க முடியாத சரித்திரம் இருக்குமென்று தோன்றியது. ஒருபக்கம் அதைத் தெரிந்துகொள்ள வேண்டும் என்ற ஆர்வம் தோன்றினாலும், ஏதோ ஒன்று என்னைத் தடுக்கவும் செய்தது. ஒரு வருட வார்ஸா வாழ்க்கையின் வழியாக ஏதோ ஒன்றை அறிந்துகொண்டேன் என்றும், பழைய வயல் வழியும் திராட்சைத் தோட்டத்தின் வழியும் கொடுமையான வெயிலில் அமலாவைத் தொடர்ந்த சந்திரன் அல்ல முழுதும் நான் என்றும் ஒரு யோசனை என்னிடம், அமலாவை ஏர்போர்ட்டில் சந்தித்த முதல் கணத்தில் ஏற்பட்டது. ஆனால் அமலா, என்னை முன்புபோல் ஆகர்ஷித்துக் கொண்டிருக்கிறார் என்பதற்கும் சந்தேகமே இல்லை. அமலா தொடர்ந்து அரசியல் வாதிகளோடு இப்போதும் தொடர்பு வைத்திருக்கிறார் என்பது அவர் பேச்சிலிருந்து தெரிந்தது. எங்கோ எனக்குள் ஓரிடத்தை அது பாதித்தது என்றாலும், அது பொருட்படுத்தக்கூடிய விஷய மல்ல என்று உடனே எனக்குள் சொல்லிக்கொண்டேன்.

'அரசியல்வாதிகளிடம் ஒரு தனிக்கவர்ச்சி இருக்கத்தான் செய்கிறது சந்திரன்' என்று கூறியபடி என்னைப் பார்த்தார்.

'ஹூம்' என்றேன். வேறு ஏதும் நான் சொல்வதற்கு, எனக்குத் தெரிந்த விஷயத்தைப்பற்றி அவர் பேசவில்லை என்பது எனக்குத் தெரியும்.

'அவர்கள் ஒவ்வொரு நிமிடமும் தங்களைப் புதிதாக வைக்க வேண்டி இருக்கிறது. நாம் பழையவர்களாக இருக்க முடியும். அவர்கள் அப்படி இருக்க முடியாது.'

'ஓ... நான் யோசித்ததில்லை, கொய்ட் இன்ட்ரஸ்டிங்' என்றேன்.

'என்னைப்போல அரசியல்வாதிகளோடு ரொம்ப குளோஸாக இருக்கும்போது, நமக்கும் அந்தப் புதிது வந்து ஒட்டிக்கொள்ளும். ஒருமுறை நீங்கள் புதிதாக உங்களை வைத்துக்கொள்ள ஆரம்பித்த பிறகு, பழையதாக இருக்க மாட்டீர்கள். அது ரொம்பச் சலிக்கும். அதாவது, ஒருவகை 'த்ரில்' இது. பரபரப்பு. சதா மாறிக் கொண்டிருத்தல். அதனால்தான் அரசியல்வாதி, அந்தத் துறையை

விடவே மாட்டேன் என்கிறான். யாரைக் கொன்றாவது தொடர்ந்து அவன் அரசியல்வாதியாகவேதான் இருப்பான். யாராவது ஒருவன் அரசியலில் இருந்து ஒதுங்குகிறான் என்றால், அவன் ரொம்ப முக்கியமானவன் என்று பொருள். அதாவது, செத்த பிறகு வாழ் கிறவன் எப்படி முக்கிமானவனோ அப்படி முக்கியமானவன்.'

'ரொம்ப அழகாகப் பேசப் பழகியிருக்கிறீர்கள்.'

'நோ... நோ... சந்திரன்! இது அழகாகப் பேசுவது அல்ல. புதிய ஒருவகை வாழ்க்கைமுறை பற்றி அறிமுகப்படுத்துகிறேன். இந்தியாவில் மட்டுமல்ல; நான் நேபாளம், இலங்கை, தைவான், ஜப்பான் என்று தென்கிழக்கு ஆசியாவின் பல அரசியல்வாதி களைச் சந்தித்திருக்கிறேன். எல்லோரும் இப்படித்தான் இருக் கிறார்கள். இவர்களால் எந்த உடல் கஷ்டமும் இல்லாமல் கையில் இருக்கும் மொபைல் மூலம், கோடிக்கணக்கான பணத்தை சம்பாதித்துக் கொண்டே இருக்கமுடியும்.'

'நான் ஒரு கிழக்கத்திய ஐரோப்பிய நாட்டிலிருந்து இப்போது வருகிறேன். எனக்கு நீங்கள் சொல்லும் வாழ்க்கைமுறை பிரமிப்பை ஏற்படுத்துகிறது.'

'இஸ் இட்?' என்று கேட்டு, தன் பேச்சை நிறுத்தினார்.

அப்போது எனக்கு, அமலாவை நான் சந்திக்கவேண்டும் என்று முடிவு எடுத்து அவருக்கு இமெயில் அனுப்பியதன் அடிப்படை நோக்கம் என்ன என்ற கேள்வி தோன்றியது. ஏதோ அவரைச் சந்திக்கணும் என்ற எந்த நோக்கமுமற்ற சந்திப்பா இது? அல்லது ஏதேனும் நோக்கமிருக்கிறதா? அன்பழகனிடம் மிகவும் பழகியவர், மேலும் தன் மனைவி விஜயாவின் மரணம் பற்றி அமலாவின் கடிதத்தில் இருந்த ஒருவரித் தகவல், தன் மனதைப் பல தடவை கலவரப்படுத்தியது. விஜயா உங்களை ஹீரோவாக நினைத்தாள் என்பது அந்த வரி. அந்தத் தகவல் பற்றிப் பேசுவதற்குத்தானா நான் இப்போது அமலாவோடு மீண்டும் ஒரு தொடர்பு ஏற்படுத் தினேன். இப்போது நான், எதிர்பார்க்காத ஒரு குழப்பம் தோன்றுகிறது என்று நினைத்தேன். இடையில் சிவநேசம் சொன்ன வாசகம், 'நடுவில் புகுந்து எதுவும் செய்யாதீங்க' என்பதும் அதன் பங்குக்கு என்னைக் குழப்புகின்றது.

திடீரென்று அமலாவைப் பார்த்துக் கேட்டேன்.

'அமலா, பத்து வருடங்களுக்குப் பிறகு ஏன் அந்தக் கடிதத்தை எழுதினீங்க?'

'ஒருவேளை, நீங்க மிகவும் தேவையானவர் எனக்கு என்று அந்த நிமிடத்தில் கருதியிருப்பேன். இப்படி வெளிப்படையாகப் பேசுவது இப்போது உள்ள என் வாழ்க்கையில் சகஜம். தப்பாக எடுக்க மாட்டீங்கதானே சந்திரன்?'

'நோ... நானும் நீங்களும் வெளிப்படையாகப் பேசுவோம். அதனால்தான் உங்களைச் சந்திக்க வேண்டும் என்று மும்பையில் இறங்கி, உங்கள்முன் அமர்ந்திருக்கிறேன்.'

அமலா என் முகத்தைப் பார்த்துவிட்டுச் சொன்னார்:

'ஐ அப்ரிசியேட் தட்... நீங்க என்னை மதித்து என் வீட்டுக்கு வந்துள்ளதால், எவ்வளவு சந்தோஷமாக இருக்கிறது தெரியுமா? அப்போது திடீரென்று நான் பல விஷயங்கள் பற்றி உங்களுக்குக் கடிதம் எழுதியது, பல மனநிலைகளின் பின்னணியில். விஜயா மரணத்திற்குப் பிறகும் சுமார் ஐந்து ஆண்டுகள் நான் அதே ஊரில்தானே இருந்தேன். தொடர்ந்து விஜயா பற்றிய ஞாபகம் அப்போ தெல்லாம் இருந்தது. இன்னொன்று, நீங்கள் விஜயா பற்றிகவலைப்படுவதை எல்லாம் மறந்து அன்றைக்கு என்னைப் பின்தொடர்ந்து என் வீட்டுக்கு வந்தது என்னைப் பயங்கரமாக ஆகர்ஷித்தது. பலமுறை உங்களைப் பற்றியே நினைக்க ஆரம்பித்தேன். உங்களைச் சந்திக்காமல் இருக்க முடியாது என்றுகூட நினைத்தேன். இது ஏதும் உங்களுக்குத் தெரியாது. அப்புறம் என்னை, முற்றிலும் மறந்து வாழ்ந்தீர்கள் என்று நினைக்கிறேன். சரிதானே?'

'இல்லை, அப்படிச் சொல்ல முடியாது. நானும் உண்மையைச் சொல்வதானால், எனக்கும் உங்களை மறக்க முடியவில்லை. ஆனால், ஏதோ ஒன்று என்னை பலமாகத் தடுத்தது. அது என்ன என்று தெரியவில்லை. நான் சொல்வதை உண்மை என்று நம்பு கிறீர்களா அமலா?'

'எஸ். நம்புகிறேன் கண்டிப்பாக. ஆனால் எனக்கு, இப்போது ஓர் ஆவல் வந்திருக்கிறது. அன்று என்னைத் துரத்திக்கொண்டுவந்த உங்களை எது தடுத்தது, இவ்வளவு வருடங்களாக? நான் அன்பழக னோடு பழகியதா அல்லது விஜயாவின் தோழியாக நான் இருந்தேன் என்பதா? அல்லது நான் அந்தத் துபாய் இன்ஜினிய ரோடு வாழ்ந்ததா?'

'இல்லை. துபாய் இன்ஜினியர் விஷயம், எனக்கு உங்கள் கடிதம் வந்த பிறகுதான் தெரியும்' என்று இடைமறித்துச் சொன்னேன்.

'ஸோ, என்னை நீங்கள் எப்போதும் மறக்கவில்லை?'

நான் தடுமாறினேன். அவருக்குப் பதில் சொல்லவில்லை. அமலா இடையில் சொன்னார்:

'நாம் இருவரும் ஓர் உடன்படிக்கை செய்து கொண்டுள்ளோம். நாம், கள்ளங்கபடமற்ற உண்மையைப் பேசவேண்டும் என்று.'

'எஸ் அமலா. நான் உங்களை எப்போதும் மறக்கவில்லை. உங்கள் உடம்பு, முகம், கழுத்து, நடை, உங்கள் பார்வை. உங்களை நூறு சதவீதம் விரும்பினேன். எப்போதும் உங்கள் ஞாபகம் வந்து கொண்டிருக்கும். அன்பழகன் செய்தி கேட்ட போது கோபம் வந்தது உண்மை. ஆனால், உங்கள்மீது ஏற்பட்ட அந்த மோகம் மாறவே இல்லை. அன்று வயல்வழி எந்த சக்தி என்னை இழுத்துக்கொண்டு வந்ததோ, அதே சக்தி மாறவே இல்லை. இப்போது இந்தத் தருணத்தில் கூட.'

அமலா முகம் மாறியது. உணர்வுப் பிரவாகமாய் அவர் முகம் தெரிந்தது. கண்களில் லேசாகக் கண்ணீர் திரையிட்டது. உணர்ச்சிப் பொங்கிய குரலில் மெதுவாகக் கேட்டார்:

'ஸோ, யு லவ்ட் மி. நீங்கள் என்னைக் காதலித்தீர்கள்.'

நான் இப்போது மெதுவாகச் சொன்னேன்:

'ஆம். ஒரு பத்தொன்பது வயது இளைஞர்போல உங்களைக் காதலித்தேன். நம்புகிறீர்களா? இப்போது உங்களுக்கு என்ன வயது?'

'முழுமையாக நம்புகிறேன். எனக்கு இப்போது முப்பத்து இரண்டு வயது.'

'இப்போதும், உங்கள் மனதில் கடிதம் எழுதிய போதிருந்த மனநிலை இருக்கிறதா?' - நான் மெதுவாகக் கண்களை மட்டும் உயர்த்தியபடி கேட்டேன்.

'யெஸ். அப்படியே இருக்கிறது. ரொம்ப தாங்க்ஸ் சந்திரன். ரொம்ப தாங்க்ஸ். நீங்க வழியில் என்னைச் சந்திக்க விரும்பி வந்துள்ள இப்போதும், அந்தத் தடை உணர்வு இருக்கிறதா? ஏதோ ஒன்று தடுத்தது என்று சொன்னீர்களே! அந்த உணர்வு இருக்கிறதா?'

நான் சற்று யோசித்தேன். அவரது நெஞ்சு மேலும் கீழும் உயர்ந்து தாழ்ந்தபடி இருந்தது. சற்றுநேரம் மௌனமாக இருந்தோம்.

அமலா மீண்டும் கேட்டார்: 'சந்திரன், அந்தத் தடையுணர்வு இருக்கிறதா?'

'ஏன் அவசரப்படுகிறீர்கள் அமலா?'

இருவரும் சிரித்துக்கொண்டு சாப்பாட்டு மேசையிலிருந்து எழுந்தோம். பக்கத்தில் அழகான பேஸின் இருந்தது. அதில் போய் கையைக் கழுவினேன். பின்பு இன்னொரு அறைக்குப் போய் சோபாவில் அமர்ந்தோம்.

பேச்சு அன்பழகனைப்பற்றி மீண்டும் திரும்பியது. நிறைய சம்பவங்களைச் சொன்னதற்கிடையில், அன்பழகன் தன்னுடைய தோட்டத்திற்குப் போனபோது காணாமல் போன சம்பவத்தைக் கூறி எனக்குத் தெரியுமா என்று கேட்டார். 'ஆம்' என்று தலை யாட்டினேன். யார் மூலம், எப்படித் தெரியும் என்று அமலா கேட்டிருந்தால் பதில் சொல்லியிருப்பேன். அவர் கேட்கவில்லை, நானும் சொல்லவில்லை. தொடர்ந்து பேசும் போது, அன்பழகனைப் பார்த்து விஜயா பயந்திருக்கிறாள்; அவன் அரசியல்வாதியாக இருந்தபோது விஜயா பற்றி பெரும்பாலும் மறந்துவிட்டான் என்றார் அமலா.

'அப்படியென்றால், அமலா நீங்கள் எனக்கு எழுதிய கடிதத்தில், 'விஜயா உங்களை ஹீரோவாக எண்ணியிருந்தாள் என அன்பழகன் சொன்னான்' என்று கூறியதற்கு என்ன அர்த்தம்?'

'உங்களுக்கு அப்படி நான் எழுதியது ஞாபகம் இருக்கிறது. அதற்கு வேறு எந்த அர்த்தமும் இல்லை. விஜயா போன்ற பெண் களிடம், அன்பழகன் ஆசை நிறைவேறாது என்பதை அன்பழகன் சொன்னவிதம் அது.'

நான் மௌனமானேன். என் முகத்தில் எந்த உணர்வும் வெளிப் படாதவாறு அமர்ந்திருந்தேன். அமலாவும் ஏதும் சொல்லவில்லை. என் பார்வை, அழகிய பலகையால் செய்யப் பட்ட அந்த வீட்டின் சுவரில் பதிந்தது. வீட்டின் ஒவ்வொரு பகுதியாக என் கண்கள் மேய ஆரம்பித்தன. அந்தப் பாலிஷ் செய்யப்பட்ட பலகையில் ஒரு கறுப்பு குவார்ட்ஸ் கடிகாரம் தொங்கியது. அந்தக் கடிகாரத்தின் வட்ட வடிவம் முழுவதும் ஒரு தங்க வர்ண ஃப்ரேம். தரையில் மிக அழகான பச்சைநிற கார்ப்பெட் ஒட்டப்பட்டிருந்ததைப் பார்த்துக் கொண்டிருந்தேன்.

நாங்கள் அமர்ந்திருந்த இடத்திலிருந்து சமையலறை தெரிந்தது. அழகாகவும் சுத்தமாகவும் இருந்த சமையலறையில் ஒரு மூலையில் காணப்பட்ட ஃப்ரிட்ஜ் மிக உயரமாக இருந்தது. ஒரு குக்கிங் ரேஞ்ச், அறையில் நடுவில் தெரிந்தது. ஃப்ரிட்ஜின்மீது ஒரு

மைக்ரோ ஓவன் காணப்பட்டது. நீர்க்குழாய்கள் மிக உயர்ந்த தரத்தில் செய்யப்பட்டு எவர்ஸில்வர் போன்று ஒளிவிட்டபடி தெரிந்தன.

'வீடு அழகாக இருக்கிறது' என்றேன்.

தலையை அசைத்தார்.

அன்று மதியம் அமலா, ஒரு வேலைக்காரப் பெண்ணின் உதவியோடு அழகிய முறையில் அவரே செய்த உணவைத் தந்தார். பழைய ஊர், அவருடைய நண்பர்கள், தோழிகள் என்று எல்லா வற்றையும் சொல்லிக்கொண்டே இருந்தார். ஓரளவு என் மூலம் வார்ஸா பற்றித் தெரிந்துகொண்டார். எந்த வெளி நாட்டுக்கும் இதுவரை போனதில்லை என்றார். நான் வார்ஸாவில் இருந்த போது வார்ஸாவுக்கு வந்திருக்கலாமே என்றேன். 'ஓ ஒண்டர்புல்! வந்திருப்பேன். இப்போதல்லவா அழைக்கிறீர்கள்?' என்று சொன்னார். தமாஷ் பண்ணினார்.

மதியத்துக்குப் பிறகு என் கண்கள் சுழல்வதைப் பார்த்து விட்டு, 'விமானத்தில் வந்ததால் 'ஜெட்லாக்' காரணமாக தூக்கம் வருகிறது உங்களுக்கு. கொஞ்சம் தூங்குங்கள்' என்றார்.

'வேண்டாம்' என்றேன்.

'என்னை அந்நியராக நினைக்கிறீர்களா?'

'இல்லவே இல்லை. நாம் இருவரும் பேசிக்கொண்டிருந்ததைப் பார்த்தால் அப்படியா தெரிகிறது?'

'அப்படியென்றால் வாங்க'-அவர் நிர்ப்பந்தத்துக்கு அடிபணிந் தேன்.

அதன்பிறகு நாங்கள் அமர்ந்திருந்த அறைக்கு வெளியே அழைத்துக் கொண்டுவந்து இன்னொரு கதவைத் தள்ளினார். அந்த அறையின் சுவர்களிலும் பாலிஷ் போட்ட பலகைகள் ஒட்டப் பட்டிருந்தன. சிறு ஓசையுடன் கதவு திறந்ததும் அவரது படுக்கை அறை காணப்பட்டது. அந்த அறையை மிகவும் ரசித்தேன். அறை நடுவில் கார்ப்பெட்டின் மேல் ஒரு பெரிய டபுள் பெட் இடப் பட்டிருந்தது. ஐந்து நட்சத்திர ஹோட்டல்களில் இருப்பதுபோல் படுக்கை. அமர்ந்ததும், சுமார் ஓர் அடி புதைந்தது. அதன் வலது பக்கத்தில் மிக அழகான ஒரு மேசை விளக்கு.

'ஃப்ரீயாக உங்கள் தனிமையில் யாரும் புகாதபடி நல்ல ஒரு தூக்கம் போடுங்கள்.'

ஒரு சிரிப்பு. 'படார்' என்று கதவை மூடிக்கொண்டு வேறு அறைக்குப் போனார் அமலா.

நான் ஏதும் புரியாமல் படுக்கையில் மெதுவாகச் சாய்ந்தேன். அறையில் நல்ல காற்று வந்தது. சற்று நேரத்தில் என்னை அறியாமல் கண்களை மூடினேன்.

அமலா எப்போது என்னோடு படுத்தார் என்பது தெரியா விட்டாலும் என்னை அரவணைத்தார். மெதுவாக என் கைகள் அவரது உடலில் பரவின. இளமையாகவும் மிருதுவாகவும் இருந்த மார்பகங்கள், என் இடது மற்றும் வலது கையில் நிறைந்திருந்தன. என் உடம்பைவிட சற்று அதிகமான உடம்பு அவருடையது என்பதை அப்போதுதான் அறிந்தேன். ஏற்கெனவே, உடைகளை எல்லாம் நீக்கிவிட்டு வந்து படுத்திருக்கிறார் என்று எண்ணம் சென்றது. முழுதாக அவரது கால்களோடு என் கால்களையும், அவரது முகத்தோடு என் முகத்தையும் வைத்து ஒருவர்மீது ஒருவர் ஏறிப் புரண்டு கொண்டிருந்தோம். அவரது உடம்பின் சுகந்தமும் இளம் சூடும் என் உடலை மறக்கடித்தன. அப்படியே கால மெல்லாம் படுத்துக்கொண்டு கிடக்கவேண்டும் என்று ஒரு நினைவு வந்தது. என் கைகள் அவரது பிருஷ்ட பாகத்தில் மெது வாகச் சென்று கொண்டிருந்தன. அப்போது, அவரது உடல் தூக்கிப் போட்டது. என்னை அறியாதபடி நான் நடந்து கொண்டிருக்கிறேன் என்று எண்ணினேன். அவரது பற்கள் என் கழுத்தில் பதித்திருந்தன. அவரை அப்படியே படுக்கையில் தள்ளி கண்கள், புருவம், நெற்றி, மூக்கு, காது, கன்னங்கள், இதழ்கள், கழுத்து என்று வரிசைமுறை பிறழ்ந்தும் சரியாகவும் என் உடல் உத்வேகத்துக்குத் தக முத்தங் களைக் கொடுத்துக்கொண்டிருந்தேன். அவரிடம், எங்கிருந்தோ ஒரு நறுமணம் பரவிக்கொண்டிருந்தது.

எவ்வளவு நேரம் அப்படிக் கிடந்தோம் என்று தெரியாது. யாரோ அழைத்தது போல் உணர்ந்தேன்.

'சந்திரன்!'

நான் திடுக்கிட்டு விழித்தேன். உடலைப் பொதிந்திருந்த பஞ்சு மெத்தையை முகத்திலிருந்து நீக்கிப் பார்த்தால், சிரித்தபடி அமலா நின்றுகொண்டிருந்தார். கதவு திறந்திருந்தது. இவ்வளவு நேரமும் நான் ஒரு கனவு உலகில் சஞ்சரித்தேன் என்று நினைத்தேன்.

'ரொம்பவும் தூங்கிவிட்டீர்கள் போல.'

'ஆமா. ஸாரி' என்று கண்களைத் தடவிக்கொண்டு எழுந்தேன்.

'எதுக்கு ஸாரி? மாலையில் கிளம்புவதாகச் சொன்னதால் எழுப்பினேன்' என்று சிரித்தார். நீங்கள் இன்று இங்கிருந்துவிட்டுப் போவதானாலும் எனக்கு எந்த அசௌகரியமும் கிடையாது, என்றார். உண்மையாகப் பேசுகிறார் என்பதாக அவர் பேச்சும் முகபாவமும் இருந்தன.

ஒருகணம் என் மனதில், 'இங்கிருந்துவிட்டு நாளை போனால் என்ன?' என்ற எண்ணம் வந்தது. அந்த எண்ணத்தில் இருந்த ஆனந்தத்தை, எனக்குள் இருந்த இன்னொன்று வந்து தடுத்தது. அந்தத் தடை உணர்வு என் மனத்தில் என்னை எச்சரித்தது. எதற்கென்று தெரியாத எச்சரிக்கை. எது எதார்த்தம்? சற்று நேரத்திற்கு முன்பு கண்ட கனவா அல்லது இப்போது என்னை எச்சரிக்கும் இந்த உணர்வா? எனக்குள் ஒரே எண்ணப் போராட்டமாக இருந்தது.

'என்ன, ஏதோ யோசிக்கிறீர்களா?' என்று அமலா கேட்டபடி, என் முகத்தை மீண்டும் பூரணமாகப் பார்த்தார்.

'ஏதும் இல்லை. நான் கிளம்ப வேண்டும்.'

'அப்படியென்றால் வந்து முகத்தைக் கழுவுங்கள்.'

விஜயாவும் இப்படித்தான் சொல்வாள் என்று ஒருகணம் நினைத்தேன். கண்களை ஏறெடுத்து அமலாவைப் பார்த்தேன்.

'அமலா' என்று அழைத்ததும் திரும்பிப் பார்த்தார்.

'இப்போது என்ன நினைத்தேன் தெரியுமா?'

'நீங்கள் சொல்லாமல் எப்படித் தெரியுமாம்?'

அமலாவின் குரலில் ஏதோ ஒரு இலேசான சிணுங்கல் தெரிந்தது. நான் அதை மிகவும் ரசித்தேன். என் மனதில் பட்டதைச் சொல்ல முடியவில்லை.

சற்றுநேரம் மௌனம். நாங்கள் இருவரும் ஏதும் பேசவில்லை. பார்த்தபடி இருந்த என்னை ஒருகணம் ஏறிட்டு நோக்கிவிட்டு வெளியே பார்த்தார். அப்படியே நின்றார். ஒரு அசைவுமில்லை அவரது தோற்றத்தில்.

திடீரென்று நான் கட்டிலில் இருந்து எழும்பினேன்.

'பேஸின் எங்கே அமலா?'

சற்றுத் தடுமாறிய அமலா உடனே சுதாரித்துக்கொண்டு, படுக்கை அறைக்குப் பின்பக்கம் தெரிந்த குளியலறைக்கு மறுபக்கம்

கைகாட்டியபடியே, அழகான மஞ்சள் நிறத்தில் வெள்ளி பார்டர் போட்ட ஒரு டவலைக் கொடுத்தார்.

'நன்றி' என்று கூறிவிட்டு, பேஸின் முன்பு போய் என் முகத்தைக் கண்ணாடியில் பார்த்தேன். கண்கள் நன்கு சிவப்பேறியிருந்தன. அப்போது ஓர் எண்ணம், எச்சரிக்கை மணி கேட்பதுபோல் தோன்றியது. எனக்கு எதையும் புரிந்துகொள்ள முடியவில்லை. என் எச்சரிக்கை உணர்வு, அமலாவின் விரலில்லாக் கால்களைப் பார்க்கக் கூறியது. அமலாவை விட்டுப்போகும் முன்பு ஆசை தீர அவருடைய விரலில்லாக் கால்களைப் பார்க்க மறக்கக்கூடாது என்று என் மனதிடம் சொல்லிக்கொண்டேன்.

பின்பு எதையோ கண்டு பயந்தவன் போல், வேகம் வேகமாகப் புறப்பட ஆயத்தமானேன். இன்று கண்டிப்பாகப் புறப்பட வேண்டும் என்று அமலாவிடம் காலையில் பலமுறை கூறியது ஞாபகம் வந்தது.

அமலாவின் காரில், பம்பாயிலிருந்து புறப்படும் அடுத்த கட்டம் ஆரம்பமானது. நானும் அமலாவும் அருகருகே அமர்ந் திருக்க, லாவகமாகக் காரை ஓட்டிக்கொண்டிருந்தார். திடீரென்று பெருமூச்சு விட்டார். என் மனம் குழம்பிக் கிடந்தது. விதி என்பது யார் கட்டுப்பாட்டுக்கும் அடங்காதது என்று எனக்குள் சொல்லியபடி கீழே என் கண்கள் சென்றபோது, அமலாவின் விரலில்லாத கால் தெரிந்தது. அக்கால்களை வெறிகொண்டவன் போல ஒரே தீவிரத் தோடு பார்த்துக்கொண்டே இருந்தேன். என் கொந்தளிப்புக் கூடிக்கொண்டே போனது. கடலிரைச்சல் மனம் முழுவதும் நிறைந்தது.

அமலாவிடம் கேட்டேன்:

'பக்கத்தில் கடல் இருக்கிறதா?'

'இல்லை. மிக தூரத்தில் இருக்கிறது. ஏன் கேட்கிறீர்கள்?'

'சும்மா.'

அதன்பிறகு நான், அமலாவின் விரலில்லாக் கால்களைப் பார்க்கவில்லை.

கார் எங்கெங்கோ வளைந்து ஒரே வேகத்தில் சென்றுகொண்டு இருந்தது. நான் ஏற்கெனவே அமலாவிடம் தெளிவாக எல்லாம் கூறியிருந்தபடி, சற்று நேரத்தில் என்னை ஓரிடத்தில் இறக்கினார். அவரது காரின் பின்புறமிருந்த என் சூட்கேஸை அவரே வந்து

இறக்கி என் கையில் தந்தார். அவருடைய கையும் என்னுடைய கையும் உரசிக்கொண்டன. வலதுகையில் சூட்கேசைப் பிடித்து அதை சக்கரத்தில் ஓடவைத்து இழுத்தபடி இடதுதோளில் என்னுடைய ஏர்பேகைத் தொங்கவிட்டுக்கொண்டு முன்பக்கமாக நடந்தேன். கொஞ்சதூரம் நடந்தபோது அது ஒரு ரயில்வே ஸ்டேஷன் என்று பட்டது. அதன்பிறகு அமலா ஞாபகத்தில் வரவில்லை. என் மனதின் இருட்டு மட்டும் தொடர்ந்து கூக்குர லிட்டுக்கொண்டே இருந்தது.

என் முன்பு தெரிந்த நீண்ட ரயில் அட்டவணையில் கொல்கத்தா, டெல்லி, சென்னை என்று பெயர்கள் மட்டும் தென்பட்டன.

ஏற்கெனவே இந்தியாவில் இருந்த வேலையை உதறிவிட்டுப் போலந்துக்குப் போன நான், எந்த ஊருக்கு டிக்கெட் எடுப்பது என்பது தெரியாமல், இது ஒரு பிரச்சினை ஆயிற்றே என்று திருதிருவென்று விழித்தபடி நின்றேன்.

விக்டோரியா டெர்மினஸ் என்ற பெரிய ரயில்வே ஸ்டேஷன் அது. இந்தப் பெரிய ரயில்வே ஸ்டேஷனில் ஆட்கள் கூட்டமாக வந்துகொண்டும் போய்க்கொண்டும் இருந்தனர். தோள்களில் எல்லோரும் எதையோ சுமக்கிறார்கள். எல்லோர் முகத்திலும் பரபரப்பு. வேகம் வேகமாகத் தவற விட்டுவிட்ட எதையோ தேடுபவர்கள் போல் காணப்படுகிறார்கள். ஆனால், மறக்காமல் இன்னொருவருடனோ குடும்பமாகவோதான் போகிறார்கள். இடை இடையே பித்தளைத் தகடுகளைக் கட்டிக்கொண்டு, சிவப்புச் சட்டையணிந்த போர்ட்டர்கள் எல்லாம் தெரியும் என்ற பாவனையில் அலைகின்றனர். என் கண்கள் இருண்டன. சற்று நேரமாகவே இருட்டிக்கொண்டு, மேகம் கறுப்பாகி, வானம் மூட்டம் போட்டுக் கொண்டுவந்தது. இப்போது ஒரு மழை கொட்டும் என்று எதிர்பார்த்து நின்றுகொண்டிருந்தேன். நின்ற இடத்திலிருந்து அசையவில்லை என்பது அப்போதுதான் நினைவில் வந்தது.

அந்நேரம் அமலாவிடம் சரியான முறையில் விடைபெற்றேனா இல்லையா என்ற ஒரு கேள்வி என் மனதில் தோன்றியது.

ஐஐ

படித்துவிட்டீர்களா?

தமிழின் முதல் மாயா எதார்த்த நாவல்

ஏற்கனவே சொல்லப்பட்ட மனிதர்கள்

தமிழவன்

தமிழின் முதல் மேஜிகள் ரியலிஸ நாவலான இது, தன்னுள் பல படிம அடுக்குகளைக் கொண்டுள்ளது. மரபான நாவலில் காணப்படும் கதை சொல்லலுக்கு முற்றிலும் மாறான கதை சொல்லலில் இந்த நாவல் இயங்குகிறது. இந்த நாவலில் வரும் கதாபாத்திரங்கள் கதைவழி செல்லாமல் படிமவழி செல்கிறார்கள் என்பது முக்கியமானது. ராசப்பனின் உடலில் சிலந்திகள் கூடு கட்டுவது; நிழலோடு சீட்டாடுவது; கிழிந்த சட்டையினரைப் புரட்சிக்குத் தயார் செய்வது; அசையாமல் பச்சையம் பிடித்துக் கிடக்கும் தேய்வமூர்த்தி போன்ற படிமங்களால் இந்த நாவல் வாசகனை ஒரு புதிய தளத்துக்கு அழைத்துச் செல்கிறது.

பக்கம் 208 விலை 125

ISBN 978 81 7720 146 8

படித்துவிட்டீர்களா?
காலனிய அழகியலுக்கு
எதிரான பின்காலனிய நாவல்

சரித்திரத்தில் படிந்த நிழல்கள்

தமிழவன்

தமிழில் எழுதப்பட்ட முதல் தொடர் உருவக நாவலான இது, ஒன்றைச் சொல்லி வேறு ஒன்றை உணர்த்துகிறது. இதனாலேயே இது தமிழில் ஒரு புதிய புனைகதை மரபைத் தொடங்கி வைக்கிறது. புனைவு நாடான தொகிமொலா, ராணி பாக்கியத் தாய், அரசன் பச்சைராஜன் போன்ற கதாபாத்திரங்கள் நமது நினைவின் அடுக்குகளில் சஞ்சரிக்கின்றன. ஒரு கற்பனை தேசத்தின் கதை மாந்தர்களாக உலவும் இந்தப் பாத்திரங்கள், நமது நிஜவாழ்வில் இரத்தமும் சதையுமாய் உலவும் உண்மை மனிதர்களை நினைவுபடுத்துகின்றன. இந்த நினைவே வாசகனின் நனவிலி மனத்தைத் தட்டி எழுப்பும் சாகசத்தைச் சாத்தியமாக்குகிறது.

பக்கம் 192 விலை 120
ISBN 978 81 7720 148 2

படித்துவிட்டீர்களா?

தமிழில் இலக்கிய அந்தஸ்தைப்
பெறும் முதல் மர்ம நாவல்

ஜி.கே. எழுதிய
மர்ம நாவல்

தமிழவன்

இது ஒரு புதுவகை நாவல். வெறும் கேளிக்கைப் பிரதியான மர்ம நாவல் வடிவம், இந்நாவலில் அறிவைத் தேடித் துப்பறிகிற புதினமாக விரிவடைகிறது. அதன்மூலம் ஒரு தீவிரமான இலக்கியப் பிரதியாகிறது. மர்மநாவல் என்ற பாணியில் புனைவை நவீனமாய் எழுதிச் செல்லும் இந்தப் பிரதி காலம் காலமாக வீரதீர சாகசங்களை நிகழ்த்திய குதிரைவீரர்களைப் பகடி செய்கிறது. சுருங்கை என்னும் புனைவு நகரத்தில் நிகழும் இந்தக் கதையில் துப்பறிபவனோடு வரும் அவன் துணைவனின் அசட்டுத்தனம், கோமாளித்தனம், அவன் எதிர்கொள்ளும் விபரீதங்கள் முதலியன நமக்குப் புதிய அனுபவத்தைத் தருகின்றன. துப்பறிபவன் போகும் சூரியக்கோயில், கிரந்தக் கோயில், அவன் நடத்தும் தத்துவ விவாதங்கள் என்று விரியும் இந்த நாவல், ஒரு கதையாடலைத் தொடர் உருவகமாக, எள்ளலுடன் விவரிப்பதன் மூலம் நம்மை ஒரு புதிய உலகிற்கு அழைத்துச் செல்கிறது.

பக்கம் 384   விலை 220

ISBN 978 81 7720 145 1

படித்துவிட்டீர்களா?
உலகத் தரத்தில்
தமிழ்ச்சிறுகதைகள்

இரட்டைச் சொற்கள்

தமிழவன்

இத்தொகுப்பில் உள்ள கதைகள் நூதனத் தன்மை வாய்ந்தவை. கதை என்ற நிகழ்ச்சியை மீறிச் சென்று ஒருவித பன்முகத் தன்மையை எய்துபவை. இவை அர்த்தங்களை ஒத்திப் போடுவதன் மூலம் மொழியைக் கடந்து செல்கின்றன. நிகழ்ச்சிகளைக் கதையாக்குதல், உருவகக் கதை சொல்லல், பழமையை நினைவுகூரல், புதுமையை வரவேற்றல் போன்ற கதைக் கலையின் அனைத்து சாத்தியங்களையும் இவை கையாள்கின்றன. அர்த்தங்களை வெளியேற்றுதல், ஒரு பாத்திரத்தில் தொடங்கி, இரட்டைப் பாத்திரமாக மாற்றி பின்பு பழைய பாத்திரத்தை மங்கச் செய்யும் உத்தி என்று பல விதமான கதையாடல்களை இத்தொகுப்பு முன்வைப்பதன் மூலம் நமக்குப் புதிய வெளிச்சத்தை அளிக்கிறது.

பக்கம் 208   விலை 125
ISBN 978 81 7720 144 4

படித்துவிட்டீர்களா?

கடுகைத் துளைத்து ஏழ் கடலைப் புகட்டும் நாவல்

முஸல்பனி

தமிழவன்

ஜேம்ஸ் ஜாய்ஸ், ஆலன் ராபே கிரியே, போர்ஹேஸ், மிலொராட் பாவிச் போன்றவர்கள் அவரவர் மொழியில் புதுவகை எழுத்தை முயன்று வெற்றிகண்டிருக்கிறார்கள். தமிழில் அத்தகைய முயற்சியைத் தன் ஒவ்வொரு புனைவிலும் தமிழவன் மேற் கொண்டுவருகிறார். இந்த நாவலும் அதன் தொடர்ச்சியே. பழங்கால நாட்டின் அரசன் அத்திரிகப்பா, அவனுடைய மகள் முஸல்பனி, அவளுடைய பதினைந்து காதலர்கள், தன் நிழலுடன் சீட்டாடும் கிழவன், கண்ணீர்விடும் எழுத்துகள், நிழல் வடிவத்தில் உலவும் காவலர்கள் என மாய யதார்த்தப் புனைவாக அலைகிறது இந்த நாவல். இதன் மூலம் தமிழர்களின் இரண்டாயிரம் ஆண்டுகாலக் கலை, இலக்கியம், மொழி, அரசியல், தத்துவம், வரலாறு போன்றவை 'கடுகைத் துளைத்து ஏழ் கடலைப் புகட்டும்' விதமாக உருவாகியிருக்கின்றன.

பக்கம் 112   விலை 65
ISBN 978 81 7720 196 3